NGÔ THẾ VINH

CỬU LONG CẠN DÒNG BIỂN ĐÔNG DẬY SÓNG

DỮ KIỆN TIỂU THUYẾT

VIỆT ECOLOGY PRESS
2024

CỬU LONG CẠN DÒNG
BIỂN ĐÔNG DẬY SÓNG
Tiểu thuyết Dữ kiện Ngô Thế Vinh
Mẫu bìa Uyên Nguyên
Trình bày nội dung Cao Xuân Huy
Văn Nghệ California xuất bản 2000, 2001
Việt Ecology Press & Nxb Giấy Vụn 2014
Việt Ecology Press tái bản lần thứ tư 2024

Hình bìa trước:

Nuozhadu 5,850 MW là đập thuỷ điện lớn nhất trên dòng chính sông Lancang Mekong, khởi công năm 2006 hoàn tất năm 2014. Chú thích các dòng chữ Hán trên con đập: (1) Dòng chữ đỏ bên trái trên: ***Hoa Năng Nọa Trát Độ Thuỷ Điện Trạm*** 华能糯扎渡水電站 *, dịch:Trạm thuỷ điện Nọa Trát Độ Hoa Năng; (2) Dòng chữ đỏ bên trái dưới:* ***Vũ cảnh thuỷ điện bộ đội thừa kiến 武警水電部队 承建*** *, dịch: Bộ đội thuỷ điện võ trang xây dựng; (3) Dòng chữ trắng phải:* ***Năng nguyên vu thuỷ, Hữu dung nãi đại 能源于水 有容乃大*** *, dịch: Năng lượng đến từ nước, Có sức chứa sẽ thành rất lớn.* [nguồn: photo by Ying Qiu, International River]

Hình bìa sau:

Đảo Phú Lâm, tên Tàu đảo Vĩnh Hưng / Yongxing Dao, tiếng Anh Woody Island, là đảo lớn nhất của Hoàng Sa đã bị Trung Quốc cưỡng chiếm 1974, nay là căn cứ quân sự kiên cố với cả một phi đạo. [nguồn: hình từ vệ tinh]

LC# 99 - 93948
ISBN: 979-8-3302-9113-7

Gửi Nhóm Bạn Cửu Long
và Uỷ Hội Sông Mekong Việt Nam

TÁC PHẨM NGÔ THẾ VINH

đã xuất bản:
mây bão sông mã 63, văn nghệ 93
bóng đêm khai trí 64
gió mùa sông mã 65
vòng đai xanh thái độ 71, văn nghệ 87
mặt trận ở sài gòn văn nghệ 96
cửu long cạn dòng biển đông dậy sóng văn nghệ 00, 01
mekong dòng sông nghẽn mạch văn nghệ mới 3/07, 12/07
audiobook mekong dòng sông nghẽn mạch 12/07

tiếng anh:
the green belt ivy house 04
the battle of saigon xlibris 05

sẽ xuất bản:
mekong the occluding river

MỤC LỤC

(CÁCH TRÌNH BÀY: các con số 1,2,3… sau phần ghi chú mỗi bản đồ và hình ảnh là số thứ tự trong Tài Liệu Tham Khảo, riêng dấu _* là ảnh chụp của Nguyễn Kỳ Hùng và tác giả.)

LỜI DẪN

Con sông Mekong như mạch sống đã và đang ngày một gắn bó với tương lai vận mệnh của các quốc gia Đông Nam Á mà Việt Nam lại là quốc gia cuối nguồn. Đã qua rồi thời kỳ hoang dã của con sông dài 4200 cây số chảy qua lãnh thổ của bảy nước_ kể cả Tây Tạng, mà ngót một nửa chiều dài là chảy trên lãnh thổ Trung Quốc.

Không phải chờ tới khi người Tây Phương tới khai sinh đặt tên sông Mekong – vẫn có con sông hùng vĩ từ bao nghìn năm rồi. Do con sông chảy qua những vùng dân cư nói bằng nhiều ngôn ngữ nên đã có nhiều tên gọi khác nhau. Người Tây Tạng gọi tên là Dza Chu – nước của đá, tới Trung Hoa con sông mang tên Lan Thương Giang – con sông xanh cuộn sóng; xuống tới Thái Lào con sông lại có tên Mea Nam Khong – con sông mẹ, tới Cam Bốt có tên riêng Tonle Thom – con sông lớn, tới Việt Nam con sông đổ ra chín cửa như chín con rồng nên có tên Cửu Long.

Riêng tên sông Mekong được giới ngoại giao Tây Phương lúc đó là Anh và Pháp chấp nhận trên bản đồ, có lẽ bắt nguồn từ một tên gốc Thái theo cách phiên âm của người Bồ Đào Nha thành tên gọi Mekong – có ý nghĩa thơ mộng là " mẹ của các con suối."

Từ thế kỷ đầu tiên của dương lịch, đã có một nền văn minh Óc Eo nơi Đồng Bằng Sông Cửu Long.

Thế kỷ 12, đoàn chiến thuyền dũng mãnh của vương quốc Champa đã vượt sông Mekong xâm lăng tàn phá kinh đô Angkor Khmer. Thế kỷ 13, Marco Polo cũng đã vượt qua sông Mekong ngả

Vân Nam để ra khỏi Trung Hoa. Cũng khoảng thời gian này, Châu Đại Quán nhà hải hành Trung Hoa từ Biển Đông ngược dòng sông Mekong lên Biển Hồ tới thăm Angkor viết thiên hồi ký kỳ thú về chuyến đi này.

Thế kỷ 19, Henri Mouhot nhà sinh vật Pháp cũng đã tới với con sông Mekong và tái phát hiện khu đền đài Angkor.

Ở Sài Gòn cho dù Pháp đã thiết lập được nền bảo hộ, cuộc sống những người Pháp ở đây đã chẳng sáng sủa gì, họ bất mãn về giá trị thương mại của thuộc địa Nam Kỳ nên bắt đầu quan tâm tới con sông Mekong. Đã có những cuộc thảo luận về điều mà họ gọi là "ý tưởng lớn " – người khởi xướng là Francis Garnier mới 24 tuổi đang giữ chức vụ Đô Trưởng Chợ Lớn. Garnier không chỉ đam mê với các cuộc phiêu lưu tới "những vùng đất chưa biết" mà còn có niềm tin rằng "một quốc gia_ như nước Pháp, mà không có thuộc địa là một quốc gia chết." Và kết quả là sự hình thành một đoàn thám hiểm gồm sáu người, tuổi trẻ rạng rỡ và có học thức, sống giữa thế kỷ 19 của chịu đựng và khắc kỷ. Họ đã khởi hành từ Sài Gòn trong bước đầu của cuộc hành trình đầy ắp lạc quan tới thủ đô Nam Vang. Nhưng rồi chuyến đi kéo dài ròng rã 2 năm (1866-1868) với vô số những khó khăn trở ngại không lường được ở phía trước. Chuyến đi hào hùng nhưng bi thảm, kết thúc bằng cái chết của người trưởng đoàn khi đặt chân tới cửa ngõ Vân Nam, họ chưa biết được đâu là đầu nguồn của con sông Mekong nhưng cũng để thấy rằng con sông ấy đã không thể là thủy lộ giao thương với Trung Hoa.

Ba mươi năm sau (1894), một đoàn thám hiểm Pháp khác do Dutreuil de Rhins cùng bạn đồng hành J-F Grenard rời Paris đi Nga rồi sang Trung Quốc theo con Đường Tơ Lụa vào được cao nguyên Tây Tạng. Họ được coi như đã tới gần nguồn nhất của con sông Mekong nhưng định mệnh dành cho Dutreuil de Rhins thật bi thảm, ông bị các dân làng Khamba bắn chết. Riêng Grenard sống sót về tới Paris, tuyên bố đã tìm ra thực nguồn con sông Mekong nhưng đã không đưa ra được chi tiết chính xác nào.

Và như vậy cho tới thập niên 50 của thế kỷ 20 đầu nguồn của

con sông Mekong vẫn còn là một bí nhiệm.

Bị lãng quên một thời gian, con sông Mekong lại được nhắc tới trong những năm khói lửa của cuộc Chiến Tranh Việt Nam.

Giữa cao điểm của cuộc chiến (1968), phóng viên Peter T. White và W.E.Garrett của báo National Geographic chỉ tới được với khúc dưới sông Mekong từ vùng Tam Giác Vàng – riêng phía thượng nguồn lúc đó thuộc quyền kiểm soát của Bắc Kinh đã không cho nhà báo nào được bén mảng tới. Từ đây họ xuôi dòng theo con sông qua Thái Lào Cam Bốt xuống tới Đồng Bằng Sông Cửu Long Việt Nam.

Phải chờ tới sau cuộc Chiến Tranh Việt Nam, sau Thời Kỳ Chiến Tranh Lạnh, ký giả Thomas O'Neill cùng Michael S. Yamashita mới thực hiện cuộc hành trình gần như xuyên suốt xuôi theo dòng sông Mekong (1992) từ thượng nguồn Tây Tạng xuống Vân Nam qua Miến Điện Lào Thái Lan Cam Bốt và chặng cuối cùng là Việt Nam. Cũng là lần đầu tiên họ được dân du mục Tây Tạng dẫn đường lên tới Zadoi cao 4600m vùng xa nhất của con sông Mekong "nơi phía sau ngọn núi thiêng – nơi có con rồng Zjiadujiawangzha là vị thần linh bảo vệ cho nguồn nước an lành... phía sau ngọn núi là một dải băng tuyết dài khoảng 300 thước Anh, hình thù như chiếc đồng hồ cát. Nghiêng cúi xuống mặt nước đá, tôi nghe thấy tiếng chảy róc rách: đó là những âm tiết đầu tiên của con sông Mekong và tôi cũng khám phá ra rằng tôi và Mike là những nhà báo Tây phương đầu tiên nghe được những âm thanh ấy". Nhưng rồi không có tọa độ được xác định và cả không có tên ngọn núi thiêng ấy trên bản đồ, tuyên bố tìm ra nguồn sông Mekong của hai ký giả báo National Geographic cuối cùng chỉ là một huyền thoại.

Thực sự phải chờ tới ngày 17 tháng 9 năm 1994 – một thời điểm lịch sử của con sông Mekong, hai mươi năm sau khi con người đã đặt chân lên mặt trăng, khi có đoàn khảo sát Anh Pháp với Michel Peissel leo tới đỉnh đèo Rupsa lần đầu tiên tới được điểm khởi nguồn của con sông Mekong nơi trung tâm hoang vắng nhất của cao nguyên Trung Á ở cao độ 4975m xa khu dân cư hàng trăm cây số và quan trọng hơn cả Michel Peissel đã xác định được tọa độ chính xác: Vĩ độ 33 độ 16' 534 Bắc, Kinh độ 93 độ 52' 929 Đông. Từ nay bất cứ lúc nào và ở đâu trên bản đồ người ta cũng có thể xác định được vị trí khởi nguồn con sông Mekong. Peissel đã ghi lại những dòng cảm tưởng: "Chỉ vài con số nhỏ ấy mà bao nhiêu đấu tranh – bao nhiêu máu, nước mắt và mồ hôi đã đổ ra kể từ 1866... đây là lần đầu tiên chúng ta ghi nhận được cội nguồn của con sông lớn thứ ba của Châu Á".

Tìm ra được tọa độ khởi nguồn của con sông nhưng rồi cũng để đau lòng chứng kiến từng bước suy thoái của con sông lịch sử, con sông thời gian và đang có nguy cơ trở thành con sông cuối cùng ấy. Cuốn sách này viết về những năm tháng cuối cùng của con sông Mekong. Cũng với ước mong rằng Ngày N+ của con sông định mệnh ấy sẽ là một thời điểm rất xa, ít ra là không nằm trong Thiên Niên Kỷ Thứ Ba này.

Cuốn sách không phải là một công trình nghiên cứu theo cái nghĩa kinh điển mà được viết dưới dạng tiểu thuyết gồm 23 chương, không có truyện như những tình huống khúc mắc chỉ có những khung cảnh nên mỗi chương có thể đọc như truyện ngắn với con sông Mekong luôn luôn là một sợi chỉ đỏ xuyên suốt. Nhưng đây cũng không thuần túy là một cuốn "tiểu thuyết/ fiction" được hiểu như là sản phẩm của tưởng tượng nhưng là dạng "dữ kiện tiểu thuyết – faction: facts & fiction", với một số ít nhân vật như những hình tượng văn học và phần dự phóng là hư cấu để cùng với người đọc đi tới những vùng đất, nơi có con sông Mekong hùng vĩ chảy qua, cũng là con sông thời gian soi bóng những bình minh và hoàng hôn của các nền văn minh, cả mang theo máu và nước mắt của các cuộc chiến tranh qua những thế kỷ - một con sông lớn đầy ắp tính lịch sử và vô cùng phong phú về tính địa dư nhân văn. Không phải bằng đôi mắt chim mà bằng tầm nhìn vệ tinh để choáng váng thấy hết toàn cảnh tấn thảm kịch sông Mekong với bao nhiêu là tai ương mà phần lớn do chính con người gây ra.

Nếu như cuốn sách chuyên chở được một số nét khái quát và

cập nhật về con sông Mekong, tạo được sự chú ý của người đọc tới sinh mệnh của một dòng sông lớn thứ 11 trên thế giới thì đó chính là mong ước của người viết.

Riêng phần sách báo Tham Khảo sẽ giúp số bạn đọc quan tâm dễ dàng tìm tới một số tài liệu nghiên cứu. Cũng mong rằng trong tương lai không xa, sự hiểu biết về con sông Mekong sẽ ngày càng thêm phong phú do những công trình khảo sát mới của các bạn trẻ Việt Nam bên trong cũng như ngoài nước – mà cuốn sách này có tham vọng như những đề tài gợi ý.

NGÔ THẾ VINH
Cà Mau Năm Căn 11/1999

THAY LỜI DẪN
KỲ TÁI BẢN LẦN 2
MỘT CHÚT RIÊNG TƯ

Cửu Long Cạn Dòng Biển Đông Dậy Sóng một dữ kiện tiểu thuyết do Văn Nghệ xuất bản lần đầu tiên năm 2000, tái bản năm 2001 và sau đó đã tuyệt bản. Mekong Dòng Sông Nghẽn Mạch một ký sự doVăn Nghệ Mới xuất bản tháng 03-2007 và sau 9 tháng sách được tái bản, cùng với một audiobook với giọng đọc thuần Nam Bộ của Ánh Nguyệt, nhạc đệm của Đoàn Văn nghệ Dân tộc Lạc Hồng, phần hòa âm do Tuấn Thảo phụ trách. Một bản tiếng Anh cũng đã hoàn tất, sẽ ra mắt trong một tương lai gần.

Đây là ấn bản thứ ba 2008 của cuốn CLCDBĐDS với nhiều hình ảnh mới và thông tin cập nhật. Tác phẩm tuy được viết từ trước năm 2000, nhưng vẫn còn nguyên vẹn tính thời sự.

Trung Quốc thì vẫn không ngừng xây những con đập bậc thềm khổng lồ Vân Nam trên một vùng địa chấn không ổn định. Với các trận động đất trên quy mô lớn nơi hai tỉnh Tứ Xuyên và Vân Nam vừa qua, không thể không gây lo ngại về thảm họa một cơn hồng thủy do vỡ đập đối với các quốc gia hạ nguồn.

Rồi lại một kế hoạch không kém táo bạo có tên " Dự án Cải thiện Thủy lộ Thượng nguồn sông Mekong" cũng của Trung Quốc qua việc dùng chất nổ/ dynamite phá vỡ những khối đá trên các khúc sông nhiều ghềnh thác rồi cho tàu vét / backhoe dồn xuống những hố sâu để mở rộng lòng sông từ Vân Nam xuống tới Lào để cho những con tàu trọng tải từ 500 tới 700 tấn chở đầy hàng hóa thặng dư của Trung Quốc dễ dàng di chuyển từ giang cảng Tư Mao xuống tới tận Chiang Khong Chang Sean Thái Lan và xa hơn nữa xuống tới Luang Prabang và thủ đô Vạn Tượng Lào và trên đường về sẽ chở những nguyên liệu và khoáng sản đáp ứng nhu cầu phát triển nhảy vọt của Trung Quốc. Và ngay những bước đầu triển khai kế hoạch đã giết hại vô số loài cá, gây ảnh hưởng nghiêm trọng trên sự cân bằng thủy học với dòng nước chảy nhanh và siết hơn gây xụp lở hai bên bờ sông hủy hoại các loại hoa màu trồng ven sông gây tác hại tức thời trên sinh cảnh và đời sống cư dân hạ nguồn.

Thế rồi chỉ hai ngày trước khi bước sang năm 2007, thêm một sự kiện đã gây chấn động cho các nhà hoạt động bảo vệ môi sinh khi Tân Hoa Xã loan tin, ngày 29-12-2006, lần đầu tiên Bắc Kinh đã hoàn tất hai chuyến tàu tải đường sông chở 300 tấn dầu thô xuất phát từ cảng Chiang Rai bắc Thái lên tới giang cảng Cảnh Hồng tỉnh Vân Nam.

Tiếp theo chuỗi những con đập thủy điện bậc thềm khổng lồ Vân Nam đã và đang gây tác hại trên đời sống của hơn 60 triệu cư dân hạ nguồn, thì sự kiện này được coi như thêm một đòn giáng chí tử trên sinh mệnh của con sông Mekong, khi dòng sông được khai thác sử dụng như một thủy lộ chiến lược vận chuyển dầu khí từ Trung Đông tiếp tế cho các tỉnh vùng kỹ nghệ tây nam Trung Quốc thay vì phải đi qua eo biển Malacca.

Và rồi chỉ mới đây thôi, Biển Đông lại có nguy cơ dậy sóng khi Quốc Vụ viện Trung Quốc ngày 03 tháng 12 năm 2007, đã phê chuẩn việc thành lập huyện Tam Sa trực thuộc tỉnh Hải Nam bao gồm cả hai quần đảo Hoàng Sa và Trường Sa của Việt Nam. Bắc Kinh đã thực sự khống chế toàn vùng Biển Đông chỉ với lý lẽ của kẻ mạnh. Chính B.A.Hamzak giám đốc Viện Nghiên Cứu Hàng Hải Mã Lai đã là tác giả của một từ ngữ rất gợi hình: "Tây Tạng

Hóa Biển Đông" được báo chí và giới ngoại giao sử dụng khi nói tới tình huống các nước Đông Nam Á một hôm thức dậy thấy Biển Đông đã nằm trong tay Hoa Lục giống như cảnh ngộ của quốc gia Tây Tạng vào thập niên 1950.

Với cái nhìn toàn cảnh trong mối tương quan toàn vùng, để thấy rằng cho dù là một dòng sông – sông Mekong, hay Biển Đông với các hải đảo hay là vùng biên giới trên đất liền, thì chủ đề nhất quán của tác phẩm vẫn là "mối đe dọa – như một ám ảnh lịch sử, do tham vọng bành trướng không ngưng nghỉ của nước lớn Trung Quốc". Và nan đề của Việt Nam bước sang Thế kỷ 21 vẫn là Trung Quốc chứ không phải giữa những người Việt với nhau.

Thêm một chút riêng tư cho lời dẫn kỳ tái bản lần này. Trong chuyến trở lại thăm Đồng Bằng Sông Cửu Long tháng 09/ 2006, tôi có dịp được gặp nhà văn Sơn Nam. Sau lần bị tai nạn gãy xương đùi, tuy đã được phẫu thuật chỉnh hình nhưng sự đi lại của Bác vẫn khó khăn, sức khoẻ thể lực suy yếu nhưng trí tuệ của Bác thì rất minh mẫn. Tuy là lần đầu tiên được gặp, nhưng "văn kỳ thanh" do đã được đọc có thể nói gần toàn bộ những tác phẩm của "ông già người Việt trong xóm Miên - như ý nghĩa bút hiệu Sơn Nam" viết về Miền Tây Nam Bộ. Trong lần gặp ấy, tôi có đem về từ Mỹ bộ DVD phim "Mùa Len Trâu" của đạo diễn Nguyễn Võ Nghiêm Minh phỏng theo một truyện ngắn trong tác phẩm "Hương Rừng Cà Mau" để tặng bác. Bác rất vui và cho biết Bác cũng đã hơn một lần đọc cuốn CLCDBĐDS. Bác cầm trên tay cuốn sách ấn bản lần hai của Nhà Xuất Bản Văn Nghệ với bìa ngoài đã khá cũ. Bác nhắc lại một gợi ý trước đây là nên phổ biến cuốn sách ở Việt Nam và nếu có thể thì tới ở với Bác chừng ít ngày để cùng duyệt lại nội dung cuốn sách. Nhưng rồi đã không có cơ hội đó cho đến ngày bác mất ở tuổi 82 [13-08-2008], Con Chim Quyên Sơn Nam đã cất cánh bay cao và chẳng còn đâu một ông già Nam Bộ kể cà kể Chuyện Xưa Tích Cũ về một vùng đất thời khẩn hoang mà chắc còn nhiều điều chưa kịp viết ra, và các thế hệ sau cũng không bao giờ còn cơ hội được biết tới.

Về cuốn sách CLCDBĐDS, tôi và có lẽ cả nhà văn Sơn Nam cùng hiểu rất rõ rằng với một nội dung nguyên vẹn không cắt xén - như một nguyên tắc, lại đụng tới những vấn đề nhậy cảm nhất là với nước lớn Trung Quốc, tác phẩm ấy sẽ không thể nào xuất bản được ở Việt Nam trong một tương lai gần khi mà bối cảnh chánh trị vẫn không có ổn định và cả chưa có tự do ngôn luận như hiện tại.

Vẫn từ hải ngoại, những giòng chữ viết này cho ấn bản lần thứ ba xin gửi tới nhà văn Sơn Nam như một tỏ lòng tưởng nhớ, nhớ tới những trang sách viết của Bác về một nền Văn Minh Miệt Vườn tuy với một lịch sử còn rất non trẻ nhưng lại đang có nguy cơ vĩnh viễn trở thành quá khứ.

NGÔ THẾ VINH
California 10 / 2008

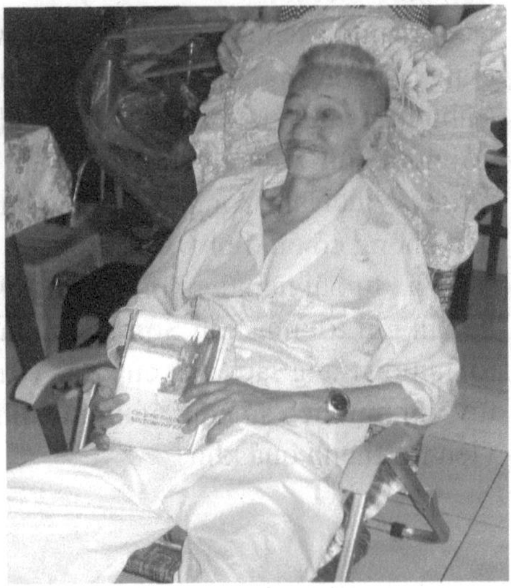

Ông Già người Việt trong Xóm Miên – Nhà văn Sơn Nam tại nhà riêng Sài Gòn tháng 09/2006_ H. Bs Võ Thành Phụng

*Hình gia đình nhà văn Sơn Nam và Bs Võ Thành Phụng người thực hiện cuộc phẫu thuật chỉnh hình cho bác Sơn Nam_**

NIÊN BIỂU

(1_ Tây Tạng, 2_ Trung Hoa / Trung Quốc, 3_ Myanmar / Miến Điện, 4_ Thái Lan / Xiêm La, 5_ Lào / Lan Xang, 6 _ Cam Bốt / Miên / Khmer / Chân Lạp, 7_ Việt Nam / Đại Nam / An Nam)

THẾ KỶ I-VI

- Việt Nam Bắc thuộc lần thứ nhất (111- 39) với tên Giao Chỉ Bộ rồi Bắc thuộc lần thứ hai (43-544) sau khởi nghĩa Hai Bà Trưng.

- Một vương quốc có tên Phù Nam đã hiện diện nơi Đồng Bằng Sông Cửu Long với hải cảng Óc Eo nơi trao đổi buôn bán từ Trung Hoa xuống và từ Địa Trung Hải qua.

THẾ KỶ VII

- Việt Nam Bắc Thuộc lần thứ ba sau nhà Tiền Lý với tên An Nam Đô Hộ Phủ.

- Tây Tạng nơi đầu nguồn sông Mekong đang là một cường quốc gây khốn đốn cho các vua Trung Hoa đời Nhà Đường.

- Chân Lạp thôn tính Phù Nam, tiêu diệt luôn quốc gia này.

- Chân Lạp được mở rộng nhưng phân hóa thành Lục Chân Lạp và Thủy Chân Lạp, luôn luôn bị quân từ Java và các hải đảo phía nam xâm lăng.

THẾ KỶ IX-X

- Việt Nam nô lệ Trung Hoa tổng cộng 1050 năm trước khi lấy lại được nền tự chủ với các triều đại Ngô, Lê, Lý, Trần.

- Buổi bình minh của đế quốc Khmer. Jayavarman II kết hợp dân chúng giành lại độc lập từ Java. Chân Lạp trở thành Đế quốc Khmer hùng cường và mở rộng, bắc tới Lào, tây tới vịnh Xiêm La, với Angkor là kinh đô.

- Người Miến từ phương bắc tràn xuống, chinh phục đất đai của các sắc tộc Pyu, Môn, Shan, lập ra quốc gia Miến Điện nơi lưu vực sông Irrawaddy.

THẾ KỶ XI - XII

- Việt Nam thịnh vượng dưới triều đại nhà Lý. Lý Thái Tông chinh phạt vương quốc Champa.

- Suryavarman I mở rộng đế quốc Khmer sang tới Miến Điện. Suryavarman II xây Angkor Wat.

1177 _ Angkor bị đội quân hùng mạnh Champa tàn phá.

1181_ Jayavarman VII đánh bại quân Champa, mở ra triều đại huy hoàng nhất của đế quốc Khmer, xây cất thêm Angkor Thom và đền Bayon như một kỳ quan kiến trúc thế giới.

THẾ KỶ XIII

- Việt Nam vẫn cường thịnh chuyển từ nhà Lý sang Trần, hai lần đánh bại quân Mông Cổ.

- Trung Hoa đời nhà Tống bị quân Mông Cổ chinh phạt và thống trị, mở ra triều đại nhà Nguyên.

- Marco Polo đã vượt qua sông Mekong ngả Vân Nam khi rời Trung Hoa đi Bengal.

- Châu Đại Quán nhà hải hành Trung Hoa từ Biển Đông ngược dòng sông Mekong lên Biển Hồ tới thăm Angkor và viết thiên hồi ký về chuyến đi kỳ thú này.

- Người Thái trốn giặc Mông Cổ chạy xuống định cư tại vùng châu thổ sông Chao Phraya. Người Khmer miệt thị gọi họ là Xiêm_ bắt về làm khổ sai xây dựng đền đài Angkor.

- Jayavarman VII chết, cũng là hoàng hôn của đế quốc Khmer.

THẾ KỶ XIV-XV

1307_ Trần Anh Tông gả công chúa Huyền Trân cho Chế Mân, vua Champa dâng 2 châu Ô châu Lý (Thuận Hóa) làm lễ cưới.

1353_ Vương quốc Lan Xang

hình thành tại Xieng Thong (Luang Prabang hiện nay).

- Chiến tranh triền miên giữa Xiêm La và Khmer. Angkor 2 lần bị quân Xiêm xâm chiếm.

1434_ Lần thứ ba Angkor bị Xiêm phá rụi, những người Khmer sống sót phải bỏ hẳn kinh đô chạy xuống phía nam.

- Hơn nửa lãnh thổ phía tây Cam Bốt bị sát nhập vào Xiêm La. Angkor bị quên lãng trong nhiều thế kỷ.

THẾ KỶ XVI

1511_ Người Bồ Đào Nha thống lãnh eo biển Malacca, tên sông Mekong được ghi nhận sau đó

1555_ Da Cruz linh mục Bồ Đào Nha được ghi nhận là người Âu Châu đầu tiên tới thăm Cam Bốt

1569_ Miến Điện đô hộ Xiêm và Lan Xang. Các xứ Lào gồm 3 vương quốc: Luang Prabang, Viengchan và Champassak.

THẾ KỶ XVII-XVIII

- Từ đời Hậu Lê, đã bắt đầu có người Tây Phương ra vào buôn bán ở Faifo / Hội An và Phố Hiến / Hưng Yên.

1620_ Chúa Sãi Nguyễn Phúc Nguyên Đàng Trong gả công chúa Ngọc Vạn cho Prea Chey Chetta II, vua Khmer thuận cho mượn đất Prey Kor (Sài Gòn Gia Định) để dân Việt vào cư ngụ.

1641_ Gerrit Van Wuysthoff, thương gia Đức đầu tiên ngược dòng sông Mekong tới Vạn Tượng

1656_ Xiêm La cực thịnh dưới triều vua Narai với Ayuthaya là kinh đô.

- Vương quốc Khmer suy yếu, luân phiên bị Việt Nam và Xiêm La xâu xé và lấn cõi.

- Việt Nam mở rộng bờ cõi về phương nam với cuộc Nam Tiến: Vương quốc Champa bị tiêu diệt.

- Trung Hoa bốn lần chinh phạt Miến Điện nhưng đều thất bại.

1729_ Công ty Đông Ấn_ Anh ồ ạt nhập thuốc phiện vào Trung Hoa.

1767_ Miến Điện xâm lăng Xiêm La và phá rụi Ayuthaya.

1780-84 _ Nguyễn Ánh xưng vương, bị Tây Sơn đánh bại. Cầu viện Pháp và Xiêm La.

- Nguyễn Huệ phá tan quân

Xiêm tại Rạch Gầm, Xoài Mút/ Mỹ Tho.

- Nguyễn Ánh sống lưu vong ở Bangkok, giao Hoàng Tử Cảnh cho giám mục Bá Đa Lộc sang cầu cứu Pháp (vua Louis XVI).

1788_ Quang Trung Nguyễn Huệ đại phá quân Thanh. Mất năm 1792 mới 40 tuổi.

- Người Việt đã tiến tới mũi Cà Mau, chiếm toàn Đồng Bằng Sông Cửu Long của người Khmer với đường ranh giới phía tây gần giống như hiện nay.

THẾ KỶ XIX

1802_ Nguyễn Ánh dứt Nhà Tây Sơn, lên ngôi, đặt quốc hiệu Việt Nam lấy Phú Xuân / Huế làm kinh đô.

1827_ Các xứ Lào lần lượt xin về nội thuộc Việt Nam.

1835_ Chân Lạp bị đổi tên là Trấn Tây Thành do Trương Minh Giảng làm quan bảo hộ.

- Triều Minh Mạng: cấm đạo Gia Tô tạo cớ cho Pháp can thiệp vào Việt Nam sau này. Lãnh thổ Việt Nam rộng lớn nhất.

1839/42_ Chiến tranh Nha phiến kết thúc bằng hòa ước Nam Kinh, Trung Hoa mất Hồng Kông và phải để thuốc phiện tự do nhập vào TH.

1850_ Bouillevaux, có lẽ là linh mục Pháp đầu tiên đặt chân tới Angkor

1855_ Tự Đức tiếp tục khủng bố tín đồ Gia Tô khiến một số trốn vào Nam và một số phải bỏ xứ chạy qua Cam Bốt lập xóm đạo ở Nam Vang.

- Pháp chiếm Nam Kỳ thiết lập nền đô hộ đồng thời cũng ép vua Cam Bốt Norodom phải chấp nhận quyền bảo hộ của Pháp.

1860_ Tây Phương kinh ngạc về kỳ quan Angkor do Henri Mouhot phát hiện. Mouhot chết gần Luang Prabang một năm sau.

1866/68_ Doudart de Lagré/ Francis Garnier và đoàn thám hiểm Pháp ngược dòng sông Mekong để tìm thủy lộ giao thương với Trung Hoa.

1873_ Francis Garnier hạ thành Hà Nội sau đó bị giặc Cờ Đen giết.

1886_ Miến Điện mất quyền tự chủ và bị đế quốc Anh đô hộ. Auguste Pavie được bổ nhiệm phó lãnh sự ở Luang Prabang khởi đầu bước bảo hộ của Pháp trên xứ Lào.

1887 _ Việt Miên Lào trở thành liên bang Đông Dương thuộc Pháp.

1893_ Pháp khai thác xứ Lào, mở đường xe lửa vòng qua thác Khone

THẾ KỶ XX

1900_ Tôn Văn tới Nam Kỳ được giới Hoa Kiều hậu thuẫn mạnh mẽ, ông khuyên họ đoàn kết đừng để bị đồng hóa với người Việt.

1940_ Chiến tranh Pháp-Xiêm, quân Pháp chiếm đóng các tỉnh Chat và Chanthaburi.

1941_ Pháp phong vương cho Sihanouk lúc mới 18 tuổi.

- Anh Pháp toa rập cắt cao nguyên Isan phần lãnh thổ rộng lớn của Lào sát nhập vào đất Thái. Sông Mekong trở thành biên giới thiên nhiên Thái Lào.

1945_ Nhật đảo chánh Pháp ở Đông Dương và lập các chánh phủ thân Nhật. Nhật bại trận, Pháp trở lại. Phong trào giành độc lập của các nước Á Châu.

1948_ Anh trả độc lập cho Miến Điện.

1949_ Mao Trạch Đông chiếm toàn Hoa Lục, Tưởng Giới Thạch chạy ra đảo Đài Loan. Một sư đoàn tàn quân Quốc Dân Đảng di tản qua Bắc Miến, thống lãnh cả Khu Tam Giác Vàng.

1950_ Bhumibol lên ngôi vua, Thái Lan đã theo chế độ quân chủ lập hiến từ sau cuộc binh biến 1932.

1951 _Hồng Quân xâm lăng quốc gia Tây Tạng và sát nhập nước này vào Trung Hoa.

1953 _ Pháp sa lầy trong cuộc chiến Việt Nam, bất đắc dĩ công nhận nền độc lập Cam Bốt.

1954 _ Pháp thất trận Điện Biên Phủ. Hiệp định Genève chia đôi Việt Nam, với Cam Bốt Lào là hai nước trung lập. Một triệu người Việt di cư từ Bắc vào Nam.

1957 _ Ủy Ban Sông Mekong thành lập gồm 4 nước Thái, Lào, Cam Bốt và Việt Nam với dự án 9 con đập thủy điện trên dòng chính sông Mekong.

1959 _ Trung Quốc đàn áp cuộc nổi dậy của dân Tây Tạng, Đức Đạt Lai Lạt Ma thứ 14 lưu vong.

1964_ Bhumibol đập thủy điện lớn đầu tiên của Thái xây trên sông Ping phụ lưu sông

Chao Phraya.

1965_ Mỹ đổ quân vào Việt Nam trực tiếp tham chiến, cuộc chiến lan rộng sang cả hai nước Lào và Cam Bốt.

1966_ Đại Học Cần Thơ được thành lập tháng 3/66 là đại học công lập đầu tiên nơi Đồng Bằng Sông Cửu Long. Năm 1970, Gs Đỗ Bá Khê tới đọc diễn văn với khóa tốt nghiệp đầu tiên, đã ví chức năng ĐHCT như "Ngọn Hải Đăng Miền Tây"

1968_ Tổng tấn công Tết Mậu Thân của CS Bắc Việt vào hơn 100 thành phố Miền Nam như một khúc rẽ của cuộc chiến tranh Việt Nam.

1970_ Sihanouk bị đảo chánh, Lon Nol được Mỹ vũ trang, trong khi Khmer Đỏ được Trung Hoa hỗ trợ. Nền trung lập Cam Bốt tiêu tan với cuộc chiến Việt Nam tràn qua Cam Bốt.

- Năm cao điểm hận thù chủng tộc: người Khmer lùng giết cáp duồn người Việt với hàng ngàn xác thả trôi trên sông Mekong.

1971_ Nam Ngum, đập thủy điện lớn đầu tiên của Lào trên phụ lưu sông Mekong.

1973_ Hòa đàm Paris để Mỹ rút quân. Việt-Nam-hóa chiến tranh nhưng bất lợi cho Miền Nam vì mất nguồn viện trợ Mỹ.

1974_ Trung Quốc cưỡng chiếm toàn quần đảo Hoàng Sa đang thuộc chủ quyền Việt Nam.

1975_ Khmer Đỏ vây hãm Nam Vang, 12 tháng 4, tòa Đại sứ Mỹ di tản, 5 ngày sau đó Nam Vang thất thủ. Ngày 30 tháng 4, Sài Gòn thất thủ sau đó là Vạn Tượng.

1975-79_ Cộng Sản thống trị cả 3 nước Đông Dương bằng những chánh sách hà khắc khác nhau.

- Việt Nam với hàng ngàn trại tù lao cải, Cam Bốt tự diệt chủng với những Cánh Đồng Chết, Lào với nền quân chủ bị bức tử.

- Cuộc di cư vĩ đại của hơn 2 triệu người Việt và Khmer Lào_ trong số đó có hơn 20 ngàn người Chăm thoát ra khỏi xứ.

1979_ Quân CS Việt Nam tràn qua Cam Bốt, chiếm Nam Vang. Quân Khmer Đỏ rút về biên giới Thái. Sihanouk được Pol Pot cử đi Liên Hiệp Quốc nhưng đã lại đào thoát sang Trung Hoa.

- Để bênh vực Khmer Đỏ, Trung Hoa giáng cho Việt Nam "một bài học"với cuộc chiến biên giới phía bắc nhưng thất bại.

1988_ Hải quân Trung Quốc lại đánh chiếm thêm một số đảo Trường Sa đang thuộc chủ quyền Việt Nam.

1989_ Bị áp lực thế giới, Việt Nam rút hết quân khỏi Cam Bốt, đưa tới thỏa ước Paris 91, Liên Hiệp Quốc hỗ trợ cho cuộc bầu cử dân chủ tại Cam Bốt.

- Biểu tình lớn đòi dân chủ tại Thiên An Môn / Bắc Kinh và đàn áp đẫm máu sau đó.

1993_ Trung Hoa xây xong đập Manwan khởi công từ 1984 trên thượng nguồn sông Mekong, một trong chuỗi 14 con đập lớn bậc thềm Vân Nam.

1994_ Khánh thành cầu Hữu Nghị Mittaphap Lào-Thái, cây cầu lớn đầu tiên bắc ngang dòng chính sông Mekong khúc hạ lưu.

- Thái Lan hoàn tất đập Pak Mun trên sông Mun_ phụ lưu sông Mekong

1994_ Michael Peissel lần đầu tiên xác định được tọa độ điểm khởi nguồn con sông Mekong_ 25 năm sau ngày con người đặt chân lên mặt trăng.

1995_ Ủy Hội Sông Mekong thay thế cho Ủy Ban Sông Mekong với thay đổi cơ bản không quốc gia nào có quyền phủ quyết.

1996_ Trung Hoa khởi công xây đập Đại Chiếu Sơn trên thượng nguồn sông Mekong, sau đập Mạn Loan.

1998_ UNESCO công nhận Biển Hồ là Khu Bảo Tồn Sinh Thái Quốc Tế. Lào xây xong đập thủy điện Theun Hinboun trên phụ lưu sông Mekong.

1998_ Pol Pot chết, các lãnh tụ Khmer Đỏ trở về với chánh quyền Hunsen, kể cả tên đao phủ trại giam Tuol Sleng.

1999_ Đại Học An Giang được thành lập tháng 12/99, là trường đại học công lập thứ hai nơi Đồng Bằng Sông Cửu Long sau Đại Học Cần Thơ.

- Pailin thành phố biên giới của Cam Bốt, sào huyệt cuối cùng cũng là nơi ẩn cư của các lãnh tụ Khmer Đỏ, vĩnh viễn là bóng tối quá khứ của những người Khmer sống sót.

2000_ Hoàn thành cầu Mỹ Thuận bắc qua sông Tiền (5/00),

cây cầu không chỉ là điểm nối giao thông chiến lược mà còn là một tụ điểm du lịch.

- Sau cây cầu Hữu Nghị Mittaphap do Úc xây (9/94), Nhật giúp Lào hoàn tất cây cầu treo Lào-Nippon/ Champasak bắc ngang sông Mekong từ Paksé sang Thái Lan (8/00).

2001_ Trung Quốc khởi công xây con đập Mẹ khổng lồ Xiaowan / Tiểu Loan 4200MW dự trù đạt toàn công suất năm 2012.

- Nhật khởi công xây cầu Hữu Nghị Nhật-Cam Bốt Kompong Cham-Japanese Bridge (1998) bắc ngang sông Mekong, hoàn tất (4/01).

2004_ Khởi động công trình xây dựng cầu Cần Thơ (9/04) bắc ngang Sông Hậu dự trù hoàn tất vào cuối năm 2008 với tổn phí cao nhất và cũng là cây cầu treo dài nhất Đông Nam Á.

2006_ Lần đầu tiên Bắc Kinh sử dụng sông Mekong như một thủy lộ chiến lược vận chuyển dầu khí (29/12/06) từ giang cảng Chiang Rai Bắc Thái lên tới Vân Nam thay vì phải đi qua eo biển Malacca.

2007_ Thái Lan công bố kế hoạch xây đập thuỷ điện khổng lồ 1,800MW [lớn hơn đập Mạn Loan, TQ] chắn ngang dòng chính sông Mekong khúc hạ lưu, đông bắc tỉnh Ubon Ratchathani, tiếp theo 2 kế hoạch chuyển dòng lấy nước sông Mekong từ thập niên 90.

- Công trình xây dựng cầu Rạch Miễu nối hai tỉnh Tiền Giang và Bến Tre khởi công từ 2002 với những khiếm khuyết ban đầu cả về kỹ thuật và quản lý, gây rất nhiều tranh cãi; thay vì tự thiết kế tự thi công thì nay đã phải nhờ tới sự tiếp tay của các chuyên gia Thụy Sĩ.

- Cầu dẫn phía Vĩnh Long công trình cầu Cần Thơ bị xập (26/9/2007) với rất nhiều thương vong và là một bài học đắt giá cho mọi công trình xây dựng cầu đường tại Việt Nam.

- Cuối năm 2008 vẫn là "chỉ tiêu thi đua" hoàn tất cả hai công trình lớn của ĐBSCL là cầu Cần Thơ và cầu Rạch Miễu.

Có nhiều con số khác nhau về chiều dài con sông Mekong từ 4,200 tới 4,800 km, theo Encyclopaedia Britannica là 4,350 km, lớn thứ 11 của thế giới, với diện tích lưu vực 798 200 km2, chảy qua 7 nước: Tây Tạng, Trung Quốc, Miến Điện, Thái, Lào, Cam Bốt và Việt Nam. Với lưu lượng cao nhất Mùa Mưa 51,680 m3 /giây, thấp nhất Mùa Khô 1,748 m3/giây (khúc sông Kratié Cam Bốt) . (Tài Liệu của Ủy Hội Sông Mekong 1994)

MƯỜI MỘT CON SÔNG DÀI NHẤT THẾ GIỚI

(Encyclopaedia Britanica, 1998)

1/ Nile Ai Cập 6,650 km
2/ Amazon Brazil 6,400 km
3/ Dương Tử Trung Quốc 6,300 km
4/ Mississipi-Missouri Hoa Kỳ 6,020 km
5/ Yenisei-Angara Nga 5,540 km
6/ Hoàng Hà Trung Quốc 5,464 km
7/ Ob'-Irtysh Nga 5,410 km
8/ Parana Nam Mỹ 4,880 km
9/ Congo / Zaire Phi Châu 4,700 km
10/ Lena Nga 4,400 km
11/ Mekong * Á Châu 4,350 km

Lưu Vực Lớn Sông Mekong – GMS (Greater Mekong Subregion) còn gọi là Tiểu Vùng Sông Mekong Mở Rộng là vùng phát triển kinh tế vĩ mô bao gồm Trung Quốc, Miến Điện, Thái Lan, Lào, Cam Bốt và Việt Nam_ 27

Ban Thư Ký Ủy Hội Sông Mekong
Mekong River Commission Secretariat
Unit 18 Ban Sithane Neua, Sikhottabong District,
Vientiane 01000, Lao PDR.
Website: http://www.mrcmekong.org

CHƯƠNG I

ZAJIADUJIAWANGZHA ĐI RA TỪ NGUỒN NƯỚC THIÊNG

Everybody Lives Downstream
(World Water Day 03-22-99)

Vẫn với mối quan tâm bấy lâu về con sông Mekong, không chỉ thuần khía cạnh môi sinh mà cả tính nhân văn của cư dân sống hai bên bờ con sông ấy, Cao đã quyết định mở một "hồ sơ Tây Tạng"cho riêng anh. Có lẽ vì phong cách làm việc ấy cộng thêm với mấy bài viết rất giá trị xuất hiện gần đây của Cao một ngòi bút không chuyên, khiến ông Khắc một ký giả lão thành đã đi tới nhận định lẽ ra Cao phải là một nhà báo thay vì kỹ sư môi sinh.

Khoảng ba trăm triệu năm trước, Tây Tạng còn nằm dưới đáy biển Tethys nguyên là một đại dương mênh mông bao trùm cả diện tích châu Á và Ấn Độ; Địa Trung Hải là phần còn sót lại của biển Tethys ngày trước. Khoảng một trăm triệu năm trước lúc đó thì chưa có khối đất Ấn Độ tách rời ra khỏi tiền lục địa Gondwanaland. Do hành trình va chạm dữ dội của hai khối tiền lục địa Gondwanaland và Laurasia tạo nên cơn địa chấn với sức ép khổng lồ từ khối đất Ấn Độ dồn lên phía bắc tạo thành một địa hình mới nổi bật là sự hình thành dãy Hy Mã Lạp Sơn và cả vùng cao nguyên Trung Á.

Xứ tuyết Tây Tạng là vùng đất cao từ 3500 tới 5000m – được mệnh danh là "nóc của trái đất", diện tích hơn một triệu km2 gần bằng Tây Âu nhưng cô lập với thế giới bên ngoài bởi ba bề núi non hiểm trở: phía nam bao bọc bởi dãy Hy Mã Lạp Sơn, phía tây bởi rặng Karakoram và phía bắc là các rặng Kunlun và Tangla. Riêng phía đông cũng bị cắt khoảng bởi các dãy núi không cao và lũng sâu nhưng thoải dần xuống tới biên giới Trung Hoa giáp hai tỉnh Tứ Xuyên và Vân Nam.

Các con sông lớn như mạch sống cho toàn vùng Châu Á đều bắt nguồn từ cao nguyên Tây Tạng.

Phía tây, gần rặng núi Kailash là hai con sông Indus và Sutleji chảy về hướng tây nam và giao thoa với ba con sông khác để hình thành bình nguyên Punjab giữa hai nước Ấn và Hồi.

Phía nam là con sông Tsangpo hay "nguồn tinh khiết" với ghềnh thác ngoạn mục xuyên qua dãy Hy Mã Lạp Sơn trước khi đổ vào vịnh Bengal.

Phía đông là khởi nguồn của các con sông lớn khác: hai con sông Irrawaddy và Salween chảy xuống Miến Điện ở phía nam; con sông Dương Tử dài nhất Châu Á với hơn 6500km chảy về hướng đông theo suốt chiều ngang lãnh thổ Trung Hoa tới Thượng Hải, còn sông Hoàng thì chảy về hướng bắc rồi sang đông tới tận Thiên Tân_ Tianjin, cả hai cùng đổ ra biển Trung Hoa.

Riêng con sông Mekong hay Dza-Chu "nguồn nước của đá" thì chảy dài hơn 4000km về hướng nam băng qua những hẻm núi sâu và hoang dã của tỉnh Vân Nam với tên Trung Hoa là Lancang Jiang/ Lan Thương giang "con sông xanh cuộn sóng", qua biên giới Lào Thái mang một tên khác Mae Nam Khong "con sông mẹ", xuống Cam Bốt lại mang một tên khác nữa Tonle Thom "con sông lớn" cuối cùng đổ qua Việt Nam mang tên Cửu Long "chín con rồng" với hai nhánh chính là Sông Tiền và Sông Hậu đổ ra Biển Đông bằng chín cửa sông thắm đỏ phù sa.

Phía tây bắc Tây Tạng là vùng đất hoang đông giá gần như không người no-man's-land trải dài hơn 1200km từ tây sang đông. Phía nam là vùng núi non với thảo nguyên, nơi sống của dân du mục với các đàn cừu dê và những con bò Yaks. Bò Yaks đúng là một giống vật kỳ lạ khiến đức Đạt Lai Lạt Ma phải gọi là "một giống vật trời cho người dân Tây Tạng", không những to khỏe với bộ lông dài sống trên cao độ 3000m, có thể chở tải đồ nặng và là nguồn thịt của người dân Tây Tạng, riêng giống bò cái tên Dri thì cho rất nhiều sữa. Nếp sống của họ vẫn vậy như từ hai ngàn năm trước.

Phía đông là tỉnh Kham và đông bắc là Amdo (quê hương của đức Đạt Lai Lạt Ma thứ 14) là vùng trù phú và đông dân nhất. Thứ đến là những vùng đất phía nam nơi khí hậu bớt gay gắt, nơi có con sông Tsangpo như một mạch sống với phong phú những phụ lưu.

Người nông dân Tây Tạng chủ yếu trồng lúa mạch, khoai tây là hoa màu phụ. Khí hậu thay đổi bất thường như mưa đá, đông giá hay hạn hán nên mùa màng luôn luôn bị hư hại. Nguồn thực phẩm ổn định hơn là nuôi gia súc ngoài bò Yaks còn có trừu, dê và gà để lấy trứng. Tsampa bột lúa mạch sấy là món ăn thường nhật của người Tây Tạng cũng như gạo đối với người dân vùng Đồng Bằng Sông Cửu Long.

Theo thống kê của Trung Hoa (1982) có 3.87 triệu người Tây Tạng "sống trong nước Cộng hòa Nhân dân Trung Quốc".

Tây Tạng là hình ảnh mênh mông của thảo nguyên với núi cao và lũng sâu, bầu trời thường thì trong xanh như ngọc. Những người dân Tây Tạng thì đơn sơ và hiếu khách nhưng họ là một dân tộc đang phải sống trong nô lệ và chịu nỗi khổ đau vô hạn.

Đạo Phật du nhập vào Tây Tạng 12 thế kỷ sau khi Phật Thích Ca nhập niết bàn, khoảng thế kỷ thứ 7 sau Công nguyên. Khí Tông Cương Tán/ Songtsen Gampo một tù trưởng tài ba đã thống nhất được các bộ lạc rất hiếu chiến trên vùng băng tuyết tới chân Hy Mã Lạp Sơn, cưới công chúa Nepal xứ sở của Phật giáo làm hoàng hậu và chính nàng công chúa này đã du nhập đạo Phật vào Tây Tạng. Cũng vị vua Tây Tạng này đã đem quân sang đốt phá thành Lạc Dương khiến vua Trung Hoa đời nhà Đường phải nghị hòa và gả công chúa cho Khí Công Cương Tán, nàng công chúa dòng Hán này cũng đem đạo Phật vào Tây Tạng. Đạo Phật từ đó đã phát triển rất mạnh trên vùng đất mới hòa nhập với tín ngưỡng Bon đa thần để biến thể thành một thứ đạo Phật cao siêu và thần bí. Nguyên là dân du mục thuộc những bộ lạc rất hiếu chiến, người dân Tây Tạng dần dà thấm nhuần tư tưởng từ bi của đạo Phật qua nhiều thế kỷ họ trở nên hiếu hòa hơn trong giao tiếp với lân bang.

Tới thế kỷ 14 một vị chân tu tên Tống Cáp Ba/ Tsongkhapa sáng lập nên phái Hoàng Mão Hoàng Y của Phật giáo chính thống Tây Tạng. Người thừa kế sau khi ông mất cũng là một vị chân tu tên Gendun Drup được toàn thể giới tăng lữ suy tôn làm Đại Lạt Ma (Lama là một từ Tây Tạng có nghĩa là ông thầy), ông có công phát huy đạo Phật đồng thời cũng xây dựng được một nền hành chánh kết hợp với giáo quyền trị vì quốc gia Tây Tạng. Vị đại sư mưu trí này đã đặt ra quy luật tái sanh của Đại Lạt Ma theo đó khi chết linh hồn vị Đại Lạt Ma sẽ nhập vào một trẻ sơ sinh như hiện thân của Bồ Tát Quán Thế Am_ Bodhisatva Avalokitesara. Bổn phận của toàn thể tín đồ là phải tìm cho ra đứa trẻ đó, nuôi dạy theo giáo lý để sau này tiếp tục điều khiển quốc gia Tây Tạng.

Cũng chính vị Đại Lạt Ma này đặt thêm ra chức vị Ban Thiền Lạt Ma/ Panchen Lama mà người Trung Hoa gọi là Phó Hoạt Phật như hiện thân của Phật A Di Đà đặc trách tế lễ.

Tới thế kỷ 16, do bị các giáo phái khác chống đối dẫn tới sự can thiệp của quân Mông Cổ, sau đó thì chính Đại Hãn Mông Cổ là Altan Khan cảm phục kiến thức cao sâu của vị đại sư nên cũng xin quy y, đồng thời phong tước cho vị Đại Lạt Ma là Đạt Lai Đạt Ma (Dalai là từ Mông Cổ có nghĩa biển cả, bao hàm kiến thức mênh mông).

Tiếp sau đó là thời kỳ cực thịnh của Phật giáo Tây Tạng ghi dấu bằng công trình xây cất Lâu Đài Mùa Đông/ Cung Điện Potala 1000 phòng của các Đạt Lai Lạt Ma, được coi như một kỳ quan kiến trúc của thế giới.

Nhưng ngôi chùa Jokhang mới chính là di tích cổ kính nhất, được xây dưới triều vua Khí Tông Cương Tán, nơi chứa tượng Phật do công chúa Nepal thỉnh về; kỳ quan của chùa là tấm bia đá trước chùa như di tích lịch sử về một quá khứ hùng mạnh của quốc gia Tây Tạng, đã từng gây khốn đốn cho vua Trung Hoa đời nhà Đường. Trên tấm bia là bản hiệp ước được phê chuẩn bởi Đại Hoàng đế Tây Tạng và Đại Hoàng đế Trung Hoa vào năm 821-822 khắc bằng hai thứ tiếng Tây Tạng và Trung Hoa với nội dung "thỏa thuận cùng nhau về sự liên minh giữa hai quốc gia... tìm cách ngăn ngừa những nguyên nhân gây tàn hại cho hai xứ sở bây giờ và mai sau... để mang lại hòa bình lâu dài cho thần dân hai xứ. Thỏa ước được khắc trên bia này để cho các thế hệ tương lai được biết tới."[sic]

Giữa thời kỳ hưng thịnh của quốc gia Tây Tạng (618-907) thì Việt Nam lại đang phải sống trong tối tăm nhục nhã dưới ách thống trị của người Tàu với cái tên An Nam Đô Hộ Phủ.

Nhưng rồi cũng không tránh được lẽ thịnh suy, những thế kỷ sau đó Tây Tạng bị Trung Hoa xâm lấn, thủ đô Lhasa thường xuyên bị chiếm đóng. Đến đầu thế kỷ 20 khi triều đình Mãn Thanh bị cuộc Cách Mạng Tân Hợi lật đổ, nhân dân Tây Tạng đã vùng lên đuổi hết quân xâm lăng và tuyên bố độc lập nhưng đã gặp phải sự thờ ơ đến tàn nhẫn của cả thế giới. Trung Hoa cho dù dưới thể chế chánh trị nào vẫn xem Tây Tạng như phần lãnh thổ của mình.

Năm 1933 khi đức Đạt Lai Lạt Ma 13 viên tịch, tương truyền rằng người ta thấy mặt ngài thay vì xoay về hướng nam thì lại ngoảnh sang hướng đông bắc. Kết hợp với một số điềm báo triệu khác, các vị trong hội đồng giáo phẩm đã tới được ngôi làng Takster thuộc tỉnh Amdo miền đông bắc Tây Tạng và họ đã tìm ra đứa trẻ hai tuổi tên Lhamo Thondup nguyên là con thứ tư trong một gia đình nông dân nghèo khó, sau một chuỗi những trắc nghiệm thử thách, cậu bé được công nhận là hiện thân của Đức Đạt Lai Lạt Ma thứ 14 với tên hiệu Tenzin Gyatso.

Amdo lúc đó đang thuộc quyền kiểm soát của Trung Hoa nên phải trải qua hai năm thương thuyết khó khăn, cậu bé Tenzin Gyatso và đoàn tùy tùng mới được rời Amdo để lên thủ đô Lhasa và được đưa vào Cung Điện Mùa Hè Norbulingka rồi Cung Điện Mùa Đông Potala để được nuôi dưỡng và giáo dục đúng theo giáo lý bởi những vị cao tăng uyên bác. Trong thời gian đó, một quan nhiếp chính được chỉ định để lo việc nước.

Tình hình trở nên tệ hại khi Tưởng Giới Thạch bị thua phải chạy ra đảo Đài Loan, Hồng Quân chiếm trọn Hoa Lục đồng thời cũng xua quân vào cưỡng chiếm Tây Tạng với chiêu bài "giải phóng nhân dân Tây Tạng đang bị giai cấp phong kiến áp bức."

Cho dù có sự đồng thuận của dân Tây Tạng hay không thì cũng đã có ngay từng đợt hàng chục ngàn binh lính Trung Cộng tiến vào Tây Tạng, kéo theo sau là gia đình của họ. Khác xa với hứa hẹn ban đầu bảo đảm tự do tín ngưỡng và phong tục tập quán của dân Tây Tạng, họ mở ngay chiến dịch chống tôn giáo, đồng thời thi hành "chánh sách tàm thực"không ngừng di dân gốc Hán vào đất nước Tây Tạng.

Năm 1950, do nhu cầu cấp bách của thời cuộc, ở cái tuổi mới 16, Tenzin Gyatso đã phải rất sớm đứng ra đảm đương mọi trách nhiệm chánh trị điều hành quốc gia Tây Tạng. Năm 1954, Gyatso bị đưa sang Trung quốc gặp Mao Trạch Đông trong ý muốn thuyết phục vị Lạt Ma trẻ tuổi ấy chấp nhận một xứ sở Tây Tạng sát nhập vào trật tự nước Trung Hoa.

Trước nguy cơ diệt vong, năm 1959 nhân dân Tây Tạng lại nhất loạt nổi dậy, kéo quân về kinh đô Lhasa nhưng đã bị Hồng Quân trấn áp và tàn sát không thương tiếc. Trong cuốn tự truyện Tự Do Trong Lưu Đầy/ Freedom in Exile, Tenzin Gyatso viết:

"Trong gần một thập niên, ở cương vị người lãnh đạo chánh trị và tôn giáo cho dân tộc, tôi đã cố gắng tái tạo mối liên hệ hòa bình giữa hai quốc gia Tây Tạng và Trung Hoa, nhưng trách vụ không thể hoàn thành. Tôi đi tới kết luận là tôi sẽ phục vụ dân tộc tôi được nhiều hơn nếu tôi sống ở nước ngoài".

Đức Đạt Lai Lạt Ma thứ 14 đã dẫn hơn một trăm ngàn dân Tây Tạng vượt biên giới thoát sang Ấn Độ. Bất chấp sự chống đối và cả hăm dọa của Bắc Kinh, chánh phủ Ấn vẫn giúp định cư số người

Tây Tạng lưu vong này trong thị trấn Dharmasala dưới chân rặng Hy Mã Lạp Sơn. Một chánh phủ lưu vong Kashag được hình thành như niềm hy vọng sống còn đối với người dân Tây Tạng trong nước.

Phía Trung Hoa bất kể nguyện vọng dân Tây Tạng ra sao, họ vẫn sát nhập quốc gia này vào "Nước mẹ vĩ đại Cộng hòa Nhân dân Trung Hoa". Tháng 9 năm 1965, Bắc Kinh tuyên bố lập "Vùng tự trị Tây Tạng – Tibetan Autonomous Region" trực thuộc nước Trung Hoa. Và giai đoạn thảm khốc nhất đã diễn ra trong suốt thập niên sau đó khi có cuộc Cách Mạng Văn Hóa. Cả một di sản văn hóa của dân tộc Tây Tạng bị tận diệt một cách công khai và có hệ thống bởi những đoàn Vệ Binh Đỏ. Các đền đài tu viện bị phá trụi tới tận nền, các tranh tượng tôn giáo bị hủy hoại. Hàng chục ngàn người Tây Tạng bị kết tội "phản động" vì không chịu lên án đức Đạt Lai Lạt Ma và từ bỏ đức tin của họ.

Hai mươi sáu năm sau, tháng 10 năm 1987, không còn kiên nhẫn hơn được nữa, dân Tây Tạng lại vùng dậy và cũng lại bị quân chiếm đóng Trung Cộng đàn áp tàn bạo. Đã có khoảng 1.2 triệu người Tây Tạng bị giết do hậu quả Trung Cộng cưỡng chiếm đất nước Tây Tạng, một con số thật khủng khiếp nếu so với tổng số dân Tây Tạng chưa tới 4 triệu.

Để phối hợp với các cuộc đấu tranh ở trong nước, đức Đạt Lai Lạt Ma đã rời Dharmasala du hành nhiều quốc gia trên thế giới để nói lên nguyện vọng được sống trong độc lập và tự do của nhân dân Tây Tạng.

Đức Đạt Lai Lạt Ma không chỉ là vị lãnh đạo tinh thần của dân Tây Tạng, ông còn là tiếng nói của từ tâm đấu tranh cho nhân quyền và bảo vệ môi sinh cho toàn hành tinh này.

Cách đây ba năm trong một chuyến viếng thăm Úc Châu, dưới áp lực hăm dọa của Trung Cộng, Úc đã phải nhượng bộ, chỉ có ngoại trưởng Úc tiếp đức Đạt Lai Lạt Ma một cách không chính thức.

Nhân chuyến viếng thăm đó, khi được hỏi về con sông Mekong phát nguồn từ Tây Tạng – mà có nhà báo Tây Phương đã ví von là "con sông Danube của Á châu", và kế hoạch khai thác của Trung

Quốc thì đức Đạt Lai Lạt Ma đáp vì phúc lợi của mọi người, nhân dân Tây Tạng sẽ gìn giữ sự tinh khiết của những dòng sông.

Lưu vực sông Mekong chỉ trong vòng hơn hai thập niên gần đây thôi đã có tới ba giải Nobel nhằm mưu cầu hòa bình cho khu vực. Lê Đức Thọ và Kissinger (1973) được chọn do công lao đem lại hòa bình cho Việt nam - thực ra là cho nước Mỹ để họ được yên ổn rút quân để rồi "Après moi, Le Deluge" chưa đầy hai năm sau Bắc Việt xua quân thô bạo cưỡng chiếm toàn miền Nam. Giải thứ hai dành cho đức Đạt Lai Lạt Ma (1989) do kiên trì đấu tranh bất bạo động cho sự sống còn của quốc gia Tây Tạng đang bị thống trị bởi Trung Hoa và niềm hy vọng chỉ là chút ánh sáng le lói ngày càng xa hơn nơi cuối đường hầm. Và giải thứ ba dành cho người phụ nữ mảnh mai Aung San Suu Kyi (1991) cũng đang bền bỉ tranh đấu cho nền dân chủ đất nước Miến Điện với vũ khí là thời gian cho tới khi các ông tướng quân phiệt bị vô hiệu vì lão hóa.

Rõ ràng những "Cành Olive từ Stockholm" chỉ để bày tỏ niềm ước mơ hòa bình nhưng đã không làm trùn được các tay súng và cũng chẳng thể biến được những con diều hâu thành bồ câu.

Tuy chưa từng gặp mặt nhưng là người mà bấy lâu Cao ngưỡng mộ, anh có ý định tìm cách tiếp xúc với đức Đạt Lai Lạt Ma, mời ông là thành viên danh dự của Nhóm Bạn Cửu Long do mối quan tâm của ông trong nỗ lực bảo vệ hệ sinh thái của con sông Mekong.

Trong buổi lễ trao Giải thưởng Nhân quyền 1998 tại Đại Học Georgetown, đức Đạt Lai Lạt Ma tỏ ý ao ước được viếng thăm Việt Nam năm 2000. Chấp nhận hay không cuộc viếng thăm ấy là một thử thách can đảm đối với nhà cầm quyền Hà Nội. Đó cũng là thước đo mức tự chủ của Việt Nam đối với Trung Hoa.

Đức Đạt Lai Lạt Ma còn đề nghị các học giả Việt Nam cung cấp cho các nhà sử học Tây Tạng những sử liệu liên quan tới quan hệ giữa Việt Nam với Trung Hoa.

Bằng trực giác rất nghề nghiệp ông Khắc hiểu rằng đức Đạt Lai Lạt Ma muốn nhân dân Tây Tạng tìm đến bài học Việt Nam, làm thế nào dân tộc Việt vẫn lấy lại được nền tự chủ sau cả ngàn năm đã bị Trung Hoa quyết tâm đồng hóa và đô hộ. Đó như một sứ điệp hy vọng của những người dân Tây Tạng đang bị áp bức.

Nhưng ông Khắc đã thấy ngay một khác biệt sâu xa: trong hơn một ngàn năm ấy Trung Hoa chưa có nạn nhân mãn đất chật người đông, Việt Nam vẫn là xứ xa xôi còn bị coi là man di không phải đối đầu với chính sách tàm thực "di dân Hán hóa" như thảm trạng ngày nay của Tây Tạng. Dân Tây Tạng đang mau chóng trở thành thiểu số trong biển người Trung Hoa ngay trên chính quê hương mình.

Ông Khắc nói:

- Không phải Khổng Tử mà là Karl Max viết: "Một dân tộc tìm cách nô lệ các dân tộc khác là tự rèn lấy xiềng xích cho chính mình" và Trung Hoa thì đang nô lệ hóa dân tộc Tây Tạng.

Không nhắc gì tới vụ thảm sát Thiên An Môn, ông Khắc tiếp giọng đượm vẻ hài hước:

- Nói một cách khác một dân tộc có tự do thì không thể xích hóa các dân tộc khác. Đây là phần luôn luôn đúng của chủ nghĩa Mác ngay cả khi nhân loại bước vào thiên niên kỷ thứ Ba.

Chỉ nhận mình là một nhà sư giản dị, không bao giờ tự huyền thoại hóa mình là Phật Sống, chỉ nguyên điều ấy đã khiến Cao càng thêm ngưỡng mộ ông hơn.

Bất cứ ở đâu, bất cứ lúc nào, Tenzin Gyatso vẫn luôn luôn là một con người thông minh, nhu hòa không định kiến, vượt lên trên mọi khen chê. Ông là một con người giàu lòng từ bi, hơn thế nữa là con người của tự do. Với tinh thần bất bạo động linh hoạt (active non-violence) ông luôn luôn cố gắng tái tạo mối liên hệ tin cậy và hòa bình với phía thù nghịch cho dù Bắc Kinh không từ một thủ đoạn nào để gây tai tiếng và bôi nhọ ông. Kể cả cuộc tổng nổi dậy đòi độc lập của dân Tây Tạng cũng bị gán ghép cho như mưu đồ thất bại của CIA nhằm chống lại Trung Quốc.

Sự kiện sau khi vị Ban Thiền Lạt Ma hay Phó Hoạt Phật viên tịch, Bắc Kinh đã chọn ngay người thay thế đồng thời bắt giữ Gedhun Choekyi Nyima một cậu bé được đức Đạt Lai Lạt Ma tuyển chọn đúng theo đức tin của người dân Tây Tạng. Gendhun Choekyi

Nyima mới được tròn 9 tuổi, đối với thế giới thì đây là "tù nhân chánh trị trẻ nhất" của nhà cầm quyền Bắc Kinh.

Cho dù ngày nay thì Trung Cộng đang cho xây dựng lại một số chùa chiền ở Tây Tạng bề ngoài như một "sửa sai sau Cách Mạng Văn Hóa" nhưng là để thu hút thêm du khách; cùng một lúc họ cho gài công an chìm vào khắp các tu viện, đi xa hơn nữa Bắc Kinh còn cấm người trẻ đi tu và đồng thời cưỡng bách các vị sư già ngoài 60 tuổi phải về hưu trong khi vẫn không ngừng rêu rao "Tự do tôn giáo là điều được ghi trong hiến pháp".

Nhân chuyến viếng thăm Tây Tạng "như một khách du lịch" ông Khắc đã tìm đến một ngôi chùa nhỏ bên ngoài thủ đô Lhasa. Ông Khắc hiểu rằng nếu chỉ theo đoàn du khách với cô hướng dẫn người Trung Hoa thì mọi sự đều rất êm thấm, cũng như một số khách Tây Phương - kể cả chánh trị gia lão thành Edward Heath cựu thủ tướng Anh, được Bắc Kinh tổ chức cho đi thăm Tây Tạng, khi trở về nói mọi chuyện ở đó đều tốt đẹp. Họ nói thật qua những điều dàn dựng và được phép cho thấy. Và bao giờ cũng vậy, những điều cho thấy ấy là một sự dối trá trắng trợn. Ông Khắc trong suốt cuộc đời làm báo đã có quá nhiều kinh nghiệm về "những sự thực dối trá ấy" khi ông đặt chân tới đất nước Tây Tạng.

Ông được tiếp trong một nhà khách, cung kính đứng sau vị sư già là một chú tiểu mà ông biết là "quốc doanh" đứng hầu. Ông Khắc được mời ăn một thứ bánh làm bằng lúa mạch giống như bánh xếp và được cho uống chung trà nóng pha muối và bơ Dri hương vị lạ nhưng rất ngon. Sau đó thì vị sư già Tây Tạng 78 tuổi kiếu từ đi ra ngoài khu vườn. Hẹn ông Khắc mà làm như một gặp gỡ tình cờ, khi biết không còn bị công an theo dõi, nhà sư đã thổ lộ:

- Như ông nhà báo biết đấy "tôn giáo không có về hưu", tôi sẽ còn ở trong tu viện này cho tới chết để rồi tấm xác thân vô thường được "thiên táng" đem chặt ra từng khúc làm thức ăn cho bầy kên kên. Chứ bây giờ còn sống thêm ngày nào tôi chỉ có một ước nguyện sửa sang lại chùa chiền, dạy cho giới trẻ biết thế nào là tín ngưỡng văn hóa của dân tộc Tây Tạng và biết đức Đạt Lai Lạt Ma của họ là ai đang làm gì ở đâu.

Vị sư già quay gót trở vào khi có bóng dáng vẫn chú tiểu hầu ấy thấp thoáng đi ra. Trên cao vẫn là bầu trời xanh với một chút nắng ấm. Chỉ bằng đôi mắt chim có ai mà thấy được là tấn thảm kịch Tây Tạng vẫn cứ đang âm thầm diễn ra trên vùng Đất Tuyết này.

Bây giờ là buổi trưa bên ngoài kinh đô Lhasa, là 8 giờ tối bên California. Ở một nơi gần đỉnh trời này không hiểu sao ông Khắc lại nhớ tới Cao tới những người bạn trẻ mà ông biết chắc rằng mai mốt đây khi trở về bên đó ông sẽ bị họ "tấn công" bằng vô số những câu hỏi liên quan tới chuyến đi Tây Tạng của ông. Đã bước qua tuổi "cổ lai hy" mà xem ra ông Khắc chưa có dấu hiệu nhường bước cho lớp người đi tới ấy.

Cho dù đang có những mối lo âu về sự tồn vong của quê hương nhưng đức Đạt Lai Lạt Ma cũng rất quan tâm tới những vấn đề chung của nhân loại trên hành tinh này. Ông đã đề cập tới vấn đề môi sinh với một tầm nhìn xa và trong mối tương quan rộng lớn:

"Hòa bình và sự sống trên trái đất đang bị đe dọa bởi những hoạt động của con người thiếu quan tâm tới những giá trị nhân bản. Hủy hoại thiên nhiên và các nguồn tài nguyên thiên nhiên là do hậu quả của lòng tham lam và thiếu tôn kính đối với sự sống trên hành tinh này...

Chúng ta dễ dàng tha thứ cho những gì đã xảy ra trong quá khứ do bởi u minh. Nhưng ngày nay do hiểu biết hơn, chúng ta phải duyệt xét lại theo tiêu chuẩn đạo đức phần gia tài nào mà chúng ta thừa hưởng, phần nào chúng ta có trách nhiệm sẽ truyền lại cho thế hệ mai sau.

Giống như khi vun xới mối tương quan dịu dàng và hòa bình với đồng loại, chúng ta cũng sẽ hành xử tương tự đối với môi trường thiên nhiên. Chúng ta nên quan tâm tới môi sinh như một toàn thể. Quyết định cứu lấy môi trường phải phát xuất từ trái tim căn cứ trên tình thương, mối quan tâm và sự minh triết."

Đức Đạt Lai Lạt Ma năm nay 64 tuổi rồi, vẫn sống lưu vong xa đất nước Tây Tạng. Diễn tiến tình hình trong nước thay đổi từng ngày, một thế hệ trẻ sinh ra và lớn lên bị tuyên truyền và tẩy não một cách tinh vi đang dần dà bị sói mòn cả đức tin.

Tình hình bên ngoài cũng không phải là lạc quan. Sau ngót 40 năm, những người Tây Tạng lưu vong vẫn chưa có khả năng tự túc về kinh tế. Trong khi quân đội chủ nhà Ấn Độ cũng đã mỏi mệt trong công việc bảo vệ khu tự trị và chánh phủ Ấn thì luôn luôn phải đối đầu với sự căng thẳng ngoại giao với Bắc Kinh.

Tuy nhiên, cũng sau 40 năm sống bên ngoài đất nước Tây Tạng, một lớp người trẻ đã lớn lên, được hấp thu nền văn hóa Tây Phương, họ có trình độ và hướng về tương lai đất nước Tây Tạng với những ý tưởng mới. Chính lớp thanh niên có học này đã tổ chức những chuyến du hành của đức Đạt Lai Lạt Ma qua Âu Châu, Úc và Mỹ Châu và đã đạt được những thành quả ngoại giao ngoạn mục. Với Hoa Kỳ, không phải chỉ có chánh phủ mà cả giới làm phim Hollywood cũng đã sản xuất những tác phẩm điện ảnh giá trị hậu thuẫn cho công cuộc tranh đấu của dân Tây Tạng. Kundun phim của nhà đạo diễn lừng danh Martin Sorsese về tuổi thiếu thời của đức Đạt Lai Lạt Ma đã gây xúc động cho người xem và dĩ nhiên cả phẫn nộ cho nhà cầm quyền Bắc Kinh. Chánh phủ Mỹ từ những năm 1990, đã lập Phân bộ Tỵ nạn giúp định cư những người dân Tây Tạng bị đàn áp.

Trong nỗ lực phục đạo và phục quốc không phải luôn luôn có sự thống nhất giữa các cộng đồng Tây Tạng lưu vong. Điển hình là các vụ bạo động do nhóm trẻ có tên là Ủy Hội Thanh Niên gây ra. Họ theo một khuynh hướng cứng rắn tranh đấu cho một đất nước Tây Tạng hoàn toàn độc lập tách biệt với Trung Hoa vì theo họ trong suốt mấy ngàn năm lịch sử cho tới khi Hồng Quân cưỡng chiếm Tây Tạng, đất nước họ chưa bao giờ thuộc Trung Hoa và "không ai có quyền thay đổi lịch sử". Không chỉ bằng lời nói họ cực đoan cả trong hành động: ngay trong khu tự trị Dhamarsala, họ đã đột nhập vào tư dinh của đức Đạt Lai Lạt Ma giết chết mấy cộng sự viên của ông với tội danh gán cho là đã nhượng bộ Trung Hoa. Bom cũng đã nổ ở Lhasa khi tổng thống Mỹ Clinton viếng Trung Hoa và đài

"Tây Tạng Tự Do" đã lên tiếng nhận trách nhiệm và ra tuyên cáo tiếp tục chiến tranh du kích cho tới khi Trung Cộng rút hết quân. Ngoài hiệu quả gây tiếng vang, cứ sau mỗi vụ phá hoại của quân kháng chiến, dân Tây Tạng lại bị trả đũa bằng các đợt khủng bố và biện pháp an ninh bị siết chặt hơn.

Vượt lên trên những mối bất hòa ấy thì chỉ còn đức Đạt Lai Lạt Ma là mối giường của hòa giải và đoàn kết của toàn thể nhân dân Tây Tạng.

Do hiểu rõ tình thế lưỡng nan của xứ sở, Tenzin Gyatso đã phải hết sức cứng rắn ép buộc những người xung quanh chấp nhận đàm phán, ông tỏ ra rất thực tiễn: "phải tồn tại cái đã", do đó thay vì lên tiếng đòi độc lập ông đã tự hạ mình chỉ yêu cầu nền tự trị cho Tây Tạng không tách khỏi nước Trung Hoa.

Trung Hoa thì vẫn cứ tiếp tục xâm lấn và không ngưng tìm mọi cách triệt hạ uy tín của đức Đạt Lai Lạt Ma, gọi ông là "kẻ thù của nhân dân", "con chó sói trong áo cà sa" cả gieo tin đồn là đức Đạt Lai Lạt Ma đang lưu vong đã hủ hóa "cả ăn nằm với bà Indira Gandhi".

Ai cũng biết yếu tố thời gian sẽ chỉ có lợi cho Bắc Kinh. Đức Đạt Lai Lạt Ma liệu còn sống thêm được bao lâu, đây là mối ưu tư hàng ngày của mỗi người dân Tây Tạng. Khi được các nhà báo vấn an, ông nói sức khỏe còn rất tốt có thể sống tới 100 tuổi; chắc cũng chỉ là một cách nói để trấn an mọi người.

Một mai khi đức Đạt Lai Lạt Ma viên tịch không người lãnh đạo thay thế, đất nước Tây Tạng sẽ lặng lẽ trôi vào trật tự nước Trung Hoa – Pax Sinica.

Một vấn đề cốt lõi nữa là trước trào lưu tiến hóa của toàn thế giới, hơn ai hết chính đức Đạt Lai Lạt Ma không thể không có những suy tư về triết lý của chế độ thần quyền – theocracy, trong bối cảnh của một đất nước Tây Tạng bước vào thế kỷ 21. Ông đã viết: "Xứ Tây Tạng không phải là nơi hoàn thiện nhưng phải nói rằng cách sống của chúng tôi có nhiều điều đáng chú ý. Chắc chắn có nhiều thứ đáng giữ lại thì ngày nay chúng tôi đã mất đi vĩnh viễn".

Những điều đang bị mất đi đó là sắc thái chủng tộc, tôn giáo, ngôn ngữ của người dân Tây Tạng bị hy sinh cho chiêu bài giải phóng và canh tân. Còn về phần không hoàn thiện là cấu trúc xã hội dựa trên thần quyền độc tôn tuy trong quá khứ đã từng là nền tảng sức mạnh đức tin nhưng cũng là phần nghịch lý khi xây dựng một đất nước Tây Tạng dân chủ. Chính đức Đạt Lai Lạt Ma và giới trẻ Tây Tạng ở hải ngoại hiểu rõ điều đó và đang suy tư hình thành một thể chế chánh trị sao cho phù hợp với khung cảnh một đất nước Tây Tạng độc lập vẫn giữ vững được đức tin và vẫn linh hoạt hướng về tương lai.

Rất sớm từ những năm 60, chính đức Đạt Lai Lạt Ma ngay khi lập chính phủ lưu vong đã cho cải tổ nền hành chánh và dân chủ hóa toàn diện. Ông cho lập Hội Đồng Dân Cử Tây Tạng, khuyến khích quyền phát biểu của mỗi người dân và từng bước mạnh bạo chuyển từ "thần quyền" sang "dân chủ" cho quốc hội quyền truất phế đức Đạt Lai Lạt Ma nếu 2/3 biểu quyết đồng ý với lý lẽ thuyết phục cho rằng lý thuyết dân chủ rất gần với triết lý Phật giáo. Ý kiến quá táo bạo đó khiến đa số người dân Tây Tạng phải sửng sốt nhưng Tenzin Gyatso vẫn cứng rắn bảo vệ quan điểm đó. Trong hoàn cảnh nào ông cũng đối đầu với khó khăn "trong sự an lạc và quyết tâm."

Trong chuyến viếng thăm Hoa Thịnh Đốn mới đây, đức Đạt Lai Lạt Ma đã phát biểu: "Một phần thưởng quý giá cho tôi là được sống ở một đất nước dân chủ và được học hỏi về thế giới bằng cách mà người Tây Tạng chúng tôi chưa từng biết đến." Là một bậc đại trí có tầm nhìn xa, trong mấy chục năm lưu vong ông đã và đang hướng tới sự hình thành tập quán sinh hoạt dân chủ cho các cộng đồng Tây Tạng hải ngoại. Đó sẽ là những ngọn đuốc sáng chuẩn bị cho bước canh tân một đất nước Tây Tạng độc lập trong tương lai.

Lại nói tới dân chủ và quyền đầu phiếu. Cách đây 20 năm đức Đạt Lai Lạt Ma đã từng thách đố một cuộc trưng cầu dân ý cho người Tây Tạng cơ hội lựa chọn thì ngày nay do chánh sách "tầm ăn dâu" và "Hán hóa/ Sinicization" với hàng triệu người gốc Hán liên tục đổ vào Tây Tạng lập nghiệp và định cư vĩnh viễn, như ngay tại thủ đô Lhasa đã có hơn 50% người gốc Hoa, nếu chấp nhận một cuộc đầu phiếu như vậy khi nhân dân Tây Tạng chỉ còn là thiểu số sẽ là một thảm họa tự sát.

Là kỹ sư môi sinh, Cao hiểu rất rõ rằng xa hơn cả tham vọng bành trướng, Trung Hoa bằng mọi giá phải chiếm cho được Tây Tạng không chỉ vì nhu cầu phát triển mà còn vì giá trị chiến lược môi sinh. Bởi vì nguồn nước từ "cao nguyên xứ tuyết" ấy trực tiếp ảnh hưởng trên 40% cư dân của địa cầu, cộng thêm với tiềm năng thủy điện lên tới 1/4 triệu MW gấp 40 lần công suất con đập khổng lồ Hoover của Mỹ, gấp 10 lần con đập Tam Giáp - Three Gorges lớn nhất thế giới của Trung Hoa.

Tây Tạng không chỉ là đáp số cho tình trạng thiếu nước và cạn nguồn năng lượng không thể tránh của Hoa Lục khi bước vào thiên niên kỷ mới, hơn thế nữa "sau Tây Tạng" sẽ là bước "Tây Tạng hóa Biển Đông", Trung Hoa nghiễm nhiên sẽ ở thế thượng phong với "thứ vũ khí môi sinh" ngàn lần khốc hại hơn súng đạn, giúp Bắc Kinh có toàn quyền định đoạt vận mệnh và cả sự sống còn của các nước Đông Nam Á trong những năm đầu của thế kỷ 21.

Với một Trung Hoa ngày càng hùng mạnh và cả hung hãn thì triển vọng một nước Tây Tạng độc lập chỉ còn là chút ánh sáng le lói đang tắt dần nơi cuối đường hầm, đức Đạt Lai Lạt Ma biết rất rõ điều đó nhưng bề ngoài ông vẫn cố giữ vẻ lạc quan và nói với các phóng viên rằng: "Tôi thấy thế giới vẫn có nhiều điều tốt lành mặc dù tấn bi kịch Tây Tạng còn đang tiếp diễn", ông cũng nói tiếp là sau khi đạt được giải pháp tự trị - chứ không phải là độc lập cho Tây Tạng ông sẽ "tìm về ẩn tu như một con vật bị thương". Nhưng đó vẫn chỉ thuần là nỗi ước mơ bởi vì trong bài kệ mà ông tụng niệm mỗi ngày thì: "Khi còn thế giới, khi còn chúng sinh, tôi nguyện đời mình, giúp đời bớt khổ".

Và ông sẽ vẫn còn trong vòng luân hồi, còn phải cùng chúng sinh leo mãi trên dốc nhân sinh cho tới hết đời mình và để rồi lại hóa thân giúp đời bớt khổ cho đến những đời sau.

"Tôi thấy thế giới vẫn có nhiều điều tốt lành mặc dù tấn bi kịch Tây Tạng còn đang tiếp diễn... Khi còn thế giới, khi còn chúng sinh, tôi nguyện đời mình giúp đời bớt khổ."_ Freedom in Exile, Tenzin Gyatso, Đạt Lai Lạt Ma XIV_ 16

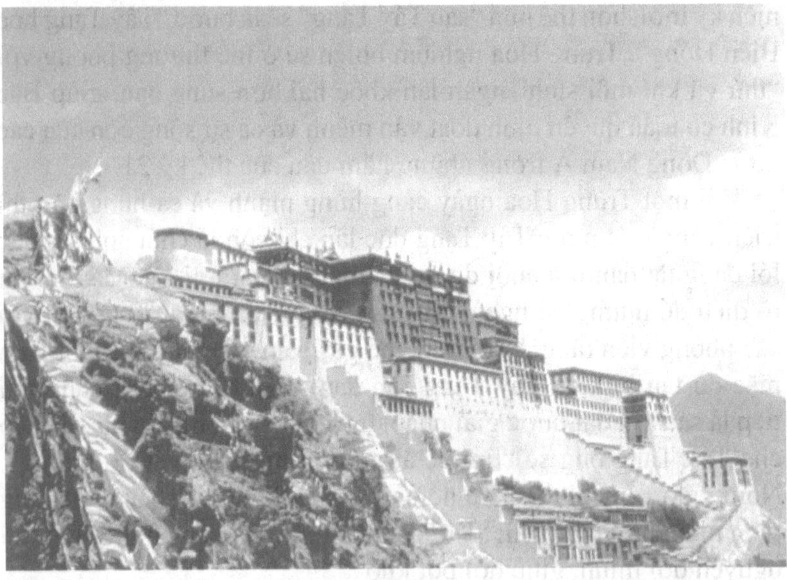

Lâu đài Mùa Đông – Cung điện Potala 1000 phòng của các Đạt Lai Lạt Ma, được coi như một kỳ quan kiến trúc của thế giới, như một nền văn minh đầu nguồn của con sông Dza Chu, tên Tây Tạng của con sông Mekong_ 3

Bức tượng Phật trong ngôi chùa Jokhang được coi là cổ nhất của Tây Tạng. Theo tương truyền thì tượng được hoàng hậu vợ của vua Khí Công Cương Tán đưa vào quốc gia này vào thế kỷ thứ 7. Vua Tây Tạng đã cưới công chúa Nepal và công chúa Trung Hoa, xứ sở của Phật giáo và chính hai nàng công chúa này đã du nhập đạo Phật vào Tây Tạng _ 85b

Hãy Cứu Tây Tạng. Nguyên là một quốc gia có chủ quyền, có một nền văn hóa riêng biệt, đã bị Hồng Quân cưỡng chiếm, sát nhập vào lãnh thổ Trung Hoa và đang bị Hán Hóa. Jokhang là di tích lịch sử và là ngôi chùa cổ kính nhất của Tây Tạng_ 3

Đức Đạt Lai Đạt Ma 14 gọi bò Yaks là "con vật trời cho" dân Tây Tạng, không những to khỏe với bộ lông dài sống thích nghi với khí hậu cực lạnh ở cao độ trên 3,000m, có thể chở tải đồ nặng, lông bò Yaks dùng để dệt lều, phân khô để đốt sưởi, mỡ để thắp đèn, thịt và sữa là nguồn protein cho dân du mục Tây Tạng từ mấy ngàn năm rồi_ 2

Thiên táng hay điểu táng như một nghi thức tôn giáo của dân Tây Tạng, được coi như nghĩa cử cuối cùng của người chết hiến phần xác thân còn lại làm thức ăn cho muôn loài. Cảnh xác người được đưa lên triền núi cao, được chặt khúc cho bầy kên kên tới ăn_ 3

Sông Dza Chu – nguồn nước của đá, là khúc thượng nguồn xa nhất của con sông Mekong trên cao nguyên Tây Tạng và là con sông băng giá mà dân du mục gọi đó là "nguồn nước thiêng". Họ tin rằng nếu uống được nguồn nước ấy người ta sẽ khỏe mạnh và sống lâu, cả với thú vật cũng vậy nữa_ 89

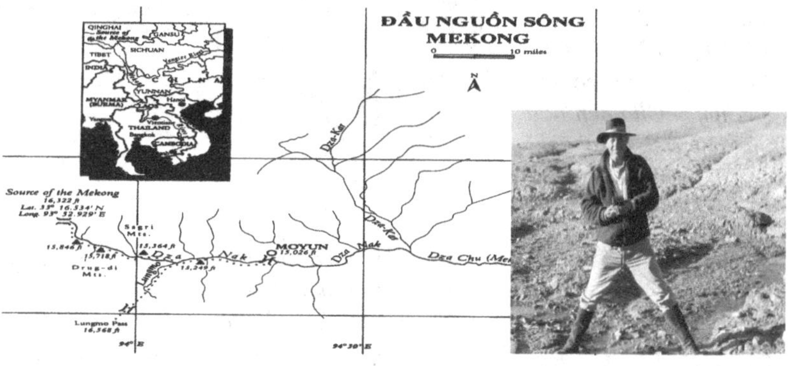

Phải 25 năm sau ngày con người đặt chân lên mặt trăng, ngày 17/09/1994, Michael Peissel thuộc nhóm khoa học Anh-Pháp lần đầu tiên xác định được tọa độ điểm khởi nguồn của con sông Mekong: Vĩ độ 33 độ 16 phút 534 N., Kinh độ 93 độ 52 phút 929E., cao độ 4975m trên mặt biển. Từ tọa độ ấy mà người ta tính được chiều dài chính xác của dòng sông_ 33

Lưu vực sông Mekong, trong 2 thập niên đã có 3 giải Nobel hòa bình. Một cho Lê Đức Thọ / Kissinger (1973) do "công lao đem lại hòa bình cho Việt nam", nhưng chỉ 2 năm sau, Hà Nội đã xua quân cưỡng chiếm toàn miền Nam. Hai cho đức Đạt Lai Lạt Ma (1989) do đấu tranh bất bạo động cho sự sống còn của Tây Tạng bị Trung Quốc thống trị và sau bao năm niềm hy vọng chỉ còn là chút ánh sáng cuối đường hầm. Ba dành cho Aung San Suu Kyi (1991) người phụ nữ tranh đấu cho nền dân chủ Miến Điện nhưng chưa hề có dấu hiệu lay chuyển được chế độ quân phiệt.

Hai mặt tấm huy chương giải Nobel Hòa Bình: với dòng chữ ghi chú:: Pro pace et fraternitate gentium – Cho nền hòa bình và tình hữu nghị

2007, Al Gore được trao 1/2 giải Nobel Hoà Bình do mối quan tâm về môi sinh toàn cầu. Cũng là thời điểm 50 năm thành lập Ủy Ban Sông Mekong và con sông ấy đang bị Trung Quốc làm cho chết dần. Đến bao giờ mới có được tiếng nói cảnh báo từ Al Gore về "sự thật mất lòng ấy" (An Inconvenient Truth là tên cuốn sách của Al Gore, Nxb Viking 2006)*

CHƯƠNG II

LANCANG JIANG
MÂY BÃO TỪ PHƯƠNG BẮC

Họa là nơi phúc nương náu
Phúc là nơi họa ẩn tàng
Họa hề phúc chi sở ý
Phúc hề họa chi sở phục (Lão Tử)

Vân Nam như một mẩu dưới của cao nguyên Tây Tạng, diện tích 394 ngàn km2_ lớn hơn Việt Nam chỉ có 340 ngàn km2, cao trung bình 1800m trên mặt biển, gồm những thung lũng phì nhiêu, núi cao sông sâu với Lan Thương Giang/ Lancang Jiang là tên con sông Mekong; tiếp giáp với Việt Nam Lào Myanmar/ Miến Điện và Tây Tạng, khí hậu rất biến đổi: tuyết giá ở phía bắc, bán nhiệt đới phía nam và ôn hòa quanh năm vùng Côn Minh nên còn có tên gọi là Thủ Phủ Mùa Xuân; dân số 38 triệu với nhiều sắc tộc thiểu số Bạch - Bai, Thái/ Dai, Di/ Yi... mỗi nhóm đông tới cả triệu, rồi tới những sắc dân nhỏ bị lãng quên như Nô/ Nu, Bố Lăng/ Bulang, Độc Long/ Dulong... Còn phải kể số "nạn kiều" từ Việt Nam chạy qua trong vụ đánh tư sản người Hoa sau đó xảy ra cuộc chiến biên giới 1977 khi Bắc Kinh muốn giáng "cho Việt Nam một bài học".

Thế kỷ thứ 7, dân Bạch dựng nước Nam Chiếu/ Nanzhao trở

nên hùng mạnh đánh bại quân Nhà Đường vào thế kỷ thứ 8. Sang thế kỷ thứ 10 trở thành vương quốc Đại Lý/ Dali. Đến thế kỷ 14 thời Nguyên Mông/ Mongol Yuan, Vân Nam mới hoàn toàn trực thuộc vào Trung Hoa. Là một tỉnh xa với Bắc Kinh tới 2 ngàn km về hướng tây nam, thường bất ổn với các nhóm Hồi giáo ly khai. Đầu Thế Kỷ 20 do có nhu cầu khai thác thuộc địa, Pháp đã mở đường xe lửa nối cảng Hải Phòng qua Hà Nội lên tới Côn Minh (1904-1910), con đường sắt ấy vẫn còn được sử dụng tới nay. Từ ngày có nguồn điện từ đập Manwan trên sông Mekong, Côn Minh đã đô thị hóa một cách mau chóng, không còn là một Côn Minh "như một thị trấn Đông Phương hẻo lánh im ngủ" như ghi nhận của Claire Chennault viên tướng không quân huyền thoại của Phi Đoàn Flying Tigers từng trú đóng ở đây hồi Thế Chiến thứ Hai.

Hẹn nhau ở Côn Minh. Sau hai tuần thỉnh giảng tại Đại Học Y Khoa Bắc Kinh và Thượng Hải, Duy hẹn gặp Bé Tư sau Hội Nghị Hạc Quốc tế - ICF Conference diễn ra ở Côn Minh. Một tình cờ hi hữu, hai người có thể gặp Cao và Hộ cũng tới dự Hội Nghị Khoa Học Kỹ Thuật Vân Nam về Tương Lai Phát Triển Sông Mekong. Điểm hẹn là nhà ông Bách, chú của Duy. Căn nhà xinh nhỏ ấm cúng nhưng không đủ rộng cho cả ba người nên chỉ có Cao do nhu cầu công việc nên được ưu tiên làm khách vãng lai của gia đình ông Bách. Duy và Bé Tư thì sang ở bên khách sạn Kim Long, cơ sở liên doanh với Hồng Kông trên đường Bắc Kinh Nanhu, chỉ cách phi trường Côn Minh phía đông bằng 15 phút đường xe buýt.

Đến với khu Rừng Đá. Qua một đêm ở Côn Minh, Cao thì ở lại, Duy và Bé Tư sáng hôm sau bằng xe buýt tới Thạch Lâm. Cách Côn Minh 130 km về hướng đông sát huyện Lộ Nam/ Lunan, có lịch sử địa chất từ 280 triệu năm cùng với rặng Hy Mã Lạp Sơn. Nguyên là một vùng núi nham thạch bị nước và thời gian xói mòn tạo nên một địa hình kỳ lạ 260 km2 với vô số những chỏm đá xám nhọn hoắt cao tới 30m đủ mọi hình dạng với những tên gọi theo trí tưởng tượng phong phú của người dân Vân Nam: nấm bất tử, vũng gương, voi con... Với những hải vật hóa thạch tìm thấy chứng tỏ trước đây đã từng là vùng biển. Tương truyền rằng do các tiên ông muốn có chốn riêng tư nên đã cho nghiền nát ngọn núi đá thành những mê cung và các cặp trai gái ngày nay tới đây cũng không quên dẫn nhau vào chốn mê cung ấy.

Thương mại hóa là đặc tính các tụ điểm du lịch Trung Hoa. Từ cửa vào đã gặp những phụ nữ sắc tộc Di chào mời bán đồ lưu niệm hay sẵn sàng làm mẫu đứng chụp hình với du khách. Phải chờ cho ngày nhộn nhịp qua đi, từ Lầu Vọng Phong người ta mới có thể yên tĩnh ngắm toàn cảnh Thạch Lâm. Buổi chiều mặt trời đỏ lặn sau khu rừng đá, vẫn cảnh tượng ấy bình minh rồi lại hoàng hôn đã có từ hàng triệu năm. Cảm giác mê hoặc như đứng trước một bức tranh vĩ đại siêu thực, hai người với trên tay một ly rượu sương hồng, nhìn nhau say đắm dưới một bầu trời vạn cổ lấp lánh những vì sao như những hạt kim cương. Họ đang là hai hạt bụi âm dương mong manh và chơi vơi giữa cái vô thủy vô chung ấy.

Bé Tư chỉ biết Duy gốc người Bắc lớn lên ở trong Nam và tốt nghiệp ở Mỹ, giáo sư trẻ tuổi của Đại Học Stanford như một ngôi sao đang lên với nhiều công trình được đăng tải trên các tập san y khoa uy tín. Gia đình Duy ra sao thì cô không được biết. Được anh Điền kể cho nghe về quan niệm khá độc đáo của Duy về tương lai Đồng Bằng Sông Cửu Long, đó sẽ là cái nôi của nền văn minh Việt Nam bước vào thiên niên kỷ tới do bởi cái gene trẻ trung khỏe mạnh của nền văn minh sông nước thay thế cho một nền văn minh Sông Hồng đã già cỗi suy kiệt và cả biến thể/ defective gene nói theo ngôn từ Y Học của Duy.

Quan điểm của Duy có vẻ mới vì sử dụng ngôn từ Di Truyền Học nhưng điều mà có lẽ Duy chưa hề biết là chính đức Phật Thầy Tây An cách đây hơn một thế kỷ đã nói tới Vùng Hoa Địa nơi Đồng Bằng Sông Cửu Long và rồi nửa thế kỷ sau đó đức Thầy Huỳnh Phú Sổ cũng lại nói về một "Cõi Trung Ương luân chuyển Phương Nam."

Với Duy thì Bé Tư là hình ảnh tinh khiết của con sông Mekong, biểu tượng cho nền văn minh của những thế hệ tiên phong khai phá trên bước đường Nam Tiến. Duy quay qua hỏi Bé Tư:

- Các anh ấy bảo Bé Tư chưa biết sợ là gì, nhất là trong cuộc hội thảo ở Melbourne mới đây, mà có phải vậy không?

Bé Tư đáp bằng một giọng Nam trong vắt:

- Có chứ, em sợ nhiều thứ như sợ ba sợ má và không bao giờ muốn làm má buồn.

Nhìn sâu vào mắt Duy, ngưng một chút Bé Tư tiếp:

- Và em còn rất sợ sự không chân thật.

Cô gái rất hồn nhiên ấy nói một câu không gợn chút hậu ý nhưng vẫn làm Duy sửng sốt. Ánh mắt tuổi trẻ và ngời sáng thông minh của cô ấy như có sức chiếu rọi vào chốn sâu thẳm của lòng người. Không có điều gì là không chân thật, nhưng Duy cảm thấy bối rối về hoàn cảnh hiện nay của anh. Mẹ đã chọn cho anh một người vợ môn đăng hộ đối theo kiểu cách người Bắc và Duy thì chưa bao giờ làm trái ý mẹ. Khi lập gia đình Duy nghĩ tới tương lai những đứa con. Duy không méo mó nghề nghiệp như người bạn chuyên về sản khoa là phải chọn người con gái mông chậu nở để khỏi phải làm Caesarean mỗi khi sinh con, nhưng anh lại rất quan tâm tới cái gene trẻ trung và vẻ đẹp khỏe mạnh nơi người mẹ. Khác hẳn với người anh là Điền nóng nảy và bộc trực, Bé Tư thông minh sâu sắc nhưng rất chính chắn, bề ngoài tưởng như cứng cỏi nhưng lại tràn đầy nữ tính, với Duy đó là hình ảnh đẹp của người đàn bà muôn thuở mà người đàn ông mơ ước cưới làm vợ. Dưới bầu trời đầy trăng sao của Vân Nam, chỉ trong một sát na Duy đã dứt khoát có một chọn lựa tuy không nói ra nhưng anh cảm thấy mình đã chân thật với Bé Tư hơn.

Camellia – Trà Hoa Mộc. Hiểu biết nhiều về chim muông vì Bé Tư là một nhà điểu học_ ortnithologist nhưng Duy còn rất ngạc nhiên về kiến thức của Bé Tư đối với các loài hoa ở Vân Nam. Qua Bé Tư Duy được biết khi người Tây Phương tới Vân Nam họ đã đã bị quyến rũ bởi sự phong phú các giống hoa nơi đây. Camellia một trong những loài hoa đẹp nhất, người Trung Hoa gọi tên là Trà Hoa Mộc, là giống hoa đầu tiên được Công ty Đông Ấn/ East

India Company của Anh du nhập vào Âu Châu từ thế kỷ 17. Loại hoa thứ hai là Rhododendron – Hoa Đỗ Quyên gồm hơn 200 loại cũng được xuất cảng từ Vân Nam. Phải nói là 80% các loài hoa ở Âu Mỹ châu hiện nay là đem về từ Vân Nam Trung Hoa. Với Duy, từ nay Bé Tư sẽ mang tên một loài hoa: Camellia, cũng là kỷ niệm ý nghĩa của chuyến đi Vân Nam.

Những bước chân khổng lồ của Marco Polo. Bằng Con Đường Tơ Lụa, Marco Polo đã cùng với cha rời Âu Châu năm 1271, tới Cung Điện Mùa Hè Nguyên Thế Tổ Hốt Tất Liệt/ Khubilai 4 năm sau, phục dịch cho Đại Hãn suốt 17 năm, du lịch khắp Trung Hoa rồi trở về Âu Châu bằng đường thủy tới Venice 1295. Sau đó tham gia cuộc chiến chống Genoa, Marco Polo chiến đấu cho phe cộng hòa Sarene và bị bắt làm tù binh 1298, thời gian ở tù may mắn được giam chung với nhà văn nổi riếng Rustichello of Pisa, nhờ đó mà ngày nay người ta biết được chi tiết cuộc du hành của Marco Polo. Trong cuốn du ký ấy hình như chỉ thiếu có Vạn Lý Trường Thành điều mà sau này được giải thích với lý do hài hước là kỳ quan đó chẳng phải là món hàng mà Marco Polo có thể đem bán rao. Hình ảnh thủ phủ Côn Minh vào thế kỷ 13 đã được Marco Polo ghi lại như sau:

Đó là nơi rất lớn và sang cả, gồm thương gia và các nghệ nhân... Đất đai thì màu mỡ với những cánh đồng lúa. Tiền bạc trao đổi thì dùng vỏ sò trắng và cũng còn được dùng như những món đồ trang sức... Thổ dân không coi là bị xúc phạm khi có ai dan díu với vợ mình vì cho đó là hành vi tự nguyện từ phía người đàn bà. Nơi đây có hồ lớn cả trăm dặm và lưới được rất nhiều cá. Dân ở đây quen ăn thịt sống gia cầm và họ cũng ăn theo lối nấu chín như chúng ta...

Căn bệnh vĩ đại của giáo sư Wang và Ba Bước Nhảy Vọt. Từ những thập niên 50 cùng với kế hoạch bước nhảy vọt, nhịp độ xây đập của Trung Hoa gia tăng nhanh tới mức chóng mặt: trung bình cứ 600 con đập lớn được xây mỗi năm, bất kể ảnh hưởng trên môi sinh và đời sống dân cư ra sao. Điển hình là con đập Tam Môn_ Three Gates Gorge, trên Sông Hoàng 1957. Trước đó đã có một số nhà thủy học uy tín Trung Hoa như giáo sư Li lên tiếng phản đối dự án vì thấy nguy cơ con đập sẽ mau chóng bị ngập các chất lắng phù sa và bùn nhưng bị gán "tội hữu khuynh" nên bị trấn áp ngay. Hậu quả là chỉ trong vòng có 3 năm đã có hơn 50 tỉ tấn bùn và chất lắng đọng lại ở phía trên con đập khiến nước sông dâng cao ngập các vùng gia cư và đe dọa cả cố đô Tây An_ Xian cổ kính vốn là thủ phủ của triều đại Nhà Chu, 10 thế kỷ trước Tây Lịch. Và chỉ mới đây thôi, Clinton là tổng thống Mỹ đầu tiên tới Tây An, được tiếp đón như một ông vua với các đoàn chiến binh và vũ công rực rỡ trong y phục cổ truyền đời Nhà Đường_ biểu tượng cho sự vinh quang và trường tồn của dòng dõi Hán Tộc với đầy tự hào là một nền văn minh trung tâm và cổ xưa.

Trước thực trạng suy thoái của con đập và cố đô Tây An bị đe dọa, khi được thỉnh ý Mao Chủ Tịch đã nổi sùng: "Nếu không làm được thì cứ cho nổ tung con đập đó đi!"Cuối cùng để cứu cố đô Tây An toàn thể con đập phải thiết kế lại thay vì công suất 1200 MW tụt xuống chỉ còn 250MW cùng với cái giá rất đắt phải trả là gây ngập lụt 66 ngàn hecta vùng ruộng đất phì nhiêu nhất và phải tái định cư cho ngót nửa triệu nông dân sống trên đó. Rồi cũng phải kể tới những thảm họa vỡ đập như tại Hà Nam 1975, đó là hai con đập Bản Kiều_ Banquiao và Thạch Mãn Đàm_ Shimantan trên Sông Hoài một phụ lưu sông Dương Tử làm thiệt mạng hơn 230 ngàn người và thế giới bên ngoài chỉ được biết đến một phần thảm kịch này mãi hai chục năm sau...

Tương lai những cuộc chiến tranh vì nước. Rời Los Banos phía nam thủ đô Manila, sau cuộc họp tại Viện Nghiên Cứu Lúa Gạo Quốc Tế Hộ trở lại Bangkok với tâm trạng nặng trĩu nhưng anh vẫn không bi quan. Hộ như một nông dân luôn luôn cắm cúi vun xới thửa đất của mình cho dù thời tiết bất lợi cho sự gieo trồng. Tưởng cũng nên nhớ lại Hộ là người có công đầu đưa giống lúa thần nông vào Đồng Bằng Sông Cửu Long những năm 60 từng được bà con nông dân thân thương đặt tên cho là Thày Hộ Tiến Sĩ Lúa Honda vì nhờ cây lúa cao sản mà bà con sung túc mua sắm được máy phát điện Honda xe gắn máy Honda. Thời vàng son đó sắp qua rồi và hội nghị đã đi tới kết luận khá bi quan: rằng ngót 6 tỉ người trên thế giới không những thiếu nước mà còn không có cả những ngụm nước sạch để uống. Dân số vẫn cứ mau chóng gia tăng, người ta vẫn chiếm đất mở mang thêm các khu gia cư, tăng lượng nước tiêu dùng trong khi đất trồng trọt ít hơn, nước ít hơn và nhu cầu lúa gạo mỗi ngày một cao hơn.

Cùng với hiện tượng hâm nóng toàn cầu từ hiệu quả nhà kính_ greenhouse effects do chính con người gây ra, trái đất đang bị khô cạn dần. Lượng nước cung cấp chỉ bằng nửa so với cách đây 20 năm trong khi nhu cầu tiêu thụ nước thì lại tăng gấp đôi cứ mỗi hai thập niên. Vựa lúa Á Châu trong đó có Đồng Bằng Sông Cửu Long đang bị đe dọa vì thiếu nước trong khi phải cần tới 5 ngàn lít nước mới thu hoạch được 1 ký gạo. Và ai cũng biết gạo là nguồn sống của 2/3 nhân loại. Cuộc Cách Mạng Xanh vào những thập niên 60 với giống lúa thần nông tăng sản lượng gấp đôi đã cứu sống nhiều vùng trên thế giới thoát khỏi nạn đói và cả đem lại trù phú cho vùng đồng bằng châu thổ.

Thế nhưng những cây lúa lùn cao sản của những năm 60 nay không còn là lời giải cho nhân loại này bước vào thế kỷ 21. Một lần nữa muốn tránh nạn đói, tránh những cuộc chiến tranh vì nước chỉ có cách phải tìm ra loại "cây lúa siêu thần nông" có đặc tính không còn phần cho rơm rạ mà cọng nào cũng phải cho hạt với sản lượng lớn hơn cần ít nước hơn và ít hóa chất hơn lại có khả năng tự kháng sâu rầy và dĩ nhiên cũng phải cứng cỏi để có thể mang nổi thay vì 800 hạt trên mỗi thân lúa nay tăng lên tới 2000 hạt. Có nghĩa là năng suất sẽ phải tăng gấp 3, không phải 4 tấn mà là 12 tấn mỗi hecta để kịp đáp ứng đà gia tăng dân số theo cấp số nhân trên hành tinh này.

Đi tìm Siêu Cây Lúa Tây Phi Châu. Người ta đang ngày đêm tìm cách cấy ghép các mẫu chủng tử các loại lúa trồng được trong những điều kiện cực kỳ khô hạn của vùng Tây Phi Châu nhằm tạo được một siêu cây lúa. Theo Ken Fisher, thuộc Viện Lúa Gạo Quốc tế thì phải mất ít nhất hai thập niên nữa mới có đủ hạt giống "Siêu Thần Nông" cho hơn nửa tỉ nông gia trên toàn thế giới. Đạt tới thời điểm ấy hay không là cả một vấn đề sinh tử cho toàn hành tinh này. Rồi ra trong thiên niên kỷ tới, mỗi thân cây lúa còn phải chắt chiu và cưu mang thêm bao nhiêu miệng ăn nữa.

Khung cửa hẹp vào Trung Hoa. Do có cuộc họp bất thường của Ban Thường Vụ Hội Đồng Sông Mekong, Hộ đã không thể cùng Cao đi Côn Minh tham dự cuộc hội thảo do Hội Đồng Khoa Học Kỹ Thuật Vân Nam tổ chức. Qua trung gian của Hộ, tòa Đại Sứ Việt Nam ở Bangkok đã chẳng giúp Cao có tài liệu gì thêm về các con đập Vân Nam. Đám nhân viên sứ quán như những công chức, hình như họ chỉ có mối quan tâm là rình rập Việt Kiều và lo chuyện làm ăn buôn bán riêng. Không với tính cách du lịch, lần này Cao đặt chân tới Trung Quốc với thái độ cẩn trọng. Anh tự nhủ nếu cần thì chỉ phát biểu chừng mực, không đi vào chi tiết mà anh không nắm chắc, anh muốn hình dung một bức tranh lớn và toàn cảnh của 7 nước trong Lưu Vực Sông Mekong_ Mekong basin kể cả Trung Hoa và Myanmar_ Miến Điện.

Hiểu biết lịch sử Trung Hoa, Cao sẽ không nêu lên những vấn đề gai góc có thể được xem như là xúc phạm tới giới lãnh đạo Trung Hoa, đó là điều nguy hiểm khi mà vấn đề "thể diện" là trên hết đối với người Á Đông nhất là với "những đứa con trời_ Thiên Tử". Tinh thần ái quốc cực đoan với những khẩu hiệu là biểu hiện của thứ mặc cảm nhược tiểu chỉ đưa tới bế tắc. Đối với một nước lớn Trung Hoa bắt đầu mở cửa thì bước đầu tạo được mối liên hệ tin cậy với giới khoa học kỹ thuật Vân Nam_ nhất là với thành phần chuyên viên trẻ tốt nghiệp tại các nước Tây Phương, là điều Cao nhắm tới. Điều ấy sẽ tạo thuận cho đối thoại cởi mở và hợp tác về sau.

Được biết năm 1989, Vân Nam Nhân Dân Thư Xã đã cho ấn

hành một cuốn sách dày hơn 600 trang với nhan đề "Lan Thương Giang: Tiểu Thái Dương_ Lancang Jiang: Xiao Taiyang". Do chỉ có một ấn bản tiếng Trung Hoa, Cao phải nhờ ông Bách người chú của bác sĩ Duy, một đảng viên kỳ cựu Việt Quốc cũng từng là nhà báo sống lưu vong ở Côn Minh đọc và tóm lược các phần thiết yếu của cuốn sách. Một tuần lễ ở Côn Minh tuy rất bận rộn nhưng những ngày sống với ông Bách, Cao như bước vào một thế giới thanh khiết. Tuy là một tuần lễ rau đậu vì hai ông bà ăn trường chay nhưng Cao không có điều gì để than phiền vì nghệ thuật nấu ăn của bà Bách. Cao bảo đùa chắc Duy sẽ phải ganh với anh vì cách đối xử chân tình của ông Bách với một người chẳng phải là đứa cháu ruột thịt của ông. Biệt nhãn ấy cũng một phần do ông Bách được biết Cao là bạn vong niên của ông Khắc hiện đang sống ở Mỹ.

Cao có ý so sánh ông Khắc như một chiếc chìa khóa mầu nhiệm giúp Cao mở tung nhiều cánh cửa để có thể thênh thang đi vào.

Ở cái tuổi 22, ông Bách đã từng theo chân đảng trưởng Nguyễn Tường Tam sang Trung Hoa bôn ba qua các tỉnh Quảng Châu, Nam Kinh, Thượng Hải và Vân Nam vận động chánh phủ Trùng Khánh và Quốc Dân Đảng của Tưởng Giới Thạch giúp vũ khí. Khi đại bộ phận Việt Nam Quốc Dân Đảng được lệnh trở về trong nước hoạt động thì riêng ông Bách được chỉ định ở lại Côn Minh điều hợp chi bộ Việt Quốc ở hải ngoại. Nay tuổi đã cao trên nét mặt đầy vết hằn của những tháng năm gian khổ nhưng ông Bách còn nét quắc thước và minh mẫn, đôi mắt vẫn linh động trẻ trung và cương quyết. Ông Bách có một người anh cũng là Việt Quốc bị Việt Minh bắt ở Bắc Giang mất tích và chắc đã bị thủ tiêu như bao nhiêu đồng chí khác. Ông có bà vợ người Hoa cùng hoạt động Quốc Dân Đảng, như một chi bộ hai người sống với nhau mấy chục năm không có con. Ông Bách là hình ảnh của Dũng trong Đôi Bạn đã từng làm say mê bao thế hệ thanh niên của hơn một nửa thế kỷ trước. Cao luôn luôn bị cuốn hút bởi cặp mắt vẫn rất sáng nghiêm nghị và đầy tin tưởng của ông Bách, giọng ông thì sang sảng vẫn có chất hăng hái bồng bột của tuổi thanh xuân khi bàn chuyện gì liên quan tới

Việt nam. Tuy ít ngủ nhưng riêng đêm nay ông Bách đã được bà vợ pha cho bình trà đậm thức thâu đêm để đọc xong hơn 600 trang sách. Hồi tuổi trẻ theo chân các lãnh tụ đàn anh ông rất thường thức trắng đêm như thế.

Toàn cuốn sách gồm 45 bài viết về các đề tài khác nhau nhưng có điểm chung và thuần nhất là chỉ đề cập tới những lợi lộc về thủy điện và nước của chuỗi 8 con đập bậc thềm trên sông Mekong ở Vân Nam, với công suất là 15400 Megawatt tồn phí lên tới 7.7 tỉ đôla, sẽ điện khí hóa các tỉnh phía nam Trung Hoa và cả thặng dư điện để xuất cảng sang Thái Lan. Cũng vẫn theo ông Bách thì ngoài một hai đoạn quan tâm tới giao thông trên khúc sông Mekong thuộc tỉnh Vân Nam, không thấy có bài viết nào đề cập tới hậu quả của chuỗi các con đập bậc thềm ấy đối với 5 nước vùng hạ lưu sông Mekong Myanmar_ Miến Điện, Thái, Lào, Cam Bốt và Việt Nam.

Khúc sông cuồng nộ. Từ Tây Tạng chảy xuống Vân Nam, đặc biệt 1/3 khúc sông phía bắc chảy rất siết là cảnh tượng ngoạn mục khiến người dân Vân Nam đặt tên là Lan Thương Giang_ khúc sông cuộn sóng, với nhiều thác ghềnh có nơi cao tới hơn 600m. Với độ dốc ấy, dòng chảy siết ấy lại thưa thớt dân cư nên được coi là lý tưởng cho những con đập thủy điện. Từ những năm 70 Trung Hoa đã có kế hoạch xây một chuỗi 8 con đập - Mekong Cascade trên thượng nguồn nhưng do thiếu ngân sách nên mãi tới năm 80, con đập đầu tiên Manwan cao 99m mới được khởi công. Đập chắn ngang khúc sông giữa hai ngọn núi với bức tường thành cao 35 tầng và 13 năm sau mới xây xong và bắt đầu cung cấp điện cho thủ phủ Côn Minh, khu kỹ nghệ Chuxiong và nhiều quận huyện phía nam. Chỉ mới sau một con đập Manwan, cảnh thiếu điện tối tăm của Côn Minh đã mau chóng trở thành chuyện quá khứ.

Giáo sư Wang chủ tịch Phân Cục Thủy Điện Vân Nam, là chất xám và cũng được coi là Chuyên viên Đỏ_ Party's red specialist hàng đầu của những dự án đập lớn, là đảng viên lâu năm rất giáo điều tốt nghiệp kỹ sư thủy điện ở Liên Xô, với quá khứ vừa hồng vừa chuyên như thế nên ông ta đầy quyền uy và có tiếng nói luôn

luôn được các đồng chí ở trung ương lắng nghe. Đứng bên con đập Manwan, giáo sư Wang giọng đầy kiêu hãnh:

- Con Sông Lan Thương này như một khu hầm mỏ than trắng giàu có với lưu lượng nước thì khổng lồ. Đây là tiềm năng tạo sức bật phát triển cho toàn tỉnh Vân Nam.

Chỉ trên một sơ đồ giản đơn về vị trí 8 con đập, cũng vẫn "đồng chí giáo giáo sư "

Wang nói tiếp:

- Con đập thứ hai Đại Chiếu Sơn_ Dachaoshan cũng đã được khởi công năm 1996; sẽ tới con đập thứ ba Cảnh Hồng_ Jinghong chủ yếu nhằm xuất cảng điện sang Thái Lan. Con đập thứ tư Xiaowan cao 248m, được coi là con đập mẹ_ mother dam, trong chuỗi 8 con đập bậc thềm dự trù xây xong trước thập niên thứ nhất của thế kỷ 21. Do ba con đập đầu tiên có thành cao với các hồ chứa theo mùa_ seasonal reservoirs lấy nước tối đa trong mùa mưa để có đủ lượng nước chạy turbin trong mùa khô từ tháng 11 tới tháng 4 và đó cũng là mùa có nhu cầu điện cao nhất. Hậu quả tất nhiên là làm giảm lưu lượng lũ có nghĩa là sẽ chống lũ lụt nơi các quốc gia hạ nguồn.

Còn điều đó ảnh hưởng trên hệ sinh thái ra sao đã không được giáo sư Wang nhắc tới. Không bày tỏ ngay sự bất đồng nhưng Cao đã có một cái nhìn hoàn toàn khác. Chẳng hạn như vùng Biển Hồ, đâu phải chỉ biến Biển Hồ thành Vùng Bảo Tồn Sinh Thái - International Biosphere Reserve là đủ, vì ai cũng biết rằng luôn luôn có một gắn bó hữu cơ giữa Biển Hồ và con sông Mekong. Nay đứng trước viễn tượng lưu lượng nước mùa mưa bị giảm sút do các con đập Vân Nam - nếu không còn nước lũ để tạo dòng chảy ngược vào Biển Hồ thì rõ ràng đó là tương lai của một Biển Hồ chết. Không còn lũ sẽ chẳng còn giống lúa xạ lúa nổi, cũng chẳng còn phù sa màu mỡ để hàng năm tưới bón ruộng đồng, chưa kể tới tác hại trên các giống cá và lượng hà sản vốn phong phú trên suốt dọc con sông Mekong ra sao.

Vào năm 1993 do một hiện tượng được coi là bất thường xảy ra khi mực nước con sông Mekong đột ngột tụt thấp xuống mà không vào mùa khô, chỉ lúc đó người ta mới biết là do ảnh hưởng của con đập Manwan. Sau biến cố đó, phải nói là càng ngày càng có nhiều mối quan tâm dòm ngó và cả e ngại từ bên ngoài đối với kế hoạch chuỗi 8 con đập bậc thềm đang tiến hành ở Vân Nam. Mối lo lắng đó không phải là không có nguyên nhân do thiếu hẳn cung cấp thông tin từ phía Trung Hoa. Và cũng không trách được khi nỗi lo lắng ấy được thể hiện qua những chiến dịch đổ lỗi lời qua tiếng lại với cả thông tin sai lạc/ disinformation. Một thí dụ điển hình là bản tin đăng tải trên tờ Bangkok Post số 29 tháng 7 năm 1996 khi nói tới nạn lụt ở Chiang Khong - nơi rất nổi tiếng hàng năm với ngày hội thi cá Pla Beuk đông bắc Thái, "chánh quyền địa phương cho rằng đó là hậu quả xả nước từ 8 con đập trên Vân Nam". Điều mà ai cũng biết là ngoài con đập Manwan những con đập khác đang còn trên dự án!

Cao cũng biết rất rõ rằng đập hay không đập, ngay trong nội tình nước Trung Hoa đã là điều rắc rối huống chi giữa các quốc gia lân bang với nhau. Cả phe ủng hộ hay chống lại việc xây đập mạnh ai nấy nói và không ai muốn nghe ai. Điều tệ hại hơn nữa là cố tình xuyên tạc hay bóp méo quan điểm đối phương làm cho vấn đề trở nên rối mù khiến người bên ngoài không còn biết dựa vào đâu mà nhận định.

Mặc dầu trong nửa thế kỷ qua thế giới đã có một số kinh nghiệm bước đầu về hợp tác phát triển vùng qua các tổ chức ASEAN, APEC... Nhưng liệu có cơ may hợp tác đa phương trong lưu vực sông Mekong hay không? Từ những năm 90, đặc biệt vào năm 93, các tổ chức WB, ADB, UNDB đã có những cố gắng để cải thiện hợp tác giữa sáu nước trong Lưu Vực Sông Mekong nhưng xem ra không có dấu hiệu thành công.

Với cái nhìn chiến lược và toàn cảnh, Cao có niềm tin sắt đá rằng để tiến tới hợp tác khai thác và phát triển hài hòa tài nguyên sông Mekong như một con sông quốc tế giữa các quốc gia trong lưu vực thì bước khởi đầu là chấm dứt những màn tung hỏa mù, phải xây đắp niềm tin qua các cuộc gặp gỡ đối thoại cởi mở và trao đổi thông tin, để cùng thấy rằng không có phát triển bền vững kể cả không có một nền hòa bình trong vùng nếu chỉ chạy theo những lợi nhuận cục bộ mà không kể gì tới phần an sinh của các quốc gia liên hệ. Nếu bảo rằng có chánh trị trong vấn đề môi sinh thì Cao vẫn luôn luôn tin rằng có một nền chánh trị vương đạo để tiến tới một Tinh Thần Sông Mekong – The Mekong Spirit, từ đó mới có thể đạt tới Những Thỏa hiệp_ Compromises trong ý nghĩa Phúc-Lợi-Chung.

Đồng ý với anh hay không nhưng Cao đã đến với các bạn đồng sự trong nước cũng như ngoại quốc của anh với một nhân cách đáng trọng.

Do thấy được những thiếu sót về thông tin bên ngoài, và cũng tự thấy là kỳ quặc nếu chỉ nói mãi tới lợi lộc của những con đập Vân Nam, nên mới đây thôi vào giữa năm 1996, Hội Đồng Khoa Học Kỹ Thuật Vân Nam và Học viện Khoa Học Tự Nhiên Trung Hoa đã chấp thuận tài trợ cho hai nhóm nghiên cứu trong vòng 5 năm tới năm 2000: nhóm thứ nhất trách nhiệm khảo sát phát triển và vận dụng các nguồn nước vùng thượng lưu sông Mekong; nhóm thứ hai với sự tiếp tay của các nhà khoa học và chuyên gia thuộc các quốc gia hạ nguồn sẽ tập trung nghiên cứu về hậu quả của chuỗi con đập bậc thềm Vân Nam đối với vùng hạ lưu về phương diện thủy văn môi sinh như phẩm chất nước, tôm cá trên sông Mekong và Biển Hồ...

Cho đến nay người ta chỉ nói tới "Hiệu quả có thể_ likely effects" của những con đập Vân Nam trên dòng chảy. Trong điều kiện bình thường, trước khi có đập Manwan lưu lượng trung bình trong mùa khô của khúc sông Mekong gần biên giới Vân Nam Lào khoảng 689m3/giây. Những tháng gần đây, sau con đập Manwan theo giới chức Vân Nam lưu lượng khúc dưới sông Mekong có phần gia tăng trong mùa khô. Nhưng theo Ban Thường Vụ Sông Mekong thì cho dù sau khi hoàn tất 3 con đập Manwan, Đại Chiếu sơn_ Dachaoshan và Cảnh Hồng_ Jinghong thì hiệu quả gia tăng lưu lượng là không đáng kể_ negligible. Cũng vẫn theo các nhà kế hoạch xây đập Vân Nam thì vào năm 2010, khi xây xong hồ chứa mẹ Xiaowan có thể_ lại có thể có hiệu quả gia tăng lưu lượng trong mùa khô tới 50% và khi có con đập Nuozhadu hoàn tất thì lưu lượng mùa khô dự trù sẽ tăng cao hơn nữa. Nhưng dữ kiện của các cuộc khảo sát thì rất thô sơ và hiệu quả tích cực nêu ra thì chỉ có "tính chất giai thoại_ anecdotal" trong khi những tác hại của nó ra sao trên hệ sinh thái động và thực vật trên suốt dòng sông Mekong ra sao thì chưa được biết đến.

Đồng chí giáo sư Wang đặt câu hỏi như một thách đố trước toàn thể hội nghị:

- Vấn đề đặt ra ở đây như giữa trắng với đen đó là: giữa bảo tồn sinh cảnh với đa dạng của hệ sinh thái và cải thiện mức sống của cư dân hai bên bờ sông Mekong, thì chọn lựa nào là đúng?

Khác với cuộc hội thảo ở Úc, Cao tới đây chủ ý là thu thập và lắng nghe thay vì gây không khí tranh luận gay gắt.

Người kỹ sư già đơn độc. Đối nghịch với giáo sư Wang mẫu người của căn bệnh vĩ đại thì kỹ sư Li là một con người rất phóng khoáng và can đảm, suốt mấy thập niên ông luôn luôn là người chống lại dự án những con đập lớn. Điều đáng chú ý là cái tiểu sử rất dày và hấp dẫn của ông Li. Xuất thân là con một đảng viên Trung Ương Đảng Cộng Sản Trung Quốc, là giáo sư trưởng khoa Thủy Văn Đại Học Bắc Kinh, tuổi ngoài 60 kiến thức uyên thâm và là một kỹ sư dày dạn kinh nghiệm. Nguyên tốt nghiệp kỹ sư cấu trúc_ structural civil engineer Đại Học Nam Kinh, từng phải chứng kiến cảnh lũ lụt và vỡ đập trên Sông Hoàng, ông Li quyết định chuyên thêm về các ngành Thủy học Địa chất và Thiên văn. Được du học Mỹ tốt nghiệp master Đại Học Cornell về Địa chất, rồi Ph D. Đại Học Illinois về Thủy văn, sau đó đi tham quan tất cả các dự án đập lớn trên khắp nước Mỹ như Grand Coulee, Hoover... lại thêm cả 6 tháng nội trú tại Tennessee Valley Authority trước khi trở về Trung Quốc. Là một nhà khoa học chân chính có cái nhìn bao quát và toàn cảnh, ông luôn luôn là người dám công khai chỉ trích các dự án đập lớn điển hình là hai con đập Tam Môn_ Three Gate Gorge trên Sông Hoàng và Tam Giáp/ Three Gorge Dam trên Sông Dương Tử. Và thực tế thất bại của con đập Tam Môn đã chứng minh là ông tiên liệu đúng. Ông vẫn dạy học, chỉ chuyên mà không hồng nên không có chức quyền, là tác giả của nhiều bài viết trên những tờ báo khoa học kỹ thuật tiếng Anh uy tín và được coi như tiếng nói thẩm quyền trong lãnh vực xây đập. Cao có ý nghĩ không phải chờ tới năm 1989, giáo sư Li đã là hạt giống của Tinh Thần Thiên An Môn gieo rắc từ mấy thập niên trước. Do được đọc các công trình của giáo sư Li trước khi gặp ông tại Vân Nam nên Cao đã đến với ông bằng tình cảm mến phục nể trọng và Cao tin rằng ông sẽ là một đầu cầu cho các mối liên hệ bền vững với giới khoa học kỹ thuật Trung Hoa trong tương lai.

Nhưng có điều mà trong cả hội nghị ai cũng biết là cơ hội thì đã không đồng đều cho ba nước cuối hạ nguồn Lào Cam Bốt và Việt Nam. Trung Hoa đã từng nổi tiếng với những con sông ô nhiễm nhất thế giới, thì nay đến lượt con sông Mekong với 8 đập thủy điện với 90% phế thải kỹ nghệ và tiện dụng gia cư/ domestic đều được xả xuống dòng sông, chẳng bao lâu nữa vẻ trinh nguyên và những tháng ngày hoang dã của con sông Mekong cũng sắp phải chấm dứt. Cái viễn tượng khúc hạ nguồn sông Mekong ngày thêm cạn kiệt và toàn hệ sinh thái bị suy thoái với nhiều chủng loại cá có nguy cơ bị tiêu diệt, đó chẳng phải là chương sách hư cấu của một cuốn tiểu thuyết giả tưởng sau năm 2100.

Cái nhìn từ bên ngoài. Mới đây nhân đọc cuốn sách Silenced Rivers_ Những Con sông Câm nín của Patrick McCully đề cập tới "Vấn đề Môi Sinh và Chánh Trị của Các Con Đập," không phải là ngẫu nhiên mà McCully đi tới nhận định: World Bank vẫn thích ký hợp đồng với các chánh quyền độc tài điều mà họ gọi là các quốc gia có tình hình chánh trị ổn định vì nếu như có các phong trào chống đối của quần chúng thì sẽ dễ dàng bị trấn áp ngay. Do đó ai cũng biết là nguồn tài trợ lớn nhất để xây các con đập lớn ở Trung Hoa là từ Ngân Hàng Thế Giới.

Từ kinh nghiệm hòa mình vào dòng chính/ mainstream, Cao có thói quen không tin vào những tiền đề đã có sẵn. Cũng vì thế mà chính anh muốn biết các chuyên viên được coi như đầy uy tín và là những tiếng nói có thẩm quyền của World Bank họ đã thấy những gì và thẩm định ra sao tình hình các quốc gia đang mở mang, trước khi quyết định đổ tiền vào tài trợ cho các kế hoạch phát triển. Cao bắt đầu đích thân tìm đọc các bản tường trình của các tổ chức quốc tế này. Điển hình qua một bản tường trình của World Bank về Việt Nam: tập tài liệu có một bề dày đồ sộ có màu sắc công phu nhưng lại không đưa ra ánh sáng toàn bộ sự thực lẽ ra với tinh thần trách nhiệm và lương tâm khoa học buộc họ phải làm. Chẳng hạn như nạn độc tài tham nhũng vi phạm nhân quyền như những yếu tố hiển nhiên gây trở ngại cho mọi kế hoạch phát triển thì đã không được nhắc tới như một hành vi che đậy né tránh_ bảo rằng như thế là không mang màu sắc chánh trị nhưng sự im lặng cũng là gián tiếp đồng lõa với tội ác. Hậu quả tất nhiên là những kế hoạch ấy chỉ đem lợi cho một thiểu số cầm quyền, cho World Bank và các công ty tư bản nhà thầu liên quốc. Các cuộc đầu tư lớn lao ấy tuy có đem lại vẻ bề ngoài phát triển nhưng thực chất họ đã tạo ra một thứ công bằng xã hội theo tiêu chuẩn đối cực: một thiểu số cầm quyền ngày một thêm giàu sụ đối lại với đa số quần chúng "cùng nghèo khó như nhau."

Cổ thành Đại Lý/ Dali. Trên cao độ 1900 mét vẫn được so sánh như một Tiểu Katmandu của Nepal, với phía tây là núi non phía đông là hồ Erhai hay Nhĩ Hải, nơi có nhiều thắng cảnh và di tích lịch sử của sắc dân Bạch_ Bai và cả những kiến trúc cổ xưa nhất như chùa ba ngôi San Ta được xây cất từ thế kỷ thứ 9. Vẫn còn cả những tòa nhà đá cổ những con đường đá quanh co thân mật. Đại Lý vẫn được coi như một Mecca cho du khách đặt chân tới Vân Nam. Sắc tộc Bạch với dân số lên tới 1 triệu rưỡi có gốc rễ văn hóa lâu đời từ hơn 3 ngàn năm.

Mặc dù rất nhiều quảng cáo mời mọc, Duy và Bé Tư không chọn

tới ngôi khách sạn 5 sao cực kỳ sang trọng do liên doanh Đài Loan và Trung Hoa mới khai trương. Họ chọn cái không khí thân mật của nhà khách Nguyên Viên nằm trên mút đường Huguo Lu, còn được dân địa phương đặt tên là Phố Ngoại với đủ cả quán cà phê, bia lạnh... nơi tiếp đón đông đảo các nhóm du khách ngoại quốc.

Từ Huguo Lu đi bộ xuống hết dốc đồi là tới hồ Nhĩ Hải, một Biển Hồ Nước Ngọt Khác của con sông Mekong trên thượng lưu, nơi những con cá Pla Beuk từ phía hạ lưu ngược dòng sông Mekong tới đây để đẻ trứng. Tương truyền rằng đoàn cá Pla Beuk vào khoảng tháng tư thì tụ hội ở vũng sâu Luang Prabang phía bắc Vạn Tượng để tuyển chọn xem con nào sẽ tiếp tục lên hồ Nhĩ Hải đẻ trứng, con nào sẽ hy sinh làm mồi cho ngư dân làng Chiang Khong trong ngày hội thi cá Pla Beuk. Ngư dân Thái và Lào sống hai bên bờ sông Mekong cho tới nay vẫn tin rằng cá Pla Beuk là loại linh ngư đem tới cho họ may mắn trong các mùa chài lưới.

Marco Polo trên đường từ Bắc Kinh đi Bengal theo Con Đường Tơ Lụa Phương Nam_ Southern Silk Route cũng đã đến thăm hồ Nhĩ Hải với ghi nhận cá ở đây được kể là "nhất thế giới". Cũng khoảng thời gian đó (1278) Marco Polo đã vượt qua sông Mekong khúc phía tây Vân Nam để ra khỏi Trung Hoa.

Sáu trăm năm sau Marco Polo, đoàn thám hiểm Pháp với Doudart de Lagrée / Francis Garnier từ Sài Gòn ngược dòng sông Mekong bằng cuộc hành trình gian truân kéo dài hai năm khi bằng đường sông khi đường bộ cuối cùng họ cũng đặt chân tới Đại Lý (1868) tới hồ Nhĩ Hải hùng vĩ ngay phía đông khu cổ thành sau khi trả giá bằng cái chết của Doudart de Lagrée trưởng đoàn.

Hơn 130 năm sau Francis Garnier, Cao Duy và Bé Tư tới đây. Họ đang tìm tới những sinh cảnh đẹp đẽ cuối cùng của một dòng sông sắp vĩnh viễn đi vào quá khứ.

Buổi sáng chưa tan hết màn sương, người sắc dân Bạch đã chèo những chiếc thuyền nhỏ tới các đáy tre mà họ đặt qua đêm để bắt cá. Đến trưa thì mặt trời đỏ rực trên cao, ánh nắng lấp lánh phản chiếu trên mặt hồ. Không gặp ngày gió lớn, đàn chim cốc_ cormorants được thả ra cho đi săn cá trên hồ. Cảnh này cũng được thấy ở Quế Lâm nhưng Nhĩ Hải thơ mộng và hùng vĩ hơn. Được chủ thuần hóa trước, mỗi con đều mang trên cổ một chiếc vòng đủ chặt để ngăn chúng nuốt xuống những con cá bắt được. Cảnh tượng thật kỳ lạ, chỉ bằng âm thanh đặc biệt của mái chèo là cả một đàn chim cốc cùng lặn sâu dưới mặt nước rồi trước sau từng con trồi lên với trên mỏ là những con cá trắng rẫy rụa và bác ngư dân chỉ việc tới gỡ mỏ từng con và thu hoạch.

Thụy lệ_ Ruili thị trấn biên thùy. Từ vùng biên ải xa xôi phía cực tây nam Vân Nam giữa Trung Hoa và Miến Điện, từ thập niên 90 đã mau chóng mọc lên một thị trấn có tên là Thụy Lệ, trong số 13 thị trấn biên thùy của Trung Hoa từ Tây Bá lợi Á xuống tới Việt Nam. Thụy Lệ là nơi trao đổi buôn bán rất phát đạt giữa Myanmar_ Miến Điện và Trung Hoa, nơi tụ hội dân tứ xứ cả dân gốc Miến chiếm tới một phần ba. Hàng hóa Made in China tràn ngập nhưng nét đặc thù và cũng là sinh hoạt chủ yếu của Thụy Lệ là buôn bán ngọc trai đá quý đem tới từ Miến Điện, thuốc phiện bạch phiến từ khu Tam Giác Vàng và cả tràn ngập các ổ mãi dâm dưới dạng các tiệm tắm hơi xoa bóp thu hút các cô gái Hoa và Miến lưu lạc từ khắp phương trời xa tới. Số bị AIDS đã tăng nhanh tới mức đáng sợ do nạn ghiền ma túy chích choác và đông đảo gái làng chơi. Thụy Lệ được mô tả như một thị trấn hoang dã nhất của Trung Hoa. Nhưng đây cũng là nơi khá hấp dẫn ngay đối với cả đám du khách Tây Phương có chút máu phiêu lưu và không sợ thiếu an ninh.

Bé Tư theo Duy tới đây có chủ đích của cô, là thành viên tích cực của Hội Bảo Vệ Thú Vật và Môi sinh, Bé Tư muốn được thấy tận mắt nơi mà người ta gọi là Xưởng Gấu Á Châu. Hơn 300 con thú bẫy từ Miến Điện bị nuôi nhốt trong từng chiếc cũi sắt để hàng tuần bị luân phiên đâm thích lấy mật như vị thuốc bắc hiếm quý và cũng vô cùng đắt để xuất cảng sang Hồng Kông, Đài Loan hay Nam Hàn. Chuyến đi Thụy Lệ với Giang là để có thêm một kinh nghiệm khá bẽ bàng: khi chính đồng loại nơi đây cũng như đồng bào của cô nơi Đồng Bằng Sông Cửu Long cũng chưa được chăm sóc bảo vệ thì mục tiêu bảo vệ những con hạc con gấu của cô trở thành điều khá mỉa mai và xa xỉ. Từ bảo vệ chim muông sang tới môi trường, mặt trận của cô bây giờ trải rộng ra những vấn đề xã hội.

Cảnh Hồng/ Jinghong chan chứa nắng hè. Họ lại gặp nhau ở chặng cuối cuộc hành trình trước khi rời Trung Quốc. Từ Đại Lý men theo con sông Mekong đi xuống phía nam là vùng Tây Song Bản Nạp_ Xishuangbanna gốc tên Thái Lan Sip Sawng Panna là vùng "Thái Tộc Tự Trị Khu" như một tiểu Thái Lan trong nước Trung Hoa, làng mạc với phụ nữ sắc tộc Thái_ Dai mặc những chiếc áo sặc sỡ, những vườn trái cây nhiệt đới dừa đu đủ dứa cam, các đền chùa và những khu rừng mưa_ rainforest đang bị tàn phá mau chóng và ngày một thu hẹp. Theo ngữ chủng_ ethnolinguistic thì sắc tộc Thái thuộc nhóm Thái Lào, theo đạo Phật Tiểu Thừa, sống trên những nhà sàn và cùng chung những ngày hội lễ như ngày Hội Tạt Nước vào giữa tháng 4 với những ngày hội chợ, đua thuyền rồng trên sông Mekong_ giống ngày hội đua ghe ngo dưới đồng bằng sông Cửu Long, và đặc biệt là phong tục tạt nước có ý nghĩa rửa sạch bụi nhơ xua hết ma quỷ của năm cũ và cầu phúc lành cho năm mới. Do sẵn mối liên hệ huyết thống chủng tộc có tự lâu đời nên đường biên giới địa dư chánh trị trên bản đồ không có nghĩa lý gì với người dân thiểu số. Hồi Cách Mạng Văn Hóa khi bị các Vệ Binh Đỏ truy lùng họ đã dễ dàng chạy thoát sang Thái, Lào, Miến và Việt Nam nơi không thiếu những bà con thân thuộc.

Cao, Duy và Bé Tư ba người đứng từ trên chiếc cầu lớn mới bắc qua con sông, để thấy những hoạt cảnh người sắc tộc Thái sống chan hòa với con sông Mekong ra sao. Phụ nữ ngồi giặt giũ hay mặc nguyên cả những chiếc váy đầm mình xuống sông tắm. Trẻ con thì từng đám phóng mình từ trên bờ cao xuống dòng sông nước nâu ấm áp bơi lội vùng vẫy giữa những giề lục bình trổ bông tím và những cành củi mục. Nhìn con sông Mekong đang cuộn mình chảy qua bên kia biên giới nước Lào, trên cao là trời xanh nắng ấm với những đám mây trắng đẹp Vân Nam đang theo dòng nước trôi về Phương Nam, không nói ra nhưng cả ba có chung một ý nghĩ là với người nông dân Nam Bộ sống nơi đồng bằng châu thổ thì đó lại là những đám Mây Bão báo hiệu thiên tai đang đổ đến từ Phương Bắc.

Lan Thương Giang, là khúc sông Mekong cuồng nộ từ cao nguyên Tây Tạng đổ vào Vân Nam qua những hẻm núi cao dốc trắc trở và cũng là địa hình lý tưởng cho chuỗi 7 con đập bậc thềm Vân Nam với tiềm năng thuỷ điện lên tới 15,400MW, nay tăng lên tới 14 con đập. Các dự án xây đập được TQ tiến hành mà không có những công trình nghiên cứu khả tín nào về hậu quả ra sao nơi các quốc gia hạ nguồn_ 89

*Cây cầu cũ Cảnh Hồng Made in USSR 1977 như một sản phẩm kỹ thuật hạng hai, hoàn toàn bất khiển dụng, chỉ dành cho xe đạp và người đi bộ_ **

*Cây cầu treo khổng lồ Cảnh Hồng Made in China bắc ngang sông Lan Thương / Mekong, do công ty Cầu Đường Thượng Hải hoàn tất 1999 đẹp lộng lẫy như một con công dang cánh múa_ **

*Máy kéo trở thành phương tiện giao thông của dân quê Vân Nam. Cũng là cảnh thường gặp trên các con đường quê xứ Lào_ **

*Nghề đánh cá bằng chim Cốc/ Cormorants trên hồ Nhĩ Hải bên cổ thành Đại Lý, với các chiếc vòng trên cổ mỗi con để ngăn không cho chúng nuốt xuống những con cá lớn bắt được. Do cá ngày càng ít đi nước hồ ô nhiễm, duy trì sinh cảnh ấy ngày nay chỉ cốt để hấp dẫn du khách _**

*Đàn chim Cốc đang tự do vùng vẫy săn cá trên hồ Nhĩ Hải, trước như một sinh hoạt ngư nghiệp truyền thống của sắc dân Bạch, thì nay chủ yếu chỉ để mua vui cho du khách_ **

*Một cổng thành của cổ thành Đại Lý với chiều dày hơn 3000 năm lịch_* sử_**

*Săc dân Bạch với, Chùa Ba Ngôi được xây từ thế kỷ thứ 9_**

*Thạch lâm_ Rừng đá vạn cổ Vân Nam cùng tuổi với rặng Hy Mã Lạp Sơn khoảng hơn 300 triệu năm trước, là một địa hình kỳ lạ với đủ hình dáng gợi trí tưởng tượng phong phú của người dân Vân Nam như hình voi con, vũng gương, nấm bất tử... nguyên là từ đáy biển nhô lên_ **

Sơ đồ lộ trình Đoàn Thám Hiểm Pháp ngược dòng sông Mekong (1866-1873). Đoàn khởi hành từ Sài Gòn ngày 05-06-1866, với cuộc hành trình gian khổ 2 năm 24 ngày với chặng cuối cùng là từ Hán Khẩu đi Thượng Hải rồi xuống tàu trở về tới Sài Gòn ngày 29-06-1868 đem theo chiếc quan tài của Doudart De Lagrée, trưởng đoàn, với kết luận trái với niềm lạc quan ban đầu của Francis Garnier: sông Mekong không thể là thuỷ lộ giao thương tới Trung Hoa_ 30

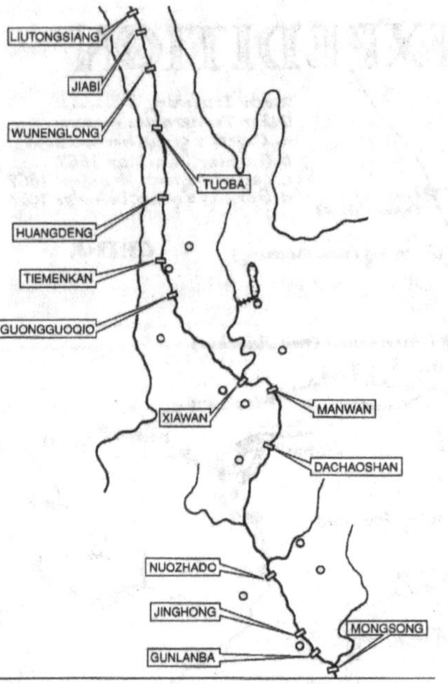

Tiềm năng thủy điện 14 con đập Bậc Thềm Vân Nam trên sông Lan Thương
(đã hoạt động phát điện)*

1/ Liutongsiang	*550 MW*
2/ Jiabi	*430 MW*
3/ WunengLong	*800 MW*
4/ Tuoba	*1,640 MW*
5/ Huangdeng	*1,860 MW*
6/ Tiemenkan	*1,780 MW*
7/ Gongguoqio	*900 MW*
8/ Xiaowan	*4,200 MW*
*9/ Manwan**	*1,500 MW*
*10/Dachaosan**	*1,350 MW*
11/Nuozhado	*5,000 MW*
*12/ Jinghong**	*1,350 MW*
13/ Gunlanba	*150 MW*
14/ Mengsong	*600 MW*

14 CON ĐẬP BẬC THỀM VÂN NAM
TRÊN SÔNG LAN THƯƠNG / MEKONG
[Tài liệu Tỉnh Vân Nam 1995]

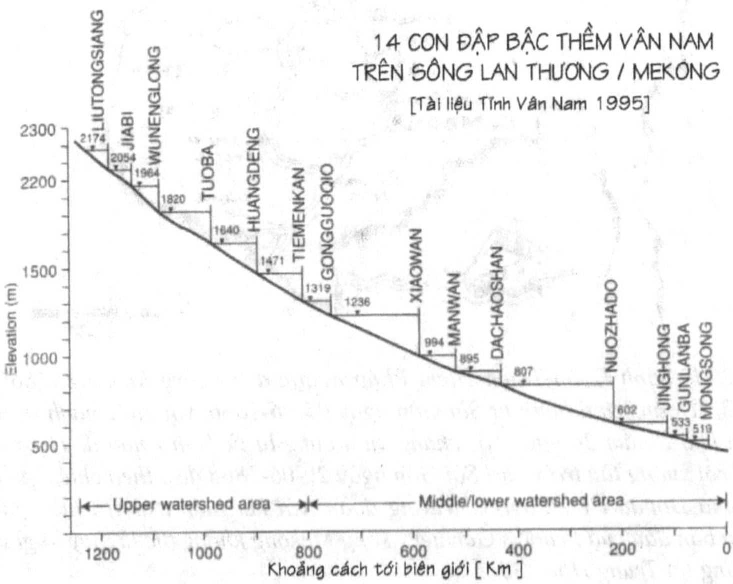

CHƯƠNG III

NỤ CƯỜI BANGKOK VÀ NƯỚC MẮT ĐỨC PHẬT THÍCH CA

Viết sử mà không có nước ở trong đó là một thiếu sót lớn. Kinh nghiệm nhân loại đâu có khô khan đến như vậy. Donald Worster, Rivers Empire, 1985

Sau hội nghị Vân Nam, Cao trở lại Thái Lan xứ sở của những nụ cười. Với diện tích nửa triệu km2 gần bằng nước Pháp, dân số 60 triệu và không ngừng gia tăng mỗi năm, 95% theo đạo Phật Tiểu Thừa và 5% còn lại là các tôn giáo khác.

Thái Lan tiếp giáp với Mã Lai, Miến Điện, Lào và Cam Bốt; với miền trung là châu thổ phì nhiêu và là "vựa lúa" của Thái. Có hai con sông chính: phía tây là con sông Chao Phraya với nhiều phụ lưu chảy qua Bangkok và đổ ra vịnh Xiêm La, phía đông là con sông Mekong dũng mãnh cũng với nhiều phụ lưu như một biên giới thiên nhiên giữa Thái Lào, chảy qua Cam Bốt nam Việt Nam trước khi đổ ra Biển Đông. *"Nainaam mii plaa, nai naa mii khao/ Dưới nước có cá và trên ruộng có lúa"* là câu thuộc nằm lòng của trẻ Thái khi cắp sách tới trường.

Khí hậu nhiệt đới với mùa mưa và mùa khô, rõ nét nhất là vùng đông bắc Thái với mùa mưa kéo dài từ tháng Tư tới tháng Mười.

Mùa cầy cấy, chài lưới và các ngày hội lễ luôn luôn hòa nhịp. Mưa hay khô thì cũng là nóng ẩm quanh năm khiến Loubère một viên chức ngoại giao Pháp viếng Thái Lan vào thế kỷ 17 đã đi tới kết luận bỉ thử là cái nóng ấy làm "nhu nhược lòng can đảm" khiến chỉ cần "vung lưỡi kiếm là cả trăm người Thái bỏ chạy".

Mao Trạch Đông cũng đã từng so sánh Thái Lan với tỉnh Tứ Xuyên của Trung Hoa về diện tích thì tương đương mà dân số Tứ Xuyên đông gấp đôi nên cho rằng Trung Hoa cần đưa người xuống Thái Lan để ở. [sic]

Sự thực người Thái hãnh diện với lịch sử lập quốc của họ. Vào thế kỷ 13 khi quân Nguyên Mông do Hốt Tất Liệt chỉ huy đã chinh phục xong Trung Hoa, đánh bại vương quốc Đại Lý nguyên là nước Nam Chiếu của sắc dân Bạch hùng mạnh; thì những người Thái từ cao nguyên Vân Nam để trốn giặc Mông Cổ đã bỏ chạy xuống phương nam, định cư tại Sukhothai và chọn Ayuthaya làm kinh đô. Người Khmer đã miệt thị gọi những người Thái này là Xiêm/ Syamas vốn là tên gọi các sắc dân sơ khai. Và để đáp ứng nhu cầu xây dựng các khu đền đài Angkor ngày một tráng lệ và vĩ đại hơn, dân Thái đã bị người Khmer bắt về làm khổ sai. Angkor không chỉ là vùng đất lầm than của những người nô lệ Thái mà còn cả với chính người dân Khmer nữa. Tới thế kỷ 14, lợi dụng sự chia rẽ và cả thất nhân tâm của triều đình Angkor Khmer, các vua Xiêm bắt đầu thường xuyên tổ chức những cuộc xâm lăng đánh phá. Cuộc chiến dai dẳng kéo dài ngót một thế kỷ, kết thúc bằng sự toàn thắng của Xiêm La, đế đô Angkor đã bị người Xiêm tàn phá và đến lượt những người Khmer bị bắt về Xiêm làm nô lệ. Từ thế kỷ 15, hơn nửa lãnh thổ phía tây Cam Bốt bị sáp nhập vào Xiêm La. Trải qua 33 đời vua kéo dài hơn 400 năm, đến hậu bán thế kỷ 18, Ayuthaya lại bị quân Miến Điện xâm lăng tàn phá khiến những cộng đồng người Thái lại phải chạy xa hơn nữa xuống phía nam định cư dọc theo bờ sông Chao Phraya và đóng đô tại Thon Buri là một phần thủ đô Bangkok bây giờ. Mười lăm năm sau, có một vị tướng tên Chakri, có tên Việt Nam là Chất Tri đã từng đem quân sang đánh

Chân Lạp khiến Nguyễn Vương phải sai quan Chưởng Cơ Nguyễn Hữu Thoại và Hồ Văn Lân đem 3000 quân sang cứu.

Chất Tri đã tập hợp được dân chúng Thái nổi lên đánh đuổi người Miến Điện giành lại quyền tự chủ và mở ra triều đại Chakri trị vì cho tới nay với Bhumibol Adubjadej là đời vua thứ 9.

Tên Bhumibol Adubjadej có nghĩa như sức mạnh của đất. Ông sinh năm 1927 tại Cambridge tiểu bang Massachusetts ở Mỹ, phụ thân nguyên là bác sĩ ở Boston. Bhumibol theo học kỹ sư đại học Lausanne Thụy Sĩ, thông thạo hai ngôn ngữ Anh Pháp, là tay đua thuyền cự phách từng đoạt huy chương vàng Á Vận Hội, ông còn là một nhạc sĩ thổi Saxo có hạng. Sau thời gian du học, ông về nước và được tôn lên ngôi năm 1950. Cũng như ông Hoàng Sihanouk, vua Bhumibol đã có thời gian xuống tóc vào chùa tu theo đúng tục lệ của những người đàn ông theo đạo Phật Tiểu Thừa.

Cuộc binh biến 1932, đã chấm dứt vương quyền độc tôn, Thái Lan theo chế độ quân chủ lập hiến giống như Anh Quốc, vua và hoàng gia chỉ có vai trò lễ nghi. Nhưng đến đời Bhumibol thì tình hình đổi khác, nhà vua không chỉ để làm vì ông là một trọng tài được kính trọng bởi mọi phía.

Giữa một xã hội Thái không ngừng có những biến động vậy mà ông vẫn vững vàng trị vì suốt 48 năm. Trong thời gian ấy ông luôn luôn giữ được sự độc lập và đứng trên mọi tranh chấp phe phái và khi cần phải can thiệp thì tiếng nói của ông được kính trọng lắng nghe. Điển hình là vào tháng 10 năm 1973 khi xảy ra vụ bạo loạn đổ máu ở Đại học Thammasat, nhà vua đã khuyến cáo Thanom đang là thủ tướng và đám thuộc hạ phải rời khỏi xứ để tránh hỗn loạn thêm và họ đã tuân theo. Tương tự như vậy sau chuỗi biến cố đẫm máu vào tháng 5 năm 1992, vua cho gọi viên tướng chỉ huy Suchinda cũng đang là thủ tướng tới dinh và trước ống kính truyền hình, Suchinda đã phải bò quỳ lạy trước nhà vua và bị công khai khiển trách quân đội dã man đàn áp các đoàn biểu tình, sự kiện này đưa tới vụ từ nhiệm và ra đi của Suchinda đang đầy quyền uy. Không phải tự nhiên mà nhà vua được dân Thái yêu mến như vậy.

Trong suốt những năm trị vì, vua và hoàng hậu Sirikit đã không ngừng đi thăm viếng khắp nước Thái, theo dõi các dự án phát triển, quan tâm tới phúc lợi và an sinh của người dân. Khi mà nhà vua là yếu tố để đoàn kết và ổn định xã hội Thái trong ngót nửa thế kỷ, thì một câu hỏi lớn được nêu ra là sau Bhumibol liệu ai là người có thể thay thế nối ngôi trong khi hoàng thái tử thì hoang đàng chỉ là một phó bản mờ nhạt của phụ thân. Đây đang là mối ưu tư của mỗi người dân Thái.

Máy bay giảm cao độ và lượn vòng chuẩn bị đáp xuống phi trường quốc tế Don Muang ngoại ô phía đông bắc Bangkok. Nếu không có bóng dáng của những ngôi chùa tháp, Bangkok hoàn toàn là hình ảnh của một đô thị Tây Phương hóa nhưng bao phủ nhiều đám mây độc hơn.

Bangkok ở phía cực nam xa bờ sông Mekong nhưng lại là trụ sở đầu não của Ủy Ban Sông Mekong từ 1957, nơi hình thành những quyết định ảnh hưởng trên số phận của hàng triệu người sống trong lưu vực con sông và dĩ nhiên họ chẳng bao giờ được hỏi ý kiến. Bangkok cũng là nơi có Viện Y Khoa Nhiệt Đới nổi tiếng Đông Nam Á cùng với Walter Reed nghiên cứu tìm thuốc chủng ngừa sốt rét, một bệnh giết người với dạng Plasmodium Falciparum kháng thuốc vẫn còn là thảm họa cho cư dân thuộc lưu vực sông Mekong.

Bangkok là kinh đô của Triều Đại Chakri, với ngôi chùa vàng Wat Phra Kaeo còn giữ được ngọc xá lợi của Đức Phật, với cung điện và những vũ điệu hoàng gia cổ truyền kiêu sa đầy nhục cảm nhưng vẫn mang vẻ thanh thoát.

Là thủ đô của hơn 10 triệu dân với ngổn ngang và chật cứng những khối bêtông cốt sắt, đầy những tiếng động chát chúa và nạn kẹt xe nhất thế giới – với giai thoại nhà sư chọn đi bộ từ Downtown về chùa ông vẫn tới nơi sớm hơn 20 phút thay vì đi xe bus. Bangkok còn nổi tiếng đáng sợ về không khí đầy ô nhiễm với những đám khói carbon monoxide phun ra từ hàng triệu ống khói xe, với cuồn cuộn những đám khói hóa chất - cả khói trắng phosphore tuôn ra từ các nhà máy Khlong Toey khu bến cảng lớn của Bangkok. Dưới bầu trời ngột ngạt bụi khói làm chảy nước mắt ấy tưởng như không còn dưỡng khí để thở và những con người lao động bải hoải thì vẫn không ngừng bị vắt kiệt sức thêm nữa. Nhưng với đám doanh nhân Thái giàu có, trong đó có nhiều người gốc Hoa, thì lại khác. Họ là giai cấp mới cấu kết chặt chẽ với giới quân phiệt độc quyền nắm mọi ngành sinh hoạt kinh tế, họ làm việc trong những căn phòng 24 giờ máy lạnh hoặc nếu không thì cũng ngồi trong những chiếc Mercedes-Benz lộng lẫy có máy điều hòa không khí với cellular phone cầm tay không ngừng giao dịch liên lạc với các công ty tư bản quốc tế. Với họ thì ngoài những ngày Bangkok sống cách biệt trong những khu biệt thự trên cao thì vẫn còn đâu đó ngay trên đất Thái những khoảng thiên nhiên nguyên vẹn tinh khiết dành riêng cho họ với những sân golf mượt cỏ xanh, những bãi cát trắng ngần và biển thì trong xanh như ngọc để trong khoảnh khắc có cảm tưởng rằng cái đô thị Bangkok nghẹt thở ấy như ở một nơi rất xa đến nửa vòng trái đất và cả rất xa trong ký ức.

Sẽ là một thiếu sót nếu không nhắc tới Bangkok như một chiến khu nơi hội họp tấp nập đi về của các lãnh tụ kháng chiến và phục quốc Việt Nam đến từ hải ngoại.

Trong khi chờ Hộ trở lại từ Singapore, Cao lại có dịp tới thăm tiến sĩ Chamsak, thăm trường Đại Học Thammasat trên đường Na Phrathat về phía bắc. Khác với đại học Chulalongkorn bảo thủ, Thammasat vẫn được coi là nơi tập trung của các thành phần cấp tiến bất mãn và chống chánh phủ. Các cuộc xuống đường của sinh viên những năm 1973, 1992 và những năm sau đó đã bị quân đội đàn áp dã man. Tên tuổi tiến sĩ Chamsak luôn luôn gắn liền với các cuộc đấu tranh bởi vậy ông rất được giới trẻ sinh viên mến mộ. Nhóm tướng lãnh cầm quyền thì coi ông là một trí thức tả khuynh, một tên vô chính phủ và nguy hiểm hơn nữa ông còn bị gán cho là cộng sản. Nhưng ông giáo sư khuynh tả Chamsak ấy lại là người bạn thân thiết của nhà vua và cả hoàng gia.

Sau bao nhiêu những cuộc biểu tình xuống đường kể cả chịu đổ máu mà vẫn chẳng thay đổi được gì nếu không muốn nói là tình hình còn trở nên tồi tệ hơn. Giống như tấn thảm kịch ở Huế vào những năm 60, do quá thất vọng một số trí thức và sinh viên tranh đấu đã "vô bưng" gia nhập đảng cộng sản Thái CPT_ Communist Party of Thailand, một lực lượng du kích võ trang lên tới 14 ngàn người kiểm soát nhiều vùng rộng lớn trên cao nguyên Isan thuộc đông bắc Thái. Cũng là vận may cho Thái Lan khi giới lãnh đạo CPT bị phân hóa trầm trọng phe theo Trung Hoa ủng hộ Khmer Đỏ, phe theo Cộng Sản Việt Nam và Liên Xô nên bị suy yếu và tan rã sau đó.

Nếu chỉ dựa trên những con số thống kê thì kinh tế Thái phát triển rất nhanh, nhưng người am hiểu thì cho rằng bước tiến nhảy vọt ấy là thứ vũ khúc trên núi lửa_ la danse sur le volcan, nói theo ngôn từ của một nhà báo Pháp. Càng phát triển thì khoảng cách giàu nghèo càng gia tăng, nông dân mất ruộng đất thất nghiệp đổ dồn về sống trong những khu ổ chuột bên các con sông đã trở thành cống rãnh. Chất độc trong nước trong không khí hòa lẫn vào mỗi tô canh thấm vào trong mỗi buồng phổi. Ô nhiễm kỹ nghệ ấy nếu không làm chết thai nhi ngay trong bụng mẹ thì cũng đã tạo ra những quái thai. Năm 1991, World Bank_ Ngân Hàng Thế Giới và International Monetary Fund_ Quỹ Tiền Tệ Quốc Tế đã tổ chức Hội Nghị Bangkok để khoe khoang thành tích "phép lạ kinh tế Thái". Cùng thời gian ấy cũng tại Bangkok, tiến sĩ Chamsak và các tổ chức bảo vệ môi sinh đã song song mở một hội nghị khác nêu lên "cái giá phải trả về con người và môi sinh" đối với bước hiện đại hóa của Thái, điều mà giáo sư Chamsak đã mỉa mai gọi đó là "sự phát triển tệ hại/ mal-development" thay vì " phát triển tốt".

Rất am tường về ảnh hưởng của canh tân và phát triển trên hệ sinh thái, tiến sĩ Chamsak là tác giả bộ sách nổi tiếng "Counting the Costs: Economic Growth and Environmental Disaster in Thailand_ Tính Giá phải trả: Phát Triển Kinh Tế và Thảm Họa Môi Sinh ở Thái Lan", chỉ nguyên nhan đề cuốn sách đã nói lên tất cả và theo Cao thì chỉ cần đổi các địa danh đây cũng là một cuốn sách nói về cái giá mà Việt Nam đang phải trả khi bước vào con đường Đổi Mới.

Gặp lại ông, Cao ngỏ ý muốn đi thăm những con đập Thái Lan thì được tiến sĩ Chamsak tổ chức cho đi thăm con đập Bhumibol, là con đập lớn đa năng_ multipurpose đầu tiên khởi đầu cho một hệ thống đập chằng chịt của Thái Lan mấy chục năm sau đó.

Từ Bangkok bằng xe bus với hơn 7 tiếng đồng hồ đi về hướng bắc là tới bản Tak, nằm dọc theo bờ đông con sông Ping phía xa dưới con đập Bhumibol. Nguyên là khu buôn bán sầm uất trên sông, nhưng những năm gần đây bản Tak nổi tiếng là một trung tâm buôn lậu bạch phiến, ngọc quý và gỗ teak chuyển lậu từ Miến Điện sang để đổi lấy súng ống vàng và hàng tiêu dùng. Hình ảnh thường gặp dọc quốc lộ Prahonyotin là những đoàn xe be chở những thân gỗ quý được lính Thái canh gác. Cuộc buôn bán phi pháp nhưng công khai ấy được đồng lõa yểm trợ bởi các ông Tướng Thái.

Cũng bằng xe bus từ bản Tak theo đường số 1 về hướng bắc khoảng hơn 40km đổi bus chạy thêm một chặng đường ngắn nữa là tới đập Bhumibol. Khu vận hành phía dưới con đập được trang trí hấp dẫn như một tụ điểm du lịch với vườn cây cảnh, khu bán đồ lưu niệm và cả khu vãng lai cho du khách. Là một con đập lớn trên sông Ping phụ lưu của con sông Chao Phraya, cao tới 150m với hồ chứa dài hơn 100km - xa hơn đoạn đường từ Sài Gòn ra tới Vũng Tàu, dung lượng 12 200 triệu m3 nước, có thể dùng thuyền du ngoạn trên mặt hồ lên tới tận nguồn của con đập, du khách có thể lên bờ mua gói cá khô hay các món ăn thổ sản khác.

Sau hơn ba thập niên với hơn 40 con đập hoàn tất, vấn đề gai góc nhất đối với Thái Lan là "tái định cư_ resettlement".Bởi vì quỹ tài trợ xây đập thường không bao gồm khoản tiền lớn lao tương xứng với công cuộc tái định cư tốn kém và lâu dài này. Tấn thảm kịch của hàng trăm ngàn dân làng mất ruộng vườn nhà cửa do các con đập bao nhiêu năm sau vẫn chưa được giải quyết. Sau mỗi con đập là một tái diễn tấn thảm kịch ấy, với những nỗi thống khổ tích lũy nhưng chẳng hề lay động được lòng thờ ơ và cả bất nhẫn của chánh phủ và giới kỹ nghệ doanh thương Thái.

- Họ bảo chúng tôi hy sinh nhà cửa ruộng vườn để cho đất nước

Thái lan được phát triển, nhưng chỉ có các ông chủ hãng đã giàu lại càng giàu có thêm. Họ cũng hứa hẹn cấp cho chúng tôi nhà cửa ruộng đất, với cả đường xá và điện nước nhưng thực tế họ ném chúng tôi lên một vùng đất khô cằn thiếu cả nước uống. Cố gắng làm ăn cực nhọc cũng không đủ sống, nên phần đông đã bỏ ra đi, tiếp tục một cuộc sống vất vưởng ở một nơi khác. Họ đối xử với chúng tôi như những cọng rác! Mà đã là cọng rác thì làm sao mà có tương lai!

Thanom vẻ mặt già nua đau khổ, ánh mắt buồn bã hướng nhìn về phía thượng nguồn của con đập nơi cả một ngôi làng thân yêu bị dìm sâu đã hơn 30 năm, ông ta đã cay đắng nói với chúng tôi như vậy.

Lên với cao nguyên Isan khô cằn. Là cả một vùng cao nguyên rộng lớn và khô hạn phía đông bắc Thái, bao quanh bởi con sông Mekong_ một biên giới tưởng như là thiên nhiên nhưng thật ra rất oan nghiệt do thực dân Pháp và Anh toa rập với nhau cắt một phần lớn đất Lào sát nhập vào Thái từ 1941, do đó cư dân Isan đa số là người Lào còn gọi là Thay I-Xan, chiếm 1/3 dân số Thái_ nói cùng ngôn ngữ, chủ yếu sống bằng nghề nông vẫn với nhịp độ của con trâu cái cày và các nghề hạ bạc. Cũng phải kể tới một số không ít những người Việt sinh sống lâu năm ở đây.

Isan nguyên là vùng hẻo lánh và nghèo nàn cho tới những năm 60, để đáp ứng với cường độ chiến tranh gia tăng tại Việt Nam và đã lan rộng ra ba nước Đông Dương và cũng để ngăn chặn xâm nhập của cộng sản vào đất Thái, người Mỹ đã ồ ạt đổ tiền vào phát triển cao nguyên Isan, mở mang những hệ thống xa lộ tối tân, xây 4 phi trường quân sự chiến lược, nơi xuất phát các đoàn máy bay phản lực oanh kích Bắc Việt và cả những đoàn cấp cứu các phi công Mỹ bị bắn rơi. Mỹ cũng tích cực giúp Thái xây các con đập thủy điện trên phụ lưu sông Mekong điển hình là hai con đập Nam Pong và Nam Pung, nhằm điện khí hóa nông thôn, cải thiện hệ thống dẫn thủy khiến mức nông sản gia tăng vượt mức.

Là quốc gia duy nhất ở Đông Nam Á không bị ách đô hộ của

thực dân Anh Pháp vào thế kỷ 19, lại thoát khỏi nửa thế kỷ chiến tranh, được hưởng lợi từ cuộc chiến tranh Việt Nam, và còn tiếp tục được hưởng lợi sau cuộc chiến ấy do dịch vụ cung cấp gạo thực phẩm cho hai triệu người Việt hải ngoại_ phải nói rằng thập niên 80 là thời kỳ phát triển huy hoàng nhất của Thái Lan: đứng đầu thế giới về xuất cảng lúa gạo, sản lượng tăng 600% so với diện tích canh tác chỉ tăng 68%, chưa kể số ngoại tệ thu về còn cao hơn trong lãnh vực du lịch, kỹ nghệ điện tử, bông sợi cao su và kim đá quý.

Thái Lan còn dẫn đầu về tốc độ gia tăng khủng khiếp bệnh AIDS. Chỉ riêng Ban Wanalang một ngôi làng nhỏ ở Bắc Thái đã có 95% dân làng nhiễm HIV không thuốc men chữa trị, chẳng bao lâu nữa ngôi làng ấy trở thành một bãi tha ma_ no man's land. Cao tự hỏi phải chăng đây là giải pháp triệt để điều hòa dân số trong lưu vực sông Mekong.

Như một kỹ nghệ - Sex Industry, Sex Tour kết hợp với du lịch vẫn không ngừng phát triển ở Thái và còn lan rộng sang các nước lân bang. Cho dù có tới hai triệu phụ nữ Thái kể cả trẻ em đã bị lôi cuốn vào nghề mãi dâm nhưng vẫn không đủ đáp ứng cho nhu cầu của hơn 7 triệu du khách ngoại quốc/ farangs mỗi năm trong số đó 70% là giới đàn ông, tới Thái Lan như hành hương tới thánh địa tình dục/ true sex meccas. Và Thái đã phải nhập cảng thêm phụ nữ: "những sex workers". Đã có khoảng 30 ngàn cô gái Miến Điện đang công khai hành nghề mãi dâm ở Thái và con số này không ngừng tăng thêm. Rồi còn phải kể tới những cô gái từ Cam Bốt, Lào, Việt Nam và cả từ Vân Nam Trung Hoa, có lẽ chưa lan tới Tây Tạng. Riêng các cô gái Việt thì hoặc bị bán ra ngoại quốc qua những tổ chức giả danh giới thiệu việc làm nhiều tiền theo ngả chánh thức bằng giấy tờ xuất cảnh hợp pháp hoặc lén lút đưa qua ngả biên giới Việt Nam Cam Bốt để bán cho các ổ điếm tại đây hoặc đưa qua Thái Lan. Đa số là những cô gái nghèo ít học xuất thân từ nông thôn, chưa biết gì về hiểm họa bệnh AIDS. Cô gái nào may mắn mà trốn được về, trở lại đời sống hiền lương thì các cô lại trở thành một thứ bom nổ chậm_ time bomb, trở thành ổ dịch lây lan bệnh

AIDS ngay tại quê nhà.

Không thể không nhắc tới những cô gái Việt thuyền nhân bị hải tặc Thái Lan bắt hãm hiếp trên Biển Đông sau đó nếu chưa chết chưa bị giết thì lại bị đưa về bán cho các chủ chứa ở trên đất Thái như những nô lệ tình dục. Máu lệ của những nạn nhận ấy không chỉ là nỗi đau sót của người dân Việt mà còn là nỗi điếm nhục cho quốc gia Thái. Vụ hỏa hoạn tháng 10 năm 1985 thiêu rụi một khách sạn nổi tiếng ở thủ đô Bangkok đã gây kinh hoàng cho toàn thế giới: dưới đống tro than người ta đã tìm ra xác của hơn 50 phụ nữ bị chết cháy trong tư thế tay chân bị khóa hay xiềng xích_ trong số đó chắc chắn không thể không có những phụ nữ Việt Nam đã từng là nạn nhân của hải tặc Thái Lan.

Với một nước Lào mới mở cửa mà biểu tượng là chiếc cầu Hữu Nghị_ Mittaphap bắc qua con sông Mekong giữa Vạn Tượng và Nong Khai từ 1994, Thái lại đang rầm rộ quảng cáo về các chuyến du lịch mở rộng sang Lào với hứa hẹn cung cấp cho du khách những cô gái Lào không những trẻ đẹp mà còn được "guarantee" là những "AIDS-free women". Theo báo Vientiane Times thì chỉ mới có 55 người Lào bị nhiễm HIV trong đó có 10 trường hợp bị AIDS. Thực ra đó là những con số của một quá khứ đã rất xa.

Thái Lan lại còn rất nổi tiếng và được thế giới biết tới như một siêu thị lớn nhất về muông thú_ kể cả những chủng loại đang có nguy cơ bị tiêu diệt. Thú vật sống như cọp báo gấu cá sấu con và đủ các loại chim muông hiếm quý. Thú chết gồm đủ loại thịt rừng, rồi tới da cọp, ngà voi, sừng tê giác... được đem tới từ Miến Điện, Cam Bốt, Lào và Việt Nam. Năm 1988, trước Thế Vận Hội Mùa Hè đã có 200 con gấu Miến Điện được chuyển lậu từ Thái sang Hán Thành nhằm cung cấp cho các lực sĩ món ăn tăng cường sinh lực. Cho dù có áp lực gia tăng từ các nhóm Bảo Vệ Thú Vật và Môi Sinh yêu cầu Thái tôn trọng Quy Ước Mậu Dịch Quốc Tế trong việc giới hạn buôn bán các giống thú hiếm nhưng ngay giữa thủ đô Bangkok không phải là đã bớt những tiệm ăn với đủ loại thịt rừng để đáp ứng mọi khẩu vị kỳ quái của du khách.

Một Tương lai Khô hạn. Song song với những bước phát triển nhảy vọt, thực sự Thái Lan đang phải đương đầu với những vấn nạn và trầm trọng hơn cả là cơn khủng hoảng thiếu nước. Từ 1993 mực nước trong các con đập có khi xuống thấp chỉ còn 1/3. Theo các chuyên viên Thủy Lợi Hoàng Gia Thái thì phải cần tới 7 tỉ m3 nước cho nông gia vùng trung thổ trong mùa khô trong khi các con đập chỉ cung cấp chưa tới phân nửa trong khoảng thời gian này. Chưa kể tới con sông Mekong dũng mãnh còn khá nguyên vẹn, con sông cái_ Menam lớn thứ hai Chao Phraya đang bị sút giảm dòng chảy khiến nước mặn từ vịnh Thái Lan tràn vào, phá hủy rộng rãi mùa màng và các vườn cây trái.

Tình trạng thiếu nước này đã gây ra nhiều cuộc tranh cãi về môi sinh: đổ lỗi cho đô thị hóa tăng dân số, tăng diện tích canh tác tăng vụ trong mùa nắng, nạn phí phạm nước của nông gia và trong kỹ nghệ; còn phải kể tới sự đổi thay về thời tiết do nạn phá rừng tự sát và cả Hiện Tượng El Nino cộng thêm vào. Đã vậy các con đập còn bị đặt dưới quyền kiểm soát của Phân Cục Thủy Điện Thái nên luôn luôn có khuynh hướng tháo nước tùy tiện miễn sao có đủ điện cung ứng kỹ nghệ với hậu quả là lãng phí một trữ lượng nước lớn trong mùa mưa...

Các biện pháp giải quyết như khẩu phần hóa lượng nước gia dụng và kỹ nghệ, bán nước cho nông gia buộc họ phải tiết kiệm, khuyến khích trồng loại nông sản ít cần nước... Nhưng trong thực tế các biện pháp ấy chỉ có giá trị trên lý thuyết nên cuối cùng giải pháp luôn luôn hấp dẫn vẫn là xây thêm đập. Chỉ có điều các khúc sông có thể xây đập thì đã tận dụng cả rồi, nếu phải chọn thêm những nơi khác có nghĩa là sẽ phá hủy trầm trọng thêm về môi sinh. Ngay cả với những con đập hiện có đã chẳng phải là một toan tính khôn ngoan. Bởi vì các nhà kỹ nghệ xây đập ngoại quốc đang thất nghiệp thì chỉ muốn có thêm đập để xây ở bất cứ đâu và hậu quả là đập xây xong không có đủ nước cho hồ chứa. Do lượng mưa thấp lại thêm hiện tượng nước nhỉ thoát qua lòng đập đá vôi_ limestone bed nhiều hơn dự đoán đã khiến cho những con đập nổi tiếng như

Bhumibol hoàn tất 1964 và con đập mang tên Hoàng Hậu Sirikit_ cho tới nay chưa bao giờ đủ nước để trữ đầy. Tình cảnh cũng không khá gì hơn ngay với con đập Shrinakanin lớn nhất trên cao nguyên Isan hoàn tất từ 1977. Đa số các con đập Thái Lan đều do Ngân Hàng Thế giới tài trợ và giới thẩm quyền World Bank không phải là không biết điều đó khi mà Mason và Asher đã rất sớm đưa ra nhận xét: "Tiềm năng của con sông Ping - một phụ lưu sông Chao Phraya, nơi xây con đập Bhumibol đã được đánh giá quá cao...Với sự thiếu hụt công suất điện và cả nỗi thất vọng về thủy lợi khiến người ta cần phải xét lại những dự án các con đập đa năng và tự hỏi đó có phải là giải pháp đúng để phát triển kinh tế hay không?"

Và hiển nhiên cuối cùng, giải pháp đầy hứa hẹn là Thái hướng về khai thác nguồn nước phong phú của con sông Mekong dũng mãnh. Phản ánh quan điểm ấy, và cũng không dấu tham vọng muốn trở thành tiểu bá cấp vùng, bộ trưởng Thương Mại Thái Akrasanee đã dõng dạc phát biểu trước Hội Đồng Thương Mại Hỗn Hợp Mỹ và Các Quốc Gia Đông Nam Á tháng 5/97: "Thái Lan muốn đóng vai trò chủ chốt_Anchor role trong kế hoạch phát triển sông Mekong." Thái chỉ sợ bị trừng phạt bởi Bắc Kinh nhưng nước lớn Trung Hoa lại ở vị trí thượng nguồn; còn riêng với ba nước trong khu vực hạ lưu, Thái Lan chỉ cần hội ý rồi đổi dòng chảy và cho dù ai đó có lên tiếng phản đối cũng không có quyền phủ quyết_ veto power.

Tin Asia Pulse Hà Nội 07/98. Một chương trình sử dụng nước sông Mekong sắp được Ủy Hội Sông Mekong (MRC) chuẩn y và áp dụng vào năm 1999. Chương trình được tài trợ bởi Ngân Hàng Thế Giới và một số nước khác, số tiền đầu tư lên tới 110 triệu đôla. Đây là một dự án quan trọng đối với các nước trong lưu vực, nhằm sử dụng nước sông Mekong một cách công bằng và hợp lý với những nguyên tắc chia nước giữa các quốc gia trong lưu vực...

Cao và Nhóm Bạn Cửu Long đã đón nhận bản tin ấy với nhiều câu hỏi và ngờ vực. Liệu biết lưu lượng dòng chảy trồi sụt bao nhiêu mà chia chác và làm sao mà kiểm soát đo đạc. Là một con sông quốc tế, con sông Mekong những năm gần đây nghiễm nhiên chiếm một vị trí đặc biệt quan trọng về phương diện địa dư chánh trị, kinh tế xã hội, cả về khai thác tài nguyên thiên nhiên và bảo vệ môi sinh. Bởi vì không phải chỉ riêng Thái Lan thiếu nước mà đó là tình trạng khủng hoảng chung của 6 quốc gia trong lưu vực. Như Đồng Bằng Sông Cửu Long, hiện có 2.4 triệu hecta là vùng sản xuất lúa gạo và thủy sản, cung cấp 50% lượng thực phẩm cho cả nước. Nếu không đủ nước trong mùa khô thì sẽ có tới 2 triệu hecta đất trồng trọt bị ngập mặn, sẽ là một thảm họa không những cho mùa màng mà còn trên toàn hệ sinh thái vùng châu thổ, sẽ ảnh hưởng ngay trên chén cơm vơi đầy của mỗi người dân Việt.

Trong tương lai cho dù Viện Lúa Gạo Quốc Tế ở Los Banos có thể tạo ra giống Lúa Siêu Thần Nông chịu được khô hạn nhưng sẽ chẳng có cây siêu lúa nào sống sót được trên vùng biển mặn. Nạn nhiễm mặn không chỉ giới hạn trong vùng Đồng Bằng Sông Cửu Long mà còn có thể lấn sâu và tiến xa lên tới tận Nam Vang.

Từ Hạ Lưu tới Lưu Vực Lớn Sông Mekong. Thời Trung Hoa còn đóng cửa, người ta chỉ nói tới phát triển Vùng Hạ Lưu Sông Mekong_ Lower Mekong Basin gồm Thái Lan và 3 nước Đông Dương. Tới thập niên 90 thì người ta nói tới một phân vùng kinh tế mở rộng gồm thêm 2 nước thượng nguồn là Trung Hoa và Miến Điện, có tên là Lưu Vực Lớn Sông Mekong_ Greater Mekong Subregion (GMS) với quan niệm mới: Phát triển Tam giác_ Growth Triangle Concept nhằm khai thác tính bổ sung_ complementarity của các quốc gia láng giềng tùy theo giai đoạn phát triển kinh tế của mỗi nước cho dù có những khác biệt về định chế xã hội, nhằm thăng tiến khả năng cạnh tranh mậu dịch mà không tạo ra những hiểm nguy về chánh trị. Đó là một kế hoạch phát triển vĩ mô rất hấp dẫn bao trùm toàn lưu vực sông Mekong. Về giao thông: mở xa lộ từ Bangkok - Nam Vang - Sài Gòn ra tới Vũng Tàu, mở một hành lang Tây-Đông với con đường giữa Mukdakhan - Savanakhet theo đường số 9 sang Đông Hà Đà Nẵng, một xa lộ nối Côn Minh - Chiang Rai qua Lào; về thủy lộ, Trung Hoa có kế hoạch táo bạo dùng chất nổ phá và san bằng những khối đá trên lòng và dọc theo khúc sông Mekong xuống Lào. Về năng lượng: không kể 14 con đập bậc thềm Vân Nam của riêng Trung Hoa với cả đường dây cao thế dẫn điện từ đập Cảnh Hồng_ Jinghong xuất cảng điện sang Thái Lan; còn có thêm ít nhất có 8 dự án thủy điện dưới hạ lưu trên các phụ lưu Se Kong, Se San của sông Mekong. Về quản lý tài nguyên và môi sinh: thiết lập Hệ thống Thông tin, Theo dõi và Huấn luyện Môi sinh. Về Nguồn Nhân lực: sẽ đào tạo lớp công nhân có tay nghề chuẩn có thể làm việc bất cứ đâu trong cả 6 quốc gia trong lưu vực. Về Giao thương: lập các nhóm đầu tư trong lưu vực với sáng kiến từ tư nhân.

Qua mẫu hợp tác mới này, đã có ngay hai nước xông xáo đi tìm lợi thế. Thái Lan tương đối phát triển, lại ở một vị trí địa dư đặc biệt, Thái đang tự quảng cáo cho mình như một cửa ngõ hai chiều đi lên Vân Nam và xuống ba nước Đông Dương, xứng đáng trở thành trung tâm điều hợp giao thông truyền tin và hậu cần của cả lưu vực. Đây cũng là cơ hội cho Thái mở thêm thị trường, trực tiếp đấu thầu xây cất các hạ tầng cơ sở cầu cống đường xá nối kết 6 nước trong vùng.

Với Bắc Kinh thì đây là cơ hội bằng vàng để phát triển các tỉnh phía nam của Trung Hoa nhưng quan trọng hơn nữa là triển vọng mở ra Cửa Ngõ Tiến Về Phương Nam_ Southern Gateway theo đúng tư tưởng chỉ đạo của Mao Trạch Đông tại cuộc họp 1965 Bộ Chánh Trị Đảng Cộng Sản Trung Hoa: "Chúng ta phải giành cho được Đông Nam Á bao gồm cả miền Nam Việt Nam, Thái Lan, Miến Điện, Mã Lai, Singapore... Một vùng rất giàu có xứng đáng với sự tốn kém cần thiết để chiếm lấy". Và tấm bản đồ Trung Quốc trong cuốn Lịch sử Trung Hoa Hiện đại xuất bản tại Bắc Kinh 1954 bao gồm Biển Đông với các đảo Hoàng Sa Trường Sa và nhiều nước trong vùng Đông Nam Á dĩ nhiên trong đó có Việt Nam sẽ như một tự trị khu trong Trật Tự Nước Trung Hoa_ Pax Sinica.

Tin Reuters từ Vạn Tượng 05/15/98: Tai nạn máy bay làm chết 14 tướng tá thuộc phái đoàn cộng sản Việt Nam đang viếng thăm

Lào. Nguyên nhân chưa được biết rõ. Không có thêm một chi tiết nào về tai nạn được công bố, cũng không ai biết có bao nhiêu thi hài được tìm thấy nhưng tất cả đã được thiêu ngay tại chỗ trong một lễ nghi đơn giản.

Sớm hơn đăng tải trên báo chí, Cao được đọc bản tin qua e-mail do ông Khắc chuyển tới từ Vạn Tượng. Là một free lance cho tạp chí Asia Week, ông Khắc đã có mặt rất sớm gần nơi địa điểm xảy ra tai nạn để có được những tin tức đầu tay thay vì nghe qua những giai thoại.

Cho dù đã bước qua cái tuổi "cổ lai hy" ông Khắc vẫn không có dấu hiệu sút giảm cường độ làm việc và ngạc nhiên hơn nữa là mức độ trí tuệ minh mẫn nơi ông: thường thì người già nhớ nhiều chuyện cũ_ remote memory, riêng ông Khắc thì nhớ như in_ photographic memory cả những chuyện mới khiến các đồng nghiệp trẻ đã so sánh ông với "bộ nhớ máy điện toán". Suốt cuộc đời làm báo, ông gắn bó với dải đất định mệnh Đông Nam Á, ông có kiến thức sâu rộng về Lịch Sử Đông Phương nhất là Trung Hoa. Hành nghề báo tự do ông vẫn được coi như một tham vấn uy tín của các nhà báo Mỹ về các vấn đề Việt Nam và Đông Dương. Ông Khắc còn rất nhạy bén về các vấn đề chánh trị mà theo ông như một cái túi trộn lẫn cái tốt cái xấu và cả cái đáng ghê tởm. Không phải là con người cynic kiểu Oscar Wilde, ông Khắc vẫn biết cái giá của mọi điều và cũng biết chẳng có điều nào là có giá trị. Theo Ông những tay làm chánh trị thì lúc nào cũng cố tạo ra một bề ngoài tốt có giá nhưng thực tế bên trong thì không được như vậy. Cả những chánh khách mà ông tiếp xúc tưởng như đang đóng một vai trò lịch sử nhưng dưới mắt ông Khắc họ không hơn không kém chỉ là những con rối của một giai đoạn.

Tai nạn máy bay cho dù chỉ là một tin nhỏ chìm đắm giữa bao nhiêu tin tức quan trọng khác nhưng với ông Khắc đôi khi lại mang một ý nghĩa khám phá của một chuỗi những biến cố trong bức tranh rộng lớn. Không chỉ đơn thuần là nhà báo, ông Khắc còn là một nhà văn nổi tiếng với bộ trường giang tiểu thuyết "Khói Sóng" chứa đựng nhiều điều được coi như là tiên tri_ một thứ chim báo bão.

Chỉ với một bài báo phân tích ngắn bằng phương pháp loại suy, ông Khắc là người đầu tiên nêu ra một nghi vấn gây chấn động báo giới. Bởi vì theo ông:

- Phi cơ lâm nạn là loại máy bay mới dành riêng cho các nhân vật thuộc Bộ Chánh Trị Đảng Cộng Sản Lào, và trong phi vụ chở phái đoàn quân sự cao cấp Việt Nam từ Vạn tượng đi Xieng Khouang, chiếc phi cơ đã nổ tung 2 phút trước khi đáp.

Giả thiết do nguyên nhân thời tiết xấu là không đúng vì đó là một ngày nắng đẹp và thời gian vào lúc 10 giờ 20 sáng khi các lớp sương mù đã tan. Do lầm lỗi kỹ thuật lại càng không đúng vì Phum Na là một phi công đầy kinh nghiệm được chọn đưa về phục vụ Bộ Chánh Trị Lào và đã từng bay nhiều năm trên đường bay này.

Giả thiết về một âm mưu phá hoại do tranh chấp nội bộ trong đảng Cộng sản Việt Nam khó đứng vững vì đoàn chỉ bao gồm những cấp chỉ huy quân sự thuần túy.

Và cuối cùng chỉ còn nghi vấn về tranh giành ảnh hưởng giữa Trung Cộng và Việt Nam. Cũng vẫn theo ông Khắc thì có nhiều chi tiết đáng nói về tiểu sử viên Trung Tướng Trưởng Đoàn bị tử nạn, tên tuổi ông ta gần như gắn liền với những giai đoạn tranh giành ảnh hưởng giữa Trung Hoa và Việt Nam trên đất Lào: trong thời chiến tranh Việt Nam ông ta từng là Tư Lệnh Chiến Trường ở Cánh Đồng Chum cho mãi tới năm 73, sau đó giữ chức Tư Lệnh Sư Đoàn đóng tại Lai Châu trực tiếp đối đầu với quân đội Trung Hoa để bảo vệ biên giới phía bắc. *China Connections* và tấn thảm kịch Xieng Khouang chẳng phải hoàn toàn là một chương sách hư cấu.

Thấy Cao và các bạn trẻ như còn thắc mắc, ông Khắc tiếp:

- Trong chiến lược bành trướng trường kỳ của Bắc Kinh, khi mà 2 nước Lào và Cam Bốt còn nằm trong quỹ đạo Việt Nam thì đó là những cái gai. Nên ngay giữa cuộc chiến Việt Nam, mặc dù là nước cung cấp vũ khí nhiều nhất cho Việt Nam nhưng Trung Quốc vẫn tìm mọi cách loại ảnh hưởng cộng sản Bắc Việt tại Lào bằng cách mở một xa lộ thênh thang từ Vân Nam xuống tới giữa nước

Lào đồng thời dùng sông Mekong như một thủy lộ thông thương xuống Lào_ kể cả kế hoạch đưa người Hoa xuống định cư ở Lào vì "đất Lào rộng mà người thưa". Với Cam Bốt, Bắc Kinh đã không ngừng hỗ trợ cho các phe phái chống lại Việt Nam kể cả Khmer Đỏ với ý đồ cô lập và làm suy yếu Việt Nam.

Sau một phút như ngưng lắng, vẻ mặt ưu tư trông ông Khắc như già thêm, giọng ông trầm xuống:

- Đối với Việt Nam, bên cạnh một nước Cam Bốt thường xuyên thù nghịch, nếu thêm một nước Lào không hữu nghị lại nằm trong quỹ đạo Trung Hoa, bằng vết thương ngực là Lào vết thương bụng là Cam Bốt, toàn lưng hở đưa ra Biển Đông, trên đầu là những nhát búa giáng xuống, bên trong với hơn 50 sắc tộc thiểu số luôn luôn bị khích động đòi tự trị, cộng thêm với đòn kinh tế mất quyền kiểm soát lưu lượng nước con sông Mekong tưới dẫn cho vựa lúa toàn vùng châu thổ và trên cái nền của bức tranh lớn ấy là nhân tâm ly tán không còn chất keo sơn...

Viễn tượng một nước Việt Nam bị vỡ ra từng mảnh là nỗi lo sợ mà không ai dám nói ra. Cao có ý nghĩ, rõ ràng lịch sử là một tái diễn, bước vào Thiên Niên Kỷ Thứ Ba Việt Nam lại bắt đầu bài học về sinh tồn, trong đó người Việt có một trí nhớ dài về bài học đoàn kết và chia rẽ của họ.

Sau chuyến công tác ngắn ở Singapore, bằng đường Hàng Không Lụa Hộ trở lại Bangkok gặp Cao sau Hội nghị Vân Nam, cho dù trước đó qua internet hàng ngày họ đã trao đổi và cập nhật các tin tức liên quan tới hội nghị này.

Hộ muốn báo với Cao một tin vui như kết quả của chuyến đi Singapore:

- Từ nay tới 1999, sẽ thiết lập xong đường bay tên Air Mekong nối liền Đồng Bằng Sông Cửu Long_ ĐBSCL với một số địa điểm quan trọng trong vùng Á châu như Hongkong, Bangkok Singapore, như một liên doanh_ Joint Venture giữa General Industry Co. Singapore, Quân Khu 9 và một số tỉnh như phương tiện hữu hiệu đưa hàng hóa ra các thị trường lân cận.

Cao hỏi ngay với nhận thức sắc bén:

- Gạo, tôm cá và cây trái là những sản phẩm chính của ĐBSCL nhưng đường hàng không đâu phải là phương tiện chuyển vận ít tốn kém, trong khi đã có hải cảng lớn Cần Thơ, phải chăng như anh từng nói trước đây, Air Mekong là bước chuẩn bị cho "Du Lịch Xanh Năm 2000"?

Hộ vẫn trầm tĩnh:

- Có lẽ cả hai, chuyển vận hàng hóa và đưa đón khách du lịch. Nhưng đâu phải chỉ có cảnh quan thiên nhiên của con sông Mekong hùng vĩ mà có thể mở mang ngay ngành du lịch. Vấn đề là phải xây dựng hạ tầng cơ sở có tối thiểu tiện nghi trước khi mở ra đường bay đón du khách ngoại quốc; bởi vì nếu bước khởi đầu mà yếu kém sẽ làm tiêu tan một kế hoạch nhiều triển vọng đem lại ngoại tệ cho vùng châu thổ.

Cao không thể không nghĩ tới thảm họa dịch HIV đang diễn ra ở Thái Lan, anh nói:

- Cũng mong "Du lịch Xanh" trên sông Mekong không có kết hợp với Sex Tour để khởi đầu cho một nạn dịch HIV mới trong vùng Đồng Bằng Somh Cửu Long. Kinh nghiệm Thái Lan không thể là "lessons unlearned" đối với Việt Nam.

Ngày cuối cùng trước khi về Mỹ, như đi tìm chút hương vị Việt Nam trên đất Thái, Cao mời ông Khắc, Hộ và tiến sĩ Chamsak dùng bữa tối tại quán ăn Dalat khung cảnh thanh lịch trên đường Sukhumvit Soi là một trong những quán ăn Việt Nam được quảng cáo là ngon nhất Bangkok với các món chả giò, chạo tôm và nem nướng. Riêng Cao chọn nơi đây vì cái tên Đà Lạt gợi rất nhiều kỷ niệm.

Thủ đô Bangkok_ nơi đặt trụ sở Ủy Ban Sông Mekong từ 1957, nổi tiếng với những ngôi chùa vàng tượng Phật và cảnh cung điện lộng lẫy xây từ TK 18 dưới triều đại Rama I bên sông Chao Phraya.

Cuộc binh biến 1932 đã chấm dứt vương quyền độc tôn, vua và hoàng gia Thái Lan chỉ có vai trò lễ nghi. Đến đời Bhumibol thì tình hình đổi khác, nhà vua trở thành một trọng tài được kính trọng bởi mọi phía như một "mẫu số chung" nối kết lòng người và đứng trên mọi tranh chấp.

Bên cạnh những cao ốc như những khối bêtông cốt sắt thô kệch, Bangkok cũng nhất thế giới về không khí ô nhiễm, với 15 triệu du khách mỗi năm với dịch HIV lan tràn và nạn kẹt xe thì "không tiền khoáng hậu" qua giai thoại một nhà sư từ downtown chọn đi bộ về chùa vì vẫn cứ nhanh hơn là đi xe bus _ *

06 -10- 1976 là một ngày tang tóc trong sân trường đại học Thammasat do vụ thảm sát sinh viên mà thủ phạm không ai khác hơn là đám quân nhân Thái cực hữu. Nay chỉ còn đó một bức tường tưởng niệm như một bài học dân chủ không bao giờ quên_18

*Các khu chợ nổi Thái Lan, điển hình như ở Damnoen Saduak phía tây Bangkok, nhỏ hẹp đầy vẻ nhân tạo chỉ để giải trí và hấp dẫn đám du khách_ thật khác xa với những khu chợ nổi hùng vĩ trên sông Tiền sông Hậu nơi Đồng Bằng Sông Cửu Long như Cái Răng, Phong Điền, Phụng Hiệp với tràn đầy sức sống của một nền Văn Minh Miệt Vườn_**

Pak Mun là đập-dòng-chảy / run-of-river-dam, chỉ cách cửa sông Mun đổ vào sông Mekong 5.5 km, thuộc tỉnh Ubon Ratchathani, do EGAT xây dựng với tiền của Ngân Hàng Thế Giới, đập cao 17m công suất 136 MW hoàn tất 11-1994 là con đập đầu tiên của Đông Nam Á có thêm "thang cá/ fish-ladder" Nhưng cá sông Mun lại chẳng có trí thông minh để biết "leo thang" về nguồn đẻ trứng. Công trình xây dựng đập Pak Mun theo World Commission on Dams rõ ràng là một thất bại toàn diện, không có hiệu năng kinh tế: sản xuất điện không đủ, nguồn cá sông Mun bị hủy hoại, lại không đền bù tương xứng cho các cư dân phải di dời_ 102

Con đập Bhumibol công suất 7400 MW hoàn tất 1964 với hồ chứa trải rộng 300 km2 trên sông Ping một phụ lưu lớn của con sông Chao Phraya. Việc tái định cư vẫn là một vấn nạn chưa giải quyết của hơn 40 con đập Thái Lan đối với đám nạn nhân phải di rời.

Đập thuỷ điện Sirikit 500 MW, cao 169m với hồ chứa rộng 250 km2, trên sông Nan, một phụ lưu của sông Chao Phraya nhưng quanh năm thiếu nước. Do đó, Thái Lan có dự án Kok-Ing-Nan rất táo bạo lấy nước từ 2 phụ lưu sông Mekong là Kok-Ing chuyển vào con sông Nan để có thêm nước cho hồ chứa đập Sirikit.

CHƯƠNG IV

GIỮA CON ĐƯỜNG TỚI KHU TAM GIÁC VÀNG

Xin chào nhau, giữa con đường
Mùa xuân phía trước, miên trường phía sau
Bùi Giáng

Nếu sông Mekong là một thủy lộ giao thương như giấc mơ ban đầu của Doudart De Lagrée - Francis Garnier và đoàn thám hiểm Pháp vào thế kỷ 19 thì Tam Giác Vàng_ Golden Triangle nằm "giữa con đường" từ cao nguyên Tây Tạng ra tới thềm Biển Đông.

Rời Cảnh Hồng_ Jinhong thị trấn cận nam của tỉnh Vân Nam, khoảng 150 dặm về phía nam, con Sông Xanh Cuộn Sóng_ Lan Thương Giang_ Lancang Jiang tên Trung Hoa của sông Mekong bắt đầu chảy sang vùng tam biên_ ranh giới ba nước Miến Điện, Lào và Thái Lan. Với diện tích khoảng 195 ngàn km2 với lịch sử là những năm máu me liên quan tới sản xuất và buôn bán ma túy đem lại lợi nhuận hàng triệu đôla nên có tên là Tam Giác Vàng. Đây là khu vực nổi tiếng với huyền thoại về những đoàn xe do lừa kéo có võ trang chuyên trở toàn thuốc phiện trong một vùng rừng núi rộng lớn không luật pháp chỉ có quyền uy bằng súng đạn giữa các lãnh chúa.

Cho dù người ta nói tới tình hình đã đổi khác nhưng Tam Giác Vàng vẫn là trung tâm trồng cây thuốc phiện lớn nhất với 260 tấn thuốc phiện thô mỗi năm và được tinh chế thành chất bột trắng chết người có tên là heroin để phân phối đi khắp thế giới.

Cao chọn con đường tới Tam Giác Vàng từ ngả Thái Lan. Bằng chuyến bay nội địa từ phi trường quốc tế Don Muang ngoại ô Bangkok tới Chiang Rai (nơi được chọn cho hội nghị của bốn quốc gia vùng hạ lưu sông Mekong để ký kết hiệp định đổi danh xưng Ủy Ban Sông Mekong (1957)_ Mekong River Committee sang Ủy Hội Sông Mekong (1995)_ Mekong River Commission với thay đổi căn bản là không một quốc gia hội viên nào có quyền phủ quyết_ veto power.

Những đồn đãi gần xa đã khiến Tam Giác Vàng càng trở thành hấp dẫn, lôi kéo du khách tới thăm ngày càng thêm đông nhất là vào mùa khô từ tháng 11 đến tháng 5, không phải chỉ những nhà khách vãng lai_ guest houses mà cả mấy khách sạn 5 sao lộng lẫy cũng không còn chỗ, họ đến từ khắp nơi trên thế giới. Thái Lan đang triệt để khai thác du lịch trong vùng này để bù lại khoản tiền lớn lao mất đi khi phải khai quang những cánh đồng thuốc phiện.

Từ Chiang Rai bằng chuyến xe bus sáng choang có gắn máy lạnh, Cao và đám du khách_ đa số là người Tây Phương và người Á Châu phần đông là Nhật Bản vượt đoạn đường khoảng 60km về hướng bắc để tới Sob Ruak một thôn ấp Thái bên bờ nơi khúc quanh của sông Mekong giữa Tam Giác Vàng. Số du khách được đổ xuống hai khách sạn sang trọng trên sườn đồi. Sẽ có thêm một khách sạn thứ ba cũng bên bờ sông Mekong nhưng thuộc địa phận Miến Điện. Bao nhiêu những tiện nghi du lịch ấy vẫn không làm giảm cái cảm giác phiêu lưu đi tới ở mỗi du khách.

Thay vì chọn khách sạn Baan Boran với viên quản lý bảnh bao và lịch thiệp người Pháp trông rất bắt mắt với bộ râu con kiến nhưng vì hết chỗ, Cao chuyển sang ở khách sạn kế bên với cái tên ngộ nghĩnh Con Vịt Nho_ Le Petit Canard, cũng có đủ các loại rượu thức ăn ngon với ban nhạc sống sàn nhảy và cả nhạc Karaoke theo ý thích của du khách.

Bên quầy rượu, trong cảm giác lâng lâng người ta dễ làm quen nhau. Cao gặp Kenji Aoyagi, một phóng viên nhiếp ảnh khá nổi tiếng của tờ báo Ashashi Shimbum. Kenji chỉ mới một tuổi vào năm hình thành Ủy Ban Sông Mekong 1957. Là một người Nhật sinh đẻ tại Nhật nhưng lại có niềm say mê kỳ lạ về con sông Mekong và các sắc dân sống hai bên bờ con sông ấy. Trong suốt 10 năm, anh đã đi dọc theo con sông từ nguồn trên cao nguyên Tây Tạng xuống tỉnh Vân Nam, qua vùng Tam Biên Miến Thái Lào của Tam Giác Vàng chảy xuống Cam Bốt và chặng cuối qua nam Việt Nam trước khi đổ ra Biển Đông. Kenji đã sống với từng bước biến đổi của con sông Mekong, chính anh đã chứng kiến lần đầu tiên vào tháng 10 năm 1990, bốn chiếc tàu hàng Trung Hoa đã thành công suôi dòng sông Mekong từ Vân Nam xuống tới tận Vạn Tượng thủ đô nước Lào. Năm 1992 khi Miến Điện cho mở cửa biên giới thì Kenji đã không còn bị một hàng rào nào theo suốt dọc chiều dài con sông. Bằng cái nhìn đầy nghệ thuật, anh đã thu vào ống kính vẻ đẹp hoang dã và cảnh quan thiên nhiên còn trinh nguyên của con sông Mekong cùng với những sắc dân còn giữ được các phong tục tập quán cổ truyền mà theo anh có lẽ là những hình ảnh cuối cùng trước khi con sông biến đổi một cách vĩnh viễn do những bước phát triển nhảy vọt về kinh tế sau chiến tranh, với hàng chuỗi những con đập thủy điện kéo theo các bước kỹ nghệ hóa đô thị hóa gây ô nhiễm và sẽ phá hủy toàn diện hệ sinh thái.

Cũng tại đây Cao mau chóng làm quen được một nhà báo trẻ tuổi người Pháp tên Cartier, nguyên là giáo sư trung học sớm chán nghề gõ đầu trẻ nên chuyển sang nghề báo, là ký giả tự do free-lance, anh đang đi tìm sự nghiệp từ khu Tam Giác Vàng. Cartier đã dành cho Cao một ngạc nhiên đầy thú vị. Cuộc gặp gỡ với một thanh niên Việt Nam_ đúng hơn một thanh niên Mỹ gốc Việt tên Sơn.

Sơn hiện là sinh viên MIT Viện Kỹ thuật Massachussetts học trò của một bậc thầy lẫy lừng Noam Chomsky, cha đẻ của Ngữ pháp Cấu trúc_ Syntactic Structures với những khám phá ngoạn mục về

Ngữ pháp Biến Tạo. Mới 4 tuổi Sơn theo bố mẹ như những thuyền nhân qua Mỹ, chưa nói rành tiếng Việt. Sơn hồn nhiên lớn lên giữa giòng chính_ main stream như mọi đứa trẻ di dân khác. Ở tuổi 17 vừa xong trung học, chưa định hướng, mơ mộng đủ thứ kể cả trở thành trở thành một mục sư truyền giáo ở Liên Xô hay ở một nước Đông Âu. Trong một chuyến du khảo ở Do Thái theo học một năm ở đại học Hebrew Jerusalem, đi thăm các Kibboutzim, như một định mệnh Sơn gặp Noam Chomsky và ngay lúc đó Sơn biết mình thực sự muốn gì. Trở về Mỹ, cho dù được các trường lớn như Harvard, Stanford, Yale thu nhận nhưng Sơn chọn ghi danh ngay vào MIT và mau chóng trở thành môn sinh xuất sắc của Noam Chomsky. Cao thì chỉ được nghe danh Chomsky từ những năm 60 như là một trí thức tả khuynh phản chiến trong suốt cuộc chiến tranh Việt Nam.

Sơn đang chuẩn bị cho luận án tiến sĩ, mới ở cái tuổi 23 Sơn có tham vọng hiện thực một phần giấc mộng lớn của người thầy không ngừng có những đóng góp khai phá về ngữ học trong suốt nửa thế kỷ và nay đã qua ngưỡng tuổi "cổ lai hy". Noam Chomsky cũng không thiếu lòng yêu mến người học trò xuất sắc của mình. Theo một nghĩa nào đó thì Sơn như một phần tuổi trẻ nối dài của Chomsky. Lòng say mê riêng cộng thêm với kỳ vọng nơi người thầy dạy đã là động cơ thúc đẩy cho những chuyến đi không mỏi mệt của Sơn nhằm khảo sát các nhóm ngữ chủng_ ethnolinguistics của những sắc tộc trong vùng Đông Nam Á_ ethnic groups of mainland Southeast Asia. Mới vừa sau 2 tháng sống với sắc tộc Bru ở Quảng Trị, nay Sơn lại tới với các sắc dân thiểu số trong khu Tam Giác Vàng, vẫn trên đường đi tìm nét đại đồng của các nhóm ngôn ngữ kể cả của các sắc tộc bán khai với ước vọng phát hiện ra một "roadmap" hướng tới một Ngữ pháp Đại đồng_ Universal Grammar trong quá trình hình thành tiếng nói của nhân loại. Không dừng ở đó, Sơn còn có tham vọng thực hiện giấc mơ lớn nhất của ông thầy mình không phải chỉ ở MIT mà cả ở Viện Ngữ Học Việt Nam tiến tới hoàn tất bảng tuần hoàn "các nguyên tử ngôn ngữ"_ linguistic atoms giống như bảng tuần hoàn hóa học của Mandeleyev 1869.

Tuổi trẻ và tự tin, đôi cánh chim bằng ấy đưa giấc của Sơn lên mãi tận trăng sao. Là con một gia đình rất giàu có nhưng bản thân Sơn lại chọn một nếp sống đơn giản. Tới Tam Giác Vàng, không ở khách sạn 5 sao mà ở khu nhà vãng lai cùng với mấy "ông Tây balô", Sơn chỉ tới khách sạn Le Petit Canard tìm gặp Cartier_ được biết tới như một thứ thổ công của Tam Giác Vàng, với hy vọng anh ta sẽ cung cấp một số thông tin trước khi đi Sơn đi sâu vào trong những buôn sóc.

Cùng một lúc Cao tìm thấy ở Sơn một điều gì đó vô cùng đơn giản và cũng lại rất lớn lao. Cho dù chuyện bảo tồn văn hóa hay về nguồn chưa bao giờ là một "issue" đối với Sơn nhưng công trình mà người thanh niên ấy đang theo đuổi lại thực sự mang ý nghĩa về nguồn trên bình diện nhân loại.

Giữa núi xanh trùng điệp, xen giữa mênh mông những khu rừng rậm, từ trên máy bay nhìn xuống thật khó mà thấy được những hecta trồng cây thuốc phiện cùng một màu xanh rờn.

Cảnh tượng trông rất hiền lành trên những con đường mòn là những đoàn lừa hay ngựa thồ thường xuyên di chuyển qua lại những khu rừng hay đồi núi nhưng đó lại chính là những đoàn xe chở thuốc phiện thô tới các nhà máy chế biến hay những bao tải heroin tinh chế đi tới các điểm hẹn để được đưa ra thế giới bên ngoài và tất cả đã được võ trang tới răng để bảo vệ cho chuyến hàng có trị giá lên tới hàng triệu đôla. Luôn luôn xảy ra các vụ thanh toán giữa những phe nhóm các lãnh chúa để chiếm độc quyền và tranh giành ảnh hưởng.

Phúc và họa, khúc sông Mekong chảy qua khu Tam Giác Vàng đôi khi đỏ ngầu ấy vừa là mạch sống và cũng là dòng chảy có lẫn máu và cả nổi trôi những xác chết.

Tháng 3 năm 1992, bộ trưởng ba nước Miến Điện, Thái Lan và Lào đã họp ở Bangkok ký kết một thỏa ước_ thực ra chỉ có giá trị trên giấy tờ, nhằm diệt trừ sản xuất và lưu hành ma túy trong khu Tam Giác Vàng. Trong những năm 80 người ta ước đoán khoảng 80% lượng heroin lưu hành trên các đường phố Mỹ Quốc là phát xuất từ Đông Nam Á nhưng ở giai đoạn đó cocaine thịnh hành hơn. Sang những năm 90, heroin trở thành chất ma túy chính, các vùng Trung và Nam Mỹ cũng bắt đầu mở rộng diện tích trồng cây thuốc phiện.

Cho dù có cam kết phối hợp hành động giữa ba nước nhưng giới chức chống ma túy Mỹ DEA_ Drug Enforcement Agency thì hoài nghi, nhất là với Miến Điện thì ai cũng biết là một chánh thể độc tài, khai thác vận dụng ma túy không chỉ để có ngoại tệ vực dậy một nền kinh tế đang hoàn toàn suy xụp mà còn vì túi tham của những ông Tướng cho dù chánh quyền Miến lâu lâu lại có màn trình diễn trước các ống kính đài truyền hình ngoại quốc cảnh đốt những bao nha phiến hay phá hủy một khu nhà máy chế biến ngay trong Tam Giác Vàng. Riêng với Thái Lan, không ai là không biết giới chức cao cấp và cả những tướng lãnh Thái ít nhiều có dính líu tới buôn bán ma túy; đó cũng là lý do tại sao Thái Lan chưa hề dám bắt Khun Sa được coi như ông trùm của những trùm ma túy bởi vì đó sẽ là nhân chứng sống gây liên lụy tới nhiều tướng lãnh cao cấp nhất của Thái.

Số dân ghiền ở các thị trấn biên giới điển hình như ở Thụy Lệ_ Ruili giữa Bắc Miến và Trung Hoa đang gia tăng một cách dễ sợ, cũng dễ hiểu khi mà một liều heroin còn rẻ hơn cả một lon bia, du khách có thể mua ngay từ một anh tài xế chạy xe lôi. Nạn chích choác và đĩ điếm tràn lan đã làm gia tăng số nạn nhân nhiễm HIV cao không thua gì Thái Lan. Từ các thị trấn biên giới heroin được chuyển đi theo nhiều ngả hoặc tới Hongkong và từ đây được đưa vào thị trường Mỹ Châu, Âu và Úc Châu. Còn phải kể một số lượng lớn lao khác được chuyển từ Tam Giác Vàng qua Chiang Mai xuống Bangkok để cung cấp cho vùng nam Thái, Mã Lai, Singapore và lưu hành đi khắp thế giới. Cho dù đã có án tử hình rất khắt khe bằng treo cổ dành cho kẻ buôn ma túy nhưng Singapore vẫn không tránh được là một cửa khẩu phân phối ma túy. Cuối cùng không thể không nói tới Việt Nam cũng là một ngả chuyển vận ma túy đến từ Tam Giác Vàng với một số lượng đáng kể được sử dụng tại chỗ gây cảnh nghiện ngập ngày càng lan rộng trong giới thanh thiếu niên. Do những mũi kim chích dơ bẩn chuyền tay_ truyền bệnh HIV, viêm gan siêu vi B và C, trên các ngả đường phố không chỉ ở Hà Nội Sài Gòn mà còn lan ra các tỉnh trên cả nước. Dính dáng tới đường dây ma túy này có cả những viên chức cao cấp Nhà nước và bộ Công An. Văn Hóa Sông Mekong, thuốc phiện và ma túy theo cái nghĩa của Samsenthai, đã thấm nhập đều khắp và bao trùm cả vùng châu thổ sông Hồng.

Trước đây mỗi năm Mỹ viện trợ cho Miến ngót 20 triệu đôla trong kế hoạch khai quang các vùng trồng thuốc phiện nhưng kể từ 1988 số tiền này bị cắt do chánh quyền quân phiệt Miến đàn áp các phong trào dân chủ, kể từ đó lượng sản xuất thuốc phiện lại tăng vọt.

Trong số các lãnh chúa thuốc phiện tung hoành trong khu Tam Giác Vàng thì Chang Chi Fu được biết tới qua bí danh Khun Sa_ ông hoàng giàu có, là nổi bật và có thanh thế nhất trong suốt bao nhiêu năm, từng tự phong khi thì là "vua nha phiến" khi là "chiến sĩ tranh đấu cho tự do_ freedom fighter" có cả một quân đội riêng với hơn 15 ngàn tay súng thống lãnh toàn khu cao nguyên đông bắc Miến. Nhưng kể từ tháng Giêng 1996 có lẽ không còn giàu hơn được nữa và do "anh hùng thấm mệt" với thường xuyên các cuộc truy lùng, Khun Sa đã chọn giải pháp thỏa hiệp ra quy thuận và được đưa về Rangoon, sau đó đổi sang một tên Miến Điện khác U Htet Aung để chọn một cuộc sống vừa an bình vừa hưởng thụ cực kỳ huy hoàng trong những biệt thự khác nhau bên khu bờ hồ vùng ngoại ô Rangoon, dưới sự bảo vệ chặt chẽ của chánh quyền quân phiệt Miến. Bỏ lại phía sau lưng là khu tổng hành dinh Ho Mong thuộc bang Shan nay do quân đội Miến kiểm soát. Đang là thị trấn biên thùy giàu có thì nay trở thành một khu suy thoái, đang từ 20 ngàn dân thì chỉ còn lại một phần năm, đám lính tráng của Khun Sa thì rã đám biến dạng vào các khu rừng sâu đi tìm lãnh chúa mới và đội quân đĩ điếm thì di tản sang Thái được tiếp nhận như những sex workers đang khan hiếm. Người ta đang muốn biến Tòa Nhà

Trắng của Khun Sa thành Viện Bảo Tàng của khu Tam Giác Vàng, chỉ cách biên giới Thái 40 phút đường xe bus để thu hút thêm du khách.

Nhưng sau Khun Sa đã lại nổi lên ngay những lãnh chúa nha phiến mới với tên tuổi lẫy lừng như Chao Nyi Lai nguyên lãnh tụ phiến Cộng với hơn 20 ngàn tay súng dưới trướng cũng được thu phục mua chuộc để hợp tác làm ăn với chánh quyền Rangoon.

Do mấy ly rượu Sake uống với Kenji tối qua, Cao trở dậy muộn nhưng trời bên ngoài vẫn còn phủ dầy đặc những sương mù trên vùng cao nguyên Tam Giác Vàng, nơi có khúc giữa con sông Mekong thắm đỏ phù sa chảy qua.

Từ những năm 80 khi vua Thái Lan Bhumibol đích thân thường xuyên thăm viếng và khuyến khích dân chúng chuyển sang trồng cây nông sản bắp sắn trà cà phê thay cho cây thuốc phiện thì ngay trước mắt tình hình có phần đổi khác. Nhưng thực tế đã không dễ dàng như vậy khi mà thuốc phiện thì đắt như vàng trong khi sắn bắp thì rẻ như bèo mà còn phải thêm phần lao động nhọc nhằn bởi vì lớp đất mỏng trên những sườn đồi cao trên 1000m là thứ đất khổ_ poor soil độ kiềm cao lại rất nghèo dưỡng chất chỉ có cây thuốc phiện là dễ dàng mọc tự nhiên trên vùng thổ nhưỡng ấy.

Bởi thế cho dù Thái Lan luôn luôn rêu rao thành tích diệt trừ đường dây nha phiến phát xuất từ Tam Giác Vàng nhưng Cao và anh bạn nhà báo Pháp đã không có chút khó khăn để tìm ra và tới thăm một cánh đồng trồng cây thuốc phiện mượt xanh và sai trái nằm trong lãnh thổ phía cực bắc Thái. Chất nhựa chiết ra từ những trái trông đẹp đẽ và hiền lành một cách vô tội ấy sau giai đoạn tinh chế sẽ trở thành chất bột trắng heroin tạo cảm giác hoan lạc đắm say và cả gây những thảm kịch chết chóc trên khắp các đường phố nước Mỹ.

Người đàn ông Thái tên Samsenthai là hướng dẫn viên gốc từ cao nguyên Isan nhưng còn liên hệ gia đình bên Lào nên với anh ta thì bên này hay bên kia bờ sông Mekong đều là nhà. Anh nói được tiếng Việt tiếng Anh và cả một chút tiếng Pháp, đọc nhiều sách có kiến thức. Anh rất thích nói về con sông Mekong, về những bài tình ca "long khong" và vô số những câu chuyện cổ tích dân gian liên quan tới cư dân sống hai bên bờ con sông nước nâu hạnh phúc và tình ái ấy. Samsenthai nói giọng thành thật:

- Thuốc phiện cũng là một khía cạnh văn hóa không chỉ của đất nước Thái Lan mà của cả lưu vực sông Mekong nữa đấy các ông nhà báo ạ.

Cao cũng được anh ta đối xử như một nhà báo, với không một dụng ý anh tiếp:

- Nếu ông Cao chưa bao giờ thử dùng thì ông chưa thể hiểu được chúng tôi đâu!

Cho dù không ngừng ao ước tìm hiểu văn hóa con sông Mekong nhưng câu nói thách đố ấy khiến Cao phải chấp nhận là kẻ thua cuộc ngay từ đầu. Cao cũng có lý lẽ của anh, như người thầy thuốc đâu cần mắc đủ thứ bệnh mới hiểu được bệnh. Tuy không qua kinh nghiệm bản thân, nhưng Cao cũng đã hiểu được chất heroin nó mê hoặc người ta như thế nào qua xấp tài liệu của bác sĩ Duy gửi cho và cả bằng phần home work của riêng anh trước khi Cao đặt chân tới Tam Giác Vàng.

Cũng là á phiện nhưng do có thêm nhóm acetyl nên phân tử heroin đã thấm qua màng máu não_ blood brain barrier nhanh hơn morphine rất nhiều. Heroin được dùng theo nhiều cách: chích tĩnh mạch, có thể chích thịt hay dưới da_ skin popping, hít qua mũi_ snorting hay hút qua điếu thuốc vấn_ smoking. Tác dụng tức thời của heroin chích tĩnh mạch là có ngay cảm giác hưng phấn cực điểm tiếp theo là nhiều tiếng đồng hồ sống trong trạng thái đê mê sung sướng với con ngươi thì khép nhỏ_ myosis và sự đời bấy giờ chỉ còn được nhìn bằng nửa con mắt: mong manh như tơ trời và nhẹ như lông hồng.

Riêng với Cartier anh ký giả Pháp thì không chút dấu diếm mà anh còn tỏ ra hãnh diện là người rất am tường mọi khía cạnh văn hóa của con sông Mekong. Và bây giờ thì Cao hiểu tại sao Cartier sớm chán cuộc sống nghiêm túc của nhà giáo.

Điều Samsenthai nói không phải là sai, cây thuốc phiện Opium Poppy, tên khoa học Papaver Somniferum không phải chỉ có trong khu Tam Giác Vàng mà có trồng trên khắp các vùng thượng du của Lục Địa Á Châu Gió Mùa. Trong bộ sách đồ sộ về Cây Cỏ Việt Nam, nhà thực vật học Phạm Hoàng Hộ viết về cây thuốc phiện hay trẩu như sau: "Cỏ nhất niên, cao 1.5m, có mủ trắng. Lá trên không cuống, phiến ôm thân, không lông, màu mốc mốc. Hoa trên cọng dài 10-20cm, to, nụ dài 2.5cm; đài mau rụng; cánh hoa 4-5, to, cao 4.5-5cm, đỏ, tím tím hay trắng, trung tâm đậm; tiểu nhụy nhiều, nuốm hình mâm có tia. Nang không lông cao 5-7cm, nở do lỗ dưới nuốm; hột nhiều, nhỏ trắng hay đen. Công dụng diệu đau, làm ngủ, trấn luyến súc, trị ho. Trồng ở thượng du Bắc Việt, ít khi trồng ở Nam. Cây nguy hiểm."

Ngoài công dụng chiết suất chất morphine, codeine, papaverine cho kỹ nghệ dược phẩm, còn phải kể tới heroin hay diacetylmorphine, chất biến chế từ morphine cho dân ghiền ma túy - có chi tiết mà giáo sư Hộ không đề cập tới là do hoa thuốc phiện đẹp có nhiều màu sắc trắng hồng tím nên nhiều nơi còn trồng thứ cây nguy hiểm ấy làm cây cảnh.

Như một bất công và cũng thật là trớ trêu, bao nhiêu tệ nạn xã hội trên thế giới ngày nay liên quan tới ma túy, người ta thường đổ lỗi cho các sắc dân bộ lạc trong khu Tam Giác Vàng. Nhưng thực ra, hoặc không hiểu biết chút gì về lịch sử hoặc có một trí nhớ quá ngắn nên người ta mới đi tới một kết luận nông cạn như vậy. Bởi vì trong suốt thời kỳ thuộc địa cực thịnh, chính những người Tây Phương da trắng đã triệt để khai thác thuốc phiện và thu lợi nhuận.

Với thực dân Anh thì rất sớm ngay từ thời nữ hoàng Victoria, bằng tàu chiến và súng đại bác người Anh đã mở được thị trường vào Trung Hoa với cuộc Chiến Tranh Nha Phiến_ Opium War 1839-42 với Bát Quốc Liên Quân kết thúc bằng Hòa Ước Nam Kinh được ký kết trên một chiến hạm Anh mà cho tới mãi những năm sau này người Trung Hoa vẫn gọi đó như "một nỗi nhục quốc gia - national humiliation" theo đó triều đình Mãn Thanh phải hiến nhượng đảo

Hương Cảng, cả công nhận quy chế tối huệ quốc_ most favored nation cho Anh và phải mở cửa cho các nước Tây Phương được hoàn toàn tự do giao thương trong đó có quyền tự do nhập thuốc phiện vào Trung Hoa.

Với người Pháp trong thời gian đô hộ ba nước Đông Dương họ đã giành độc quyền khai thác thuốc phiện_ Monopoles de l' Opium mở hàng ngàn tiệm hút gây cảnh nghiện ngập cho bao trăm ngàn dân bản xứ.

Với người Mỹ, năm 1949 khi Tưởng Giới Thạch thua phải chạy ra đảo Đài Loan, một đám tàn quân thuộc Sư đoàn 93 Quốc Dân Đảng Trung Hoa dưới quyền tướng Lý Mỹ, đã đào thoát xuống phía Nam chiếm đóng khu Bắc Miến, là đội quân thổ phỉ đốt phá cướp bóc và vơ vét lương thực của người dân Miến rồi trả bằng công khố phiếu ma với hàng chữ "Mỹ sẽ bồi hoàn" và cũng mau chóng trở thành các lãnh chúa sản xuất buôn bán ma túy nhưng vì được Mỹ coi là thành trì chống Cộng, là những freedom fighters nên họ đã có được sự yểm trợ của CIA và của tư lệnh cảnh sát Thái. Cho tới năm 1952, vẫn có hơn 10 ngàn quân của Lý Mỹ đã chiếm lĩnh cả một khu vực Bắc Miến rộng lớn gồm các bang Shan, Kayah, Kachin sang tới vùng Salween và còn mưu tính liên kết với quân ly khai Karen chống lại chính phủ Rangoon. Quân đội Miến đã phải vô cùng vất vả cùng một lúc đương đầu với nhiều mặt trận: tiễu trừ quân ly khai Karen, quân phiến Cộng và cả những cuộc hành quân quy mô chống lại quân Lý Mỹ. Cuối cùng chánh quyền Rangoon phải đưa vấn đề ra trước Hội đồng Bảo an Liên Hiệp Quốc (1953) và sau bao nhiêu cuộc điều đình kéo dài rất gay go cũng chỉ có khoảng 6000 quân Quốc Dân Đảng chịu rút về Đài Loan và số còn lại thì vẫn là một đội quân vô chánh phủ chiếm giữ bất hợp pháp phần đất Bắc Miến vẫn hoạt động cướp bóc cả sản xuất và lưu hành ma túy mạnh nhất trong khu Tam Giác Vàng_ đối với Miến như một thứ ung nhọt luôn luôn gây đau nhức mà không làm sao dứt cho được.

Rồi trong suốt cuộc chiến tranh Việt Nam, cạnh đó còn phải kể tới một cuộc chiến tranh bí mật khác ở Lào do CIA điều khiển với tướng Vang Pao và hơn 30 ngàn người Hmong và để có thể duy trì sự hợp tác bền vững với những người Mèo ấy, CIA cũng đã đồng lõa trong các vụ di chuyển ma túy bằng cả những chuyến bay Air America.

Sống trong hệ sinh thái là một vùng núi rừng trùng điệp trong cái lạnh đầy âm khí của những ngày đông giá, với gió hú trên những ngọn cây,với mây đùn lên từ những thung lũng, trong cái mênh mông của rét lạnh, nguồn ấm cúng là chút bếp lửa dưới lớp tro than và hạnh phúc có được là nằm bên ánh sáng chập chờn của ngọn đèn dầu chai vê viên thuốc phiện đưa vào ánh lửa trước khi nạp vào ống điếu rít một hơi để thấy cả đất trời chỉ còn là một cảm giác lâng lâng thanh thoát, trên cả niềm vui và nỗi buồn. Trong cuộc sống đã quá đạm bạc, điếu thuốc phiện chỉ là một chút nhựa của cỏ cây sau vườn, chẳng làm hại ai không là nguyên nhân gây tội ác thì hà cớ gì phán đoán họ bằng những giá trị luân lý dưới đồng bằng. Samsenthai không phải là sai khi nói tới khía cạnh văn hóa á phiện của các sắc dân miền thượng du.

Tiêu diệt văn hóa các sắc dân thiểu số bất luận tốt xấu ra sao, đồng hóa họ_ assimilation nhưng bằng một danh xưng mĩ miều là "thích nghi văn hóa_ acculturation" có làm cho họ hạnh phúc hơn không? Hay chỉ tạo ra được thêm những phong trào FULRO (Front Unifié de Liberation / de Lutte des Races Opprimés) như ở cao nguyên miền nam Việt Nam vào những năm 60.

Có bao nhiêu phần là văn hóa dân tộc hay sắc tộc, bao nhiêu phần là văn hóa chung cho cả nhân loại trong nội dung mỗi nền văn hóa ấy?

Bảo tồn văn hóa đã trở thành một đề tài tranh luận gay go, mang sắc thái của văn hóa chiến tranh và người ta đã không chút ngần ngại tự do ném đá vào ngôi nhà kính văn hóa ấy.

Có phải vì vậy mà Liên Hiệp Quốc đã quyết định chọn năm 2000 là Năm Quốc Tế Văn Hóa Hòa Bình_ The International Year of the Culture of Peace cho toàn hành tinh này. Theo đó để chuẩn bị bước vào thiên niên kỷ mới, nhân loại cần chuyển biến từ một nền văn hóa chiến tranh_ Culture of War sang một nền văn hóa hòa bình: mà điều này lại đòi hỏi phải có một chuyển biến cơ bản trong cách suy nghĩ và hành xử của mỗi chúng ta đối với thế giới, trong đó:

- Văn hóa và sáng tạo được coi như cội nguồn của hòa bình với sự tương kính và cảm thông.

- Bất bạo động linh hoạt_ active nonviolence - sẽ thay thế cho võ lực như một động cơ thay đổi xã hội.

- Ganh đua sáng tạo và hợp tác sẽ thay thế cho hình thái cạnh tranh triệt tiêu_ zero sum competition.

- Cuối cùng là sự cởi mở và chia xẻ thông tin để thay thế cho bí mật bưng bít, theo đó đối thoại và sự đồng tâm sẽ thay thế cho thứ bực quyền uy bên trong và giữa những hình thái xã hội.

Giữa những điều ước mơ và hiện thực cho những năm sau 2000 xem ra vẫn còn cả một khoảng cách hành tinh.

Tới Chiang Sean nơi từng là cố đô của Thái vào thế kỷ 14 nay trở thành một tụ điểm du lịch rất hấp dẫn với đám du khách muốn dệt mộng phiêu lưu tới khu Tam Giác Vàng. Cảnh tượng thương mãi hóa làm xốn mắt là những cô gái đến từ dưới đồng bằng giả bộ làm người sắc dân bộ lạc với các bộ y phục cổ truyền sặc sỡ tươi cười đứng bên những tấm bảng với dòng chữ: "Take a picture with hilltribes girls: one person 10 bahts" tính ra đôla chưa tới 40 xu. Cũng để cạnh tranh với hãng phim Kodak của Mỹ, Fuji có mở thêm cả tiệm rửa hình tại chỗ để phục vụ du khách.

Đối với các sắc dân thiểu số sống trên lục địa Đông Nam Á châu thì đường biên giới chánh trị địa dư trên bản đồ không có hiệu lực ngăn cách nào đối với họ, bằng những đôi bàn chân trần vạm vỡ họ vẫn đạp trên những con đường mòn băng rừng vẫn tự do qua lại giao tiếp nhau. Thời Cách Mạng Văn Hóa khi bị Vệ Binh Đỏ truy lùng, các sắc dân thiểu số ở Hoa Lục đã dễ dàng vượt qua biên giới để lánh sang các nước láng giềng phương nam.

Cho dù mang những y phục màu sắc khác nhau, tiếng nói cũng khác nhau nhưng họ có một mẫu số chung là cùng nghèo khó, vẫn sống ở tình trạng bán khai trong những thôn bản tiều tụy kéo dài từ bao thế kỷ, tình cảnh cũng chẳng khác gì 30 sắc dân thiểu số trên cao nguyên Trung phần Việt Nam, họ cũng bị đám dân đồng bằng khai thác bóc lột và còn khinh miệt gọi bằng tên giống như "mọi".

Giữa khung cảnh thiên nhiên như còn vẻ nguyên sơ ấy, với mấy bộ lạc còn sót lại đã từng là đề tài hấp dẫn cho những luận án tiến sĩ, những cuốn sách nghiên cứu dầy cộm về nhân chủng, ngữ học và môi sinh. Đó còn là nơi ẩn dật rất quyến rũ cho những ai đã từng thất vọng về sự bế tắc của nền văn hóa Tây phương khiến họ quyết định rời bỏ xã hội vật chất của nền văn minh sở hữu tìm tới một nền văn minh bản thể, để tới sống cô quạnh nơi vùng đồi núi trùng điệp, sống với thiên nhiên và cả chan hòa với khúc giao hưởng vũ trụ... Nhưng rồi chỉ là sự vỡ mộng bởi vì dần dà họ thấy rằng sự bình an ấy là không có thật: rằng chẳng có gì là thơ mộng, lại không có cả một không gian riêng tư, chỉ có khí hậu nóng ẩm cộng thêm với mối đe dọa của chết chóc của căn bệnh sốt rét ác tính. Riêng các khu rừng mưa_ rainforest thì cứ ngày một thu nhỏ lại do kỹ nghệ phá rừng lấy gỗ và cái không gian tưởng như yên tĩnh ấy vẫn vẳng về tiếng súng giao tranh của đám lính đánh thuê bảo vệ cho các đoàn xe chở thuốc phiện.

Cartier anh ký giả người Pháp cùng đi với Cao đã đưa ra một nhận xét lý thú:

- Anh có nhận ra điều này không, các sắc dân bộ lạc ở đây cho dù nghèo khó tới đâu vẫn có một nét rất chung: họ hết sức chú ý chăm sóc làm đẹp phần trên cơ thể, có bao nhiêu đồ trang sức và hoa họ dành hết cho phần này; trong khi ở dưới thì hầu như bị bỏ quên với đôi chân trần lấm bùn và dính những cát bụi.

Cartier còn tỏ ra am tường nhiều hơn phong tục tập quán của các sắc dân sống hai bên bờ sông Mekong. Chẳng hạn anh đưa ra nhận xét về tính độc lập của người phụ nữ sống trong lưu vực được thể hiện rõ nhất trong mối quan hệ tình dục. Theo anh ta thì trong cổ tục Phi Châu, tình dục chỉ để phục vụ người đàn ông nên người ta đã cắt mòng_ clitoris nơi bộ phận sinh dục nữ nhằm triệt tiêu mọi khoái cảm nơi người đàn bà, tình hình hoàn toàn đảo ngược ở Đông

Nam Á. Trong cuốn sách "Southeast Asia in the age of commerce 1450-1680" Anthony Reid ghi lại nhận xét: người phụ nữ Đông Nam Á như ở Thái Lan, Miến Điện... đã tỏ ra rất chủ động trong vấn đề đòi hỏi thỏa mãn dục tình khiến người đàn ông đôi khi phải chấp nhận những thủ thuật đau đớn chỉ để nhằm thỏa mãn người nữ như chịu xâu vào dương vật những những miếng ngà, những viên bi kim loại giàu có thì bằng vàng nghèo thì bằng chì hay cả những chiếc chuông nhỏ tạo ra những âm thanh trầm bổng không ngoài mục đích làm tăng khoái cảm cho người nữ khi giao hoan.

Tính chủ động nơi người nữ cũng được nhận thấy ngay nơi những sắc dân thiểu số vùng cao nguyên Trung Phần Việt Nam, chính người phụ nữ chủ động chọn và cưới người đàn ông về làm chồng. Dấu vết còn vương sót lại của chế độ mẫu hệ.

Tuy không nói ra nhưng theo một nghĩa nào đó thì Cartier anh nhà báo người Pháp cũng đã có kinh nghiệm đau và thống khoái của những người đàn ông sống nơi lưu vực sông Mekong.

Đám du khách tấp nập tới đây, mỗi người tùy theo kinh nghiệm bản thân mang theo họ những hình ảnh rất khác nhau về Tam Giác Vàng: họ vẫn ban ngày ra sân đánh Golf, buổi tối chơi bài trong các sòng bạc và khi cần thì đã có sẵn những thớt voi được thuần hóa để đưa họ đi du ngoạn. Cũng vẫn anh nhà báo Pháp mới quen ấy dẫn Cao tới xem một khu đất nổi giữa dòng sông Mekong phía Miến, được chọn làm địa điểm cho một Las Vegas nhỏ rất hấp dẫn trong tương lai với khách sạn cực kỳ sang trọng trên 300 phòng và dĩ nhiên với đủ các sòng bài, có tên là Khu Nghỉ Mát Thần Tiên Tam Giác Vàng_ Golden Triangle Paradise Resort. Cartier giọng khinh mạn và mai mỉa:

- Dĩ nhiên số tiền thu về sẽ rất lớn, không phải tất cả đều vào túi các ông tướng Miến, sẽ còn phần tiền xung vào quỹ quốc phòng để mua máy bay xe tăng và súng đạn từ Trung Hoa và cả xây thêm trại tù để giam các đồng chí của bà Aung San Suu Kyi ngày càng thêm đông đang chỉ biết khản cổ kêu gào dân chủ!

Aung San Suu Kyi là tên tuổi gắn liền với tương lai dân chủ của đất nước Miến Điện. Được tặng giải thưởng Nobel Hòa bình 1991 được tuyên dương "như một gương can đảm phi thường tại Á châu trong mấy thập niên gần đây". Bà cũng được tuyển chọn làm ứng viên cho Giải Thưởng Sakharov về Tư Tưởng Tự Do.

Sinh năm 1945, là con của Aung San một vị anh hùng quốc gia Miến giành lại độc lập từ người Anh. Ông ta còn được biết đến như một lãnh tụ có tầm nhìn xa vượt ra ngoài biên giới quốc gia Miến. Ngay giữa cuộc tranh đấu cho nền tự chủ của đất nước ông đã có những suy tư rất sớm về nhu cầu kết hợp các quốc gia Đông Nam Á như một thực thể riêng biệt không phải chỉ để đương đầu với cường lực Tây Phương mà còn với ba nước lớn châu Á là Trung Hoa, Nhật Bản và Ấn Độ. Giấc mơ chưa hình thành thì ông đã bị ám sát (1947). Thực sự bà Suu Kyi cũng không biết nhiều về thân phụ vì khi ông chết bà chỉ mới có 2 tuổi.

Aung San Suu Kyi tranh đấu theo phương thức bất bạo động của thánh Gandhi. 1960, Suu Kyi rời Miến Điện sang Ấn Độ vì mẹ bà đang là đại sứ. Sau đó bà theo học triết, chánh trị và kinh tế tại Oxford trước khi sang Nữu Ước làm việc cho cơ quan Liên Hiệp quốc. 1972, bà thành hôn với một người Anh Michael Aris một chuyên gia về Tây Tạng. Một cuộc hôn nhân có điều kiện là chừng nào số mệnh kêu gọi thì bà sẽ được tự do trở về Miến Điện. Bà theo chồng sang Bhutan, tìm học về Tây Tạng, sau đó trở về Anh theo học cao học tại trường Nghiên cứu Đông phương và Phi châu SOAS. 1988 từ giã chồng và 2 con, bà trở về Miến chăm sóc mẹ già đang lâm trọng bệnh. Giữa lúc đó đang có các cuộc xuống đường tranh đấu và biểu tình lan rộng, bà quyết định tham gia sinh hoạt chánh trị và trở thành một trong những sáng lập viên đảng chánh trị đối lập Miến NLD_ National League for Democracy. Ngay trên bậc thềm ngôi chùa Shwedagon_ một ngôi chùa cổ xưa nhất, cùng tuổi với lịch sử hình thành quốc gia Miến Điện, trước hơn nửa triệu người tụ tập bà đã đọc một diễn văn đầu tiên và ngay sau đấy bà trở thành nhân vật nổi tiếng nhất Miến Điện. Bà nói "Là con gái của cha tôi, tôi không thể tiếp tục thờ ơ với những gì đang diễn ra". Người đàn bà mảnh mai ấy có sức hấp dẫn của một ngôi sao điện ảnh, chứng tỏ sự can đảm phi thường trước bạo lực và đã trở thành thần tượng của quần chúng Miến. 1990 đảng chánh trị đối lập NLD thắng vẻ vang chiếm 82% số ghế trong cuộc đầu phiếu do uy tín và sự thu hút của bà Suu Kyi. Chánh quyền quân phiệt SLORC phủ nhận kết quả cuộc bầu cử không chịu trao quyền lại còn bắt giam bỏ tù tất cả các ứng viên đối lập. Suu Kyi tiếp tục bị quản thúc tại gia trong 6 năm, vũ khí cuối cùng của bà là chiếc đàn dương cầm cũng bị lấy đi, bà không còn cả tiếng đàn để gửi tới những người dân yêu mến bà đang tụ tập trước cửa nhà nơi bà đang bị giam cầm. Bà chỉ được thả ra vào tháng 7 năm 1995, tiếp tục cuộc tranh đấu bất bạo động bằng những đợt tuyệt thực.

Burma nguyên nghĩa là những cư dân đầu tiên trên thế giới, họ là những người thuộc sắc tộc Môn đã từng đặt viên đá nền móng đầu tiên cho ngôi chùa Shwedagon vào năm 588 trước Tây nguyên, nơi mà nhiều thế kỷ sau vẫn được coi là vùng đất Phật thiêng liêng không riêng cho Miến Điện mà cho cả Phật Tử thế giới.

Miến Điện từng được biết tới như một vùng Đất Vàng_ Shwe Pyidaw, một đất nước rất giàu có về tài nguyên thiên nhiên với gỗ quý, đá kim quý, dầu khí, đất đai phì nhiêu nhất Á Châu như vùng châu thổ Irrawaddy và cả một vựa cá khổng lồ ngoài vịnh Andaman. Một đất nước đẹp đẽ như vậy với cả ngàn ngôi chùa vàng lấp lánh nhưng lại là một đất nước của nghèo khổ với ba phần tư dân chúng thất học và thiếu ăn, còn tệ hơn dưới thời thực dân Anh. Với diện tích 676 552km2 gấp đôi Việt Nam, bằng diện tích nước Pháp và Anh cộng lại. Tây và tây bắc giáp với Ấn Độ và Bangladesh, bắc và đông bắc giáp với Trung Hoa và Lào, đông và đông nam giáp với Thái Lan. Có hai con sông chính chảy từ bắc xuống nam tạo nên những thung lũng và đồng bằng phì nhiêu. Con sông Irrawaddy xuất phát từ cao nguyên Tây Tạng chảy qua vùng đồi núi Kachin phía đông bắc Miến chảy dài suốt 2000km về hướng nam với chặng cuối chia ra làm nhiều nhánh trước khi đổ ra biển khơi. Là mạch máu giao thông chính của Miến từ thời thực dân Anh. “Con đường tới Mandalay" đã đi vào vần thơ bất hủ của Rudyard Kipling, văn hào Anh đầu tiên được giải Nobel văn chương, được mọi người biết tới như một nhà văn của thời kỳ thuộc địa. "The Ballad of East and West" (1892) vẫn còn luôn luôn được trích dẫn: Oh, East is East, and West is West, and never the twain shall meet! Đông là Đông, và Tây là Tây, và hai ngả ấy chẳng bao giờ gặp nhau!

On the road to Mandalay,
Where the Flyin'-fishes play,
An' the dawn comes up like thunder
Outer China' crost the bay
Trên con đường tới Mandalay
Nơi có những đoàn cá bay,
Và rạng đông lên như chớp
Rời Trung Hoa ra tới vịnh ngay!

Mandalay theo huyền thoại Miến Điện được coi là vùng đất Phật. Tương truyền rằng Đức Phật Thích Ca và môn đồ Ananda khi viếng thăm đồi Mandalay đã tiên tri rằng tới năm Phật lịch 2400, thì Mandalay sẽ trở thành một trung tâm truyền bá Phật học. Do đó vào năm 1857 vua Miến Điện Mindon đã di chuyển cung điện tới gần đồi Mandalay nơi khúc quanh của con sông Irrawaddy và tiếp sau đó rất nhiều Phật học viện tráng lệ được xây cất, đó là các công trình nghệ thuật kiến trúc bằng gỗ quý được trạm trổ vô cùng tinh vi. Mandalay nghiễm nhiên trở thành một trung tâm văn hóa Phật giáo. Nhưng rồi sau đó Mandalay rơi vào tay người Anh và tiếp đến Thế Chiến Thứ Hai, tất cả đã trở thành tro than. Mandalay đã điêu tàn và ngày nay trở thành cái bóng của quá khứ.

Miến Điện từng được kể là một trong những thuộc địa đem lại lợi lộc nhất cho đế quốc Anh. Kyaw Nyein đã mô tả đất nước Miến Điện dưới thời Anh đô hộ như sau: "Đó là một xã hội hình tháp_ social pyramid với dưới đáy là bao nhiêu triệu người Miến nghèo khổ, ngu dốt và bị bóc lột, và trên đỉnh là một thiểu số người ngoại quốc Anh, Ấn và Hoa..."

Để rồi hơn một nửa thế kỷ sau tình hình không có gì đổi khác, cũng vẫn xã hội hình tháp ấy với nguyên dưới đáy vẫn là hàng chục triệu những người Miến Điện nghèo khổ ngu dốt và bị bóc lột, chỉ có khác là bị bóc lột triệt để hơn bởi chính đồng bào của họ: đám tướng lãnh quân phiệt Miến.

Năm 1989, chánh quyền quân phiệt đổi tên nước Miến Điện là Myanmar theo chế độ Cộng Hòa Xã Hội Liên Bang. Thư từ nước ngoài gửi về Miến Điện_ Burma sẽ bị đóng dấu phát hoàn với lý do: "Burma, country unknown".

Trước đây nói tới Việt Nam, người ta nghĩ tới một cuộc chiến tranh. Nói tới Cam Bốt, người ta nghĩ tới những cánh đồng chết. Ngày nay khi nhắc tới Miến Điện, thay vì được biết đến qua lịch sử văn hóa nghệ thuật vô cùng phong phú thì người ta chỉ nghe nói tới tập đoàn SLORC (State Law and Order Restoration Council) cai trị bằng khủng bố đối lập, đàn áp các sắc dân thiểu số.

Theo Cao, cho dù sắp bước vào thế kỷ 21, không phải chỉ có Miến Điện_ một nền văn minh sông Mekong nói chung, bên này tả ngạn hay bên kia hữu ngạn thì cũng vẫn là những xã hội hình tháp, tuy bề ngoài có khác nhau về thể chế chánh trị và mức phát triển về kinh tế.

Khoảng 65km về phía đông Tam Giác Vàng, nếu bằng đường bộ thì phải qua những đoạn đường xấu nhưng cuối cùng cũng tới được Chiang Khong bên hữu ngạn con sông Mekong thuộc Thái_ nơi nổi tiếng với ngày hội đánh cá Pla Beuk hàng năm (Pla Beuk là giống cá bông lau khổng lồ chỉ có trên sông Mekong có con dài tới 3m nặng tới hơn 300 kg), đối diện bên kia sông là Bản Houei Sai thuộc Lào nơi xưa kia từng là tiền đồn Carnot kiên cố của Pháp trước 1954, nay dấu tích còn lại chỉ là mấy cỗ súng cối đã han rỉ theo thời gian và trong cái khí hậu ẩm thấp của Á Châu Gió Mùa. Houei Sai cho đến nay vẫn là một thị trấn của con sông Mekong với trên một ngọn đồi là ngôi chùa Phật còn đồi bên kia đã từng là khu bệnh xá 50 giường của tổ chức Medico do Tom Dooley sáng lập với trụ sở đặt ở San Francisco.

Bằng thuyền máy xuôi theo dòng sông Mekong dũng mãnh với

hai bên bờ là rừng hoang rậm rạp, nếu may mắn thì người ta cũng tới được Chiang Khong.

Đường bộ hay sông, thì cũng chẳng ai mà biết chắc được những gì sẽ xảy ra, bởi vì bất cứ lúc nào bất cứ ở đâu cũng có thể nổ ra những vụ kình chống thanh toán nhau_ thường là đẫm máu, giữa đám thảo khấu tay chân các lãnh chúa thuốc phiện và cả bọn buôn lậu trong vùng.

Ra khỏi khu Tam Giác Vàng, con sông Mekong nước nâu trở lại vẻ hoang dã băng băng cuộn chảy về hướng đông mất hút trong những khu rừng rậm của vùng cao nguyên nước Lào.

Cao có ý định trở về Thái Lan bằng ngả đường vòng qua Lào. Anh sẽ có dịp thăm lại đập Nam Ngum, thăm Louang Prabang nguyên thủ phủ của hoàng gia Lào vẫn còn những ngôi chùa tháp vàng cổ kính với nụ cười từ bi các tượng Phật ; anh cũng trở lại viếng thủ đô Vạn Tượng của thời kinh tế thị trường trước khi băng qua con sông Mekong sang thị trấn Nong Khai bên hữu ngạn bằng cây cầu hữu nghị Mittaphap.

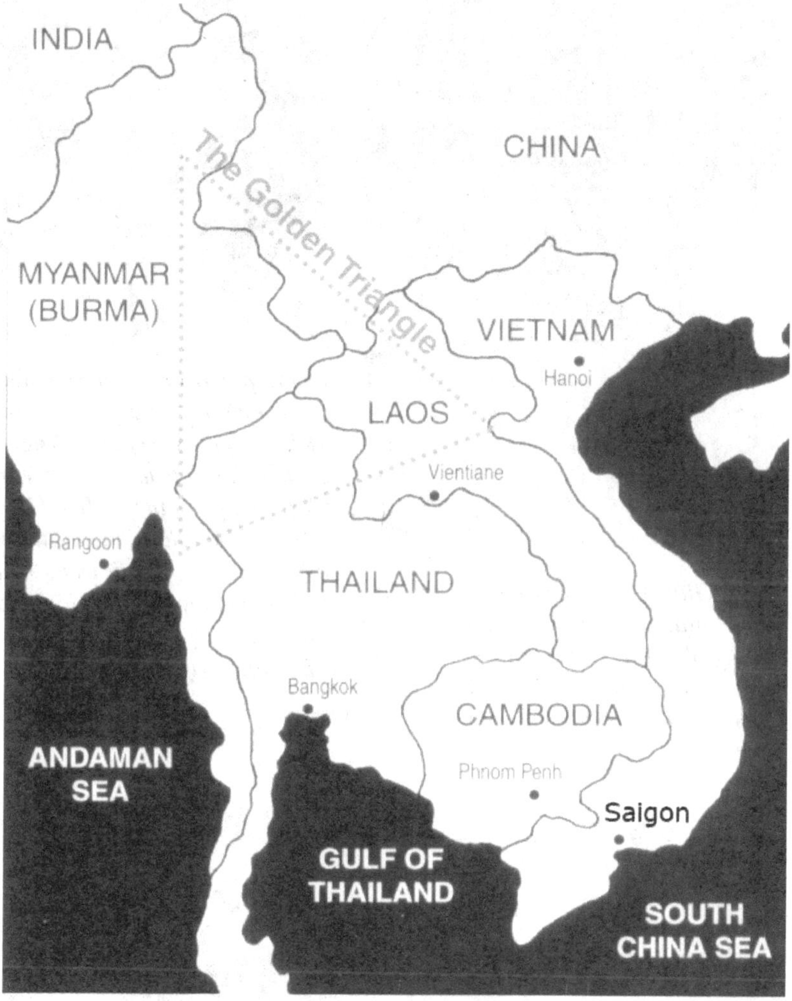

Tam Giác Vàng là một vùng đồi núi cao trên 1000m, diện tích khoảng 225, 000 km2, nằm giữa biên giới 4 nước Miến Điện, Thái lan, Lào và Trung Hoa (Vân Nam)._11

Tam Giác Vàng là nơi sản xuất hơn phân nửa lượng heroin bán trên các đường phố ở Bắc Mỹ, chủ yếu được sản xuất và tinh chế tại bang Shan thuộc phần đất đông bắc Miến Điện..

Thuốc phiện là "Nền văn hóa chết người" của con sông Mekong. Việt Nam đang có nguy cơ trở thành trạm chuyển vận và sử dụng ma túy từ Tam Giác Vàng. Hình đám thanh thiếu niên Việt đang bị giữ trong một trại cai ma túy gần Sài Gòn. Ma túy và dịch HIV luôn luôn là "Bộ Đôi Nguy Hiểm"_88

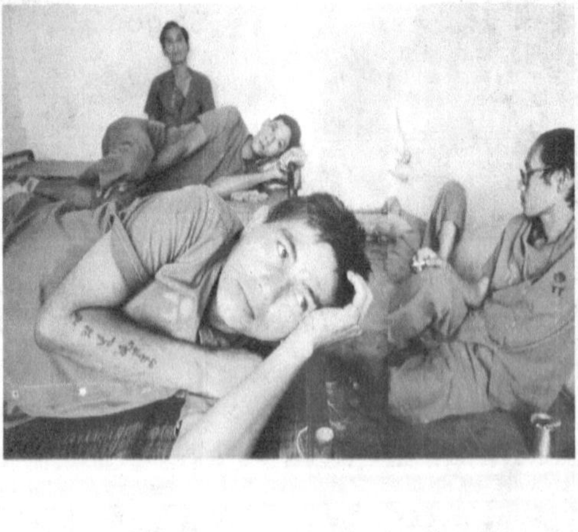

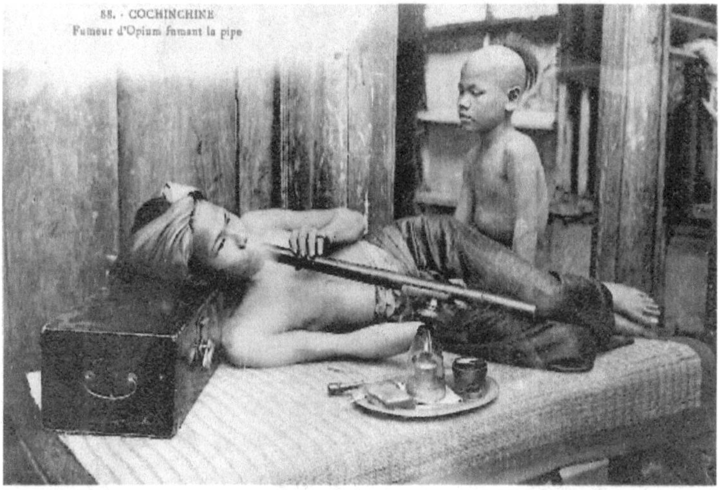

"Tứ Đổ Tường" với bàn đèn thuốc phiện trong các tiệm hút là cảnh trí quen thuộc nơi các quốc gia Á Châu thời thuộc địa vào cuối thế kỷ 19.

*Visit-Year-Lao 1999-2000 với hơn 600 ngàn du khách, với rất nhiều Tây Ba Lô đi tìm AIDS-FREE Women và thuốc phiện rất rẻ và dễ kiếm ở Lào _ **

Những khuôn mặt Khun Sa, tên thật Chang Chi Fu, là "Vua Tam Giác Vàng" còn tự nhận là "chiến sĩ tranh đấu cho tự do" có quân đội riêng với hơn 15 ngàn tay súng thống lãnh toàn khu cao nguyên đông bắc Miến. Kể từ 1996 có lẽ không còn giàu hơn được nữa và thấm mệt với các cuộc truy lùng, Khun Sa đã ra quy thuận, đổi sang một tên khác U Htet Aung để sống một cuộc đời hưởng thụ cực kỳ huy hoàng trong những biệt thự bên khu bờ hồ vùng ngoại ô Rangoon. Khun Sa chết ở tuổi 73 (10-26-2007), và xác được thiêu sau đó, khép lại trang sử đầy máu me của Khu Tam Giác Vàng.

CHƯƠNG V

TIẾNG SÔNG MAE NAM KHONG TRÊN CÁNH ĐỒNG CHUM

Nước Lào đã không được coi là một thực thể địa dư chủng tộc hay xã hội mà thuần chỉ là một tiện nghi chánh trị
Bernard Fall

Giữa con đường từ Tam Giác Vàng, qua Cartier anh nhà báo người Pháp, Cao có thêm Sơn là người bạn trẻ đồng hành. Đó cũng là lý do Cao đổi lộ trình để hai người cùng đi Xieng Khouang, thăm Cánh Đồng Chum, đối với Cao cũng là một khía cạnh văn hóa khác của con sông Mekong. Sau đó Sơn có chương trình riêng, đi vào các buôn bản người Hmong, Khmu để tiếp tục cuộc khảo sát ngữ học của anh. Với Cao, mỗi lần tới với con sông Mekong luôn luôn là một hành trình mới với cảnh trí khác, những con người khác mà có lần anh gọi đùa là "Những Mekong dị nhân" và không bao giờ có hai lần kinh nghiệm giống nhau. Cao tự hỏi anh phải cần bao nhiêu chuyến đi nữa, trong bao nhiêu năm hay là cho đến hết cuộc đời mình để có thể tự hào là biết đủ về một con sông đang dần dần bị hủy hoại nhưng vẫn còn mang trong nó bao nhiêu điều bí nhiệm và vẫn đang còn là mạch sống của toàn vùng Đông Nam Á nhưng còn được bao lâu nữa thì khó mà lạc quan để có lời giải đáp. Phải chăng Cao đã có một ràng buộc định mệnh với con-sông-lịch-sử, con-sông-thời-gian và cũng là con-sông-cuối-cùng ấy.

Cũng qua chuyến đi lần này, Cao được biết rõ thêm cuộc đời Sơn người thanh niên Mỹ gốc Việt ấy, không cần thêm phần hư cấu tự nó đã mở ra một cuốn tiểu thuyết.

Tốt nghiệp trung học với toàn điểm A, rất xuất sắc về khoa học, Sơn có ý định theo môn toán, vì tính hiếu kỳ Sơn học thêm môn cổ ngữ Hebrew, Sơn lại thấy mình rất có năng khiếu về ngôn ngữ học và đã tốt nghiệp double major cả hai môn này. Cũng vì tính hiếu kỳ Sơn gửi bài dự thi học bổng Raoul Wallenberg của quốc hội Do Thái tặng cho 10 sinh viên ngoại quốc không phải gốc Do Thái nhưng thông thạo tiếng Hebrew và văn hóa lịch sử nước Do Thái. Sơn đã viết một luận văn bằng tiếng Hebrew thuật lại chuyến vượt biển của 102 thuyền nhân Việt Nam được tàu Do Thái vớt và đã sang Do Thái định cư. Sơn trúng giải nhất và được học bổng sang học đại học Hebrew Jerusalem một năm và cũng tại đây Sơn được gặp Noam Chomsky khiến cuộc đời người thanh niên ấy hoàn toàn thay đổi và lựa chọn của Sơn có thể ảnh hưởng tới cả hướng đi của ngành ngữ học Việt Nam sau này.

Thêm một chi tiết về khúc rẽ sớm hơn trong cuộc đời Sơn như một "cú sốc" đưa cậu bé trở về nguồn. Mới là sinh viên năm thứ nhất, là phóng viên cho tờ nội san của nhà trường, Sơn chụp hình cảnh biểu tình của các sinh viên da đen chống bất công kỳ thị của xã hội da trắng trong campus, Sơn đã bị một sinh viên da đen hành hung và dùng gậy đập bể máy hình. Ngay lúc đó giữa những cú đánh vô cớ như đòn thù ấy Sơn chợt tỉnh ngộ và nhận thức được thân phận của mình là một người Á Đông trên đất Mỹ không thuộc khối người da trắng cũng chẳng được chấp nhận bởi khối người da đen, thành phần mà lý tưởng Sơn muốn bênh vực. Từ đó Sơn đã quay trở về học hỏi văn hóa cũng như ngôn ngữ Việt và trở lại là một người Việt Nam mà Sơn đã quên mất nguồn gốc kể từ khi theo bố mẹ làm thuyền nhân sang Mỹ lúc mới có 4 tuổi.

Điều hết sức ngạc nhiên với Sơn khi là sinh viên cao học ở MIT là tiếng Việt chưa được biết đến ở MIT trong khi đa số các ngôn ngữ khác kể cả tiếng Lào-Thái và Miên đã được khảo sát từ lâu rồi. Đáng buồn hơn là khi Sơn về Việt Nam thì thấy toàn bộ môn ngữ học Việt Nam cũng như các sách tham khảo đều lạc hậu cũ kỹ còn ở trong thời tiền Chomsky, các giáo sư đều không biết gì về các lý thuyết của Chomsky mà theo Sơn Việt Nam đã tụt hậu đến hơn 30 năm kể cả so sánh với các quốc gia thuộc vùng Á Châu Thái Bình Dương như Thái Lan, Mã Lai, Nam Dương chưa nói chi tới các nước Tây Âu và Mỹ.

Sự thực đám giáo sư Hà Nội được biết tới Chomsky nhiều hơn với tư cách một trí thức Mỹ khuynh tả và phản chiến. Chomsky cũng đã ra thăm Hà Nội ngay giữa cuộc Chiến Tranh Việt Nam, ông cũng thuyết trình về ngữ học, dĩ nhiên bằng tiếng Anh, và theo giai thoại kể lại thì chỉ có Tạ Quang Bửu (lúc đó đang là Bộ Trưởng Bộ Đại Học và Trung Học Chuyên Nghiệp) trong số cử tọa là người duy nhất có khả năng đứng ra phiên dịch bài nói chuyện của Chomsky.

Tạ Quang Bửu gốc người Nghệ An là một tên tuổi rất quen thuộc trong gia đình Hướng Đạo Việt Nam cùng thời với Phạm Biểu Tâm ở trường Vinh_ sau này là Khoa Trưởng Y khoa Sài Gòn, Bửu được biết tới nhiều hơn với chức vụ Bộ Trưởng Quốc Phòng trong chính phủ Việt Minh, năm 1954 tham dự hội nghị Genève với gợi ý cùng Hà Văn Lâu và Delteil hậu thuẫn cho giải pháp chia cắt Việt Nam với câu nói "Chúng tôi cần một thủ đô (Hà Nội) và một hải cảng (Hải Phòng)". Và ông ta được toại nguyện với vĩ tuyến 17 chia đôi Việt Nam. Ông chết năm 1986 vì căn bệnh loạn trí!

Cảm tưởng của Sơn trong chuyến về thăm Việt Nam đầu tiên tuy là kinh ngạc nhưng không khắt khe phán đoán, Sơn có một thái độ cởi mở và thông cảm. Theo Sơn thì tiếng Việt hiện nay như một kho tàng mới chưa hề được khai thác, Sơn nuôi tham vọng dùng những kiến thức và kỹ thuật mới nhất của MIT để cùng với các sinh viên bên Việt Nam_ như một kho tàng chất xám nhưng lại không có cơ hội, phân tích và soi sáng ngôn ngữ Việt và từ đó tìm ra những lý giải và kiểm chứng các lý thuyết về Ngữ pháp Biến tạo (transformational/generative grammar) của Chomsky. Mới đây tại Hội nghị Quốc tế về Ngôn ngữ học Đông Nam Á ở Kuala Lumpur Mã Lai, bản tường trình của Sơn về bước đầu nghiên cứu ngôn ngữ Việt với một nhãn quan mới được đánh giá cao như bước phát hiện những nét đại đồng trong ngôn ngữ Việt. Một điều vốn được coi là xa lạ đối với các nhà ngữ học trong vùng.

Auberge de Plaine de Jarres. Tới Phonsavanh thì trời đã xế chiều. Do Cartier giới thiệu trước và lại được giá discount, hai người thuê xe tới thẳng Lữ Quán Cánh Đồng Chum và được đặc biệt dành cho một căn nhà gỗ đẹp đẽ trong số 16 căn nằm tản ra trên một ngọn đồi nhìn bao quát xuống thị trấn, với phòng khách có lò sưởi, phòng tắm sạch sẽ với nước nóng, có cửa sổ nhìn ra vườn với hoa hồng, hoa dã yên màu tím, hoa phong lữ màu đỏ thắm. Chuẩn bị xong phương tiện di chuyển qua Sodetour cho chuyến đi thăm Cánh Đồng Chum ngày hôm sau; buổi tối hai người được viên quản gia hiếu khách người Pháp dọn cho ăn các món đặc thù Lào cho dù trong thực đơn không thiếu những món ăn Pháp nổi tiếng. Sơn thì rất thích món Tầm Xụm hay gỏi đu đủ, rồi tới Khậu Lám thứ xôi nép nước dừa được ép và nướng trong ống tre sau hết là món bún nước Khao Poun theo Cao thì hương vị hơi giống món ăn Thái.

Tới Xieng Khouang là tới với vùng đất có một lịch sử tang thương và thăng trầm. Xieng Khouang sau thời chiến được khách du lịch biết tới vì di tích lịch sử Cánh Đồng Chum nhưng đây cũng là nơi mang dấu vết tàn phá khủng khiếp nhất trong thời kỳ chiến tranh Việt Nam. Các nhà báo Tây Phương đã mệnh danh nơi đây là "Trận Armageddon của Đông Phương". Sơn thì rất thuộc Kinh Thánh, nhớ ngay tới trận đánh được nhắc tới trong Khải Thư: "And he gathered them together into a place called in Hebrew tongue Armageddon"- Revelation ch.16,v.16.

Thong Hai Hin là tên Lào của Cánh Đồng Chum nhưng được biết tới nhiều hơn với tên Pháp Plaine de Jarres (PDJ) là vùng đất cao nguyên diện tích khoảng 1000 km2 cao trung bình trên 1000m cách thị trấn tân lập Phonsavanh khoảng 10km hướng đông nam. Như tên gọi đó là một cảnh quan kỳ lạ với còn sót lại hàng trăm những chiếc chum đá trống không rải rác trên khắp cánh đồng. Xuống xa hơn nữa về phía nam khoảng 40km, qua khỏi Muong Khoune là hai khu nữa, mỗi khu còn khoảng 70 tới 80 chiếc chum khác. Các chum cao từ 1 tới 2.5m, đường kính khoảng 1m và nặng ghê gớm. Nguồn gốc và công dụng của những cái chum ấy vẫn là những câu hỏi "nhức đầu" đối với các nhà khảo cổ học và chưa dứt khoát có lời giải đáp. Theo giai thoại của người dân Xieng Khouang thì vua Khoon Chuong từ phía nam Trung Hoa và đoàn quân của ông đã ăn mừng chiến thắng quân Chao Angka và họ đã tạo những chiếc chum khổng lồ ấy để cất rượu lau-lao một thứ rượu gạo cung cấp cho các bữa tiệc liên hoan. Một giả thiết khác không kém hấp dẫn thì đó chỉ là những chiếc chum đá đựng di cốt người chết có từ 2000 năm trước (trước xa lịch sử lập quốc của nước Lào) và tùy theo thang bậc xã hội chum lớn được dành cho quý tộc và chum nhỏ dành cho dân thường. Bảo vệ cho thuyết này là một khu hầm đá gần đó được khai thác với đá làm chum và hang là nơi đặt giàn thiêu xác với lỗ thông hơi trổ ra phía trên. Nhưng giả thiết này cũng không đứng vững vì chất liệu đá làm chum lại không cùng loại đá tìm thấy trong hầm đá, nên lại có thêm ý kiến nữa cho rằng chum được làm từ một nơi khác và được vận chuyển tới đây. Nhưng làm thế nào để có thể đưa hàng mấy trăm chiếc chum mỗi chiếc nặng bằng ba chiếc xe tải nhỏ ấy khi chưa có các phương tiện giao thông lại là một câu hỏi nhức đầu khác. Một vài chum khi mới được tìm thấy còn đậy nắp, bên ngoài có nét đục trạm hình nhóm vũ công mặt hướng về phía hang đá, điều lý thú là các dụng cụ bằng đồng bằng sứ tìm thấy trong các chum chứng tỏ xuất phát từ một nền văn minh khá cao nhưng lại có vẻ không liên hệ gì tới các nền văn minh cổ ở vùng Đông Nam Á.

Cánh Đồng Chum ngày nay đã có nhiều thay đổi, số chum ngày một ít đi do bị đánh cắp và một số khác được trực thăng vận đưa về

Viện Bảo Tàng Cách Mạng ở thủ đô Vạn Tượng. Nhưng sự thay đổi khủng khiếp nhất trên cảnh quan của Cánh Đồng Chum vẫn là chằng chịt những hố bom do các trận ném bom trải thảm_ carpet bombing từ các đoàn phi cơ B52 kéo dài trong suốt 5 năm giữa cao điểm của cuộc chiến tranh Việt Nam mà Lào là nạn nhân của một cuộc chiến "bí mật" chưa hề có tuyên chiến. Và như một hiện tượng kỳ lạ là dưới những trận mưa bom ấy thì các chum đá vẫn cứ đứng trơ gan cùng tuế nguyệt, vẫn là những vật chứng bền bỉ trong suốt 2000 năm của những rạng đông và hoàng hôn của các nền văn minh dọc theo hai bên bờ con sông Mekong. Nhìn sâu vào lòng những chiếc chum đầy rêu phong thời gian ấy chỉ thấy những "black holes" với vang vọng của những cơn địa chấn bom đạn xen lẫn với tiếng sóng gào tiếng gió hú cuồng nộ thổi tới từ con sông Mekong.

Nhìn trên bản đồ, nếu Louang Prabang và Vạn Tượng là cạnh đáy của một tam giác thì Xieng Khouang là đỉnh hướng về phía đông sát với biên giới Việt Nam ngang với tỉnh Nghệ An. Trên diện tích nhỏ hẹp ấy PDJ lại là chiến trường khốc liệt của nhiều phía: một bên là quân đội Hoàng gia Lào và những người Hmong_ hay Mèo với tướng Vang Pao được hỗ trợ bởi CIA, còn một bên là Pathet Lào nhưng chủ yếu là quân Cộng Sản Bắc Việt trong quyết tâm bảo vệ sườn phía Tây của Việt Nam và con Đường Mòn Hồ Chí Minh vô Nam.

PDJ là một địa điểm chiến lược quan trọng nên luôn luôn bị tranh giành và đổi chủ: trong tay quân Hoàng Gia hay đúng hơn quân du kích Hmong vào mùa Khô và bị Pathet Lào hay đúng hơn cộng sản Bắc Việt chiếm lại trong mùa Mưa.

Trong khi chiến sự Việt Nam mỗi tối đều xuất hiện trên màn ảnh nhỏ trong phòng khách mỗi gia đình trên nước Mỹ thì một cuộc chiến khác ngay cạnh đó trên đất Lào lại hoàn toàn bị giấu nhẹm và lãng quên.

Long Tieng với 20-Alternate là nơi đặt bộ chỉ huy của CIA sát Cánh Đồng Chum, cái tên "alternate" tự nó có nghĩa là không quan trọng, chỉ nhằm đánh lạc hướng tò mò của báo giới. Phi trường

20-Alternate không có trên bản đồ ấy nhưng lại là nơi tấp nập các chuyến bay lên xuống gần như mỗi phút khiến nhà báo James Parker cho rằng số phi vụ ở đó nhiều hơn cả ở phi trường O'Hare Chicago.

Trong khi đó Sầm Nứa ngay phía bắc Cánh Đồng Chum trong các hang động kiên cố là nơi đặt bộ chỉ huy của "đồng chí" lãnh tụ Pathet Lào Kaysone Phomvihane, người nói tiếng Việt sõi hơn cả tiếng Lào và cũng là nơi đặt bộ tham mưu của quân Cộng Sản Bắc Việt.

Qua rào_ Over the fence. Ravens là bí danh để gọi nhóm chuyên viên chống du kích người Mỹ ở Lào được CIA- SGU (Special Guerrila Units) huấn luyện nhằm ngăn chặn xâm nhập của quân Cộng Sản Bắc Việt vào Cánh Đồng Chum và dọc theo Đường Mòn Hồ Chí Minh. Các phi công Mỹ đều mang vỏ bọc dân sự của hãng Air America, máy bay cũng dân sự loại STOL (Short Takeoff and Landing) với đặc điểm có thể đáp và cất cánh trên một phi đạo thô sơ hết sức ngắn chừng hơn 30m và cả ngòng ngoèo thích hợp với địa hình núi non.

Trong khoảng 10 năm (1966-75) Ravens tham dự một cuộc chiến tranh vô cùng khốc liệt tổn thất nhân mạng rất cao. Để bù lại họ được đối xử đặc biệt như những lính đánh thuê, sinh hoạt tự do ngay trong cách ăn mặc kể cả với áo pollo quần Jean và nón cowboy, giờ giấc cũng tùy nghi có thể bay cả ngày lẫn đêm nếu còn sức, có khi hơn 200 giờ bay mỗi tháng, lương rất cao từ 50 tới 100 ngàn chưa kể tiền phụ trội. Bất kể gốc gác ra sao, tất cả đều phải mang một căn cước mới như là nhân viên dân sự phục vụ cho cơ quan USAID. Bộ não điều khiển cuộc chiến tranh bí mất ấy là từ một khu nhà trong căn cứ không quân Udon Thani bên Thái. Từ phi trường bên đông bắc Thái Lan bay vào không phận Lào chỉ với một tín hiệu "qua rào", và địa danh Lào không bao giờ được nhắc tới.

Tàn khốc không phải chỉ trên trận địa nhưng còn từ trên không: mỗi khi quân Hoàng gia Lào hay quân Hmong của tướng Vang Pao bị thua thì không lực Mỹ được kêu tới "blow them all to hell" oanh kích và ném bom không chút thương tiếc, nhằm hư vô hóa hy vọng chiến thắng của địch quân.

Vào giữa tháng 2 năm 1970, tổng thống Nixon lần đầu tiên ra lệnh cho Bộ Tư lệnh Không Quân Chiến Lược Mỹ_American Strategic Air Command sử dụng B52 thả bom trải thảm trên PDJ, mỗi chiếc pháo đài bay có khả năng thả hàng trăm trái bom 500 kí Anh từ cao độ trên 10 ngàn mét không nghe tiếng phi cơ chỉ có những cơn địa chấn do những trận mưa bom. Cuối cuộc chiến tranh đã có khoảng hơn nửa triệu tấn bom trút xuống chỉ riêng vùng Cánh Đồng Chum, chưa kể tới số bom đạn dư thừa từ những phi vụ oanh kích Bắc Việt trở về được trút xuống như vùng oanh kích tự do để được an toàn đáp xuống các phi trường bên đông bắc Thái. Còn phải kể tới hàng chục ngàn trái bom CBU - Cluster Bomb Units thả xuống Xieng Khouang vào những năm 60 và 70. Mỗi trái bom mẹ CBU ấy chứa khoảng 150 trái bom con mà người Lào Việt gọi là "bom bi" giống như loại mìn chống cá nhân; sau chiến tranh vẫn còn nằm khuất lấp đâu đó trong lùm cây bụi cỏ chỉ chờ có bàn chân người đạp lên sẽ nổ tung, vẫn còn gây chết chóc và què cụt cho các trẻ em và những người thường dân Lào vô tội.

Và rõ ràng khi mà khi mà quân Keo Đèng tức là quân Việt Cộng sẵn sàng chấp nhận bất cứ giá tổn thất nào thì những cơn địa chấn bom đạn en masse ấy đã không ngăn được xâm nhập của bảy sư đoàn quân Bắc Việt và cũng đã không cắt được con Đường Mòn Hồ Chí Minh ngày đêm vận chuyển người và vũ khí vô Nam Việt Nam.

Không phải chỉ có riêng tỉnh Xieng Khouang mà cả nước Lào đã có khoảng hơn 600 ngàn người tỵ nạn_ chiếm một phần tư dân số, chủ yếu là các sắc tộc thiểu số Hmong, Lisu, Khmu, Akha và Yao đã phải rời bỏ làng mạc để trốn chạy các cuộc giao tranh. Tình cảnh của họ giống hệt như những người Thượng trên cao nguyên Trung phần Việt Nam: ở lại trong vùng cộng sản kiểm soát họ bị coi như địch, sẽ bị không quân Hoàng Gia Lào hay đúng hơn không quân Mỹ ném bom oanh kích tàn sát, nếu chưa chết vì bom đạn thì họ cũng bị bắt cưỡng bách làm dân công vận tải lương thực vũ khí trên Đường Mòn Hồ Chí Minh và mùa màng nếu có được thì cũng bị xung công.

Đang quen sống trên núi non cao, những người dân bộ lạc này được đưa xuống tạm cư trên các vùng đất thấp tương đối còn an ninh như dọc bên bờ sông Mae Nam Khong_ tên gọi Lào Thái của con sông Mekong, hay bên bờ các phụ lưu khác. Vô phương tới bằng đường bộ, nguồn tiếp tế duy nhất là các bao gạo được thả xuống từ trên không. Đối với đám trẻ Mèo thì coi đó "là gạo từ trên trời rớt xuống".

Cánh Đồng Chum qua những bức không ảnh giữa những năm chiến tranh là một no-man's-land với địa hình lỗ rỗ như trên mặt nguyệt cầu. Vẫn còn những chiếc chum đá nằm kế bên chằng chịt những hố bom rộng tới 15m sâu tới 7m, cảnh trí thì trơ trụi; nhưng ngày nay thì cảnh vật trở lại màu xanh, người ta muốn vội vã biến nơi đây thành một tụ điểm du lịch để thu hút đôla từ túi du khách.

Trên đường đi, Cao đã kể lại cho Sơn nghe kinh nghiệm cảm động trong chuyến về thăm Việt Nam 20 năm sau ngày xa cách. Theo quốc lộ 14 qua Đồng Xoài, nơi đã từng xảy ra trận chiến khốc liệt mở màn cho cuộc chiến tranh Việt Nam lan rộng sau đó. Vẫn địa danh đó, trên chiến trường đó nhưng cảnh trí thì đã trở lại màu xanh và trong một ngôi trường tiểu học nghèo nàn mang tên Đồng Xoài một cô giáo trẻ vẫn một tay ẵm con nhỏ còn tay kia thì cầm phấn đứng trước tấm bảng đen dạy học. Xúc cảm đến tụt hẫng về một vẻ đẹp quê hương nghèo tới nẫu lòng và cũng để thấy cái vô nghĩa của một cuộc nội chiến. Cao khép lại cảm tưởng bằng một câu trích dẫn của Goethe: "Mọi lý thuyết đều màu xám, duy có cây đời vẫn mãi xanh tươi".

Cuộc chiến tranh đã lụi tàn nhưng đất đai và cả con người Lào đã phải mang đầy những vết sẹo hằn. Nounhasone, cô gái 19 tuổi ấy hẳn phải là một thiếu nữ Lào xinh đẹp nếu cô không bị mất bàn chân và hư một mắt trái khi đạp phải bom bi, cùng một lúc giết chết người anh trai và hai đứa bạn nhỏ khác năm cô ta vừa tròn 8 tuổi. Các hố bom B52 thì quá lớn và cùng khắp nếu không được dùng như hồ nuôi cá thì cũng là những ao tù làm ổ sinh sản thêm muỗi giết người với các căn bệnh sốt xuất huyết và sốt rét ác tính.

Như từ bao giờ, người Lào bản chất "xừ xừ" hiền hòa chịu ảnh hưởng sâu đậm của Phật giáo Tiểu Thừa như một quốc giáo nên họ đã thản nhiên chấp nhận tai ương kể cả cái chết do chính con người gây ra như an bài của số phận và cả với tấm lòng từ bi độ lượng. Họ luôn luôn tự an ủi "Bò pền nhắng, phỏ khoam xúc ma chạc chày - Không sao cả, hạnh phúc đến tự tâm."

Mãi cho tới giữa thập niên 80 không phải chánh phủ Mỹ mà là một Nhóm Cố vấn Mìn Anh tới giúp khai quang vùng đất có những trái bom đầu đạn chưa nổ, ưu tiên cho các khu gần trường học nhà thương và ruộng đồng. Điều khó khăn là do "cuộc chiến tranh được coi là bí mật" nên đã chẳng hề có được những hồ sơ về nơi chốn và các loại bom đã thả. Khi mà người Mỹ đã rút chân ra khỏi chiến trường Việt Nam thì họ hoàn toàn rửa tay, tự cho là không có trách nhiệm gì với những tai ương mà họ đã và còn đang tiếp tục gây ra cho người dân Lào. Cũng may còn vài nhóm nhỏ người Mỹ thuộc giáo phái Quakers từ Philadelphia và Tin Lành Mennonite từ Pennsylvania theo tiếng gọi của lương tâm tình nguyện sang giúp người Lào xây dựng lại mấy ngôi làng đổ nát, giúp thu nhặt và phá hủy một số bom bi và cả tặng những nông cụ thô sơ để họ có thể trở lại tự túc canh tác.

Là một đất nước giàu có nhất, một siêu cường nguyên tử mạnh nhất hành tinh, tự cho quyền lãnh đạo thế giới, hành động kiêu căng chuyên quyết và cũng lại rất thiếu lương tâm trách nhiệm; trong khi đã có hơn 100 quốc gia đồng thuận ký kết cấm sản xuất các loại mìn chống cá nhân chỉ gây què quặt tàn tật cho đám thường dân vô tội thì nước Mỹ không chịu đặt bút ký và chọn đứng ngoài. Mỹ chỉ muốn cấm đoán người khác nhưng lại muốn giữ cho mình tất cả. Lúc nào cũng sẵn sàng dùng hỏa tiễn tầm xa giáng lên đầu các nước khác "cho họ một bài học" dĩ nhiên chỉ với những quốc gia không có khả năng trả đũa. Rõ ràng chỉ có lý lẽ của kẻ mạnh. Hiển nhiên đó chẳng phải là thứ văn hóa hòa bình chuẩn bị cho nhân loại bước vào thiên niên kỷ mới thứ 3.

Một nhà báo Mỹ 20 năm sau trở lại thăm Cánh Đồng Chum đã phát biểu giọng trịch thượng và châm biếm cay độc: "Tổn thất vì bom đạn chưa nổ đâu có thấm gì khi mà dân Lào thì vẫn cứ chết nhiều hơn do bệnh sốt rét ác tính và trẻ con thì chết vì suy dinh dưỡng." Cái giá của mỗi sinh mạng đã rất khác nhau do tùy nơi mà người ta được sinh ra.

PDJ do ở trên cao độ hơn 1000m, mùa Đông từ tháng Chạp tới tháng Ba rất lạnh. Trước chiến tranh trong thời thuộc địa Pháp, Xieng Khouang có những đồn điền trà và cà phê của các nhà trồng tỉa người Pháp. Trên các vùng đồi núi chung quanh cao hơn thì người Hmong trồng cây thuốc phiện để hút giải trí và còn là món hàng trao đổi rất có giá với người miền xuôi. Cho dù có chính sách khuyến khích người thiểu số bỏ du canh chuyển sang định cư nhưng thất bại vì chẳng có nguồn lợi tức nào khác hơn có thể nuôi sống họ.

Thị trấn cũ Xieng Khouang trong quá khứ với nhiều ngôi chùa đẹp đẽ đã bị xóa đi trong cuộc chiến tranh nay được xây dựng lại tạm bợ mang một tên mới là Muong Khoune với dân cư thưa thớt. Thị trấn mới của tỉnh Xieng Khouang bây giờ là Phonsavanh. Cho dù chỉ mới được hình thành vội vã từ giữa những năm 70 với 25 ngàn dân nhưng các hãng hàng không và du lịch thì vẫn muốn gọi đó là thị trấn Xieng Khouang để quyến rũ du khách.

Tổng số dân tỉnh Xieng Khouang khoảng 200 ngàn với các nhóm sắc tộc chính chủ yếu là Hmong, Lào và một số ít người Khmu. Xieng Khouang là một tỉnh được coi là nghèo nhất trong một nước Lào đã được xếp trong 10 quốc gia nghèo nhất thế giới.

Phonsavanh thì chẳng có gì là hấp dẫn ngoài ngôi chợ lúc nào cũng đông người với lưa thưa vài món thổ sản nhưng lại tràn ngập các món hàng rẻ tiền nhập lậu từ Trung Quốc. Nơi đây còn có một Bệnh Viện Hữu Nghị với các toán bác sĩ và y tá không phải Mỹ mà đến từ vùng Trung Á, Cộng Hòa Nhân Dân Mông Cổ chỉ giàu lòng nhưng cũng còn nghèo nàn và cũng chỉ là một nước đang phát triển. Đối với du khách thì Phonsavan là địa điểm xuất phát để có thể đi thăm Cánh Đồng Chum phía nam và những làng Hmong, Khmu ở phía đông bắc sát biên giới Việt Nam.

Trước khi tiếp xúc với người Tây Phương, giữa Việt Nam và Xiêm La_ Thái Lan luôn luôn có tranh chấp để giành vùng ảnh hưởng. Theo sử gia Trần Trọng Kim thì vào năm Minh Mạng thứ 8 (1827), quân Xiêm La đánh chiếm xứ Vạn Tượng, vua nước Lào là A Nỗ cầu cứu triều đình Huế. Vua Minh Mạng sai thống chế Phan Văn Thúy làm kinh lược biên vụ đại thần đem binh tượng sang cứu. Mất nước chưa lấy lại được, A Nỗ phải theo quân Nam về Nghệ An chờ ngày báo phục. Một năm sau A Nỗ xin cho được quan quân đưa về nước, vua Minh Mạng lại sai Phan Văn Thúy đem 3000 quân và 24 thớt voi đưa A Nỗ về Trấn Ninh. Từ Trấn Ninh A Nỗ đem quân về Vạn Tượng, đụng trận với quân Xiêm La tổn thất nặng nên lại bỏ chạy về Trấn Ninh và xin thêm viện binh. Vua Minh Mạng thấy A Nỗ không làm được gì nên không giúp và chỉ cho lệnh phòng giữ chốn biên thùy. Sau đó A Nỗ bị thủ lãnh Trấn Ninh là Chiêu Nội (người từng xin đem đất Trấn Ninh về nội thuộc Đại Nam) bắt nộp cho Xiêm La. Do sự phản nghịch này, Chiêu Nội sau đó bị bắt và xử trảm và bêu đầu ở Trấn Ninh.

Quân Xiêm La được thể cho quân sang đánh phá các châu gần Quảng Trị. Vua Minh Mạng phải sai thống chế Phạm Văn Điển dẫn ba đạo quân đi tiễu trừ đồng thời gửi thư thống trách nước Xiêm La là gây hấn. Tướng Xiêm La phúc đáp với lời lẽ hòa hiếu và chịu rút quân về nhưng bên trong thì vẫn tìm cách quấy nhiễu, phía bắc vẫn không ngừng hà hiếp Vạn Tượng, phía nam thì dung túng phe Chân Lạp chống phá lại triều đình Huế. Tới cuối năm Quý Tỵ (1833), nhân Lê Văn Khôi nổi loạn sang cầu cứu Xiêm La, lấy cớ này vua Xiêm sai 5 đạo quân thủy bộ hùng mạnh sang đánh nước Nam. Được tin cấp báo, vua Minh Mạng sai quan quân trấn giữ khắp nơi. Trương Minh Giảng đã đại phá quân Xiêm ở sông Cổ Cắng, lấy lại Hà Tiên Châu Đốc, đánh lên tới Nam Vang. Tướng Xiêm là Phi Nhã Trất Tri_ Chakri (thuộc dòng họ vua Thái Lan bây giờ) phải đem bại binh chạy về nước, thừa thắng quân Nam tiến chiếm luôn thành Phú

Túc_ Pursat rồi giao cho quân Chân Lạp trấn giữ. Riêng cánh quân Xiêm tiến vào Quảng Trị Nghệ An và Trấn Ninh_ Xieng Khouang đều bị đẩy lui. Chỉ trong chưa đầy 5 tháng, đại quân Xiêm La đã bị đánh bại và quan quân giữ nguyên được bờ cõi.

Vòng Đai Mandalas. Khi nói tới các quốc gia Đông Nam Á ngày trước, người ta_ nhất là người Tây Phương thường quan niệm biên giới lãnh thổ rõ ràng như trên bản đồ hiện nay. Chỉ mới cách đây hơn 130 năm, khi Doudart De Lagrée / Francis Garnier cầm đầu đoàn thám hiểm Pháp ngược dòng sông Mekong thì chính họ cũng không biết dòng chảy con sông ấy ra sao và bắt nguồn từ đâu. Họ đã đi qua các vương quốc qua những bộ lạc tự trị với các lãnh chúa đầy quyền uy khác nhau. Và chỉ trong hai năm (1866-68) của cuộc hành trình ngắn ngủi vừa hào hùng vừa bi thảm ấy, riêng Francis Garnier đã vẽ bản đồ của hơn ba ngàn dặm lãnh thổ, tuy có đó nhưng chưa hề được thế giới bên ngoài biết đến. Điều ấy chứng tỏ biên giới chỉ mới rõ ràng từ cuối thế kỷ 19 hay đúng hơn là đầu thế kỷ 20 khi thực dân Anh Pháp bắt đầu đô hộ các nước Đông Nam Á và đường lằn biên giới trên các tấm bản đồ ấy là để phân ranh vùng ảnh hưởng và chia chác nguồn tài nguyên.

Đồng ý hay không thì vẫn có một số người cho rằng chưa hề thực sự có một quốc gia Lào cho tới khi người Pháp muốn như vậy.

Theo O.W. Wolters thì từ ngữ "mandalas" đã phản ánh đúng nhất hình thái các vương quốc Đông Nam Á. Theo từ nguyên thì mandalas là hệ thống biểu tượng vũ trụ quan của Ấn Độ Giáo gồm những vòng đồng tâm trong đó chứa đựng ảnh tượng của các vị tiên thánh; một ý nghĩa khác theo hệ thống Tâm lý học Jung thì đó là biểu tượng cố gắng để tái thống nhất bản ngã.

Sự hình thành mỗi vương quốc cũng vậy, bắt đầu bằng một bộ lạc mạnh như một trung tâm quyền lực với vòng đai ảnh hưởng lan rộng bao trùm các bộ lạc yếu kém hơn bắt khuất phục phải chịu sát nhập và thống nhất với mình. Nhưng cũng tùy theo sự thịnh suy của vương triều ấy mà vùng ảnh hưởng có thể lớn nhỏ khác nhau và đường biên giới hay đúng hơn "vòng đai quyền lực" ấy cũng co rãn giống như vòng rào kẽm gai_ concertina-like fashion, nói theo ngôn từ của Wolters. Các vùng đất với ranh giới địa dư không bao giờ cố định, phản ánh hoàn cảnh chính trị của mỗi giai đoạn, luôn luôn bất ổn do các bộ lạc bị chinh phục lúc nào cũng tìm cơ hội tách ra và lập một vương quốc mới cho riêng mình. Do đó đã có không phải một mà những xứ Lào những xứ Chân Lạp với các lãnh địa khác nhau.

Điển hình như bộ lạc sắc tộc Khmu, tổ tiên họ là nhóm người tới Lào định cư sớm nhất nhưng sau đó bị các đám di dân khác cũng từ miền nam Trung Hoa tới sau tức là người Lào Lum bây giờ, hùng mạnh hơn khuất phục và trải qua nhiều thế kỷ bị các vua Lào bắt làm nô lệ, tổ tiên người Khmu còn để lại những vần thơ rất bi ai:

"Cây còi cỗi nhất trong rừng
Vẫn tươi tốt hơn người nô lệ Khmu
Măng tre đắng nhất trong rừng
Cũng ít đắng cay hơn người nô lệ Khmu"

Vương quốc Lào_ Lan Xang xứ triệu thớt voi được hình thành từ giữa thế kỷ 14. Xieng Khouang được vua Fa Ngoum sát nhập vào nước Lào hùng mạnh trong thời kỳ này. Lan Xang bao gồm 69 sắc tộc gồm ba nhóm chính: Lao Lum sống dưới đồng bằng chiếm đa số (phải kể tới số người Lao Lum 5 lần đông hơn sống bên kia bờ sông Mekong nay thuộc vùng đông bắc Thái do quyết định oan nghiệt của người Pháp cắt đất Lào cho Xiêm La năm 1907), thứ đến là Lao Theung sống trên cao nguyên và cuối cùng Lao Soung sống trên vùng núi non gồm những bộ lạc rải rác. Lan Xang vững mạnh được khoảng hơn 300 năm. Trong giai đoạn này sử đã ghi lại những cuộc giao hiếu cưới gả giữa các vua chúa Lào với công chúa Việt; như đời vua Lê Thần Tông (1649-1662) đã gả công chúa cho vua Lào Souligna Vongsa tức Vua Mặt Trời được kể là vị vua hiền và tài trí vì trong hơn 60 năm trị vì được coi là thời kỳ hoàng kim của vương quốc Lào với vòng đai ảnh hưởng phía bắc lan rộng tới tỉnh Vân Nam Trung Hoa, phía tây gồm vùng cao nguyên Isan đông bắc Thái Lan và ra xa tới tận bang Shan của Miến Điện, phía đông nam gồm một số vùng thuộc Việt Nam và Cam Bốt. Chính vị vua này đã ký kết với Việt Nam việc phân định dân số và biên giới giữa hai nước một cách đầy tượng trưng và hữu nghị như sau: "nơi nào người ở nhà sàn ăn xôi nếp bốc tay là thuộc Lào, nơi nào có người ở nhà trệt ăn cơm tẻ cầm đũa là thuộc Việt Nam ".

Nhưng sau khi vị vua tài ba này mất đi không có nối dõi thì nước Lào bị suy yếu luôn luôn có loạn lạc tranh đất giành dân và chia cắt làm ba xứ: Louang Prabang, Vạn Tượng và Champassak. Cũng kể từ đó nước Lào bắt đầu bị các quốc gia lân bang mạnh hơn lấn cõi và đồng thời trở thành trái độn cho các cuộc tranh chấp giữa các nước lớn Trung Hoa, Miến Điện, Thái Lan và Việt Nam.

Và cũng theo mô hình "vòng đai quyền lực mandalas" ấy khi thì Xiêm La khi Việt Nam thu hút các xứ Lào vào vòng đai ảnh hưởng.

Cuối cùng để khỏi bị một cổ hai tròng, để không còn bị Xiêm La xâm lấn, lần lượt các vua xứ Lào và cả các xứ Chân Lạp trước sau xin được nội thuộc vào triều đình Huế khiến lãnh thổ Việt Nam đời Minh Mạng rộng lớn hơn bao giờ hết: với tây nam thêm một phần đất Chân Lạp với Trấn Tây Thành, tây bắc là phần lãnh thổ nước Lào với các đất Sầm Nứa, Trấn Ninh (Xieng Khouang bây giờ), Cam Môn và Savanakhet đều thuộc về Đại Nam cả.

Theo hiệp định Genève 1954 thì Lào là một quốc gia trung lập. Để tránh tiếng vi phạm cộng sản Bắc Việt luôn luôn phủ nhận sự hiện hữu của quân đội và con Đường Mòn Hồ Chí Minh trên đất Lào nhưng vẫn không ngừng mở rộng và kéo dài xa lộ chiến lược ấy để chuyển quân và vũ khí vào Nam Việt Nam.

Trước tình thế lưỡng nan đó, tổng thống Kennedy đã phải quyết định tung vào Lào những toán lính Mũ Xanh_ Green Beret và CIA để mở ra một trận chiến bí mật ngay trên lãnh thổ Lào để chống lại sự tràn ngập của quân Cộng Sản Bắc Việt đồng thời để bảo vệ những căn cứ Lima là những đài kiểm thính radar bí mật trên vùng rừng núi trong lãnh thổ nước Lào với chức năng vô cùng quan trọng là hướng dẫn máy bay oanh tạc Bắc Việt và đồng thời ngăn ngừa máy bay Mỹ có thể vi phạm không phận Trung Quốc.

Được thỏa thuận ngầm của ông Hoàng trung lập Souvanna Phouma, CIA đã xử dụng hãng hàng không thương mại Air America để chuyển người và vũ khí từ Thái Lan vào Lào và dĩ nhiên cả chở thuốc phiện từ Lào ra. Các cấp chỉ huy CIA có toàn quyền hành xử như những lãnh chúa. Apocalypse Now_ Cơn Hồng Thủy Bây Giờ của đạo diễn lừng danh Francis Ford Coppola là cuốn phim hiện thực cực tả được tính vô nghĩa của tàn bạo và cả tính hỗn loạn của cuộc chiến tranh ấy. Tài tử Marlon Brando trong vai viên đại tá Kurtz chính là một nhân viên CIA có thật ngoài đời với biệt danh Tony Poe, ban đầu chỉ là sĩ quan phụ tá cho tướng Vang Pao nhưng sau đó thì tách ra tự tuyển mộ các sắc dân bộ lạc và điều khiển một cuộc chiến tranh riêng theo ý mình trên vùng bắc Lào và đã từng "treo thưởng một đôla cho bất cứ ai đem về nộp cặp tai sẻo từ một tên lính cộng sản".

Christopher Robbins trong cuốn sách The Ravens (1987) cũng đã nhận xét: "Rõ ràng có một cuộc chiến tranh khác tệ hại hơn cuộc chiến tranh Việt Nam nhưng lại bị dấu nhẹm và giới am tường tình hình thì chỉ đơn giản gọi đó là [một tuồng hát khác_ the other theater], và người Mỹ nào tình nguyện cho chuyến công vụ ấy thì chẳng có ngả ra và bỗng nhiên như bị mất hút khỏi mặt đất này."

Ngoài việc huấn luyện và trang bị vũ khí cho 9000 lính Hoàng gia Lào nhưng mũi nhọn chính của Mỹ là lực lượng Mike Forces (Mobile Strikes Forces) với 30 ngàn lính du kích Hmong dưới quyền chỉ huy của viên tướng người Mèo Vang Pao. Tên tuổi Vang Pao được nhắc tới như một huyền thoại trong cuộc chiến tranh bí mật ở Lào. Người Hmong thì tuyệt đối thần phục và nghe theo ông. Giới chức quân sự Mỹ am hiểu tình hình thì cho rằng Vang Pao là "một trong số rất ít tướng lãnh mà chúng ta có được trong cả vùng Đông Nam Á". Rằng ông ta có thể đoán được ý nghĩ của địch quân và cả gài bẫy để điều động họ sa vào một trận địa theo ý mình. Do vũ khí thì thô sơ, lực lượng tướng Vang Pao chỉ có khả năng "hit-and-run" nghĩa là chiến thuật đánh rồi chạy và đã từng làm điêu đứng Bắc quân. Nhưng khi cuộc chiến trở thành quy ước thì lực lượng Hmong của tướng Vang Pao phải chịu những tổn thất nặng nề. Các căn cứ Lima lần lượt bị quân cộng sản Bắc Việt tràn ngập.

Tiếng là cuộc chiến của nước Lào nhưng đội quân Hoàng Gia Lào thì lại quá hiếu hòa chẳng hề muốn cầm súng đánh nhau nên chỉ có người Hmong luôn luôn ở tuyến đầu và hứng chịu mọi tổn thất. Đang giữa cuộc chiến mà đã có tới hơn 100 ngàn người Hmong chết vì bom đạn thảm sát cả vì đói khát và bệnh tật nữa. Chết nhiều quá thiếu tay súng người Mỹ không ngần ngại tuyển cả những bé trai 12-13 tuổi với cây súng carbine cao gần bằng người. Đám lính càng ngày càng trẻ hơn ấy chưa biết sợ là gì nên cứ xông tới như những con thiêu thân chết như rạ và được cố vấn Mỹ cảm phục đánh giá là "dũng cảm". Phụ nữ Hmong thật khó khăn kiếm cho ra một tấm chồng, có chồng rồi thì cũng rất mau trở thành góa phụ.

Cũng dối trá giống như Hà Nội, Hoa Thịnh Đốn không ngừng tuyên bố là không hề có một lực lượng quân sự Mỹ nào trên đất Lào. Chiến sự Lào vẫn diễn ra nhưng vẫn để một khoảng trống không trên các trang báo Mỹ, khiến ông Hoàng Phouma phải gọi đó là "một cuộc chiến tranh bị lãng quên". Ngoại trưởng Mỹ Dean Rusk lại còn đưa ra hình ảnh ví von bệnh hoạn "Lào như thứ mụt cóc trên con heo Việt Nam_ a wart on the hog of Vietnam". Nước Lào Trung Lập đã bị hai bên sử dụng "như một đấu trường" khiến ký giả Bernard Fall tác giả "Street without Joy" phải đưa ra nhận xét: "nước Lào đã không được coi là một thực thể địa dư, chủng tộc hay xã hội mà thuần chỉ là một tiện nghi chánh trị_ merely a political convenience".

Và khi mà giới lãnh đạo Hoa Thịnh Đốn không còn tin vào thuyết Dominos nữa, Nixon đã sang được Bắc Kinh bắt tay Mao Trạch Đông (1972) và dự dạ yến cung đình với hơn 80 món cao lương mỹ vị đồng thời đã ngầm thỏa thuận đổi nền độc lập của Đài Loan để được Trung Quốc nương tay không can thiệp vào cuộc chiến tranh Việt Nam thì Mỹ dễ dàng bỏ rơi cho các đồng minh "Tiền Đồn Đông Nam Á" của họ lần lượt sụp đổ cũng theo "thuyết Dominos nhưng kiểu Mỹ": Việt Nam, Cam Bốt rồi tới Lào. Mỹ cũng bỏ rơi luôn những người Hmong đồng minh sống chết và tuyệt đối trung thành trên những "Núi đồi Bi thảm_ Tragic Mountains" mặc cho số phận họ ra sao; đó cũng là tựa đề cuốn sách của Jane Hamilton-Merrit nhằm báo động với thế giới về tấn thảm kịch hiện nay của người Hmong trước nguy cơ "ethnic cleansing_ tẩy sạch chủng tộc"không thua gì ở Bosnia nhưng lại không được ai biết đến. Chung quy bởi vì cuộc chiến ở Lào là bí mật nên đã không được đả động tới. Với những chiến sĩ Hmong đã từng sát cánh với người Mỹ họ chỉ có một đường sống là thoát sang Thái Lan nhưng lại bị con sông Mekong cách trở với luôn luôn có tàu vũ trang tuần thám bắn chết bất cứ ai muốn vượt qua. Sống sót qua được Thái Lan rồi, nhưng trước sự thờ ơ của đồng minh Hoa Kỳ, Bangkok đang có kế hoạch cưỡng bức hồi hương những người Hmong này trở về Lào, giao vào tay kẻ thù không đội trời chung của họ với chính sách rõ ràng là "diệt sạch_ Wipe Out" bọn phản động Hmong tay sai đế quốc Mỹ.

Trong khi đó thì lãnh tụ của họ tướng Vang Pao đang sống vất vưởng ở Mỹ, lập mặt trận kháng chiến ma, rao bán công khố phiếu bắt người Hmong và cả người Lào "đóng hụi chết" cho giấc mơ phục quốc và nội vụ đang bị FBI điều tra.

Khi nói về cách đối xử của Mỹ với những người đồng minh Hmong ở Lào, thượng nghị sĩ Daniel Patrick Moynihan thuộc bang Nữu Ước đã mỉa mai nhận định: "Làm kẻ thù của Mỹ chẳng vui gì nhưng làm bạn của Mỹ thì có thể thác".

Cách đối xử của Mỹ đối với những người Thượng ở cao nguyên Trung Phần Việt Nam không không khác gì.

Sirik Matak phó thủ tướng Cam Bốt người đóng vai trò then chốt trong cuộc đảo chánh 1970, một đồng minh thân thiết của Hoa Thịnh Đốn, trong lá thư tuyệt mệnh gửi cho đại sứ Mỹ ông viết: "...Tôi không tưởng tượng được rằng một nước lớn như Hoa Kỳ mà lại có lúc đang tâm bỏ rơi một dân tộc chọn tự do. Riêng tôi chỉ phạm lỗi lầm là đã đặt tin tưởng vào người Mỹ các ông..." Sirik Matak cùng với Long Boret đã quyết định không chịu bỏ chạy hèn nhát, cả hai đã bị Khmer Đỏ hành quyết ở Olympic Stadium trong thủ đô Nam Vang.

Và hiện tại vẫn là những "Lessons Unlearned" không phải không có những người Việt bên trong cũng như bên ngoài còn nuôi tin tưởng rằng bước vào thế kỷ 21 sẽ lại có những người bạn Đồng Minh Mỹ bảo vệ họ chống lại với Cường Địch từ Phương Bắc.

*Quốc tự That Luang, uy nghi cao vút trên một đỉnh đồi cách Vạn Tượng 3 km, như một biểu tượng của cả nước Lào do vua Settathirat xây từ 1566 bị Xiêm La tàn phá và được xây dựng lại sau đó. Lần trùng tu cuối cùng vào năm 1930 do trợ giúp của trường Viễn Đông Bác Cổ _**

*Đài Chiến Thắng Pantouxai Vạn Tượng với bảng hiệu Visit Laos Year 2000, du lịch đem lại nguồn ngoại tệ cho ngân sách luôn luôn thiếu hụt của Lào_**

Cầu Mittaphap, khánh thành 04-1994, là chiếc cầu đầu tiên bắc qua sông Mekong nối liền Vạn Tượng với Nong Khai, là điểm nối quan trọng của dự án mạng lưới siêu xa lộ trải dài từ Singapore tới Bắc Kinh_ Bưu ảnh Lào

*Cây cầu Hữu Nghị Mittaphap năm 2000 vẫn soi bóng trên dòng sông Mekong đang cạn dần; thế hệ Lào năm 2000 trước ống kính tác giả với dấu hiệu "chiến thắng"_**

*Made in China: Cung Văn Hóa, uy nghi ở Vạn Tượng, nhà máy Xi Măng Lào, Quốc Lộ 13 từ Luang Prabang tới Côn Minh. Cũng như Cam Bốt, một nước Lào xa dần Việt Nam và đang rơi vào vùng ảnh hưởng của Trung Quốc _**

*Nhà máy xi măng đầu tiên của Trung Quốc trên Quốc L 13 đường lên Vang Vieng . Cộng đồng người Hoa đông thứ hai sau người Việt trên đất nước Lào_**

Made in Vietnam: Viện Bảo Tàng Kaysone Phomvihane nơi "Cây Số 6" với 4 triệu đôla do Việt Nam xây tặng, để tưởng niệm người Chiến Sĩ Nhân Dân lãnh đạo lực lượng Pathet Lào cho tới ngày thống nhất 1975.

VIENTIANE TIMES

Established 1994 VOLUME 7 NUMBER 99 December 15 - 18, 2000 4000 KIP

Kaysone Phomvihane Museum Grand Opening

Thavisack Sonesourinh

THE commemoration of the 80th anniversary of the birth (13/12/1920) of the late President Kaysone Phomvihane and the official opening ceremony of the Kaysone Phomvihane Museum were held early on the morning of December 13 in Vientiane municipality.

Among those taking part were LPRP President and Lao PDR President Khamtay Siphandone, former President and now LPRP Central Committee Advisor Nouhak Phoumsavanh, Vietnam Communist Party Politburo executive member Pham Thue Nhiet, and Party and State leaders.

Other guests comprised members of the diplomatic corps, international organisations, and mass and social organizations.

The Lao President and Mr Pham Thue Nhiet delivered speeches

LAO PDR 25

INSIDE

Asian & ASEAN News

Gunman kills Cambodian radio journalist

PAGE 6

World News

*1996, quốc lộ 13 đoạn từ Vạn Tượng tới Luang Prabang được phục hồi sau rất nhiều gian khổ của những toán công nhân cầu đường Việt Nam và cả cái giá cao phải trả về nhân mạng. Riêng khúc từ Luang Prabang tới Côn Minh lại do công binh Trung Quốc đảm trách. Như nét phô trương tranh giành "ảnh hưởng da beo" giữa 2 quốc gia láng giềng trên đất Lào_**

*Ban Pha Nom cách Luang Prabang 5km, với tấm bảng chỉ đường tới ngôi mộ Henri Mouhot bên bờ con sông Nam Khan hoang vắng và là một phụ lưu của con sông Mekong_**

*Henri Mouhot thám hiểm dọc theo bờ sông Mekong, say mê vào rừng tìm các loài côn trùng hiếm, đã phát hiện khu đền đài Angkor (1860) mà ông không tin rằng có liên hệ tới những người Khmer tầm thường mà ông đã gặp_**

Cánh Đồng Chum cảnh quan kỳ lạ với hàng trăm những chiếc chum đá cao từ 1m tới 2.5m – có thể đã có từ hơn 2000 năm rồi. Nguồn gốc những chiếc chum ấy vẫn là những câu hỏi nhức đầu với những nhà khảo cổ học và là nơi diễn ra những trận đánh khủng khiếp nhất trong thời kỳ chiến tranh Việt Nam_ 87

Bom trải thảm B52 từ những thập niên 60-70 vẫn còn để lại những vết hằn trên cảnh trí ba quốc gia Việt Nam Lào Cam Bốt. Hình những hố bom trên Cánh Đồng Chum_ 87

Từ một nước Lào môi sinh còn tinh khiết nhưng lại nghèo nhất đang hiến thân cho các công ty đại tư bản ngoại quốc bằng mọi giá để trở thành "Xứ Kuwait Thủy điện Đông Nam Á". H. trên: tấm bích chương tuyên truyền cho kế hoạch phát triển thủy điện của Lào. H. dưới: bản đồ dự án đập thủy điện Nam Theun 2 công suất lên tới 1070 MW [so với đập Manwan 1500 MW] tuy mới chỉ là một trong những đập phụ lưu của khúc sông Mekong chảy qua Lào.

Dòng chữ Lào trên tấm poster là: Hình toàn cảnh đập thủy điện Nam Theun 2.

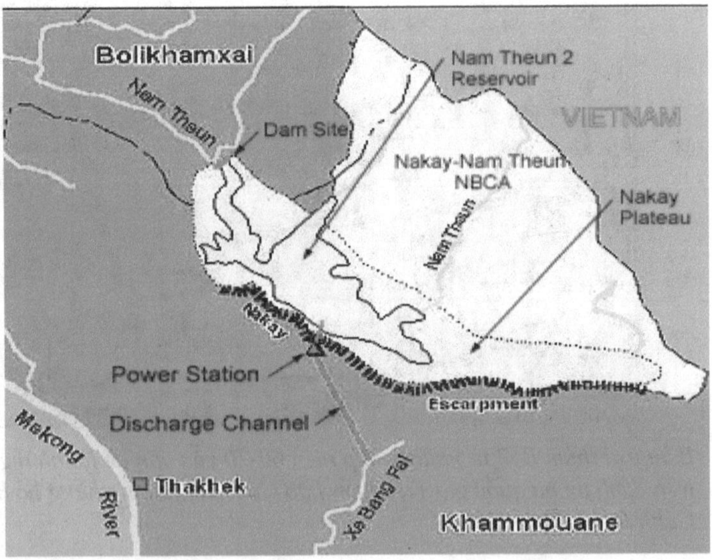

CHƯƠNG VI

NHỮNG NGÀY SINGAPORE VÀ MẶT TRẬN Ở CHIANG RAI

Buột tiếng kêu vô vọng thinh không
Như con nước cuồng lưu mùa lũ.
Thanh Tâm Tuyền

Khu đường bay quốc tế chiều thứ sáu nhộn nhịp cảnh tiễn đưa: họ là đám sinh viên đi du học, đa số là tự túc tới các đại học lớn ở Mỹ. Đi Tây, sang các nước Âu Châu không còn là giấc mơ cao nhất như của những chàng trai đất Việt hơn nửa thế kỷ trước. Và bây giờ chỉ có Mỹ là nhất, nếu có một giấc mơ phải là Giấc Mơ Mỹ Quốc_ The American Dream nếu được quyền lựa chọn.

Trên một đất nước Việt Nam gọi là đổi mới thì đế quốc Mỹ vốn là kẻ thù nay trở thành chỗ dựa vững chắc; và đám tư sản người Hoa vốn là giai cấp phản động thì nay lại là người bạn đồng hành đáng tín cẩn trong các vụ đầu tư làm ăn lớn.

Và trưa nay Hộ cũng chẳng ngạc nhiên khi gặp lại đồng chí Sáu Dân Tổng Cục Trưởng Tổng Cục Lúa Gạo ra tiễn đứa con thứ tư đi du học UC Berkeley bên California. Ba đứa kia thì một ở Canada và hai đứa ở Úc. Như các gia đình cán bộ khác, Sáu Dân thấy mình chưa thể hãnh diện nếu chưa gửi được một đứa con nào sang học ở Mỹ cho dù phải tốn kém tới đâu. Và nhìn xa hơn thì đó là những đầu cầu an toàn để chuẩn bị cho cái ngày cuối của "diễn tiến hòa bình" có thể thấy trước là bất trắc.

Và Hộ cũng gặp chú Quách chủ Công Ty Bột Ngọt Vivan đưa cô gái út đi Mỹ. Cuộc đời chú Quách phải nói là thăng trầm theo với vận nước Việt Nam. Trước 75, khởi từ một cửa hiệu chạp phô nhỏ chú Quách trở thành chủ thầu Quân Tiếp Vụ rất có uy tín với các bà Tướng trong dịch vụ cung cấp lương khô nuôi sống hơn một triệu tay súng của quân đội Miền Nam. Sau 75 chỉ vì bịn rịn với cô vợ bé măng tơ mà bị kẹt lại để rồi sau đó bị tan tác trong đợt đánh tư sản người Hoa nhưng rồi gia đình chú cũng thoát sang được Hồng Kông. Cũng chỉ mấy năm sau ngay khi bắt đầu có chánh sách Đổi Mới người ta thấy chú trở lại như một doanh nhân người Hoa tung hoành không phải chỉ ở các tỉnh Miền Nam mà còn ra tới ngoài Bắc nữa. Bạn làm ăn của chú Quách bây giờ là những tỉnh ủy viên tới cấp Trung Ương Đảng hay tổng giám đốc các công ty quốc doanh. Làm chủ một hãng sản xuất bột ngọt lớn nhất nước với nhà máy xây và hoạt động nagy bên sông, chú được sự ủng hộ của các Tiến Sĩ Viện Sĩ Viện Sinh Học Nhiệt Đới và Cục Môi Trường cho tự do tha hồ đổ chất phế thải xuống sông xuống biển với lý do "để thực hiện thí nghiệm nghiên cứu ảnh hưởng lên môi trường của các chất phế thải trong chu kỳ sản xuất công nghiệp sinh học"nhưng đó chỉ là mặt nổi, chứ tầm ảnh hưởng làm ăn của chú thực sự vươn xa tới Hồng Kông, Đài Loan Singapore. Và cũng dễ hiểu tại sao Singapore là nơi ưa được lui tới của các đồng chí cao cấp thuộc Trung Ương Đảng.

Không có vé bay chính thức mà chỉ là khách stand-by, Hộ bước vội sang khu của hãng Singapore Airlines không kém sầm uất. Trên những chuyến bay shuttle hàng tuần đi Bangkok Singapore, người ta thấy nhiều khuôn mặt quen thuộc của các đồng chí thuộc Câu Lạc Bộ Ba Đình_ không phải đi công tác mà là đi chữa bệnh. Đủ thứ bệnh kinh niên mạn tính do thiếu ăn kham khổ di chứng còn sót lại sau những năm dài chiến tranh và bây giờ là các căn bệnh tệ hại nhất của no đủ dư thừa trong một đất nước đã có hòa bình. Họ ra nước ngoài để được hưởng một chế độ điều trị hiện đại nhất của nền y khoa Âu Mỹ. Điều ngạc nhiên là tỉ lệ mắc bệnh rất cao về tim mạch và gan: nghẽn mạch tim, sơ gan do rượu, viêm gan siêu vi. Điển hình là trường hợp đồng chí Bảy Thủ thuộc Tỉnh Ủy Đồng Nai_ nơi có nhà máy bột ngọt của chú Quách, mỗi tuần đều bay sang Singapore ở khách sạn trên đường Orchard chỉ để chỉ cho một mũi chích Interferon alpha trị bệnh viêm gan C.

Bác sĩ Duy đầy ngạc nhiên quay sang hỏi Hộ:

- Chỉ cần thuốc gửi về chứ đâu có phải sang tận Singapore để được chích từng mũi thuốc!

Không biết phải giải thích với Duy ra sao khi mà câu trả lời gần như hiển nhiên, Hộ nói:

- Đúng là như vậy, nếu chỉ là về phương diện y khoa. Trước đây trong chiến tranh thì đã có Ủy Ban Bảo Vệ Sức Khỏe Trung Ương, Viện Quân Y 108 để chăm sóc cho các đồng chí lãnh đạo, cao hơn nữa thì sang Đông Đức hoặc Liên Xô. Sau chiến tranh, bước vào thời kỳ kinh tế thị trường các đồng chí lãnh đạo không ai còn tin vào tính ưu việt của nền y tế xã hội chủ nghĩa ở trong nước nữa. Chưa thể đi Mỹ thì Singapore được coi là cánh cửa mở rộng để bước vào nền y tế tư bản. Các đồng chí ấy bây giờ đặt hết niềm tin giao phó sức khỏe cho đám bác sĩ của ông Lý Quang Diệu cho dù cũng đã có người sang đây và chết ở bên đây: chắc anh cũng có nghe cái chết của một ông tướng ngay sau một cuộc mổ tim... Trong số những con cọp con rồng Á Châu thì Singapore được các đồng chí lãnh đạo đánh giá cao nhất và được coi như mô hình lý tưởng để vươn tới cho Việt Nam trong tương lai.

Hộ ngưng lại giọng trầm tư:

- Theo tôi thì đó là một “giấc mơ không thể được”bởi ai cũng biết về phương diện địa dư chánh trị, Singapore và Việt Nam là hai nước hoàn toàn khác nhau về mọi phương diện....

Duy bổ túc thêm ngay ý của Hộ:

- Điều khác biệt cơ bản là Singapore không có được một chánh quyền tham nhũng từ trên xuống dưới như ở Việt Nam.

Phát biểu của Duy không có vẻ gì là mỉa mai nhưng Hộ vẫn tìm cách giải thích tiếp:

- Vả lại anh cũng biết, trong trận đấu tranh giành quyền lực giữa những người cộng sản thì sức khỏe cá nhân cũng là điều tối mật thuộc phạm vi an ninh quốc gia.

Mới vừa tới Bangkok hai ngày, đang bề bộn với công việc chuẩn bị hội nghị, Hộ lại được điện gọi sang Singapore để làm việc với ông Ngoại Trưởng một tuần lễ trước cuộc họp bốn nước thay vì sáu sắp diễn ra ở Chiang Rai trên vùng Đông Bắc Thái. Sự kiện Bangkok muốn thêm Trung Hoa và Miến Điện_ cho dù hai nước này ở vị trí thượng nguồn và từ 1957 chưa hề là thành viên của Ủy Ban Sông Mekong_ Mekong River Committee (MRC) là cả một nỗ lực vận động ngoại giao bền bỉ của Thái nhưng đã không thành công. Một người bạn Cam Bốt_ cũng là thành viên lâu năm của MRC, đã tâm sự với Hộ: Cho tới bây giờ chúng tôi vẫn biết ơn người Pháp, bởi vì nếu không có sự can thiệp của họ vào cuối thế kỷ 19 thì cũng chẳng còn hai nước Cam Bốt Lào và biên giới giữa Việt Nam và Thái Lan chỉ còn là con sông Mekong. Câu nói tuy không hàm ý ám chỉ nhưng chính Hộ cảm thấy hết sức băn khoăn như đứng trước một trường hợp lương tâm. Đâu phải chỉ có vương quốc Thái Lan, lịch sử cận đại Việt Nam là một liên tục phát triển bành trướng xuống Phương Nam.

Gắn bó với sông Mekong, con sông ấy bao giờ cũng đem lại cho Hộ nguồn cảm hứng và cả những tình cảm lớn lao. Bảo vệ sự nguyên vẹn tinh khiết cho dòng sông ấy không chỉ vì vùng Đồng Bằng Châu Thổ Cửu Long mà chính là bảo vệ mạch sống cùng với hệ sinh thái của toàn vùng Đông Nam Á châu nhìn về một tương lai xa.

"Surmenage" là lý do chính thức được đưa ra khi ông Ngoại Trưởng phải vào bệnh viện, nhưng bên cạnh đó lại là tin đồn khác rằng ông mới bị một cơn đau thắt ngực, rất có thể là một cơn nhồi máu cơ tim. Trừ viên bác sĩ điều trị gốc Singapore, không ai biết gì hơn về tình trạng sức khỏe của ông.

Hộ thắc mắc quay sang hỏi bác sĩ Duy:

- Tôi nghe nói bệnh tim mạch ở Việt Nam bây giờ còn cao hơn cả Âu Mỹ, làm thế nào mà giải thích về phương diện dịch tễ học?

Không trả lời ngay vào câu hỏi của Hộ, Duy nói:

- Mới đây có một cuộc nghiên cứu nhỏ về cộng đồng người Hoa sống ở Nữu Ước, đặc biệt nhóm di dân từ lục địa Trung Quốc. Khi mới đặt chân tới Mỹ chỉ số cholesterol của họ thấp gần như ở mức lý tưởng, vậy mà chỉ trong vòng ba năm sau họ đã vượt xa người Mỹ về lượng cholesterol cao và tiếp đó là tỉ lệ cao hơn nữa về bệnh tim mạch vốn là rất hiếm hoi ở những người nông dân Trung Hoa. Từ một chế độ ăn uống thanh đạm chủ yếu là rau đậu ở bên nhà nay chuyển ngay sang thịt thà bơ sữa thừa mứa ở Mỹ: yếu tố môi trường phải được kể là một nguyên nhân.

Không thỏa mãn với "yếu tố môi trường" của Duy, Hộ hỏi thêm:

- Nếu chỉ có vậy thì cũng chưa giải thích được tại sao tỉ lệ bệnh tim mạch của họ qua mặt người Mỹ vốn đã sống lâu dài trên sự thừa mứa ấy! Phải chăng stress cũng là một nguyên nhân?

Duy thì rất thú vị với câu hỏi của Hộ và có ngay lời giải đáp:

- Nói về stress thì không ai qua mặt được người Mỹ. Do đó phải tìm cách giải thích khác. Đám di dân từ Trung Hoa Lục Địa ấy_ cũng như các ông Tư Bản Đỏ Việt Nam bây giờ, đã quen thích ứng với môi trường sống thường xuyên thiếu thốn, cơ thể họ như bộ máy chuyển hóa chậm_ slow metabolizer; nay thả họ vào một nơi ăn uống thừa mứa, chỉ có đồng hóa mà không kịp giải hóa dẫn tới tình trạng tích lũy và thặng dư mà cholesterol là chỉ số phản ánh bộ máy chuyển hóa chậm ấy...

Duy phát biểu thản nhiên không lộ chút cay đắng:

- "Chết Đói và Chết No" đang là hai thái cực của một nước Việt Nam bước vào thời kỳ Đổi Mới, có phải vậy không ông Tiến Sĩ Lúa Honda?

Duy sắc bén nhạy cảm, tâm lành nhưng miệng thì lại cay độc. Phủ nhận chế độ hiện tại nhưng vẫn có thái độ dấn thân xây dựng. Cùng với phái đoàn giáo sư Mỹ, Duy vừa hoàn tất khóa thỉnh giảng ở hai Đại Học Y Khoa Sài Gòn và Hà Nội và cũng chờ chuyến bay đi Bangkok trước khi trở lại Mỹ. Mới quen nhưng rất hiểu Duy nên Hộ không giận. Khi mà thường ngày phải sống trong một xã hội chai lì với những con người mang trạng thái tâm thần phân lập, luôn luôn với hai bộ mặt thì mẫu người như Duy là hình ảnh vô cùng hiếm hoi như một chất xúc tác làm tươi tắn lại cuộc sống.

Nằm gần xích đạo, nguyên chỉ là một hòn đảo đầm lầy không tài nguyên thiên nhiên_ vậy mà với chưa đầy 200 năm, Singapore đã trở thành một quốc gia tân tiến và phồn thịnh của Châu Á. Đã qua rồi hình ảnh cũ xưa của một đảo Singapore thời thuộc địa với những ổ hút thuốc phiện, những chiếc xe do người còng lưng kéo, bến cảng với những chiếc thuyền buồm nơi tung hoành bọn thảo khấu. Ngày nay du khách đã phải choáng mắt với hệ thống xa lộ, những tòa nhà kính, các khu Shopping Mall, những khách sạn sang cả trên đường Orchard, thưởng thức món ăn Ý, uống rượu chát ủ lâu năm từ vùng sương muối nắng ấm Napa California, mua sắm các y phục thời trang mới nhất của Paris. Lúc ấy chẳng ai nghĩ mình đang viếng một hòn đảo rất nhỏ của Châu Á.

Singapore được kể là một trong bốn con rồng Á Châu với lãnh tụ Lý Quang Diệu_ đích thực là một nhà độc tài với nền dân chủ tập trung nhưng được dân chúng mến yêu và tiếng nói của ông ta luôn luôn được các nhà lãnh đạo thế giới quan tâm và lắng nghe. Chỉ thực sự độc lập từ 1965, trong vòng ba thập niên ấy là một tốc độ phát triển tới chóng mặt: đến cả những tòa nhà đồ sộ còn vững chãi và tốt đẹp cũng bị triệt hạ chỉ để đáp ứng nhu cầu xây dựng thành những khu mới hiện đại nguy nga hơn. Đổi mới, luôn luôn đổi mới gần như là một "chu kỳ bất tận" trên khoảng diện tích nhỏ hẹp 646 cây số vuông ấy_ khiến người dân Singapore lưu truyền một giai thoại: chỉ cần quay lưng đi một lát thôi là bạn đã không tìm ra đường về nhà vì cảnh phố xá đã đổi thay quá chừng.

Cuộc họp diễn ra tại khách sạn Shangri-La sang trọng bên trong một khu vườn rộng năm mẫu tây trên đường Orange Grove, chỉ cách vài phút đi bộ từ cuối đường Orchard về hướng tây bắc. Từ mỗi buồng khách nhìn qua một bao lơn rộng thênh thang là khu vườn đầy hoa lá rực rỡ màu sắc miền nhiệt đới.

Hộ bắt đầu bài thuyết trình:

- Trung Quốc sau đập Man Wan với công suất 1500 megawatt sẽ hoàn tất thêm tám đập thủy điện nữa như những bậc thềm trên dòng chính sông Mekong nằm trong lãnh thổ họ và không ai được quyền can thiệp hay dòm ngó tới. Thái Lan thì cũng đã làm xong hệ thống đập trên các phụ lưu hữu ngạn sông Mekong trong hai thập niên qua _ đập Pak Mun nổi tiếng vì đã gây nhiều tranh cãi và cho dù Việt Nam phản đối nhưng họ vẫn xây thêm hệ thống tiêu tưới bao gồm một con kinh dài 200 cây số nhằm chuyển khoảng 400m3/s nước từ sông Mekong mùa nắng vào hồ Lam Pao; và họ ráo riết điều đình với Lào xây cất thêm nhiều đập thủy điện trên các phụ lưu tả ngạn sau đập Nam Ngum và Nam Theun 1 với công suất 150 và 200 megawatt và rồi tới các đập lớn trên dòng chính sông Mekong nhằm tăng cường điện cho các thành phố và kỹ nghệ của Thái. Chỉ riêng năm 1988 Thái Lan đã có công xuất điện trên 5000 megawatt và dự trù tăng đến trên 11 ngàn megawatt vào năm 1996, nghĩa là gấp 10 lần công xuất tối đa của đập Hòa Bình... Tưởng cũng nên nói thêm rằng kinh nghiệm hơn 20 năm xây đập thủy điện của Thái_ tuy chỉ ở các nhánh phụ lưu nhưng cũng đã gây tác hại nghiêm trọng trên môi sinh và là tấn thảm kịch cho những người dân sống trong vùng trước sự lãnh đạm đến tàn nhẫn của chánh quyền Thái, của các đại diện Ngân Hàng Thế Giới _ World Bank.

Từ bục thuyết trình, với cây "pointer" cầm tay Hộ di động hướng mũi tên sáng vào các điểm dự án chín đập thủy điện trên bản đồ sông Mekong và tiếp:

- Các đại diện WB thường chỉ biết ngồi ở văn phòng Bangkok làm việc với quan chức chánh phủ Thái mà chẳng cần biết nguyện vọng của dân chúng địa phương ra sao. Cho dù chưa có những nghiên cứu sâu rộng và đứng đắn nào về "cơ bản hệ sinh thái_ ecosystem baseline" vùng hạ lưu sông Mekong, nhưng khi nói tới các con đập lớn, tiến sĩ Sato đại diện cho WB vẫn tuyên bố một cách vô trách nhiệm là dự án ấy sẽ không gây ảnh hưởng nghiêm trọng nào trên môi sinh. Viên đại diện người Nhật này còn có thái độ bất chấp đối với các phong trào chống đối của dân chúng và các nhà hoạt động bảo vệ môi sinh Thái, ông ta lạnh lùng phát biểu: "Để họ ngăn chặn đập Pak Mun là khuyến khích mở đường cho các tổ chức vô chánh phủ khác thêm sức mạnh cản trở các dự án đập thủy điện lớn và thiết yếu khác trên dòng chính sông Mekong". Và quả nhiên với hậu thuẫn tiền bạc của WB kết hợp với bạo lực chấn áp, chánh phủ và Bộ Thủy Lợi Hoàng Gia Thái đã thắng.

Hộ tiếp:

- Trong một tương lai gần, nếu Thái Lan thực hiện được đập lớn đầu tiên trên dòng chính sông Mekong như Pa Mong Cao, thì chỉ riêng với đập này đã đem lại cho họ công xuất điện 1200 megawatt với hứa hẹn lợi lộc cho Việt Nam chỉ là "cái giả thiết" bớt lũ lụt!

Hộ dừng lại như nén xúc động trước khi có thể nói tiếp:

- Kinh nghiệm học được từ các đập thủy điện lớn khắp thế giới trong vòng 100 năm nay đã chứng minh rằng thủy điện không nhất thiết là nguồn năng lượng rẻ nhất và trong lành cho loài người. Các đập thủy điện thường phải đi đôi với những tác động môi sinh độc hại rộng lớn trên hệ sinh thái và đời sống dân cư không lường được. Nó ngăn chặn việc chuyển vận điều hòa và tự nhiên các lớp phù sa màu mỡ về vùng đồng bằng châu thổ đe dọa vựa lúa của hàng triệu nông dân và nền kinh tế nông nghiệp trong lưu vực. Thủy điện tạo phát triển thêm những khu kỹ nghệ sẽ gây ô nhiễm sông ngòi độc hại tới các loài chim cá và cây cỏ tác hại trên sức khỏe của hàng triệu người phải dùng nguồn nước sông để sinh tồn. Thảm họa "Con Rồng Đen" tháng 3 năm 92 với chín ngàn tấn mật mía của nhà máy Khon Kaen đổ xuống sông Nam Pong khiến không còn giống tôm cá nào sống sót, để cứu nguy chánh phủ Thái phải cho sả hàng triệu mét khối nước từ đập Ubolrath nhưng chỉ có tác dụng đẩy chất thải độc hại ấy vào hai con sông Chi sông Moon tiếp tục giết hại hơn 140 giống cá trước khi đổ ra con sông Mekong... Đó cũng là lý do tại sao chánh phủ Hoa Kỳ gần đây đã bỏ ra hàng nhiều triệu đôla cho kế hoạch không phải để xây mà là phá các đập thủy điện để phục hồi sinh cảnh sông ngòi và cứu những loài di ngư_ cá hồi sắp có nguy cơ hoàn toàn bị tiêu diệt.

Vẻ xác tín của Hộ không chỉ từ nguồn trí tuệ uyên bác mà cả sức mạnh thuyết phục của con tim nên giọng nói càng thêm thiết tha:

- Xây thêm các đập thủy điện trên dòng chánh sông Mekong là sẽ cắt giảm thêm khối lưu lượng nước sông cần thiết cho vùng châu thổ vốn đã thiếu nước trong mùa khô, khi đó người nông dân Việt Nam sẽ không có nước tưới ruộng rửa phèn, nước mặn sẽ lấn sâu vào nội địa phá hủy nguồn cung cấp nước uống và canh tác của họ.

Và bây giờ không phải là ông tuyên huấn mà là chính Hộ đã đưa ra một "cái nhìn chánh trị từ góc độ Việt nam":

- Đã có nhiều ngộ nhận về mức độ an toàn của các đập thủy điện trên các vùng dân cư quanh và dưới chân đập. Nhưng rõ ràng về phương diện chánh trị ở một giai đoạn nào đó khi nước bạn trở thành thù nghịch họ có thể hoàn toàn chủ động gây ra một cuộc chiến tranh môi sinh trong vùng: chặn nước trong mùa nắng gây đại hạn cho vùng châu thổ hay tệ hại hơn là tháo đập làm ngập lụt quốc gia dưới hạ nguồn và dĩ nhiên là thập bội lần khủng khiếp hơn các trận lụt lội tự nhiên...

Sang phần thuyết trình của giáo sư Đoàn Minh Triết, Trưởng Khoa Địa Chất Viện Đại Học Cần Thơ. Ông đã chọn một phương thức "dẫn nhập" độc đáo để trình bày đề tài. Đèn trong phòng vụt giảm sáng, trên màn ảnh là bản đồ không phải sông Mekong mà là sông Nile, nối tiếp sau đó là các hình ảnh cận cảnh của con đập Aswan. Bằng một giọng Nam trầm ấm, giáo sư Triết bắt đầu bài thuyết trình:

- Chấn động của hơn 160 tỉ mét khối nước bất chợt bung qua khúc vỡ của con đập cao hơn 100 mét. Trong khoảnh khắc lượng nước khổng lồ trong hồ chứa dài 500 cây số đã đồng loạt trút xuống. Thị trấn đầu tiên cách đó chưa đầy ba dặm bị ngay sức đập trời giáng khủng khiếp như sức tàn phá của một ngọn sóng thần. Thế rồi bức tường thành nước cao hơn 30 mét ấy cứ lừng lững đi tới dìm ngập phố xá ngập cả những tòa nhà cao mười tầng - băng qua và cuốn đi các vùng dân cư. Ngày thứ sáu con nước cuồng nộ ấy tới được thủ đô Le Caire bên đông ngạn con sông Nile, vẫn với nguyên sức mạnh của 15 mét nước cao...

Đó là scenario từ cuốn tiểu thuyết Aswan của nhà văn Đức Michael Heim. Đó không phải chỉ là hư cấu mà dựa trên những khảo sát cơ học vững chắc.

Các nhà địa chất khảo sát những con đập lớn nhận thấy sức nặng thường trực của khối nước khổng lồ trong hồ chứa đã gây ra tình trạng mất cân bằng địa chấn, gây đứt đoạn lớp địa tầng dưới đáy gây tổn hại trên cấu trúc toàn con đập. Hiện tượng này được gọi là "động đất do hồ chứa_ reservoir triggered seismicity".

Có thể kể ra đây hai trong số những vụ động đất do đập. Đó là đập Tân Phong Giang_ Xinfengjian gần tỉnh Quảng Đông bên Trung Hoa có cấu trúc giống đập Aswan, đã bị một cơn địa chấn 6.1 vào năm 1961. Thứ đến là đập Koyna gần tỉnh Poona Ấn Độ đã chịu cơn địa chấn khác 6.5 gần muốn sập vào năm 1967.

Lloyd Cluff là kỹ sư đầu tiên được chứng kiến tại chỗ những tổn hại của đập Koyna. Đến năm 1981, khi xảy ra cơn địa chấn khác gần đập Aswan nơi mà lớp địa tầng được coi là rất ổn định; Cluff đã được tòa đại sứ Mỹ chỉ định lập ngay một toán nghiên cứu, và sau hai năm khảo sát họ đã nhận thấy "có mối tương quan giữa mực nước trong đập và trận động đất xảy ra mới đây" và đồng thời đi tới kết luận: "Theo các lượng giá về kỹ thuật cơ học, có thể thận trọng mà tiên lượng rằng... động đất có khả năng sẽ tái diễn ở mức độ tương đương hay lớn hơn."

Trong tường trình ấy cũng đã mô tả chi tiết về khả năng một thảm họa do vỡ đập nhưng bị cấm phổ biến vì giới quân sự Ai Cập rõ ràng là lo sợ đó như gợi ý cho một âm mưu khủng bố khiến thứ trưởng bộ Thủy Lợi Ai Cập đã mô tả, "Nó giống như trận hồng thủy kéo dài suốt 40 ngày đêm đã được ghi lại trong Thánh Kinh"...

Giáo sư Triết tiếp:

- Gần gũi với chúng ta hơn là bài học Trung Hoa. Đây là một thảm họa có thật tại Hà Nam năm 1975. Đó là hai con đập Bản Kiều_ Banquiao và Thạch Mãn Đàm_ Shimantan trên sông Hoài_ sông Huai, một phụ lưu của sông Dương tử. Đập Bản Kiều do Liên Xô xây dựng, được coi như một con đập sắt thép kiên cố có khả năng đứng vững với trận lụt ngàn năm. Nhưng chỉ với cơn mưa lũ lớn suốt hai ngày, mực nước trong đập đã ngập tới mức tối đa cho dù các ống thoát được mở ra nhưng lại bị nghẽn bởi các chất lắng và hậu quả là đập Bản Kiều bị vỡ với năm triệu mét khối nước từ hồ chứa đổ ập xuống các thung lũng cuốn phăng đi các làng mạc và thị trấn phía dưới, con đập sắt thép thứ hai cũng bị vỡ ngay sau đó... Tổng cộng có 62 đập bị vỡ trong trận bão lụt năm đó làm thiệt mạng 230 ngàn người vừa chết đuối lẫn chết vì bệnh dịch lan tràn. Sự tổn hại ấy được coi là thảm khốc hơn vụ nổ nhà máy hóa chất Bhopal ở Ấn Độ hơn cả vụ nổ nhà máy điện nguyên tử Chernobyl ở Nga_ cho dù nhà nước Trung Quốc đã dấu nhẹm đi trong suốt hai thập niên...

Bài thuyết trình hấp dẫn như một khúc phim, giáo sư Triết kết luận:

- Không có gì bảo đảm rằng một thảm họa như vậy sẽ không thể xảy ra trên sông Mekong. Nếu con sông Mekong là mạch sống của đồng bằng châu thổ thì mỗi con đập là một gót chân Achilles cho toàn vùng. Và hiển nhiên là thảm họa do con người gây ra sẽ lớn hơn gấp bội so với tai ương từ thiên nhiên...

Cả phòng hội thật tĩnh lặng chỉ còn vang vang tiếng nói của ông giáo sư. Bây giờ thì đến lượt ông Ngoại Giao hướng về thuyết trình đoàn và đặt câu hỏi:

- Nếu không ngăn chặn được các nước bạn tiếp tục thực hiện các dự án của họ, thế còn giải pháp nào cho Việt Nam?

Câu hỏi đã hàm ý như một nhượng bộ và hòa hoãn nhưng Hộ đã sẵn sàng lời giải đáp:

- Chúng ta đã không làm được gì với chín đập bậc thềm chiếm 20% nguồn nước trên dòng chính sông Mekong trong lãnh thổ Trung Hoa; chúng ta cũng đã không làm gì được với hơn 30 con đập trên các phụ lưu trong nội địa Thái Lan và Lào; nhưng với hai ngàn cây số dòng chính sông Mekong vùng hạ lưu_ do là một con sông quốc tế nên theo quy định của Ủy Ban Sông Mekong từ 1957, thì mọi dự án đập thủy điện lớn trên dòng chính phải được đa số tuyệt đối đồng thuận_ unanimous decision và mỗi nước hội viên đều có quyền phủ quyết_ veto power. Có lẽ đây là điểm cơ bản cần duy trì trong mọi văn kiện ký kết trong tương lai_ điểm này tối quan trọng đối với Việt Nam vì ở vị trí cuối hạ nguồn...

Hộ tiếp:

- Trong các dự án từ những năm 60-70, thì chỉ với hai con đập lớn Pa Mong Cao ở Lào Stung Treng ở Cam Bốt cũng đã chiếm thêm 20% nguồn nước chảy xuống Đồng Bằng Cửu Long; duy có dự án Biển Hồ được coi là hữu ích cho Cam Bốt và Việt Nam với triển vọng giảm lũ lụt vào mùa mưa và tăng lưu lượng nước cho hai con sông Bassac và Mekong trong mùa khô_ nên dự án ấy lại được nhắc tới trong cuộc họp năm 88 của MRC diễn ra ở Việt Nam nhưng đã bị Cam Bốt quyết liệt từ chối vì cho là chỉ có lợi cho Việt Nam và có hại cho Biển Hồ mà họ so sánh giống như cắt rời một trái tim đang đập ra khỏi cơ thể nước Cam Bốt.

Hộ tiếp:

- Chúng ta sẽ không mù quáng như Thái Lan xây hàng chuỗi đập thủy điện chỉ để đáp ứng nhu cầu phát triển kỹ nghệ trước mắt mà bất kể cái giá phải trả do hủy hoại lâu dài trên môi sinh. Nhưng trong hoàn cảnh Việt Nam hiện nay, do ảnh hưởng dây chuyền của hàng loạt các đập đã được xây trên khắp các phụ lưu của Thái Lào, rõ ràng đã có dấu hiệu khô hạn trong mùa khô ở Đồng Bằng Sông Cửu Long. Để bảo đảm đủ nước cho vựa lúa vùng châu thổ, "đặng chẳng đừng" chúng ta không còn một chọn lựa nào khác là phải gấp rút nghiên cứu tính khả thi các đập phụ lưu sông Mekong trong lãnh thổ Việt Nam. Do là các đập nhỏ trên dòng phụ trên vùng cao nguyên hoang dã nên không có mối hiểm họa trực tiếp rộng lớn do đập trên hệ sinh thái hay trên các vùng dân cư. Trước mắt cần xúc tiến việc xây đập "Đại Yali" trên sông Sesan, một phụ lưu sông Mekong ở phía tây giáp giới hai tỉnh Gia Lai và Kontum, đập này sẽ tiếp nối với hệ thống đập Mang Giang An Khê để đưa nước về tưới vùng đồng bằng Bình Định Quy Nhơn. Tiếp theo là nghiên cứu thiết lập các dự án cho những đập mới trên các phụ lưu như sông Sekong, Sebang Hiên... không chỉ sản xuất điện mà còn nhằm việc tích trữ nước bảo đảm lưu lượng tối thiểu mùa nắng cho vùng châu thổ_ ngoài ra các đập này còn có khả năng chuyển nước từ Trường Sơn Tây sang phía Đông tưới cho các đồng bằng Miền Trung vốn khô cằn và phát triển mạng lưới điện cho các thị trấn dọc theo quốc lộ 1 ra tới tận Vinh...

Điều mà Hộ kìm hãm không nói ra là anh không mấy tin tưởng ở trình độ xây đập của Liên Xô_ sau đập Hòa Bình và nay là Đại Yali, mà anh cho là lỗi thời_ obsolete, nếu không muốn nói là thứ kỹ thuật hạng hai_ second class technology, so với thế giới.

Vẽ nên bức tranh hoành tráng ấy, Hộ nắm vững từng chi tiết trên những tấm bản đồ như một viên sĩ quan ban ba bộ chỉ huy hành quân quen thuộc với một sa bàn. Vẫn có thói quen nhìn thẳng vào mặt người đối diện, Hộ thấy trên nét mặt phương phi ông Ngoại Trưởng ngoài cái vẻ làm như tập trung chú tâm nhưng sao trong chiều sâu ánh mắt ấy vẫn là cái vẻ lạnh lẽo quan sát pha một chút gì đó như ngờ vực tra hỏi, nhưng Hộ cũng lại chợt nhận ra đó là nét quen thuộc mà anh vẫn bắt gặp nơi những con người Cộng Sản.

"Chiang Rai Mekong Meeting Spells Disaster_ Cuộc họp về sông Mekong tại Chiang Rai báo hiệu Thảm họa" là nhan đề bản tin phổ biến của Nhóm Quan Sát và Bảo Vệ Môi Sinh Thế Giới số tháng 5, 95 ngay sau hội nghị cấp Ngoại Trưởng của Ủy Ban Sông Mekong nay đổi danh xưng thành Ủy Hội Sông Mekong_ Mekong River Commission và Việt Nam thì mất quyền phủ quyết_ veto power.

"Call To Stop Large Scale Hydropower Development On The

Mekong Basin_ Yêu cầu Ngưng ngay các Dự Án Thủy Điện Lớn trên Sông Mekong" của Nhóm Bạn Cửu Long trên mạng lưới Internet với luận cứ vững chắc và những lời phản bác thì mạnh mẽ: "Các đập thủy điện lớn sẽ phá hủy hệ sinh thái của con sông Mekong đe dọa sự sống còn của hơn 50 triệu dân trong vùng với hậu quả tệ hại chết người cũng giống như chôn mìn trong các ruộng lúa hay thả thủy lôi trên sông... Chúng ta không ngang nhiên bác bỏ toàn bộ kế hoạch của Ủy Hội Sông Mekong hay coi nhẹ nhu cầu phát triển của các quốc gia thượng nguồn nhưng chúng ta có quyền đòi hỏi phải có những cuộc nghiên cứu nghiêm chỉnh về hậu quả của các đập trên hệ sinh thái phong phú vốn đã có tự ngàn năm của con sông Mekong và riêng đối với người Việt là bảo vệ chính ấm nước, bát cơm, nồi cá, cánh đồng phì nhiêu, nền kinh tế và cả di sản trong lành cho thế hệ mai sau... "

Nhưng chỉ sau này Hộ mới được biết thêm rằng trong giai đoạn ấy, vì sự sống còn của chế độ theo hướng nghị quyết của Bộ Chánh trị bằng mọi giá Việt Nam phải được vào khối ASEAN chuẩn bị cho bước gia nhập Tổ Chức APEC Hợp Tác Kinh Tế Á châu Thái Bình Dương_ có nghĩa là không thể để mất lòng Thái Lan, nên mọi chuyện khác kể cả tương lai sông Mekong ra sao chỉ có tầm quan trọng thứ yếu và thuộc về một tương lai xa vời. Mối quan tâm của đám chuyên viên như Hộ Triết ở trong nước và của Nhóm Bạn Cửu long ở hải ngoại được đánh giá như "một phản ứng xúc động quá mức_ overeaction, một thứ nhãn quan hạn hẹp nếu không muốn nói là thiếu nhận thức chánh trị".

Tháng 7, 95 trên trang nhất của tờ nhật báo Nhân Dân đăng tin cột lớn như một chào mừng thắng lợi: "Việt Nam được chấp nhận gia nhập ASEAN _ Hiệp Hội Các Quốc Gia Đông Nam Á." Tháng 11, 97 tin thông tấn xa AP từ Vancouver: "Việt Nam cùng với Nga và Peru chính thức được nhận làm hội viên của tổ chức APEC." Hộ hiểu rằng cái ghế hội viên ASEAN và APEC ấy sẽ được trả giá bằng tương lai bất trắc của con sông Mekong và cả vùng Đồng Bằng Châu Thổ.

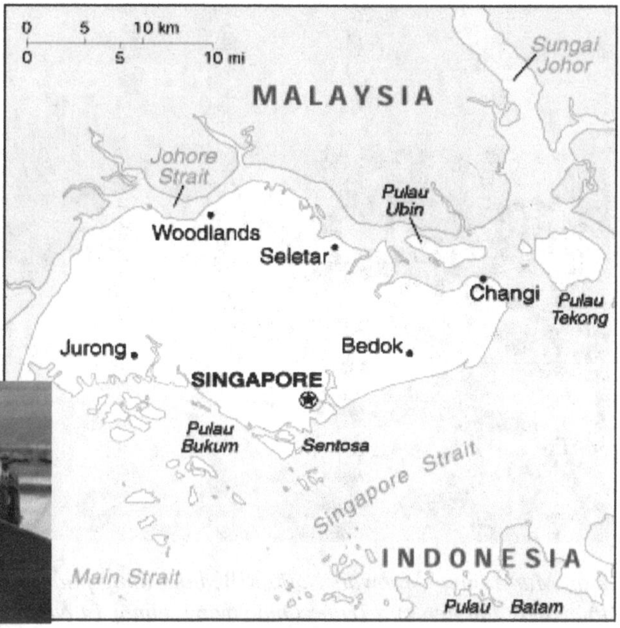

Singapore với diện tích nhỏ hẹp 646 km2, được kể là một trong 4 con rồng Á châu với Lý Quang Diệu đích thực là một nhà độc tài với nền dân chủ tập trung nhưng lại được dân chúng mến yêu và tiếng nói của ông được các nhà lãnh đạo thế giới lắng nghe.

Khách sạn Shangri-La sang trọng bên trong một khu vườn rộng năm mẫu chỉ cách vài phút đi bộ từ cuối đường Orchard hướng tây bắc.

Đập Mạn Loan / Manwan 1,500 MW, hoạt động phát điện từ 1993, là đập thủy điện đầu tiên của Trung Quốc trong chuỗi 14 con Đập Bậc Thềm Vân Nam chắn ngang dòng chính sông Mekong

Hoàng hôn bên chân Đập thủy điện Mạn Loan (09 – 07 – 2002)

Đập Đại Chiếu Sơn /Daichaosan 1,350 MW, con đập thủy điện Vân Nam thứ hai hoạt động phát điện từ 2001.

Đập cảnh Hồng / Jinghong 1,350 MW con đập thủy điện Vân Nam thứ ba khởi công từ tháng 3/2003 và bắt đầu hoạt động phát điện từng phần từ tháng 6/2008 .

Nơi xây đập thủy điện Tiểu Loan/Xiaowan 4,200 MW con đập thứ tư hay còn gọi là "đập mẹ" trong chuỗi 14 con đập bậc thềm Vân Nam, sẽ là con đập cao nhất thế giới và lớn thứ hai chỉ sau con đập Tam Hiệp trên sông Dương Tử, khởi công từ tháng 01-2002 dự trù hoàn tất năm 2012.

Trung Quốc đang dùng cốt mìn, chất nổ phá tung những khối đá trên các đoạn ghềnh thác sông Mekong, hậu quả ra sao thì chưa ai lượng giá được: trước mắt cá không còn nơi làm tổ đẻ trứng, nhịp điều hòa của dòng chảy bị rối loạn gây ảnh hưởng dây chuyền trên toàn hệ sinh thái của lưu vực sông Mekong _ 42

"Con Rồng Đen" là thảm Họa môi sinh lớn nhất của Thái khi 9 ngàn tấn mật mía từ nhà máy Khon Kaen đổ xuống sông Nam Pong 03-92 khiến không còn một giống tôm cá nào sống sót. Chất độc ấy chảy tiếp vào 2 con sông Chi sông Mun giết hại thêm hơn 140 giống cá trước khi đổ ra sông Mekong. Cảnh ngư dân Thái vớt cá chết nổi dềnh trên suốt dòng sông. Hậu quả ra sao khi "Con Rồng Đen" tới ĐBSCL thì không ai được biết_ 105

Từ Tam Giác Vàng con sông Mekong chảy vào vùng thượng Lào với tên Lào Thái Mea Nam Khong có nghĩa la con sông Mẹ_ bưu ảnh Lào

Một địa chỉ rất nghịch lý của Ủy Ban Quốc Gia Mekong Việt Nam: 23 Phố Hàng Tre Hà Nội, http://www.vnmc.gov.vn nơi châu thổ sông Hồng, cách xa Đồng Bằng Sông Cửu Long hơn 1,600 km_ H. Lưu Ngọc Hà

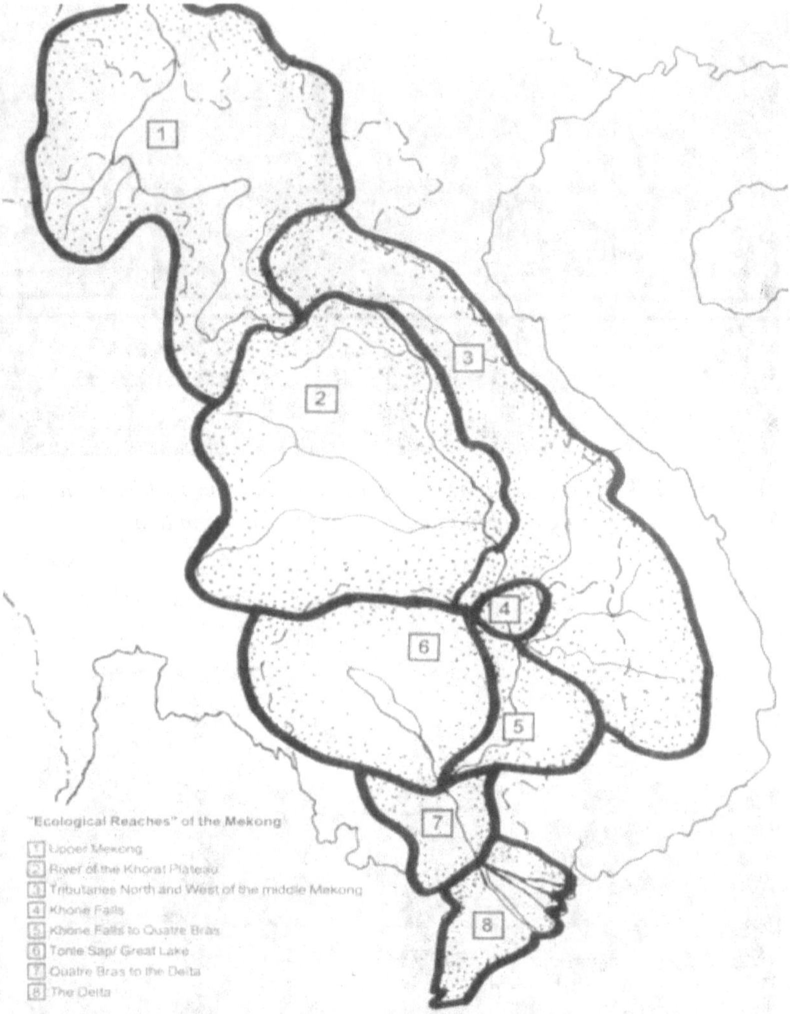

"Khúc Sông Sinh Thái" là khúc sông có cùng cấu tạo địa chất, địa hình và thổ nhưỡng nuôi dưỡng một quần thể đặc thù các sinh vật sống dưới nước. Sông Mekong có 8 khúc sông sinh thái: (1) Khúc Mekong trên, (2) Khúc cao nguyên Khorat, (3) Khúc giữa với các phụ lưu bắc và tây, (4) Vùng thác Khone, (5) Khúc từ thác Khone tới Quatre Bras, (6) Tonle Sap và Biển Hồ, (7) Khúc từ Quatre Bras tới ĐBSCL, (8) ĐBSCL _ 105

CHƯƠNG VII

TRỞ VỀ - PATTIVATTNA VỚI NHỮNG CÁNH ĐỒNG CHẾT

Chúng ta sẽ đốt hết cánh đồng cũ và cỏ cây mới sẽ mọc.
Pol Pot

Ông Khắc thì vẫn thích Malraux ngay từ cuốn sách đầu tiên La Voie Royale. Sách Malraux không những ông đọc mà còn có đủ bộ. Rất tiếc là một thời gian dài ông đã chỉ làm quen với một Malraux nhà văn nhà chánh trị đã thành danh. Nhưng mới đây trong chuyến sang Pháp vào các thư viện tìm tài liệu cho cuốn sách viết về các phong trào cách mạng Việt Nam từ 1920 tới 1945, như một cơ duyên, ông Khắc đã có khám phá kỳ thú về "một André Malraux khác". Đó là một Malraux ở cái tuổi 23, cách đây hơn 70 năm lần đầu tiên tới Sài Gòn. Những bước đầu xông xáo của Malraux đã bị tờ báo địa phương L' Impartial_ Vô Tư gán ngay cho tội danh "tên phá hoại, kẻ ăn trộm các phế tích" và đồng thời bị tòa án ở Nam Vang kết án ba năm tù và năm năm cấm cư trú ở Đông Dương về tội "ăn cắp những phù điêu gỡ từ đền Angkor".

Ông Khắc thì vẫn thích con người hành động của Malraux nhưng đồng thời ông cũng biết thêm về "một Malraux của đời thường" không phải chỉ qua bản án bị coi là trù dập của chánh quyền thuộc địa Pháp thời bấy giờ mà là qua một tác giả Mỹ Walter Langlois_ André Malraux: The Indochina Adventure (New York 1966) đã rất khách quan tường thuật diễn tiến vụ đánh cắp cổ vật có dự mưu chứ không chỉ là một hành động ngẫu hứng_ acting on a sudden impulse… do điên cuồng của tuổi trẻ_ folie de la jeunesse như lý lẽ bạn bè muốn đưa ra để bênh vực Malraux ngay lúc đó là cả những năm về sau này.

… Malraux trước đó ra Hà Nội cũng đã gặp các thành viên của Trường Viễn Đông Bác Cổ_ Ecole Francaise d'Extrême-Orient đã biết khu đền đài Angkor như một kỳ quan cần được bảo vệ và Malraux không thể không biết điều mà ông dự tính làm là phạm pháp. Vào Sài Gòn, Malraux vẫn cùng với vợ là Clara và một người bạn là Louis Chevasson, bằng đường sông Mekong tới Nam Vang, từ đó họ đi ngược dòng Tonlé Sap vào Biển Hồ lên tới Siem Reap rồi bằng đường bộ tới Angkor.

Malraux đã chuẩn bị rất chu đáo, thuê xe bò kéo và có cả các công nhân Khmer đi theo để phụ giúp. Tại đền Banteay Srei, Malraux đã cho dùng cưa đá cắt ra từ tấm phù điêu một tiên nữ apsaras tuyệt đẹp, ông còn cho gỡ thêm một số tượng nhỏ khác rồi cho đóng thùng chất lên xe, ngụy trang là "các thùng hóa chất" để đưa xuống tàu ở Biển Hồ trước khi chuyển về Sài Gòn.

Mọi việc tưởng yên thắm và nếu thành công thì đó là những cổ vật rất có giá ở đối với các nhà sưu tập ở Nữu Ước và chàng tuổi trẻ Malraux lúc đó cũng chẳng dư dật gì. Nhưng điều mà Malraux không biết là họ đã bị theo dõi từng bước ngay từ đầu; nên khi vừa về tới Nam Vang họ bị bắt cùng với đầy đủ tang vật. Trừ Clara là phụ nữ được miễn tố, còn lại hai người đàn ông: Malraux bị án 3 năm tù và Chevasson là 18 tháng.

Viện cớ đền Banteay Srei không thuộc vùng cấm được bảo vệ nên cả hai kháng án và được đưa về Sài Gòn tái thẩm. Do đã có chút danh tiếng trong giới văn học lúc đó, Malraux được các bạn văn ở Paris lên tiếng bênh vực khiến vụ án mang vẻ văn học và chánh trị. Chánh trị hay không thì tòa án ở Sài Gòn cũng vẫn xử Malraux là có tội nhưng với án giảm xuống còn một năm tù treo và sau đó không một ngày ở tù, Malraux trở lại Paris. (Tưởng cũng nên mở một dấu ngoặc về một điều quá trớ trêu_ the rich irony, theo ngôn từ của Milton Osborne, là chính con người đã phạm tội phá hoại di tích_ cultural vandalism ở Đông Dương lại trở thành Bộ Trưởng Văn Hóa của chánh phủ De Gaulle trong nhiều năm sau.)

Một năm sau là một André Malraux hoàn toàn khác trở lại Sài Gòn với quyết định ra tờ báo L' Indochine nhằm khởi đầu một chiến dịch tố cáo chánh quyền thuộc địa, đấu tranh cho sự cởi mở chánh trị cho người "An Nam". Malraux muốn đặt lại vấn đề Đông Dương trong bối cảnh Viễn Đông với cuộc cách mạng Tân Hợi đang diễn ra ở Trung Hoa. Tờ L' Indochine không những đả kích tính lộng hành xấc xược của các nhà lãnh đạo thuộc địa người Pháp mà còn phơi bầy tệ nạn luồn cúi và tham ô của đám quan lại bản xứ.

Cũng vẫn viên giám đốc tờ L' Impartial, công cụ của chánh quyền bảo hộ đã tố cáo Malraux là thiên Cộng. Với cái nhãn hiệu ấy qua sở mật thám, tờ L' Indochine bị mất đi nhà in. Nhưng không tương nhượng, Malraux tìm mọi cách tục bản tờ báo với một tên mới nhiều ý nghĩa L' Indochine Enchaine'_ Đông Dương Xiềng Xích nhưng báo chỉ ra thất thường vì vô số những khó khăn không vượt qua được. Chính giai đoạn này Malraux đã nhận ra cái ảo vọng của cuộc đấu tranh ngoài nước Pháp nơi mà thành lũy thuộc địa còn quá ư vững chắc. Không chậm trễ, Malraux quyết định rời Sài Gòn với một bài viết cuối trên tờ Đông Dương Xiềng Xích trước khi đình bản hẳn: "Tiếng nói quân chúng cần phải được cất lên, đòi hỏi giới chủ nhân phải thanh toán những nỗi khổ sai cực nhọc, nỗi quạnh hiu kinh hoàng đang đè nặng lên các cánh đồng Đông Dương... Rồi ra chúng ta có giành được tự do hay không, chưa thể biết được... chính vì vậy mà tôi phải về Pháp." Lúc đó Malraux chỉ mới vừa 24 tuổi.

Bao năm xa rồi, khi còn là một phóng viên chiến tranh theo chân những đơn vị quân Miền Nam trên khắp vùng cao nguyên, trên đồng bằng châu thổ Cửu Long với chằng chịt những sông cùng rạch rồi cả hành quân sang Cam Bốt_ cũng trên Con đường Vương giả ấy, ông Khắc đã không thể không ngưỡng mộ và thán phục sức chiến đấu dũng cảm và can trường của những người lính. Họ thắng những trận đánh nhưng lại chẳng có quyền quyết định gì về cuộc chiến tranh. Để rồi ba mươi năm ròng rã hy sinh, đã phải tủi hận kết thúc vội vàng bằng *Một Tháng Ba Gãy Súng*.

Cũng bao năm sánh vai với đám nhà báo ngoại quốc tứ xứ, không thiếu những tên vô lại như một lũ lính lê dương đánh thuê: mấy ngày gần chiến trận cũng được gọi là gần với cái chết, rồi trở về thành phố với rượu thuốc phiện và gái, rồi thách đố nhau về labia majora của gái Khmer và gái Việt khác nhau ra sao: rằng của gái Khmer nảy nở hơn vì do di sản Ấn Độ còn của gái Việt thì nhỏ hơn do từ truyền thống Mông Cổ. Ông Khắc cũng hiểu rằng đã có hàng ngàn phóng viên nhà báo thuộc đủ quốc tịch trước sau đi vào cuộc Chiến Tranh Việt Nam và cũng đã có 320 người không bao giờ trở về, họ được kể là tổn thất phụ_ collateral damages, nói theo ngôn từ giới quân sự Mỹ. Ông Khắc thì được kể là người sống sót.

Đi giữa mênh mông Những Cánh Đồng Chết, ông Khắc vẫn không sao hiểu được mối tương quan giữa nền văn minh Angkor rực rỡ và rồi nền giáo dục Pháp với những tên tuổi Jean Jacques Rousseau, Montesquieu đầy tính khai phóng mà sản phẩm của nó lại là những trái đắng dẫn tới một chánh sách "tự diệt chủng_ self inflicted genocide" tàn bạo hơn cả thời Trung Cổ và ban đầu người ta không thể tin là sự thật.

Tên Pol Pot gần như đồng nghĩa với Khmer Đỏ. Như những người cộng sản khác, khó mà có một lý lịch rõ ràng của Pol Pot: "Sinh năm 1928 tại Kompong Thom với tên Saloth Sar, bố Khmer mẹ người Hoa, gia đình đạo Phật nhưng học trường Dòng ở Nam Vang; sau đó du học Paris theo ngành vô tuyến, hoạt động chánh trị với nhóm sinh viên Khmer ở Pháp cùng Khieu Samphan, Ieng Sary; về nước đổi tên dạy học, tiếp tục hoạt động và lãnh đạo đảng Cộng sản Khmer hay Angkar chỉ có nghĩa là Tổ Chức của Khmer Đỏ."

Đối với thế giới ngày nay tên Pol Pot như biểu tượng của tội ác nhưng thực ra tư tưởng chỉ đạo là từ Khieu Samphan xuất thân từ đại học Sorbonne. Trong luận án tiến sĩ 1959 Khieu Samphan sau khi đã phân tích những hậu quả của chánh sách Thực dân Cũ và Mới đối với Cam Bốt và ông ta đi tới kết luận "để bảo vệ độc lập thật sự về chánh trị và kinh tế cho Cam Bốt thì cần phải hoàn toàn cô lập quốc gia này và trở về một nền kinh tế nông nghiệp tự túc."

Trước thời Khmer Đỏ, nói tới cách mạng ở Cam Bốt có nghĩa là "Nổi Dậy_ Bambahbambor". Thời đại Pol Pot, cách mạng lại có nghĩa là "Trở Về Quá Khứ_ Pattivattna", đó là ước vọng trở về với nền văn minh Khmer cổ xưa, xoay ngược chiều kim đồng hồ đưa đất nước Cam Bốt trở lại thời đại nguyên sơ "Niên đại Số Không_ Year Zero" phủ nhận mọi giá trị của nền văn minh hiện đại: không có giáo dục, không có khoa học kỹ thuật, không có báo chí và cả tiền tệ trao đổi cũng bị đặt ra ngoài vòng pháp luật.

Khieu Samphan ngay khi trở thành quốc trưởng Cam Bốt đã tuyên bố: "Chúng ta không cần máy móc. Chúng ta làm mọi thứ chủ yếu dựa trên sức mạnh của nhân dân. Chúng ta hoàn toàn tự túc. Điều này phản ánh tính anh hùng của dân tộc ta. Nó cũng chỉ rõ sức mạnh vĩ đại của nhân dân ta. Bằng tay không chúng ta làm nên tất cả." Khẩu khí những người Cộng Sản lãnh đạo thường giống nhau như vậy.

Và cũng bằng tay không ấy bao nhiêu sọ người bị đập vỡ, bao nhiêu hố chôn người tập thể được đào lên và cũng đã mọc ra hàng loạt những con đập thô sơ trên sông nhằm mục đích thủy lợi nhưng rồi ruộng đồng thì chẳng thêm nước mà cá thì không vào được Biển Hồ. Không có chất xám của trí tuệ, không có kỹ thuật cơ giới, chỉ có sức người vắt ra bằng bạo lực nên đê đập chỉ là những mảnh nhỏ vụn thô sơ vô dụng và không còn đứng vững sau một hai cơn lũ. Hậu quả là các nông trường bị hạn hán, để cứu vãn, hàng chục ngàn máy bơm được nhập cảng từ Bắc Hàn nhưng chỉ một thời gian ngắn tất cả trở thành những đống sắt han rỉ vứt rải rác trên khắp những cánh đồng chết. Và bây giờ thì dân chúng Cam Bốt đang trở lại cùng nhau đập phá những "con kênh Pol Pot" để cứu ruộng và cứu lấy cá.

Lần thứ hai, cùng với Cao người bạn trẻ, trở lại với con sông Mekong hùng vĩ, như ngược dòng-sông-lịch-sử, ngược dòng-sông-thời-gian vẫn còn đó trên bờ lộ, nơi cửa rừng, cả trên những cánh đồng, những khối sắt thép vô tri của cuộc chiến tranh đã qua, tất cả vẫn chậm chạp han rỉ và mục ruỗng trong cái khí hậu ẩm thấp của lục địa Á Châu gió mùa.

Bằng đường số 6 đi Siem Reap phía bắc Biển Hồ, ông Khắc cũng có dịp trở lại thăm Angkor giữa khoảng cách thời gian ngót 30 năm, để chứng kiến những khu đền đài đổ nát hơn. Ông cũng tới nơi mà cách đây hơn 70 năm André Malraux đã đặt chân đến và sau đó bị chánh quyền thuộc địa kết án tù với tội danh "ăn cắp các phù điêu gỡ từ đền Banteay Srei ở Angkor." Cảnh tịch liêu của Angkor gợi nhớ câu thơ của Bà Huyện Thanh Quan: "Nền cũ lâu đài bóng tịch dương". Thành quách điện đài Angkor vẫn còn đó, vẫn là "chứng nhân vô tri" cho những năm tháng máu me của người dân Cam Bốt. Chẳng ai có thể nghĩ được rằng chỉ mấy năm trước đây thôi đã có những chú lính Khmer Đỏ tuổi chưa quá 15 vẻ mặt dại khờ nhưng ánh mắt thì lạnh tanh lòng rực thù hận đã hướng nòng súng AK vào những pho tượng tiên nữ Apsaras tuyệt mỹ như những tấm bia để tập bắn.

Tiếp nối sự suy tàn của đế quốc Angkor, lịch sử dân tộc Khmer là một tiến trình bạo động và tự hủy khiến Henri Mouhot nhà thám hiểm người Pháp đầu tiên ngược dòng sông Mekong năm 1861 đã phải rất sớm đưa ra nhận xét: "Hình như người Khmer họ chỉ có phá hủy mà không bao giờ biết xây dựng lại."

Câu hỏi của Cao người bạn trẻ cũng là câu hỏi mà chính ông Khắc chưa có lời giải đáp. Rằng một nền văn minh Angkor rực rỡ như thế mà sao bị tiêu vong? Đã không chỉ có một mà bao nhiêu câu trả lời của các nhà nghiên cứu và cũng chỉ là bấy nhiêu giả thiết. Dễ dàng thì cho rằng đế quốc Angkor đã bị tiêu diệt do một cuộc chinh chiến xâm lăng bởi một nước lân bang_ bị đội quân hùng mạnh Champa tàn phá rồi sau đó bị Xiêm đánh. Rằng chánh sách tàn bạo bóc lột sức lao động suốt 30 năm để hoàn thành công trình Angkor khiến dân chúng phải bỏ đi_ voted with their feet, nói theo kiểu nhà báo Tây Phương. Rằng chánh sách sai lầm về dẫn thủy đã phá hủy toàn thể nền nông nghiệp và trung tâm kinh tế đã phải di chuyển từ trong lục địa ra vùng duyên hải...

Cam Bốt ngày nay là một đất nước rộng gần gấp 30 lần diện tích đảo Singapore với một vùng châu thổ phì nhiêu, là một trong những vựa lúa của Đông Nam Á. Hậu quả những năm chiến tranh do Mỹ ném bom, sự tàn phá của Khmer Đỏ khiến người dân Cam Bốt nay không đủ gạo ăn. Đói kém thất nghiệp, gái quê đổ về Battambang và Nam Vang để kiếm sống. Các cô hoặc quần quật làm việc 16 giờ một ngày trong các khách sạn tiệm ăn phục vụ cho hơn 20 ngàn lính mũ xanh Liên Hiệp quốc UNTAC_ United Nations Transitional Authority in Cambodia, nhân viên các tổ chức cứu trợ, các doanh nhân ngoại quốc và dĩ nhiên cả du khách. Hoặc nếu không muốn phải vất vả_ con số này thì không ít, các cô chọn con đường bán thân mau có tiền nhất là khi gia đình nghèo khó của họ ở quê hoàn toàn sống nhờ vào những đồng tiền ấy. Vẫn còn cảnh buôn người của thời Trung Cổ, có cả những cô gái được mua từ Việt Nam đem sang Cam Bốt để phục vụ chốn lầu xanh. Mean touk mean tray, mean luy mean srey_ có nước có cá, có tiền là có gái. Ngạn ngữ Khmer đã nói như vậy.

Như từ bao giờ, con sông Mekong hùng vĩ vẫn không thay đổi vẫn tiếp tục nhịp điệu ngàn năm, tiếp tục là mạch sống của dân cư sống hai bên bờ. Nó cũng là con sông thời gian soi bóng sự thịnh suy của những nền văn minh, những buổi bình minh rồi lại hoàng hôn.

Từ Lào qua khỏi thác Khone hay Tứ Thiên Đảo, nơi chấm dứt rất sớm giấc mơ của Francis Garnier cách đây hơn một trăm năm khi thám hiểm ngược dòng sông Mekong để tìm một thủy lộ giao thương với Trung Quốc. Chảy vào lãnh thổ Cam Bốt con sông Mekong còn phải qua thêm một khúc ghềnh thác Sambor giữa Stung

Treng và Kratié trước khi thực sự thả mình hiền hòa trên vùng châu thổ, mênh mang trải rộng ra từ ba tới năm cây số. Trên khúc sông nơi phụ lưu Se Kong bắt nguồn từ Việt Nam đổ vào, vẫn còn thấy xuất hiện những con cá voi hiếm hoi. Trước đây phỏng định rằng còn khoảng hơn 100 con, nhưng do lính và cả thường dân Cam Bốt sử dụng chất nổ bừa bãi giết cá hàng loạt và đồng thời cũng sát hại luôn cả giống cá voi này. Tương truyền rằng cá voi cũng đã từng được nuôi trong các hồ của điện đài Angkor từ nhiều thế kỷ trước. Chao Phraya con sông duy nhất ở Thái Lan có cá voi thì nay cũng đã bị tiêu diệt do nước sông quá ô nhiễm.

Cư dân sống hai bên bờ sông Mekong luôn luôn bị tri phối bởi khí hậu Gió Mùa Tây Nam thổi vào từ vịnh Thái Lan. Mùa mưa bắt đầu từ tháng Năm đến tháng Chín, kết hợp với mùa tuyết tan từ rặng núi Hy Mã Lạp Sơn, nước sông Mekong dâng cao từ 2 tới 8 mét mênh mông tràn bờ làm ngập lụt một phần ba diện tích đất đai, phủ lớp phù sa màu mỡ mỗi năm lên khắp ruộng đồng. Đó cũng là thời gian con sông Tonlé Sap đổi chiều chảy ngược vào Biển Hồ, tăng diện tích mặt hồ tới 10 ngàn cây số vuông, gấp bốn lần so với mùa khô và làm ngập hết các khu rừng lũ_ flooded forest. Đây là hồ nước ngọt lớn nhất Đông Nam Á. Các đàn cá từ sông Mekong cũng lội ngược dòng sông Tonlé Sap tới các khu rừng lũ chọn nơi trú ngụ an toàn để sinh đẻ và tăng trưởng.

Rồi mùa mưa qua đi để bước sang mùa khô từ tháng 1 tới tháng 5. Đây là thời gian mực nước bắt đầu ổn định và con sông Tonlé Sap lại chảy xuôi dòng với vô số tôm cá từ Biển Hồ đổ vào các nhánh sông Mekong và diện tích Biển Hồ bắt đầu co lại.

Đây cũng là Ngày Hội Nước Giựt Bom Oum Touk truyền thống của quốc gia Cam Bốt, được tính theo tuần trăng vào khoảng cuối tháng 10 đầu tháng 11 diễn ra tại khu mà người Pháp gọi là Quatre Bras_ nơi bốn nhánh sông hội tụ. Cánh tay thứ nhất Mekong Thượng là dòng chính sông Mekong chảy từ hướng đông bắc xuống tới gần Nam Vang và bắt đầu chia làm hai: Mekong Hạ và sông Bassac là cánh tay thứ hai và ba_ cũng là sông Tiền và sông Hậu khi chảy vào Việt Nam. Còn cánh tay thứ tư là Con sông Nước Ngọt_ sông Tonlé Sap bắt nguồn từ Biển Hồ. Trong dịp hội lễ vua và hoàng hậu tới đây chung vui với thần dân, khai mùa cho ngư dân đánh cá thu hoạch, cho nông dân bắt đầu mùa gieo trồng. Bị gián đoạn nhiều năm vì chiến tranh cho mãi tới năm 91 khi thái tử Sihanouk vẫn được dân chúng yêu mến trở lại Cam Bốt và mở lại ngày hội lễ Bon Oum Touk trên một vùng đất còn dấu vết hoang tàn của những Cánh Đồng Chết.

Cao hỏi ông Khắc đã nghĩ sao về Sihanouk. Với cái nhìn của một nhà báo, ông Khắc cho là Sihanouk đã bỏ lỡ những vận hội của lịch sử_ *Il a manqué les rendez-vous de l'histoire.* Ông ta luôn luôn là vấn đề nhưng cũng lại là giải pháp cho Cam Bốt. Bàn tay ông ta không trực tiếp vấy máu nhưng chính ông đã im tiếng thỏa hiệp với Khmer Đỏ trong những năm tắm máu của những người dân Cam Bốt.

Theo tục lệ những ngày trước hội lễ, thuyền đua giữ trong các chùa được đem ra sơn phết lại và vẽ mắt rắn thần Naga_ Naga là tên con rắn huyền thoại ngậm cả khối nước lũ của con sông Mekong giúp nông dân tránh lụt và có thể canh tác ruộng đồng. Vào ngày hội hàng trăm con thuyền như vậy với đủ tay trèo tụ tập trên mặt sông. Dân chúng đứng đông đảo hai bên bờ và luôn luôn được giúp vui bởi các tay hề hát những bài ca riễu. Lẫn vào đám đông ấy có không ít những người cụt chân vì mìn bẫy phải đi ăn xin. Hội vui kéo dài đến ngày thứ ba và kết thúc vào buổi tối sau hoàng hôn với đủ các thuyền đua và quan khách. Vua và hoàng thái hậu ngự trên một cung điện nổi để chứng kiến con thuyền thắng giải vinh dự tiến ra khánh thành ngày hội lễ Bom Om Touk. Riêng hoàng thái hậu thì tay cầm một vỏ sò mang đầy nước ngọt của con sông Mekong vẩy lên má lên tóc theo nghi thức Chào Đón Trăng Lên, trong muôn tiếng vui reo hò của đám đông dưới ánh sáng rực rỡ của pháo bông: để thực sự khởi đầu cho một mùa gieo trồng và những ngày chài lưới rộn rã. Bị cuốn hút vào cuộc vui đầy sinh lực ấy người ta dễ dàng quên đi Khmer Đỏ quên đi Cánh Đồng Chết.

Không phải chỉ có đền đài Angkor, những Cánh Đồng Chết, Cam Bốt còn được cả thế giới biết đến với những bãi mìn lớn nhất thế giới và hàng tháng vẫn tiếp tục gây què cụt cho hàng chục ngàn người khác. Không có một gia đình nào còn nguyên vẹn và cũng không có một gia đình nào mà không có kinh nghiệm thật đau thương không thể nào quên. Con số bốn triệu trái mìn rải ra trên khắp lãnh thổ Cam Bốt không phải là xa với sự thật và vẫn là một vũ khí tuyệt hảo để tiếp tục cuộc chiến tranh hao mòn.

Cao hỏi ông Khắc:

- Nhưng mìn ở đâu mà lắm thế hả anh?

- Đó là di sản của các phe phái tham chiến tại Cam Bốt. Mìn bẫy đã được gài vào Cam Bốt từ nhiều năm trước bởi các toán Lực Lượng Đặc Biệt Mỹ từ Việt Nam xâm nhập, rồi từ 67 không lực Mỹ thả mìn dọc theo biên giới Việt Cam Bốt, rồi tới hàng ngàn tấn mìn khác gài bởi quân cộng sản Bắc Việt, nhưng nhiều nhất vẫn là mìn Trung cộng do Khmer Đỏ gài lại trước khi tháo chạy. Phỏng định rằng chỉ riêng Khmer Đỏ không thôi đã để lại khoảng ba triệu trái mìn chống cá nhân. Do đó nơi nào cũng có thể là cạm bẫy chết người đối với người dân Cam Bốt.

Cảnh thường gặp đối với du khách là nhan nhản những người què cụt đi ăn xin trước những quán ăn và các khách sạn trong thủ đô Nam Vang.

Phía biên giới tây nam giáp với Thái Lan là hai rặng núi Đậu Khấu và núi Voi_ Cardamons & Elephants mountains, nơi của rừng già với những cây gỗ quý, cũng là nơi mà trước đây có đủ loại cọp voi trâu rừng báo vằn và cả một loài thú rất hiếm kouprey đã được chọn làm biểu tượng cho World Wide Fund for Nature, nhưng nay thì chắc đã bị tiêu diệt do bị săn làm con thịt phần còn lại thì bị giết hay què cụt bởi vô số mìn bẫy.

Ông Khắc nhận định:

- Đâu phải chỉ có nỗi kinh hoàng quá khứ mà là cả ở tương lai: những bãi mìn ấy vẫn tiếp tục phá vỡ cuộc sống thanh bình của người dân Cam Bốt, nó gieo thảm họa chết chóc bất cứ lúc nào trong cuộc sống hàng ngày của họ, nó ngăn chặn mọi triển vọng hồi phục của quốc gia này.

Rồi ông Khắc chuyển mối quan tâm xuống đồng bằng sông Cửu Long:

- Đồng bào châu thổ mấy năm gần đây khốn khổ vì những con lũ do tính bất thường của nó: lụt tới sớm hơn đổ về nhanh hơn lại lớn hơn nên thiệt hại rất cao kể cả về nhân mạng. Người ta nói tới thời tiết bất thường khắp thế giới do ảnh hưởng của El Nĩno, có phải vậy không?

Cao tìm một cách giải thích khác:

- Trực tiếp nhất vẫn là do hậu quả phá rừng trên thượng nguồn mà các nhà bảo vệ môi sinh gọi là "lối phá rừng tự sát_ suicidal deforestation". Ở Lào thì quân đội độc quyền khai thác gỗ, ở Miên thì Khmer Đỏ; năm 92 đã có hơn một triệu hecta rừng mưa_ rain forest và rừng lũ bị phá. Dân đen Cam Bốt thì đói khát chứ lính Khmer Đỏ thì mập ú, chỉ riêng khu rừng Pailin họ đã kiếm hàng triệu đôla mỗi tháng do phá rừng bán gỗ cho các con buôn Thái Lan... Mà rừng thì như một tấm bọt biển khổng lồ giữ nước của những tháng mưa để rồi suốt năm rỉ rả chảy vào các phụ lưu trước khi đổ vào con sông Mekong.

Cao còn bổ túc thêm:

- Chủ trương phá rừng lũ quanh Biển Hồ của Pol Pot còn làm sút giảm nghiêm trọng nền ngư nghiệp của xứ này. Mực nước cạn tới mức báo động, khiến các đoàn di ngư từ sông Mekong vào Biển Hồ đã không còn nơi trú ngụ để sinh sôi nảy nở.

Ông Khắc nói giọng cảm xúc:

- Phải chăng đó là cái vòng luẩn quẩn của các nước kém phát triển, đã nghèo khó lại phung phí nguồn tài nguyên nên càng nghèo khó hơn. Thế còn các dự án thủy điện thì sao?

Đây là lãnh vực rất am tường của Cao, anh nói:

- Trước đây là Ủy ban sông Mekong_ MR Committee, nay là Ủy Hội sông Mekong_ MR Commission, đã hoạch định dự án một chuỗi 17 con đập trong lãnh thổ Cam Bốt mà người ta tin rằng có vai trò thiết yếu trong nỗ lực canh tân đất nước này. Nó cũng đáp ứng với kế hoạch xây đập của các quốc gia thượng nguồn: Trung Quốc 9 đập bậc thềm, Thái Lan hơn 40 đập và Lào 56 đập, nếu không phát triển đồng bộ Cam Bốt là nước hạ nguồn sẽ phải chịu những hậu quả rất bất lợi về kỹ thuật kinh tế và cả môi sinh.

Cao tiếp đi vào chi tiết:

- Đã có hai dự án lớn được hoạch định từ nhiều năm trước: dự án thủy điện Sambor công suất 1000MW phía bắc thị trấn Kratié cách Nam Vang 140 dặm có khả năng tiêu tưới cho hơn 90 ngàn mẫu Anh, mực nước dâng sẽ làm ngập 800 cây số vuông ghềnh thác sẽ mở ra một thủy lộ giao thông giữa Lào và Cam Bốt. Nhưng nó cũng khiến cho 60 ngàn người mất hết nhà cửa đất đai với hậu quả môi sinh không sao lường trước được. Riêng về dự án Tonlé Sap là một ý niệm khá sáng tạo của Ủy Ban sông Mekong trước đây. Biển Hồ sẽ được xử dụng như một hồ chứa thiên nhiên. Cửa đập được mở ra trong mùa lũ suốt 5 tháng để nước chảy ngược vào Biển Hồ tới mức dự trữ cao nhất trước khi được đóng lại và như vậy sẽ giảm lũ lụt dưới vùng châu thổ. Trong mùa khô hay mùa nước thấp, cửa đập được mở ra từng phần, có khả năng điều hòa mực nước sông Mekong đủ sâu cho tàu lớn có thể tới tận Nam Vang. Do giảm thiểu nước mặn vào vùng châu thổ, từ đó tăng thêm hai triệu rưỡi mẫu Anh đất canh tác mà trước đây bỏ hoang do bị muối phèn, khô hạn hay lũ lụt. Ngoài ra mực nước Biển Hồ vốn đã bị cạn, nay sẽ có mực nước cao hơn một mét trong mùa nước thấp sẽ làm gia tăng lượng cá Biển Hồ đang có nguy cơ bị sa sút.

Cao tiếp:

- Hứa hẹn bao nhiêu điều lợi nhưng thiếu tiền, thiếu nhân lực lại thêm tình hình chánh trị luôn luôn bất ổn nên các dự án của Ủy ban sông Mekong từ hơn 40 năm qua vẫn chỉ là trên giấy. Duy có dự án Prek Thnot đã được khởi công từ những năm 60 phải bỏ dở vì chiến tranh rồi sau đó còn bị Khmer Đỏ phá hủy thêm nên chẳng ai mà dự liệu được đến bao giờ mới hoàn thành.

Cho đến nay Nam Vang vẫn là thành phố lớn nhất bên bờ con

sông Mekong, được hình thành cách đây hơn sáu thế kỷ. Tương truyền rằng khi thấy hình bốn bức tượng Phật nổi trôi trên mặt nước sông Mekong tới đây thì dừng lại, nhà vua cho đó là điềm lành nên chọn nơi đây làm thủ đô để xây dựng hoàng cung. Nam Vang ngày nay với ngót một triệu dân, cũ kỹ và nhếch nhác, với dấu vết thời thuộc địa còn lại là những biệt thự của người Pháp trước đây nhưng đã rêu phong. Những con đường chính mang tên các vị vua chúa và cả những nhà lãnh đạo thế giới đương thời như De Gaulle, Nehru, Mao Trạch Đông thì cũng đã luôn luôn đổi thay theo bước thăng trầm của những chế độ chánh trị. Chiếc cầu sập không được sửa chữa, bến cảng hoạt động cầm chừng với những cần trục hoen rỉ. Chỉ mấy năm trước đây thôi, phó tổng thống Mỹ Spiro Agnew tới Nam Vang tặng Tướng Lon Nol một "Con Voi Trắng" vật linh biểu tượng cho vận may nhưng cũng đã không cứu vãn được chế độ cực kỳ tham nhũng ấy không xụp đổ. Để rồi vào tháng 4 năm 75, đoàn quân chiến thắng Khmer Đỏ với đồng phục đen đội nón Mao mang dép râu Hồ Chí Minh đi vào thủ đô Nam Vang với dân chúng đứng hai bên đường hoan nghênh chào đón. Tập đoàn Lon Nol thì đã bỏ chạy sang Hawaii mang theo hàng triệu đôla, duy chỉ có Long Boret và Sirik Matak thủ tướng và phó thủ tướng ở giờ phút chót đã không chịu bước lên trực thăng Mỹ mà can đảm chọn ở lại và cũng biết là để nhận lấy cái chết chắc chắn từ tay Khmer Đỏ. Sirik Matak cũng là một ông hoàng, người đóng vai trò then chốt trong vụ đảo chánh của Lon Nol năm 1970 đã bị Khmer Đỏ lên án tử hình với tội danh là "tên đầu sỏ trong 7 tên phản bội". Trong bức thư tuyệt mệnh gửi đại sứ Mỹ John Gunther Dean, trao tay đám ký giả ngoại quốc, Sirik Matak viết: "...Tôi cám ơn ông Đại sứ có nhã ý giúp tôi phương tiện thoát tới tự do. Tôi không thể ra đi trong một tình huống hèn nhát như vậy... Tôi không tưởng tượng được rằng một nước lớn như Hoa Kỳ mà lại có lúc đang tâm bỏ rơi một dân tộc chọn tự do. Các ông đã từ chối bảo vệ chúng tôi và chúng tôi không làm gì khác hơn được. Các ông ra đi, chúc ông và nước Mỹ tìm được hạnh phúc dưới bầu trời này. Nếu phải chết tại nơi đây trên quê hương mà tôi yêu mến, thì cũng để nhớ rằng tất cả chúng ta sinh ra và một ngày nào đó đều phải chết. Riêng tôi chỉ có phạm lỗi lầm là đã đặt tin tưởng vào Người Mỹ các ông..."

Khác với giới lãnh đạo của miền Nam Việt Nam, hô hào người khác ở lại cầm súng chiến đấu còn họ thì trước sau cúi mặt ra đi; Sirik Matak và Long Boret chọn ở lại, cả hai đã bị hành quyết ở Olympic Stadium, nơi mà trước đó vài ngày các đoàn trực thăng đã di tản số tướng lãnh và viên chức cao cấp chế độ cũ còn lại qua hết Thái Lan.

Ông Khắc cho rằng một đất nước Cam Bốt còn những con người như vậy họ vẫn có lý do để mà hy vọng. Có người kể lại rằng một ngày trước khi lực lượng Khmer Đỏ tràn vào thủ đô, họ đã thấy một con Cá Sấu Trắng nổi lên trên một khúc sông gần Nam Vang. Sấu trắng là vật thần thoại của dân tộc Khmer và tương truyền rằng loại cá này chỉ xuất hiện khi đất nước có biến cố trọng đại. Và chẳng ai có thể tưởng tượng được biến cố ấy sẽ ra sao. Nhưng chỉ ít lâu sau đó thì dân chúng bị lùa hết ra khỏi thủ đô nếu chưa bị sát hại ngay thì cũng bị đưa tới các trại tù lao cải chết dần mòn vì đói khát bệnh tật. Theo các nhân chứng sống sót kể lại thì những nạn nhân bị giết rất ít bằng súng mà đa số bằng búa, ống sắt hay xiên nhọn hay bị chôn sống trong những nấm mồ tập thể ngay trên những ruộng nước. Cả chục năm sau trên những thửa ruộng lúa xanh nhiều nơi những miếng xương sọ người những mảnh quần áo rách còn vương vãi trên nền đất vẫn là một cảnh tượng hãi hùng.

Rồi hàng sư đoàn quân Cộng Sản Việt Nam tràn qua Nam Vang năm 79 cho điều mà họ gọi là giải phóng Cam Bốt, Khmer Đỏ bị đánh bật, một chánh phủ mới thân Việt Nam được hình thành nhưng rồi mười năm sau "cái ngày không tránh được - the inevitable day" là quân cộng sản Việt Nam phải rút ra khỏi Cam Bốt. Một hiệp ước ngừng bắn được ký kết giữa các phe. Một lần nữa ông Hoàng Sihanouk trở lại hoàng cung. Sau Việt Nam và Lào, Cam Bốt bắt đầu theo chánh sách đổi mới, chấp nhận quyền tư hữu. Đã có những dấu hiệu của một đất nước hồi sinh. Những tàu hàng lớn của Singapore vào bến bỏ neo đổ lên bờ những hàng hóa và xe hơi mới của Nhật. Khách sạn Cambodiana bên bờ sông Mekong mới xây xong, đã lại đầy ắp du khách và các doanh nhân Thái Lan, Singapore, Hồng Kông tới tìm cơ hội làm ăn.

Cho dù có hơn 20 ngàn lính mũ xanh nhưng bạo động vẫn tiếp diễn bên ngoài Nam Vang. Trộn lẫn chiến tranh và niềm hy vọng hòa bình, tại thủ đô khách sạn tiệm ăn mọc ra như nấm. Đường xá bắt đầu kẹt xe, phi trường quốc tế Pochentong tấp nập những chuyến bay tới từ Singapore, Bangkok, Sài Gòn. Các chuyến bay shuttle đi Angkor đã tăng lên 5 chuyến mỗi ngày cho dù có xảy ra vụ bắt cóc và sát hại du khách. Như một truyền thống của các nước Á châu, xây dựng và tham nhũng đã cùng một lúc phát triển ở Cambốt: tương lai chỉ là một chút ánh sáng le lói rất xa ở nơi cuối đường hầm.

Đường lên Biển Hồ, theo đường số 5 dọc theo hữu ngạn con sông Tonlé Sap, trong bầu không khí thật nóng ẩm nhưng hai bên đường lúa vẫn xanh. Xa xa là làng mạc nhà cửa thưa thớt, với các cây trái vùng nhiệt đới soài chuối dừa và cả những cây thốt nốt thẳng cao. Trên đường chỉ gặp những người đàn bà Khmer trong những chiếc sarong sậm màu gầy ốm da nâu mắt sâu đen buồn bã và rất vắng bóng dáng đàn ông. Vài chiếc cầu sắt cũ rỉ với mấy người lính Cam Bốt trẻ măng lụng thụng trong bộ quân phục màu xanh cũ sờn duy chỉ có cây súng AK với băng đạn cong giết người là vẫn mới. Không có gì bảo đảm là con lộ ấy có an ninh ban ngày, lại càng kinh sợ hơn vào ban đêm. Sau nhiều vụ phóng viên mất tích, như một "golden rule"của đám nhà báo ngoại quốc trên xứ Chùa Tháp, là không bao giờ di chuyển bên ngoài Nam Vang từ sau bốn giờ chiều.

Thị trấn Kompong Chhnang bên bờ sông Tonlé Sap vẫn là bến cảng lớn của những vựa cá. Nơi dốc bến đá, từ những chiếc ghe chài được đưa lên hàng tấn những cá tươi, được đổ vào những thùng nước đá hay những chiếc thúng trước khi được chất lên các xe tải hay những chiếc xe ngựa thồ để chuyển về các làng mạc xa xôi. Sin Heang thành viên Ủy ban sông Mekong Cam Bốt cho biết cứ 4 kí cá trong các bữa ăn của người dân Cam Bốt thì đã có 3 kí đánh lên từ Biển Hồ.

Phần đường còn lại thì bụi mù với bầm rập những ổ gà. Khu rừng lũ quanh hồ đã bị phá hủy rộng rãi trong thời Pol Pot, không có cây lớn mà chỉ còn những khu đầm lầy_ mudflat với những bụi cây thấp rậm rạp. Tám ngàn cây số vuông rừng lũ nay chỉ còn chưa tới một phần ba. Hậu quả không có cây chống lũ bờ hồ bị sạt lở bao nhiêu lớp đất màu mỡ trút xuống đáy hồ. Chỉ trước đây ít năm thôi vào mùa khô mực nước hồ sâu trung bình hai mét thì nay có nơi chỉ còn chưa đầy nửa mét. Mùa hè nước cạn lại rất nóng khiến loại cá trắng cả ngàn con chết nổi phều, chỉ có giống cá đen có mang thở có thể trốn rúc xuống bùn sâu nên chịu được và sống sót. Có những con cá đen phải dùng vây lội bộ_ walking fish, trên cạn nhiều giờ chỉ để di chuyển từ vũng cạn tới các trũng nước sâu. Mất nguồn cá không chỉ là mối đe dọa trên sự sống của ngư dân Biển Hồ mà còn làm mất đi nguồn chất đạm chính trong mỗi bữa ăn của người dân Cam Bốt. Các nhà môi sinh báo động Biển Hồ đang có nguy cơ về một "thảm họa môi sinh_ ecological calamity."

Bằng thuyền chúng tôi tới khu làng nổi, với sặc mùi cá khô phơi trên mái những căn nhà đủ dạng đủ kiểu: các tiệm ăn tiệm tạp hóa tiệm làm tóc và cả trạm xăng nhớt, chỉ có khác là di chuyển thì bằng xuồng. Lại còn những khu nhà lồng_ floating cages, nuôi cá giống như ở Châu Đốc. Không thiếu những gia đình ngư dân Việt Nam mà người Khmer gọi là "Youn_ người Bắc," sống ở đây nhưng khó mà phân biệt được họ với người Khmer trong sinh hoạt. Chỉ ngủ qua đêm trên Biển Hồ, cảm giác thật kỳ lạ vào buổi sáng tinh sương bên ngoài trời còn tối, Cao chợt nghe thấy mấy người trong bọn họ loáng thoáng nói với nhau bằng mấy câu tiếng Việt khi chuẩn bị ghe tàu ra khơi. Cáp Duồn_ chặt đầu thả trôi sông vẫn là mối ám ảnh kinh hoàng của các gia đình ngư dân Việt không phải chỉ với Khmer Đỏ mà ngay với những người Miên sẵn có ác cảm bắt nguồn từ lịch sử nhưng xem ra đám người Việt ấy chưa bao giờ có ý định bỏ về nước hay sẽ vĩnh viễn rời xa Biển Hồ.

Thuyền máy lớn đưa đoàn ra khơi, phía trước là trời nước mênh mông không thấy đâu là cuối bãi cuối bờ. Trên bầu trời mây vần vũ, dưới mặt hồ thì cuộn sóng, cho người ta cái cảm giác đang ngoài biển khơi chứ không phải trên một mặt hồ trong đất liền. Khi nhắc tới dự án đập thủy điện Tonlé Sap thì Sin Heang có thái độ chống đối quyết liệt với lý lẽ không phải là thiếu vững chắc: con đập sẽ gây trở ngại cho các đoàn di ngư từ ngoài Biển Đông lội ngược dòng 4-5 trăm cây số để vào Biển Hồ, mà mỗi giống cá có một thời điểm và không gian riêng nên sẽ không có một cửa đập hay thang cá nào_ fish ladder, đáp ứng được những yêu cầu khác biệt ấy. Nhưng liệu có được mấy người như Sin Heang? Cho dù đã có lệnh cấm, nông dân vẫn tiếp tục phá nốt khu rừng lũ để có thêm đất canh tác. Số người không có bao nhiêu nhưng sự tàn phá của họ trên thiên nhiên thật đáng kể. Chính con người đã biến biển Aral ở Trung Á thành sa mạc. Không phải chỉ có Pol Pot, mà ngay chính những người nông dân Cam Bốt sẽ quyết định có giữ trái tim Biển Hồ đang thiếu máu ấy còn đập nữa hay không?

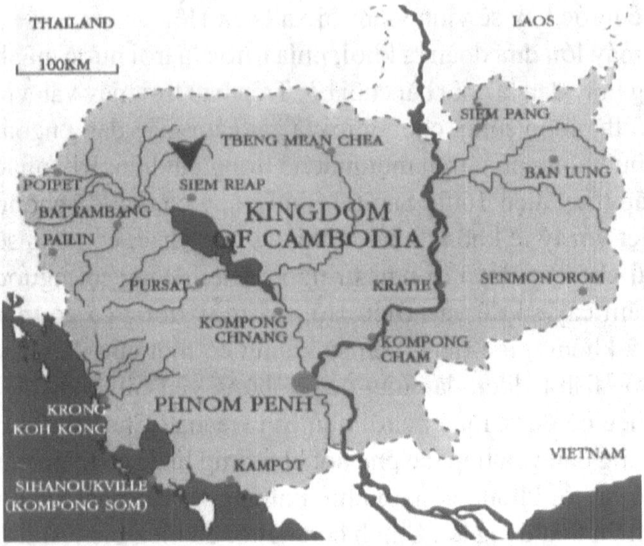

André Malraux nhà văn Pháp nổi tiếng với La Voie Royale, ở cái tuổi ngoài 20, Malraux đã bị kết tội phá hoại di tích khu đền đài Angkor, nhưng sau này lại trở thành Bộ Trưởng Văn Hóa của chánh phủ De Gaulle trong nhiều năm.

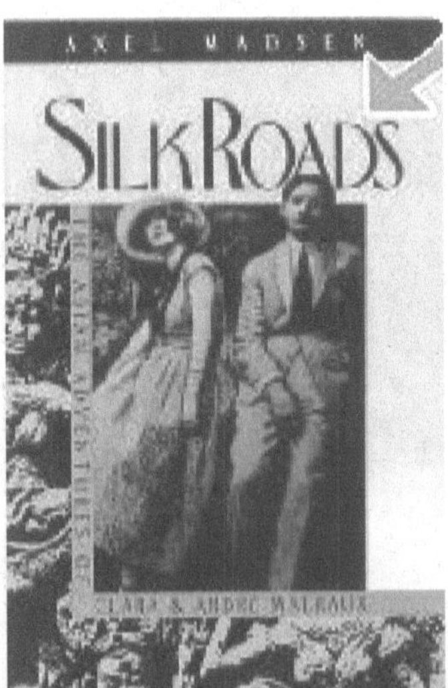

Ngày Hội Nước Giựt Bom Oum Touk diễn ra tại Quatre Bras tính theo tuần trăng vào đầu tháng 11 là hội lễ truyền thống của Cam Bốt có vua và hoàng hậu tới chung vui với thần dân, đánh dấu ngày khai mùa cho ngư dân đánh cá và cho nông dân bắt đầu mùa gieo trồng_ 104

Cam Bốt còn được biết đến với những bãi mìn lớn nhất thế giới , vẫn tiếp tục phá vỡ cuộc sống thanh bình của người dân xứ Chùa Tháp. Mỹ như một siêu cường nhưng lại từ chối tham gia "Thỏa ước Ngưng Chế tạo các loại Mìn bẫy Chống cá nhân"mà nạn nhân chủ yếu là các thường dân vô tội_18.

*Hơn 100,000 lính Việt Nam tràn qua xứ Chùa Tháp, đánh bại Khmer Đỏ giải phóng Cam Bốt chịu nhiều tổn thất, sau đó vẫn phải rút về, để lại đám người Việt trên vùng đất khó Nam Vang như những công dân hạng hai mà người Khmer khinh thị gọi họ là "bọn Yuon/ bọn Bắc"_**

*Tượng đài Chiến thắng Việt Nam-Cam Bốt trên quảng trường Norodom Shihanouk nhưng không biết còn tồn tại được đến bao giờ. Đối với những người Khmer "bài Việt", thì đó như một cái gai mà họ muốn nhổ đi_**

*Người Chăm Islam trong mùa chay Ramadan đang cầu nguyện trên dòng sông Tonle Sap_**

*Hai em bé Chăm đi chân đất trên bờ sông Tonlé Sap_**

*Băng qua Biển Hồ hướng Battambang đi về khu Bảo Tồn Sinh Thái Prek Toal, đã được UNESCO chính thức công nhận 10-1997 _**

*Cô gái Chăm trên khu làng nổi Tonlé Sap: người Khmer, người Chăm, người Việt cứ vẫn hài hòa sinh sống trên vựa cá nước ngọt có một không hai ấy_**

CHƯƠNG VIII

BÊN TRỜI TIẾNG HẠC KÊU THƯƠNG

Tới đây thì ở lại đây
Bao giờ bén rễ xanh dây thì về
ca dao Nam bộ

Là thành viên Ủy Ban Sông Mekong, Hộ có dịp để thấy được con sông ấy hùng vĩ nhưng cũng mong manh ra sao. Sinh ra và lớn lên từ vùng đồng bằng Nam Bộ, Hộ đã quá thân thiết với con sông ấy. Hồi nhỏ thì chỉ biết gắn bó với khúc Sông Tiền nơi quê nhà qua hai mùa lũ hạn, lớn lên thì vươn tới suốt chiều dài của dòng sông, thân thuộc với nhịp điệu của con sông Mekong như nhịp đập của trái tim mình. Con sông ấy tưởng như bất trị nhưng lại là nguồn sống từ ngàn năm của người dân đồng bằng châu thổ. Mới hơn trăm năm trước người ta cũng chưa biết con sông ấy khởi nguồn từ đâu.

Con sông xanh cuồng nộ ấy như một con rồng với đầu ẩn khuất trên chín từng mây trên ngọn núi thiêng bên cao nguyên Tây Tạng với cả thân rồng uốn lượn khi thì dũng mãnh xủi bọt gào thét xuyên qua những cao nguyên và rừng già khi thì trải mình hiền hòa trên các bình nguyên rồi đồng bằng châu thổ với chín cái đuôi không ngừng quẫy đập để vươn tới thềm lục địa Biển Đông. Vào mùa lũ tháng Chín thì con sông ấy biến thành biển nước mênh mông thắm đỏ mang đầy phù sa tràn bờ dìm sâu hết cả ruộng đồng, và nhà cửa thì chỉ còn như những chiếc nón úp trên mặt nước. Tháng Tư mùa khô, con sông ấy vẫn phô bày kích thước của nó: vẫn khối nước một màu nâu sậm trải rộng ra từ hai tới ba dặm, cảnh trí quạnh quẽ, làng mạc thì thưa thớt. Ngược dòng xa hơn về phía bắc, không xa con thác Khemerat, đã mấy tháng sau mùa mưa, Hộ đã không thể không ngạc nhiên khi thấy vẫn có những khúc sông cạn như sắp khô kiệt tưởng chừng có thể lội bộ băng qua. Hộ cũng hiểu rằng nếu chưa có hạn hán dưới đồng bằng châu thổ, chưa có những cơn đau thắt ngực phía hạ nguồn nơi quê anh là do còn các dòng phụ lưu_ tributaries, như những mạch phụ_ collaterals.

Sông Mekong với Hộ bây giờ còn mang ý nghĩa của những mô hình cơ thể học, hơn thế nữa còn là một mô hình toán học_ Mathematic Model, với đầy rẫy những con số: 40 ngàn mét khối giây lưu lượng mùa lũ, chỉ còn 2 ngàn mét khối giây mùa khô_ 20 lần thấp hơn; lòng sông không những thiếu độ dốc mà lại góc độ âm nghĩa là cao hơn khi tiến gần ra biển. Rằng chỉ mới hơn mấy chục ngàn năm trước đây thôi, con sông Mekong hoang dã mới bắt đầu tạo hình vùng đồng bằng châu thổ từ đáy biển, do chất pyrite có trong trầm tích phù sa và cả thêm từ chất sắt trong phù sa kết hợp với sulphur trong nước biển để tạo thành hợp chất pyrite. Với thời gian tính bằng thiên niên kỷ, dần dần đất nhô lên khỏi mặt biển và để rồi hàng năm được các con nước lũ đổ về phủ lên tầng tầng lớp lớp phù sa ngày mỗi dày thêm để trở thành những ruộng đồng mênh mông và màu mỡ.

Nhưng dưới lớp phù sa tân bồi ấy, chất pyrite còn đó, bị dìm sâu trong đất hay dưới làn nước. Chỉ khi phơi ra ngoài dưỡng khí, nó trở thành chất phèn chua acit sulphate, thẩm thấu lên mặt đất, bắt đầu hoành hành và là nguyên nhân nỗi khổ của người nông dân Đồng Bằng Nam Bộ. Hộ sau này cũng được biết thêm rằng tính thổ nhưỡng vùng châu thổ cũng rất thay đổi ngay trong một khoảng cách gần. Ở một nơi này thì rất chua trong khi cách đó khoảng một trăm mét đã hoàn toàn đổi khác, do mực nước_ thủy cấp, độ dày đất tân bồi và các loài thảo mộc trên đó. Chính Hộ đã học được biết bao nhiêu kinh nghiệm từ những người nông dân. Họ hiểu rõ hơn ai hết vùng đất đai mà họ đang sống như biết rõ dấu chỉ trên bàn tay của họ và đã khôn ngoan tìm ra cách gieo trồng trong những điều kiện tưởng như vô phương tìm ra lời giải đáp. Họ cũng hiểu rằng đất phèn như con cọp ngủ trong hang và chẳng bao giờ nên đánh thức một con cọp đang im ngủ!

Cho dù chẳng phải là một trí thức trong tháp ngà, từng là tác giả của một luận án đồ sộ về "Hệ Sinh Thái của Vùng Hạ Lưu Sông Mekong" nhưng chính Hộ đã bị thực tế dạy cho những bài học đích đáng. Khởi đi từ lề lối suy nghĩ kinh điển cho rằng để tăng năng xuất lúa thì phải ngăn mặn trong mùa khô và trong mùa lũ thì cần những đập lớn trữ nước để sả ra trong mùa khô, rửa muối rửa phèn cho đất và dẫn tưới ruộng đồng. Nhưng thay vì ngăn mặn thì người nông dân vùng nam đồng bằng châu thổ lại cho dẫn nước biển vào ruộng trong mùa hạn mà ban đầu ai cũng cho là điên khùng. Nhưng thực ra họ đã áp dụng kỹ thuật "trầm thủy" với kết quả thật kỳ diệu: đất bớt phèn, đến mùa mưa thì đã có nước rửa mặn cho đất khiến mùa màng tốt tươi, chưa kể thêm cái lợi khác là nước biển đã đem tôm cá vào ruộng đồng và mương rạch. Chính người nông dân đã sáng tạo ra một "nền nông nghiệp lúa-tôm_ rice-shrimp culture" phù hợp với hệ sinh thái phức tạp của vùng đồng bằng châu thổ. Và đã trong nhiều kỳ trên kênh đài truyền hình_ không phải "thày Hộ" mà là người nông dân đầy sáng tạo ấy lên đài hướng dẫn bà con làm sao tận dụng cả nguồn nước mặn trong kết hợp trồng lúa và nuôi tôm. Sự kiện bà con nông dân phá vỡ con đê ngăn mặn ở Gò Công Tây là bài học thấm thía và nhớ đời cho chính Hộ và đám kỹ sư thủy lợi đến từ trung ương.

Rồi lại còn thiên tai lũ lụt mỗi năm, ai cũng cảm thấy bất an khi đương đầu với con rồng bất kham ấy. Với bài học ngàn năm từ con Sông Hồng, người ta muốn chế ngự nó bằng những con đập với hệ thống đê điều vững chắc.

Sơn Tinh_ thần núi biểu tượng cho sức mạnh của đê điều, Thủy Tinh_ thần nước là sức tàn phá của những cơn lũ. Cả hai đều muốn chiếm đoạt nàng công chúa xinh đẹp là vùng đồng bằng châu thổ. Nước dâng cao thì núi vươn cao và cuối cùng Sơn Tinh đã thắng. Đó là chiến thắng của sức người với hệ thống đê điều hai bên bờ con Sông Hồng.

Nhưng xem ra người nông dân Đồng Bằng Cửu Long có cái nhìn Lão Trang hơn, thay vì trấn áp thì họ chọn sự thách đố chung sống với những cơn lũ. Không đắp đê cao mà đào thêm những rạch sâu để thoát lũ ra Biển Tây, Biển Đông và cải thiện giao thông, tiếp tục truyền thống từ nhiều ngàn năm trước của nền văn minh Óc Eo vương quốc Phù Nam cho dù cả vương quốc ấy đã tiêu vong do một cơn hồng thủy tràn ngập vùng châu thổ vào khoảng giữa thế kỷ thứ sáu.

Con thuyền máy chạy băng băng giữa lòng một con kinh đào mới_ gọi là mới chứ cũng đã hơn năm năm rồi. Sẽ có thêm hàng ngàn cây số kinh rạch nữa được hoàn tất vào cuối thế kỷ này. Cảnh tượng nổi bật là màu vàng của rỉ sắt đã nhuốm lên mọi cảnh vật: từ gốc những cây tràm, tới thân ghe, cầu tầu, lưới cá và cả chân người ta nữa_ nghĩa là bất kể vật gì nhúng vào làn nước ấy. Người ta đã thấy ngay được nanh vuốt con cọp đang im ngủ trong hang vừa bị đánh thức. Trừ đợt tôm cá trong mùa mưa do cơn lũ đổ vào, đã không có sinh vật nào sống được dưới làn nước trong leo lẻo đẫm chất phèn chua ấy, có chăng chỉ là lưa thưa mấy đám cỏ xúng chịu phèn. Người nông dân chỉ cần nhận ra giống cỏ nào là họ biết đâu có thể là khu đất gieo trồng. Và cho đến bây giờ thì họ vẫn kiên nhẫn chờ đợi những trận mưa to những con lũ lớn tới rửa phèn cho đất và họ vẫn không ngừng phá rừng, tiếp tục đào kênh và lên liếp. Những vùng đầm lầy như Tam Nông càng ngày càng thu hẹp và đã chẳng còn bao nhiêu nữa và tương lai của các Tràm Chim đang bị thả nổi. Hay rồi ra Đồng Tháp Mười chỉ còn là những cánh đồng chua nước mặn với mấy khu nuôi tôm xú, mấy khoảng ruộng lúa xanh hay những căn nhà ngói đỏ. Và rồi cũng chẳng còn một cánh hạc nào bên bờ con sông thiêng đang dần bị tát cạn.

Thuận giục chúng tôi trở lại ghe để có thể tới huyện Tam Nông trước khi trời đổ tối. Con thuyền máy tăng thêm gia tốc vươn tới bỏ lại phía sau những đợt sóng vàng muôn sắc dưới những vạt nắng của ráng chiều. Do yêu cầu xã giao, Hộ tới gặp Mười Nhe bí thư Huyện ủy Tam Nông. Cùng đi với Hộ có Bé Tư và Điền, đặc biệt lần này có cả Thuận con trai Mười Nhe. Thuận mới tốt nghiệp Đại Học Cần Thơ đang phụ trách khảo sát thủy văn của vùng Tam Nông. Rất khác với người cha, Thuận cao lớn vạm vỡ trong khi Mười Nhe gầy khô và thấp nhỏ. Mười Nhe thuần nhất là con người thực dụng, trong khi Thuận thì mơ mộng, say mê công tác bảo tồn thiên nhiên và các Tràm Chim. Có thể nói Thuận là âm bản của con người Cộng Sản Mười Nhe. Thuận thấy lạc lõng với quá khứ của người cha và không thấy có liên hệ gì tới cuộc chiến tranh đã qua và cũng không muốn được nghe ai nhắc tới. Thuận học giỏi nhưng chưa bao giờ được điểm A về môn chánh trị Mác Lê; gốc gia đình cách mạng nhưng Thuận chưa bao giờ coi đó là điều đáng hãnh diện. Bản thân Thuận chưa hề có biểu hiện phấn đấu vào Đoàn Thanh Niên Cộng Sản thì nói chi xa xôi tới đối tượng đảng. Về phương diện hồng, có thể nói Thuận là nỗi thất vọng ê chề của Mười Nhe.

Qua sự bảo trợ của Bé Tư, Thuận được Hội Hạc Quốc tế ICF cấp học bổng du học Âu Châu hoặc Hoa Kỳ. Không cần suy nghĩ Thuận chọn ngay đi Mỹ vì theo Thuận cái gì ở Mỹ bây giờ cũng là nhất thế giới. Không bộc lộ hay nói ra nhưng là một hiện tượng khá phổ quát từ Nam ra tới Bắc_ nhất là ngoài Bắc gia đình nào cũng có một "Giấc Mơ Mỹ Quốc" ước muốn làm sao gửi cho được một người con sang Mỹ.

- Nhưng em còn phải qua được kỳ thi Anh văn trước đã! Sao mà khó trần ai! Họ thì đòi điểm phải trên 550 mà điểm em thì cứ 540 rồi 530 không sao nhích hơn lên được.

Bé Tư an ủi Thuận:

- Em vậy là khá lắm rồi, cô biết có người Mỹ chính gốc thi còn bị failed đó em!

- À mà em muốn hỏi cô, tình hình các giống hạc bên Huê Kỳ bây giờ ra sao cô?

- Toàn Mỹ Châu chỉ có Bắc Mỹ còn lại hai giống hạc. Whooping và Sandhill Cranes. Loài trên thì gần như sắp bị tiêu diệt nên đang được hết sức bảo vệ, loài Sandhill thì còn khá hơn. Hạc mới trông thì thấy giống loài Diệc_ Herons nhưng hoàn toàn khác, hạc thuộc họ Grudae. Hạc bay với cổ vươn ra phía trước, nhịp cánh đập chậm hơn nhịp cánh vung lên với tiếng kêu âm vang Kar-r-r-o-o-o có thể nghe thấy từ rất xa. Không khác mấy với Hạc Đông Phương ở Việt Nam_ Eastern Sarus Cranes, nói chung hạc ưa sống ngoài trời, làm tổ trên mặt đất và chỉ đẻ hai trứng, thích kiếm ăn tôm cua sò hến và ăn thêm cả cỏ lá trên đầm lầy và mặt bùn nước cạn_ mudflats ở Florida, ở California tương tự như vùng đầm lầy Tam Nông.

Thuận khá thông minh lại rất hiếu học, luôn luôn đem theo bên mình cả băng cassette, không phải chỉ để thâu tiếng chim mà còn để luyện giọng tiếng Anh nữa. Bé Tư rất mến Thuận ở cái biệt tài giả giọng hót của nhiều loại chim muông, kể cả tiếng hạc.

Trên đường đi, Thuận tâm sự:

- Em rất muốn được làm việc lâu dài ở đây nhưng phải cái hai cha con cứ đụng nhau hoài, thiếu điều ông ấy muốn đuổi em ra khỏi nhà! Nhưng không phải ổng hoàn toàn vô lý khi làm mọi chuyện chăm lo cho đời sống bà con.

Thuận chỉ nói được tới đó, dáng kìm hãm và không muốn nói gì thêm. Trên đường đi cảnh tượng thường xuyên bắt gặp là những bãi cây tràm bị đốn chất đống ngổn ngang dọc theo mé kênh và cả ở hai bên vệ đường, kể cả những đám tràm con còn tươi rói cũng bị đốn bỏ bừa bãi không chút thương sót.

Thuận giọng bùi ngùi nói:

- Từ ngày có "Đổi Mới" dân nghèo từ khắp các tỉnh đổ xô về đây ngày một đông. Họ đang thi nhau đốn bỏ rừng tràm để có thêm đất trồng lúa hay diện tích nuôi tôm, "vì lúa hay tôm đều rất có ăn, lại còn mau ăn nữa". Cứ cái mửng này chẳng bao lâu nữa cả Đồng Tháp Mười sẽ cạn kiệt cây tràm. Mà hết rừng tràm thì cũng chẳng còn cái gọi là tràm chim Tam Nông, thày cô ạ.

- Bộ không có chánh sách bảo tồn khu thiên nhiên Tam Nông sao em? Bé Tư nôn nóng hỏi.

- Có chứ, thưa cô. Trung Ương cũng đã có chỉ đạo việc quy hoạch và bảo tồn "làng cổ Đồng Tháp Mười" nhưng nói ra thì kỳ phép vua vẫn cứ thua lệ làng, nghĩa là không có luật pháp gì rõ ràng, vẫn cứ tùy tiện như hồi còn chiến tranh, bao nhiêu quyền hành vẫn nằm trong tay Đảng ủy địa phương. Mà Tam Nông có thể coi là trường hợp điển hình.

Bé Tư thấy xa lạ với những từ mới:

- Điển hình là sao em?

- Là mẫu tiêu biểu, giống như chữ role model trong tiếng Anh đó cô.

Cả Hộ, Điền và Bé Tư cùng bật cười vui vẻ. Qua Hộ Bé Tư mới được biết thêm rằng Mười Nhe là hình ảnh hiếm hoi của những người Cộng Sản chân chính còn vương sót lại. Sinh ra và lớn lên trong vùng Đồng Tháp, chưa xong tiểu học đã vô bưng, được vinh danh là dũng sĩ diệt Mỹ thời còn chiến tranh, gan lì không ai bằng, bị hư mắt trái do mảnh bom trong một trận càn. Nay làm Huyện ủy Tam Nông, không thể nói là Mười Nhe không yêu thương quê hương Đồng Tháp. Duy chỉ có cái nhìn của hắn ta thì rất khác. Môi sinh với Mười Nhe là cái môi trường sống sao cho "dễ thở" đối với bà con. Cứu cánh ấy biện minh cho mọi phương tiện hiện đại được đem ra áp dụng "đại trà" cho khắp vùng Tam Nông. Phá rừng tràm không phải chỉ có dao quắm mà còn có cả máy cưa, đánh cá không phải chỉ có lưới mà với cả chất nổ hay điện xuyẹt, săn chim không phải chỉ có bẫy mà còn là đủ loại súng với đạn ghém và cả ống nhắm. Cảnh quan Tam Nông quê hương Mười Nhe phải nói là thay đổi từng ngày, rừng khuyết từng mảng, cá tôm bất kể lớn bé bị giết hàng loạt nổi phều, chim thường hay hiếm quý cũng giống nhau bị lùng săn như những con thịt. Nói tóm lại Mười Nhe không những đem lại cho đồng bào một đời sống "dễ thở" mà còn rất sung túc và cả hy vọng mau giàu nữa.

Khách thăm được mời một bữa ăn ê hề rượu thịt cả món hạc tiềm thuốc bắc_ chắc là để kéo dài tuổi thọ, bởi vì theo quan điểm Đông Y của Mười Nhe, đó không chỉ là món nhậu mà còn là vị thuốc nữa.

Bọn du mục Tây Tạng thì tin rằng trên đỉnh núi thiêng nơi khởi nguồn con sông Mekong có một vị thần linh là con rồng Zjiadujiawangzha bảo vệ cho nguồn nước luôn an lành và nếu uống được nguồn nước ấy người ta sẽ sống lâu. Nhưng với Mười Nhe, thay vì tin phép mầu từ ngụm nước sông thì nay là miếng trần gian hiếm hoi của các "sứ giả môi sinh". Bữa ăn nấu bằng thú hiếm gợi cho Bé Tư cả một giai đoạn tranh đấu sôi nổi thời sinh viên. Lúc ấy Bé Tư là hội viên hoạt động tích cực của "Hội Bảo vệ Thú vật Thế giới" đã cùng các bạn qua tòa Đại sứ Liên Xô ở Hoa Thịnh Đốn cực lực chống đối việc cho phép một nhà hàng ở Mặc Tư Khoa chuyên cung cấp các món ăn nấu bằng các loại thú gần tuyệt chủng. Thực khách phải trả cả ngàn đôla xanh cho một đĩa món ăn lạ như vậy, giá càng cao hơn với loài thú hiếm hoi hơn. Có lẽ lúc đó thực đơn của nhà hàng ấy chưa có được món Hạc Đông Phương như của Mười Nhe bây giờ... Mãi sau này Bé Tư mới được biết thêm có một đường dây từ các Tràm chim cung cấp đủ loại chim kể cả loại hiếm quý cho Quán Chim, nơi lui tới ăn nhậu nổi tiếng kén chọn của giới thượng lưu ở Sài Gòn. Dưới mắt Bé Tư thì cho dù ở đâu và bao giờ, lùng kiếm ăn thịt các con thú hiếm quý sắp tuyệt chủng trên hành tinh này thì đó hành vi tội phạm man rợ.

Chỉ trong một "kế hoạch ngũ niên tự phát", Mười Nhe đã đạt thành tích kỷ lục về những con số: dân số tăng khủng khiếp gấp đôi, diện tích rừng tràm nổi tiếng phong phú của tỉnh Đồng Tháp thì nay chỉ còn một phần ba, trong Tràm Chim chỉ riêng loài hạc con số trước đây đã lên tới cả ngàn thì nay chỉ còn khoảng 500 con. Dưới mắt người nông dân nghèo thì "đồng chí" Mười Nhe đã có công rất lớn biến vùng đệm ngập nước quanh Tam Nông mau chóng thành một quận huyện đi lên cảnh trù phú.

Mười Nhe tiếp khách trong một trụ sở quận mới xây cất rộng

và khang trang. Trên tường là lá cờ đỏ chói lọi làm nền cho một bàn thờ hương án với tượng bán thân "Bác Hồ" lớn bằng thạch cao trắng. Không còn treo la liệt những khẩu hiệu là điều mới đáng chú ý. Mười Nhe vóc người ốm nhỏ, có nước da sạm đen hơi tái của người thiếu máu do bệnh sốt rét kinh niên, khuôn mặt xương xẩu vẻ cằn cỗi và khắc khổ, có thêm nét dữ tợn do vết sẹo lớn nơi đuôi mắt trái. Không còn nón cối dép râu như hồi nào, Mười Nhe mặc áo sơ mi trắng tay cụt với quần sậm, cổ tay với đồng hồ Seiko vàng_ chiến lợi phẩm thu hoạch do thành tích đánh tư sản và người Hoa sau Giải Phóng, tay xách cặp da và đi giày da. Nơi góc phòng trang trí nổi bật là chiếc máy Tivi màu Sony 19 inches có cả "đầu máy" VCR để coi băng.

"Chuyện máy móc điện tử thì phải nhờ thằng con trai tui nó lo cho hết chơn. Cả bà con lối xóm cần chi về kỹ thuật cũng chạy sang kiếm nó." Vừa nói vừa nhìn sang Thuận, Mười Nhe không dấu được vẻ kiêu hãnh; nhưng ngay sau đó thì trấn áp thằng con ngay: "Nó chỉ được có dzậy, chứ chuyện chánh trị chánh em thì coi như zêro. Nó quen sống trên tỉnh chỉ biết có sách vở, nghe theo người ta rồi cũng bày đặt nói tới nói lui chuyện tào lao môi sinh môi tử với tui".

Mười Nhe được thể nói giọng xác tín với khách:

- Trước khi nghe các ông bà từ xa xôi lại đây bàn chuyện bảo vệ hạc với chim thì tui phải nói ngay rằng nhân dân huyện Tam Nông phải có một cuộc sống ngày hai bữa ăn cái đã. Những người dân đổ về đây là đám bần cố nông nghĩa là vô sản chân chính, không có lấy một tấc đất cắm dùi, quanh năm đổ mồ hôi sôi nước mắt để đi làm thuê cắt lúa thuê mà vẫn thiếu ăn. Vấn đề cấp bách đặt ra là làm sao có đất cho họ để cấy lúa nuôi tôm. Đó cũng chính là quan điểm Đảng ủy chúng tôi chấp thuận cho thu hẹp các khu rừng tràm mở rộng khu đệm để có thêm đất cấp cho nhân dân.

Mười Nhe không dấu được kiêu hãnh nói thêm:

- Diện tích trồng lúa và nuôi tôm tăng đều và nhanh hơn mỗi năm, thuế nông nghiệp nạp cho nhà nước thì vượt chỉ tiêu so với các huyện khác trong tỉnh Đồng Tháp. Đáng nói là tinh thần tự nguyện của đồng bào, không cần phải o ép ai bởi họ biết Đảng ủy thì hết lòng chăm lo cho họ.

Không mấy xa trụ sở huyện, Mười Nhe chỉ cho khách mấy ngôi nhà mới mái ngói đỏ au với cao vút lên nền trời xanh là những cột ăng-ten để bắt các kênh đài truyền hình. Ghé thăm gia đình bác Tư Trung gốc bộ đội phục viên quê ở tận ấp Phú Hòa Chợ Lách Bến Tre, tới đây chỉ với hai bàn tay trắng vậy mà chưa đầy ba năm sau đã có một cuộc sống không những đủ ăn mà còn sung túc nữa. Chỉ riêng tay Tư Trung đã chém ngã hơn năm hécta rừng tràm đem bán được cả chục triệu đồng, không những dư tiền cất nhà mới lại còn thêm đất để làm lúa hai vụ mỗi năm rất có ăn, mau thu hoạch hơn cây tràm nhiều.

Điều ngạc nhiên với Bé Tư khi về Việt Nam là đi tới đâu cũng nghe nói "chuyện ăn: làm ăn nhanh, thu hoạch nhanh và làm giàu nhanh ngay cả trong lãnh vực nghiên cứu khoa học". Hình như sau chiến tranh mọi người chợt nhận ra rằng họ chỉ có một cuộc đời này để sống nên chẳng còn ai tin vào cái thiên đường Cộng Sản hứa hẹn ở mãi tận đời sau. Cũng theo Mười Nhe thì gia đình bác Tư Trung được coi như hộ tiên tiến điển hình của huyện Tam Nông bước vào thời kỳ "Đổi Mới" để cùng cả nước tiến lên "hiện đại hóa, công nghiệp hóa".

Chính Hộ đã giúp Mười Nhe đưa lúa thần nông HYV (High Yield Variety) vào khu đệm huyện Tam Nông với hy vọng giống lúa cao sản này sẽ cải thiện đời sống bà con mà không cần phá thêm rừng tràm. Nhưng mọi chuyện diễn ra sau đó hoàn toàn ngoài dự kiến của Hộ. Khoa Thủy văn Đại học Cần Thơ với dự án xây bốn ống dẫn thoát lớn từ con kinh bao quanh khu bảo tồn, thay vì để điều hòa mực nước trong Tràm Chim thì lại bị bà con nông dân tận dụng để rút nước ra khỏi khu đầm lầy để tưới ruộng trong suốt mùa khô. Đã thế do nước cạn bà con còn phá rừng mau hơn, vì ai cũng thấy trồng lúa nhất là thứ "lúa cao sản của thầy Hộ" rất có ăn. Nhưng cũng do là giống lúa rất khát nước nên mùa hạn bà con không chỉ lấy nước từ tràm chim mà còn be bờ không cho nước xuống vùng dưới khiến bà con nông dân miệt dưới thiếu nước phải kêu trời. Chẳng cần ai điều hợp hay trọng tài, Mười Nhe đã thành công phát triển riêng cho huyện Tam Nông bằng cái giá của Tràm Chim với sinh mạng của cả ngàn cánh hạc và mùa màng khô hạn nơi miệt dưới.

Mười Nhe vẫn giọng tâm sự:

- Trong chiến tranh, đồng bào hy sinh xương máu quá nhiều rồi. Chỉ mong có ngày hòa bình độc lập, Đảng ta có dịp chăm lo hạnh phúc bù đắp cho bà con. Hạnh phúc nhân dân là nhiệm vụ hàng đầu của Huyện ủy chúng tôi. Vậy mà vẫn có các đồng chí ở Trung Ương xuống_ còn dẫn theo cả mấy ông Mỹ tóc vàng mắt xanh, có ý chê trách cách làm ăn của chúng tôi mà họ gọi là "tùy tiện", là phá hoại môi sinh. Chứ tôi hỏi các đồng chí môi sinh là cái chi chi mà bắt chúng tôi phải hy sinh cả miếng cơm manh áo của nhân dân? Đời thuở nhà ai chỉ là khách tới nhà mà người ta bắt mình phải kê bàn thờ ông bà ở đâu sắp xếp lại hết đồ đạc trong nhà ra sao! Bọn thực dân đế quốc bao năm rồi như con đỉa nhiều vòi hút kiệt tài nguyên các nước Á Phi, bọn chúng giàu có dư ăn dư mặc rồi nay lại muốn thú vui chơi kiểng chơi chim. Chúng trở lại Việt Nam, chẳng cần biết dân ta đói no ra sao mà còn chơi cha dạy mình phải "giữ màu xanh" phải bảo vệ rừng tràm để dưỡng mấy con hạc con nông. Như dzậy đâu có được!

Rồi bao nhiêu căm thù tích lũy bấy nhiêu năm, Mười Nhe giọng sắt đá:

- Mà nói phá hoại môi sinh thì ai bằng đế quốc Mỹ trong chiến tranh vừa qua. Hồi đó tụi tôi đâu có biết sợ là cái chi nhưng đụng với chiến tranh hóa học thì chỉ biết bó tay. Để xua bọn tôi ra khỏi rừng, chúng đã không từ nan một thủ đoạn nào: dùng máy móc cơ khí hiện đại nhất cho đào kênh mương để tát cạn đầm lầy, cho máy bay rải bom Napalm và chất độc Da Cam để đốt rừng và diệt hết cây cỏ. Sau chiến tranh rừng thì còn đó nhưng hoàn toàn bị nhiễm độc và tan hoang.

Mười Nhe vẫn giọng đanh thép:

- Mất bao nhiêu xương máu, hòa bình mới đó mà đã có các đồng chí nhiều bộ phận Đảng ta đã để mất cảnh giác. Bản chất đế quốc trong chiến tranh hay trong hòa bình thì cũng dzậy thôi. Đồng chí Tổng Bí Thư sáng suốt đã dạy phải đề phòng âm mưu diễn tiến hòa bình của kẻ địch, dzậy mà sao nhiều người vẫn không thấy.

Rồi Mười Nhe còn bày tỏ mối ưu tư:

- Phải chi được như hồi còn chiến tranh, muôn lòng như một chỉ biết nghe theo Đảng. Chứ như bây giờ ai cũng có quyền nêu ý kiến, nhất là mấy ông tự nhận có học ở nước ngoài về, tuổi đảng thì không biết được bao nhiêu mà đã mau chóng được cất nhắc. Hồng thì chưa, chỉ có chuyên thì làm sao mà nói chuyện lãnh đạo xuyên suốt cho được.

Rồi Mười Nhe xuống giọng buồn rầu:

- Tôi là thương binh tuổi cũng đã gọi là cao, kể ra Đảng cho về hưu cũng là phải rồi, tôi cũng muốn dành phần cuối đời lo cho gia đình mẹ già chứ không lẽ cứ như dzậy mãi sao... Nhưng rồi như vẫn còn nghe đâu đó tiếng gọi của Bác và Đảng, tôi thấy mình vẫn còn phải bám trụ hy sinh thêm nữa. Đấu tranh nội bộ như hiện nay khó lắm, bởi vì không thấy đâu là trận tuyến. Tôi vẫn nói như dzậy ở mỗi lần về họp trên tỉnh hay với các đồng chí đến từ trung ương...

Mười Nhe mắt long lanh hướng về phía bàn thờ nơi có tượng ông Hồ vẻ thành kính tưởng nhớ, giọng tiếc nuối:

- Phải chi nếu Bác còn thì đâu có tình trạng lãnh đạo chao đảo đến như dzậy... Như thằng Thuận con tui đây, không có một ngày trưởng thành trong chiến tranh khói lửa, ngoài chuyện sách vở thì nó biết cái chi mà dám lên tiếng dạy khôn tui.

Mười Nhe gầm gừ như một con cọp dữ trong khi Thuận chỉ là một con nai tơ chịu trận và ngồi nín khe. Trên đường về, Hộ kể lại:

- Không phải là không có lý khi có một đồng chí từ trung ương rất hiểu Mười Nhe bảo rằng chỉ có mỗi một cách duy nhất ngăn được hắn thôi không phá rừng tràm là phải khêu gợi lại lòng căm thù, nêu lý do mất cảnh giác về an ninh quốc phòng_ "phá hết rừng tràm là phá hoại chiến khu..."

Điền đưa ra nhận xét với Hộ:

- Có lẽ cho đến hết thế kỷ này, không chỉ những người Cộng Sản Tư Bản Đỏ tha hóa mà đến cả nhóm người Cộng Sản ít oi được coi là chân chính còn sót lại như Mười Nhe, thiếu học lại cuồng tín họ vẫn còn là nguyên nhân nỗi khổ không phải chỉ trên những con người mà còn với đám cây cỏ và chim muông.

Với con mắt nhà khoa học, theo Bé Tư thì vùng đầm lầy và tràm chim không phải chỉ cống hiến vẻ giàu đẹp của quê hương thiên nhiên mà đó còn là một kho tàng phong phú về sinh học, cái nôi của chu kỳ sinh sản và tăng trưởng cho nhiều giống chim cá và các loài sinh vật khác. Đó là nơi lưu trữ nước trong mùa lũ và điều hòa nước trong mùa khô, một yếu tố để cân bằng môi sinh có từ bao lâu nay rồi, vậy mà đang có nguy cơ bị phá hủy nó.

Nhật Ký Của Người Chứng. Bé Tư thấy mình đánh mất sự hồn nhiên, thay đổi cảm xúc và cả cách suy nghĩ ở lần vội vã lên thăm con thím Ba trên bệnh viện Sài Gòn. Giữa một Sài Gòn hoa lệ thì vẫn có một địa ngục trần gian: nơi mà người ta gọi là trại bệnh dành cho những đứa trẻ mang đủ thứ bệnh tật trong một căn bệnh chung là suy dinh dưỡng. Bé Tư không thể nào quên được cảnh tượng những đứa trẻ bụng ỏng da xương gầy gò nằm trơ trọi trong những căn phòng tường vôi thủng loang lổ, trên những chiếc giường sắt tróc sơn cũ rỉ với manh chiếu đơn khai nồng trải trên những vạt giường ọp ẹp, ngay bên một khu nhà vệ sinh ẩm thấp tối tăm với một bể nước ngập phân nổi lều bều. Chỉ cách đó không xa, băng qua một bãi cỏ tốt lút đầu, là một trung tâm Nhi Khoa khác mới xây kiêu kỳ và sang cả với cửa kính và gạch lát sáng choang, các phòng đều gắn máy lạnh, dĩ nhiên với đầy đủ thuốc men và các trang bị hiện đại dành cho con cái cán bộ nhiều tiền và thiểu số các gia đình giàu có_ giá thật đắt tính bằng đôla xanh vậy mà không bao giờ còn chỗ. Khi Bé Tư tới nơi thì đã quá trễ để mà chuyển trại cứu mạng sống cho đứa con thím Ba. Một cái chết không đáng chết chỉ vì thiếu thuốc. Có bao nhiêu đứa trẻ mỗi ngày đã chết một cách âm thầm và oan khiên như vậy. Chỉ cách nhau có một bãi cỏ mà sinh cảnh đã là hai thế giới của ánh sáng và bóng đêm.

Ngày...Tháng... Bé Tư theo thím Ba Xuân đi thực tế cắt lúa thuê trong vụ Hè Thu. Từ Bến Tre "tập đoàn" thuê chung chiếc ghe bầu đi Đồng Tháp Mười. Trừ thím Ba, họ là đám thanh thiếu niên được sinh ra ngay trước sau năm 75: lứa tuổi của hơn nửa dân số bảy chục triệu người trên cả nước, họ hồn nhiên và giống nhau ở chỗ nghèo ít học không tham vọng. Điều khiến Bé Tư ngạc nhiên tới sững sờ là trong số họ có người không biết đọc biết viết lại còn sớm mắc tật hút sách và rượu chè. Thời tiết khô nắng đẹp không có gì báo hiệu là sắp có lũ lụt. Do chỗ quen cũ, đoàn lại được tới ở trọ nhà chú Mười Tân: nhà trống chơn nhưng được cái rộng nên họ chia thành các toán nhỏ, phân khoanh nằm ngay trên sàn nhà. Bé Tư và thím Ba thì được chú dành riêng cho một tấm phản ở trái bên. Còn bao nhiêu toán khác, họ cứ theo ghe lớn ghé vào mé kinh nơi có ruộng thuê gặt là đổ bộ lên bờ tách ra thành các nhóm nhỏ dựng nên những căn chòi tạm lợp bằng tấm nylon kiểu dã chiến, chỉ tạm che nắng chứ không đủ che mưa. Ăn thì đổ gạo nấu chung, tắm giặt vệ sinh thì trai gái từng toán kéo nhau xuống sông. Cả trăm nhóm như vậy từ khắp nơi đổ về trải ra khắp cánh đồng còn ngập nước. Vì cắt lúa chạy lũ nên họ phải làm tất bật từ sáng sớm tới trời tối mịt. Nắng mưa gì thì suốt ngày cũng cứ phải ngâm mình dưới nước mà cắt. Gặp lúa đứng thì còn đỡ chứ phải đám lúa ngã lẫn lộn bùn đất, thì còn phải đem xuống sông rửa trước khi đem phơi. Cứ sau một ngày thì mọi người đều mệt lử; không có ai mà tay chân không lạnh móp, bị cứa rách vì liềm hái và lúa cắt. Hạnh phúc trông chờ là cố chịu cực một tháng để có ít giạ lúa để dành ăn không phải lo đói trong một năm. Họ có khác gì đâu đám người Mễ, những công dân hạng hai vào mùa hoa trái trải ra khắp các cánh đồng bên California dưới cái nắng cháy sa mạc, để bán sức lao động với tiền công dưới cả mức tối thiểu.

Đi đâu Bé Tư cũng chứng kiến đa số người dân phải sống trong một cảnh nghèo khôn tả với vẻ chấp nhận cam chịu một cách thương tâm. Nơi phô bày vẻ sang cả thì chỉ làm cho vẻ lầm than càng tăng thêm.

"Chứng nhân cho Thiên nhiên: Sinh thái giữa Giàu Nghèo trên một Quê hương Chia lìa_ Witness for Nature: A Divided Country, The Ecology of Rich and Poor". Là bài viết gây chấn động của Bé Tư_ của một người vẫn yêu mến thiên nhiên với giọng văn đam mê nhưng chừng mực, rốt ráo về những vấn đề xã hội nhưng vẫn dịu dàng. Trong khi môi sinh đang trở thành vấn đề tranh luận gay gắt trên toàn quốc, thì những dòng chữ viết đầy tình tự ấy như một dòng suối mát ca ngợi hạnh phúc giữa con người và thiên nhiên như một kết hợp hài hòa chẳng thể tách rời...

Đêm ấy ở Tam Nông, vẫn là một đêm dài vô minh, đêm bao trùm khắp Việt Nam và cả lục địa Á Châu, hòa trong tiếng nước ròng của con sông Mekong như nhịp điệu từ ngàn năm, văng vẳng bên trời giữa những tiếng hạc kêu thương, Bé Tư còn nghe có tiếng trẻ con khóc.

*Tràm Chim Tam Nông Đồng Tháp Mười trở thành Vườn Quốc Gia Tràm Chim từ 29-12-1998, như một khu mẫu mực "du lịch sinh thái"_**

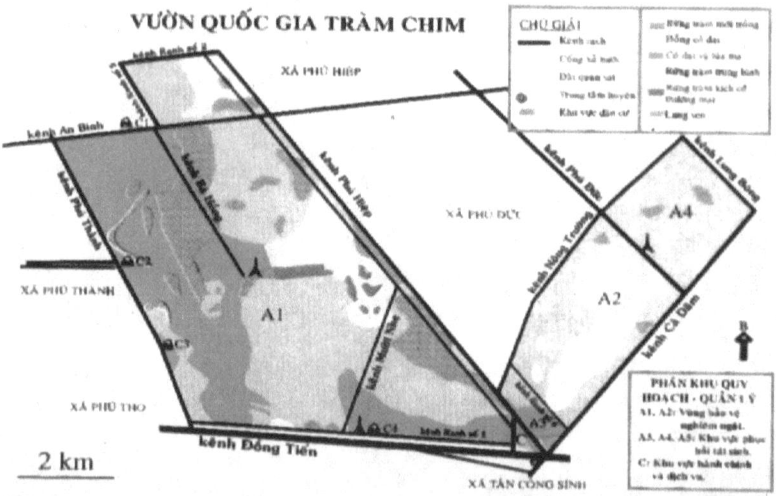

Bản đồ Vườn Quốc Gia Tràm Chim_ bản đồ của Vườn Quốc Gia Tràm Chim Tam Nông tỉnh Đồng Tháp.

*Trung Tâm Dịch Vụ Du Lịch Sinh Thái và Giáo Dục Môi Trường / Centre For Eco-Tourism and Environmental Education. Nhưng hoạt động chủ yếu là khai thác du lịch hơn là bảo vệ hệ sinh thái và môi trường_**

*Tháp canh bảo vệ Tràm Chim Tam Nông hay còn gọi là Vườn Quốc Gia Tràm Chim_**

Nhưng vẫn có vô số chim bị đánh bắt từ Tràm Chim mang ra chợ bán hoặc cung cấp cho các quán ăn đặc sản ở Sài Gòn.

(1,2) Gia đình Hạc hay Sếu Đầu Đỏ trong danh sách các loài chim quý hiếm, có nguy cơ bị tuyệt chủng. Từ 20 năm qua, số Hạc và các loài chim quý trở về Tràm Chim Tam Nông ngày càng ít đi. (WAR: Wildlife At Risk)

Rừng tràm Đồng Tháp ngày một thu hẹp do nạn phá rừng bừa bãi và hình ảnh những khu rừng tràm nguyên sinh ấy sẽ mau chóng trở thành quá khứ. Cùng với những con cá Pla Beuk, cá Dolphin, những cánh hạc đông phương là biểu trưng cho chỉ số an toàn hệ sinh thái rất mong manh của con sông Mekong_ Bưu ảnh Việt Nam

(3) Do môi trường suy thoái, những Cánh Hạc Đông Phương đang tìm cách bay xa khỏi khu Vườn Quốc Gia Tràm Chim Tam Nông_ (WAR/ Wildlife At Risk)_ H. Minh Lộc 1,2,3

CHƯƠNG IX

SÔNG THIÊNG MÀ TÁT CẠN

Ruộng đồng mặc sức chim bay
Nước sông lai láng cá bầy đua bơi
ca dao Nam Bộ

Từ Ngọn Núi Thiêng 15 ngàn bộ trên cao nguyên Tây Tạng, từ đâu đó trong vùng trắng mênh mông của triền núi tuyết, con sông Mekong bắt đầu chảy róc rách khởi nguồn cho một con sông lớn của Châu Á, nhưng từ đây còn phải mất bao lâu nữa, trải qua bao nhiêu ghềnh thác, ngang qua bao nhiêu vùng khí hậu và dân cư để con sông xanh cuồng nộ ấy tới được Việt Nam mang tên Cửu Long ôm ấp vùng đất thiêng tỏa thành chín con rồng sáng trải dài ra tới bờ Biển Đông.

Mà Cửu Long Giang tên ấy có tự bao giờ? Theo Gia Định Thông Chí là cuốn sách về lịch sử địa lý đất Gia Định hay là đất Nam Kỳ sau này thì tên ấy là do Trịnh Hoài Đức đặt. Tổ tiên ông gốc người Phúc Kiến bên Tàu di cư sang đất Trấn Biên (Biên Hòa) sinh năm 1765 cùng năm sanh với Nguyễn Du, đỗ đạt làm quan dưới cả hai triều Gia Long và Minh Mạng lên tới chức Hiệp Biện Đại Học Sĩ hiệu là Cấn Trai. Ông cùng với Lê Quang Định và Lê Nhân Tĩnh đều là môn sinh của Võ Trường Toản, cả ba nổi danh thơ phú nên được người đương thời mệnh danh là Gia Định Tam Gia Thi. Ông mất năm 1825, năm năm sau ngày mất của thi hào Nguyễn Du. Ai cũng biết là hai con Sông Tiền Sông Hậu chỉ đổ ra tám cửa nhưng số chín mới là con số hên nên cửa Tranh Đề cũng được kể thêm vào cho dù chỉ là một thoát lưu phụ rất nhỏ. Cũng như Thất Sơn có nhiều hơn bảy ngọn núi nhưng số bảy được chọn vì cũng là một con số hên.

Nói tới Đồng Bằng Sông Cửu Long quê Điền, người ta nghĩ ngay tới lúa và lụt. Chung sống với lũ lụt thì có gì mới lạ đâu với những ai đã từng ở hai bên bờ những con sông ấy với chằng chịt những kinh và rạch. Rồi cứ hàng năm cùng với cơn lũ là tầng tầng lớp lớp phù sa tô bồi thì ruộng đồng nào mà chẳng thêm phì nhiêu, lại thêm bao nhiêu là tôm cá. Chưa kể thêm cái lợi con lũ rửa phèn cho đất, rửa bớt chất độc Da Cam còn nằm sâu lắng đâu đó trong các khu rừng chết từ sau cuộc Chiến Tranh Việt Nam.

Không biết đã bao lâu rồi nhưng Điền thì không bao giờ quên trận lụt lớn nhất năm đó khi Điền mới mười tuổi. Bấy giờ là khoảng giữa tháng Năm, nước quay kỳ nhất từ thượng nguồn đổ về thật đậm một màu đỏ như son.

Màu đỏ không phải chỉ có phù sa, có năm còn trộn lẫn máu người ta nữa. Cha Điền nói vậy không giải thích gì thêm và chỉ sau này lớn lên Điền mới thật sự hiểu.

Với con nước ấy ai cũng biết sắp tới mùa lũ_ mà có lẽ lũ lụt lớn bởi thêm cái điềm bày kiến vàng thì bỏ tổ tha trứng lên các ngọn cây cao và cả bầy ong muỗi từ núi bay về cũng làm tổ trên cao hơn mọi năm. Rất khác với con Sông Hồng dữ dằn, Sông Tiền Sông Hậu như từ bao giờ, do một phần lũ chảy ngược về Biển Hồ nên cho dù có lụt lớn thì con nước vẫn ổn định dâng lên từ từ tràn bờ rồi chảy ra chan hòa.

Nhưng riêng năm ấy sao vẫn bất ngờ quá, trận lũ không những đã lớn hơn, dâng lên nhanh hơn lại còn sớm hơn mọi năm tới một tuần trăng khiến không có nhà nông nào trở tay cho kịp. Con nước cứ thế chảy phăng phăng về suôi kéo theo những cành khô những giề lục bình man mác trổ bông tím. Và cứ thế mỗi ngày mực nước dâng cao thêm hai ba tấc, ngay cả ruộng sạ với lúa mù lúa nổi cũng không cách nào phóng ống kịp và đành chịu ngộp. Nước ngập hết cả kinh rạch ruộng đồng, nước chảy mạnh tràn qua các lộ xe, không sao phân biệt được đâu là sông đâu là đồng. Con nước năm ấy sao lên cao quá, ở vào khu trũng nước dâng gần ngập tới nóc nhà, lại thêm cây lá bị sóng đánh te tua. Trên mái nhà lá hay tôn, ngoi ngóp người và chó, cả thêm mấy con gà đứng cú rủ, chỉ có mấy con vịt chịu nước thì lông cánh vẫn mượt mà. Điền và hai em cùng cúm rúm ngồi trên đó, trừ Bé Tư là con gái mắc cở thì mẹ cho mặc quần, còn hai thằng con trai thì ở chuồng luôn cho khỏi bị quần áo ướt. Bầu trời thấp xuống, lúc nào cũng sâm sẩm như sũng nước, mãi tới giữa trưa mới thêm được chút nắng ấm, nhưng phía dưới vẫn là con nước dâng cao lạnh lẽo bao la, chẳng còn bóng dáng đâu là ruộng lúa vàng, chỉ còn lấm tấm trên mặt nước là những bông điên điển mới trổ một màu vàng tươi nhấp nhô trên những gợn sóng. Điền theo cha từ sáng sớm xuống xuồng đi hái bông điên điển rồi đi vớt mớ cá linh.

Lục bình bông tím
Điên điển bông vàng
Điên điển mọc ở đất làng
Lục bình trôi nổi...
như phường hát rong

Cây điên điển người Khmer gọi là Srock Snor thân cỏ mọc khắp các mé rạch bờ sông, bông màu vàng hái sớm mà trộn gỏi tôm càng thì hết sẩy, đem nấu canh cũng rất ngon. Nếu hái trễ khi nắng đã lên cao, ăn không còn ngon nữa mà có vị đắng.

Quên hết cả mưa lụt và gió lạnh, Điền thích thú với những con cá trắng nhỏ ánh bạc vùng vẫy trong lưới. Mùa mưa ăn cá trắng, mùa nắng ăn cá đen. Chỉ mới hơn nửa buổi mà cha con đã vớt được cả mấy thùng thiếc cá; giữ chút để ăn và phần làm nước mắm còn bao nhiêu đem ra chợ bán. Gọi là chợ chứ chỉ có lơ thơ mấy cái sạp gỗ tre tạm rời sát ra khúc lộ cao chưa ngập nước để phục vụ kiểu dã chiến.

Có mấy giạ lúa đen do cha Điền hụp lặn dưới nước cắt mót được trước đây ít hôm thì cha con ôm vác ra con lộ phơi. Cực thì có cực nhưng không than thở mà vẫn cứ kiên trì chịu đựng_ đã cứ như vậy từ hơn 300 năm nối tiếp các thế hệ những người lưu dân Thuận Quảng theo chân Chúa Nguyễn vào khai phá những vùng đồng lầy hoang vu với trên rừng muỗi kêu như sáo thổi, dưới nước đỉa lội như bánh canh và hai bên bờ là đầy những thần linh ma quỷ, lẫn cả rắn độc và cọp sấu. Tới đây thì ở lại đây, bao giờ bén rễ xanh dây thì về. Vụ lúa hè thu kỳ ấy kể như mất trắng tay, chưa kể tổn thất về nhân mạng mà đa số là con nít trong đó có thằng Sanh bạn học từ lớp năm kể như chí thân của Điền. Mất mát đau thương, gì thì gì_ ai cũng lăm lăm chỉ chờ cho con nước giựt là sửa sang dọn sạch nhà cửa, đem chút lúa giống còn sót gieo xuống và kể như làm lại từ đầu. Mà có bao giờ trễ đâu để mà làm lại từ đầu.

Nói gì thì nói, kỷ niệm về tuổi nhỏ nơi quê Điền nhiều điều vui hơn buồn. Thiên nhiên giàu có và cả vô tình, đôi khi khắc nghiệt nhưng cũng rất chiều đãi con người. Không có lũ lụt thì lúa gạo lại thừa thãi, vườn cây ăn trái trĩu nặng sum suê, tôm cá ếch thì đầy đồng. Chiều chiều quạ nói với diều, cù lao Ông Chưởng có nhiều cá tôm. Không những nhiều mà còn đầy hương vị đặc sản thơm ngon của đồng nội cây vườn.

Điền nhớ mỗi lần hè sang thăm bà nội ở Bến Tre là kể như đã nư, tha hồ ăn me dốp, uống nước dừa xiêm, ăn kẹo dừa, bánh phồng dừa, ăn tôm rang nước dừa, món đuông dừa chiên, lại còn món cá kho tộ, canh chua cá bông lau nội nấu cho ăn thì khỏi chê. Mãi những năm sau này sống ở nước ngoài, chưa bao giờ Điền được ăn lại những "món lạ Miền Nam" ngon như vậy, uống một ly nước dừa xiêm có hương vị quê hương như vậy. Cùng với Bồng Sơn Tam Quan ở ngoài Trung, thì Bến Tre quê nội Điền là xứ dừa trong Nam _ thứ cây mà theo Điền thì từ rễ tới ngọn đều có ích cho con người. Có phải vì vậy mà đồ án tốt nghiệp của Điền ở trường Kiến Trúc nổi tiếng San Luis Obispo không phải là một thương xá hiện đại_ big mall ở Hà Nội hay Sài Gòn mà lại là một căn nhà ánh sáng toàn làm bằng chất liệu từ cây dừa cho người nông dân Đồng Bằng Sông Cửu Long. Giai thoại ruộng đồng với cò bay thẳng cánh sau này chỉ còn trong trí nhớ của Điền bằng những lần đi săn chuột đồng hay đi bắt cò. Điền đã từng theo thằng Hộ ra đồng, hai đứa lấy sình non trét đầy mình chỉ chừa có hai con mắt, xong rồi nằm xuống giữa ruộng chờ cho bầy cò bay tới, thôi thì đủ thứ cò trâu cò ma lò lửa... chỉ chờ con cò nào gần tầm tay nhất là chồm bắt ngay lập tức. Thằng Hộ thì lì, không sợ bị cò mổ đui mắt nên nằm chờ bao lâu cũng không hề nhúc nhích nên chỉ có nó là bắt được cò, riêng Điền thì không nhưng bù lại cùng với Bé Tư hai anh em bắt được bao nhiêu là còng đem về cho bà nội nấu bún riêu hay làm mắm. Bắt cò thì vui nhưng nghe nói thịt cò trâu thì tanh, thịt cò ma có ngọt hơn nhưng cái khoản cháo cò hay ăn thịt chuột đồng thì Điền vẫn thấy nhợn và không ham.

Gặp lại Hộ sau này, bây giờ đã có bằng tiến sĩ rồi chứ ít sao, nhắc chuyên săn chuột bắt cò khi xưa thì nó chỉ cười. Nó vẫn cứ gắn bó với ruộng vườn nhưng lại thêm đam mê khác. Nếu không bận dạy học nghiên cứu thì cũng thấy nó suốt ngày với đám sinh viên Nông Lâm bất kể nắng mưa, loay hoay ngoài các thửa ruộng, thăm nom mấy đám mạ mới cấy. Hộ đang thử nghiêm kỹ thuật trồng lúa thâm canh bốn mùa rưỡi mỗi năm bằng cách luân phiên cấy và gặt hàng tuần các lô được chia đều trên những thửa ruộng, với hy vọng nâng mức thu hoạch mỗi mẫu từ 15 tấn tới 30 tấn bảo đảm nâng mức xuất khẩu và tiêu thụ cho Việt Nam trong suốt thế kỷ tới. Chính Hộ đã có công đầu đưa giống lúa Thần Nông vào Đồng Bằng Sông Cửu Long, cái công của nó chính là thuyết phục được bà con cô bác nông dân bỏ được thói quen canh tác cũ bỏ lúa giống cũ mà chấp nhận thay bằng thứ giống lúa lùn xấu xí nhưng lại là thứ lúa cao sản; để rồi sau này bà con đặt thêm cho cái tên là "Lúa Honda" bởi vì giống lúa ấy đã giúp bà con làm ăn sung túc có tiền mua xe gắn máy Honda, máy phát điện Honda để có điện buổi tối bắt coi các kênh đài truyền hình và chương trình được ưa chuộng nhất vẫn là tuồng cải lương tối thứ Bảy thứ đến là tiết mục "Thày Hộ" lên đài giải đáp thắc mắc cho bà con nông dân...

Cái thành tích đưa Việt Nam lên hàng thứ hai thế giới về xuất cảng lúa gạo phải kể tới công của Hộ với Phân Khoa Khoa Học Canh Nông Đại Học Cần Thơ _ Điền thì nghĩ vậy nhưng Hộ bảo đó trước hết là công lao của bà con, rồi tới công của Liên Hiệp Quốc và Viện Lúa Gạo Quốc Tế...

Nói gốc gác thì Hộ là trí thức cũ của Miền Nam người Bến Tre_ quê hương của Đồng Khởi, xuất thân từ gia đình nông dân vạm vỡ khỏe mạnh, nhà nghèo nhưng là học trò giỏi của trường trung học Mỹ Tho, đậu tú tài hạng ưu được học bổng Colombo du học Úc Châu. Tốt nghiệp kỹ sư canh nông nhưng lại còn đậu thêm bằng Tiến sĩ với một luận án đồ sộ về "Hệ Sinh Thái Vùng Hạ Lưu Sông Mekong_ The Ecosystem of the Lower Mekong Basin". Được mời ở lại giảng dạy nhưng chưa bao giờ Hộ có ý nghĩ sẽ chọn sống ở nước ngoài. Con đường trải qua của Hộ như một trí thức dấn thân có thể nói là lắm chông gai nếu không muốn nói là gian khổ, để bám ruộng bám đất sống chan hòa với cây cỏ và cô bác bà con.

Sau 75, rất ít quan tâm tới tình trạng một trí thức bị "lưu dung"(chứ không phải "lưu dụng"_ khác nhau lắm chỉ một cái dấu nặng, một bác sĩ cũ ở bệnh viện Phủ Doãn ở lại Hà Nội sau 54 đã cay đắng nói với Hộ như vậy, cho dù đã 25 năm sau). Hộ vẫn làm việc 14 tới 16 tiếng mỗi ngày, năng nổ hơn cả đám được bình bầu chiến sĩ thi đua. Ngoài ra Hộ còn trực tiếp trông coi tờ báo nhằm phổ biến những kiến thức khoa học phổ thông tới bà con. Từ chuyện gần như viết bài về cây mù u, cây so đũa sau sân nhà tới chuyện xa như phi thuyền con thoi bên xứ người ta. Chuyện phi thuyền con thoi thì có chi là lạ, người ta đi đi về về như cơm bữa vậy mà Hộ cũng vẫn phải trả giá: tên Năm Lộc trình độ văn hóa lớp bảy, đảng viên tuyên huấn thì lúc nào cũng lên lớp về sự tất yếu của tính đảng trong khoa học và bắt Hộ phải thêm vào cái tin ấy một lời bình rằng, cho dù Mỹ có phi thuyền con thoi nhưng tiến bộ không gian của Liên Xô thì vẫn hơn xa Mỹ tới nửa thế kỷ. Trong cuộc họp tòa soạn Hộ thẳng thắn nói ra là chuyện đó không đúng, bằng cách dẫn chứng với những hình ảnh và tài liệu. Kết quả là tin phi thuyền con thoi không được xuất hiện trên tờ báo. Hộ bảo rằng chẳng thà như vậy chứ không thể có "thông tin sai lạc/ disinformation" trong lãnh vực khoa học. Hộ cho rằng đây không phải chuyện đấu tranh giữa mới và cũ, giữa Tư Bản và Xã Hội Chủ Nghĩa mà là giữa sự thật và gian dối. Cho dù chỉ một bước chấp nhận sự gian dối, chính Hộ cũng sẽ mau chóng tuột dốc tha hóa như một số các bạn đồng sự ở ngoài Bắc. Theo cách suy nghĩ của Hộ thì cho dù ở đâu và bao giờ thì mỗi người dân cũng phải chịu một phần trách nhiệm về cái tốt cái xấu của cái chế độ mà mình đang sống. Vụ cải cách ruộng đất đấu tố như ở ngoài Bắc khó mà thực hiện được với đồng bào ở trong Nam, nếu có đi chăng nữa thì cũng không tệ hại tới mức như vậy.

Hộ người Nam giao thiệp rộng, có nhiều bạn Bắc Kỳ lẫn bạn ở ngoại quốc. Kể cả những người bạn Nhóm Cửu Long chưa hề giáp mặt chỉ biết qua mạng lưới Internet với mẫu số chung là mối quan tâm về tương lai con sông Mekong và môi sinh của Đồng Bằng Cửu Long. Trong số những người bạn ấy phải kể tới bác sĩ Duy đang sống ở Mỹ, hiện là giáo sư về Sinh Học Phân Tử và Di Truyền thuộc Đại Học Stanford. Duy sinh đẻ ở Bắc, lớn lên trong Nam, tốt nghiệp ở Mỹ. Gốc Bắc chay nhưng Duy có cái nhìn rất quá khích về nền văn minh sông nước của Đồng Bằng Cửu Long. Theo Duy thì bước vào thiên niên kỷ tới, trung tâm nền văn minh Việt Nam không còn là châu thổ Sông Hồng hay Sông Mã mà là vùng Châu Thổ Sông Cửu Long. Có những nền văn minh một thời huy hoàng nhưng cũng không tránh được quá trình già cỗi qua thời gian và cả không gian với ảnh hưởng môi trường mà chính con người đã tác động lên đó. Dùng thuật ngữ di truyền học thì bảo rằng "gene" của nền văn minh ấy đã bị suy kiệt và biến thể_ "defective gene". Chỉ trong vòng 50 năm trở lại đây, cuộc chiến tranh kéo dài và đất nước phân chia, con người và ngôn ngữ bị tận dụng cho những mục tiêu chính trị phân hóa và dối trá nên đã làm cho nó bị kiệt quệ. Chữ không còn mang nghĩa thật của nó nữa, tâm và thân đã không còn là một. Đến cả những con người tử tế bình thường cũng đã trở thành một hình tượng văn học hiếm hoi. So với chiều dài của lịch sử thì khoảng thời gian đó không nghĩa lý gì nhưng lại có một tác dụng "đột biến hủy hoại_ detrimental mutation" trên cội rễ của nền văn minh ấy. Vẫn theo Duy, thì cái "gene" trẻ trung khỏe mạnh của nền văn minh sông nước Châu Thổ Sông Cửu Long sẽ chinh phục thay thế và có cả tiềm năng phục hồi cái di sản khánh kiệt của cả nước...

Không chia xẻ quan điểm phủ nhận triệt để của Duy nhưng cái nhìn quá mới mẻ ấy cũng khiến Hộ phải suy nghĩ. Riêng Hộ thì vẫn cả tin về về một nền Văn Minh Lúa Gạo _ civilisation du riz hay nói rộng hơn là nền Văn Minh Miệt Vườn, cái nôi của những thế hệ tiên phong khai phá, với những con người chất phác thẳng thắn nhưng hào sảng chưa bị khô cứng méo mó đi vì những hủ tục hình thức lễ nghi ràng buộc. Cả đất nước muốn phục sinh đang cần một thứ trật tự đơn giản và hồn nhiên như vậy.

Vào mùa lụt, nhiều khúc đường ngập nước không di chuyển được bằng đường bộ nên phải dùng thuyền. Vẫn là khí hậu nhiệt đới với những cơn mưa rào chợt tới cũng như chợt tạnh. Không thiếu những cơn gió mát thổi vào mặt mang theo những hạt bụi nước từ các con sóng bạc đánh tung tóe vào mạn thuyền. Không phải là lần đầu tiên Bé Tư về thăm quê, nàng đã nhiều lần về thăm các Tràm Chim mà bấy lâu nàng đã dốc công vận động từ các Nhóm Bảo Tồn Hoa Kỳ ACG, Quỹ Môi Sinh Thế Giới WWF, Hội Hạc Thế Giới ICF... để có tài chánh hỗ trợ.

Say mê khảo sát đời sống chim muông, tốt nghiệp Đại Học Colorado, Bé Tư trở thành nhà nghiên cứu rất trẻ và uy tín về ngành Điểu Học_ ornithologist, và bảo tồn môi sinh. Tràm Chim Tam Nông với Bé Tư là hình ảnh một thiên đường trong trí tưởng, gần gũi ngay trên quê hương nhưng cũng lại là một Shangri-La rất xa xôi kỳ ảo còn vương sót lại trên hành tinh này. Bé Tư cũng sớm nhận ra Tam Nông không chỉ là sinh cảnh của những rừng tràm mênh mông với đủ loại cây cỏ nhiệt đới trên một vùng đầm lầy, nhưng đó còn là cái nôi của chu kỳ sinh sản của hàng trăm loài nhuyễn thể_ invertebrates, cộng thêm với bao nhiêu loài tôm cá được con lũ sông Mekong hàng năm đổ thêm vào, như một nguồn thức ăn vô tận cho các loại chim muông. Bé Tư cũng không tránh được ngạc nhiên khi thấy những con sếu non đã tăng gấp đôi sức nặng chỉ trong vòng ít tuần lễ về sống ở Tràm Chim. Đã từ mấy năm rồi, cứ vào khoảng mùa khô từ tháng mười tới tháng năm, Bé Tư thu xếp về đây như chuyến hành hương để chiêm ngưỡng các đoàn di điểu từ những phương trời xa, rất xa lũ lượt hội tụ về đây. Mỗi lần về thăm để thấy vui thêm khi thấy các đoàn di điểu về ngày một đông hơn...

Đây là lần đầu tiên Điền theo chân Bé Tư trở lại Việt Nam nhưng thời tiết bây giờ thì đã bước qua mùa mưa. Tâm cảnh Điền khác xa với em, đã từng khổ sở về những năm lính tráng, rồi trầy trật với những chuyến đi vượt biên đổ bể bị bắt vào tù, từng bị công an xả súng bắn vào ghe, bị tra tấn dã man còn để lại những vết sẹo hằn phải khâu trên má trên trán. Biết khác chánh kiến, hai anh em dứt khoát không bàn sang chuyện thời thế. Chuyến đi của Điền có chủ đích rõ rệt và cũng theo lời yêu cầu của Hộ là khảo sát tính khả thi của dự án căn nhà nổi đầy ánh sáng làm toàn bằng chất liệu cây dừa trong Đồng Bằng Sông Cửu Long.

Điền đã hoàn tất bước đầu nghiên cứu sử dụng sơ dừa trộn đất sét với trữ lượng gần như vô tận từ mỏ sét Bến Cát, đều là những nguyên liệu tại chỗ, cộng thêm với các hóa chất tạo ra một loại vách tiền chế_ drywall, chịu đựng được khí hậu khô-ẩm và cả không thấm nước trong mùa lũ lụt.

Điền hoàn toàn chia xẻ quan điểm môi sinh của Hộ. Chống lại quan điểm Nhóm Thủy Lợi Trung Ương qua kinh nghiệm Sông Hồng với kế hoạch dự chi hàng tỉ đô la để làm đê chống lũ: tức là cắt đứt nguồn sống từ ngàn năm của vùng đồng bằng châu thổ. Hộ chủ trương thích nghi chung sống an toàn và hạnh phúc với lũ, tận dụng các nguồn lợi vô tận của lũ về phù sa, thủy sản cũng như mượn lũ làm vệ sinh đồng ruộng. Hộ còn đi xa hơn khi say mê nói về cảnh quan đẹp hùng vĩ của Đất Phương Nam vào mùa lũ như một tiềm năng phát triển ngành du lịch trong tương lai. Theo Hộ thì Đồng Bằng Sông Cửu Long kể cả hai mùa mưa nắng đều có những nét chấm phá độc đáo không giống với bất cứ khúc sông nào trên thượng nguồn và cảnh quan tràn đầy sức sống ấy sẽ là những hình ảnh hấp dẫn ống kính của du khách: những khu nhà vườn quanh năm xanh rợp bóng cây trái, những chợ nổi ở Vàm Rạch Cái Bè, chợ nổi Phụng Hiệp hay Ngã Bảy nơi hội tụ của bảy con kinh thẳng tắp tỏa ra như một ngôi sao nước sáng mà người Pháp từng gọi là Les Etoiles, những làng nổi nuôi cá hiện đại nơi ngã ba sông Châu Đốc, vùng Thất Sơn với các Ông Đạo huyền bí một thời, rồi di chỉ Óc Eo của nền văn minh Vương Quốc Phù Nam, tới Tràm Chim Tam Nông với vũ điệu sếu và những đoàn di điểu...

Hộ cả quyết đó không chỉ là mơ ước mà đã là hiện thực trong kế hoạch của Tổ Chức Du Lịch Thế Giới WTO khi quyết định chọn sông Mekong như một trong 10 địa điểm du lịch nổi tiếng thế giới năm 2000... Khó mà ngưng được khi Hộ bắt đầu nói về tương lai Đồng Bằng Sông Cửu Long như một chân trời xanh mở ra bát ngát.

Điền dự định sẽ dựng một căn nhà mẫu đầu tiên trên nền nhà cũ của người cậu, vốn nằm trong vùng thấp lại là vách đất nền đất và mái gồi nên siêu vẹo đến tiêu điều qua mấy trận lụt. Ông cậu nay là giáo viên hồi hưu, nguyên là thày dạy của Hộ và Điền trước kia, bao năm vẫn sống thanh bạch trong căn nhà ấy. "Thời này sống như một người lương thiện cũng khó lắm con ạ." Như một lời răn, ông chỉ nói xa xôi như vậy, không than thở và chưa hề trách cứ ai. Điền có tâm nguyện căn nhà mẫu đầu tiên, công trình tim óc của Điền bấy lâu sẽ đặc biệt dành cho một con người tử tế. Điền tưởng tượng là sẽ hạnh phúc biết bao nhiêu nếu như căn nhà mẫu ấy (cũng với cái sườn ba gian hai chái không phá vỡ sự hài hòa của thiên nhiên nhưng hiện đại hơn) được bà con nông dân chấp nhận và ưa chuộng để trong một tương lai gần có thể đưa vào quy hoạch và phát triển cho toàn vùng.

Trước khi đi Tràm Chim, Hộ đưa hai anh em Điền đi thăm khu

chợ nổi ở Vàm Rạch Cái Bè trên Sông Tiền, như một tụ điểm du lịch hấp dẫn trong tương lai. Buổi sáng sớm vào một ngày họp chợ trên sông quy tụ hàng trăm ghe tàu lớn nhỏ. Khung cảnh náo nhiệt cứ như một ngày trảy hội. Những chiếc xuồng tam bản chở đủ loại trái cây thổ sản rực rỡ màu sắc: cam vàng quýt đỏ chuối dừa tươi rói như vừa mới hái từ trên cây còn dính theo cả lá xanh, có cả trẻ thơ nữa theo mẹ ra chợ ngồi tụt thỏm giữa lòng ghe... Trên mỗi chiếc ghe nhỏ thường do một người đàn bà trên đầu cuốn khăn rằn hay khuôn mặt khuất sau chiếc nón lá đứng phía đuôi vừa chèo vừa lái hướng về những con thuyền buôn lớn đang thu mua đủ các loại nông phẩm cây trái để đem về bán cho các vựa chợ Cầu Ông Lãnh ở Sài Gòn hay các chợ bên Cam Bốt lên tận Nam Vang. Nhìn từ xa cứ giống như một đàn heo con đông đảo quấn quýt bám lấy vú mẹ. Nếu là những chiếc ghe có mui bít bùng thì hình thức tiếp thị_ marketing là một cây sào cao như một thứ cây nêu trên đó có treo lủng lẳng mỗi thứ cây trái hay rau bắp có trong ghe để bà con kiếm mua nhận biết.

Con thuyền của chúng tôi phải lách tới lách lui để khỏi phải đụng vào những chiếc ghe khác. Bác tài công dẫn chúng tôi bước lên một chiếc ghe lớn lót ván đủ rộng để làm quán cà phê, hủ tiếu, rượu và thuốc lá kể cả thuốc lá ngoại ba số 5. Sau bao nhiêu năm Điền mới lại được thấy ly cà phê đen bít tất đổ ra đĩa húp và ăn điểm tâm bằng một chiếc bánh bao vừa lấy từ quả hấp ra nóng hổi. Cảnh tượng tươi mát và bừng bừng sức sống ấy như một phát hiện quá mới mẻ và hấp dẫn đối với Bé Tư sau bao năm xa quê nhà: chỗ này ghe máy đang bơm bán săng dầu cho mấy chiếc thuyền đuôi tôm, nơi kia là ghe có dấu chữ thập đỏ của y tá hành nghề chích thuốc dạo, lại còn cả những chiếc ghe hàng trên sông bày đủ thứ đồ giống như tiệm tạp hóa lưu động, có cả ghe xay lúa phục vụ dã chiến ngay tại chợ cho bà con.

Nền văn minh sông nước là thế đấy, Hộ nghĩ phải tạo cơ hội cho Duy một lần về thăm, thăm cả Khoa Y của Đại Học Cần Thơ đang cần thêm trang bị và cả nhiều chất xám. Thế rồi buổi chiều tan chợ thì cả cái thị trấn nổi ấy như biến mất chỉ còn lại là một khúc sông dàn trải mênh mông và vắng lặng, với thỉnh thoảng mới dội lên tiếng máy nổ của chiếc "vỏ lãi" tốc hành chở đầy hành khách vun vút ngang qua để lại phía sau là những đợt sóng lớn vỗ vào bờ làm chòng chành cả chiếc ghe tam bản.

Sau một ngày ở Cái Bè, chúng tôi vẫn chọn đường sông như một thứ xa lộ nâu êm mát và trữ tình để di chuyển. Cảnh đẹp bình minh rồi lại hoàng hôn trên sông.

Đêm xuống con thuyền đi ngược dòng vào khúc sông hẹp chỉ thấy đèn dầu leo lét thưa thớt dọc hai bờ kinh, mảnh trăng non mới hé lên cao, văng vẳng đâu đó tiếng hát hò như xa như gần, như âm vang từ đất từ một quá khứ hoang sơ theo từng cơn gió thoảng. Xứ đâu có xứ lạ lùng, con chim kêu cũng sợ con cá vùng cũng kinh.

Con thuyền phải len lách giữa những dấu đèn để tránh những lưới cá trên sông và rồi cũng tới được Tràm Chim trên một vùng đầm lầy lúc trời tảng sáng. Có người dẫn đường, chiếc ghe vẫn phải luồn lách giữa một rừng tràm và lau sậy rậm rạp và cả gây động khiến đám vịt trời hoảng sợ rào rào cất cánh tung bay và kêu lên quàng quạc.

Cảnh quan kỳ lạ của một vùng sinh thái nhiệt đới phong phú phồn tạp nhưng cũng đầy vẻ mong manh. Trong rừng cây là cả một rừng chim và tổ chim với bao nhiêu ngàn tiếng chim lảnh lót xa gần. Như âm vang từ vùng ký ức tuổi thơ, Điền còn nhận ra tiếng con chim bói cá_ hay thằng chài và tiếng chim cu ghì đâu đó trong lùm cây đằng xa. Rồi một cảnh tượng tuyệt diệu với trước mắt là từng đàn hàng trăm những con sếu đầu đỏ với đôi chân cao hàng thước được bảo vệ sống thanh bình trong tràm chim ngày ngày nhẩn nha đi kiếm cá ăn rồi từng đôi múa lượn khoe sắc rộn rã.

Bé Tư kể cho Điền nghe tên những giống chim quý như loài sếu cổ đen_ Black Neck Stork, loài vạc Á Châu cổ đỏ_ Greater Adjutant Stork... chỉ có ở Việt Nam mà trước đây ít năm tưởng có nguy cơ bị tiêu diệt, thì nay đang dần được phục hồi. Lần đầu tiên chỉ mới những năm rồi người ta lại thấy xuất hiện những Cánh Hạc Đông

Phương_ Eastern Sarus Cranes, đẹp mĩ miều với chiếc cổ dài trắng muốt đầu đỏ có điểm trắng thân mình thon thả trên đôi chân hồng thanh cao và dáng đi sang cả. Con số không phải chỉ hàng trăm mà là hàng ngàn cánh hạc như những đàn di điểu cuối cùng còn sót lại của vùng Đông Nam Á bay từ hướng đông về sống trong các Tràm Chim... như một tin mừng không chỉ cho Việt Nam mà với cả thế giới nữa. Các ông già bà cả ở vùng Đồng Tháp thì cho đây là một điềm lành_ không chỉ là đất lành chim đậu mà hơn thế nữa với quý điểu như loài hạc chỉ chọn tới ở vùng đất được coi là linh địa bên bờ những con sông thiêng.

Họ cũng tin rằng vùng Đồng Bằng Sông Cửu Long có lẽ ở Thất Sơn có một loại cây cực hiếm quý tên là Ưu Đàm có đặc tính là cứ ba ngàn năm mới trổ hoa một lần và mỗi lần có Hoa Ưu Đàm là có một vị Phật ra đời cứu rỗi cho cả nhân loại. Bây giờ tuy mới bước vào Thiên niên kỷ thứ ba nhưng theo Phật Lịch thì đã là năm 2544_ như vậy trong vòng chưa đầy 500 năm nữa Cây Ưu Đàm sẽ lại nở hoa nơi Đồng Bằng Sông Cửu Long trên vùng đất thiêng và riêng với các tín đồ Bửu Sơn Kỳ Hương thì tin rằng Phật Thầy sẽ tái sanh "để lâm phàm trợ thế".

Cả Người và Đất như đang vật vã giữa cơn nắng hạn chỉ cầu sao sớm có được ngọn nước mát từ một cơn mưa rào…

Điền miên man nghĩ tới thế hệ như Bé Tư, sinh giữa những năm cao điểm của cuộc Chiến Tranh Việt Nam, nó sinh vào ngày Tết Mậu Thân, cuộc chiến ấy kết thúc khi nó mới vừa bảy tuổi, nên cũng khó mà bảo rằng Chiến Tranh Việt Nam là cuộc chiến của thế hệ chúng nó. Và cũng dễ hiểu nếu như chúng không phải mang trên lưng cái quá khứ u buồn nặng chĩu và cứ thênh thang đi tới.

Bất chợt Bé Tư quay sang hỏi anh: "Tiếng Việt, tuổi hạc có nghĩa chi hả anh Hai?" "Là tuổi thọ đó Bé Tư." Điền vẫn muốn thân thương gọi tên em như hồi còn sống với cha mẹ ở quê nhà. Bé Tư bây giờ đang học thêm khóa tiếng Việt ở trường Đại Học Tổng Hợp Hà Nội trong các kỳ hè với mơ ước được trở thành cô giáo_ không phải chỉ ở trường Đại Học Cần Thơ theo lời mời của Hộ mà cả nơi ngôi trường quê từ bao năm Bé Tư và các bạn từ thời còn sinh viên đã dốc công yểm trợ.

Hai anh em về tới Sài Gòn, đường đâu đã xa chi mấy mà cũng đã rất ít ai biết tới chuyện lũ lụt, kể xa chi tới đồng bào tận hải ngoại, hoặc giả nếu có nghe nói thì cũng dửng dưng và xa xôi ở tận trời Âu hay Bắc Mỹ nếu có ai động lòng bạo miệng bàn tới chuyện cứu lụt thì cũng sẵn có người bảo một đồng cũng không giúp_ phải để cho chế độ ấy nó lộ hết bộ mặt xấu của nó ra...

Bé Tư thì có những nỗi bận tâm riêng của cô, không phải chỉ có các tràm chim, cô còn sôi nổi bàn với anh về dự án dựng lại ngôi trường làng sao cho các thầy cô vẫn có thể tới trường và trẻ con không phải bỏ học trong suốt mùa lũ lụt.

Xúc cảm trước sự hồn nhiên trong trắng của em, Điền hiểu rằng bản thân anh rồi ra cũng như mọi người, rồi cũng phải cố quên đi những thù hận, những ngày đen tối của chiến tranh bom đạn, vũ khí hóa học với chất độc Da Cam, những Cánh Đồng Chết, cảnh đầy máu me chết chóc của những chiếc ghe vượt biên bị B40 bắn tan trên các ngả sông lạch... để trở về với con nước ấy tắm gội và rũ sạch bụi trần, để sống hạnh phúc với những con lũ đổ xuống mỗi năm với hai mùa mưa nắng bên bờ con sông thiêng không bao giờ bị tát cạn.

*Nước vẫn lênh láng nhưng không có nguồn nước sạch để uống. Nền Văn Minh Miệt Vườn không thể thiếu những chiếc lu_**

*Vẫn đơn giản với triết lý "sống theo hoàn cảnh" của người dân Nam Bộ: ra đi gặp vịt cũng lùa, gặp duyên cũng kết, gặp chùa cũng tu_**

*Cảnh quen thuộc mỗi buổi sớm mai nơi ĐBSCL, những ghe thuyền từ các kinh rạch chèo ra khu chợ nổi_**

*Chiếc ghe vẫn là phương tiện giao thông quen thuộc và thuận lợi cho người nông dân sống trên vùng kinh rạch ĐBSCL_**

Trên sông nước tấp nập ghe thuyền mỗi buổi sớm mai nơi ĐBSCL.

Ngã Bảy Phụng Hiệp nơi hội tụ bảy con kinh tỏa ra như một ngôi sao nước sáng nên người Pháp từng gọi là Les Étoiles_ 111

(1) Cảnh lũ lụt nơi Đồng Bằng Sông Cửu Long năm 2000

(2) Nước bắt đầu xuống nhưng em bé vẫn phải đứng tránh lụt từ trên cao. Mẹ và chó thì ra chợ bằng thuyền thúng

(3) Em bé trên chiếc bè bằng ống mủ và dây lạt, một "sáng tạo mưu sinh" quá ư là nguy hiểm

(4) Bỏ một mình em bé ở trong chòi trên khúc đường khô, còn bố mẹ em thì vẫn phải đi ra ngoài bươn trải kiếm kế mưu sinh

(5) Đám người trẻ khoẻ mạnh thì vẫn cứ bám trụ trên trần nhà chờ cho nước rút xuống

(6) Gói thực phẩm cứu trợ cho người già neo đơn nhưng không phải là tới tay mọi người_ 1,2,3,4,5,6 Reuter

CHƯƠNG X

EL NINO VÀ RẮN THẦN NAGA TRÊN ĐỒNG BẰNG SÔNG CỬU LONG

Cửu Long giang mở chín lần cửa rộng
Dòng sông dài dữ dội bản trường ca
Nguyên Sa

Nơi rồng thiêng đáp xuống. Từ trên trời cao Tây Tạng, nơi rồng thiêng đáp xuống con sông Mekong hoang dã khởi nguồn và bắt đầu cuộc hành trình xuôi dòng, con sông vốn dũng mãnh luôn luôn đúng hẹn hàng năm không bao giờ thiếu những cơn lũ chết người. Nhưng với hơn sáu mươi triệu dân cư sống suốt dọc hai bên bờ con sông có chiều dài hơn bốn ngàn cây số ấy cho dù chọn Rồng Thiêng thay Rắn Thần Naga_ thì những con vật linh ấy bấy lâu vẫn ngậm cả khối nước sông Mekong trong mùa lũ và phun ra trong mùa khô khiến nông dân không bị lụt và quanh năm bốn mùa có đủ nước để gieo trồng.

Cũng vì vậy mà hàng năm luôn luôn có những ngày hội lễ truyền thống đầy thanh âm và màu sắc để ăn mừng các Mùa Nước Giựt Mùa Nước Nổi, để vinh danh và cả cầu nguyện con sông thiêng thôi cơn cuồng nộ luôn luôn giúp họ được mùa tôm cá dưới sông và lúa gạo trên khắp ruộng đồng.

Ngày Hội Đua Ghe Mừng Mùa Nước Nổi.

Trên Đồng Bằng Sông Cửu Long, họ là nhóm người Khmer tới sớm men xuôi theo dòng sông Mekong chiếm cứ đất Phù Nam vào thế kỷ thứ 7, ban đầu sống rất thưa thớt trong các phum mỗi nơi chỉ có năm mười mái lá. Sau đó họ sống tập trung vào những giồng cao hợp thành những sóc lớn để cùng hợp sức khẩn hoang canh tác. Để rồi mười thế kỷ sau, Vương Quốc Phù Nam cũ lại đổi chủ, Thủy Chân Lạp lại bị Việt Nam xâm chiếm và nay vẫn còn lại khoảng 900 ngàn người Việt gốc Khmer sống ở vùng tây bắc châu thổ. Họ sống khá biệt lập trong những nhà sàn mái gồi đơn sơ tụ tập chung quanh một ngôi Chùa Miên thếp vàng nguy nga với mái cong đỏ.

Cũng bao năm rồi, từ hai bên bờ con sông Mekong từ Cam Bốt xuống tới đồng bằng châu thổ, nơi mỗi ngôi chùa bên trong các Sóc Miên đều có một chiếc ghe ngo được cất giữ trên cao với đôi mắt rắn thần Naga được chạm nổi hai bên mũi ghe trông dữ dằn như lúc nào cũng sắp chực bung mình phóng xuống dòng nước. Đức Phật và rắn thần Naga là hình ảnh quen thuộc trong nghệ thuật tạo hình dân gian Khmer. Tương truyền rằng khi đức Thích Ca đang ngồi tịnh tâm giữa rừng bên bờ hồ, gặp rắn Naga rất linh hiển vốn là hiện thân của thần ác, vậy mà đức Thích Ca đã cảm hóa được rắn thần. Gặp hôm đó là ngày mưa to gió lớn, rắn Naga cuộn tròn mình bảy vòng và đầu ngẩng cao ngậm hết gió mưa để làm thân che cho Đức Phật. Từ đó về sau người Khmer tìm cho được những thân cây gỗ sao dài đục làm Ghe Ngo_ biểu tượng cho rắn thần Naga và hàng năm người Khmer sống nơi Đồng Bằng Châu Thổ Cửu Long có tục lệ đua Ghe Ngo để mừng Mùa Nước Nổi...

Tới Mùa Rước Nước, ghe được đem xuống sơn phết và vẽ lại cho thật sắc hai con mắt rắn thần trước khi đưa tới bến sông mà đua với ghe của các chùa khác.

Trước đó nhà sư đọc kinh làm phép cho Ghe Ngo. Trước mũi ghe có đặt một mâm quả với nải chuối rượu và nhang cúng rắn thần để cầu cho thắng giải. Sáu mươi bốn trai tráng lực lưỡng trong làng được chọn, mỗi người tay cầm một cây dầm lần lượt bước xuống ghe sắp thành hàng hai, chiếc ghe khẳm tưởng chừng như muốn chìm. Người điều khiển ngồi phía mũi ghe gõ nhịp trên một chiếc cồng nhỏ phát ra những âm thanh thúc giục rộn rã. Phải chờ ghe ra tới giữa dòng, cùng một lúc cả 64 mái dầm mới bắt đầu vung lên nhịp nhàng khoát nước bắn ra hai bên trắng xóa. Chiếc ghe nổi dềnh lên nhẹ tênh và dũng mãnh lướt tới như rắn thần lướt bay trên mặt nước.

Trên một Ghe Ngo khác, bày ra một cảnh tượng ngộ nghĩnh lạ mắt_ chỉ có trong thời kỳ Đổi Mới: các tay chèo đầu đội mũ lưỡi trai vàng, đồng phục quần xanh áo T-shirt ba màu có in hình Con Sò quảng cáo xăng dầu cho Công Ty Shell.

Nơi bến chợ, Cao như bị thất lạc trong đám đông người chen lấn hò reo, lẫn với mùi thức ăn có cả mùi rượu mùi mồ hôi người và cả rất nhiều bụi bặm. Phải chăng đó cũng là một thứ mùi vị khác của con sông Mekong?

Những đổi thay chánh trị và xã hội gần đây cũng làm thay đổi luôn cả những tập tục của cư dân hai bên bờ sông Mekong tưởng như thiêng liêng đã có trước đó cả nhiều thế kỷ. Những điều mất mát ấy được các nhà nhân chủng mĩ miều mệnh danh là "thích nghi văn hóa_ Acculturation." Đua Ghe Ngo không còn thuần túy là ngày hội đón Mùa Nước Nổi mà đã trở thành trò mua vui trong trong những dịp lễ lạc như ngày Quatorze Juillet thời Pháp thuộc rồi tới những ngày gọi là Quốc Khánh luôn luôn đổi thay của các chánh quyền Miền Nam sau này...

Năm nay cũng là lần đầu tiên Ghe Ngo của chùa nhà bị thua, lại thua cả chiếc ghe bảo trợ bởi công ty dầu khí Shell. Đám mấy chục thanh niên thì buồn ra mặt, họ đưa ghe ngo về chùa rồi cùng nhau tụ lại uống rượu giải sầu, say quá thì nằm lăn ra ngủ ngay trên bãi. Riêng với nhà sư thì vẫn an nhiên tự tại, chuyện được thua không khiến ông mất đi nụ cười. Trong chùa có cả nước Coca Cola đóng chai, nhưng nhà sư sai chú tiểu Thạch Sary đi lấy nước thốt nốt tươi để mời khách. Chưa lần nào Cao được thưởng thức nước mật tươi của cây thốt nốt. Theo chân chú tiểu ra khu vườn sau tới bên một gốc cây thốt nốt giống cây dừa nhưng cao hơn mọc thẳng đứng khó trèo nên phải dùng một thang leo buộc vào thân cây.

Thạch Sary đang là một sinh viên khoa học Đại Học Cần Thơ, chú chỉ vào chùa tu một tháng trong năm theo tục lệ của người Khmer, chú nói:

- Trồng ngoài 30 năm thốt nốt mới bắt đầu trổ buồng kết trái. Khi trái còn non trong mo người ta đã dùng nan tre kẹp lại cho tới khi chín mềm mới cắt chót buồng rồi gắn vào một ống tre để hứng mật, mỗi buồng có thể rỉ rả cho mật tới cả tháng nhưng mỗi lần hứng mật là một lần phải cắt thêm vào chót buồng.

Cao hỏi chú về cây thốt nốt đực kế bên, chú giảng tiếp:

- Cây thốt nốt đực không kết trái nhưng vẫn trổ buồng đâm bông và cũng cho nước mật. Ngoài cách uống tươi, nước thốt nốt còn dùng làm đường, khoảng 7 lít nước thốt nốt thì cất ra một kí đường được đúc thành tán. Ở Vĩnh Bình, Châu Đốc người ta có nấu đường thốt nốt. Đậu xanh xát nấu chè với đường thốt nốt không những thơm ngon hơn đường mía mà còn rất mát.

Chú tiểu Thạch Sary đã cho Cao một bài học thực vật sinh động tại chỗ. Chú đem xuống từ buồng cây một ống tre hứng đầy nước mật thốt nốt. Chú giảng tiếp, mật thốt nốt ngọt trong và thơm hơn nếu lấy qua đêm.

Như mới sực nhớ ra, chú bổ túc thêm:

- À mà tôi quên chưa nói tới công dụng của lá thốt nốt. Theo cổ tục trẻ em vào chùa học chữ Khmer được viết trên lá thốt nốt. Trong một số Chùa Khmer ngày nay còn giữ được những bản văn gọi là Satra viết trên lá thốt nốt...

Tối hôm đó lần đầu tiên trong đời Cao được thưởng thức món ăn quốc túy của người Khmer là thả cốm dẹp vào trong mật thốt nốt, một kết hợp tuyệt diệu như tặng dữ tinh khiết của con sông Mekong.

Cao không được biết mối thâm giao giữa ông Khắc với vị Sư Cả đã có trong bao lâu, nhưng qua giới thiệu của ông Khắc ngay lần gặp đầu tiên Cao đã được nhà sư đối xử trong sự chân tình. Vị Sư

Cả còn có tên gọi là Chao Athica, được bầu lên để cai quản Chùa trông việc hành đạo. Vị Sư Cả này không chỉ phải tu hành lâu năm, đạo đức cao trọng mà còn phải có học thức uyên bác nữa. Nhà sư tốt nghiệp từ một Viện Phật Học bên Cam Bốt_ dĩ nhiên ra rất giỏi tiếng Phạn, ngoài tiếng Khmer tiếng Việt ông còn nói thông thạo tiếng Pháp và còn đang học thêm tiếng Anh.

Nhà sư nói:

- 95% người Khmer theo đạo Phật Tiểu Thừa hay còn gọi là Phật Giáo Nguyên Thủy Theravada chịu ít nhiều ảnh hưởng Bà La Môn.

Như đoán được câu hỏi thắc mắc của Cao, bằng một giọng thanh thản không đượm vẻ hài hước, nhà sư tiếp:

- Chắc anh muốn hỏi 5% còn lại chứ gì? Họ là giới sư sãi tăng lữ như chúng tôi. Theo truyền thống chùa còn là một trường học nên không chùa nào mà không có Sãi Giáo chuyên dạy học cho các em...

Và cũng đêm đó, hòa trong tiếng nước ròng của con sông Mekong, Cao đã được vị sư già giảng cho nghe ý nghĩa sự tích những ngày hội lễ của dân tộc Khmer.

Lễ Vào Năm Mới, Ngày Hội Rước Đầu Lâu.

Người Khmer ăn Tết Chôl Chnam Thmây khoảng giữa tháng 4 tính theo lịch thiên văn của họ với ngày giờ thay đổi mỗi năm. Hội lễ Tết được tổ chức trong chùa với lễ rước Đầu Vị Thần Bốn Mặt, ảnh hưởng thần thoại Bà La Môn.

Tương truyền rằng thuở Indra tạo ra Trời Đất, có một vị vua cùng hoàng hậu sanh được một hoàng tử tên là Thommbal vô cùng thông minh. Mới lên bảy mà hoàng tử đã thông thuộc mọi bộ sách thiên văn và kinh điển. Hoàng tử đem điều hiểu biết truyền bá khắp dân gian. Dân chúng vô cùng ngưỡng mộ và tôn vinh hoàng tử là nhà hiền triết tí hon. Danh tiếng hoàng tử bay tới tận thiên đình khiến cho vị thần bốn mặt Kabinh Mahaprum rất ganh tức. Thần bay xuống trần gian gặp hoàng tử mà nói rằng:

- Nghe đồn hoàng tử vô cùng thông thái nhưng ta chưa tin. Ta chỉ hỏi hoàng tử ba câu và cho hẹn trong bảy ngày phải có lời giải đáp. Nếu đáp trúng ta sẽ cắt đầu ta trước mặt hoàng tử còn nếu không hoàng tử phải dâng đầu cho ta. Ba câu hỏi đó là cái duyên con người ở đâu vào buổi sáng, vào buổi trưa, vào buổi tối?

Hỏi xong thần bay ngay về trời. Tuy được tôn vinh là nhà hiền triết thông thái nhưng suốt năm ngày khổ công suy nghĩ từ sáng tới trưa từ trưa tới tối mà vẫn không sao tìm ra lời giải đáp. Sợ hãi bị mất đầu sang ngày thứ sáu hoàng tử trốn khỏi hoàng cung chạy sâu vào trong rừng từ sáng sớm cho đến giữa trưa, thân mệt chân mỏi bụng đói hoàng tử phải tựa mình vào một thân cây nghỉ mệt. Bỗng lúc đó hoàng tử nghe được từ trên ngọn cây cuộc nói chuyện của cặp thần ưng tên là Sat Angry. Chim mái hỏi: Ngày mai mình sẽ ăn ở đâu? Chim đực đáp: Chắc chúng ta sẽ ăn thịt hoàng tử vì mai là ngày hẹn của thần Kabinh Mahaprum, hoàng tử sẽ bị chặt đầu vì thần đố ba câu mà hoàng tử không đáp được. Chim mái ngạc nhiên hỏi: Ba câu hỏi ấy ra sao mà người thông thái như hoàng tử không đáp được, ông có biết không? Chim đực đáp: Thần chỉ hỏi buổi sáng trưa tối cái duyên con người ở đâu. Có gì khó đâu mà không biết. Này nhá buổi sáng cái duyên ở mặt nên khi thức dậy người ra rửa mặt cho sạch, buổi trưa cái duyên ở ngực nên người ta xuống sông tắm mát, còn buổi tối cái duyên ở chân nên người ta mới rửa chân trước khi đi ngủ.

Nghe được như vậy hoàng tử vô cùng mừng rỡ vội vã trở về kinh đô. Sang ngày thứ bảy đúng hẹn thần Kabinh Mahaprum cầm gươm vàng bay xuống. Hoàng tử quỳ lạy thần và trả lời đúng cả ba câu hỏi. Thần thua cuộc, cho gọi bảy Tiên Nữ là con gái của Thần tới và căn dặn:

- Cha đã thua trí hoàng tử, cha phải tự cắt đầu theo lời hứa. Các con hãy đem đầu cha để trong một ngôi tháp và không cho một ai được đụng đến vì nếu để đầu ta trên mặt đất thì đất khô cứng. bỏ xuống biển thì biển cạn khô, quăng lên trời thì trời sẽ hết mưa.

Nói xong thần rút gươm vàng tự chặt đầu rồi cầm trao cho người con gái lớn là Tungsa xong biến thân thành luồng khói xanh bay vút lên trời cao. Tungsa đặt đầu cha trong trên cái mâm vàng rồi đưa vào một ngôi tháp trong khu rừng yên tĩnh trên đỉnh cao của dãy Hy Mã Lạp Sơn. Từ đó về sau, mỗi năm một lần đúng vào ngày thần Kabinh Mahaprum tự sát, bảy cô gái xuống trần luân phiên vào tháp bưng đầu vị thần bốn mặt đi theo hướng mặt trời mọc đến núi Meru được coi là trục của ta bà thế giới. Đi xong ba vòng chân núi, Tiên nữ lại đem đầu của cha cất vào trong tháp.

Cứ như vậy cả ngàn năm sau, ngày lễ rước đầu lâu thần bốn mặt Kabinh Mahaprum được kể là ngày "Vào Năm Mới" và người Khmer tin rằng tùy theo tánh tình của mỗi vị Tiên Nữ mà sẽ có một năm hạnh phúc vui buồn ra sao. Và họ cũng tin rằng đây là dịp để mọi người tẩy sạch những bợn nhơ năm cũ để bước vào một năm mới vui tươi hơn năm qua. Trong suốt 4 ngày đầu năm họ chuẩn bị và kiêng cử kỹ lưỡng. Dọn dẹp nhà cửa, đốt nến sáng suốt đêm, thắp nhang thơm, trưng bày hoa tươi, giữ hòa khí để suốt năm gặp được điều lành.

Tuy là thần thoại nhưng cái cảnh chặt đầu và rước đầu lâu để đón mừng năm mới vẫn gợi cho Cao một cảm giác thật ghê rợn. Rồi tới chuyện Thạch Sanh chém đầu trăn_ mà sau này anh được biết gốc là cổ tích Khmer. Người ta nói rằng ngày nào không được nghe chuyện Thạch Sanh chém đầu trăn thì ngày hôm ấy người Khmer ăn cơm không ngon...

Cao tự hỏi những cổ tích và thần thoại máu me đầy giết chóc ấy có liên hệ gì tới bản năng hung dữ thích chém giết của những người Khmer có bề ngoài thường ngày vốn hiền lành và đôn hậu hay không? Những vụ "cáp duồn_ chặt đầu" đám người Việt rồi thả trôi trên con sông Mekong luôn luôn xảy ra có phải do ngẫu nhiên hay không? Cao muốn nêu điều thắc mắc đó với ông Khắc ở lần gặp sắp tới. Và ông Khắc cũng sẽ là người đầu tiên được Cao thông báo sự phát hiện của anh về tính biểu tượng của huyền thoại Rồng Thiêng hay Rắn Thần Naga và những khu rừng mưa dọc theo hai bên bờ con sông Mekong.

Tin từ Việt Nam. Hạn hán và ngập mặn khắp nơi đang đe dọa Đồng Bằng Sông Cửu Long. Và cháy Rừng ở Cà Mau.

Năm nay lượng mưa giảm gió to nắng gắt, mực nước sông xuống thấp hơn nửa mét. Chưa qua nỗi khổ cơn bão Linda, bây giờ người dân Cà Mau lại phải chịu cái nắng cháy da. Nước trong các đê bao rừng tràm U Minh Thượng U Minh Hạ đã xuống ở mức thấp nhất. Cà Mau chỉ còn 60 ngàn hecta rừng tràm đang thiếu nước lại thêm cành lá gãy đổ sau cơn bão khiến cháy rừng lớn có thể xảy ra bất cứ lúc nào; trong khi hàng ngàn dân nghèo vẫn không ngưng vào rừng ăn ong, chặt cây tràm và cả đốt đồng để kiếm sống cho dù đã có lệnh cấm.

Cao có cảm tưởng bây giờ thì như chuyện thời thượng_ trăm dâu đổ đầu tằm, cái gì cũng đổ cho hiện tượng El Nino là xong. Các chuyên gia khí tượng thủy văn trong nước và cả quốc tế, họ họp ở Singapore, Bangkok dự báo El Nino chưa qua cực điểm, rằng lượng nước mưa còn ít hơn trong vòng hai tháng tới, rằng sẽ có hạn hán trong vùng Đông Nam Á dĩ nhiên trong đó có Việt Nam. Điều rõ ràng là mùa mưa đã dứt sớm hơn so với mọi năm, tiếp theo là nắng hạn khắp vùng Nam Bộ_ và mực nước các nhánh Sông Cửu Long xuống tới mức thấp nhất, tình huống này đã tạo ra một hậu quả dây chuyền làm cho ít nhất 10 ngàn hecta lúa tỉnh Long An bị nhiễm mặn, hơn 6 trăm hecta lúa tỉnh Tiền Giang bị đỏ phèn. Do thiếu nước khiến nước mặn tràn vào sớm hơn; như Sóc Trang vành đai mặn lấn sâu vào hơn mấy chục cây số tràn cả vào các huyện xưa nay vốn là vùng ngọt. Nhiều ao hồ chứa nước ngọt cũng cạn kiệt, dân phải mua nước bằng giá gấp đôi...

Riêng Cao đã đọc bản tin ấy với cảm xúc và cái nhìn rất khác. Trong bức tranh lớn và toàn cảnh vùng Đông Nam Á, Cao nghĩ rằng El Nino hay hiện tượng gì đi nữa thì vẫn con sông Mekong ấy luôn luôn là nguồn nước chính của Đồng Bằng Châu Thổ.

Những năm gần đây do ảnh hưởng nạn phá rừng tự sát_ suicidal deforestation, của các quốc gia trên thượng nguồn: của người Hoa ở Vân Nam, của người Lào người Khmer ở vùng Hạ Lưu Sông

Mekong với hai đồng lõa là Thái Lan và Việt Nam, khiến cho người dân Việt nơi đồng bằng châu thổ khốn khổ: tới mùa mưa lũ đổ về sớm hơn, nhanh hơn lại lớn hơn khiến nhà nông trở tay không kịp gây tổn hại nặng mùa màng và cả về nhân mạng. Và tiếp đến mùa khô không còn những khu rừng mưa như những tấm bọt biển khổng lồ giữ nước nên hậu quả là hạn hán. Xa hơn nữa rừng mưa còn có khả năng hấp thu thán khí của bầu khí quyển và chống lại hiện tượng hâm nóng toàn cầu. Câu chuyện Rắn Thần Naga sau khi được Đức Phật cảm hóa đã giúp cư dân sống hai bên bờ con sông Mekong bằng cách ngậm cả khối nước lũ của con sông trong mùa mưa giúp họ tránh lụt rồi nhả nước ra trong mùa hạn để họ có đủ nước cấy cầy và gieo trồng. Khi đi tìm ý nghĩa của thần thoại, Cao chợt nhận ra rằng hiện thân của rồng thiêng hay Rắn Thần Naga chính những khu rừng mưa_ rainforest, rừng lũ/ flooded forest, đang bị chính những con người vô ơn hãm hại.

Tin Reuters gửi đi từ Nam Vang, "Nhóm Môi Sinh Anh _ Global Witness tố cáo các nhà lãnh đạo chánh trị quân sự Việt Nam đã dính líu đến vụ đốn rừng lậu đại quy mô, đe dọa hủy hoại các khu rừng cấm của Cam Bốt. Những cây gỗ quý bị đốn bừa bãi ấy được đưa qua ngả Gia Lai, Sông Bé để chuyển xuống cảng Quy Nhơn hay Sài Gòn trước khi xuất cảng." Bản tin ấy viết tiếp, "Một vụ làm ăn buôn bán lớn lao như thế, bất chấp luật pháp phải là kết quả của sự tham ô và đồng lõa ở cấp chánh quyền cao nhất của hai nước..." Cao cũng biết rằng một tình huống không kém tệ hại cũng đang diễn ra trong các khu rừng mưa trên đất nước Lào.

Đồng lõa phá rừng mưa, ký những hợp đồng bất bình đẳng cho ngoại quốc thiết lập các nhà máy đổ ra những chất độc phế thải, nhà cầm quyền Cộng Sản Việt Nam đang trực tiếp "tự gây ra một thảm họa môi sinh_ Self-Inflicted Ecological Disaster,"với hậu quả lâu dài không chỉ ở đồng bằng châu thổ mà trên khắp ngả sông rạch và nguồn nước của cả nước.

Made in China. Từ Nữu Ước tới California, từ Thái Lan qua

Lào Cam Bốt sang đến Việt Nam_ xuống tới mũi Cà Mau, đi tới đâu Cao cũng thấy tràn ngập các món hàng Trung Hoa. Có bao nhiêu trong số những món hàng ấy xuất phát từ những khu chế xuất tỉnh Vân Nam dọc hai bờ con sông Mekong? Con sông vốn trinh nguyên trong suốt cả ngàn năm ấy, đang có những đổi thay thật mau chóng. Với 28 khu hầm mỏ đang được triệt để khai thác nơi thượng nguồn con sông Mekong, trong đó có cả những mỏ chì, mỏ kẽm là nguồn gây ô nhiễm nặng nề nhất.

Các khúc sông nơi hạ nguồn không chỉ nhất thời thêm lắm phù sa do nạn phá rừng đất lở mà còn đầy những rác rến và cả những mảng dầu đen do từ các nhà máy trút xuống và cứ thế mà tự do xuôi dòng.

Trong chuyến thăm Trung Hoa thời mở cửa, Cao đã phải chứng kiến hai con Sông Hoàng và Sông Dương Tử ô nhiễm ra sao. Khiến một người bạn cùng chuyến đi đã nói ra một câu mà Cao rất tâm đắc. Một Trung Hoa với Hiện Tại không đuổi kịp được Quá Khứ.

Khi mà chính người Trung Quốc đã không quan tâm gì tới sự tinh khiết của những dòng sông chảy dài trên suốt lãnh thổ Hoa Lục thì kể gì tới khúc sông Mekong chảy ra ngoài lãnh thổ của họ phía dưới hạ nguồn.

Khởi nguồn từ một vùng cao tuyết giá mười lăm ngàn bộ trên cao nguyên Tây Tạng với cuộc hành trình diệu vợi hơn bốn ngàn cây số băng qua bao nhiêu vùng khí hậu và dân cư soi bóng bao nhiêu nền văn minh, xuống xa tới vùng nhiệt đới xích đạo là đồng bằng châu thổ để rồi_ Cao tự hỏi, không lẽ những Rồng Thiêng Zjiadujiawangzha biến thành thuồng luồng và Rắn Thần Naga hóa thân thành đàn rắn độc. Con sông Mekong đang mất đi sự tinh khiết, đang đổi thay toàn diện khiến không phải chỉ có những nét đặc thù văn hóa sắc tộc đang mai một mà từng bước rất chậm nhưng cũng rất chắc, chính con người đang tự đầu độc nguồn nước từ con sông thiêng, từng ngày mỗi ngụm nước sông sẽ bớt ngọt hơn và khó uống hơn.

Những cơn đau thắt ngực. Đã tới lúc người nông dân Nam Bộ bắt đầu cảm thấy tác động của những con đập từ xa, tưởng như rất xa. Chỉ riêng Trung Hoa với Man Wan là đập đầu tiên trong chín đập bậc thềm đã chiếm tới 20% nguồn nước trên dòng chính con sông Mekong. Rồi với những con đập phụ bên Thái và Lào cũng đã chiếm thêm 10% nguồn nước. Chưa tính đến chuyện Trung Quốc Thái Lan đổi dòng lấy nước sông Mekong dẫn tưới cho các vùng cao nguyên bao la quanh năm khô hạn của họ. Cho dù chưa có mấy con đập Pamong Cao ở Lào, Sambor và Stung Treng ở Cam Bốt_ dự trù chiếm thêm 20% lưu lượng nước nữa và rõ ràng ngay từ bây giờ đã có những cơn đau thắt ngực_ angina nơi đồng bằng châu thổ vì sự khô cạn của các phụ lưu_ tributaries, như những mạch phụ collaterals. Từ lưu lượng 40 ngàn mét khối giây mùa lũ xuống chỉ còn 2 ngàn mét khôi giây mùa khô 20 lần thấp hơn, nay còn thấp hơn nữa do hiện tượng El Nino. Làm sao mà Đồng Bằng Cửu Long không bị nạn hạn hán?

Đến với Nhóm Bạn Cửu Long. Như một đam mê không mỏi mệt khi tìm đến với con sông Mekong, Cao không biết mình đã khởi hành từ đâu đi xa tới đâu nhưng biết chắc rằng sẽ chẳng bao giờ có điểm kết thúc.

Với Cao quê hương thứ hai của anh bây giờ là cả một dòng sông và con sông ấy luôn luôn như một sợi chỉ đỏ nối kết tương lai hiện tại với cả quá khứ hoang sơ của thời khai thiên lập địa khi chưa có rặng Hy Mã lạp Sơn, chưa có cao nguyên Tây Tạng và chưa có cả giọt nước đầu tiên cho con sông Mekong.

Giữa cái khoảng vô thủy vô chung ấy, Cao đang là một hạt bụi đi tìm về cội nguồn: của lịch sử địa chất với những địa tầng Việt Nam từ các vùng đất nền cổ, các vùng kết tầng tam điệp và các lớp phù sa mới ở đồng bằng Bắc Phần, chuỗi đồng bằng Trung Phần và phần lớn đồng bằng Nam Phần.

Cũng trong khoảng thời gian hàng triệu năm ấy, Việt Nam cũng đã chịu sức địa động hình phẩy xảy ra liên tiếp qua nhiều thời kỳ chồng chất lên nhau với hiện tượng tạo phay và uốn nếp làm thay đổi hình dạng lục địa để tạo nên địa thế phức tạp của Việt Nam ngày nay.

Từ lịch sử địa chất ấy đã khai sinh ra những rặng núi hùng vĩ từ trung tâm lục địa Á Châu chạy dài xuống bán đảo Đông Dương tạo nên một địa hình ba miền rất đặc biệt.

Từ Trung Hoa đổ vào Bắc Việt Nam là dãy núi hình nan quạt cao trung bình trên 2 ngàn mét cùng với hai con Sông Hồng và Sông Thái Bình tạo nên vùng tam giác châu.

Qua tới miền Trung phía tả ngạn con sông Mekong là dải Trường Sơn trùng điệp ngăn vùng duyên hải thành những thung lũng hẹp.

Đến Miền Nam dãy Trường Sơn như lặn xuống để chỉ còn chỏm núi lẻ loi Bà Đen ở Tây Ninh; riêng rặng Thất sơn ở Châu Đốc, núi Ba Thê núi Sập ở Long Xuyên là phần cuối của rặng Đậu Khấu _ Cardamoms nổi bật trên một vùng Đồng Bằng Sông Cửu Long bát ngát chỉ mới được tạo hình từ đáy biển từ Nguyên Đại Đệ Tam.

Tới bờ vịnh Thái Lan, những vách đá nhô ra biển là phần cao nguyên bị sụt xuống nay còn sót lại. Còn nhiều đảo nhỏ cũng là phần của rặng núi Đậu Khấu từ phía tây Cam Bốt. Phú Quốc là hòn đảo có núi cao như núi Bãi Dội núi Chùa, rồi tới hòn Phú Dự hòn Nân, quần đảo Hải Tặc, xa nhất là quần đảo Thổ Châu.

Lãnh hải và các đảo trong vịnh Thái Lan luôn luôn đã là nguyên nhân tranh chấp có khi đẫm máu giữa Việt Nam và Cam Bốt. Năm 1957, Cam Bốt tự ý nới rộng hải phận tới 6 hải lý bao gồm luôn cả đảo Phú Quốc. Năm 1958 phái đoàn thường trực Cam Bốt ở Liên Hiệp Quốc đã phổ biến cuốn bạch thư khẳng định "Nam Phần Việt Nam là Lãnh thổ của Cam Bốt"đòi thu hồi các tỉnh Nam Phần, đảo Phú Quốc, đảo Thổ Châu sát nhập trở lại vào Cam Bốt.

Trên dải đất định mệnh hình chữ S, chỉ riêng khúc từ Đèo Ngang trở vào, đã mang trong nó quá khứ của hai quốc gia hoàn toàn bị xóa tên. Một nước Lâm Ấp còn có tên Champa bị Việt Nam từng bước xâm lấn và cuối cùng tiêu diệt vào đầu thế kỷ 19 (1832). Một nước Phù Nam với nền văn minh Óc Eo bao gồm Tây Nam Phần và Tây Nam Cam Bốt bị Đế Quốc Angkor Khmer tiêu diệt vào thế kỷ thứ 7, lập nên xứ Thủy Chân Lạp, để rồi mười thế kỷ sau đó, Việt Nam xâm chiếm Thủy Chân Lạp và mở mang thành vùng đất Nam Bộ ngày nay.

Bao nhiêu nước mắt và máu me trong suốt cả ngàn năm ấy tính ra thì cũng chưa là một cái chớp mắt trong cái hỗn mang của trời và đất ấy.

Tìm về thời gian đã mất, một Vương Quốc Phù Nam tiêu vong. Việt Nam có sự tích Trăm Trứng Trăm Con, xứ Phù Nam cũng có cội nguồn từ huyền thoại.

Thuở rất xa xưa có một ông hoàng Ấn tên Kaudinya nằm mơ thấy vị thần ban cho một cây cung và khuyên đi lập nghiệp ở một vùng đất Phương Đông. Tin điềm báo mộng, sáng hôm sau Kaudinya tới đền thờ thần và quả nhiên bắt gặp một cây cung dựng bên một thân cây quý. Ông hoàng đóng thuyền vượt biển đi về hướng mặt trời mọc tới vương quốc tương lai. Khi tới Phù Nam thì tại đây đã có một bộ lạc do một nữ chúa đang trị vì. Bị đoàn chiến thuyền của nữ chúa xông ra nghênh chiến, ông đã dùng cây cung thần bắn ra những mũi tên thiêng khiến nữ chúa phải đầu hàng và sau đó còn chịu kết hôn với ông và lập nên Vương Quốc Phù Nam.

Khoảng cuối thế kỷ thứ 5, Jayavarman được kể là vị vua dũng mãnh nhất của Triều Đại Kaudinya với các đội thương thuyền và cũng là những đội hải tặc hung hãn luôn luôn đánh phá các đoàn tàu buôn và các nước lân bang trong đó có Việt Nam.

Cao tự hỏi phải chăng là ngẫu nhiên hay có mối liên hệ nào đó, trong cách tống táng người dân Phù Nam cũng có tục lệ để cho chim chóc ăn thây người chết_ giống như tục điểu táng của xứ Tây Tạng nơi đầu nguồn con sông Mekong ngày nay?

Trước cả Đế Quốc Angkor Khmer, Phù Nam đã có liên hệ giao thương bằng đường biển với các quốc gia lân bang về phía bắc sang tới tận Trung Hoa. Óc Eo là một hải cảng quan trọng nằm trên thủy lộ giao thông giữa Ấn Độ và Trung Hoa từ thế kỷ thứ nhất, nay di tích còn lại chỉ là những nền nhà và các cổ vật chìm sâu dưới mặt đất. Di chỉ Óc Eo với cả vô số vỏ sò hến tìm thấy ở chân núi Ba Thê Long Xuyên nay đã cách xa bờ biển khiến các nhà khảo cổ cho rằng từ nhiều thế kỷ trước Óc Eo đã từng là một hải cảng do bị phù sa bồi mà nay lùi sâu vào trong đất liền.

Nếu đã có sự tích người Chăm bị mất nước do nhà vua say mê nàng công chúa người Việt thì cũng có huyền sử về một nước Phù Nam suy vi chỉ vì công chúa say mê chàng dũng sĩ đến từ vương quốc Champa. Tương truyền rằng giữa cảnh thái hòa và cực thịnh của vương quốc Phù Nam, vua Kaudinya và hoàng hậu sanh hạ được một công chúa xinh đẹp. Do vị vua gốc Ấn thờ thần Vishnou nên vua cho xây một ngôi đền ngoài hoàng cung với một cây cầu đá ngang qua ngọn suối. Nơi được coi là hết sức linh thiêng ngoài vua và vị tu sĩ ra, tuyệt đối không ai được phép bước qua cầu_ nếu phạm lời nguyền thì vương quốc Phù Nam sẽ bị tiêu diệt.

Nhưng rồi một hôm có chàng dũng sĩ Chăm tên Sarrida lái thuyền vượt biển tới được đất Phù Nam, chàng bị binh lính bắt và giải vào trình vua. Bị nghi là do thám cho vua Champa nên chàng bị tra tấn với bao nhiêu cực hình nhưng vẫn một mực kêu oan. Sarrida được hoàng hậu thương tình xin vua tha cho tội chết. Vốn là một dũng sĩ võ nghệ cao cường lại có biệt tài bắn cung nên chàng được tuyển dụng vào đội ngự lâm bảo vệ hoàng gia. Do một hôm hộ tống công chúa ra ngoài hoàng cung, chàng đã cứu sống công chúa thoát khỏi một con trăn lớn đang quấn nàng. Công chúa đem lòng yêu Sarrida. Nhưng chàng dũng sĩ Chăm thì lại quá nhớ nhà chỉ mong sao có ngày "quy cố hương."Sarrida đóng một chiếc thuyền lấy cớ là để du ngoạn trên dòng sông nhưng thực sự là muốn dùng đường thủy để thoát thân. Biết ý đồ của Sarrida, vua truyền lệnh cho dân Phù Nam phải lăn đá núi xuống làm bảy bậc thềm ngăn ngang con sông.

Vô vọng vì chẳng còn lối về, chàng ngày đêm sống trong một túp lều nhỏ và làm một cây sáo trúc để mỗi đêm thanh vắng thổi lên những điệu nhạc Chăm bi ai áo não. Tuy vậy Sarrida cũng không ngừng dò hỏi và chàng vô cùng mừng rỡ khi biết được rằng từ ngôi đền thần Vishnu nếu băng qua cây cầu đá thiêng sẽ có một con đường bộ xuyên rừng giúp chàng trở về đất Champa. Chuẩn bị hành trang nửa đêm chàng băng mình chạy qua cầu nhưng chẳng may bị toán lính canh Phù Nam bắt lại. Được tin này, vua Kaundinya vô cùng tức giận vì cho đây là một điềm đại họa, nên bất chấp lời khóc lóc van xin của công chúa, vua truyền lệnh cho giải Sarrida lên bực đá cao giữa giòng sông và dùng cung tên xử tử chàng. Do hết lòng thương nhớ người yêu, công chúa ban đêm vẫn ra ngồi ngoài bực đá mà than khóc khiến cả dân chúng vô cùng phẫn nộ kéo tới hoàng cung để xin nhà vua phân xử. Trước điềm họa quá to lớn là vương quốc Phù Nam có thể bị tiêu tan, vua buộc lòng phải xử tử công chúa con gái mình ngay nơi bậc đá mà Sarrida từng bị thọ hình.

Ngày nay di tích Thất Thạch Thang vẫn còn đâu đó trên sông Phước Long và nơi thác Trị An còn một mỏm đá mà người ta cho rằng đó là bóng dáng nàng công chúa ngồi khóc chàng dũng sĩ Chăm.

Phù Nam đã từng là một vương quốc cường thịnh trong vùng Đông Nam Á suốt bảy thế kỷ, đã phải đương đầu với nước Champa hiếu chiến tràn xuống từ phương bắc và với Đế Quốc Angkor Khmer hùng mạnh từ phía tây. Phù Nam đã không còn, cũng không còn cả những công trình kiến trúc như di tích của các triều đại, nhưng ảnh hưởng văn hóa của họ vẫn cứ còn bàng bạc đâu đó trên các nét kiến trúc của đền đài Angkor, các chùa chiền và tượng Phật, trên cả những phong tục tập quán như thờ Rắn thần Naga của người Khmer ngày nay.

Những di dân không tới trễ. Đợt di dân Hai Huyện vào cuối thế kỷ 17 do Nguyễn Hữu Cảnh chỉ huy đã đặt nền móng đầu tiên cho những cộng đồng thuần Việt tới vùng đồng bằng châu thổ sau này. Sau khi hoàn tất giai đoạn chót cuộc thôn tính Vương Quốc Champa, Chưởng Cơ Cảnh là người có công đầu trong việc khai phá miền Nam trước cả Thoại Ngọc Hầu, mở đường cho việc thống lãnh đất Thủy Chân Lạp. Khi những lưu dân Việt đầu tiên khi tới vùng Đồng Bằng Châu Thổ Sông Cửu Long thì họ gặp những người

Khmer đang sống trên những giồng đất cao canh tác trên những mảnh ruộng nhỏ hẹp có sẵn tự bao đời. Đất đai tưởng như mênh mông nhưng các vùng khô ráo ở được thì người Khmer đã chiếm cả rồi, chỉ còn lại những khu rừng trầm thủy các vùng đất thấp ngập nước và đẫm phèn. Đám người Việt mới tới chỉ còn một chọn lựa là phải tạm cư trên bờ những vàm rạch còn hoang vu với trên bờ muỗi kêu như thổi sáo dưới nước đỉa lềnh như bánh canh chưa có bóng người. Họ bắt đầu chặt cây giết cọp bắt sấu, trị thủy lên liếp, chế ngự thiên nhiên_ nói như nhà văn miệt vườn Sơn Nam, thì họ đã biến những "vùng bùn lầy không chưn thành những mặt nền vững chắc" để có đất đai canh tác.

Những di dân ra đi từ vùng đất khổ quê nghèo chỉ có một giấc mơ dựng nghiệp với đôi bàn tay không. Không có trâu bò chỉ có sức người. Dụng cụ thì tự chế chỉ có cây rựa để chặt cây, cây phảng để phát cỏ. Cây chặt rồi, cỏ phát ngã xuống chỉ có việc dọn sạch rồi cấy ngay lên đó, gặp đất cứng thì dùng những cây nọc xom lỗ rồi cắm mạ. Bằng phương thức nghèo ấy họ đã canh tác được ngay trên đất phèn. Bởi vì họ biết càng cầy sâu cuốc bẫm thì chỉ có đem thêm phèn lên mặt đất và chỉ đổ hại thêm cho mùa màng. Điều mà ba thế kỷ sau, các nhà nông học Hòa Lan khi tới Việt Nam nghiên cứu cũng không đưa ra được khuyến cáo nào mới mẻ hơn là chọn chung sống với đất phèn.

Chưa có đường xá, giao thông di chuyển chủ yếu bằng xuồng giữa một mạng lưới chằng chịt sông rạch. Hành trang cá nhân là chiếc nóp dễ dàng cuộn lại mang theo thay cho cả chiếu và mùng mền. Trên bờ hay dưới ghe chỉ cần lật nóp mà chun vô là qua được một đêm lạnh lẽo nơi rừng hoang hay rạch vắng với cả dày đặc những muỗi mòng. Nấu nướng thì chỉ có chiếc cà ràng_ chiếc lò đất nung thấp để vừa đặt nồi nấu cơm vừa có chỗ khươi than lùi khoai hay nướng cá, lại còn có cho khói để un muỗi nữa. Bước khởi đầu chỉ có vậy mà họ đã ngang nhiên tồn tại và phát triển, đã biến những khu rừng trầm thủy những đầm lầy hoang vu của Đồng Bằng Sông Cửu Long thành đất đai ruộng vườn trù phú như hiện nay.

Có một nền Văn Minh Sông Mekong. Người ta nói tới nền Văn Minh Sông Nil, Văn Minh Sông Hằng và phủ nhận sự hiện hữu của một nền văn minh thuần nhất của con sông Mekong. Nhưng thế nào là thuần nhất_ thực sự có riêng từng nền văn minh mà người gọi là văn minh Đông Á Cầm Đũa, Nam Á Ăn Bốc hay không? Cao thì muốn chứng minh ngược lại là trên vùng đất định mệnh ấy, dọc theo suốt chiều dài của con sông Mekong dũng mãnh chảy qua bảy quốc gia thực sự đã có dòng chảy của một nền văn minh khá thuần nhất, họ có chung một nền Văn Minh Lúa Gạo_ *Civilisation du Riz* và đã từng có chung nụ cười thanh thoát với cả rất nhiều nước mắt của Đức Phật Thích Ca.

Tượng trong đền thờ quan Chưởng Cơ Nguyễn Hữu Cảnh (1650-1700) nơi Chợ Mới tỉnh An Giang ĐBSCL

Có nhiều đền thờ Chưởng Cơ Nguyễn Hữu Cảnh: An Giang, Đồng Nai, và Quảng Bình nơi quê hương ông.

Những cây thốt nốt cho bóng mát và mật ngọt trên các ruộng lúa nơi Đồng Bằng Sông Cửu Long.

Những trang sách satra tiếng Khmer viết trên lá cây thốt nốt khô được lưu giữ trong một ngôi chùa Miên ở Tri Tôn.

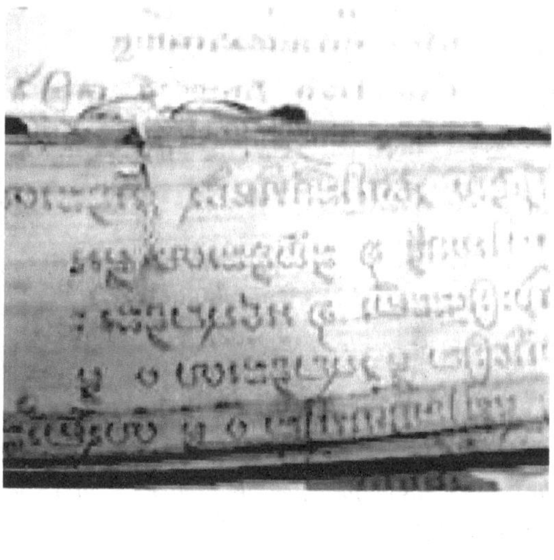

Đua ghe ngo trên sông Mekong thế kỷ 19_ theo ký họa Louis DeLaporte trong Đoàn Thám Hiểm Pháp ngược dòng sông Mekong lên Vân Nam (1866-1873)

Cảnh đua ghe ngo như truyền thống hàng năm ở Sóc Trang trên Đồng Bằng Sông Cửu Long.

*Những túp nhà trước đây cách hai bên bờ con sông Tiền sông Hậu cả trăm thước thì nay đã bị lấn sát tới nền, từng chùm nhà cứ thế mà đổ sập xuống sông nếu không kịp di dời. Tình hình sói mòn và lở sập càng ngày càng trầm trọng do dòng chảy rối loạn – hậu quả dây chuyền của kế hoạch phá đá khai thông ghềnh thác của Trung Quốc trên các khúc sông thượng nguồn_**

(1) Nếu nước lụt chưa ngập tới mái thì vẫn có thể chèo ghe vào tận trong

(2) Khi lụt ngập tới xà nhà thì chỉ còn cách gỡ mái bồng bế con chạy lên rẻo cao chờ tới ngày con nước rút

(3) Người dân Miền Tây Nam Bộ đã quen chung sống với lũ lụt – Cảnh lũ lụt ĐBSCL năm 2000

(4) Con lũ đã rút xuống nhưng nước vẫn cứ lênh láng các em vẫn phải chèo ghe để tới trường

(5) 25 năm sau cuộc rút chạy khỏi Việt Nam, người Mỹ trở lại trong công tác nhân đạo: chiếc máy bay C130 rất quen thuộc trong cuộc chiến Việt Nam nay đem tới những phẩm vật USAID cứu trợ nạn nhân lũ lụt nơi ĐBSCL năm 2000. Cảnh hội Hồng Thập Tự Việt Nam tiếp nhận đồ cứu trợ từ ngoài phi trường.

(6) Viên Đại úy phi công Mỹ đang còng lưng đẩy những thùng hàng cứu trợ xuống từ chuyến vận tải cơ C130_ 1,2,3,4,5, 6 Reuter

CHƯƠNG XI

Ý MỚI_ CHIN THANAKAAN MAI
TỪ NHỮNG DÒNG SÔNG XÔN XAO

Mùa mưa như một trận mưa liền
Châu thổ mang mang trời nước sát.
Tô Thùy Yên

Cao có cung cách làm việc của một nhà báo cho dù nghề nghiệp chuyên môn anh là một kỹ sư về môi sinh. Tốt nghiệp ở Montréal nhưng chọn định cư ở Mỹ. Điều khiển một tổ hợp chuyên viên nhiều ngành, anh có uy tín và được biết đến như một công trình sư của những dự án lớn ngay trên đất Mỹ_ sự kiện khá hiếm hoi vì anh là chuyên gia còn trẻ lại gốc sắc dân thiểu số. Theo một nghĩa nào đó anh đã sớm thoát ra khỏi cái ghetto của một cộng đồng di dân còn rất trẻ mới tới Lục Địa Mỹ Châu này cho dù anh vẫn là một trong số người hiếm hoi vẫn cứ bơi ngược dòng.

Khi từ Montréal vào Mỹ, Cao đã không chấp nhận ngay từ đầu kinh nghiệm được gọi là khôn ngoan của người đi trước khuyên anh nên đổi cái tên khó đọc sang một tên Mỹ_ để tránh tình trạng mà họ gọi là "discrimination raciale à l' americaine" nhưng Cao lại coi đó như một chối từ _denial đáng hổ thẹn tấm căn cước đích thực về nguồn gốc của mình chỉ để có công ăn việc làm. Cho dù là sắc dân da màu lại có accent khá nặng khi nói tiếng Anh nhưng Cao hết sức tự tin cho rằng anh có bằng cấp, trí thông minh và cả óc sáng tạo nếu không hơn thì cũng chẳng thua gì các bạn đồng sự Caucasian Da Trắng. Đó không phải là thái độ bướng bỉnh mà Cao cho rằng nó bắt nguồn từ lòng tự trọng và thực tế đã chứng minh là anh đã không nhận định sai.

Gia đình gốc gác từ châu thổ Sông Hồng nhưng anh lại sinh ra và lớn lên từ vùng Hậu Giang Miền Nam. Có phải vì vậy mà Cao vẫn nói đùa "chân anh đã dính phèn" và bấy lâu anh vẫn bền bỉ quan tâm tới tương lai Hệ Sinh Thái Sông Mekong. Bản chất độc lập không ưa chánh trị, không thích bị ràng buộc vào những tổ chức nhưng anh lại có Nhóm Bạn Cửu Long_ một tổ chức phi chánh phủ_ quan sát và bảo vệ môi sinh, để cùng nhau sinh hoạt. Nhưng rồi anh cũng sớm nhận ra rằng không có vấn đề phi chánh trị trong môi sinh.

Chuẩn bị cho chuyến viếng thăm Lào lần đầu tiên, Cao vào thư viện tìm tới thư mục về Lào cũng chỉ thấy một số ít oi những tài liệu tiếng Pháp trong thời thuộc địa, viết về cuộc phiêu lưu hào hùng nhưng không kém phần bi thảm của Francis Garnier / Doudart de Lagrée ngược dòng sông Mekong thời hoang dã để tìm một thủy lộ từ Sài Gòn sang Trung Hoa, nói về Auguste Pavie viên Lãnh Sự Pháp ở Luang Prabang với giai thoại đi chân trần trên một xứ sở đầy rắn, các bài viết của Trường Viễn Đông Bác Cổ, của Hội Thân hữu Pháp Lào, và gần đây là mấy luận án tiến sĩ nghiên cứu về phong tục xã hội Lào bên cạnh các bản tường trình của UNICEF liên quan tới cứu trợ trẻ em. Còn tài liệu hướng dẫn du lịch thường chỉ như phần phụ trong danh sách các nước khác như Thái Lan.

Chỉ riêng trang sử cận đại, Lào luôn luôn bị xâu sé bởi các thế lực ngoại bang. Năm 1820, Thái Lan xâm lăng Vạn Tượng chỉ để lại mấy ngôi chùa không bị tàn phá. Rồi Pháp Nhật và cuối cùng là Mỹ với cuộc chiến tranh bí mật của CIA với người thiểu số Hmong. Cũng phải kể thêm là trong trận Chiến Tranh Việt Nam, những trận oanh kích ngày đêm dọc theo Đường Mòn Hồ Chí Minh với hơn 2 triệu tấn bom trút xuống lãnh thổ Lào với số chết chóc không sao kiểm kê được và giới chức quân sự Mỹ chỉ gọi đó là "tổn thất phụ_ collateral damages". Nhưng có lẽ điều mà ít ai biết là Mỹ đã can thiệp vào nội tình "Vương quốc Lào Trung Lập" sớm hơn nhiều.

Vào thập niên 50, không phải chỉ nước Mỹ mà cả thế giới biết đến Tom Dooley qua hình ảnh tuyệt đẹp của người bác sĩ trẻ dấn thân tận tụy chăm sóc những bệnh nhân nghèo khổ trong rừng rậm Á Châu. Nguyên là một bác sĩ Hải quân Mỹ nổi tiếng như cồn do tham gia chiến dịch "Hành Trình Tới Tự Do" di tản dân tỵ nạn trốn chạy Cộng Sản Bắc Việt vào Miền Nam Việt Nam sau Hiệp Định Genève 1954, và đồng thời là tác giả một cuốn sách bán chạy nhất nước Mỹ. Nhưng sự thật đã không đơn giản khi mà bản thân Tom có điều bí ẩn cần che dấu. Đang trên đỉnh cao danh vọng thì anh bị phát hiện là đồng tính luyến ái_ điều rất cấm kỵ trong Hải quân Mỹ thời bấy giờ và có nguy cơ bị sa thải trong điều kiện mất danh dự. Để bảo vệ bí mật ấy anh "tình nguyện" ra khỏi Hải quân và thỏa hiệp hợp tác tích cực với CIA trong các công tác tuyên truyền sai lạc_ disinformation về Đông Dương. Qua sắp đặt của tướng Lansdale, Tom "tình nguyện" sang Lào để mở một bệnh xá ở Nam Tha một vùng hoang sơ ở bắc Lào gần biên giới Trung Cộng_"thể theo lời yêu cầu" của Bộ Trưởng Y Tế Lào. Bệnh xá của Tom được rầm rộ quảng cáo như một thứ "tiền đồn của hòa bình" nhưng toàn thể bên trong là chuẩn bị cho chiến tranh. Bề ngoài là tiếp liệu y tế thuốc men nhưng Tom còn phải nhận cả vũ khí để bí mật chôn dấu, tự hậu có thể dùng cho các lực lượng quân sự Lào sau này. Dự án bệnh xá chỉ là trá hình nên thiếu nhân viên chuyên môn, thuốc men thì quá hạn do hạng thuốc Pfizer cho không. Trong khi đó thì Tom không ngừng được báo chí và truyền hình quảng cáo rầm rộ như một người Mỹ chói sáng, một Schweitzer của Á Châu. Anh được sắp hạng ba trong số mười người được dân chúng Mỹ ái mộ nhất, nghĩa là chỉ sau có Tổng Thống Eisenhower và Đức Giáo Hoàng. Tom chết vì bệnh ung thư melanoma ở vào tuổi 34. Ngày anh từ trần cũng là ngày bệnh xá ở Nam Tha bị quân Cộng Sản Pathet Lào tràn ngập và Hoa Kỳ thì đã sẵn sàng bước vào cuộc chiến tranh Đông Dương, vùng đất mà trước Tom Dooley đã không được ai biết đến...

Rời Bangkok là rời xa một thủ phủ đã phát triển và ô nhiễm tới mức bão hòa. Chỉ nghe nói về tệ nạn hối lộ của nhân viên Hàng không Lào, Cao không tin cho tới khi chính anh trở thành nạn nhân. Cho dù đã có vé bay chánh thức nhưng Cao vẫn bị gạt ra khỏi danh sách để rồi phải đôi co hàng tiếng đồng hồ trước khi bước được lên chuyến bay 737 cũ kỹ không còn một chỗ trống. Hành khách đa số là những người Lào và cả Việt Nam từ Mỹ Pháp và Úc bắt đầu được phép về thăm quê hương. Chỉ khoảng hơn một giờ bay là đã tới không phận Vạn Tượng; máy bay giảm cao độ với tiếng động cơ phản lực thì cứ rung lên bần bật. Qua khung kính, bên kia là cao nguyên Isan Thái Lan, bên này là Lào xen giữa là con sông Mekong thắm đỏ phù sa trải ra tới tận chân trời xa trông như một tấm thảm hồng. Phi trường quốc tế Wattay vốn đã nhỏ hẹp lại còn chật trội hơn với những bảng hiệu tuyên truyền "Nông Công Binh đoàn kết bảo vệ Chủ nghĩa Xã hội". Phòng đợi đông người lộn xộn với ngổn ngang những vali hành lý: quà cáp cho người thân và dĩ nhiên cả những món hàng buôn.

Sau 15 năm kể từ ngày các nhà lãnh đạo Mácxít Lào xuất thân từ trường Pháp rất biết thế nào là rượu chát và cigars ngon_ họ từ các vùng hang động xuống thành phố áp đặt một nền kinh tế chỉ huy chỉ để làm lụn bại thêm nước Lào. Theo chân đàn anh Việt Nam nhưng bảo thủ và tàn bạo hơn, chánh phủ Pathet Lào ngay khi nắm chánh quyền đã thiết lập vô số nhà tù mà họ cũng gọi là "Trại Cải Tạo"để bắt giam các thành phần thuộc chế độ cũ. Do khiếp sợ cộng sản một số trí thức Lào đã thoát chạy được ra khỏi xứ trước 75, chỉ có vua Lào Savang Vatthana thì ở lại_ ông vẫn được nhắc tới như một con người học thức đức độ và giản dị. Vua và cả Hoàng Gia cùng với hơn 40 ngàn người khác đã bị bắt và đầy ải trong các trại tù trong rừng rậm. Nhà vua đã chết tức tưởi trong một "trại cải tạo"gần Sầm Nứa vì thiếu thốn bệnh tật và cả buồn bã, Hoàng Hậu cũng chết sau đó và khi bị các nhà báo ngoại quốc hỏi ráo riết thì được giải thích: "Nhà Vua chết vì bệnh sốt rét còn Hoàng Hậu thì chết do nguyên nhân tự nhiên_ natural cause". Riêng Hoàng Thái Tử thì bao nhiêu năm không có tin tức gì. Một dân tộc Lào hiếu hòa đã chấm dứt chế độ quân chủ của họ bằng các trại tù cải tạo. Mười năm sau số người được tha về mới có một phần ba, đa số đã già yếu và bệnh hoạn. Không còn Hoàng Gia cũng chẳng còn Vương Quốc Lào nhưng Hoàng Cung sau đó được trùng tu và mở ra cho khách du lịch đến thăm viếng.

Được xếp vào hạng nghèo nhất thế giới, diện tích bằng nước Anh với dân số 4 triệu rưỡi người đa số mù chữ tuổi thọ trung bình 46, chưa có ô nhiễm kỹ nghệ, các bệnh tim mạch ung thư và bệnh AIDS nhưng tử vong vẫn rất cao do các bệnh sốt rét bệnh lao viêm gan nhiễm trùng đường ruột và 20% trẻ em Lào thì chết trước 5 tuổi vì suy dinh dưỡng. Với lợi tức đầu người chỉ 220 đôla một năm nhưng xem ra cuộc sống của người dân Lào vẫn cứ vô cùng nhàn nhã, họ an phận với cái hiện hữu, không có tham vọng và không ham gieo trồng nhiều hơn mức mà họ cần rồi thì "ngả lưng nằm chờ xem những cây lúa mọc." Đang từ Singapore Bangkok mà đặt chân tới xứ Lào, Cao có cảm tưởng như tới một hành tinh khác, thấy được che chở với mọi sự đổi thay. Lần đầu tiên tới Lào phải công nhận đây là mảng đất của Viễn Đông còn khá nguyên vẹn, với những khu rừng mưa_ rainforest gồm nhiều tầng thảo mộc xanh um với đủ loại thú hoang dã. Lào vẫn nổi tiếng về những đàn voi được mang tên là "Xứ Lan Xang_ Xứ triệu thớt voi". Các khu rừng mưa ở Lào như những tấm bọt biển khổng lồ giữ nước sáu tháng mùa mưa để rồi suốt năm rỉ rả chảy dần vào vô số những con suối tạo thành các phụ lưu đổ vào con sông Mekong hùng vĩ chảy dài theo suốt chiều dài nước Lào. Rồi những sắc dân thiểu số sống rải rác trên khắp vùng cao nguyên trong các khu rừng già với trình độ bán khai chưa xa Thời Kỳ Đồ Đá.

Không khác bao nhiêu với những trang sách của Graham Greene, Vạn Tượng vẫn chỉ là một thị trấn nhỏ, với những tàng cây xanh và còn nhiều tiếng chim hót. Nơi mà thời gian gần như ngừng lại. Trên đường xe hơi thưa thớt: mấy chiếc 4CV Renault cũ kỹ của Pháp, vài chiếc xe vận tải Molotova xốc xếch của Nga còn sót lại. Chỉ với bên kia sông thôi là thị trấn Nong Khai của Thái Lan với những tòa nhà cao sáng rỡ vào ban đêm thì Vạn Tượng vẫn còn những con đường nhỏ bụi bặm không tráng nhựa với những dãy phố trệt hoặc chỉ là những tòa nhà hai tầng màu gạch xây từ thời Pháp. Không thiếu những người Mỹ tới đây như tìm về một khoảnh khắc của Á Châu cổ xưa chưa bị văn minh Tây Phương làm ô nhiễm.

Lần thứ hai Cao trở lại Lào cùng với đại diện của 15 tổ chức phi chánh phủ_ NGO's bảo vệ môi sinh nhằm quan sát tại chỗ về hậu quả tích lũy của các đập thủy điện trên xứ sở nhỏ bé này trước khi đưa ra khuyến cáo đối với Tổ Chức Ngân Hàng Thế Giới_ World Bank và nhất là với Ngân Hàng Phát Triển Á Châu_ Asian Development Bank đang chuẩn bị tài trợ rộng rãi cho 26 dự án đập trên hai con sông Se Kong và Se San_ cả hai cùng xuất phát từ cao nguyên Trung Phần Việt Nam.

Từ Singapore bằng hãng Hàng Không Lụa tới Bangkok, thay vì bay thẳng tới Vạn Tượng, Cao chọn chuyến bay nội địa tới Udon, rồi bằng đường bộ tới Nong Khai. Và cũng là lần đầu tiên Cao vượt qua sông Mekong không phải bằng thuyền phà mà bằng cây cầu Hữu Nghị_ Mittaphap hai chiều đã được Úc xây nối hai bờ sông Mekong giữa Vạn Tượng và Nong Khai, đánh dấu một giai đoạn hợp tác và phát triển của hai nước Thái Lào.

Ngày khai mạc cây cầu tháng 4 năm 94, thủ tướng Úc vua Thái Bhumibol và thủ tướng Lào đã cùng tới cắt băng khánh thành. Bưu điện Hoàng gia Thái cùng ngày phát hành con tem mới với hình chiếc cầu đầu tiên bắc qua dòng chính sông Mekong trong vùng hạ lưu. Cho dù dự án đã có từ thập niên 50s, nhưng do chiến tranh và sự thù nghịch giữa Thái Lào nên phải hoãn lại cho tới khi cuộc chiến tranh Đông Dương kết thúc. Cây cầu dài 1200 mét là điểm nối then chốt của dự án xa lộ Liên Quốc từ Singapore tới Bắc Kinh. Với một nước cô lập như Lào thì chiếc cầu là bước mở đường sang Thái Lan rồi từ Thái ra biển. Với Thái thì đó là con đường trực tiếp để đi vào một nước kém phát triển nhất nhưng lại rất giàu tài nguyên thiên nhiên chưa được khai thác. Còn với Úc thì chiếc cầu là biểu tượng cho uy tín và ảnh hưởng của một nước vùng Nam Bán Cầu trong vùng Đông Nam Á.

Càng ngày Cao càng ý thức rõ không có vấn đề cục bộ hay biên giới quốc gia trong môi sinh. Đó là vấn đề của toàn vùng hay của cả hành tinh này. Và Cao đã không còn ngạc nhiên khi thấy những người bạn không phải chỉ từ Á Châu mà cả từ Bắc Mỹ, Úc và Âu Châu tới khu rừng mưa hoang sơ của xứ Lào này để bảo vệ sự thanh khiết của những dòng sông cho tới các giống cá.

Lane Sang Hotel, trên đường Thanon Fa Ngum. Đó là một tòa nhà 4 tầng lầu gồm hơn 100 buồng có gắn máy điều hòa không khí Liên Xô và được kể là khách sạn hạng sang so với tiêu chuẩn nước Lào. Bây giờ là tháng Tư mùa khô, bầu trời cao trong xanh, từ bao lơn khách sạn có thể nhìn ra sông Mekong với những chiếc thuyền nhỏ qua lại. Cao quay qua hỏi người bạn Thái:

- Tôi nghe nói khúc sông Mekong này có loại cá Pla Beuk dài tới 3 mét nặng tới 650 cân Anh, có thật không?

Cham Sak thì rất am tường về hệ sinh thái sông Mekong kể cả những giai thoại dân gian Thái Lào sống hai bên bờ con sông ấy.

Cham Sak kể:

- Không phải chỉ có cá Pla Beuk mà còn có cả cá voi nữa. Cá Pla Beuk thì đã được các nhà ngư học Tây Phương khảo sát từ những năm 1930 nhưng thực ra nhà thám hiểm Anh James McCarthy thì đã nhắc tới giống cá này sớm hơn nhiều (1881) trong cuốn du ký "Surveying and Exploring in Siam" ông ta cho biết trứng cá Pla Beuk còn có hương vị tuyệt ngon nữa. Ông ta còn ghi lại cả huyền thoại về giống thuồng luồng - như một loại rắn nước khổng lồ trên sông Mekong thân to tới hơn nửa mét dài tới 16 mét chuyên sống nơi vùng ghềnh thác. Theo người dân Luang Prabang kể lại thì khi thuồng luồng gặp người chết đuối con quái vật ấy sẽ vặt tóc nhổ răng và hút hết máu. Xác tìm thấy mà biến dạng như vậy thì người ta biết ngay đó là nạn nhân của con thuồng luồng "nguak". Chuyện thật và cả không thật cứ thế mà thêm thắt thành cả một kho tàng chuyện dân gian về con sông Mekong.

Bây giờ thì Cham Sak kể về ngày hội truyền thống đánh cá Pla Beuk vẫn còn lưu hành trong một ngôi làng Thái bên hữu ngạn sông Mekong:

- Hàng năm cứ vào tháng Tư dân làng Had Kai huyện Chiang Khong bên Thái đều có tổ chức Hội thi Pla Beuk. Đó là một loại Catfish khổng lồ, cứ vào mùa này rủ nhau bơi ngược dòng sông Mekong từ mãi phía nam sang tới hồ Nhĩ Hải_ Lake Erhai bên cổ thành Đại Lý tây Vân Nam bên Trung Hoa để đẻ trứng. Buổi sáng ngày lễ hội dân làng tụ tập hai bên bờ sông đón xem các tay ngư dân thiện nghệ chèo thuyền ra sông thử vận may kiếm cá Pla Beuk. Ngư dân Lào thì kể rằng đoàn cá Pla Beuk khi ngược dòng sông Mekong đều hội tụ ở vũng sâu Luang Prabang phía bắc Vạn Tượng để bầu chọn xem con nào sẽ tiếp tục lên hồ xa đẻ trứng, con nào sẽ hy sinh làm mồi cho ngư dân Hội Pla Beuk. Ngư dân Thái cũng như Lào đều tin rằng Pla Beuk là thứ linh ngư, năm nào bắt được Pla Beuk mà trên lưng nhiều vết đốm thì năm đó sẽ hên và lưới được thật nhiều cá. Nhưng những năm gần đây ngày hội của dân làng Had Kai đã kém vui vì ngư dân ít bắt được cá Pla Beuk và lượng cá đánh được hàng năm cũng ít dần đi.

Cao không ngớt ngạc nhiên về con sông Mekong, anh hỏi:

- Lại còn có cả cá voi trong sông sao?

- Có chứ, đó là giống cá voi mõm ngắn Irrawaddy Dolphin có tên khoa học là Orchaella brevirostris, dài trung bình từ 2m -2.5m tương đối nhỏ so với các chủng loại Dolphin khác. Theo ngư dân thì Dolphin sống từng cặp có khi từng đàn mươi mươi hai con; săn bắt cá nhỏ nhưng do nước sông Mekong đục ngầu phù sa, cá Dolphin không thấy gì nên phải dùng một cơ quan đặc biệt như một máy siêu âm phía trước trán và định vị trí bằng sóng âm phát đi và phản hồi từ con mồi. Giống cá voi này còn thấy được trên mấy con sông lớn của Châu Á như Sông Hằng ở Ấn, sông Irrawaddy ở Miến hay trong các vịnh Bengal vịnh Thái Lan.

Cham Sak giọng trầm xuống tiếp:

- Chỉ trong 4 năm từ 1975-1979 là cả một giai đoạn phải nói là thảm sát cá Dolphin ở Biển Hồ, sông Tonlé Sap và hạ lưu sông Mekong của Pol Pot và Khmer Đỏ, cá Dolphin bị bắt giết hàng loạt để lấy mỡ cá ép ra làm dầu máy. Rồi sau đó là tiếp tục cái cảnh dùng chất nổ, điện giật để giết cá bất kể lớn bé hàng đàn trên các khúc sông từ Lào xuống Cam Bốt sang Việt Nam. Đánh cá kiểu tự hủy như thế thì chẳng bao lâu nhiều loại cá quý phải tuyệt chủng.

Cao quay sang hỏi Cham Sak:

- Nhưng chính anh đã thấy cá Dolphin trên sông Mekong chưa?

- Chỉ một lần trên bờ sông Se Kong nhưng là một cá Dolphin mới chết bị trôi dạt vào bờ. Anh cũng biết ngư dân không bao giờ lưới bắt cá Dolphin mà tiếng Lào gọi là Pakha hay là nhân ngư vì họ tin là giống cá thiêng. Có rất nhiều giai thoại trong dân gian Thái Lào là Pakha luôn luôn giúp ngư dân trong mùa chài lưới, cả cứu người bị chết đuối. Họ tin rằng giống cá voi này gốc từ người nên có vú và âm hộ như đàn bà. Các ông già bà cả thường kể lại rằng thuở rất là xa xưa khi hai nước Tàu và Việt bị động đất rồi thiên tai thật khủng khiếp nên họ bị chết hết cả. Người Tàu tái sinh thành cá Pakha, người Việt thành loài giang nhạn. Khi trời yên biển lặng rồi thì cá voi gặp chim nhạn hỏi han nhau. Nhạn nói: "Tôi sinh ra từ kiếp người nên chẳng bao giờ hại người ta cả." Cá Pakha cũng nói: "Tôi cũng vậy, sinh ra từ kiếp người nên chỉ biết có cứu người ta thôi." Vào mùa mưa mực nước dâng cao, có khi dân làng thấy cá voi từ sông Mekong lội ngược lên con sông Se Kong. Nhưng rồi sau những năm bom đạn chiến tranh người ta rất ít con thấy cá voi xuất hiện trên sông Mekong nữa.

Cham Sak xuống giọng trầm buồn:

- Rồi ra khi con đập Pa Mong mà xây xong thì cũng chẳng còn đoàn di ngư hay ngày hội của dân làng Chiang Khong nữa. Ngày nay ngư dân chuyển qua đánh cá bằng tàu lớn, lại thêm lính Việt lính Cam Bốt dùng đủ loại chất nổ điện xuẹt sát hại cá bừa bãi chắc rồi cũng chẳng còn đủ cá ăn chứ nói chi tới loài linh ngư như cá Pla Beuk hay cá Dolphin Pakha.

Câu chuyện giang nhạn và cá Pakha, ngày truyền thống hội cá Pla Beuk như đưa Cao về một quá khứ rất xa của nền văn minh sông Mekong nay đang có nguy cơ bị tiêu vong.

Trong tâm cảnh đó, Cao và người bạn Thái Cham Sak rời khách sạn tới quán Nam Phou để gặp Fuji, viên đại diện của Ngân Hàng Phát Triển Á Châu_ ADB. Nam Phou nằm trên đường Thanon Pangkham, là nơi lui tới của khách từ các tòa đại sứ, nhân viên Liên Hiệp Quốc, các chuyên gia Úc và các tay doanh thương Thái Lan, Nhật, Hồng Kông và dĩ nhiên cả bọn nhà báo. Nơi đây thực đơn Pháp là chính nhưng vẫn có thể gọi thức ăn Lào kiểu Hoàng Gia hay kêu món blue cheese hamburger kiểu Mỹ. Quầy rượu thì đủ thứ, nếu đã quá quen với rượu vang Pháp, khách có thể nếm thứ rượu nhập cảng từ Đông Âu, rượu chát Sofia rất ngon từ Bulgaria. Chủ quán là một phụ nữ Lào lịch lãm kiểu Tây Phương. Cô ta ở cái tuổi xấp xỉ 40, vẻ đẹp điềm đạm và phúc hậu, mái tóc đen cuốn cao ngực tròn đầy nhưng vẫn thanh gọn trong chiếc áo lụa ngà mỏng và quấn quanh một chiếc váy bằng vải dệt theo lối y phục cổ truyền của xứ Lào. Nam Phou ngoài thức ăn ngon, khung cảnh thanh lịch và cách phục dịch thì "impeccable". Giá trung bình một bữa ăn cho một người là 9 ngàn kip_ 180 tờ giấy bạc 50 đồng có hình đập Nam Ngum, nghĩa là khoảng 1/10 lợi tức hàng năm của người dân Lào.

Fuji người Nhật đầy quyền uy là nhân viên cao cấp ADB_ Ngân Hàng Phát Triển Á Châu cũng tới quan sát thực địa để tài trợ cho các kế hoạch Phát triển vùng Lưu Vực Lớn Sông Mekong_ GMS / Greater Mekong Subregion. Hắn không chống lại các khoản tài trợ cho nước Lào nhưng giọng nói thì đầy khinh bạc:

- Các ông biết chứ, Lào là xứ sở cuối cùng của Á Châu mà người ta muốn đổ tiền vào, hàng triệu Mỹ kim cũng chỉ để làm lụn bại thêm xứ sở này. Người Úc tới xây cầu, người Nhật đổ vào những đoàn xe bus, Thái Lan thì lập những đội phá rừng mở đường cho những Công Ty Liên Quốc_ Consortium giành giật những con sông xây đập thủy điện. Cuộc sống người dân Lào có khá hơn gì không thì chúng ta không cần biết miễn sao thấy lương tâm yên ổn...

Vẫn giữ bình tĩnh nhưng Cao giọng nghiêm khắc:

- Không phải cuộc sống người dân Lào có khá gì hơn không mà ông phải hỏi là họ sẽ cơ cực ra sao khi họ mất hết nhà cửa, sinh cảnh sông ngòi bị phá hủy bởi hàng chuỗi những con đập do ngân hàng các ông tung tiền vào rồi thật giản dị bảo các nhà thầu "Làm đi".

Fuji rơi vào thế tự vệ và bào chữa:

- ADB thì đã tài trợ và Ủy Hội Sông Mekong đóng vai điều hợp cuộc nghiên cứu của Tổ Hợp Tham Vấn về những ảnh hưởng tích lũy của các con đập trên hệ sinh thái và xã hội vùng lưu vực hai con sông Se Kong và Se San. Tổ hợp này có sự tham gia rộng rãi của UK Engineering Firm của Anh, Electric Power Development Co. International của Nhật và MK Centennial của Mỹ_ họ đang đi vào cuộc khảo sát chi tiết để chứng minh "sự bền vững hài hòa_ sustainability, khi xử dụng nguồn tài nguyên tái sinh_ renewable resourse, để sản xuất năng lượng mà vẫn không gây hậu quả ô nhiễm trên toàn thể hay riêng trong vùng."

Đến lượt tiến sĩ Cham Sak giọng gay gắt:

- Chắc ông Fuji phải thừa biết ngay từ đầu kết luận cuộc nghiên cứu kéo dài 20 tháng của Tổ Hợp Tham Vấn ấy sẽ ra sao chứ? Dựa theo kinh nghiệm quá khứ của nước Thái Lan chúng tôi với hơn 30 con đập đã hoàn tất, người ta có thể tiên đoán mà không sợ sai lầm là Nhóm Khảo Sát sẽ đi tới kết luận rằng hậu quả xã hội và môi sinh của tất cả những con đập trên lưu vực hai con sông Se Kong Se San "sẽ không có gì là nghiêm trọng, có thể chấp nhận được và có thể giảm thiểu" hoặc "kế hoạch ấy là có giá trị bền vững hài hòa và có thể chấp nhận được về phương diện môi sinh_ sustainable and environmentally acceptable." Thiếu vô tư và thiên vị như vậy sẽ chỉ đưa tới thảm họa cho những người dân sống trong vùng.

Fuji quay sang hỏi ngược lại như một thách đố:

- Trước khi đầu tư hàng trăm triệu đô la vào xứ sở nghèo nàn đầy bất trắc này, ADB đã chi thêm hàng triệu đô la khác chỉ để làm yên lòng các nhà tranh đấu môi sinh như các ông, vậy các tổ chức NGO's các ông còn đòi hỏi gì ở chúng tôi nữa chứ!

Không chút nhân nhượng, Cao đáp Lại:

- Có chứ! Thay vì các ông cứ đẩy tới tiến trình xây thêm đập, thì trước hết hãy tập trung nỗ lực hoàn tất một cuộc lượng giá "trung thực và công khai hóa"có nghĩa là trong mọi trường hợp, chính người dân sống hai bên bờ những con sông ấy sẽ có tiếng nói cuối cùng rằng phát triển nào là hài hòa, dạng năng lượng nào là sạch, chứ không phải mọi quyết định là từ ADB...

Hai người rời quán Nam Phou vào trước nửa đêm. Fuji thì vẫn còn ở lại và uống rượu như hũ chìm. Bên ngoài trời mát dịu với những cơn gió nhẹ từ sông Mekong thổi vào, trên bầu trời là vầng trăng tròn tỏ, đêm nay là đêm trăng rằm. Nơi xứ Phật thì là ngày đi chùa ăn chay và tụng niệm. Sinh hoạt quen thuộc của mỗi buổi mai trên đất Chùa Vàng Xứ Phật là hình ảnh các vị sư áo vàng đi khất thực, dân chúng đứng hai bên đường cúi lạy và cung kính dâng xôi. Đấy cũng là cảnh cũ nơi ngôi làng Na Bon năm xưa nay đã chìm sâu dưới đáy hồ Nam Ngum. Có điều mà dân làng Na Bon đã không hề biết là số phận của họ đã được người bên ngoài quyết định cách đây từ hơn 40 năm trước và họ cũng chưa bao giờ được hỏi ý kiến. Và rồi đây liệu còn biết bao nhiêu ngôi làng như Na Bon trên cao nguyên Na Kay sẽ cùng chung một số phận do quyết định của những con người phũ phàng không tình cảm và xa lạ như Fuji.

Tiến sĩ Cham Sak giáo sư kinh tế Đại Học Thammasat Bangkok được biết đến như một nhà hoạt động môi sinh cấp tiến. Theo ông qua kinh nghiệm Thái Lan, thì khác xa với những hứa hẹn khi xây đập lập các khu kỹ nghệ là để đem lại thịnh vượng cho nhân dân nhưng thực ra chỉ đem lại giàu có cho một thiểu số chủ hãng bóc lột với cái giá phải trả là sự tàn phá rộng lớn trên môi sinh. Ông đưa ra nhận xét tiếp:

- Như ông cũng đã thấy ở Thái Lan, phồn thịnh kinh tế chỉ là ảo tưởng. Nó che dấu tình cảnh bất lợi của đa số người dân. Nếu cứ khăng khăng cho rằng phát triển đất nước theo phương cách ấy là thật sự thành công: nhưng mà là thành công cho ai? Đúng là cho thiểu số các nhà kỹ nghệ doanh nghiệp nhưng cho đa số dân chúng thì dứt khoát là không.

Đập Nam Ngum trên tờ giấy bạc 50 kip. Như một trớ trêu của lịch sử, khi tòa đại sứ vĩ đại của Liên Xô vừa mới xây xong ở Vạn Tượng, cũng là năm Lào phải chứng kiến sự xụp đổ của khối Đông Âu và Liên Xô. Không còn chọn lựa nào khác, một lần nữa các lãnh tụ cộng sản Lào lại theo chân đàn anh Việt Nam, cũng bắt đầu áp dụng một chánh sách mở cửa nhưng họ tránh không muốn gọi là Đổi Mới_ Glasnost mà được biết đến qua tiếng Lào là_ Chin Thanakaan mai, có nghĩa là Ý Mới, Tư duy Mới: bãi bỏ hàng rào mậu dịch, chuyển qua kinh tế thị trường và cho nông dân quyền tư hữu đất đai. Bức Màn Tre đã rơi xuống và dấu Búa Liềm đã được kín đáo xóa đi trên bảng quốc huy của Lào. Từ ngày có "Tư Duy Mới" Nam Ngum trở thành một tụ điểm du lịch. Là đập thủy điện lớn đầu tiên trên đất Lào cách Vạn Tượng 90 cây số về hướng Bắc. Cao chọn quốc lộ 13 thay vì 10 để có thể qua thăm làng Lai nơi nổi tiếng về thủ công nghệ và đồ xứ. Anh cũng kịp tới phiên họp chợ sớm của các sắc dân miền núi ở thị trấn Phon Hong, chợ sớm vì họp từ sáng tinh mơ và chợ tan lúc 9 giờ sáng.

Hồ chứa đập Nam Ngum lớn hơn một phần ba diện tích đảo Singapore, là một cảnh tượng vô cùng ngoạn mục đối với du khách: nước thì trong xanh, với thấp thoáng chấm phá hàng trăm những cồn và đảo nhỏ nơi cư trú của những loài chim và rắn nước; và chân trời xa là cảnh sắc núi non như bức tranh thủy mạc không phân biệt được đâu là cuối bãi cuối bờ. Thật khó mà tin rằng đang có cả một khu rừng ở dưới đó với nguyên vẹn những cây gỗ trắc quý đã không được khai thác trước khi ngập nước và cả một ngôi làng Na Bon với hơn 600 nóc gia đã bị dìm sâu. Dân làng Na Bon thì thất tán đi tứ phương bắt đầu cuộc sống vô định và không được phần trợ giúp nào. Mất làng mất ruộng lại chưa quen canh tác trên rẻo cao, họ chỉ biết phá rừng bừa bãi để có đất làm rẫy. Hậu quả là những triền núi trọc bị nước mưa sói mòn hết lớp đất màu mỡ chỉ còn trơ lại những lớp đá. Đất liên tục trút xuống hồ mau chóng làm cạn con đập. Giống như số phận những con đập ở Thái lan, đập Nam Ngum đã có triệu chứng bị thiếu nước và trở thành vô dụng trong một tương lai không xa.

Cảnh người đã vậy, số phận thú rừng cũng chẳng hơn gì. Nếu không bị chết chìm ngay thì cũng bị tù hãm trên những cồn nhỏ giữa hồ, nếu chưa bị chết đói thì cũng bị săn giết như những con thịt. Cá cũng không sống được khi mà lá cây rừng bắt đầu bị thối rữa, nước mất hết dưỡng khí và trở nên nặng mùi, đến cả ánh sáng mặt trời cũng không thể chiếu qua. Nhưng khối nước tù hãm ấy lại chính là thiên đàng cho những ổ muỗi lan truyền bệnh sốt rét sốt xuất huyết và của loài sên gây bệnh sán gan.

Cao được biết thêm là ngay dưới mặt nước trong xanh kia vẫn còn nguyên những ngọn cây không chỉ thường làm rách lưới của những ngư dân nhưng còn khiến việc di chuyển trên mặt hồ cũng trở thành bất trắc. Các tàu ngoạn cảnh chỉ chạy theo một thủy trình, đi qua những đàn sếu như đứng bất động trên bờ hay thỉnh thoảng gây động làm hoảng sợ những đàn diệc cất cánh tung bay kêu lên quàng quạc.

Cao chọn ở qua đêm trên một khách sạn nổi và anh đã xử dụng tối đa insecte repellent xoa khắp các vùng hở của cơ thể để chống muỗi - thứ muỗi anopheles truyền bệnh sốt rét ác tính.

Nam Ngum được xây dựng trong những năm giông bão của chiến tranh, lúc ấy chẳng ai còn bụng dạ nào mà nghĩ tới ngôi làng nào hay khu rừng nào sẽ bị phá hủy. Con đập được hoạch định rất sớm bởi ECAFE_Economic Commission for Asia and Far East của Liên Hiệp Quốc từ 1957. Các cố vấn Ủy Ban Sông Mekong, Ngân Hàng Thế Giới và nhóm chuyên viên xây đập, họ chỉ quan tâm tới kỹ thuật và những con số trong khi chánh phủ Vạn Tượng chụp ngay cơ hội để thu về ngoại tệ cho điều mà họ gọi là "canh tân nước Lào". Và rồi con đập cũng được hoàn tất bằng tiền của Ngân Hàng Thế Giới và nhiều nước khác. Cũng khoảng thời gian đó, để hỗ trợ cho cuộc chiến tranh Việt Nam đang bước vào giai đoạn cao điểm, Hoa Kỳ ào ạt đổ tiền vào Isan xây dựng cầu cống xa lộ và cả 4 sân bay đồng thời giúp chánh phủ Thái cải thiện đời sông nông thôn bằng kế hoạch dẫn thủy, phát triển những khu trồng trọt kỹ nghệ và điện khí hóa. Mỹ cũng đổ thêm tiền vào giúp Lào hoàn tất xây đập Nam Ngum. Kết quả rất sớm là một đường cáp dẫn 30 ngàn Kilowatt từ Nam Ngum đã tới được Udon một tỉnh Đông Bắc Thái đang là căn cứ không quân chiến lược Mỹ thời bấy giờ. Năm 71, Nam Ngum hoàn tất giai đoạn một và đó là một ngày lịch sử khi hai vua Lào Thái đã gặp nhau trên một con phà lộng lẫy hoa đèn giữa dòng chính sông Mekong cùng bấm một nút nhấn để cùng một lúc điện và đôla chảy ngược chiều về hai quốc gia với những khuôn mặt quan trên rạng rỡ. Nam Ngum không những đem lại nguồn ngoại tệ đáng kể cho Lào mà còn cung cấp điện cho vùng Trung Lào.

Lợi lộc đem về thì như thế nhưng còn cuộc sống của những dân làng Na Bon ra sao là điều rất ít được ai quan tâm tới nhưng đó lại chính là mối ưu tư của Cao. Bữa ăn chiều cũng trên khách sạn nổi trên hồ Nam Ngum ấy, Cao được giới thiệu cho gặp Cham Thao, con chim lạc đàn của ngôi làng Na Bon ấy.

"Từ bao đời rồi chúng tôi quen sống và chết trên mảnh đất nơi chúng tôi sinh ra. Đang sống dưới một thung lũng phì nhiêu bên bờ con sông Nam Sane, chúng tôi đang có tất cả: đất đai và lúa gạo, sông ngòi và tôm cá, với chùa chiền và trường học, chúng tôi đang có một cuộc sống thanh bình và hạnh phúc, chúng tôi đâu cần có con đập chúng tôi không muốn phải rời đi đâu cả! Làm sao mà chúng tôi quên được cảnh thanh bình nơi ngôi làng Na Bon ấy: trẻ con thì bơi lội trên sông, phụ nữ trên bờ ngồi giặt rũ, đàn ông nếu không bận cầy cấy với các thửa ruộng xanh thì xuống những chiếc thuyền nhỏ đi lưới những thúng cá tươi đem về. Ngay cả những năm chiến tranh giữa quân Hoàng gia và Pathet Lào, cả với quân cộng sản Bắc Việt, cuộc sống có khổ hơn nhưng chưa bao giờ dân làng Na Bon có ý nghĩ sẽ bỏ làng mà đi. Thế rồi một buổi sáng, tôi còn nhớ rất rõ, có toán kỹ sư Nhật và một tiểu đội lính Hoàng Gia tới bảo chúng tôi phải dọn đi vì con đập sắp xây xong và hồ nước sẽ phủ ngập cả ngôi làng. Chúng tôi thì vẫn không tin vì nghe nói đập xây cách xa làng tới cả trăm cây số. Lại thêm ban đêm những người du kích cộng sản Pathet Lào trở về trấn an chúng tôi rằng họ sẽ bảo vệ ngôi làng, rằng chuyện ấy chẳng thể nào xảy ra và họ sẽ cho đặc công đặt mìn phá vỡ con đập... Nhưng rồi thật là bất ngờ chỉ mấy tháng sau con nước từ xa đổ về dâng ngập hết cả nhà cửa và ruộng vườn, dân làng chỉ còn kịp chạy thoát lên núi với tay trắng. Hai mươi lăm năm qua rồi, cuộc sống của chúng tôi cũng như bao nhiêu gia đình khác vẫn thật nghèo và chật vật. Chúng tôi nghe nói có kế hoạch bồi thường nhưng khi hỏi thì được trả lời là nhà nước không có tiền và chỉ hứa cho chúng tôi dùng điện nhưng do không có đường dẫn nên cho đến nay chúng tôi vẫn chỉ có những ngọn đèn dầu... Đấy ông xem, người ta nói cho chúng tôi nghe bao nhiêu điều lợi lộc khi xây đập thủy điện nhưng với dân làng Na Bon chỉ thấy toàn sự bất hạnh!”

Wendy Chamberlin, đại sứ Mỹ hiện nay, từng là đoàn viên Đoàn Chí Nguyện Quốc tế IVS vào những năm 70, nói thông thạo tiếng Lào, đã nhận định: “Sau bao năm tự giam hãm sau bức màn tre, nhìn sang các nước láng giềng phát triển thịnh vượng, họ cũng muốn trở thành một thành viên trong đó.” Họ đây là những nhà lãnh đạo Cộng Sản Lào già nua chỉ mong sao Lào thoát ra khỏi danh sách 25 nước nghèo nhất thế giới. Đổi Mới, Tư Duy Mới_ Chin Thanakhaan Mai, hay gì đi nữa chỉ thì vẫn chỉ là độc quyền của Bộ Chánh Trị Đảng Cộng Sản Lào. Cũng ý tưởng mới ấy nếu phát xuất từ người trí thức Lào thì bị kết án ngay là phản động. Đó cũng là tình cảnh của ba người Lào bị kết án đang bị đầy ải giam cầm trong điều kiện hết sức ngặt nghèo và có thể chết trong tù.

Chỉ với khoảng cách một thập niên, lần thứ hai trở lại thăm Lào, Vạn Tượng đang có dấu hiệu trỗi dậy sau một giấc ngủ dài. Như một con tằm vừa thoát ra khỏi chiếc kén, đất nước Lào mà biểu trưng là Vạn Tượng đang có những chỉ dấu của môt xã hội tiêu thụ với những bảng hiệu quảng cáo "Xuất Nhập Cảng" bằng tiếng Anh treo khắp nơi, bắt đầu tràn ngập các hàng nhập từ Thái Lan Nhật và Trung Hoa. Thanh niên thiếu nữ Lào bây giờ thì biết là họ muốn gì: thích phóng xe gắn máy Nhật, thích quần Jean Levi từ Mỹ và nhạc Rock từ Thái Lan; ban đêm họ rủ nhau ra bờ sông Mekong dạo mát uống cà phê uống bia và yêu đương. Thay cho mấy chiếc 4CV Renault cũ rỉ, xe hơi mới kể cả Mercedes bắt đầu xuất hiện trên những đường phố chật hẹp. Phi trường đang được mở rộng với đường bay mới. Chánh phủ Lào luôn luôn được các chuyên gia ngoại quốc nhắc nhở rằng tài nguyên của họ rất phong phú và chưa được khai thác: vàng đá quý than sắt và nhất là thủy điện_ chỉ mới khai thác 1% của 18 ngàn megawatt và các nhà lãnh đạo cộng sản Lào đang ôm mộng biến Lào trở thành xứ "Kuwait về thủy điện". Thái Lan vẫn là khách tiêu thụ điện chính của Lào và Ngoại Trưởng Thái đang viếng thăm Lào đã rục rã: "Các dự án thủy điện của Lào cũng như nàng công chúa còn im ngủ, phải chờ có vị hoàng tử - phải hiểu là Thái Lan, tới đánh thức nàng dậy." Và bây giờ không phải chỉ một mà có quá nhiều "ông hoàng thô bạo" là các consortium liên quốc đang đổ xô vào Lào để chiếm hữu những con sông đang vui xôn xao và rồi bắt phải câm nín.

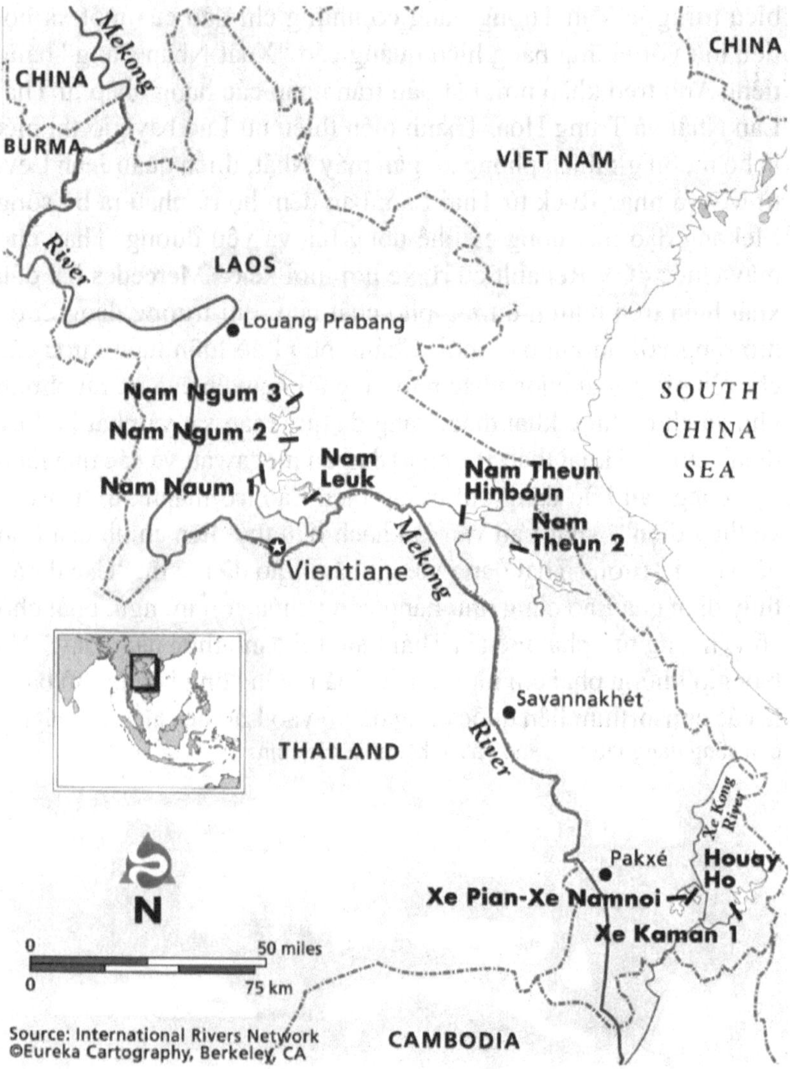

Những đập và dự án đập thủy điện của Lào - được mệnh danh là "Xứ Kuwait thủy điện Đông Nam Á"_ International River Network / IRN 02/99

*Đập Nam Ngum năm 2000 - nguyên là con đập thủy điện đầu tiên của nước Lào, tấm biểu ngữ giăng ngang con đập đánh dấu 25 năm thống nhất nước Lào_ **

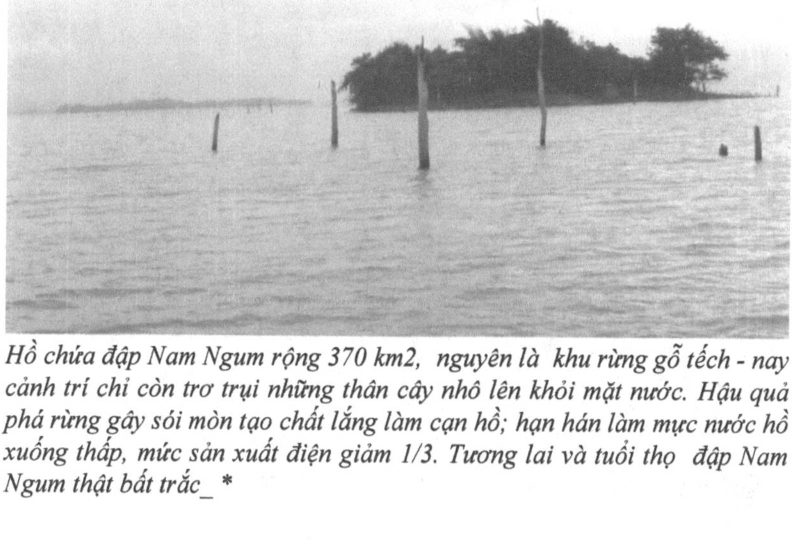

*Hồ chứa đập Nam Ngum rộng 370 km2, nguyên là khu rừng gỗ tếch - nay cảnh trí chỉ còn trơ trụi những thân cây nhô lên khỏi mặt nước. Hậu quả phá rừng gây sói mòn tạo chất lắng làm cạn hồ; hạn hán làm mực nước hồ xuống thấp, mức sản xuất điện giảm 1/3. Tương lai và tuổi thọ đập Nam Ngum thật bất trắc_ **

Nam Theun 2, đập phụ lưu sông Mekong lớn nhất Lào với công suất lên tới 1070 MW, được WB và ADB tài trợ, tổn phí 1,45 tỉ MK do EDF/ Electricité de France xây dựng, sẽ hoạt động từ tháng 12-2009, với hơn 90% lượng điện sẽ xuất cảng sang Thái Lan. NT2 là một dự án gây nhiều tranh cãi do tác hại môi sinh ảnh hưởng tới cuộc sống người dân Lào: trước mắt 6200 dân làng trên vùng xây đập phải di tản, thêm 120,000 ngàn cư dân sống dưới nguồn 2 con sông Nam Theun và Xe Bang Fai bị ảnh hưởng vì mất nguồn cá và nguồn lợi tức từ các thú vật hoang dã.

*Cũng vẫn con sông Nam Ngum một phụ lưu sông Mekong / nhưng là phía dưới con đập; con sông như một động mạch bị kẹp, cá không thể lội ngược về nguồn để đẻ trứng. Cảnh một góc ngổn ngang của con đập Nam Ngum cho dù đã 30 năm sau_**

*Ngư ông và mớ cá vụn lưới được trên khúc sông Mekong Vạn Tượng_**

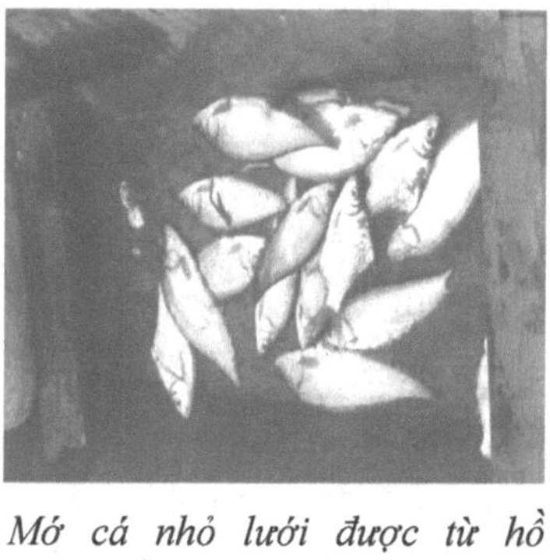

*Mớ cá nhỏ lưới được từ hồ chứa đập Nam Ngum 2000_**

*Những Bài Học Môi Sinh "Không Học" ấy mà người dân Lào phải trả giá. Ngoài mất nhà cửa ruộng vườn không được đền bù tương xứng lại thêm nhiều người chết vì các căn bệnh nhiệt đới do sống gần hồ chứa nước tù đọng: bệnh sán dẹp do sên, sốt xuất huyết, nhất là bệnh sốt rét ác tính do muỗi Anopheles có thêm môi trường sinh sản_**

*Một nước Lào đang thức giấc và trở nên sinh động, các trẻ em trong Ban Phanom đều được đi học: thế hệ 2000 sẽ là tương lai của nước Lào_**

CHƯƠNG XII

BIỂN NGỌT Ở ĐÂU XA
KHÚC VĨ CẦM TONLÉ SAP

Biển hồ cực lắm em ơi
Ban đêm sẻ cá, ban ngày phơi khô

Tin AFP 3/6/98: Tổ chức UNESCO tuyên bố công nhận Biển Hồ của Cam Bốt là Khu Bảo Tồn Sinh Thái Quốc Tế_ International Biosphere Reserve, cùng với 337 kỳ quan thiên nhiên khác trên thế giới. Sự công nhận này giúp bảo vệ Biển Hồ và cũng khiến chánh quyền Cam Bốt tham gia vào sự phát triển hài hòa trong vùng...

Phản ứng từ các thành viên Nhóm Bạn Cửu Long rất khác nhau, riêng Cao đón nhận bản tin ấy với niềm vui và cả sự lạc quan. Cao cũng không ngạc nhiên bởi vì anh cũng đã biết và theo dõi các bước vận động trong những năm gần đây của các nhà môi sinh Cam Bốt muốn Biển Hồ được công nhận là vùng bảo tồn của thế giới. Bảo tồn hệ sinh thái Biển Hồ cũng là gián tiếp bảo vệ môi sinh cho vùng Đồng Bằng Châu Thổ Cửu Long. Kể từ khi con sông Mekong trở thành mối quan tâm của Cao thì tập hồ sơ về Biển Hồ của anh không ngừng ngày một dày thêm kể cả phần quan sát thực địa.

Chuẩn bị cho chuyến đi Úc, vẫn với phong cách làm việc của

một nhà báo, Cao muốn cập nhật phần homework cho riêng anh và cũng là để giúp Bé Tư có một cái nhìn thoáng và toàn cảnh về Việt Nam trong vùng Đông Nam Á

Biển Ngọt trên vùng đất hồi sinh. Bưng Tonlé Sap tiếng Khmer có nghĩa là hồ nước ngọt, người Hoa đọc ra là Thôn Lôi Hồ người Việt gọi là Biển Hồ là hồ thiên nhiên lớn nhất Đông Nam Á, cách Nam Vang 80 dặm về hướng tây bắc giống hình số 8 theo ngôn từ của các tay đo đạc nhưng thơ mộng hơn thì bảo giống như thùng đàn vĩ cầm, một tặng dữ thiên nhiên quý báu không chỉ cho dân tộc Khmer mà còn cho nông dân vùng châu thổ. Hồ rộng mênh mông, bề dài 160km rộng hơn 30km đứng bên này ngó sang chỉ thấy trời với nước không thấy đâu là bờ bãi, điều hòa lưu lượng nước con sông Mekong dũng mãnh, như trái tim của Cam Bốt và là một kỳ quan thứ hai sau khu đền đài Angkor. Phân nửa dân số Cam Bốt sống trong bảy tỉnh bao quanh Biển Hồ, ngoài nguồn tôm cá phong phú thì lúa gạo cũng chiếm gần phân nửa tổng sản lượng của cả nước. Có thể nói Biển Hồ chính là mạch sống của người dân Cam Bốt.

Theo kế hoạch của Bộ Điều Hợp Môi Sinh Cam Bốt thì trong khoảng diện tích 300 ngàn hecta có ba phân khu rất đặc thù sẽ trở thành vùng bảo tồn_ core areas với hệ sinh thái được giữ nguyên vẹn và là đối tượng cho các cuộc nghiên cứu khảo sát khoa học: khu Prek Toal gần thị trấn Siem Reap, khu Boeung Chmaa một hồ nhỏ phía đông thông với Biển Hồ và Steung Sen là con sông phía nam chảy vào Biển Hồ với rừng lũ và các loài động và thực vật rất đặc thù đang có nguy cơ bị tiêu diệt_ endangered species, như giống báo vằn mèo đốm cầy hương, các loài chim lạ và cả giống cá sấu Xiêm La. Phần còn lại sẽ được quy hoạch thành các vùng đệm_ buffer areas và vùng chuyển tiếp_ transition areas với các hoạt động kinh tế ở những mức độ triển khai khác nhau. Quyết định của UNESCO như mặc nhiên công nhận giá trị lịch sử và môi sinh của Biển Hồ, đồng thời sẽ mang lại nguồn tài trợ phong phú và sự quan tâm của thế giới đối với các bước phát triển hài hòa trong vùng.

Mặc cho những toan tính lợi hại thiệt hơn của con người ra sao, con sông Mekong và cả Biển Hồ vẫn cứ tiếp tục nhịp điệu từ ngàn năm. Vào tháng 6, cùng với tuyết tan từ rặng Hy Mã Lạp Sơn và khối nước mùa mưa, con sông Mekong vốn trải rộng mênh mang nay càng thêm vẻ hùng vĩ, nước dâng cao tạo ra một hiện tượng kỳ lạ con sông Tonle Sap tự đổi chiều chảy ngược vào Biển Hồ đồng thời mang theo những giống cá tranh nhau đi tìm các khu rừng lũ_ flooded forest để sinh nở và diện tích hồ tăng gấp năm lần, khoảng 1.5 triệu hecta chiếm 1/7 diện tích đất đai Cam Bốt, mực nước có nơi sâu tới 15 mét. Dưới bầu trời sấm chớp và mây đen vần vũ, giữa gió to sóng lớn lênh đênh trên Biển Hồ mà tưởng như đang trôi dạt giữa một đại dương. Khi trời quang mây tạnh thì Biển Hồ và cả con sông Mekong vẫn cứ lênh láng, nhưng dưới làn nước màu café au lait ấy là sức sống bừng bừng xủi bọt của mầm non và cá.

Vào những ngày cuối tháng 10, gió đổi chiều. Trước đó là gió nồm thổi vào từ vịnh Thái Lan, nay là những cơn gió bấc thổi mạnh xuống từ phương bắc làm cuộn sóng Biển Hồ và con sông Tonlé Sap.

Sang tháng 11 mùa khô Biển Hồ đã lại đầy nhung nhúc những cá, con sông Tonlé Sap trở lại xuôi dòng về Quatre Bras (tên do người Pháp đặt khi đến bảo hộ xứ Cam Bốt 1863) nơi hội tụ bốn dòng sông gần Nam Vang_ ba sông kia là Mekong Thượng, Mekong Hạ và sông Bassac_ hai nhánh sau này trở thành Sông Tiền và Sông Hậu khi chảy vào Nam Việt Nam.

Đợt cá sớm theo con nước rời Biển Hồ xuống hạ nguồn là loại cá trắng: cá chép, cá hô, cá trích, cá linh, cá thu nước ngọt...đây là lúc nguồn cá thật dồi dào từ biên giới xuống tới miền trên hai con Sông Tiền và Sông Hậu; cá nhiều tới nỗi dư ăn và làm mắm cũng không hết nhất là cá linh phải chất đống để làm phân bón rẫy. Riêng loại cá đen: cá lóc, cá rô, cá bông, cá trê... có mang hấp thu oxy từ khí trời sống được trong bùn nước cạn nên còn ở lại Biển Hồ và trong đêm sương lạnh người ta thường gặp loại cá đen đi bộ_ Anabas Scandens, dùng vây ngực sau mang nâng mình lên và dùng đuôi trườn mình tới để di chuyển trên bộ tới trũng nước sâu hơn.

Vào tháng 2 mặt hồ co lại chỉ còn khoảng 300 ngàn hecta lúc đó Biển Hồ như "một nồi súp đầy rau tươi và cá".

Sự co giãn của Biển Hồ đem lại vô số lợi lộc không những cho người dân Cam Bốt mà còn cho vùng Đồng Bằng Sông Cửu Long. Biển Hồ giảm thiểu lũ lụt, đem lớp phù sa màu mỡ tới khắp ruộng đồng và sau cùng là nuôi dưỡng một vựa cá giàu có với hơn 300 giống cá năng suất lên tới 10 tấn trên mỗi km2 và là nguồn protein chính cho người dân Cam Bốt.

Hàng năm nơi Quatre Bras khoảng cuối tháng 10 khi con sông nước ngọt Tonle Sap trở lại xuôi dòng để ra biển mặn là lúc bắt đầu những ngày hội lễ Mùa Nước Giựt Bom Oum Touk khởi đầu cho mùa cày cấy và chài lưới rộn rã với những mẻ lưới nặng trĩu vẫn còn là một cảnh tượng kỳ diệu gây kinh ngạc đối với những barang - người ngoại quốc và chính Cao nữa.

Nhưng giữa sự sung túc đó là cả một hệ sinh thái rất mong manh đang có dấu hiệu ló dạng một thảm họa môi sinh_ ecological disaster. Chưa tới mức ô nhiễm các chất phế thải kỹ nghệ nhưng theo Carbonnel thì Biển Hồ đang bị lấp cạn với tốc độ chưa từng thấy: 4cm mỗi năm, ngoài phù sa từ con sông Mekong còn thêm hàng tấn đất lở liên tục trút xuống hồ do các khu rừng lũ bị tàn phá. Điển hình là trong khu Snuoc Tru đất lấp cao tới mức nước con sông Mekong đã rất khó khăn để có thể chảy ngược vào Biển Hồ. Tình trạng thảm hại hơn dưới thời Pol Pot với chủ trương phá rừng lũ quanh hồ để có thêm đất canh tác. Chưa bao giờ mực nước cạn như những năm qua, trong mùa khô có nơi chỉ còn sâu chưa tới nửa mét, nước thì quá nóng khiến loại cá trắng không sống nổi chết nổi phều hoặc phải thoát xuống dưới các khúc sông hạ lưu.

Từ những năm 60, ông Hoàng Sihanouk không chỉ muốn biến Cam Bốt thành Thụy sĩ của Viễn Đông mà ông còn muốn Biển Hồ_ nơi mà thời trai trẻ ông đã từng vùng vẫy bơi lội và trượt nước, một ngày nào đó sẽ trở thành Khu Di Sản Thế Giới_ World Heritage Site nhưng rồi đã gặp chống đối mạnh mẽ của các nhà phát triển vì quyết định ấy có thể cản trở các dự án xây Đập Thủy Điện trên con sông Mekong "sẽ ngăn chặn sự canh tân nước Cam Bốt."[sic]

Sót xa ngoài biển mặn. Hàng năm con sông Mekong đã phí phạm đổ ra biển 475 tỉ mét khối nước ngọt tạo ra hai thung lũng biển từ cửa sông ra tới ngoài biển sâu, cùng với lượng phù sa lớn lao bồi đắp thành một thềm lục địa hình bán nguyệt ra xa tới 400km. Nước lũ Sông Cửu Long 40 ngàn m3/giây gấp đôi lũ Sông Hồng nhưng nhờ có Biển Hồ nên chỉ dâng lên từ từ để làm ngập trên cả triệu mẫu đất trong vùng châu thổ. Lưu lượng con sông ấy mùa nước kiệt chỉ còn 2 ngàn m3/giây từ tháng 3 đến tháng 5 trong khi nhu cầu nước cho sanh hoạt châu thổ trong khoảng thời gian này là 4 tới 5 ngàn m3/giây và nhu cầu ấy dự trù tăng gấp đôi vào giữa thế kỷ 21. Nếu không có chương trình giữ nước ở thượng lưu như trên Biển Hồ để có thể cung cấp nước trong mùa khô thì sẽ có hạn hán, sẽ thiếu nước để làm vụ lúa mùa nắng, lại thêm nạn nhiễm mặn và sông cạn ngăn trở tàu bè giao thông lên tới Nam Vang.

Khác xa với những con sông khác trên thế giới, đã tới cuối thế kỷ này con sông Mekong với độ dốc và dòng chảy mạnh như thế, rất lý tưởng cho các đập thủy điện vậy mà tương đối vẫn là một con sông còn khá nguyên vẹn cho dù đã có những kế hoạch khai thác từ hơn nửa thế kỷ trước. Không kể các đập Vân Nam, đã có ba dự án vùng hạ lưu được coi là ưu tiên của Ủy Ban Sông Mekong từ những năm 60:

Dự án Pa Mong cách Vạn Tượng 15 dặm là đập chứa nước chính vùng hạ lưu sông Mekong. Ngoài nguồn thủy điện với công suất 2000 MW, hồ nước cao 360 bộ dung lượng gấp hai lần rưỡi đập Hoover của Mỹ, cung cấp nước cho 2 triệu rưỡi mẫu Anh trên cao nguyên Isan khô cằn, cải thiện giao thông và phát triển cho toàn vùng đông bắc Thái.

Dự án Sambor cách Nam Vang 140 dặm về hướng bắc mở ra thủy lộ giữa Lào và Cam Bốt, tạo nguồn thủy điện với công suất 1000 MW đủ cung cấp cho nhu cầu kỹ nghệ, dân dụng và bơm tưới các vùng đất Cam Bốt và nam Việt Nam.

Dự án Tonle Sap được coi là hấp dẫn nhất không chỉ là đập thủy điện mà là một hồ chứa thiên nhiên đủ cung cấp nước cho hàng triệu mẫu đất trong mùa nắng. Công trình dự trù sẽ là một đập chắn nơi cửa sông giữa Nam Vang và Biển Hồ. Cửa đập mở ra trong mùa mưa để khối nước lũ theo con sông Tonlé Sap chảy ngược vào Biển Hồ tới mức dự trữ cao nhất như vậy sẽ giảm thiểu lụt nơi đồng bằng. Đến mùa nước thấp cửa đập sẽ được mở ra từng phần duy trì lưu lượng nước đủ cho canh tác, ngăn mặn đồng thời giữ mức sông đủ sâu cho tàu biển lớn vẫn có thể ra vào sông Mekong. Và như vậy sẽ tăng thêm 2 triệu rưỡi mẫu Anh đất canh tác mà trước đây bỏ hoang vì muối phèn, hạn hán hay lũ lụt. Và mực nước Biển Hồ sẽ luôn luôn được giữ ở mức cao hơn một mét so với mùa nước thấp sẽ làm gia tăng lượng tôm cá đang có nguy cơ bị sa sút.

Trong khi dự án Tonlé Sap rất được Việt Nam quan tâm, một lần nữa được nêu ra trong hội nghị Ủy Ban Sông Mekong 1988 tại Sài Gòn thì Cam Bốt lại có quan điểm hoàn toàn khác, cho rằng dự án chỉ có lợi cho Việt Nam có nghĩa là hại cho Cam Bốt. Trước thái độ bất hợp tác của Cam Bốt, Ủy Ban Sông Mekong đã phải hết sức kiên nhẫn thuyết phục, một việc làm không dễ dàng gì khi mà Gia tài Thù hận Việt Khmer trong suốt ba thế kỷ chưa hề có dấu hiệu phai lạt nếu không muốn nói còn tích lũy thêm trong suốt chiều dài của cuộc Chiến Tranh Việt Nam. Đặt dự án sông Mekong giữa những cuộc tranh chấp chánh trị giai đoạn trong vùng có thể làm tiêu ma mọi ý hướng tốt đẹp về hợp tác và phát triển hài hòa cho toàn vùng Đông Nam Á. Tinh thần sông Mekong phải là nguồn cảm hứng, chủ động và nhiệt tâm của chính các nước trong vùng chứ không để hoàn toàn bị khống chế bởi Trung Hoa Thái Lan hay bởi các thế lực tư bản bên ngoài như các Consortium liên quốc, Asian Development Bank hay World Bank với trụ sở ở mãi tận bên Nữu Ước.

Từ Phù Nam tới Chân Lạp và gia tài thù hận Việt Khmer. Lịch sử lập quốc của Cam Bốt đã có rất nhiều khoảng trống và cả những khác biệt giữa các nhà sử học Tây Phương. Cao thì có phần hồ sơ của riêng anh.

Từ thế kỷ thứ nhất nhóm người Môn Indo-Melanésien sống trong vùng Hạ Lưu Sông Mekong với ảnh hưởng sâu đậm văn minh Ấn đã lập nên Vương Quốc Phù Nam. Sinh hoạt chủ yếu là thương mại với các thuyền bè từ Ấn ghé qua hải cảng Óc Eo, họ còn giao thương với các quốc gia lân bang phía bắc sang tới tận Trung Hoa. Để có thêm hàng hóa, họ tiến sâu vào lục địa khai thác bóc lột các sắc dân khác. Ảnh hưởng văn hóa Phù Nam có thể đã vươn xa tới bán đảo Mã Lai hay ít ra cũng tới U Thong cách Bangkok 60 dặm về hướng tây bắc_ Jean Boisselier đại học Sorbonne 1964 đã phát hiện nhiều di chỉ của thời kỳ Phù Nam trong vùng này.

Do bị áp bức quá mức, "những người con Kambu" vùng Trung Lưu Sông Mekong đã nổi lên đánh đuổi người Phù Nam và đến thế kỷ thứ 7 đã tiêu diệt luôn quốc gia này và lập nên nước Chân Lạp. Do luôn luôn có tranh chấp giữa các dòng vua Khmer, Chân Lạp bị phân chia thành Lục Chân Lạp Nam Lào hiện nay và Thủy Chân Lạp khu vực Biển Hồ và Hạ Lưu Sông Mekong, tới thế kỷ thứ 8 thì Chân Lạp bị phân rã thêm thành 5 lãnh địa khác nhau và bị người Mã Lai đô hộ.

Mãi đến thế kỷ thứ 9, một vị vương Khmer đã kết hợp dân chúng vùng dậy đánh đuổi người Mã Lai giành lại độc lập mở ra triều đại Angkor Jayavarman II, chọn Bà La Môn làm quốc giáo với kinh đô xa bờ sông Mekong để tránh các cuộc tấn công đường thủy của các nước lân bang. Nhưng các cuộc chiến vẫn xảy ra giữa Angkor Khmer với Champa, Xiêm La và cả với Việt Nam.

Vào thế kỷ 12, cả một đoàn chiến thuyền dũng mãnh Champa đã ngược dòng sông Mekong vào Biển Hồ ngược dòng Siem Reap tấn công tàn phá Angkor Khmer. Phải tới những triều đại sau, đến đời Jayavarman VII, Angkor Khmer mới lại hồi phục. Những phù điêu trong đền Bayon còn ghi lại các trận chiến giữa Angkor và Vương Quốc Champa và người Khmer gọi người Chăm là yavana theo Sanskrit có nghĩa là rợ nước ngoài.

Vào cuối thế kỷ 13, một người Trung Hoa tên Châu Đại Quán_ Chou Ta-Kuan trở về Trung Hoa, đã kể lại chuyến du hành từ Biển Đông theo sông Mekong lên Biển Hồ để tới thăm Angkor.

Các vua triều đại Angkor đã luôn luôn tập trung một lực lượng nô lệ khổng lồ cùng với sưu dân Khmer để không ngừng xây dựng các khu đền đài cho ngày thêm tráng lệ và vĩ đại hơn. Cả nhóm người Thái từ cao nguyên Vân Nam trốn giặc Mông Cổ xuống lập nghiệp dọc Lưu Vực Sông Menam _ Chao Phraya cũng bị bắt về làm khổ sai. Angkor trở thành vùng đất thống khổ không chỉ của các nhóm nô lệ mà của cả chính những người dân Khmer nữa. Do bất kham nhiều người đã liều mạng phải trốn đi _ *they voted with their feet*, nói theo các nhà sử học Tây Phương.

Tới thế kỷ 14 do quá chán ghét tinh thần bạo lực của Bà La Môn, một số Vương Tôn Khmer đã hướng về triết lý hiền hòa của Phật giáo, tranh chấp tôn giáo lại diễn ra và cuối cùng Phật giáo thắng thế và trở thành quốc giáo nhưng chỉ ảnh hưởng tầng lớp trên cao. Lịch sử Cam Bốt sau đó vẫn không ngừng là những chu kỳ của bạo lực và phân hóa. Cả Phật giáo và ý thức quốc gia dân tộc cũng không đủ là mẫu số chung để hóa giải những tỵ hiềm thù nghịch ngay giữa những người con Kambu với nhau.

Lợi dụng sự chia rẽ và cả thất nhân tâm của triều đình Angkor, từ thế kỷ 14 các vua Xiêm bắt đầu tổ chức những cuộc xâm lăng đánh phá. Cuộc chiến kéo dài ngót một thế kỷ với kết thúc là sự thất trận của Angkor và cả đế đô đã bị Thái thiêu rụi phá sạch và người Khmer bị bắt hết đem về Thái làm nô lệ. Sự hủy diệt tàn bạo và triệt để của Xiêm La đã biến vùng tây bắc Biển Hồ thành khu đất chết vùng đất không người_ no man's land, khiến trong suốt mấy thế kỷ cả một nền văn minh Angkor rực rỡ và lầm than ấy hầu như hoàn toàn bị xóa nhòa trong ký ức của những người Khmer chạy thoát và sống sót.

Từ thế kỷ 15 hơn nửa lãnh thổ phía tây Cam Bốt đã bị sát nhập vào Xiêm La. Tới thế kỷ 17 Chey Chetta II một vị Vương Khmer chạy sang cầu cứu Chúa Nguyễn, từ đó Việt Nam mới thật sự can thiệp vào nội tình Chân Lạp khiến Xiêm La không còn độc quyền làm mưa làm gió trên đất Chùa Tháp nữa.

Và điều ngạc nhiên là sự suy vong của đế quốc Angkor Khmer, một biến cố trong đại như vậy lại không được các tay thương lái hay giáo sĩ người Tây Phương biết tới trong suốt một thời gian dài. Họ chỉ biết Nam Vang là thị trấn thương mại nhỏ rồi Vạn Tượng trên bờ sông Mekong xa hơn nữa về phía bắc và cũng chẳng ai biết con sông Mekong dũng mãnh ấy khởi nguồn từ đâu. Mãi tới khi Louis Napoleon lên ngôi, nước Pháp mới thực sự xông xáo vào Viễn Đông để cạnh tranh với Đế Quốc Anh. Năm 1858, Pháp tấn công Việt Nam lấy cớ bảo vệ đoàn truyền giáo Pháp bị giết, nhưng chính là để mở mang thuộc địa đem lại vinh danh và quyền lực cho nước Pháp.

Bốn thế kỷ sau, người đầu tiên khám phá ra khu đền đài Angkor (1850) có lẽ là Bouilleveaux linh mục truyền giáo Pháp nhưng phải chờ tới Henri Mouhot nhà sinh vật Pháp trong khi mê mải vào rừng sâu tìm kiếm loài côn trùng hiếm, ông đã bàng hoàng khi thấy hiện ra trước mặt cả một khu đền đài tráng lệ bị lấp khuất trong khu rừng sâu. Chính Mouhot không tin rằng có thể có một kỳ quan như Angkor biểu tượng của nền văn minh sáng rỡ rất tương phản với một đất nước Cam Bốt còn ở trình độ man rợ thời bấy giờ.

Cuộc thám hiểm của Mouhot dở dang do cái chết đột ngột vào tháng 10 năm 1861, để lại cuốn nhật ký với mấy dòng chữ cuối cùng: “Bị cơn sốt rừng...” và rồi bốn ngày sau đó: “Thương cho tôi, Chúa ôi!...” xác Mouhot được vùi nông ngay bên bờ sông Nam Khan một phụ lưu sông Mekong với con chó trung thành vẫn không rời xa nấm mộ chủ và vẫn tru lên những tiếng kêu thảm não. Sau Mouhot là Doudart De Lagrée / Francis Garnier_ biểu tượng cho một thế hệ thanh niên Âu Châu của Thế kỷ 19, can trường và khắc kỷ, đã lại ngược dòng thám hiểm sông Mekong trong một cuộc hành trình hào hùng và bi thảm với kết thúc thất bại trong nỗ lực tìm kiếm một thủy lộ giao thương với Trung Hoa.

Gia Tài Thù Hận Việt Khmer. Bấy lâu bị điều kiện hóa trong cảm giác thường trực bất an và luôn luôn bị ám ảnh về quá khứ bành trướng của người Việt, nên mọi chiến dịch chống Việt Nam bất kỳ trong hoàn cảnh nào vẫn đáp ứng một phần tâm tư thầm kín của người dân Khmer. Đối với các nhà hoạt động chánh trị Cam Bốt mị dân hay không thì bài xích chống Việt Nam là một bằng chứng yêu nước. Không ai ngạc nhiên cứ thỉnh thoảng lại xảy ra những vụ thảm sát "cáp duồn" người Việt sống trên đất Cam Bốt rất ư là kinh hoàng. Lâu lâu lại có hàng trăm xác người kể cả đàn bà và trẻ em bị người Khmer chặt đầu mổ bụng thả trôi trên con sông Mekong vẫn là cảnh tượng hãi hùng gây xúc động cho toàn thế giới. Không cần che dấu ngay giữa thủ đô Nam Vang trên những bức tường những dòng chữ khích động chiến dịch giết hết người Việt trên đất Cam Bốt; cả bằng chữ Pháp chữ Anh nhắm vào đám ký giả ngoại quốc: We must kill all Viets in Cambodia. Thời Khmer Đỏ, Pol Pot không chỉ giết Bọn Bắc_ Yuon tên gọi miệt thị người Việt, mà còn tra tấn sát hại rất nhiều người Khmer bị nghi là thân Việt Nam với tội danh bọn xác Khmer hồn Việt, như thứ cỏ dại cần phải tiễu trừ. Rồi cũng Pol Pot tố cáo ngược lại chính Việt Nam mới là thủ phạm của bấy nhiêu sọ người trên khắp Những Cánh Đồng Chết ở Cam Bốt và không phải là không có những người Khmer cả tin như vậy.

Câu chuyện kể hàng chục ngàn sưu dân Khmer bị Bảo Hộ Thoại Ngọc Hầu bắt làm khổ sai đào con kinh Vĩnh Tế từ Châu Đốc ra tới Hà Tiên vào đầu thế kỷ 19 với bao lầm than chết chóc, rồi chuyện quái đản của người Pháp về "Vị Quan Triều Nguyễn Trương Minh Giảng chôn sống ba người Khmer ngập tới cổ rồi dùng đầu họ làm kiềng ba chân đặt nồi nấu cơm." Thật và không thật, các chuyện ấy vẫn được những người Khmer chống Việt Nam rêu rao như một bằng chứng hành hạ độc ác của người Việt.

Con số người Việt hiện ở Cam Bốt là 200 ngàn, 400 ngàn, một triệu - không ai biết chắc. Cũng như không ai biết chắc dân số Cam Bốt còn lại là bao nhiêu: 5 triệu, 7 triệu, có thể đã lên tới 9 triệu do sinh đẻ vụt gia tăng thời kỳ sau Pol Pot. Đám người Việt ấy cư ngụ dọc theo sông Mekong, là những bạn biển tập trung quanh Biển Hồ, khá giả thì sống trên nhà nổi còn không thì sống trên những nhà sàn tạm bợ chênh vênh trên những cây cột cao có thể gỡ ra chất lên ghe xê dịch trên mặt hồ theo mùa nước lên xuống. Đa số sống bằng nghề hạ bạc đánh cá làm cá thuê vô cùng vất vả. Cực thì có cực nhưng họ đã đặt chân trên một vùng đất lên dễ khó về.

Nam Vang lên dễ khó về
Trai vô bạn biển, gái về tào kê

Số còn lại sống bằng những nghề thủ công khéo tay: thợ mộc, thợ may, thợ điện hay mở các cửa hàng tạp hóa buôn bán nhỏ, cũng phải kể tới một con số khá lớn những cô gái Việt tào kê trong số ngót 20 ngàn gái điếm rải rác trên khắp lãnh thổ Cam Bốt. Mức sống của đám người Việt này cũng ở nghèo khổ không khá hơn bao nhiêu so với người Khmer. Trong khi người Hoa là giới thương nhân giàu có thao túng nền kinh tế và người Thái đã từng chiếm hơn nửa lãnh thổ Cam Bốt nay đang là thủ phạm phá rừng bừa bãi và tận dụng khai thác những mỏ đá quý của xứ Chùa Tháp; vậy mà chỉ người Việt mới là mục tiêu của mọi chiến dịch bài xích và cả bạo động quá khích. Giữa nội bộ người Khmer chưa bao giờ có đoàn kết nhưng trên mặt trận chống Việt nam họ luôn luôn là một.

Trung Hoa luôn luôn là một ẩn số. Nhìn lại Con Đường Tơ Lụa cách đây 22 thế kỷ khi Marco Polo từ Ấn Độ tới buôn bán với Trung Hoa, cũng trên con đường ấy đang có dấu hiệu nhộn nhịp trở lại khi mà Trung Hoa nghiễm nhiên đang trở thành một siêu cường chánh trị quân sự và kinh tế - tự cho quyền hành xử như một thiên triều_ chuyên quyết, đơn phương khai thác con sông Mekong vốn là một con sông quốc tế, chẳng cần ethos nào để tiến tới hợp tác phát triển hài hòa trong vùng.

Trong khi các nhà chánh trị cơ hội của bốn tiểu quốc Đông Nam Á cứ việc nghi kỵ chia rẽ và cãi nhau bất tận thì nước lớn Trung Hoa vẫn lẳng lặng đơn phương thực hiện kế hoạch khai thác con sông Mekong của họ. Cách đây 5 năm (1993) khi mực nước con sông Mekong đột nhiên tụt thấp một cách hết sức bất thường cho dù không phải vào mùa khô, chỉ lúc đó mọi người mới biết điều gì đã xảy ra trên tỉnh Vân Nam: hoàn toàn không thông báo gì cho các quốc gia láng giềng, Trung Hoa đã xây xong con đập Manwan_ có thể coi là con đập lớn đầu tiên trên dòng chính sông Mekong và lúc đó là thời gian họ bắt đầu lấy nước sông Mekong vào hồ chứa Manwan. Và sẽ còn thêm 8 con đập bậc thềm sau đập Manwan.

Trong cuộc hội thảo mới đây về "Phát triển vùng hạ lưu sông Mekong" ở Melbourne Úc Châu với tham dự đông đảo đến ngạc nhiên của các nhà chánh trị ngoại giao, giới doanh thương Úc và cả nhóm bảo vệ môi sinh.

Bé Tư với tư cách là một visiting scholar Đại Học Melbourne là chuyên viên môi sinh trong Ủy Hội Sông Mekong Việt Nam đã dõng dạc phát biểu:

- Là nước ở thượng nguồn, Trung Hoa nghiễm nhiên ở vào vị trí thượng phong. Chẳng ai có thể bảo Trung Hoa phải làm gì và không nên làm điều gì. Đồng ý hay không thì cũng không ai trong chúng tôi có thể tới Thiên An Môn để mà biểu tình phản đối (nhiều tiếng cười trong hội trường). Nhưng điều mà chúng tôi có thể yêu cầu phái đoàn Ủy Hội sông Mekong của Bắc Kinh có mặt hôm nay là khi khai thác con sông Mekong ở tỉnh Vân Nam, liệu Trung Hoa có biết được các con đập ấy sẽ ảnh hưởng dây chuyền ra sao trên hệ sinh thái vùng hạ lưu sông Mekong hay không?

Câu hỏi của Bé Tư đã mở màn cho một loạt những chất vấn đôi lúc gắt gao hướng về đoàn đại biểu Trung Hoa. Đại diện cho đoàn, giáo sư Wang chủ tịch Phân Cục Thủy Điện Vân Nam, đầy vẻ tự tin trả lời bằng một thứ ngôn ngữ ngoại giao qua thông ngôn:

- Dĩ nhiên trước khi khởi công chúng tôi đã khảo sát rất nghiêm túc về hậu quả và ảnh hưởng các con đập Vân Nam đối với các quốc gia Vùng Hạ Lưu sông Mekong.

Khi bị hỏi tiếp ảnh hưởng đó rao sao thì ông Wang chỉ nói một cách rất chung chung:

- Trước hết các con đập Vân Nam sẽ giữ nước để gia tăng lưu lượng trong mùa khô cũng có nghĩa là giảm lũ trong mùa mưa và cải thiện thủy lộ giao thông trên con sông Mekong.

Bé Tư đã gây một ấn tượng mạnh cho toàn hội nghị bằng kiến thức vẻ đẹp thông minh tự tin và tiếng Anh rất lưu loát của cô:

- Thế Trung Hoa có trao đổi những thông tin ấy với các thành viên Ủy Hội Sông Mekong chưa?

Thì ông giáo sư Wang không còn bình tĩnh và trả lời giọng thách đố:

- Trung Quốc không có trách nhiệm về tất cả nguồn nước của con sông Mekong, bởi vì dọc theo suốt chiều dài của con sông ấy luôn luôn được tăng cường bởi các phụ lưu và nguồn nước mưa. Còn việc xử dụng và khai thác khúc sông Mekong trong tỉnh Vân Nam ra sao thì đó là vấn đề nội bộ và quyền hạn của Trung Quốc.

Cũng bên lề cuộc hội thảo ấy, một giáo sư về Trung Hoa học Đại Học Melbourne đã nói với Cao:

- Đối với các chuyên gia am hiểu tình hình Á Châu thì ai cũng biết là Trung Hoa chưa hề có một hồ sơ theo dõi tốt_ good track record trong những công cuộc hợp tác đa phương. Kế hoạch khai thác con sông Mekong của họ là một điển hình.

Cao nhận xét các khuôn mặt nổi bật trên bàn chủ tọa quá bán là phụ nữ, như bước vào thời đại của nữ quyền, phải chăng đó là trào lưu để bước vào thế kỷ mới.

Đến lượt bà Đại Sứ Thái Lan tại Úc Châu được mời phát biểu, bằng một ngôn ngữ rất ngoại giao bà hướng về các doanh nhân Úc:

- Úc là nước phát triển với kho tàng kiến thức và kỹ thuật mà các nước Đông Nam Á đang rất cần. Đây chính là cơ hội của các công ty Úc tuy đó còn là một vùng khá xa lạ... Nhưng bù lại thì Thái Lan là một nước trung tâm có mối tương quan địa dư chánh trị mật thiết với các nước khác trong vùng và bấy lâu vẫn đóng vai trò chủ chốt_ anchor role trong kế hoạch phát triển vùng hạ lưu sông Mekong. Vậy sao chúng ta lại không nghĩ tới giải pháp “Liên Doanh_ Joint Venture”giữa Úc và Thái trong mọi kế hoạch phát triển vùng?

Phát biểu của bà Đại sứ Thái đã được đón nhận nồng nhiệt từ

phái đoàn doanh nhân Úc nhưng lại với nhiều ngờ vực từ các nhóm bảo vệ môi sinh.

Ngồi cạnh bà Đại sứ Thái Lan trên bàn chủ tọa là Công Chúa Simone Norodom đến từ Nam Vang. Như những người Khmer lai bà có dáng cao đẹp khỏe mạnh mái tóc vấn cao đen lánh có nét quý phái của một người xuất thân từ Hoàng Gia. Công Chúa ở cái tuổi ngoài 40 nhưng vẫn thanh gọn trong chiếc áo lụa ngà với chiếc khăn rằn krama trên cổ và quấn một chiếc váy vải dệt dày y phục cổ truyền của xứ Chùa Tháp. Bà tới đây không với tư cách đại diện cho Cam Bốt mà là chủ tịch văn phòng môi sinh của UNESCO tại Nam Vang. Công chúa được coi là người có công đầu thúc đẩy tổ chức UNESCO đi tới chấp nhận Tonlé Sap là vùng bảo tồn hệ sinh thái quốc tế_ giấc mộng cách đây 20 năm phụ thân cô là Hoàng Thân Sihanouk đã không đạt được.

Mải mê nhìn chiếc khăn krama vốn gốc bình dân ấy nhưng nơi bà công chúa lại là một trang sức đẹp đẽ. Như một flashback chiếc khăn rằn krama đưa Cao về cả một bối cảnh xã hội của những tháng năm hạnh phúc và máu me của sáu triệu dân Cam Bốt. Tấm hình Pol Pot đã già và đau yếu chụp trong chiến khu xuất hiện trên tờ báo Sidney Tribune mới đây cũng không thiếu chiếc khăn rằn trên bộ black pyjama cố hữu. Cũng chiếc khăn rằn ấy đã rất gần gũi thiết thân với người nông dân Khmer và với cả người dân Việt nơi đồng bằng Nam Bộ. Khăn che nắng gắt ngoài đồng lúa, khăn bọc rau trái đem về nhà, bà mẹ dùng khăn rằn địu con trên đường đi, khăn che thân khi xuống sông tắm, khăn quấn quanh bụng trong chiều gió mát và nếu là một cô gái đang yêu thì thêu tên người yêu lên đó và khi xa nhau anh có thể ôm vào lòng hôn lên chiếc khăn rằn và nhớ tới nàng. Không phải chỉ có vậy, dưới thời Pol Pot, thời của chua chát và đắng cay_ peal chur chat, trong hoàn cảnh bi quẫn thì chiếc khăn rằn biến trở thành sợi dây treo cổ cho thoát khỏi địa ngục trần gian này.

Chiếc khăn rằn ấy cũng đã từng được dùng để bịt mắt nạn nhân trước khi hành quyết. Và trên khắp Những Cánh Đồng Chết giữa vô số những sọ người lăn lóc bên những gốc cây thốt nốt vẫn còn một hai chiếc sọ mang nguyên chiếc khăn rằn bịt ngang mắt chưa bị khí hậu và thời gian làm cho tiêu đi. Và trong những hốc mắt sau mảnh khăn rằn ấy tưởng như vẫn thấy được ánh mắt kinh hoàng của nạn nhân ngay trước khi chết, cả những cây thốt nốt tưởng như vật chứng vô tri mà vẫn còn như đang ghê sợ rùng mình theo từng cơn gió thoảng. Trong các khu đền đài Angkor và cả rải rác trên Những Cánh Đồng Chết vẫn còn đâu đó những cây thốt nốt trơ gan cùng tuế nguyệt sống cả ngàn năm vẫn cứ trổ buồng ra trái vẫn làm chứng cho bao thế kỷ máu me và bạo lực của dân tộc Cam Bốt. Với Cao thì chiếc khăn rằn krama là chiều sâu xã hội và cây thốt nốt ấy là chiều dài lịch sử rất ít hạnh phúc nhưng lắm lầm than của người dân Khmer.

Khi được mời phát biểu, công chúa Simone Norodom đưa ra nhận định:

- Áp lực thúc đẩy Lào và Cam Bốt phải tận dụng khai thác các nguồn tài nguyên thiên nhiên đến từ nước láng giềng đang có nhu cầu về điện năng như Thái Lan. Trên Vân Nam Trung Hoa thì vẫn không ngừng xây thêm các đập, Thái Lan còn có thêm kế hoạch đổi dòng lấy nước từ con sông Mekong chảy xuống từ Trung Hoa. Mối quan tâm hiện nay của các quốc gia hạ nguồn như Lào Cam Bốt và Nam Việt Nam chưa biết phải đối phó ra sao với hậu quả dây chuyền ấy. Nhưng rõ ràng đã có sự bất bình đẳng trong việc khai thác con sông quốc tế này: đó là sự đơn phương hành động của Trung Hoa và Thái Lan trước sự yếu kém và thụ động của ba nước Việt Miên Lào... Riêng với nước bạn láng giềng Lào, theo chúng tôi được biết thì đang là thí điểm rộng rãi của kế hoạch 60 con đập với tài trợ của World Bank, Asian Development Bank, qua các consortium chủ yếu là từ Úc Châu?

Đại diện Cơ Quan Phát Triển Á Châu của Úc lên tiếng:

- Như quý vị đã biết do bị nhiều chỉ trích, World Bank không còn muốn tài trợ trực tiếp cho các dự án Đập lớn nữa. Thay vì bỏ tiền đầu tư trực tiếp thì World Bank đóng vai trò môi giới với các consortium tư bản liên quốc. Mẫu điển hình BOOT (Build, Own, Operate, Transfer) có thể thấy ngay trên đất Lào. Với bảo đảm rủi ro của World Bank, các công ty tư bản nhảy vào ký kết các hợp đồng Xây đập, Sở hữu và Vận hành để lấy lại vốn và lấy lời trong khoảng thời gian từ 20 tới 30 năm trước khi Chuyển nhượng lại cho chánh phủ Lào. Phải nói là các nhà lãnh đạo Vạn Tượng rất nôn nóng muốn đi tới ký kết càng sớm càng tốt các hợp đồng phát triển theo mô thức này.

Cũng lại chính Tiến sĩ Cham Sak giáo sư kinh tế Đại Học Thammasat, người bạn vong niên Thái Lan của Cao trong chuyến viếng thăm Lào hai năm trước, ông luôn luôn được biết đến như một nhà hoạt động môi sinh cấp tiến lên tiếng phản bác:

- Người Úc đang rao bán cho Lào một huyền thoại_ myth rằng Lào không còn một chọn lựa nào khác ngoài dâng hiến những dòng sông để xây đập để biến nước Lào thành một Kuwait về thủy điện để có ngoại tệ và ngân sách. Theo tôi xâu xé nước Lào với 60 đập thủy điện là một quyết định tệ hại nhất. Điều ấy chỉ có lợi cho giới đầu tư và các công ty xây đập ngoại quốc. Họ đang bị phá sản thất nghiệp bởi vì không ai còn muốn xây các con đập lớn ngay như trên nước Úc hay các quốc gia Bắc Mỹ do hiệu quả kinh tế không bù đắp được cho những tác hại rộng lớn và lâu dài trên môi sinh.

Đến lúc này thì Cao không thể không lên tiếng với quan điểm của một kỹ sư môi sinh:

- Qua kinh nghiệm những con đập Thái Lan và con đập Nam Ngum ở Lào, hiệu quả kinh tế tới đâu và tác hại trên môi sinh ra sao không ai biết rõ bằng Tiến sĩ Cham Sak. Rằng khác xa với những hứa hẹn ban đầu khi xây đập là để đem lại thịnh vượng cho nhân dân nhưng thực ra chỉ đem lại giàu có cho một thiểu số chủ hãng bóc lột với cái giá phải trả là sự tàn phá rộng lớn trên môi sinh. Đồng ý rằng Lào là một nước nghèo nhưng có thật Lào không còn một chọn lựa nào khác ngoài các con đập thủy điện hay không? Công thức BOOT mới xem ra có vẻ đơn giản và hấp dẫn vì chỉ cần thuận dâng hiến những dòng sông trinh nguyên với tất cả nguồn tài nguyên thiên nhiên là sẽ được cho không for free các hạ tầng cơ sở. Tưởng vậy nhưng không phải vậy, cái gia sản cũ kỹ trao lại sau 30 năm ấy có còn giá trị gì nữa không? Những con đập với turbin đã mòn và hồ chứa cũng đã cạn, đó là chưa kể tới cảnh điêu tàn của hệ sinh thái và nỗi điêu linh của những người dân sống trên đó... Và như vậy đã có cả một khoảng cách đại dương giữa thực tế và lý thuyết của những dự án BOOT. Chủ quyền quốc gia và quyền tự quyết kinh tế của nước Lào sẽ ra sao? Hậu quả trên môi sinh sẽ ra sao? Người dân Lào có hạnh phúc gì hơn không? Chưa ai có lời giải đáp và vẫn còn là những ẩn số.

Giọng thiết tha và đầy tính thuyết phục của người kỹ sư trẻ Việt Nam đến từ Bắc Mỹ đã khiến cả hội trường như lặng đi. Cuộc hội thảo trong ba ngày với rất nhiều ý kiến và đã không đi tới một kết luận nào nhưng tất cả đồng ý với nhau về một nhận xét: Vấn đề cơ bản là chưa có sự phối hợp hiệu quả và đáng tin cậy trong kế hoạch sử dụng và khai thác liên quốc gia đối với con sông Mekong.

Bấy lâu nói tới Đồng Bằng Sông Cửu Long ngày cũ là nghĩ ngay tới những dòng sông bến nước, những cánh đồng thơm mùa lúa mới, là nghĩ tới gạo trắng nước trong vườn xanh trái ngọt tôm cá đầy đồng.

Bây giờ thì chỉ thấy mọi người Việt cũng như Khmer đều lam lũ mới thấy cái ảo tưởng về sự giàu có bất tận của đồng bằng châu thổ sông Mekong.

Có phải vì vậy mà Cao nuôi giấc mộng trăm năm sao cho Biển Hồ mãi mãi là trái tim khỏe mạnh với nhịp đập rộn ràng quanh năm đem nguồn nước mát cho cả Cam Bốt và Đồng Bằng Châu Thổ. Với quy chế là một vùng bảo tồn sinh thái, dĩ nhiên sẽ có những cuộc khảo sát sâu rộng về chiều hướng thay đổi và phát triển Biển Hồ như một biển cá một hồ dự trữ nguồn nước ngọt để không phí phạm đổ ra biển mặn ngót 500 tỉ/m3 nước ngọt mỗi năm trong khi người dân Khmer cũng như người dân vùng đồng bằng Nam Bộ vẫn cứ thiếu nước làm mùa thiếu cả những ngụm nước ngọt trong lành trong những ngày nóng ran mùa khô hạn. Bảo tồn và phát triển

Biển Hồ hai điều ấy không có gì mâu thuẫn và triệt tiêu nhau.

Sự hợp tác trên căn bản thành thật và tin cậy trong kế hoạch phát triển Biển Hồ không chỉ thuần mục tiêu kinh tế mà còn mang ý nghĩa nhân văn để từng bước làm vơi đi cái gia tài thù hận Việt Khmer tích lũy đã từ mấy thế kỷ.

Có những chủng tộc khi còn ở nước họ tưởng như có mối thù truyền kiếp như người Ấn và người Pakistan, nhưng cũng vẫn đám người ấy với tôn giáo khác biệt ấy khi họ gặp nhau và chung sống ở Mỹ nghĩa là bên ngoài quốc gia họ, họ dễ dàng thân thiện với nhau và cũng để thấy rằng mối thù tưởng như bất cộng đái thiên ấy là không có thật. Cao cũng có cảm nghĩ như vậy với người Việt và người Khmer và điều đó chỉ có thể bắt đầu đến từ bên ngoài. Đêm nay tới dự buổi tiếp tân do Công Chúa Simone Norodom chủ tọa, mà Cao và Bé Tư là khách mời đặc biệt qua giới thiệu của bác sĩ Duy_ con gái duy nhất của công chúa là học trò của Duy ở Stanford. Đó cũng là một đêm "grand succès" của đoàn vũ công Hoàng gia xứ Chùa Tháp. Cao và Bé Tư còn có thêm niềm vui đã cùng chia xẻ với công chúa ý tưởng về những bước hòa hợp có thể tới từ bên ngoài ấy.

Và cùng trên chuyến bay ngày hôm sau rời Úc Châu là đông đảo những người Việt và Khmer đang lũ lượt trở về quê hương họ với những giấy thông hành ngoại quốc, với đầu óc là những ý tưởng mới với kiến thức trí tuệ và cả tiền bạc để tham gia sinh hoạt trên mọi lãnh vực. Đã từng là nạn nhân của chiến tranh và thù hận, là những người sống sót nay sao họ lại không thể chia xẻ với nhau một giấc mơ chung cùng nhìn về một hướng trong khúc giao hưởng thái hòa của con sông Mekong với cây đàn vĩ cầm Tonlé Sap.

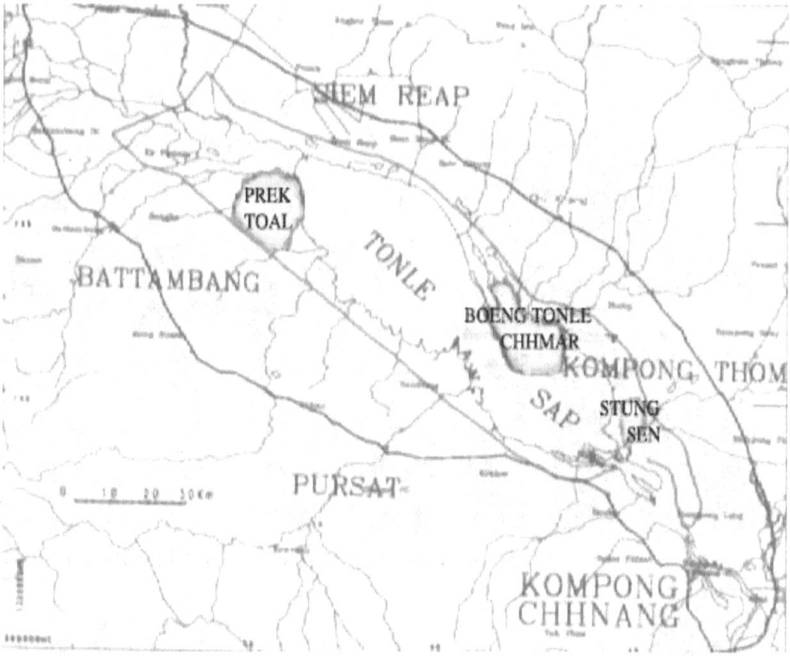

Ba khu Bảo Tồn Sinh Thái trên Biển Hồ (1) Prek Toal, (2) Boeng Tonle Chhmar, (3) Stung Sen_ UNESCO 10-1997

*Khu Bảo Tồn Sinh Thái Tonle Sap_ Trạm Nghiên Cứu Môi Sinh (Tonle Sap Biosphere Reserve_ Environmental Research Station)_**

*Tới gần khu rừng lũ Prek Toal, một trong ba khu Bảo Tồn Sinh Thái trên Biển Hồ_**

*Thất lạc giữa cánh đồng lũ / flood plain trong khu Bảo Tồn Sinh Thái Prek Toal _**

*Đàn chim nước trong Tràm Chim Prek Toal trên Biển Hồ_**

*Nhiều chủng loại chim và tổ chim trên từng lùm cây trong cánh đồng lũ và như từ bao giờ, tất cả cùng chung sống hòa bình_**

Cá trên sông Tonle Sap: Trey Pra, tên khoa học Pangasius, là loại cá bông lau tuy không lớn bằng cá Pla Beuk nhưng chiều dài cũng không dưới 1.2 mét, thường gặp nơi hạ lưu sông Mekong nhưng nay thì ít đi _ 102

Dự án đập Sambor 3000 MW trên dòng chính sông Mekong trong lãnh thổ Cam Bốt. Ngoài điện khí hóa, hồ chứa đập Sambor còn có khả năng tiêu tưới cho 90 ngàn mẫu đất canh tác, mực nước hồ dâng cao làm ngập 50 dặm ghềnh thác mở ra triển vọng giao thông đường sông giữa Lào và Cam Bốt_ 106

CHƯƠNG XIII

LÊN VỚI BÌNH MINH
TẠ LỖI VỚI ĐIÊU TÀN

Ta tụng ngàn năm Quán Thế Âm
Chúng sinh ta khóc nỗi mê lầm...
Tình thương từng giọt rơi trên đá
Vô Ngã

Người Chà Châu Giang. Những căn nhà sàn san sát vách ván lợp ngói hai bên bờ Sông Hậu. Họ gốc người Chăm do giao tiếp với người Mã Lai theo đạo Hồi nên người Việt Miền Tây tưởng họ cũng là Mã Lai nên gọi là Chà.

Ngược dòng lịch sử có thể nói có hai đợt người Chăm tới đây. Khoảng 1755 Nguyễn Cư Trinh sau khi đẩy lui người Khmer dâng "kế tàm thực" lên Chúa Nguyễn xin dùng người Chăm ngăn người Khmer và được Chúa Nguyễn chấp thuận.

Ông Chiêu dụ được số người Chăm trốn loạn sang Cam Bốt, nay đưa họ về lập thành các đạo quân Côn Man giao cho việc làm quân trấn thủ các vùng Tân Châu Hồng Ngự Châu Giang, đồng thời cho họ tự lo khai khẩn.

Khoảng 1833 do có một số người Chăm theo Lê Văn Khôi chống lại triều đình Minh Mạng, nên đã có một đợt tàn sát khủng khiếp người Chăm ở khắp các tỉnh Miền Trung, những người sống sót một số trốn lên Miền Thượng hoặc thoát sang Kompong Cham Cam Bốt, một số chạy vào Nam sống lẫn trong khu người Chăm Châu Đốc. Đến thời Thiệu Trị cho dù có chánh sách chiêu an nhưng họ vẫn không trở về ngoài số người trốn lên núi rừng cao nguyên là trở lại Ninh Thuận Bình Thuận sống tới nay.

Trong mạng lưới kinh rạch Cửu Long. Hộ cùng ông Khắc và người bạn Chăm Ro-Hiêm dùng thuyền máy từ Châu Đốc xuôi dòng theo con Kinh Vĩnh Tế đi Hà Tiên. Từ dưới con kinh nhìn về Châu Đốc, nổi trên nền trời trong vắt là một dải núi xanh lam đó là Núi Sam, một trong bảy ngọn núi của vùng Thất Sơn. Hộ giải thích vì từ xa nhìn ngọn núi giống như một con sam với chiếc mai úp và đuôi là rặng núi nhỏ phía sau. Tuy Vĩnh Tế Sơn là tên do Minh Mạng đặt cho nhưng đối với dân địa phương thì họ vẫn quen gọi các núi bằng hình tượng của nó như núi Sam, núi Két, núi Dài, núi Tượng, núi Cô Tô, núi Bà Om; chỉ riêng núi Cấm sở dĩ có tên đó vì là nơi dân không được lui tới. Ông Khắc còn biết thêm núi Cấm xưa kia đã từng là căn cứ địa của các danh sĩ và thân hào chống Pháp vùng Hậu Giang.

Thuyền máy vẫn lướt nhẹ trên con sông đào lịch sử thẳng băng như một đường chỉ gạch với ngọn nước ngọt mát đỏ những phù sa và hai bên bờ là những hàng cây xanh. Không phải mùa nước dâng, nước từ Sông Hậu đổ vào con kinh xuôi chảy chậm mang theo cả những giê lục bình lá xanh man mác trổ bông tím. Ăn như xáng múc, làm như lục bình trôi. Bây giờ ông Khắc mới thấm hiểu hết nghĩa câu ca dao Nam Bộ ấy.

Bối cảnh lịch sử. Hệ thống kinh rạch Miền Tây châu thổ đã bắt đầu có từ thế kỷ thứ 5 do người Phù Nam đào để làm đường giao thông liên lạc giữa các thị trấn và kinh đô của họ như Angkor Borei (Nam Nam Vang), Óc Eo (núi Sập, núi Ba Thê Long Xuyên) và Thị Trấn Trăm Đường (đông nam Kiên Giang).

Đến triều Nguyễn, là những bước cố gắng không ngừng để mở

mang bờ cõi về Phương Nam_ theo chánh sách "tàm thực" của ông Nguyễn Cư Trinh, không phải chỉ có chiếm đất di dân mà còn có những nỗ lực xây dựng phát triển liên tục như đắp lộ và đào kinh.

Tam Khê có thể được kể là con kinh đào đầu tiên dưới triều Gia Long nhưng Vĩnh Tế mới thực sự là một công trình đồ sộ của tiền nhân. Nhắc tới công khai phá miền Hậu Giang, tới con sông đào dài ngót một trăm cây số ấy không thể không nhắc tới Nguyễn Văn Thoại. Theo biên khảo của Nguyễn Văn Hầu, thì Thoại Ngọc Hầu gốc Quảng Nam, tư chất thông minh nhưng nhiều nóng nảy. Thời đó quê ông đang là sa trường ác liệt giữa quân Trịnh Nguyễn rồi quân Nguyễn và Tây Sơn gây bao cảnh chết chóc nên gia đình ông đã phải lánh nạn vào Nam sinh sống trên Cù Lao Dài trên sông Cổ Chiên. Đầu quân rất sớm với Chúa Nguyễn Ánh chịu đói khát trong những ngày cơ cực, dạn dày chiến trận cho tới khi trở thành một công thần đảm lược của Chúa Nguyễn, lãnh ấn bảo hộ Cam Bốt trấn thủ toàn cõi Vĩnh Thanh suốt từ thành Châu Đốc xuống đến tận Hà Tiên, nổi tiếng là nghiêm minh khiến dân binh không phải chỉ kính nể mà còn khiếp sợ ông nữa.

Năm 1818, mới đôn đốc đào xong con kinh Tam Khê, được vua thưởng công đặt tên Thoại Hà và núi Sập kế bên được mang tên Thoại Sơn. Nguyễn Văn Thoại lại được lệnh vua Gia Long chỉ huy binh dân từ Gia Định Thành tới Châu Đốc để khởi công đào một con sông lớn thẳng từ Châu Đốc ra tới cửa biển Hà Tiên. Nhà vua thấy trước đây là một công trình quá lớn đầy cực nhọc nên xuống lời phủ dụ rằng "công trình đào sông này rất khó khăn nhưng cần cho biên phòng và kế giữ nước quan hệ chẳng nhỏ, chúng ngươi ngày nay chịu khó nhọc nhưng lợi ích cho muôn đời về sau".

Con kinh biên giới bắt đầu từ tả ngạn Sông Hậu sau thành Châu Đốc hướng thẳng về Hà Tiên tiếp với sông Giang Thành đổ ra vịnh Xiêm La. Ngay đợt đầu Thoại đã huy động 5 ngàn dân binh Việt với một số người Chăm cùng với 5 ngàn dân sâu Khmer để khởi công nhưng đã phải ngưng ngay sau đó vì trở ngại thời tiết khô hạn rồi lũ lụt và nhân lực bất kham. Khai phá cả một vùng mênh mông hoang vu như thế mà chỉ có sức người với dụng cụ thật thô sơ, cuốc xuổng chày vồ tự chế, đo đạc thì bằng tay. Để con kinh đào được thẳng phải đợi tới ban đêm vạch rẽ rừng lau sậy, đốt đuốc trên đầu những cây sào thiệt cao_ nên mới có câu hát ru Đèn nào cao bằng đèn Châu Đốc, người điều khiển phải đứng trên cao và từ xa dùng cây phướn phất qua lại ra hiệu cho người cắm những cây sào lửa ấy vào đúng vị trí. Làm việc ngày đêm mà ăn uống thì chỉ có gạo muối rất cơ cực. Sống nơi lam chướng, đêm thì lạnh cóng ngày nóng như thiêu lại thiếu nước uống thiếu thuốc nên ngã bệnh chết vô số. Công trình phải nhiều lần tạm ngưng vì những khó khăn tưởng như không thể vượt qua được rồi lại tiếp tục.

Ba năm thi công mà con sông đào còn xa, vua Minh Mạng lại ra lệnh cho tổng trấn Lê Văn Duyệt điều thêm tới 39 ngàn binh dân Việt thêm với 16 ngàn sưu dân Khmer đến tăng cường. Binh dân sưu dịch bị ép phải làm việc ba phiên thâu đêm trong những khu rừng thâm u với muỗi đỉa vắt rắn độc và cả ác thú. Sưu dân và cả lính chịu không nổi mà trốn đi thì cũng khó thoát, nếu không bị chết đói ở trong rừng thì cũng chết vì cọp beo, còn nếu tìm cách lội trốn qua sông Vàm Nao thì cũng chết vì cá mập cá sấu. Vàm Nao là khúc sông nối ngang hai con Sông Tiền Sông Hậu ranh giới Châu Đốc và Long Xuyên đã từng là bãi chiến trường khốc liệt và đẫm máu trong thời chiến tranh Xiêm Việt và rồi Việt Cam Bốt.

Việc đào kinh kéo dài suốt 5 năm (1819-1824) dưới quyền chỉ huy sắt thép của Bảo Hộ Thoại. Trong chức vụ nào ông cũng tỏ ra hết lòng nhưng lại quá độc tài và cầu toàn nên tuy làm xong việc lớn ông cũng gây ra không ít điều thống hận làm mất lòng dân và làm chết rất nhiều người trong đó có cả những quân lính đã dày công lao trong các cuộc chiến tranh chinh phạt. Các bô lão miền Hậu Giang ngày nay còn nhớ và kể lại nỗi cơ cực mà ông bà tổ tiên họ phải trải qua và chịu đựng.

Kim Tự Tháp, Vạn Lý Trường Thành, đền đài Angkor, con kinh Vĩnh Tế_ kỳ quan lớn nhỏ nào của thế giới cũng phải trả giá bằng những sinh mạng và nỗi thống khổ của đám dân đen. Ông Khắc nghĩ như vậy.

Nhưng rồi con sông đào ấy cũng hoàn tất với nỗi hân hoan của cả triều đình Huế. Để đặc biệt ghi công, vua cho lấy tên Thoại Ngọc Hầu phu nhân vốn nổi tiếng người đàn bà đức độ hết lòng giúp chồng trong bao năm trên đường công bộc - đã mất trước đó hai năm, mà đặt tên cho con kinh là Vĩnh Tế Hà và ngọn núi Sam ở bờ kinh là Vĩnh Tế Sơn. Ngoài việc khen thưởng công lao những người sống, trong đó có đám người Chăm được vua cho đất lập bảy làng_ tiếng Chăm gọi là Puk để làm ăn sinh sống, cho đến sau này còn mang tên là Chăm Châu Giang. Cũng tỏ lòng ưu ái với những người chết vì đào con kinh biên thùy, nhà vua ban sắc chỉ cho lập đoàn thuyền đi tìm nhặt tất cả hài cốt các binh và sưu dân đã bỏ mình trong công tác đào kinh để cải táng, họ được coi như những chiến sĩ hy sinh ngoài trận địa. Ngày dựng bia trên núi Sam được đặt tên là Vĩnh Tế Sơn cũng là ngày Thoại Ngọc Hầu đứng ra chủ lễ an táng tập thể và đọc bài "Tế cô hồn Vĩnh Tế tân kinh".

Trời xanh thẳm mồ hoang lợp lợp
Trăng soi nhòa mấy lớp bia tàn...

Đại Nam Nhất Thống Chí chép rằng đến năm Minh Mạng thứ 17 (1836), vua cho lệnh đúc Cửu Đỉnh mỗi chiếc nặng bốn ngàn cân ta rất lớn để ghi công mỗi vị vua và làm quốc bảo. Các đỉnh được đặt trước Thế Miếu trong Đại Nội cố đô Huế nơi thờ các vua từ đức Gia Long trở về sau, còn có thêm các tòng miếu hai bên tả hữu để thờ các công thần. Mỗi đỉnh đều có tên riêng Cao Nhơn Chương Anh Nghị Thuần Tuyên Dụ Huyền. Tám chiếc được đặt thẳng một hàng ngang, riêng Cao Đỉnh mang tên Thế tổ Cao hoàng đế Gia Long ghi lại công trình đào kinh Vĩnh Tế được đặt chính giữa về phía trước. Trên hông Cao Đỉnh ba chữ Vĩnh Tế Sơn với hình con kinh Vĩnh Tế bên chân dãy núi Thất Sơn được trạm trổ mỹ thuật, đánh dấu một trong những công trình khai quốc bất hủ của triều Nguyễn.

Ông Khắc tự nhủ rằng ra cố đô Huế lần này ông sẽ phải tìm cho ra và chụp hình chiếc Cao Đỉnh_ như một món quà bất ngờ cho Cao người bạn trẻ rất thân thiết với ông trong Nhóm Bạn Cửu Long.

Hộ nói:

- Con kinh dài ngót một trăm cây số dọc theo biên giới Việt Miên này không chỉ là một con kinh chiến lược một thủy đạo hữu ích cho vận tải giao thông, mà nó còn có tác dụng môi sinh quan trọng khác nữa là đưa nước ngọt của con sông Mekong vào các khu đồng ruộng mênh mông để rửa muối rửa phèn cho đất khiến ruộng đồng thêm mở rộng và mùa màng thêm được tốt tươi. Nó cũng mở đầu cho bước phát triển một hệ thống sông đào kinh rạch chằng chịt với chiều dài hơn hai ngàn cây số gần bằng nửa chiều dài của dòng chính con sông Mekong.

Hộ giải thích thêm:

- Các chuyên gia thủy nông Hòa Lan đã tỏ ra rất ngưỡng mộ công trình đào con kinh Vĩnh Tế của người xưa do hiệu quả tháo lũ từ vùng châu thổ đổ ra vịnh Thái Lan với lưu lượng lên tới 8000m3/giây chiếm phần lớn lượng nước mùa lũ. Và họ đề nghị kế hoạch đào thêm một con kinh thoát lũ mới từ sông Hậu phía dưới Long Xuyên tới Rạch Giá cùng với một khúc sông nối Sông Tiền với Sông Hậu tương tự như con sông Vàm Nao hiện nay. Trừ những con kinh ngang ít có khả năng ngừa lụt, nhưng với một số con kinh khác đã có trong vùng Tứ Giác Long Xuyên _ nếu được vét đáy đào sâu thêm và nới rộng ra cũng sẽ có khả năng tháo lũ đáng kể. Còn thêm điều lợi nữa là nước từ các con kinh này sẽ đẩy lùi nước mặn khỏi tràn vào vùng đất ven biển như quận Châu Thành Rạch Giá hiện nay.

Luôn luôn có sẵn câu hỏi của một nhà báo, ông Khắc thắc mắc quay sang hỏi Hộ:

- Hòa Lan là vùng đất thấp hơn mặt biển, họ nổi tiếng về hệ thống đê điều chứ đâu phải đào kinh?

- Năm 91 khi được mời sang Việt Nam nghiên cứu, họ có đưa ra một ý mới là cho "đắp đê nhưng không cao ngừa lụt bán phần" cho đến cuối tháng 8 mà thôi và rồi sau đó là vai trò thoát lũ của hệ thống kinh rạch trổ ra vịnh Thái Lan.

Sau khi chia tay Hộ và Ro-Hiêm, từ Hà Tiên quê hương của Mạc Cửu và Đông Hồ, ông Khắc trở lên Sài Gòn để chuẩn bị chuyến đi Huế.

Đường ra xứ Huế. Không nhớ là lần thứ bao nhiêu ông Khắc đặt chân tới Huế. Một Huế còn thấm đẫm những màu sắc và thanh âm Chàm với màu tím Huế với man mác giọng Nam Ai với thê thiết điệu hò Mái Đẩy, với "Hương Giang nhất phiến nguyệt, Kim cổ hứa đa sầu". Một Huế rất riêng tư với sông Hương núi Ngự, với những năm thanh bình của tuổi thanh xuân với mối tình thật đẹp nhưng cũng thật ngang trái để rồi suốt 60 năm sau đó ông Khắc vẫn "chuyên tâm bất nhị" vẫn cứ thủy chung như ông đã suốt một đời thủy chung với nghiệp báo.

Rồi ông Khắc có dịp trở lại cố đô Huế của thời cuộc, một Huế bừng thức giấc với những tháng năm xáo trộn. Huế tranh đấu với bàn thờ xuống đường. Huế với sinh viên chiếm đài phát thanh. Huế với cảnh sát dã chiến và lựu đạn cay. Huế của Tết Mậu Thân thảm sát với những hố chôn người tập thể. Huế của bom đạn Mỹ trút xuống một hoàng thành đổ nát. Rồi là Huế sau 75, một cố đô buồn tênh vẫn còn đó những ngôi mộ đất hoang khi người cộng sản trở lại lâu dài lần thứ hai. Giống như Hà Nội sau 54, nhiều người tới sống ở Huế nhưng không phải gốc Huế. Riêng với những người Huế chay thực sự gốc Huế chọn ở lại hoặc chẳng thể thoát ra khỏi xứ Huế thì họ vẫn cứ phải sống, bởi vì họ chỉ có một cuộc đời này để sống chứ không phải với hứa hẹn về một hạnh phúc mãi tận đời sau.

Trong chuyến đi muộn màng này như một cuộc hành hương, từ Sài Gòn ông Khắc đã chọn đường xe lửa để ra Huế. Sau bao năm như không có gì đổi thay, cũng vẫn con đường sắt hẹp tám tấc Xuyên Đông Dương từ thời Toàn Quyền Paul Doumer thời Pháp thuộc của gần một thế kỷ trước, cũng vẫn những toa tàu cũ kỹ được tân trang cho mang một tên mới là Con Tàu Thống Nhất. Toa tàu cũ như một người bạn đồng hành xốc xếch, con đường sắt đưa ông về quá khứ với những cảnh cũ năm xưa.

Để ra khỏi Sài Gòn, con tàu phải chạy xuyên qua những khu nhà xây cất lộn xộn ra sát đường rầy với thấp thoáng những cột ăngten truyền hình cao thấp trên các mái tôn.

Qua Nghĩa Trang Quân Đội Biên Hòa không còn bức tượng Thương Tiếc của điêu khắc gia Nguyễn Thanh Thu qua hình ảnh người lính ngồi gác súng mà nhớ thương bạn, mồ mả cũng bị đào bới thậm chí chân dung người chết cũng bị bắn vỡ mắt do lòng nhỏ nhen thù hận của những người chiến thắng.

Tới địa phận Bình Tuy, ông Khắc biết mình bắt đầu đi vào ranh giới của vương quốc Champa từ bao trăm năm trước_ Champaka hay Châm Ba là tên một loài hoa sứ rất đẹp hương thơm sắc trắng như một biểu hiệu thanh khiết của dân tộc Chăm.

Dọc theo Quốc Lộ 1, một bên là biển một bên là núi, con tàu chạy băng băng giữa những khoảng ruộng xanh bên trong các thung lũng hẹp với rải rác những lũy tre xóm làng và bóng người thì thưa thớt. Qua đoạn Tuy Hòa, con tàu bắt đầu đi vào Tiểu Vương Quốc Panduranga, qua các khu tập trung sinh sống của những người Chăm đồng bằng_ con số không tới được tám chục ngàn ở các tỉnh Phan Rí_ Bình Thuận, Phan Rang_ Ninh Thuận,. Họ theo đạo Bà La Môn_ khác với những người Chăm Châu Giang theo đạo Hồi, họ vẫn giữ nét phong tục mẫu hệ, vẫn mặc những bộ y phục cổ truyền màu trắng trong các dịp lễ hội hàng năm rất thu hút ống ảnh của các du khách. Họ sống xa lạ và khép kín ngay trên quê hương đất đai của tổ tiên họ bên những Tháp Chăm đang đổ nát với thời gian.

Các công trình sáng tạo nghệ thuật điêu khắc và kiến trúc từng phát triển tới cao độ ở phía bắc vương quốc Champa thì nay chỉ còn là nét huy hoàng của thời quá khứ.

Các tháp Chăm còn lại tới ngày nay có niên đại từ thế kỷ thứ 4 tới thế kỷ 17. Chinh chiến liên miên cho tới thế kỷ 17 đánh dấu thời kỳ suy thoái toàn diện của vương quốc Champa.Đến thế kỷ 17 vương quốc Champa chỉ còn là một vùng đất thu hẹp từ sông Dinh Phan Rang vào tới Bình Thuận nguyên là lãnh địa của tiểu vương quốc Panduranga_ một trong 5 tiểu vương quốc tạo thành Champa như một liên bang.

Tháp Pôrômê là tháp Chăm cuối cùng trong lịch sử kiến trúc của vương quốc Champa đã có dấu hiệu của một công trình vội vã gạch xếp lộn xộn với mạch hồ lớn thô phản ánh một thời kỳ đất nước Champa nhân tài và vật lực suy kiệt và kỹ thuật dựng tháp đã có từ 14 thế kỷ trước bắt đầu với tháp Mỹ Sơn có từ thế kỷ thứ 4 hầu như bị thất truyền.

Những Tháp Chăm đầu tiên vốn là những tác phẩm điêu khắc kỳ vĩ nhưng đến thế kỷ 17 sau ngôi tháp Pôrômê xuống cấp thì người Chăm đã không còn đủ khả năng và phương tiện để xây dựng những ngôi tháp uy nghi truyền thống nữa và họ bằng lòng với những công trình xây dựng nhỏ đó là những ngôi đền để thờ phượng các vị vua cuối cùng như Pôklong Mơhnai, Pônít, PôKlong Gahul...

Điển hình như Đền PôKlong MơhNai được dựng trên một đồi cao thuộc làng Lương Sơn, tổng Vĩnh An huyện Hòa Đa hình dáng kiến trúc giống như một ngôi chùa sử dụng vôi vữa giống như người Việt không còn đâu nét đồ sộ và hoành tráng của tháp Chăm trước kia.

Chỉ có bên trong những ngôi đền ấy còn giữ nội dung thờ phượng là hoàn toàn Chăm với tượng vua, tượng hoàng hậu và tượng bà thứ phi người Việt.

Các pho tượng được trạm khắc với những đường nét còn rất tinh tế có hồn và rất sinh động gợi cảm. Nhưng chỉ có thế. Lịch sử kiến trúc điêu khắc nghệ thuật Chăm đến đây coi như kết thúc_ cùng với bước kết thúc của vương quốc Champa cho dù vẫn còn những cộng đồng dân tộc Chăm sinh sống trên dải đất quê hương họ.

Với những người thiểu số cao nguyên sống rải rác trên núi non Trường Sơn có lẽ một số trước kia cũng là người Chăm, bị chinh chiến điêu linh khiến phân tán thất lạc lên các vùng núi non hiểm trở cô lập với thế giới bên ngoài và rồi tự phát triển theo hướng riêng của mỗi nhóm.

Con tàu thời gian đang đưa ông Khắc về quá khứ, dưới bầu trời Miền Trung nắng đẹp với những đám mây trắng lang thang nhưng cảnh trí cũng thật là khô cằn. Con tàu tới Bình Định quê hương của Tây Sơn, xa hơn nữa từ thế kỷ 15 trở về trước, nơi đây là Tiểu Vương Quốc Vijaya, với thành Đồ Bàn_ đã từng là kinh đô Champapura rực rỡ thời cực thịnh của Vương Quốc Champa với những đội quân hùng mạnh, với những đoàn chiến thuyền đã bao lần tung hoành dọc ngang một cõi: bành trướng lên phía bắc nhiều lần đánh phá Đại Việt ra tới tận thành Thăng Long, chinh phạt xuống phương nam đánh Phù Nam và dũng mãnh tiến tới tận thành Angkor.

Qua Quảng Ngãi là lãnh địa của Tiểu Vương Quốc Amavarati, không còn bóng dáng một người Chăm. Sau bao cuộc chiến chinh, dấu vết của "Điêu Tàn" còn lại chỉ là một cánh đồng lúa xanh với rải rác những gò trống đá ong những chân tường màu gạch đã phủ dày những lớp rêu phong.

Cung đình triều đại người xưa đâu. Có chăng còn đâu đó trong Viện Bảo Tàng Đà Nẵng là những pho tượng vũ công Chăm tuyệt mĩ với những tấm thân uyển chuyển và đôi bàn tay dịu dàng. Đâu đây tưởng như còn vang vọng tiếng nhã nhạc với tiếng trống tiếng đàn tiếng sáo nơi cung đình có cả một nàng công chúa Huyền Trân của Việt Nam. Ông Khắc hiểu rằng dấu vết nền văn minh Chăm không phải chỉ tới có Quảng Bình với dẫy Hoành Sơn hiểm trở biên giới phía bắc xa nhất của Tiểu Vương Quốc Indrapura thuộc Champa như một lên bang_ mà ảnh hưởng đó còn lan tới tận ngoài Bắc khi các vua triều Lý đã đem các nghệ nhân Chăm ra xây cung điện và chùa chiền ở kinh đô Thăng Long. Sử chép năm Giáp Thân (1044), vua Lý Thái Tông ngự giá đi đánh Chiêm Thành, giao tranh khốc liệt máu chảy đỏ cả con sông Ngũ Bồ, quân Chăm thua chạy. Thái Tông thừa thắng tiến binh chiếm luôn quốc đô là Phật Thệ (nay là huyện Hương Thủy tỉnh Thừa Thiên) và khi trở về bắt theo toàn thể đoàn cung nhân nhạc nữ Chăm - trong đó có vương phi Mỵ Ê. Khi tới Lý Nhân, Thái Tông cho đòi Mỵ Ê sang chầu bên thuyền rồng nhưng nàng quyết thủ tiết và trầm mình trong dòng Châu Giang. Câu chuyện cảm động khiến Tản Đà khi đi qua Lý Nhân đã viết nên bài thơ:

Châu giang một dải sông dài
Thuyền ai than thở một người cung phi
Đồ Bàn thành phá hủy
Ngọa Phật tháp thiên di
Thành tan tháp đổ
Chàng tử biệt thiếp sinh ly...

Ông Khắc dừng mắt ngay nơi trang đầu phần "Dẫn Nhập" cho bản thảo cuốn sách

..."Như mọi dân tộc khác, người Chăm có một nguồn gốc, một nền văn hóa và một lịch sử đấu tranh. Vậy mà chỉ mấy trăm năm gần đây thôi cả Vương Quốc Champa của một thời huy hoàng ấy ngày nay chỉ còn là một hư ảnh, hoàn toàn bị chôn vùi trong quá khứ phũ phàng. Hoạn nạn dồn dập đã tàn phá tất cả, cả đến mỗi con người Chăm cũng không còn nguyên vẹn nữa..."

Những dòng chữ ngắn ngủi ấy của Ro-Hiêm người bạn Chăm mà ông Khắc đã quen biết bao năm từ hồi còn viết cho tờ Bách Khoa, đã như những mũi kim đâm vô óc và làm đau nhói trong tim. Có lẽ nghĩ ông là người bạn Việt tâm đắc nên Ro-Hiêm có ý nhờ ông viết lời tựa cho cuốn sách "Lịch sử Dân Tộc Chăm, Một Vương quốc Tiêu vong" công trình đồ sộ của cả một hùng tâm làm việc trong bao nhiêu năm. Ông Khắc tự hỏi sẽ phải viết gì về cái chết của một quốc gia Vương Quốc Champa qua những trang sách đầy máu và nước mắt ấy.

Từ bao lâu rồi khi bước chân vào nghề báo ông Khắc đã không ngừng nghĩ tới lẽ công bằng cho người thiểu số không phải chỉ trong bối cảnh địa lý chánh trị của Việt Nam mà trong cả ý niệm toàn cầu hóa trách nhiệm với tất cả các sắc dân thiểu số trên hành tinh này_ đó cũng là một trong những chủ đề của cuốn sách *Cahier d'Asie du Sud-Est* của ông Khắc sắp hoàn tất.

Không phải đến cái tuổi này ông Khắc hay nghĩ tới cái chết, ngay từ thời trẻ ông đã rất sớm tiếp cận với cái chết khi bồng bột theo người chú đi làm cách mạng kể cả tham gia vào ban ám sát khi chỉ mới biết cầm súng. Những năm xanh ảo tưởng ấy cũng qua mau cho đến khi người chú của ông bị Việt Minh bắt và dẫn đi mất tích trên đường sang Côn Minh. Trên bước đường đi tìm kiếm, như một cơ duyên ông Khắc đã chọn đi vào nghề báo. Là một phóng viên chiến tranh ông cũng đã chứng kiến biết bao nhiêu là cái chết của những người dân những người lính hai bên, kể cả những cái chết của các đồng nghiệp làm báo đã từng rất thân thiết với ông. Nếu đã không chết, thì chúng ta chẳng thể biết được cái giá của sự sống ra sao. Ông Khắc rất tâm đắc với câu nói ấy của J.Y. Cousteau. Từ cái chết của mỗi con người ông Khắc nghĩ tới cái chết của một quốc gia kèo theo sự tiêu vong của cả một nền văn minh. Và cả vương quốc Champa hùng mạnh của quá khứ nay đã không còn dấu vết nào trên bản đồ thế giới.

Chỉ mới đây thôi không phải ngẫu nhiên mà ông nhắc mấy người bạn trẻ trong Nhóm Bạn Cửu Long rằng con sông Mekong mà họ đang tha thiết quan tâm ấy chảy qua bảy quốc gia thay vì sáu khi ông nghĩ tới một quốc gia nhỏ bé Tây Tạng đang trên bờ vực thẳm và cũng đang có nguy cơ bị tiêu diệt.

Ông Khắc nghĩ đến một mai khi có một chánh quyền dân chủ vững mạnh biết tôn trọng những giá trị nhân bản, đã đến lúc vị nguyên thủ quốc gia phải đứng ra công khai tạ lỗi với người Chàm và cả những sắc dân thiểu số khác_ về những đau thương và mất mát mà tổ tiên chúng ta đã gây ra cho họ trên bước đường Nam Tiến. Hành động tạ lỗi không phải chỉ để nhìn lại quá khứ bởi vì chẳng ai thay đổi được lịch sử quá khứ, mà chính là để hướng về tương lai bởi vì nếu không rút ra những bài học từ lịch sử thì rồi ra lỗi lầm lịch sử lại tái diễn dưới dạng những tấm thảm kịch khác.

Theo ông, sự phát triển của dân tộc Việt từ ngày lập quốc tới nay, tính chất "mở mang bờ cõi" qua cuộc Nam Tiến cần được nhìn bằng con mắt lịch sử - cho dù bảo rằng đó là sự đã rồi_ fait accompli nhưng cũng cần được nhìn lại qua nhãn quan hôm nay trong một trật tự thế giới mới với "công bằng cho người thiểu số" bằng tôn trọng sự tồn tại phát triển và hạnh phúc của các sắc dân khác. Nước mắt và sự tuyệt vọng của những người Chăm, người Thượng rất cần được chúng ta động tâm suy nghĩ trong bối cảnh của một đất nước Việt Nam quy về một mối trong tương lai.

Thảm sát Mậu Thân, thảm sát ở Sơn Mỹ. Con tàu Thống Nhất ấy cũng đưa ông Khắc trở lại với Sơn Mỹ, trở lại với Huế. Đã hơn 30 năm rồi mà ông Khắc vẫn còn nhớ như in những gì xảy ra trong Tết Mậu Thân ấy.

Chưa đầy hai tháng sau vụ thảm sát Tết Mậu Thân ở cố đô Huế, ngày 16 tháng 3 năm 1968 khi các tiểu đội của Sư đoàn 23 Bộ Binh Mỹ dưới quyền chỉ huy của thiếu úy William Calley, đổ bộ bằng trực thăng xuống làng Sơn Mỹ thuộc tỉnh Quảng Ngãi, vốn nằm trong tầm kiểm soát của cộng sản. Trước đó hai tuần lễ đã có 6 lính Mỹ bị tử thương do xập mìn bẫy. Lính Mỹ gọi Sơn Mỹ là một Làng Đỏ_ Pinkville. Trong cuộc hành quân lục soát ấy, theo lệnh của Calley, đã có 506 dân làng bao gồm cả đàn ông phụ nữ và trẻ em bị thảm sát. Biến cố này đã được giới truyền thông Hoa Kỳ tận tình khai thác và rêu rao lâu dài như một thứ tội ác man rợ nhất của lính Mỹ đối với thường dân và được coi như khúc rẽ về hình ảnh cuộc chiến tranh Việt Nam. Điều trớ trêu là cũng giới truyền thông ấy lại không mấy quan tâm tới vụ thảm sát hơn ba ngàn thường dân của quân Cộng Sản Bắc Việt ở Huế. Trước khi ra Huế, ông Khắc xuống tàu ở Quảng Ngãi để ngày hôm sau đi Mỹ Lai. Cho dù phương tiện giao thông ở thôn quê còn thật tệ hại nhưng lại thật dễ dàng có xe đi Sơn Mỹ bởi ngày nay Đài Tưởng Niệm Sơn Mỹ đã trở thành tụ điểm du lịch để thu hút ngoại tệ của du khách đến từ khắp nơi trên thế giới.

Chỉ cách thị xã Quảng Ngãi 13 cây số về hướng bắc, không mấy xa sau khi băng qua cây cầu ngang sông Trà Khúc nổi tiếng với cát trắng nước trong và độc nhất vô nhị với cảnh quan "những bánh xe nước" nhịp nhàng quay theo dòng chảy đưa nước sông vào máng dẫn tới những cánh đồng lúa xanh xa tắp khiến người Pháp trước đây phải hết lời ca ngợi về "óc kỹ xảo của người nông dân An Nam", và ngay trước mặt là tấm bảng chỉ đường tới Sơn Mỹ.

Miền Trung đất khổ quê nghèo. Hơn 30 năm trước ông Khắc đã tới một Quảng Ngãi sau lũ lụt trắng những khăn tang. Hai mươi năm sau hòa bình, thời gian như dừng lại che trở cho mọi đổi thay, cũng vẫn quê nghèo đất khổ với con trâu và cái cày. Vẫn có những tháng đói kinh niên mỗi năm và người dân đã phải ăn cả những cây xương rồng.

Tới giữa làng là một đài tưởng niệm cách đó không xa là nghĩa trang liệt sĩ. Để tăng thêm tác dụng tuyên truyền, một hầm tránh bom được dựng lại cùng với con lạch nơi xác các nạn nhân được ném xuống. Cũng là điều trớ trêu là bao nhiêu hình ảnh ghê rợn được phóng lớn của khu triển lãm ấy được cung cấp một cách phong phú bởi chính các phóng viên và truyền hình Mỹ. Bấy lâu trong và sau chiến tranh Việt nam vẫn chỉ là hình ảnh một phía của man rợ và tội ác. Đứng ở Sơn Mỹ mà ông Khắc cũng đã thấy trước được nguyên vẹn từng ấy hình ảnh trong Viện Bảo tàng ISAW_ Institute for the Study of American Wars, về 6 cuộc chiến tranh Mỹ có tham dự trong đó có cuộc Chiến Tranh Việt Nam mà lần đầu tiên Mỹ đã bị thua. Khi điều gì vượt quá tầm suy luận thì người ta tìm cách này hay cách khác để giải thích. Neil Sheehan, tác giả cuốn sách A Bright Shining Lie_ Sự dối trá hào nhoáng, đã cho rằng những vụ thảm sát như vậy không phải là hiếm xảy ra trong chiến tranh thường là ở những vùng xa xôi mà nạn nhân là những thường dân không võ trang. Đối với những lính Mỹ khi đặt chân tới Sơn Mỹ, nơi đã có các đồng đội của họ ngã xuống thì dưới mắt họ bất cứ người Việt nào họ gặp cũng có thể là bọn Đỏ tàn bạo, từ cách nhìn đó chỉ cần một bước rất nhỏ những người dân ấy dễ dàng trở thành những cái bia cho những họng súng thù hận lẫn với sợ hãi.

Là phóng viên chiến tranh ông Khắc hiểu rằng đâu phải chỉ có hai vụ thảm sát Huế và Sơn Mỹ mà còn bao nhiêu địa danh khác bị lãng quên trong suốt cuộc Chiến Tranh Việt Nam. Điển hình không thể không nhắc tới tấn thảm kịch xảy ra tại làng Phú Hiệp tỉnh Phú Yên trước đó hai năm hồi tháng 5 năm 1966 khi quân đội viễn chinh Đại Hàn tàn sát hàng trăm dân làng vô tội hầu hết là người già phụ nữ và trẻ em với lý do trả đũa cho vụ ném lựu đạn phục kích làm chết một viên thiếu úy Đại Hàn và họ nghi là dân làng có chứa Việt Cộng. Đã có nhiều vụ trả đũa tàn ác như vậy nhắm vào các thường dân vô tội mỗi khi quân họ bị phục kích và đã không có một dư âm nào trên báo chí như vụ Sơn Mỹ do kế hoạch bưng bít và kiểm duyệt gắt gao. Nhưng làm sao hư vô hóa được tất cả tội ác khi mà vẫn còn những lời kể lại của những nạn nhân người Việt may mắn sống sót cộng thêm với lời khai phản tỉnh_ tuy muộn màng của các cựu chiến binh Đại Hàn từng tham chiến tại Việt Nam.

Vào buổi giao thời của Đổi Mới thì Đại Hàn nay là quốc gia đầu tư làm ăn lớn nhất ở Việt Nam nên những người Cộng Sản lãnh đạo ở Hà Nội đã vội vã tuyên bố là muốn bỏ lại quá khứ sau lưng để quan hệ hữu nghị với mọi quốc gia khác. Chỉ riêng con cháu những nạn nhân còn sống sót thì họ vẫn đau thương tức tưởi và chẳng thể nào quên...

Qua đèo Hải Vân cảnh trí tuyệt vời_ được Paul Theroux đánh giá là đẹp nhất thế giới, khi con tàu đi vào một biển mây với phía dưới là làng chài lưới nhỏ nép bên bãi biển Lăng Cô. Biển thì trong xanh lung linh những tia nắng ấm với các đợt sóng trải dài trên một bãi cát thủy tinh trắng mịn. Vẻ đẹp tươi mát và trinh nguyên ấy cũng không làm dịu bớt cơn ác mộng hồi tưởng_ flashback về những tháng năm chinh chiến điêu linh mà bản thân ông Khắc đã trải qua.

Tạ lỗi Mậu Thân 1968. Những mồ chôn tập thể, hàng sâu người bị chôn sống trong đó giáo sư Quốc Học Trần Đình người đàn anh trong gia đình Hướng đạo rất thân thiết của ông Khắc. Chỉ riêng một dòng họ tiếng tăm ở Huế mà ông biết cũng đã mất 5 người vừa bị bắn vừa bị chôn sống, trong đó có cả cụ già và thanh niên. Rồi còn phải kể cả những cuộc hành quyết hàng loạt bên ngoài Huế rồi ném xác xuống khe suối Đá Mài chỉ được tìm ra sau đó. Có khác gì đâu với những ngôi mộ tập thể ở tây nam Nam Vang. Trường học Gia Hội có khác gì đâu lycée Tuol Sleng_ nay là Viện Bảo Tàng Tội Ác Diệt Chủng của Pol Pot.

Khmer Đỏ đã có hơn bốn năm trong khi quân Cộng Sản Bắc Việt chỉ có hơn 25 ngày chiếm đóng Huế để thực hiện một cuộc tàn sát tập thể hơn ba ngàn người. Động cơ nào khiến con người hành động tàn sát man rợ như vậy? Đã đến tuổi này ông Khắc có nhu cầu tìm lời giải đáp. Có bao nhiêu lối giải thích cũng vẫn chỉ là bấy nhiêu giả thiết.

Do nỗi sợ hãi thù hận. Một số nhà báo Tây phương cho rằng do những trận đánh bom khủng khiếp ngày đêm của Mỹ để giải tỏa cố đô Huế, khiến những người lính Cộng Sản Bắc Việt phải sống thường xuyên trong tình trạng hãi hùng và kinh hoảng_ điều này được giải thích như "hoàn cảnh nguyên nhân" của các hành động tàn sát man rợ. Lại cộng thêm lòng thù hận với đám cư dân sống trong thành phố không những không tham gia "nổi dậy" mà còn "bỏ chạy" dửng dưng vô cảm với những chịu đựng thống khổ của họ, mà cả lẫn trong số đó không thiếu những thành phần "ác ôn" đáng bị trừng phạt và trừ khử. Hủy diệt nhân tính, giáo dục "căm thù" tạo dựng nên chân dung "kẻ địch không còn mang tính người" để có thể lạnh lùng xuống tay thảm sát mà không hề có cảm giác phạm tội. Bùi Tín trong Mặt Thật cũng chọn lối giải thích này để bào chữa cho vụ thảm sát Tết Mậu thân ở Huế. Và trước đó cũng đã có nhà phân tích chánh trị Mỹ Wayne Bert dùng lối giải thích này để lý giải nguyên nhân các hành động tàn sát tập thể của quân Khmer Đỏ ở Cam Bốt.

Đã có viện bảo tàng tội ác diệt chủng Cam Bốt ở lycée Toul Sleng Nam Vang, đã có Đài Tưởng Niệm vụ thảm sát hơn 500 thường dân tại Sơn Mỹ, tại sao trường Gia Hội không là nơi trưng bày và tưởng niệm cho hơn 3000 nạn nhân trong vụ thảm sát Tết Mậu Thân như Giải Khăn Sô cho Huế.

Chiến tranh đã không thể biện minh được như động cơ tàn ác giết những người thường dân vô tội. Người sống phải có câu trả lời về trách nhiệm cho những vấn nạn lịch sử ấy. Không nuôi dưỡng lòng căm thù nhưng cũng không cho phép sự gian dối che đậy, do đó các thế hệ Việt Nam hiện tại cũng như tương lai phải có trí nhớ đầy đủ về những tấn thảm kịch đất nước để đừng bao giờ tái phạm những tội ác như vậy nữa.

Lên với bình minh. Từ sáng tinh mơ, sương mù phủ đặc, bên ngoài đường còn tối. Từ những con hẻm quanh co của khu Nam Giao, người ta đã thấy các bà mẹ, các chị lặng lẽ leo lên theo những con dốc dẫn con em tới trường. Ngôi trường tiểu học Phan Bội Châu, cũng là nơi mang nhiều di tích những ngày cuối cùng của cụ Phan khi về sống ẩn dật ở Huế.

Sáng nay cũng như mọi ngày, tụi nhỏ được ăn sáng ở trường. Ở nhà bố mẹ có thể vẫn thiếu thốn nhưng các bậc phụ huynh đồng ý cùng chung lo với nhà trường những bữa ăn sáng tạm gọi là có đủ chất dinh dưỡng cho các em. Tùy khả năng chung góp nhưng bữa ăn thì đồng đều, tùy ngày mỗi em khi thì được ăn một chiếc bắp non ngọt khi thì củ khoai mật hoặc sang hơn thì được một chén cơm chiên. Rõ ràng là “ăn vóc học hay”, được no bụng các em học chú tâm hơn và điểm đạt được trong lớp cao hơn. Hơn một nửa thế kỷ, trải qua bao nhiêu cuộc cách mạng và chiến tranh xương máu_ lại cả sắp bước vào thế kỷ mới một thiên niên kỷ mới, hạnh phúc cao nhất trước mắt mới chỉ là mong sao cho được “ăn no mặc ấm”.

Sáng nay cùng đi với các em lên đồi Vọng Cảnh xem mặt trời mọc, bên Quốc Học qua có thầy giáo Nguyễn Châu và trò Đinh Quang Bảo Toàn khôi nguyên giải thi Toán Quốc Tế La Mã kỳ vừa qua. Khách từ xa tới thì có bác sĩ Duy và ông Khắc. Hai người không hẹn mà gặp. Duy vừa hoàn tất khóa thỉnh giảng ngắn hạn tại Đại Học Y khoa Huế. Ông Khắc biết Duy qua sinh hoạt của Nhóm Bạn Cửu Long. Duy gốc người Bắc nhưng lại có ý tưởng độc đáo về tương lai Đồng Bằng Sông Cửu Long như một cái nôi của nền văn hóa Việt Nam bước vào thiên niên kỷ tới...

Trong chuyến du ngoạn này, về lịch sử các em học sinh sẽ được nghe kể về lai lịch ngọn đồi nơi các em đang đứng, trước kia thuộc tỉnh Phú Xuân cũng là nơi ngót ba trăm năm trước Quang

Trung Nguyễn Huệ lên ngôi hoàng đế, uy nghi lẫm liệt trong áo chiến bào truyền hịch trước đám tướng sĩ ba quân trước giờ xuất phát ra Thăng Long tốc chiến đại phá quân Thanh giữa Tết Đống Đa Xuân Kỷ Dậu 1789. Từ bài học ấy, các em được sống lại với ý thức Bổn phận Danh dự Trách nhiệm thay vì chủ nghĩa thực dụng chỉ biết có nghiệp vụ cùng là hướng về lợi ích không xa hơn giới hạn của bản thân.

Ông Khắc hiểu rằng chuyện gì thì cũng phải khởi lại từ đầu, chuyện giáo dục đào tạo con người đâu phải là vấn đề của đầu hôm sớm mai. Làm sao có được thầy giáo giỏi, lại có lòng. Không thể để thầy cô, mà người ta mỹ miều gọi tên là những kỹ sư tâm hồn, ngoài buổi dạy học vẫn phải tất tưởi lao động thêm mới đủ sống. Bạc đãi thầy cô đến như vậy cũng chính là gián tiếp bạc đãi các em. Tôn sư trọng đạo, nâng cao mức sống nhà giáo mới mong hấp dẫn được người ưu tú chọn nghiệp thầy cô. Nhìn 28 em "Nhị Thập Bát Tú" như những vì sao, rạng rỡ thông minh với các khuôn mặt khác nhau, mắt sáng môi không hồng thân hình thì quá mảnh mai khác hẳn với những đứa trẻ Việt ở Mỹ thì lúc nào cũng nảy nở no tròn. Thiếu ăn suy dinh dưỡng vẫn còn là vấn đề tồn tại trong thế hệ các em.

Vui vẻ theo chân các em trên đường đi, bác sĩ Duy quay sang nói chuyện với ông Khắc:

- Cho dù có hơn mười năm "Đổi Mới" theo tường trình của UNICEF, số trẻ suy dinh dưỡng ở Việt Nam vẫn gia tăng nhất là ở nông thôn lại kèm theo một hiện tượng mới khá nghịch lý là sự xuất hiện của một một nhóm trẻ béo phì trong các thành phố.

Duy bày tỏ mối ưu tư, tiếp:

- Trẻ suy dinh dưỡng nhất là ở những năm đầu tiên, không phải chỉ nhỏ về vóc dáng mà cả não bộ cũng không phát triển, thiếu tế bào não trẻ không có khả năng tập trung và trở nên ngu độn. Còn đám trẻ phì mập thì cũng là bệnh chứ đâu có hay ho gì!

Ông Khắc nói thật ngắn:

- Cũng không khó khăn gì để giải thích hiện tượng nghịch lý đó, nó chỉ phản ánh sự phân phối của cải lợi tức xã hội không đồng đều trong giai đoạn phát triển tư bản hoang dã.

Duy giọng lên án gay gắt:

- Quản lý một đất nước có tiếng là vựa lúa của Đông Nam Á mà để cho 70% trẻ em suy dinh dưỡng đã là điều đáng trách. Giữa đông đảo những đứa trẻ gầy ốm thiếu ăn ấy lại xuất hiện một đám con cái cán bộ đảng viên dư ăn ngập miệng đến mang bệnh phì mập thì bộ máy cai trị ấy không phải chỉ đáng trách mà là bất nhân và đáng ghê tởm.

Ông Khắc thấy ở Duy là một tổng hợp những điều nghịch lý: thẳng thắn bộc trực gay gắt phê bình chế độ hiện tại nhưng vẫn không từ nan dấn thân, kể cả những việc nhỏ thấy là phải thì vẫn cứ làm. Duy phân biệt rất rõ giữa chế độ và những người dân sống trong đó. Duy tiếp giọng cảm khái:

- Trẻ đói hay trẻ no đều là đám trẻ bệnh không phải là thế hệ thừa kế tốt để Việt Nam bước vào thế kỷ mới.

Đã qua cái tuổi "thất thập cổ lai hy" mà sao ông Khắc vẫn chưa thấy mình là già, đã thế đám bạn của ông như Duy, Cao, Triết toàn là lớp trẻ cách ông tới cả hai thế hệ, với mối tương quan trong sáng hồn nhiên và không cợn lên cái khoảng cách giữa tuổi tác. Ông dễ dàng nói chuyện với họ về những triển vọng tương lai hơn là với các người bạn già cũ mà lề lối suy nghĩ đã hóa thạch và chỉ thích quay về quá khứ. Chuyện trong nước đã thế, ông Khắc nghĩ chuyện bên ngoài cũng không đơn giản gì. Theo ông nói chuyện nhân quyền trước tiên là quyền được làm người quyền được sống của những đứa trẻ, trước khi bàn tới những chuyện cao xa khác.

Có tiếng của đám trẻ reo lên. Đến rồi bình minh. Dâng lên từ phía Biển Đông, mặt trời như một chiếc mâm to tròn đỏ từ từ ló dạng nhưng vẫn ướt đẫm tươi mát lẫn trong mênh mông của biển sương mù. Cũng mặt trời đó chỉ ít phút sau khi càng lên cao càng khô ráo ấm áp và cũng rực rỡ hơn.

Giã từ bóng đêm, tới với bình minh với tương lai bao giờ cũng là cảm giác ấm áp.

Kinh Vĩnh Tế là con sông đào lịch sử dài ngót 100km chạy thẳng từ Châu Đốc xuống Hà Tiên; là công trình đồ sộ gắn liền với tên tuổi Thoại Ngọc Hầu. Công khai phá bất hủ ấy cũng được ghi khắc trên chiếc Cao Đỉnh đặt trong Đại Nội Huế_ 61, 27

Lăng thờ Thoại Ngọc Hầu tại núi Sam Châu Đốc, người có công hoàn tất công trình đào con con kinh Vĩnh Tế.

Mỹ Sơn là ngôi tháp Chàm đầu tiên vào thế kỷ thứ 4. Tháp Pôrômê ở Phan Rang là tháp Chàm cuối cùng vào thế kỷ 17. Đó là những tác phẩm kiến trúc và điêu khắc có giá trị nhất của nền văn minh Champa._ 39

*Một tháp Chàm tại Mũi Né Phan Thiết, một trong số những Tháp lớn nhỏ còn rải rác khắp miền Trung_**

*Thánh đường Mubarak (có nghĩa Được Ban An Phước) của người Chăm Islam làng Đa Phước Châu Đốc. Công trình kiến trúc nguy nga hoàn tất từ 1992 do tiền từ các cộng đồng Chăm hải ngoại gửi về, được hậu thuẫn rất mạnh từ các nước Hồi Giáo nhất là Mã Lai_**

*Một căn nhà khá đặc thù của người Chăm Islam Châu Đốc_**

Hình ảnh nạn đói khủng khiếp năm Ất Dậu 1945, hơn 2 triệu người chết từ Quảng Trị trở ra trong khi ĐBSCL không thiếu gạo và tại Nam Định các kho gạo của quân Nhật vẫn đầy ứ_ H. Võ An Ninh

"Giải Khăn Sô cho Huế", Tết Mậu Thân 1968, nơi cố đô bên những đống gạch vụn là cuộc tàn sát tập thể hơn 3 ngàn người chỉ trong vòng 25 ngày CS chiếm đóng cố đô Huế. Người sống vẫn chưa có câu trả lời cho vấn nạn lịch sử ấy_24

"Làng Đỏ" Sơn Mỹ tỉnh Quảng Ngãi, nơi trước đó 2 tuần lễ đã có 6 lính Mỹ tử thương do mìn bẫy VC. Ngày 16-3-68 chưa đầy 2 tháng sau vụ thảm sát Tết Mậu Thân Huế, trong một cuộc hành quân lục soát và báo thù cho đồng bạn, theo lệnh của thiếu úy Calley, đã có 506 dân làng bị thảm sát, gồm cả người già, phụ nữ và trẻ em_24

*Ngôi Chùa Khmer nơi Đồng Bằng Sông Cửu Long. Ngót 1 triệu người Khmer sinh sống đông nhất ở 2 tỉnh Sóc Trăng và Trà Vinh họp thành các phum (xóm), sóc (làng) theo đạo Phật Tiểu Thừa Theravada._**

*Chùa chiền, thánh thất, nhà thờ, am miếu... phản ánh tính đa dạng tôn giáo và phong phú đức tin nơi ĐBSCL _**

CHƯƠNG XIV

CHUYẾN TÀU LỠ TRÊN SÔNG MEKONG VÀ CON CÁ ĐUỐI TRONG TỈNH ĐỒNG THÁP

Peace had returned to this beautiful land
at the expense of its very raison d' être...
Tim Page

Chuyến Tàu Lỡ Trên Sông Mekong. Calypso tượng trưng cho cơ hội lại bị bỏ lỡ bởi giới lãnh đạo Việt Nam do chỉ biết nhìn qua một nhãn quan đường hầm_ tunnel vision.

Trong suốt hơn nửa thế kỷ Calypso đã gắn liền với tên tuổi Jacques-Yves Cousteau (JYC), ông không chỉ được biết tới như một nhà thám hiểm biển sâu mà còn là một chiến sĩ bảo vệ môi sinh. JYC chết tháng 6 năm 1997, Calypso thì nằm ụ ở cảng Marseille bỏ mặc cho khí hậu và thời gian tiếp tục làm cho han rỉ. Nhiều người đang vận động đưa Calypso về sông Seine nước ngọt ở Paris để trưng bày như một tượng đài quốc gia trước khi bị hà và muối làm cho thân tàu hoàn toàn ruỗng mục.

Nguyên là sĩ quan Hải Quân Pháp đầy huân chương, JYC đã sáng chế ra bộ máy thở cho người lặn sâu. Sau Thế chiến 2, JYC đã thành công biến cải một tàu vớt mìn của Mỹ thành con tàu Calypso với liên tục những cuộc thám hiểm biển sâu sau đó. JYC cũng tạo ra được Đĩa Lặn như một tàu ngầm tí hon đủ cho hai người có thể xuống sâu hơn 300m và đã lại cống hiến cho thế giới bao nhiêu những hình ảnh đẹp ly kỳ khác.

Là người tiên phong thám hiểm các rãnh sâu Địa Trung Hải, những vùng hang động Bahama, thu vào ống kính những hình ảnh từ lòng đại dương như những công viên kỳ ảo dưới đáy biển làm say mê cả thế giới.

JYC còn được nhắc tới với nhiều giai thoại rất ư là Pháp. Theo phóng viên tờ National Geographic thì trước khi khởi hành từ cảng Toulon, Calypso đã chở theo 2 tấn rượu vang đỏ và 20 tấn nước ngọt với kỷ luật của thuyền trưởng áp dụng cho toàn thủy thủ đoàn là "khẩu phần nước ngọt thì hạn chế nhưng với rượu chát thì không!"

Calypso chỉ tiếp tục một truyền thống Gaulois có tự lâu đời. Cách đây hơn 130 năm đoàn thám hiểm Pháp Doudart de Lagrée / Francis Garnier ngược dòng sông Mekong thời hoang dã trước khi khởi hành từ Sài Gòn ngày 05-06-1866 trên một pháo hạm, hành trang lên đường thực phẩm có thể thiếu (sẽ được bổ xung trên đường đi) nhưng rượu chát thì không: do đó ban hậu cần đã chu đáo cung cấp cho đoàn chỉ gồm 6 người "700 lít rượu chát và 300 lít rượu mạnh" trong khi đoàn chỉ có mang theo có mỗi một thùng dụng cụ cho mục tiêu khảo sát khoa học.

Ngoài những phim ảnh sống động về sinh cảnh dưới lòng đại dương, về các nguồn động và thực vật chưa bao giờ được biết đến, cuốn sách "The Silent World" là một best seller ngay khi ra mắt với 5 triệu ấn bản bán hết và được dịch ra 22 thứ tiếng.

JYC được Hội National Geographic trao tặng huy chương vàng với lời vinh danh như "người lục địa đã mở cánh cửa vào thế giới thinh lặng của đại dương" và tiếp tục được cơ quan này bảo trợ để thực hiện những cuộc thám hiểm trên Hồng Hải qua đến Ấn Độ Dương sau đó.

Nhưng rồi những tháng ngày đẹp đẽ và trong lành dưới nước không còn nguyên vẹn nữa. Ngay trong vùng biển ấm Địa Trung Hải nước trong xanh như thủy tinh thì nay bắt đầu vẩn đục, đáy biển vốn rất phong phú với các sinh cảnh động và thực vật thì nay bắt đầu dần trơ trụi. Bị báo động, JYC mở ngay những cuộc khảo sát các mẫu nước biển, thu thập và phân tích các chất lắng, ông đi tới kết luận hiển nhiên đây là hậu quả của ô nhiễm kỹ nghệ và tiện dụng gia cư mà người ta không ngừng mỗi ngày trút xuống sông xuống biển. JYC kinh hoàng khi thấy không phải chỉ ở Địa Trung Hải mà bất cứ vùng biển và sông ngòi nào mà con tàu Calypso đi qua như Mỹ Châu, Phi Châu, Á Châu Thái Bình Dương đều cùng một thảm cảnh bị suy thoái môi sinh như vậy.

Có lẽ đây cũng là thời điểm mà JYC muốn đưa con tàu Calypso đi khảo sát ngược dòng sông Mekong nhưng... đã không được nhà cầm quyền cộng sản Việt Nam cho phép.

"Cousteau voulait remonter le Mekong avec son Calypso, mais les Vietnamiens n'ont pas donné l'autorisation." C'était une grande perte pour le Vietnam et pour la France. (Mékong, Après le Dégel, Guido Franco, 1992)

Việt Nam chứ không phải Pháp đã mất đi một cơ hội bằng vàng để bổ sung phần hiểu biết vốn đã quá nghèo nàn về hệ sinh thái con sông Mekong mà cho dù sau này có bao nhiêu tiền đi nữa cũng không bù đắp được sự mất mát chất xám và cả trái tim nồng nhiệt của JYC.

Đang từ một nhà thám hiểm dưới nước JYC nghiễm nhiên trở thành chiến sĩ bảo vệ môi sinh, trên biển trên sông và cả trên đất liền như gắn bó hữu cơ của những sinh cảnh như một toàn thể. Ông đã nhìn ra cốt lõi của vấn đề mà hơn 100 nhà lãnh đạo các quốc gia tham dự Hội Nghị Môi Sinh và Phát Triển ở Rio de Janeiro (1992) không chịu thấy: đó là nạn nhân mãn. Khi mà tài nguyên trái đất chỉ đủ cung ứng một cách hài hòa cho khoảng 2 tỉ người thì dân số thế giới hiện nay đã gần 6 tỉ, trong đó riêng Việt Nam đã gần 80 triệu hai phần ba sống trong thiếu thốn nghèo đói và dự trù con số sẽ còn tăng gấp đôi vào giữa thế kỷ 21!

JYC chết đi đã để lại một khoảng trống, bởi vì tên tuổi ông đã quá gắn bó với nước_ nước của sông ngòi lục địa, nước của đại dương bao phủ ba phần tư diện tích trái đất này, nhưng thông điệp báo động về môi sinh của ông càng thuyết phục hơn bao giờ hết bằng chính vẻ đẹp tinh khiết và sống động cuối cùng mà mọi người đã được thấy để mà yêu mến và nghịch lý là cũng chính họ đang góp phần hủy hoại.

Con Cá Đuối Trong Tỉnh Đồng Tháp. Nguồn gốc tên Đồng Tháp Mười, Plaine des Joncs hay Đồng Cỏ Lát có nhiều giả thiết: hoặc là nơi xây tháp thứ mười của Thiên Hộ Dương kể từ sông Lớn đi vào trong thời kỳ chống Pháp, hoặc do ngôi tháp có mười bậc, nhưng cũng có người bảo rằng đó là ngôi chùa tháp thứ mười của người Khmer.

Đồng Tháp Mười với diện tích ngót một triệu mẫu tây nếu kể cả vùng đất giữa hai con sông Vàm Cỏ Đông và Vàm Cỏ Tây, nơi mà chỉ mới hơn nửa thế kỷ gần đây thôi còn là một vùng hoang dã bát ngát sình lầy, dưới nước đỉa lội như bánh canh, trên trời muỗi bay rợp như đám mây, là nơi mà học giả Nguyễn Hiến Lê khi còn là một cán sự công chánh trẻ mới ra trường đã đi đo đạc " lênh đênh trên khắp các kinh rạch từ Hồng Ngự tới Thủ Thừa, từ Cái Thia lên Mộc Hóa, có khi đi bộ trọn một tuần giữa một vùng bát ngát toàn lau sậy bàng năng, hai ba chục cây số không có một nóc nhà, một bóng người".

Đồng Tháp Mười ngày nay đã hoàn toàn đổi khác, dân tụ về ngày một đông, các vùng đất hoang kể cả các khu rừng tràm ngày một thu hẹp nhường chỗ cho nhà cửa và ruộng đồng. Khi mà đất chật người đông thì thiên nhiên chẳng còn ưu đãi và cuộc sống cũng không còn dễ dàng như những ngày xưa nữa "những ngày làm chơi ăn thiệt".

Đồng Tháp Mười cò bay thẳng cánh,
Nước Tháp Mười lóng lánh cá tôm...

Đã qua rồi cái hình ảnh ước lệ của một Nam kỳ Lục Tỉnh thời Phạm Quỳnh báo Nam Phong và thi sĩ Tản Đà Đông Pháp Thời Báo từ ngoài Bắc vào thăm không ngớt lời ca ngợi về đời sống trong Nam dễ dãi vui tươi, với gạo trắng nước trong và tôm cá thì đầy đồng: nay thì chính những người nông dân Nam Bộ hào sảng hiếu khách ấy đang phải đổ mồ hôi sôi nước mắt để kiếm sống, "làm thiệt mà cũng chưa chắc có ăn".

Theo tin báo Tuổi Trẻ từ trong nước, mười ngày trước Giáng Sinh, ngư phủ Nguyễn Văn Chơn và vợ cư ngụ tại huyện Lấp Vò tỉnh Đồng Tháp đã lưới được một con cá đuối khổng lồ trên sông Tiền, đoạn giữa hai xã Tân Mỹ và Tân Khánh Trung. Con cá đuối có chiều dài hơn 4 mét ngang 2 mét và nặng tới 270 ký.

Cá đuối hay Selachian, tên khoa học là chondrichthyes, thuộc loài cá sụn - cartilaginous fishes gồm các giống cá mập, cá nhám, cá đuối và là cá nước mặn.

Đây cũng là lần đầu tiên ngư dân Đồng Bằng Sông Cửu Long lưới được một con cá nước mặn lớn như vậy rất xa biển và trên một khúc sông nằm sâu trong đất liền.

Anh Chơn gốc nông dân quê ở miệt dưới nhưng lại chẳng có mảnh đất cắm dùi nên chỉ sống qua ngày bằng làm công hay theo vụ đi gặt mướn. Tới tuổi 15 không được đi học, Chơn đã xin theo "tập đoàn" thuê chung ghe bầu lên Đồng Tháp cắt lúa thuê. Chẳng ai bắt nhưng Chơn thì chịu khó chịu cực dầm mưa dãi nắng lội xình cả tháng xa nhà xa người yêu với hy vọng để dành để dụm được chút tiền cưới vợ:

Trời xanh, kinh đỏ, đất xanh
Đỉa bu muỗi cắn làm anh nhớ nàng
Bao giờ cho lúa chín vàng
Cắt rồi anh trở về làng thăm... em!

Chơn đang yêu con bé Bảy hàng xóm, yêu mãnh liệt nên nó muốn đốt giai đoạn về làng không phải thăm mà là... cưới em!

Đang là trai tơ lại bảnh trai mạnh như trâu nước nên thằng Chơn bị mấy bà chị trong "tập đoàn" chọc ghẹo và cả đòi cưới hoài nhưng

Chơn thì vẫn "chuyên tâm bất nhị" với người yêu nên trong bức thư mùi rệu nhờ người ta viết dùm gửi về cho con bé Bảy nó chịu nhất mấy câu:

Cửu Long chín cửa hai dòng
Người thương anh vô số
Nhưng chỉ một lòng với em...

Và cuối cùng thì Chơn cũng đạt được ý nguyện. Hai năm sau cưới được vợ dĩ nhiên phải là con bé Bảy và ngay năm đầu đã có con. Nhưng rồi làm công gặt mướn không đủ sống, hai vợ chồng bàn nhau thu hết gia tài mùng nóp nồi niêu cả mấy con gà con vịt xuống ghe bỏ quê lên Đồng Cỏ Lát tới huyện Tam Nông của "đồng chí Huyện ủy Mười Nhe" tìm miếng đất hoang gần bờ con kinh cắm dùi. Nơi mà cậu Tư Trung nguyên là bộ đội phục viên quê ở mãi tận Chợ Lách Bến Tre tới đây với hai bàn tay trắng vậy mà chỉ có ba năm sau đã có được nhà mái ngói đỏ au và cuộc sống sung túc. Được cậu Tư khuyến khích lại có quyết tâm "xây đời mới", hai vợ chồng tự tay chặt cây tràm làm cột, cắt lá dừa nước lợp mái làm vách khẩn trương chỉ trong mấy ngày thì dựng xong một cái chòi. Vợ anh ở nhà trông con nhỏ và nuôi mấy con gà con vịt. Anh Chơn thì làm ruộng, chẳng có trâu bò chỉ dùng phảng phạt cỏ xong dùng cây trấn lỗ gieo lúa. Nhờ đất nhờ trời mỗi công cũng được năm bảy giạ lúa tạm đủ gạo ăn quanh năm. Nhưng chủ yếu anh Chơn sống bằng nghề cào cá. Anh có tay đánh cá và cũng đã được ngót 10 năm. Ban đầu nghề cào cá không những có ăn mà còn rất khấm khá tới mức vợ chồng có đủ tiền cất nhà vách gỗ mái tôn, trong nhà lại có thêm cả giường tủ và chiếc "razô" để bắt đài cải lương mê nhất là giọng ca Út Bạch Lan mùi rệu mỗi cuối tuần. Cứ thế mà vợ anh đẻ đều năm một. Anh Chơn thì rất ham con, càng đông càng vui. Vả lại trời sanh thì trời dưỡng, anh Chơn tin là như vậy. Anh xuất thân nhà nghèo lại không được đi học mà có sao đâu, vẫn có được vợ đẹp con khôn.

Nghĩ thì như vậy nhưng rồi vận may đâu có kéo dài mãi được. Không biết vì sao những năm về sau này anh thấy mình "xui tận mạng", lúa trồng thì thất thu vì nạn chuột sâu rầy và ốc bươu vàng, các mẻ lưới cá càng ngày càng ít đi nên anh không còn hào sảng được như trước là chỉ giữ lại cá lớn và phóng sinh cho lũ cá con. Bây giờ thì vợ chồng anh Chơn bắt tuốt luốt cá lớn cá bé không tha một con nào, vậy mà vẫn không đủ sống và miệng ăn trong nhà thì cứ tăng.

Đã thế con bé Bảy vợ anh lại quá ư hấp dẫn, khi còn con gái thì cứ như trái soài tượng xanh đến khi có con rồi thì lại ngọt ngào như trái soài cát thì bảo sao anh không mê vợ cho được. Vợ anh mắn đẻ lại đẻ cho anh toàn những đứa con đẹp "giống thằng bố nó như hệch" nên cực thì có cực nhưng anh đâu có chi để mà than van.

Có lẽ qua gia đình anh Chơn như một điển hình nên ông Khắc người có biệt danh nhà báo của các nhà báo khi được đài RFA phỏng vấn cuối năm đã phát biểu: "Theo tôi sự kiện quan trọng nhất năm 1999 của Việt Nam là người ta đang chờ đợi đứa trẻ thứ 80 triệu chào đời". Rồi vẫn bằng một giọng điềm tĩnh không trách cứ, ông Khắc tiếp: "...Như vậy kể từ nay những ai nghĩ, nói, viết về Việt Nam về bất cứ khía cạnh gì kinh tế, giáo dục, môi sinh, muốn đưa đất nước ra khỏi tình trạng lạc hậu thì đừng quên rằng chỉ mấy ngày nữa thôi dân số Việt Nam đã vượt trên 80 triệu miệng ăn và dự kiến sẽ hơn 100 triệu năm 2010. Các con số này tự nó đã nói lên rất nhiều về đủ mọi mặt".

Ông Khắc cũng hiểu rằng con số 80 triệu lẽ ra đã thuộc về một quá khứ khá xa nếu không có hàng hàng lớp lớp người đã chết vì bom đạn chiến tranh và cả hàng triệu thai nhi bất kể thai kỳ bị giết một cách liên tục và hợp pháp trong khắp các bệnh viện phụ sản trên toàn quốc. Và rồi ông Khắc cũng tự hỏi không biết có bao nhiêu đứa trẻ chào đời hụt ấy hàng ngày được cô y sĩ con dâu ông Tướng Hồi Hưu của Nguyễn Huy Thiệp bỏ vào phích đem về nhà làm thức ăn nuôi bầy chó béc-giê đem bán thịt...

Mặc chuyện thế sự ra sao, tới đâu thì tới anh Chơn vẫn quyết tâm bảo vệ quan điểm cho "con vợ đẻ hết trứng mới thôi" và như vậy có nhiều hy vọng đứa con áp út của vợ chồng anh sẽ là đứa trẻ thứ 80 triệu và sau đó anh còn muốn thêm có một đứa nữa để chào mừng năm 2000.

Giữa vận xui, đang lúc năm cùng tháng tận, lại sắp tới ngày vợ sanh đứa con thứ chín thì đúng lúc anh Chơn được tổ đãi. Anh thuật lại là khi chiếc ghe cào đang chạy từ từ thì bỗng nhiên bị khựng lại. Sợ vướng cây khô rách lưới anh cẩn thận thu lưới lên thì thấy nặng trĩu và khi tới gần mặt nước anh nửa mừng nửa sợ khi thấy một con cá đuối khổng lồ bóng nhẫy nằm chật cả chiếc lưới. Anh Chơn phải với gọi thêm ba người nữa phụ kéo mới đưa được con cá vô bến. Vì cá mẹ sắp đẻ ít quẫy chứ không thì cũng đã phá tung lưới mà thoát ra. Tới bến mà cá đuối còn đẻ thêm được 5 cá con, mỗi con nặng hơn 2 ký. Cho sẻ thịt bán ngay tại bến số tiền thu được lên tới ngót 2 triệu đồng tính ra khoảng 140 đôla như món quà Giáng Sinh mà cả hai vợ chồng anh đã không thể nào ngờ tới. Nhưng "Có biết đâu niềm vui đã nằm trong thiên tai"như lời thơ Nguyễn Đình Toàn, bởi vì khi mà nước sông Cửu Long xuống mức thấp nhất so với 73 năm trở lại đây và có nơi mực nước sông chưa được hai thước gây sạt lở hai bên bờ làm thiệt hại nhà cửa và cả nhân mạng. Nhiều chuyên gia Việt Nam ở ngoại quốc và cả trong nước đã lên tiếng báo động về hiểm họa hạn hán với sông Cửu Long có thể cạn dòng do các công trình xây đập ngăn nước của các quốc gia thượng nguồn Thái Lào và nhất là chuỗi tám con đập bậc thềm khổng lồ Vân Nam Trung Hoa mà lâu nay chánh quyền Hà Nội vẫn không hề lên tiếng phản đối... Và khi một con cá đuối nước mặn lớn như vậy có thể vào tới Đồng Tháp thì đó là báo hiệu nạn ngập mặn_ salt intrusion đã vào rất sâu trong vùng châu thổ, nơi vốn là đất của "sữa và mật ngọt" hay đúng hơn vùng đất của "phù sa, lúa gạo, cây trái và tôm cá đầy đồng..."

Thủy triều hai đợt trên Đồng Bằng Sông Cửu Long. Khác với Châu Thổ Sông Hồng, Đồng Bằng Sông Cửu Long do gần xích đạo chịu ảnh hưởng sức hút của cả mặt trăng lẫn mặt trời nên đã có hai đợt thủy triều trong một ngày. Cuộc sống của người dân đồng bằng Nam Bộ đã chuyển động nhịp nhàng với 60 nhịp tim đập trong tháng của hai con Sông Tiền Sông Hậu và toàn hệ thống kinh rạch như mạch sống của Miền Nam.

Bắt đầu là một đợt nước lớn khi trăng mọc. Vào ngày rằm, trăng mọc lúc sáu giờ chiều thì nước cũng bắt đầu lớn từ giờ đó, ngọn triều cao nhất hay nước đầy khoảng sáu giờ sau tức vào nửa đêm rồi bắt đầu rút xuống hay nước ròng, nước xuống thấp nhất hay ròng sát khoảng sáu giờ sáng để rồi bắt đầu đợt thủy triều thứ hai tương tự như vậy nhưng do ảnh hưởng sức hút của mặt trời.

Và người ta cứ tính theo con nước lên xuống ngày hai lần ấy mà xuôi dòng. Chu kỳ hai đợt thủy triều không thay đổi trong cả hai mùa khô và lũ, chỉ có khác vào mùa lũ, thủy triều chỉ lên tới Cần Thơ và mùa nắng thì lên tới tận Nam Vang nghĩa là vào sâu tới hơn 300km tính từ cửa sông nước lợ. Tuy có thủy triều nhưng do dòng chảy mạnh trung bình 40 ngàn m3/giây trong mùa lũ và 2 ngàn m3/giây mùa khô nên đã giảm thiểu được nạn nhiễm mặn lấn sâu vào trong vùng châu thổ.

Căn nhà nổi trên Đồng Bằng Sông Cửu Long. Lâm vào cảnh đất chật người đông người ta tìm cách nới rộng khu gia cư ngay cả trên mặt nước. Do đó mà Điền khi còn theo học ở trường Kiến Trúc San Luis Obispo đã nghĩ tới thiết kế một căn nhà mẫu cho nông dân đồng bằng Nam Bộ. Đó là kiểu nhà nổi giống như nhà sàn nhưng có thể đứng vững trong mùa khô và nổi theo con nước trong mùa lũ, ở mức sâu trên 3 mét. Nhà gồm một hệ thống móng nổi sử dụng xi măng lưới thép làm phao nổi gồm các xoang không thông nhau như yếu tố kỹ thuật chống chìm trong trường hợp thành phao bị lủng; riêng thân nhà và mái thì được lắp ráp bằng các vật liệu nhẹ với vách tiền chế làm bằng sơ dừa trộn đất sét và hóa chất có đặc tính không thấm nước, chịu được khí hậu khô ẩm nơi đất phèn. Kết quả thử nghiệm qua hai mùa lũ hạn, cho thấy căn nhà mẫu vẫn luôn đứng vững, cân bằng lên xuống theo con nước và qua nhiều cơn giông lốc vẫn không bị xô lệch.

Một căn nhà khang trang như vậy có diện tích trên 160m2 có thể làm trạm y tế hay cơ quan. Nông dân khá giả có thể đặt mua loại nhà này. Với những gia đình lợi tức trung bình, có loại nhà nhỏ hơn cho họ giá thành khoảng 25 triệu tương đương với 1500 đôla; họ có thể được "Ngân Hàng Nhà Nổi"cho vay với tiền lời nhẹ.

Đã có kế hoạch xây dựng những cụm dân cư từ 40 tới 50 gia đình chọn sống trên vùng nước sâu. Dĩ nhiên sẽ có tiện nghi tối thiểu về điện nước. Nước sạch sẽ do Phân Khoa Khoa Học Tự Nhiên của Viện Đại Học Cần Thơ đảm trách. Điện sẽ do Phân Khoa Điện của Đại Học Bách khoa Sài Gòn thực hiện với tận dụng nguồn năng lượng mặt trời, năng lượng gió để giảm thiểu nhu cầu nhiên liệu cho máy nhiệt điện.

Đây sẽ là "quần thể những cụm nhà nổi" đầy ánh sáng của người nông dân Nam Bộ để họ có thể an cư lạc nghiệp sống hài hòa với mỗi ngày hai đợt thủy triều lên xuống và hai mùa khô lũ trong năm của con sông Mekong.

Từ vệ tinh nhìn xuống, cho dù ĐBSCL có rải rác những thị trấn nhưng cảnh quan chủ yếu vẫn là những cánh đồng lúa màu sắc biến thiên theo mùa và trải dài trên một mặt phẳng của đất và nước. Khu gia cư và vườn cây trái dọc theo các con sông và kinh rạch bốn mùa chỉ là một màu xám thẫm. Nhưng rồi ra từ những năm sau 2000, nếu có dịp nhìn vào các bức hình mới chụp từ vệ tinh thì ĐBSCL sẽ có thêm những chấm sáng của các quần thể gia cư, đó là những cụm nhà nổi đầy ánh sáng mà Điền đã có một phần công sức góp vào.

Trong niềm vui thành tựu Điền vẫn không tránh được mối băn khoăn là khi chuỗi các con đập bậc thềm Vân Nam làm xong với hứa hẹn mà thực ra là đe dọa không còn lũ nữa thì những căn nhà nổi ấy sẽ ra sao? Khi mà "Thượng nguồn tích thủy hạ nguồn khan" thì tương lai hoàn toàn không nằm trong tầm tay của kiến trúc sư xây dựng và cả những nông dân vùng đồng bằng châu thổ.

Nhưng Điền thì vẫn cố lý luận lạc quan với sự kiện mới đây khi con cá voi từ vịnh San Francisco bơi ngược dòng vào sông Sacramento ở bắc California và không chịu trở ra biển mặn và nay là con cá đuối của anh Chơn đã bất ngờ nương theo con nước đầy mà vào sâu trong vùng châu thổ chứ không phải sông Cửu Long đã trở thành một sinh cảnh nước mặn. Bởi vì nếu như vậy sẽ là một Thảm họa Môi sinh_ Ecological Disaster cho quê anh.

GSW on Mekong Delta_ Vết Thương Đạn trên ĐBSCL. Trong chiến tranh Việt Nam, Đồng Bằng Sông Cửu Long là một trong những vùng rối rắm nhất. Chỉ cách Sài Gòn khoảng 50km về hướng nam, thuộc Vùng 4 Chiến Thuật gồm 92 quận lỵ thuộc 16 tỉnh nằm rải rác trên một địa hình phẳng lì với những sông rạch chằng chịt như mạng nhện nối kết bởi hai con sông lớn là Sông Tiền và Sông Hậu, có diện tích lớn hơn Vùng Đất Thấp_ Pays-Bas Hòa Lan, với dân số hơn 6 triệu và cũng là cái nôi của rất nhiều tôn giáo với các Ông Đạo rất đặc thù của vùng châu thổ.

Chỉ mới ngày nào tưởng như mới hôm qua khi Dave Deluca thuộc thành phố Deerborn bang Michigan lúc đó 18 tuổi mới xong trung học chưa có cả người yêu bị gọi nhập ngũ đưa qua Việt Nam, bị ném ngay xuống vùng châu thổ sình lầy giữa lúc cuộc chiến đang ở thời kỳ khốc liệt nhất.

Như một Guernica sậm mầu, cảnh tượng Dave không bao giờ quên ở những ngày đầu tiên ấy. Cây cành thì trụi lá vì thuốc khai quang màu Da Cam và từ máy bay nhìn xuống chỉ thấy lỗ chỗ những hố bom B52 hay hố đạn trọng pháo.

Cũng rất sớm Dave cảm nhận ngay được rằng trong cuộc chiến tranh ấy, ngày đêm đối đầu với địch quân không phải những ông Tướng cổ đeo sao ở Sài Gòn mà là những người lính dân vệ áo đen với cây súng carbin cũ lẽ ra đã phế thải, ngày canh nơi đầu cầu tối rút vào trong những tiền đồn bị vây hãm trong những vòng kẽm gai và đó cũng là mái ấm của gia đình họ.

Dave đã chia xẻ bằng tuổi trẻ và cả máu thịt của anh với những người lính bị bỏ quên ấy. Anh đã đi vào lửa đạn với không một ngày kinh nghiệm chiến trường. Là xạ thủ súng máy thuộc Đoàn

Giang Hạm Lưu Động Flottilla Mekong Delta, với nhiệm vụ thật hiểm nguy vì bất cứ lúc nào con tàu cũng có thể bị "lọt lưới VC" và là mục tiêu cho các dàn hỏa tiễn và B40 rất hữu hiệu để xuyên phá bất cứ thân tàu nào. Không kể những cuộc hành quân phối hợp với các đơn vị cọp biển Việt Nam đột kích vào các mật khu của Việt Cộng, nhiệm vụ chính của Dave và giang đoàn Flottilla là tuần thám ngày đêm trên khắp ngả sông rạch để phát hiện và ngăn chặn bọn "Victor Charlie" di chuyển thêm người và vũ khí vào các thành phố. Phải là đáy biển mò kim để tìm ra mấy tên VC lẫn trong hàng trăm ngàn con thuyền ngày đêm qua lại ấy cho dù đoàn được trang bị súng ống và các dụng cụ điện tử tối tân nhất kể cả những kính viễn vọng Starlight Scopes với tia hồng ngoại có thể phát hiện mục tiêu thuyền bè địch qua lại giữa ban đêm với độ khuếch đại 50 ngàn lần lớn hơn.

Rồi cũng rất sớm Dave học được từ những người bạn GI's tới trước "có thể yên tâm đó là VC khi là một người Việt Nam đã chết rồi". Quy luật ấy đã giúp Dave tạm giữ được tâm hồn yên ổn. Tuổi trẻ còn trong trắng Dave chỉ nghĩ tốt mong làm điều tốt nhưng mỗi lần bước xuống những chiếc ghe để khám xét anh chỉ bắt gặp những khuôn mặt kinh hoảng như chính anh là tai họa hay nguồn gốc mang tai họa tới. Điều này đã khiến Dave vô cùng hoang mang và anh không thể không tự hỏi về ý nghĩa cuộc chiến tranh mà anh đang dấn thân vào. Rồi cái ngày không tránh được_ *the inevitable day* cũng phải đến, ngày mà Dave đã phải đổ máu và bàn tay anh cũng vấy máu.

Đó là một một buổi chiều phẳng lặng trên một địa hình cũng phẳng lì. Gặp một chiếc ghe tam bản trên một con kinh chảy vào sông Tiền trong tỉnh Đồng Tháp. Ra tín hiệu và cả phát thanh cho chiếc ghe dừng lại. Chiếc giang hạm của Dave chạy nhanh trên con kinh tạo nên những đợt sóng nâu lớn khiến chiếc ghe nhỏ tròng trành như muốn chìm. Bước xuống con thuyền Dave chỉ thấy có mỗi một người đàn bà không rõ tuổi ẵm trong tay một đứa bé gầy tí teo như một con khỉ con. Qua thông ngôn Dave hiểu rằng người đàn bà đang van cầu "Xin cứu con tôi_ please save my baby". Với thuốc men trong túi cứu thương, Dave và viên y tá đã cố làm tất cả những gì có thể làm để cứu đứa bé nhưng rồi cũng phải bỏ mặc cho người đàn bà và đứa con nhỏ trên sông nước sau đó để con tàu tiếp tục nhiệm vụ tuần thám.

Nhưng cũng bất hạnh là ngay sau đó Dave bị phục kích bắn sẻ, dĩ nhiên trong đêm đen hôm ấy đã không còn chiếc ghe nào không là mục tiêu cho con tàu Flottilla trút hỏa lực để trả đũa. Dave bị thương nặng nhưng may mắn sống sót bằng cuộc mổ lâu 6 tiếng đồng hồ trong một bệnh viện dã chiến với khúc ruột dài bị cắt và một trái thận vỡ nát. Và cho đến bây giờ Dave vẫn nghĩ rằng cả chiếc ghe tam bản với người đàn bà không rõ tuổi và đứa con nhỏ như con khỉ con ấy vừa được anh chăm sóc cũng không thoát được cuộc phản phục kích rất hiệu quả trong đêm hôm đó.

Được giải ngũ, Dave chọn trở lại Việt Nam trở lại thăm Đồng Bằng Châu Thổ Cửu Long và trạm dừng chân lâu dài của Dave là Cồn Phụng Mỹ Tho nơi anh gặp được Ông Đạo Dừa.

Ông Đạo Dừa trên Đồng Bằng Sông Cửu Long. Cùng với bước chân đi về phương Nam của những lưu dân, người ta nói tới sự ra đời của những Ông Đạo, là những con người có điều gì đó khác thường trong diện mạo, cách sống hay lề lối suy nghĩ nhưng cũng xuất thân từ giới bình dân. Ở cái thuở hỗn mang ban sơ ấy thì mỗi Ông Đạo là sự pha trộn một chút tín ngưỡng với rất nhiều mê tín dị đoan. Khi mà sự hiểu biết đã không lý giải được mọi tai ương, thì lòng tin vào thần linh ma quỷ và cả những lời tiên tri vu vơ ít ra cũng có tác dụng nếu không trấn an thì cũng an ủi họ...

Trong "Thần, Người và Đất Việt" Tạ Chí Đại Trường cho rằng: *"... mỗi Ông Đạo là một giáo chủ còn trong trứng nước hoặc mới manh nha về phương diện tập hợp quần chúng... hình ảnh bản thân Ông Đạo có khi lớn hơn thực chỉ vì tín đồ mang ý thức chung bàng bạc của thời đại đắp lên người ông"*. Nói một cách khác Ông Đạo đôi khi chỉ là một cái cớ như một phóng ảnh kết tụ niềm ước mơ của quần chúng.

Cho tới giữa thế kỷ 20 của ánh sáng khoa học văn minh, các Ông Đạo vân còn là hình ảnh thu hút, nhưng tính chất nặng về thần linh và dị đoan bớt đi, chỉ còn lại màu sắc tôn giáo pha trộn đạo và đời đôi khi có xen lẫn cả ý hướng chánh trị nữa.

Ông Đạo Dừa chính là điển hình cho thế hệ Ông Đạo mới ấy khi đám lưu lưu dân đã tới chặng cuối của bước đường Nam Tiến. Tục danh Nguyễn Thành Nam sanh đẻ ở xứ dừa Kiến Hòa, tốt nghiệp kỹ sư hóa học ở Pháp trở về Việt Nam từ bỏ con đường công danh chọn đời tu hành khổ hạnh. Giữa vang rền bom đạn ông chống lại chiến tranh và đã thu hút được một số tín đồ áo nâu đông đảo và được mọi người biết tới với tên Ông Đạo Dừa do ông chỉ sống bằng nước dừa và dựng cốc tu trên ngọn một cây dừa.

Năm 1963 ông lập đền nổi trên một chiếc xà-lan lớn trên sông Mekong nơi Cồn Phụng với hình tượng hai miền Nam Bắc thống nhất không còn bị con sông Bến Hải ngăn đôi và hai tôn giáo lớn Phật và Chúa thì hòa đồng.

"Con thuyền Bát nhã_ Prajnâ" của Ông Đạo Dừa tuy không lớn như con Tàu Bà theo trí tưởng tượng của Ông Đạo Nổi với mũi tàu ở Nam Vang mà lái thì ở mãi tận Vĩnh Long nhưng cũng đã một thời là biểu tượng của con tàu cứu rỗi mang sắc thái cargocult giống như niềm tin tôn giáo của các sắc dân hải đảo Melanesian Nam Thái Bình Dương.

Ông Đạo Dừa người nhỏ thó ốm nhom lưng khòm nhưng trí huệ thì vô cùng minh mẫn, trước bụng ông lúc nào cũng mang một chiếc chìa khóa thật lớn như biểu tượng cho một giải pháp hòa bình. Mỗi ngày ba lần Ông Đạo Dừa leo lên đài tháp cao chót vót vọng nhìn ra khắp bốn phương tám hướng để tụng niệm cầu cho quốc thái dân an.

Cho dù cuộc chiến tranh kinh hoàng đã lan tràn khắp nơi thì Cồn Phụng trên sông Mekong giữa khoảng Mỹ Tho và Bến Tre vẫn là một Ốc đảo Hòa bình, một Oriental Disneyland, nơi có những nụ cười của trẻ thơ, không có súng đạn không có giới nghiêm nhưng hòa lẫn với tiếng kinh cầu vẫn là những tiếng nổ chát chúa của đạn bom từ xa vọng về. Bởi vì chỉ cách đó chưa đầy nửa cây số hai bên bờ sông Mekong vẫn là thảm cảnh của chiến tranh chết chóc. Thị xã Bến Tre trong Tết Mậu Thân bị tàn phá không chỉ bởi bọn VC mà còn bởi chính người Mỹ với chiến thuật được mệnh danh là *"We destroyed to save!"* Như đứng bên tháp Babel, đã có bao nhiêu tên gọi cho khu ốc đảo hòa bình ấy. Đám cố vấn Mỹ thì gọi đó là VC R&R Centre_ Trung Tâm Giải trí và An dưỡng của Việt Cộng, chánh quyền Sài Gòn thì bỉ thử gọi đó là "Ổ trốn quân dịch" vì trong số tín đồ có những thanh niên để râu tóc từ chối nhập ngũ cầm súng và Việt Cộng thì cũng coi đó là "Hang ổ CIA" vì có hiện diện cả mấy người Mỹ phản chiến. Rõ ràng là không có chốn dung thân cho những người đứng giữa, chọn đứng ngoài cuộc nội chiến lúc ấy, họ nếu không bị hành hạ như những lao công đào binh trong các trại trừng giới ở Thất Sơn thì cũng vẫn bị ném vào lò lửa của cuộc chiến tranh không có ngõ thoát.

Trong số những người Mỹ đệ tử của Ông Đạo Dừa có Dave Deluca. Dave cũng mặc áo nâu sòng đi chân đất khắc khổ tu hành với niềm ăn năn về những tội lỗi mà anh cho rằng mình đã phạm phải khi anh là xạ thủ đại liên trên đoàn giang hạm Flottilla. Và như mọi người Mỹ dân sự khác có mặt nơi đây, Dave cũng không tránh được cái mũ CIA mà người ta chụp lên đầu anh.

Phải chứng kiến cảnh tàn phá khủng khiếp của cuộc tổng tấn công Tết Mậu Thân, vẫn với niềm tin vào sứ mạng hòa bình "bất chiến tự nhiên tự nhiên thành", trong một nỗ lực tuyệt vọng, Ông Đạo Dừa viết thỉnh nguyện thư xin chánh phủ Sài Gòn cho phép ông và phái đoàn bay ra Hà Nội để dàn xếp một Hòa hội cho Việt Nam với cam kết nếu thất bại ông sẽ tự nguyện vào giữa vùng chiến để hứng chịu bom đạn của cả hai bên. Nhưng yêu cầu của Ông Đạo Dừa đã bị Nội các Chiến tranh của ông Kỳ quyết liệt khước từ.

Rồi cái ngày phải đến đã đến, người Mỹ tháo chạy, miền Nam xụp đổ, Dave bị cưỡng bách di tản về Mỹ trước đó.

Mãi đến năm 84, như một trường hợp nghị lực thật hiếm hoi

trong số các cựu chiến binh Mỹ trở về từ Việt Nam, thay vì sống như những người bệnh tâm thần hút sách nghiện ngập, Dave tốt nghiệp đại học Berkely với văn bằng tiến sĩ sử Đông Nam Á. Với bao nhiêu hứng khởi và hy vọng, Dave nao nức trở lại thăm Việt Nam mà anh nghĩ là một xứ sở đẹp đẽ hơn vì nay đã có hòa bình, anh trở lại thăm Cồn Phụng "Island of the Coconut Monk" mong gặp lại người thầy cũ đã cứu rỗi anh nhưng tất cả chỉ còn là một nơi hoang vắng. Không còn Ông Đạo Dừa và cả vắng bóng"Con Thuyền Bát Nhã". Dọ hỏi Dave được biết là sau ngày giải phóng chính quyền mới đã lùng bắt ngay Ông Đạo Dừa giam cho đến chết trong khám đường tỉnh Cần Thơ.

Riêng "Con Thuyền Bát Nhã" thay vì "Qua Bến Giác" thì đã bị chánh quyền địa phương đĩ điếm hóa_ prostitution cho "Kéo Về Bến Mê" đưa về tỉnh lỵ Bến Tre để được biến cải thành "Nhà Hàng Ăn Nổi" của Công Ty Du Lịch thành phố, nơi tổ chức đám cưới liên hoan họp mặt và cả khiêu vũ hát nhạc Karaoke mỗi tối.

Từ trên bờ, một nhánh của con sông Mekong_ nơi mà Dave đã dâng hiến cả tuổi trẻ sự hồn nhiên, nơi đã biến anh thành một con người hoàn toàn khác, qua màng lệ, Dave nhìn một lần cuối "Con Thuyền Bát Nhã_ Nhà Hàng Ăn Uống" chăng đèn kết hoa sáng chưng và cả chói chang tiếng nhạc, với Dave từ nay Việt Nam anh chào vĩnh biệt!

Đêm đó trong một căn phòng trên lầu khách sạn Hướng Dương trên đường Trưng Trắc nhìn xuống sông Mỹ Tho một nhánh của con Sông Tiền, trong một thoáng flashback Dave lại thấy hiện rõ vẻ mặt sầu thảm của "người đàn bà không rõ tuổi ẵm trong tay một đứa bé gầy tí teo như một con khỉ con, nói với anh lời van cầu xin cứu con tôi"...và rồi cứ như một khúc phim diễn lại với đủ mọi chi tiết về tấn thảm kịch trên con tàu Flottilla đêm hôm đó. Không sao ngủ được, Dave ngồi trơ trọi một mình, uống những ly rượu đắng ngắt trong một đêm dài nhất của một đời người.

Trên trang nhật ký của Dave đêm cuối cùng trước khi rời Việt Nam chỉ vỏn vẹn một dòng chữ: *"Peace had returned to this beau-*

tiful land at the expense of its very raison d'être...Hòa bình đã trở lại trên xứ sở đẹp đẽ này nhưng trả giá bằng chính lý do hiện hữu của nó. "

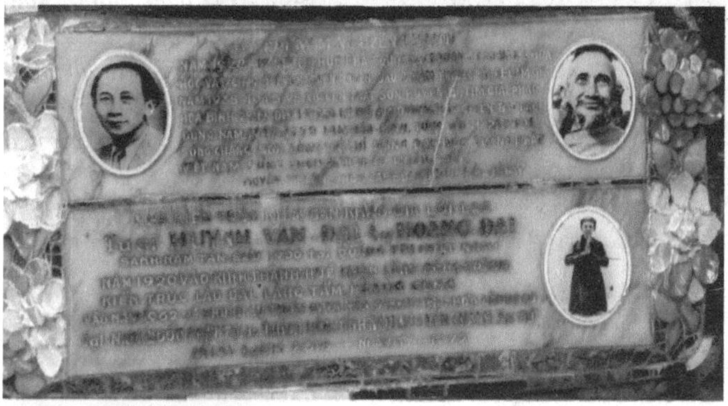

*Giữa cuộc chiến tranh Việt Nam kinh hoàng lan tràn khắp nơi thì Cồn Phụng trên sông Mekong giữa Mỹ Tho và Bến Tre vẫn là một "ốc đảo hòa bình". Ông Đạo Dừa thì nay đã chết, Cồn Phụng trở thành một tụ điểm du lịch._**

*Cảnh ghe máy đang đưa khách qua Cồn Phụng; phong trào "du lịch sinh thái" đang phát triển và nở rộ nơi ĐBSCL _**

Cousteau được National Geographic trao tặng huy chương vàng và vinh danh như "người đã mở cánh cửa vào thế giới thinh lặng của đại dương"_NGS

Jacques-Yves Cousteau không chỉ là nhà thám hiểm biển sâu mà còn là một chiến sĩ bảo vệ môi sinh. JYC muốn đưa con tàu Calypso đi khảo sát ngược dòng sông Mekong nhưng đã không được nhà cầm quyền CS Việt Nam cho phép. Việt Nam đã mất đi một cơ hội bằng vàng để bổ sung phần hiểu biết vốn đã quá nghèo nàn về hệ sinh thái con sông Mekong.

ĐBSCL với những bước phát-triển-tự hủy: vội vã công nghiệp hóa với mối lợi ngắn hạn nhưng đã gây di lụy lâu dài - phá hủy toàn diện hệ sinh thái, gây ô nhiễm nguồn nước và sông rạch trở thành những cống rãnh phế thải: máu cá đổ ra từ khu chế biến thủy sản, vỏ trấu từ các nhà máy xát lúa và kinh hoàng hơn nữa là đủ mọi loại chất độc từ các khu kỹ nghệ hóa chất. Không lẽ tấn thảm kịch môi sinh Minamata của Nhật lại đang diễn ra nơi ĐBSCL_ H. SGGP & Vietnam.Net

CỬU LONG CHÍN CỬA HAI DÒNG
Sông Tiền 6 cửa: (1) cửa Tiểu, (2) cửa Đại, (3) cửa Ba Lai, (4) cửa Hàm Luông, (5) cửa Cổ Chiên, (6) cửa Cung Hầu. Sông Hậu 3 cửa: (7) cửa Định An, (8) cửa Ba Thắc, (9) cửa Tranh Đề.

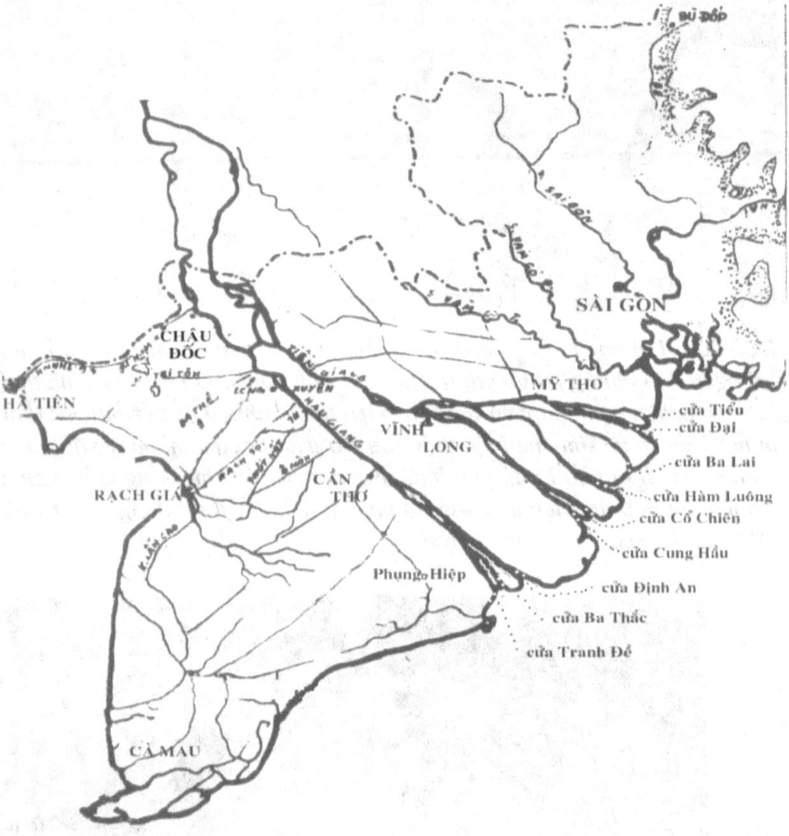

HTTP://WWW.VNBAOLUT.COM
Sau cơn bão Linda từ tháng 7-2001, Ks Trần Tiễn Khanh đã thiết lập một trang Web dự báo thời tiết trước 48 giờ cho ĐBSCL và 60 tỉnh VN từ Lạng Sơn tới Cà Mau với cập nhật 4 lần trong ngày nhằm giảm thiểu thiệt hại do thiên tai mưa bão lũ lụt. Đến bao giờ nông và ngư dân ĐBSCL mới biết và sử dụng trang nhà hữu ích này?

CHƯƠNG XV

CỬU LONG CẠN DÒNG
BIỂN ĐÔNG DẬY SÓNG

Nam quốc sơn hà Nam đế cư
Tiệt nhiên định phận tại thiên thư
Như hà nghịch lỗ lai xâm phạm
Nhữ đẳng hành khan thủ bại hư
Lý Thường Kiệt

Giữa lúc biến cố Hoàng Sa 1974 và Trường Sa 1988 đang gây xúc động sâu xa cho mọi con tim Việt Nam, Cao bắt liên lạc với Kham để hẹn gặp ở Berkerley trong buổi hội thảo "Địa lý Biển Đông với Hoàng Sa và Trường Sa". Đang từ mối quan tâm về Đồng Bằng Sông Cửu Long với con sông Mekong_ với tám con đập bậc thềm Vân Nam Trung Hoa gây lo ngại hạn hán và hủy hoại môi sinh nơi các quốc gia hạ nguồn mà Việt Nam sẽ phải chịu hậu quả nặng nề nhất và chưa biết phải ứng xử ra sao, nay Cao lại bị cuốn hút ra xa thềm lục địa với các nhóm hải đảo ngoài khơi Biển Đông.

Chuyến đi lên Thung lũng Hoa Vàng lần này sẽ giúp Cao bổ sung phần home work của anh trong cái nhìn thoáng và toàn cảnh về con sông Mekong với Biển Đông và mối liên hệ các quốc gia trong khu vực Thái Bình Dương đặc biệt là với nước lớn Trung Hoa và cũng là quốc gia hung hãn nhất.

Là một đại dương lớn nhất chiếm hết gần một phần ba diện tích của cả hành tinh này, tên Thái Bình Dương_ Pacific Ocean do nhà thám hiểm Ferdinand Magellan đặt vào năm 1519 gốc từ chữ Tây Ban Nha "Pacifico" có nghĩa là hòa bình nhưng bước sang đầu thế kỷ 21 vùng biển hòa bình ấy rất có nguy cơ biến thành "Biển Lửa" bằng một trận "Armageddon Đông Phương".

Hình như trong suốt dòng lịch sử, hai yếu tố vừa phá hủy vừa tạo dựng xã hội Việt Nam đó là: đối đầu với cường địch Phương Bắc và chống chỏi với khắc nghiệt của thiên nhiên. SarDesai khi nghiên cứu về Việt Nam cũng đưa ra ý kiến tương tự như vậy.

Giá trị chiến lược của Hoàng Sa Trường Sa trên Biển Đông không phải là điều mới mẻ, rất sớm ngay từ thời Pháp thuộc, Gustave Salé trong bài "Les Iles Paracels et la securité d'Extrême-Orient"báo Avenir du Tonkin (1931) đã viết: "Không ai có thể phủ nhận tầm quan trọng có tính cách chiến lược của quần đảo Hoàng Sa... Cho dù trước 1816 thực sự chẳng ai biết tới, năm 1816 vua Gia Long long trọng cho dựng cờ trên đảo, việc này còn ghi rõ trong văn khố triều đình và vì thế cho dù Trung Hoa có muốn tranh giành thì chánh phủ Pháp phải lên tiếng xác định chủ quyền các đảo ấy."

Chỉ mấy thập niên gần đây thôi, do hứa hẹn về dầu mỏ trên vùng biển quanh các quần đảo này mới là nguyên nhân tranh chấp gay gắt giữa nước lớn Trung Hoa và các nước quanh Biển Đông nhất là với Việt Nam. Hoàng Sa Trường Sa đang có nguy cơ trở thành lò thuốc súng.

Nói về dầu khí trên Biển Đông thì Cao_ khi ấy là sinh viên MPC Đại học Khoa học, anh còn nhớ như in là vào những năm 60, một giáo sư khoa Địa Chất đã quả quyết theo kiến thức chuyên môn của ông thì Việt Nam và Biển Đông không có dầu lửa, cho dù lúc đó đã có những tường trình sơ khởi của các đoàn thăm dò Liên Hiệp Quốc xác nhận về sự hiện hữu các túi dầu khí.

Cho tới cả đầu thập niên 70, vẫn ông giáo sư Địa Chất ấy quả quyết là ông không tin có dầu lửa như kết quả của các cuộc thăm dò. Ông còn đưa ra hình ảnh ví von: dầu hỏa nếu có thì cũng chỉ như những hạt sương buổi mai đọng trên những ngọn cỏ lá cây ngoài đồng ruộng nên nói tới kỹ nghệ khai thác dầu ở Biển Đông là "chuyện không tưởng" vì làm sao mà thu nhặt được những giọt dầu rải rác ấy mà đem ra thị trường thương mại.

Nhưng rồi chỉ một tháng sau ngày Sài Gòn giải phóng_ lúc đó Cao đã đi du học Tân Tây Lan, nhưng sau này nghe Điền anh của Bé Tư kể lại thì tại hội trường số 4 Duy Tân, trong một đại hội bừng bừng khí thế của Hội Trí thức Yêu nước và Tổng hội Sinh viên Giải phóng, cũng lại vẫn ông giáo sư Địa Chất khi được hỏi về tương lai Dầu khí Việt Nam, bằng một giọng giảo hoạt, ông dõng dạc tuyên bố:

- Chúng ta không những có dầu mà có rất nhiều nữa, không những ngoài Biển Đông trên thềm lục địa mà có khả năng có túi dầu khí ngay trong vùng Đồng Bằng Sông Cửu Long nữa kìa!

Khi được hỏi về ý kiến khác biệt của ông trước đây, ông giáo sư như tự kể công với cách mạng và cười nói thích thú:

_ Đúng là tôi đã đưa ra nhận định đó, nhưng cần phải đặt lời tuyên bố ấy trong bối cảnh lịch sử của nó (rất giống với xã luận của báo Nhân Dân). Sở dĩ trước đây tôi nói "dzậy" là để tránh không cho Mỹ Ngụy biết mà khai thác sớm.

Rồi ông giáo sư mau mắn đưa ra ngay lời trích dẫn:

- Bác Hồ kính yêu đã dạy: "Các vua Hùng đã có công dựng nước, bác cháu ta phải cùng nhau giữ nước" mà giữ nước là phải bảo vệ cả nguồn tài nguyên thiên nhiên không có chi quý bằng dầu khí ở thời đại công nghiệp... Ngày nay nước nhà thống nhất, thì đây chính là tin vui tôi muốn được chánh thức thông báo cho tất cả anh em và bà con.

Thêm một câu chuyện bên lề, cũng trong buổi hội thảo đầy hưng phấn ấy, một ông giáo sư tiến sĩ khác tốt nghiệp ở Mỹ đã phát biểu về phi thuyền Apollo như sau:

- Không làm gì có chuyện Mỹ có khả năng đưa người lên cung

trăng khi mà khoa học không gian của họ còn thua Liên Xô tới hơn một thế hệ.

Mãi cho đến bây giờ Cao vẫn thấy là mình thật sự may mắn chưa có một ngày học để phải gọi hai ông giáo sư ấy là thầy và anh cũng có ý nghĩ rằng nỗi khổ không ở đâu xa không cần phải chờ tới ngày mở ra hàng ngàn những trại tù lao cải. Châu thổ phù sa sông Cửu Long không phải chỉ sản xuất toàn trái ngọt, hậu duệ của thế hệ tiên phong khai phá ấy cũng không tránh được một hai đứa con với nhiễm sắc thể suy thoái_ defective gene, lại vẫn nói theo ngôn từ của bác sĩ Duy.

Để rồi sự thể ngày nay, câu chuyện Biển Đông có những túi dầu không những là hiển nhiên mà còn có dấu hiệu trữ lượng dầu khí có thể lên tới con số bảy tỷ thùng hoặc nhiều hơn nữa.

Chưa một lần gặp mặt, Cao chỉ được biết Kham khi đọc xong cuốn sách mới nhất của anh. Cao nghĩ chắc anh ta là con người đã đạt hoặc nếu không thì cũng cực kỳ khiêm tốn nên trong suốt cả cuốn sách người ta không thấy được cái tôi đáng trân trọng của anh.

Cũng vẫn lại ông Khắc - chiếc chìa khóa nhiệm mầu mở ra mọi cánh cửa_ qua bộ nhớ của ông về những Kinh Nghiệm Việt Nam, Cao mới được biết chút ít tiểu sử của Kham: anh nguyên là hạm trưởng của một trong 4 chiến hạm cũ kỹ của Mỹ để lại từ thời Thế chiến Thứ Hai, tham dự trận hải chiến tại Hoàng Sa năm 1974 với một hạm đội đông đảo của Trung Quốc với những phóng pháo hạm Kronstadt có trang bị hỏa tiễn tầm xa lại có cả phản lực cơ Mig 21 yểm trợ trên không. Chính anh là nhân chứng máu và nước mắt của những con tàu Việt Nam chiến đấu đơn độc trên Biển Đông, chứng kiến lòng yêu nước vô hạn ý chí quyết tử cũng như sự hy sinh dũng cảm vô bờ của các đồng đội, nhất là của thủy thủ đoàn trên con tàu Nhật Tảo ở những giờ phút cuối cùng ý chí sắt thép vẫn không chịu buông tay súng để rời con tàu đắm. Họ đã là những thủy thủ tận trung với nước mà vị quốc vong thân.

Cho dù đã bao năm rời xa con tàu xa biển nhưng trong ánh mắt Kham như còn vương vấn những áng mây hải đảo những con sóng bạc của trùng dương và trong chiều sâu đáy mắt ấy luôn luôn có ánh lửa của nhiệt tâm với cả nỗi khắc khoải khôn nguôi về tấn thảm kịch đã lùi xa đến gần một phần tư thế kỷ và chắc hẳn Kham đã không bao giờ quên.

Chuyện 25 năm trước mà vẫn như mới hôm qua, Kham và những người lính đã đánh một trận đánh hết sức mình, với nỗi uất hận của cả ngàn năm nô lệ: họ đã trút hết hỏa lực vào đầu địch, đã bắn đến viên đạn cuối cùng cho tới khi tất cả các dàn đại pháo bất khiển dụng. Họ chỉ còn chờ lệnh cho các con tàu hướng về Hoàng Sa chuẩn bị ủi lên đảo, dùng xác tàu và xác mình để làm chứng tích chủ quyền. Nếu có một lệnh như vậy, cho dù đã mang đầy thương tích - riêng con tàu của Kham đã bị nghiêng sang trái 15 độ, các chiến hạm còn lại cũng sẽ mở hết tốc lực hướng về Hoàng Sa hướng về cõi chết tất cả chuẩn bị lên cạn để phơi xác mình. Nhưng rồi cuối cùng là một lệnh khác bắt các chiến hạm phải rời bỏ Hoàng Sa đã rơi vào tay địch, bỏ lại phía sau trận địa là hộ tống hạm Nhật Tảo với hạm trưởng Ngụy Văn Thà và các thủy thủ đã cùng con tàu vùi thân dưới biển sâu, bỏ rơi luôn cả những đồng đội còn sống sót trên những chiếc phao trôi rạt giữa đại dương với ngày nắng cháy da với đêm lạnh cắt thịt trong đói và khát. Mặc cảm phạm tội luôn luôn đeo đẳng Kham cho dù chẳng ai trách cứ anh, lại còn có người choàng hoa cho anh - một vòng hoa cho người chiến bại. Kham chỉ còn một an ủi mình là một quân nhân kỷ luật, anh chỉ biết nghe theo lệnh.

Cũng lại qua ông Khắc Cao mới được biết thêm về Ngụy Văn Thà, từng mang biệt danh "người chiến thắng trên dòng nước nâu Cửu Long" khi anh còn là hạm trưởng pháo hạm HQ331 bởi vì chính ông Khắc khi còn là phóng viên chiến tranh đã từng theo Thà trong chuyến hộ tống đầy bất trắc cho các đoàn voi tiếp tế cứu nguy thủ đô Nam Vang lúc ấy đang bị Khmer Đỏ bao vây.

Sau trận chiến Hoàng Sa, bản thân Kham đã phải qua một chặng đường đau khổ. Trong nhiều tháng như vậy nếu không là những đêm dài mất ngủ thì là sự lặp lại của những cơn ác mộng khác nhau của tấn thảm kịch Hoàng Sa: cũng vẫn anh là cấp chỉ huy của con tàu ấy với thủy thủ đoàn dũng cảm ấy mà anh biết rõ từng người như đường chỉ trên bàn tay của mình... lần nào cũng vậy, còn rất xa trận địa chưa thấy địch quân chưa được nổ một phát súng thì con tàu của anh đã bị rockets tầm xa của Trung Cộng bắn chìm, tiếp theo đó là tấm thảm kịch của chính anh và những thủy thủ trong một con tàu ngập nước. Không mấy xa nơi con tàu đắm anh vẫn thấy rõ dấu hiệu HQ10 của hộ tống hạm Nhật Tảo thấy rõ cả Ngụy Văn Thà và Trí Voi hạm phó và đủ 80 thủy thủ, họ vẫn an nhiên tự tại làm nhiệm vụ tuần tiễu trên Biển Đông nước xanh, trong cơn quẫn bách Kham đưa cánh tay vẫy gọi nhưng họ không thấy anh. Trong giấc mơ đầy lửa đạn và tức tưởi ấy, thì Nhật Tảo như từ bao giờ vẫn là một con tàu vững chãi hiên ngang lừng lững và như không bao giờ có thể bị đánh chìm_ unsinkable ship...

Người bác sĩ tâm thần giải thích là Kham đang mang nỗi ám ảnh thường xuyên của người đàn ông bị hoạn_ castration: trên con tàu anh là cấp chỉ huy bị giải giới, trong gia đình anh đóng vai người đàn ông bất lực... Không chỉ bằng thuốc anh còn được giúp cho trở lại thăm một nơi giống như chiến trường cũ, ném xuống những vòng hoa nơi vùng biển sâu nơi con kình ngư Ngụy Văn Thà và đồng đội đã chọn ở lại. Điều trị bằng catharsis _ cách sổ ấy anh đã ra khỏi cái Hội Chứng Sau Chấn Thương _ PTSD, anh tìm lại được sức mạnh tiềm tàng của bản thân, của đời sống gia đình và anh thực sự bắt đầu làm việc trở lại.

Trong suốt bấy nhiêu năm như mệnh lệnh của trái tim anh đã không ngừng thu thập những dữ kiện phong phú về Biển Đông và hai quần đảo Hoàng Sa Trường Sa mà anh biết rõ là đang tuột dần ra khỏi chủ quyền của Việt Nam không biết tới bao giờ. Anh ngẫu nhiên và cũng là bất đắc dĩ trở thành một học giả_ thứ danh xưng quá lớn chạm tới lòng khiêm tốn mà người ta cứ gán cho anh_ và anh được coi là tiếng nói có thẩm quyền về các vấn đề liên quan tới Biển Đông.

Kham cũng biết rất rõ rằng một quốc gia như Việt Nam để được công nhận quyền sở hữu các đảo anh phải trưng ra được các bằng cớ: về vị trí địa dư và tính chất địa chất của đảo, lịch sử và các di tích trên đảo, tổ chức hành chánh và sắc dân chính trên đảo.

Cuốn sách của Kham được kể như bước đầu đáp ứng những yêu cầu ấy. Anh còn nuôi ao ước giới trẻ Việt Nam hải ngoại cũng như trong nước không những chỉ quan tâm mà còn dấn thân vào những cuộc nghiên cứu sâu rộng để tương lai trong các thư viện đại học lớn sẽ có những luận án Tiến sĩ về những đề tài đa dạng liên quan tới Biển Đông_ cũng giống như nỗi ao ước của Cao bấy lâu về con sông Mekong.

Giở tấm bản đồ Asia Pacific mới nhất của National Geographic Society_ một cơ sở mà trước đây Kham vẫn tin là có uy tín với tính khoa học vô tư - nhưng Kham đã không nén được sự bực bội. Khi vẽ vùng Biển Đông, cả khu vực mà họ gọi là South China Sea gần như hoàn toàn giống với ranh giới lịch sử lưỡi rồng của Trung Hoa với ôm trọn cả hai quần đảo Hoàng Sa và Trường Sa. Và Kham cũng đã không ngạc nhiên khi thấy cũng trên tấm bản đồ ấy cả ranh giới xứ Tây Tạng bị xóa nhòa trong cái trật tự mênh mông của lục địa nước Trung Hoa.

Rõ ràng sẽ là một sai lầm về chánh trị_ politically incorrect và cả đưa tới những ngộ nhận nếu cứ xử dụng dễ dãi các bản đồ ngoại quốc với cách phân định ranh giới và các địa danh Trung Hoa như Tây Sa, Nam Sa, Nam Hải, biển Trung Hoa như hiện nay.

Bởi vì, theo nhà Trung Hoa học Từ Nguyên, như một bất hạnh lịch sử, cũng là điều bi thảm khi dân tộc Việt Nam đã bị người Tàu đô hộ cả ngàn năm đã chịu ảnh hưởng của họ sâu xa về mọi phương diện ngay cả khi lấy lại được nền tự chủ thì chữ Hán vẫn là văn tự chính thức kết quả là hầu hết các địa danh Việt Nam là những từ Hán. Lại thêm bao nhiêu sách lịch sử địa lý của tiền nhân nếu không bị chiến tranh phá hủy thì cũng bị người Tàu tịch thu đem về Trung Hoa. Phải có hùng tâm khởi sự từ bước đầu để tìm lại những tác phẩm bị thất truyền hay còn lưu trữ đâu đó trong những kho sách xưa của Trung Hoa.

Do đó Kham đã thật chí lý khi nói tới nhu cầu thiết lập một bản đồ về Biển Đông với thềm lục địa và cả xác định rõ các thành phần đâu là đảo, đá, bãi nông hay bãi ngầm với các địa danh thuần Việt. Điều ấy thì Kham đang làm. Đó sẽ là phần tài liệu pháp lý khi Việt Nam lên tiếng xác nhận chủ quyền trên biển Đông.

Là một đất nước vĩ đại với hơn một tỉ dân, vừa ra khỏi những năm tháng đắng cay nhục nhã vì bị liệt cường Tây Phương sâu xé, ngày nay Trung Hoa không những phát triển rất nhanh về kinh tế mà con gia tăng gấp bội về sức mạnh quân sự và cả tham vọng bành trướng - trở thành đối thủ hàng đầu của Hoa Kỳ bước vào thế kỷ 21. Bắc Kinh đã nói không úp mở Á Châu phải là khu vực ảnh hưởng của Trung Hoa, và chính thức cảnh cáo Mỹ không được phép can thiệp vào cuộc tranh chấp chủ quyền quần đảo Trường Sa giữa Hoa Lục và các quốc gia vùng Đông Nam Á. Không những thế Trung Cộng còn công khai kêu gọi sự triệt thoái toàn bộ quân đội Hoa Kỳ ra khỏi khu vực Thái Bình Dương - một sự kiện chưa hề có từ trước tới nay - đồng thời Trung Quốc đã thử thành công loại hỏa tiễn tầm xa bắn tới tận Hoa Kỳ. Trường Sa không chỉ là lò thuốc súng mà xa hơn thế nữa theo phóng viên AFP việc lôi kéo Hoa Kỳ can dự vào nỗ lực đi tìm một giải pháp cho cuộc tranh chấp còn có nguy cơ dẫn đến một cuộc chiến tranh nguyên tử. Điều mà chắc chắn Hoa Kỳ không bao giờ muốn và cũng không dám liều lĩnh nếu như chưa đụng tới quyền lợi sinh tử của Mỹ.

Tư lệnh Hải quân Trung Hoa đã từng công khai tuyên bố: để sinh tồn Trung Hoa rất cần dầu khí và ngư nghiệp của Nam Hải_ cá sẽ là nguồn protein cho hơn một tỷ người Trung Hoa.

Trung Hoa đang có biểu lộ muốn dùng sức mạnh để thực hiện chánh sách bá quyền trong khu vực Đông Nam Á. Điển hình là vụ tranh giành Biển Đông với hai quần đảo Hoàng Sa và Trường Sa trong đó Việt Nam và Trung Hoa bề ngoài là hai nước anh em nhưng bên trong lại có nhiều mâu thuẫn tranh tụng nhất và cũng là một cuộc tranh chấp kiểu châu chấu đá xe hoàn toàn không cân sức.

Giữa tình thế cực đoan ấy, hiện nay lại đang manh nha một quan niệm nguy hiểm phát xuất từ chính những người Việt_ không ai khác hơn là mấy ông trí thức khoa bảng ở Paris ở Bắc Mỹ như những nhà mộng du uyên bác_ cho rằng “có một hiện tượng xuống cấp toàn cầu của ý niệm quốc gia dân tộc”, rồi họ nói tới “sự kết hợp lưu vực, liên minh kinh tế” hứa hẹn một không gian hoạt động lớn hơn vượt biên giới quốc gia, “trong đó bản thể dân tộc không còn một ý nghĩa quan trọng nào nữa” [sic]. Chờ đợi cho được giàu có kiểu sung rụng và chấp nhận một kết hợp kiểu chó sói và cừu thì cái cộng đồng mất bản thể ấy đương nhiên trở thành một thứ công dân hạng hai_ second class citizen - không khác chi một hình thái nô lệ tự nguyện cho dù có mang danh xưng mĩ miều như Pax Sinica trong khối thịnh vượng của một nước Trung Hoa.

Tuy không còn trẻ nữa, nhưng mấy năm gần đây Kham lại bắt đầu chuyển trọng tâm nghiên cứu sang các đề tài rộng lớn về nền văn minh nước, về hải dương học và những nét văn hóa đặc thù thiên về hải dương của dân tộc Việt Nam mà theo anh khác hẳn với người Trung Hoa là giống dân lục địa với thói quen và cách suy nghĩ của những người sống trên đất liền và kiến thức của họ về biển thật ít oi.

Như một giấc mơ không thể được_ impossible dream trong cuối phần cuộc đời còn lại Kham nuôi hoài bão noi gương tổ tiên trước cả các đời vua Hùng Vương thực hiện một cuộc hải hành bằng bè từ châu thổ sông Hồng băng qua đại dương tới lục địa Mỹ Châu bằng các dòng hải lưu. Hình như Kham vẫn không ngừng tìm cho được một cơ hội lớn để được chết_ điều mà anh ân hận đã để lỡ trong trận Hoàng Sa. Phải chăng đây là phương cách chọn lựa để cuối cùng thân xác anh cũng được trở về với tịch mịch của lòng biển sâu.

Kham được mời làm diễn giả chính trong buổi hội thảo với sinh viên ở Berkeley, và điều đáng nói là thành phần tham dự, ngoài đa số là sinh viên Việt Nam còn có cả mấy sinh viên Trung Hoa được mời tới như những quan sát viên. Cao cũng gặp lại bác sĩ Duy từ Đại học Stanford qua và Bé Tư cũng mới từ Việt Nam trở ra. Với tư cách nhà điểu học_ ornithologist, cô vừa bị Nhà nước khước từ lời yêu cầu được ra Trường Sa để nghiên cứu về *"Các loại chim Biển Đông_ Birds of Paracel, Spratly Archipelagoes"* với lý do tình hình quá nguy hiểm và cả không đủ tiện nghi cho cô.

Tuy không phải là nhà hùng biện lại có accent của người ngoại quốc nói tiếng Anh nhưng Kham có lối nói đi thẳng vào trái tim mọi người. Anh đã từng ví von một cách thơ mộng Biển Đông như cái sân trước của căn nhà Việt Nam và những hải đảo thân yêu là những cây cối ở trong vườn với những cánh hải âu ríu rít là đám chim muông.

Vì là một đề tài quá mới lạ đối với các thành phần tham dự nên cuộc hội thảo mang tính chất giải đáp thay vì tranh biện.

Đến phần "Làm gì?" Kham đã động viên lớp người trẻ không phải là xung vào đội quân chí nguyện cầm súng ra trấn giữ các hải đảo mà là chuẩn bị một đội ngũ trí tuệ trong mọi lãnh vực khoa học đặc biệt là các ngành hải dương học, địa chất, môi sinh và cả về Luật Biển và Quốc tế Công pháp. Họ sẽ là những thành viên không thể thiếu trên các bàn hội nghị hay trước Tòa án Quốc tế trong tương lai. Với sự kiên nhẫn Kham tin rằng "yếu tố thời gian sẽ đứng về phía chúng ta."

Cùng với nhiều học giả Việt Nam trong Nhóm Sử Địa, Kham đã không ngừng vận động đem ngay vấn đề Hoàng Sa Trường Sa và Biển Đông vào chương trình giáo dục ngõ hầu mọi người Việt đều có sự hiểu biết cơ bản và mối quan tâm về vùng đất, vùng biển, vùng trời của tổ quốc.

Riêng Kham đã khuyến khích đứa con trai rất xuất sắc của anh thay vì chọn học Y Khoa ở UCSF nay chuyển qua học Luật ở Stanford chuyên về Quốc tế Công pháp và Luật Hàng hải. Anh có niềm tin sắt đá là cho dù vùng biển vùng đảo đã bị Trung Cộng dùng võ lực cưỡng chiếm tới bao lâu và phải mất bao nhiêu năm đi nữa thì sớm muộn cũng "Châu về Hiệp phố".

Với cái giá của bao nhiêu sinh mạng đồng đội, và của cả những người bạn chí thân như Thà như Trí, Kham luôn luôn khắc khoải với những câu hỏi: học được gì sau biến cố máu và nước mắt Hoàng

Sa? Xa hơn nữa là học được gì qua kinh nghiệm giữ nước của tiền nhân khi mà địch có trường trận lại dùng cả kế tàm thực như tầm ăn dâu?

Am tường lịch sử, Kham hiểu rằng không còn cái dễ dàng của chín năm kháng chiến chống Pháp hay hai mươi năm chống Mỹ, một khi để mất chủ quyền vào tay Trung Hoa có nghĩa là phải chấp nhận cuộc chiến cả trăm năm với một đối thủ đầy mưu lược thâm hiểm kiểu Đông Phương lại có thêm cả biển người và chưa bao giờ có mối quan tâm về những tổn thất nhân mạng - như trong trận chiến tranh Triều Tiên và trận chiến biên giới Việt Hoa 1979 mới đây.

Đã không có sức mạnh kháng địch thì phải dùng kế sách, phải lập kế sao cho sâu rễ bền gốc. Không có hỏa tiễn tầm xa thì ta có vũ khí trí tuệ có tầm xa thời gian của "tam bách dư niện hậu" thì sớm hay muộn đất ta cũng lại trở về với tổ quốc ta.

Nhưng Kham cũng không hoàn toàn là con người viễn mơ, anh vẫn kêu gọi mọi người Việt bên trong cũng như ngoài tiết kiệm để có tiền xây dựng một lực lượng quốc phòng nhất là hải quân hùng mạnh đủ sức bảo vệ vùng biển vùng trời khi cần đến chứ đâu có bó tay nhục nhã như hiện nay để hàng ngày phải chứng kiến các hạm đội Trung Quốc nghênh ngang ra vào các vùng lãnh hải Việt Nam như chốn không người.

Thúc đẩy bởi lòng yêu nước nồng nàn nhưng Kham lại rất tiết chế và chừng mực. Anh chưa hề có mảy may biểu lộ tinh thần bài ngoại, theo đuổi chủ nghĩa yêu nước cực đoan bài Hoa. Mà bảo anh bài Hoa sao được khi chính bản thân anh vẫn cứ mãi yêu mến vẻ đẹp của một bài thơ Đường Đỗ Phủ hay nét thanh thoát thủy mặc của những bức tranh Hạ Khuê_ Hsia Kuei đời Tống và chính anh cũng đã chấp nhận với không một định kiến cho đứa con gái út của anh chọn lấy một người chồng Trung Hoa_ một nhà vật lý trẻ ở Cornell cũng là nơi con gái anh đang theo học. Ở Kham là sự dứt khoát khẳng định về quyền tự chủ trong đó có chủ quyền về lãnh thổ lãnh hải với Hoàng Sa và Trường Sa là điều bất khả tương nhượng.

Suy luận thì như vậy nhưng với cái tâm lành, Kham vẫn tin ở một trật tự toàn cầu khi nhân loại bước vào thiên niên kỷ mới trong đó các siêu cường sẽ biết hành sử một cách có trách nhiệm chứ không thuần chỉ dựa trên sức mạnh như hiện nay. Thêm vào đó, Kham còn tin vào những nhà trí thức Trung Hoa chân chính có công tâm, khi họ hiểu được thực trạng éo le của lịch sử họ sẽ cảm thông với người Việt chúng ta và cũng để thấy rằng hạnh phúc của cả hai dân tộc Hoa Việt là sống chung hòa bình để cùng khai thác và chia xẻ hợp lý các nguồn tài nguyên trên Biển Đông cũng như trên con sông Mekong.

Chỉ bằng cuốn sách của Kham, Cao đã hiểu biết được khá rõ những vấn đề cơ bản liên quan tới Biển Đông. So với diện tích chỉ có 340 ngàn km2 nhưng Việt Nam lại có một bờ biển trải dài hơn 2500km, thoải ra là một thềm lục địa không sâu với trên 2500 hải đảo hoặc họp thành quần đảo hoặc là những hòn đảo đơn độc. Trên cái nền chưa hoàn toàn ổn định ấy thỉnh thoảng vẫn còn những xáo trộn địa chấn: điển hình là vào năm 1923, ngoài khơi Phan Rí phía nam đảo Phú Quý 22 dặm, đột nhiên xuất hiện đảo Hòn Tro cao tới 30m và cạnh đó có thêm một hòn đảo nhỏ khác_ nhưng chỉ vài tháng sau cả hai đều biến mất, giả thiết rằng hai hòn đảo ấy vừa được tạo bởi dung nham và tro bụi_ nên có tên Hòn Tro, do núi lửa phun lên từ đáy biển nhưng rồi sau đó bị sóng gió và các luồng hải lưu cuốn trôi đi không còn để lại dấu tích nào.

Nói về sự hình thành thềm lục địa trên Biển Đông qua các thời kỳ địa chất, phải kể tới sự góp phần của hai con sông Hồng và sông Mekong cùng phát nguyên từ nóc cao trái đất trên cao nguyên Tây Tạng chảy qua các quốc gia cuối cùng đổ ra biển Đông bằng các cửa sông Việt Nam.

Với sông Hồng, có lẽ từ mấy triệu năm trước thời địa chất Pleistocene, con sông ấy đã liên tục đổ ra biển lượng phù sa khổng lồ, góp phần tạo thành một bình nguyên biển trải dài ra tới cồn Cát Vàng hay Hoàng Sa_ Paracels.

Với sông Mekong, chỉ mới chục ngàn năm trước thôi, con sông

hoang dã ấy mới bắt đầu tạo hình vùng đồng bằng châu thổ từ đáy biển_ khoảng từ nguyên đại đệ tam, do hợp chất pyrite có chất sắt từ trầm tích phù sa kết hợp với chất sulphur trong nước biển khiến đáy biển nhô dần lên và để rồi hàng năm vẫn được các con nước lũ đổ về bồi đắp thêm tầng tầng lớp lớp phù sa ngày một dày thêm. Con sông Mekong dũng mãnh ấy không ngừng trút ra Biển Đông một khối lượng phù sa lớn lao tạo nên một thềm lục địa với hai thung lũng biển tạo bởi dòng chảy của hai con Sông Tiền Sông Hậu trải dài hơn 400km ra tới bãi Tứ Chính thuộc quần đảo Trường Sa_ Spratly.

Bên dưới sâu thềm lục địa ấy quanh Hoàng Sa và Trường Sa là những kết tầng thủy tra thạch nơi hình thành những túi dầu rất lớn, tạo thèm muốn nhất là với Trung Hoa.

Về phương diện địa chất, các cuộc khảo sát khoa học đã cho biết hai quần đảo Hoàng Sa và Trường Sa là phần nối dài của thềm lục địa Việt Nam trên Biển Đông và cũng rất xa đối với Trung Hoa.

Giả thiết mực nước biển hạ xuống tới khi bình nguyên biển trồi lên thì Hoàng Sa là một dải đất liền dính vào Việt Nam và cách biệt hẳn với Trung Hoa bằng một vùng biển sâu.

Krempf (1925) thuộc Hải Học Viện Đông Dương, khi khảo sát về đáy biển Hoàng Sa đã nhận xét rằng quần đảo này là một bình nguyên biển nối dài ra từ rặng Trường Sơn Trung Phần Việt Nam và ông đã đi tới kết luận "Về phương diện địa chất, quần đảo Hoàng Sa là thuộc Việt Nam."

Còn với quần đảo Trường Sa, theo Vũ Hữu San nếu quan sát các đường đồng thâm - depth contour_ trên hải đồ người ta thấy các đảo ấy cách biệt hẳn với Trung Hoa Lục Địa và Đài Loan bằng rãnh biển sâu hơn 3000m về phía bắc và đông bắc và cũng ngăn cách với Phi Luật Tân, Brunei và Mã Lai bằng Rãnh Sâu Đông Palawan_ East Palawan Trough.

Trong khi chánh phủ Việt Nam Cộng Hòa ở Miền Nam không những quan tâm bảo vệ mà còn rất chú ý tới các cuộc khảo sát nghiên cứu phát triển Biển Đông, thềm lục địa, các quần đảo Hoàng Sa

Trường Sa với Hải Học Viện Nha Trang, các Phân khoa Địa Chất và Sinh Vật của Đại Học Khoa Học Sài Gòn... Công trình Nghiên cứu NAGA được kể là quy mô nhất: trong suốt 2 năm 59-61 các nhà khoa học Việt Nam, Mỹ và Thái Lan đã khảo sát hành lang thềm lục địa dọc theo bờ biển Việt Nam qua tới vịnh Thái Lan với thu thập rất nhiều hiểu biết về địa chất, sinh vật và hải dương học của Biển Đông. Khi còn là một sĩ quan hải quân rất trẻ mới ra trường Kham đã may mắn có cơ hội được phục vụ trên con tàu NAGA đó.

Riêng tại miền Bắc, cấp lãnh đạo Đảng Cộng sản Việt Nam chẳng những không có một tiếng nói đòi chủ quyền còn tự nguyện dâng cả hai quần đảo Hoàng Sa và Trường Sa cho Bắc Kinh. Bức công hàm ngoại giao 14-09-58 gửi Trung Hoa của chánh phủ Việt Nam Dân chủ Cộng hòa do thủ tướng Phạm Văn Đồng ký với nội dung "tán thành bản tuyên bố ngày 04 tháng 9 năm 1958 của chánh phủ Cộng Hòa Nhân Dân Trung Hoa quyết định về hải phận của Trung Quốc."

Mười tám năm sau báo Sài Gòn Giải phóng 05-76 vẫn tiếp tục bênh vực cho nội dung kỳ quái của bức công hàm ấy: " Việt Nam Trung Quốc là hai nước anh em sông liền sông núi liền núi. Trung Quốc vĩ đại đối với chúng ta không chỉ là người đồng chí mà còn là người thầy tín cẩn, đã cưu mang chúng ta nhiệt tình để chúng ta có được ngày hôm nay, thì chủ quyền Hoàng Sa thuộc Trung Quốc hay thuộc ta cũng vậy thôi. Khi nào chúng ta muốn nhận lại quần đảo này Trung Quốc sẽ sẵn sàng giao lại."

Nhưng chính người đồng chí và người thầy tín cẩn ấy 14 năm sau (14-03-1988) không những đã không trả Hoàng Sa mà còn dùng võ lực cưỡng chiếm luôn các đảo Trường Sa của người đồng chí Việt Nam anh em. Chỉ trong một trận hải chiến ngắn họ đã bắn chìm tàu hải quân Việt Nam tàn sát không nương tay ngót 100 thủy thủ Việt trên Biển Đông thuộc vùng lãnh hải Việt Nam.

Bấy giờ mới thực sự tỉnh giấc chiêm bao, trong văn kiện phổ biến 25-04-88, Cộng Hòa Xã Hội Chủ Nghĩa Việt Nam đã phải lấy tất cả quá khứ Việt Nam Cộng Hòa ở Miền Nam ra làm lý lẽ: "Nửa nước Việt Nam từ vĩ tuyến 17 theo quy định hiệp định Geneve về Đông Dương 1954, là do chánh quyền Miền Nam tạm thời quản lý trong khi chờ đợi thống nhất. Chánh quyền Sài Gòn đã tiếp quản hai quần đảo Hoàng Sa và Trường Sa năm 1956 từ Pháp khi họ rút khỏi Đông Dương. Từ đó cho đến năm 1975, họ đã tổ chức hai quần đảo về mặt hành chánh, tổ chức khảo sát và khai thác kinh tế..."

Và cũng để cứu vãn cho một sai lầm lịch sử, người cộng sản Việt Nam bào chữa: "Đúng là đã có những tuyên bố đó. Cần phải đặt các tuyên bố này đúng trong bối cảnh lịch sử của nó...Trong cuộc chiến đấu một mất một còn chống kẻ thù xâm lược có sức mạnh quân sự lớn hơn mình rất nhiều, Việt Nam tranh thủ được Trung Quốc gắn chặt với cuộc chiến đấu của Việt Nam càng nhiều bao nhiêu và ngăn chặn Mỹ sử dụng hai quần đảo cũng như vùng Biển Đông chống Việt Nam thì càng tốt bấy nhiêu. Phải đứng trên tinh thần đó và trong bối cảnh đó để hiểu các tuyên bố nói trên."

Lý luận thì như vậy, nhưng thật ra chính những người Cộng Sản Việt Nam cũng hiểu rằng trong lãnh vực quốc tế công pháp đã chẳng có một thứ "luân lý của hoàn cảnh" và đây hiển nhiên là một thất thế cho Việt Nam trên bàn hội nghị trong hiện tại và cả về tương lai.

Căn cứ theo Luật Quốc tế về Biển_ Law of Sea Convention đã được 159 quốc gia ký kết ngày 10-12-82 tại Montejo Bay, Jamaica và đã được hơn 60 nước chuẩn y để trở thành luật kể từ 16-11-94 với ý nghĩa cao đẹp "Biển cả là tài sản chung của nhân loại" và các quốc gia Đông Nam Á đã ký kết đồng thuận thi hành thì chỉ riêng Trung Cộng đã cản trở bằng cách ban hành Luật Lãnh hải 1992 với lý luận rằng Biển Đông là nội hải của Trung Hoa, theo đó họ đòi hỏi tàu bè kể cả tiềm thủy đĩnh và phi cơ chuyển vận trên hải và không phận ấy phải xin phép và tuân theo luật lệ của Cộng Hòa Nhân Dân Trung Hoa.

Tự cho quyền hành xử như một siêu cường độc đoán và chuyên quyết, Trung Quốc trong bước đầu "Chinh phục trái đất" nói theo chủ tịch Mao Trạch Đông, họ chủ trương khống chế toàn Biển

Đông mà không cần che dấu tham vọng bành trướng ấy. Ai cũng biết Mekong là một con sông quốc tế nhưng với tám con đập bậc thềm Vân Nam có bao giờ Trung Quốc quan tâm gì tới những điều khoản quy định trong quốc tế công pháp đâu. Đối với cộng đồng thế giới Trung Cộng chưa hề chứng tỏ là có một hồ sơ theo dõi tốt_ good track records.

Theo Quang Minh Nhật báo của tỉnh Quảng Đông Trung Quốc 05-12-94 thì: "Sau một thập niên dài khảo cứu, 400 học giả và chuyên viên nổi tiếng Trung Quốc đã chứng minh rằng hiển nhiên từ thời xa xưa Trung Quốc đã nắm chủ quyền trên toàn thể quần đảo Trường Sa. Và theo lý lẽ đó Trung Quốc chẳng còn gì để phải tranh cãi trên bàn thương thảo."

Chỉ trong hai ngày 28 và 29 tháng 6 năm 1994, 10 học giả Trung Hoa Lục địa đến Đài Loan dự buổi Hội thảo với hàng trăm học giả địa phương, họ đưa ra bản tuyên cáo chung rằng: "Trung Hoa có chủ quyền lịch sử về vùng tranh chấp này."

Chi tiết nổi bật cần ghi nhận là_ khác xa với những người Quốc Gia hay Cộng Sản Việt Nam_ cho dù Quốc hay Cộng, Đài Loan tỏ ra rất mau lẹ luôn luôn thống nhất với lập trường của Hoa Lục_ "nhân danh dân tộc Trung Hoa" về vấn đề Biển Đông cho dù hai bên còn khác biệt về thể chế chánh trị và chưa thống nhất.

Nếu chỉ kể nửa thế kỷ trở lại đây thôi chúng ta đã thấy có một tiến trình liên tục trong lịch sử cận đại nước Trung Hoa nhằm xâm chiếm các vùng hải đảo và lãnh hải của Việt Nam trên Biển Đông.

Ngay sau Thế chiến thứ Hai, khi Nhật đầu hàng Đồng minh, 06-1946 Pháp gửi chiến hạm Savorgnan de Brazza chiếm lại các đảo Hoàng Sa nhưng do trận chiến Việt Pháp bùng nổ dữ dội 09-1946 Pháp tạm thời rút khỏi Hoàng Sa. Trung Hoa Dân Quốc thì lấy ngay cớ giải giới quân Nhật để đổ quân chiếm đảo Phú Lâm là hòn đảo lớn nhất trong nhóm Tuyên Đức_ Amphitrite Group phía đông Hoàng Sa, Pháp chỉ phản đối chiếu lệ.

Khi Trung Cộng toàn chiếm Hoa Lục 1949, Tưởng Giới Thạch phải chạy ra Đài Loan thì quân Trung Hoa Dân Quốc rút ra khỏi đảo Phú Lâm.

Năm 1956, khi quân Pháp bắt đầu rút khỏi Việt Nam, Trung Cộng đã mau chóng cho hải quân tái chiếm đảo Phú Lâm và các đảo khác thuộc nhóm Tuyên Đức và đặt bộ chỉ huy toàn thể lực lượng trú phòng quần đảo Hoàng Sa trên đảo Phú Lâm và cũng là căn cứ quân sự kiên cố nhất trên biển Đông. Bằng chứng là mới đây vệ tinh Nhật Bản đã chụp được không ảnh về căn cứ quân sự Trung Cộng đã xây trên đảo Phú Lâm trên đó có cả một phi đạo dài tới 2500m.

Mỹ rút khỏi Nam Việt Nam 1974, Trung Cộng đã xua quân chiếm luôn nhóm Nguyệt Thiềm_ Crescent Group phía tây Hoàng Sa, đang thuộc quyền kiểm soát của chánh phủ Việt Nam Cộng Hòa, sau một trận hải chiến ngắn với lực lượng Hải quân Nam Việt Nam. Hoàn toàn làm chủ quần đảo Hoàng Sa, chuẩn bị cho kế hoạch lâu dài, Trung Quốc thiết lập căn cứ hải quân, cả xây dựng phi trường và đồng thời tung các con tàu ra khơi tìm kiếm dầu hỏa.

Vẫn không dừng ở đó, Trung Quốc tiếp tục chính sách bành trướng xa hơn về phương nam, 14 năm sau 1988 Trung Cộng lại dùng võ lực bắn chìm tàu Việt Nam và cưỡng chiếm thêm 8 đảo của Trường Sa và dựng ngay bảng chủ quyền trên mỗi đảo - nơi mà Việt Nam thực sự có chủ quyền về mọi phương diện lịch sử địa dư và công pháp quốc tế. Tình hình lại càng phức tạp hơn - ngoài mâu thuẫn giữa Việt Nam Trung Hoa_ còn có thêm sự tranh chấp với các nước Mã Lai, Brunei, Nam Dương và Phi Luật Tân để giành giật những mỏ khí đốt cũng trên thềm Biển Đông ấy.

Tưởng cũng nên nhắc lại ở đây, không phải chỉ có Trung Cộng mà Đài Loan cũng đã hiện diện xen kẽ ở Trường Sa. Đài Loan đã kiểm soát một hòn đảo lớn nhất trong quần đảo Trường Sa đó là đảo Ba Bình - Itu Aba - nơi mà trước Thế chiến thứ Hai Việt Nam và Pháp đã từng đặt đài khí tượng và hoạt động rất hữu hiệu. Ba Bình ngày nay trở thành một công sự vô cùng kiên cố của Đài loan với cả hải cảng, sân bay, đài kiểm thám, các ụ súng lớn với cả một tiểu đoàn Thủy quân Lục chiến là lực lượng trú phòng thường trực có trang bị cả các đoàn xe lội nước.

Hai lần hải quân Trung Quốc ra tay hai lần họ tàn sát người Việt trên Biển Đông trước con mắt thờ ơ của những đồng minh và cả quốc tế.

Chiến trận Hoàng Sa 1974, có sự hiện diện Đệ Thất Hạm Đội Mỹ trên Thái Bình Dương, nhưng Hoa Kỳ không những cho biết sẽ dứt khoát đứng ngoài cuộc tranh chấp mà còn cô lập Hải quân Việt Nam bằng cách phong tỏa việc sử dụng ngư lôi đĩnh, rút Đệ Thất Hạm đội ra khỏi khu vực Biển Đông và còn quyết liệt từ chối cả nghĩa vụ nhân đạo là việc cấp cứu những thủy thủ Việt Nam bị trôi dạt trên biển sau trận hải chiến với hạm đội Trung Cộng.

Trận chiến ngày 14 tháng 3 năm 1988, lúc đó có cả một hạm đội Liên xô đóng ở Cam Ranh và họ cũng án binh bất động.

Thế giới đã bỏ mặc cho Việt Nam phải đương đầu đơn độc với một siêu cường Trung Cộng khổng lồ có cả võ khí nguyên tử.

Rõ ràng là Trung Cộng, bằng vô số phương cách trước sau vẫn quyết tâm đi hết tiến trình đã vạch sẵn, khi thì ngang nhiên dùng võ lực khi thì lợi dụng danh nghĩa khảo sát khoa học - cả mạo nhận danh nghĩa Liên Hiệp Quốc để âm thầm lấn chiếm các đảo cho đến khi hoàn toàn nuốt trọn Trường Sa.

Do không đủ sức đương cự với Trung Cộng, các nước nhỏ quanh Biển Đông vận động tìm cách đưa nội vụ ra Tòa án Quốc tế nhưng Trung Cộng thì luôn luôn rêu rao cho rằng Tòa án La Haye chỉ là trò chơi của đế quốc tư bản nên hoàn toàn đứng ngoài như một vô can. Khi mà lẽ phải chỉ dành cho kẻ mạnh với tiềm thủy đĩnh, phóng pháo cơ và chiến hạm thì rõ ràng tình hình Biển Đông cực kỳ căng thẳng và sẽ chẳng có một nước nào được yên - nhất là với Việt Nam_ nếu không chịu khuất phục trong trật tự nước Trung Hoa. "Bởi vậy lấy sức mạnh mà nói thì lẽ phải ở về phía Trung Quốc."

Trong một phòng hội thuộc Khu Nghiên cứu Đông Nam Á Đại Học Berkeley - nơi từng nổi tiếng về các phong trào phản chiến trong suốt cuộc Chiến Tranh Việt Nam - Kham dáng đứng vững chãi trước một màn ảnh lớn với tấm bản đồ Biển Đông và các địa danh thuần Việt do chính anh đã dầy công sưu tầm và thiết kế trên máy điện toán. Kham giọng phân tích:

- Do nằm ngay trên ngã tư đường hải hành của Thái Bình Dương, từ bắc xuống nam và từ tây sang đông, hai quần đảo Hoàng Sa và Trường Sa nghiễm nhiên trở thành những địa điểm chiến lược trọng yếu của toàn vùng Đông Nam Á. Trong tình huống cho dù Việt Nam có bị phong tỏa hết biên giới lục địa phía bắc và phía tây, quốc gia ta cũng không bị bóp nghẹt về kinh tế. Nhưng nếu bị phong tỏa hết bờ biển phía đông thì chẳng những không còn ngoại thương mà ngay cả chuyển vận đường biển bắc nam để điều hòa nhu yếu phẩm trong cả nước cũng hết.

Và Kham đưa ra tiếp một cái nhìn tiên tri:

- Trung cộng ngày nay dư khả năng thực hiện một cuộc phong tỏa như vậy khi mà họ đã sở hữu được hỏa tiễn tầm xa, các đội oanh tạc cơ chiến lược và lực lượng hải quân với hàng không mẫu hạm và các hạm đội viễn duyên để khống chế toàn Biển Đông, lúc đó kẻ thù truyền kiếp của chúng ta lại hiện nguyên hình lừng lững trở lại, áp đặt ách thống trị lên đầu lên cổ dân tộc Việt Nam nhưng với những thủ đoạn ngàn lần tinh vi hơn.

Giọng Kham càng trở nên thiết tha:

- Thà rằng chúng ta sống tiết kiệm để tăng cường quốc phòng nhất là hải quân với đầy đủ khả năng hải chiến không chiến ngoài khơi còn hơn chờ đợi tới cái ngày không tránh được_ the inevitable day khi đó cả nước ta chịu chết ngạt một cách nhục nhã vì bị bao vây.

Hướng về phía Cao, Kham tiếp:

- Rồi còn phải kể tới trận chiến về môi sinh như gây ô nhiễm và chặn nguồn nước của con sông Mekong gây hạn hán và nạn ngập mặn khắp vùng đồng bằng châu thổ, điều mà Nhóm Bạn Cửu Long rất sớm lên tiếng báo động trong những năm qua. Chặn đầu nguồn ở Vân Nam, chặn cuối nguồn con sông Mekong bằng chiếm đoạt các quần đảo sát ngoài khơi Biển Đông, quả thật cho đến nay Việt Nam bị bó tay và chưa biết phải ứng xử ra sao!

Hoàn toàn làm chủ kỹ thuật thính thị qua máy điện toán, Kham đã linh hoạt kết thúc bài nói chuyện. Anh cho chiếu cùng lúc hai tấm slides trải dài trên hai màn ảnh lớn: một bức không ảnh chụp từ vệ tinh hai quần đảo Hoàng Sa Trường Sa trên Biển Đông bên một dải đất Việt Nam hình chữ S. Màn ảnh bên là trích dẫn một đoạn viết của giáo sư Hoàng Xuân Hãn trên tạp chí Sử Địa 1974:

"Một gương sáng lịch sử là mỗi khi thế nước suy hèn vì chia rẽ và nội loạn thì mỗi khi lân bang lấn cõi... Ngày nay vụ Hoàng Sa bị chiếm là triệu chứng cụ thể gây nên bởi sự bất hòa của dân ta... tuy rằng nhiều chứng xưa nay, trong ngoài bảo rằng đó là đất Việt."

Rồi bất chợt nổi lên từ xa tiếng sóng Biển Đông vỗ rạt rào xen lẫn với muôn ngàn tiếng chim hải âu làm nền cho bản tin mới phát đi của đài RFI:

... Theo tin hãng thông tấn Kyodo, Hà Nội 19-09-98. Bộ Giao thông Vận tải mới đây đã hoàn tất việc xây dựng và trùng tu nhiều cơ sở dân sự trên đá San Hô Tây_ West Reef trong quần đảo Trường Sa, gồm có bồn chứa nước ngọt, trạm máy phát điện, khu nhà ở và cả sân bay trực thăng với tổn phí lên tới 4 triệu đôla là những công trình xây dựng có tính cách lâu dài.

Tưởng cũng nên nhắc lại là chỉ mới hai tuần lễ trước đây, phát ngôn viên Bộ Ngoại Giao Trung Hoa đã lên tiếng phản đối và đòi hỏi phía Việt Nam phải lập tức rút quân khỏi hai đảo đá ngầm thuộc bãi Tư Chính trong vùng Trường Sa mà Trung Hoa cho là lực lượng Hải Quân Việt Nam đã chiếm đóng trái phép. Phía Việt Nam đã khước từ thảo luận với Trung Quốc vì cho rằng Việt Nam có đủ bằng chứng lịch sử và pháp lý để khẳng định chủ quyền tại hai khu vực quần đảo Hoàng Sa và Trường Sa bao gồm cả những đảo đã bị Trung Quốc dùng võ lực cưỡng chiếm...

Có điều mà Kham chưa nói ra_ là cho dù hiện nay Việt Nam còn hiện diện trên một số đảo ngoài Trường Sa nhưng nếu bị phong tỏa vùng hải phận quanh quần đảo_ điều mà Hải Quân Trung Quốc dư sức làm mà không cần nổ thêm một phát súng nào, thì bất chiến tự nhiên thành, tất cả chủ quyền quần đảo Trường Sa hoàn toàn rơi vào tay Trung Quốc.

Thiếu Tá Ngụy Văn Thà

TT. Nguyễn Thành Trí

Trung Quốc cưỡng chiếm Hoàng Sa 1974 và Trường Sa 1988 gây xúc động sâu xa cho mọi con tim Việt Nam. Chiến hạm Nhật Tảo HQ10 với Hạm trưởng Ngụy Văn Thà từng mang biệt danh "Người chiến thắng trên dòng nước nâu Cửu Long" Hạm phó Nguyễn Thành Trí đã cùng với thủy thủ đoàn và con tàu vùi sâu dưới Biển Đông bên quần đảo Hoàng Sa như một dấu mốc chủ quyền lãnh thổ và lãnh hải bất khả phân của Việt Nam.

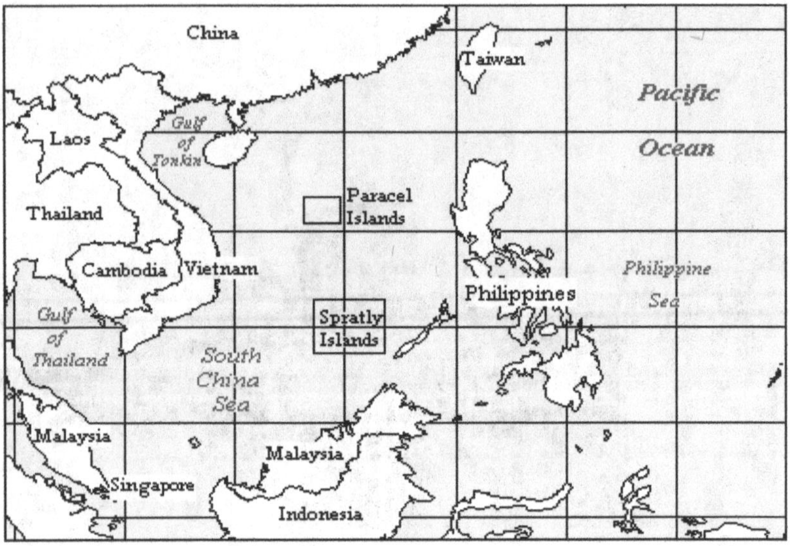

Tranh chấp trên quần đảo Trường Sa giữa: Việt Nam, Phi Luật Tân, Mã Lai, Trung Cộng-Đài Loan và Brunei. Biển Đông đang là lò thuốc súng có nguy cơ nổ ra một cuộc chiến tranh vùng.

Dân Trung Quốc chào đón hạm đội chiến thắng trở về sau trận đánh cưỡng chiếm quần đảo Hoàng Sa của Việt Nam 1974.

Không còn tình nghĩa đồng chí "môi hở răng lạnh", mà chỉ còn hình ảnh cuộc chiến biên giới 1979 đẫm máu giữa Việt Nam và Trung Quốc.

Cảnh đổ nát của một trường học tỉnh Lạng Sơn khi quân Trung Quốc tràn qua cho "Việt Nam một bài học" 1979.

Tên hai con đường Hoàng Sa và Trường Sa nằm heo hút trên bên con kinh Nhiêu Lộc gần Thị Nghè_ H. Lý Đợi

Không phải chỉ có Trung Cộng, Đài Loan cũng đang chiếm giữ đảo Ba Bình / Itu Aba lớn nhất Trường Sa với những tiểu đoàn TQLC thiện chiến, với phi đạo quân sự dài hơn 1km hoàn tất 12/2007 và TT Đài Loan Trần Thủy Biển, bất chấp sự phản đối của VN, đã chính thức viếng thăm Trường Sa bằng phi cơ quân sự Hercule C-130 đáp xuống phi đạo mới này.

Nữ Hồng Quân Trung Quốc trên quần đảo Hoàng Sa. Sáu chữ trên tấm bia mới dựng là: TRUNG QUỐC TÂY SA THẠCH ĐẢO (Tây Sa tức là Hoàng Sa của Việt Nam).

Tranh chấp giữa 5 nước trên quần đảo Trường Sa: Việt Nam, Phi Luật Tân, Mã Lai, Đài Loan-Trung Cộng và Brunei. Biển Đông đang là lò thuốc súng. Hình một căn cứ kiên cố của TQ trên Đá Vành Khăn/ Mischief Reef thuộc quần đảo Trường Sa_ AP

CHƯƠNG XVI

ĐỨC PHẬT THẦY VÀ NHỮNG TẤM BIA CÀN LONG VÂN NAM

L'eau est devenue chère, et elle le sera encore plus à l'avenir, ce qui en fera l'or bleu du XXIe siècle. Ricardo Petrella, 3/2000

Từ Giang Thành Tới Châu Đốc Tân Cương.

Đồng Bằng Sông Cửu Long có sức cuốn hút lạ thường, với Cao đó vẫn là vùng đất mới còn biết bao nhiêu điều về lịch sử, địa dư và con người... từ bấy đến nay Cao tự thấy vẫn chưa thể nào thấu hiểu hết được.

Như chỉ riêng một vùng Thất Sơn kì bí với núi rừng trùng điệp nằm dọc theo con Sông Hậu thuộc "Châu Đốc Tân Cương" _ được coi như địa giới cuối cùng của cuộc Nam Tiến mà thấy như đã đầy ắp quá khứ với bao nhiêu tên tuổi nhân vật đã trở thành huyền thoại: như Chưởng Cơ Nguyễn Hữu Cảnh với đám lưu dân Hai Huyện tiên phong đi về Phương Nam _ đi vạch một chân trời, như Thoại Ngọc Hầu khai quốc công thần từ hai thế kỷ trước khai phá miệt Hậu Giang đào con kinh Vĩnh Tế chiến lược từ Châu Đốc xuống tận Hà Tiên giữ yên bờ cõi mới.

Rồi Phật Thầy Tây An là nhân vật với bao điều bí ẩn và cả những truyền thuyết. Chỉ với một chiếc xuồng bần con một miếng tre nhỏ làm chèo một túi thuốc, tự Thầy chèo chống qua các ngả sông rạch tìm đến những người đau yếu chữa bệnh cho họ và rồi cứu cho dân cả một vùng Tòng Sơn Sa Đéc quê Thầy thoát khỏi trận dịch tả hoành hành khủng khiếp. Do uy danh của Phật Thầy ngày một lan rộng gây kinh động cho nhà cầm quyền nên Thầy bị bắt gán cho tội danh là "gian đạo". Nhưng rồi Thầy cũng được thả ra nhưng bắt phải thế phát_ xuống tóc giống như hàng tăng sãi khác. Sau đó Thầy về Châu Đốc, tới Núi Sam_ thay vì xây Chùa thì Thầy lập ra các Trại Ruộng, để chính Thầy tự tay cuốc tay cầy, làm gương khuyên dạy tín đồ tinh thần tự lập tự cường tay làm hàm nhai chứ không nên ỷ lại nhờ vào bá tánh.

"Trại Ruộng" như một kiểu điền trang dân dã: trại đầu tiên ở Thới Sơn Bảy Núi và sau đó thêm một trại Bửu Hương Các ở Láng Linh giao cho đệ tử ruột của Thầy là Đức Cố Quản Trần Văn Thành trông coi.

Khi nổ ra cuộc kháng chiến chống Pháp_ trong đó có cuộc Khởi Nghĩa Bảy Thưa vùng ranh Long Xuyên_ Châu Đốc thì các "Trại Ruộng"mặc nhiên trở thành những căn cứ hậu cần của kháng chiến.

Có thể nói các "Kibboutzim" của Do Thái buổi sơ khai lập quốc vào những năm 40-50 được thế giới ca ngợi và cả chính Cao thời sinh viên rất ngưỡng mộ và rồi cả "Phương Bối Am" của Thích Nhất Hạnh manh nha hình thành giữa cuộc Chiến Tranh Việt Nam thực ra chỉ là một mô phỏng rất muộn màng mãi về sau này "công thức Trại Ruộng" của Đức Thầy đã có cách đó cả hơn một thế kỷ.

Thầy tu luyện không phải ở chùa lớn mà chỉ trong một "cốc" nhỏ nơi mà sau này là chỗ xây cất nên Tây An Cổ Tự uy nghi và tráng lệ như bây giờ.

Tên tục là Đoàn Minh Huyên danh hiệu Phật Thầy danh đạo là Bửu Sơn Kỳ Hương_ núi báu mang hương lạ, hình thức thờ phượng đơn giản không xây chùa không tượng cốt chỉ có một tấm lụa đà_ trần điều tượng trưng cho đấng tạo hóa huyền vi. Giáo lý của Thầy thì lại rất gần gũi với đời thường nghĩa là một thứ Đạo Phật dấn thân "không theo đời mà bỏ đạo, cũng không theo đạo mà bỏ đời".

Thầy chủ trương "Tứ Đại Trọng An"mà tín đồ quen gọi là "Tứ An Hiếu Nghĩa" bao gồm: ân tổ tiên cha mẹ, ân với đất nước, ân tam bảo Phật Pháp Tăng và cuối cùng là ân đồng bào và nhân loại_ mới xem ra tưởng quá giản đơn nhưng lại chính là giềng mối sâu xa của đạo. Gạn lọc những chuyện huyền hoặc có tính mê tín dị đoan mà đám đệ tử cố gán cho Thầy thì giữa lúc đạo suy vi Thầy là người có công hoằng dương đạo pháp, đem đạo vào đời_ không phân biệt chủng tộc tôn giáo chỉ lấy từ bi bác ái mà rao giảng với nhân loại chúng sinh. Đó cũng là mô thức rất sớm của một nền văn hóa hòa bình chuẩn bị cho xu hướng Toàn Cầu Hóa_ Globalization khi nhân loại bước vào Thiên Niên Kỷ Thứ Ba.

Người Hoa Nơi Đồng Bằng Sông Cửu Long

Người Hoa đã đến và sống trên dải đất Việt Nam cả mấy ngàn năm rồi, từ thời còn là Giao Chỉ Bộ dưới quyền thống trị của Trung Hoa. Và trong suốt dòng lịch sử dựng nước và giữ nước, người Việt phải liên tục chống cự lại sự xâm lấn và đồng hóa của tộc Hán_ Sinicization ở phía Bắc. Cũng rất sớm từ Bắc chí Nam, cộng đồng người Hoa sống ở Việt nam tuy không trực tiếp nắm những chức vụ chánh quyền nhưng hầu như họ đã chiếm lĩnh toàn bộ sinh hoạt kinh tế của người Việt và nghiễm nhiên trở thành một thế lực chánh trị thách đố với mọi chế độ cầm quyền.

Đã thế, mỗi thời kỳ nóng lạnh, mỗi biến động của một nước Trung Hoa cường thịnh hay suy vi đều không thể không ảnh hưởng mạnh mẽ tới cả khu vực Đông Nam Á Thái Bình Dương _ mà gần cận nhất là Việt Nam.

Kinh nghiệm Miến Điện, năm 1949 khi Tưởng Giới Thạch thua chạy ra đảo Đài Loan thì đám tàn quân gồm nguyên một sư đoàn với chủ tướng là Lý Mỹ đã tràn xuống chiếm đóng khu Bắc Miến, sau đó trở thành một đội quân thổ phỉ cướp bóc lương thực cả sản xuất lưu hành ma túy trong khu Tam Giác Vàng gây cảnh đau thương chết chóc cho dân chúng Miến trong suốt nhiều năm và tình hình cũng chưa hẳn yên sau bao nhiêu cuộc hành quân bình định vất vả của chánh quyền Rangoon và có cả sự giúp đỡ can thiệp của Liên Hiệp Quốc.

Kinh nghiệm Việt Nam, năm 1611, khi người Mãn Thanh từ Trung Nguyên tràn xuống đánh bại triều đình nhà Minh, đám di thần trung thành với nhà Minh không chịu khuất phục lập phong trào Bài Mãn Phục Minh. Một số chạy xuống Hoa Nam kéo theo đám dân chúng tràn vào các tỉnh phía bắc Việt Nam, tạo nên một vùng biên giới mất an ninh suốt hai thế kỷ, đã khiến dân Việt vô cùng thống khổ vì sự hoành hành của đám giặc "Tàu Ô"này.

Một số cựu di thần nhà Minh khác theo thủ lãnh của họ dùng đường biển đi xa hơn về Phương Nam. Đợt người Hoa di dân này là dấu mốc quan trọng trong lịch sử khẩn hoang của Đồng bằng Sông Cửu Long.

Sử liệu ghi năm 1679 Dương Ngạn Địch, nguyên Tổng Binh các quận Quảng Tây và Trần Thắng Tài, Tổng Binh các quận Quảng Đông đem đội binh Trường Phát (tóc dài đuôi sam_ để phân biệt với người Mãn Thanh) và gia quyến hơn ba ngàn người trên 50 chiến thuyền tới cửa biển Thuận An bệ kiến Chúa Nguyễn xin tỵ nạn nước Nam và được Chúa Hiền Nguyễn Phúc Tần chấp thuận cho đi về Phương Nam khẩn hoang lập ấp. Có điều mà Chúa Hiền không hề biết là không phải toàn binh đoàn Trường Phát đều có ý thần phục triều đình Phú Xuân_ trong đó phải kể viên phó tướng Huỳnh Tấn.

Họ chia làm hai toán. Dương Ngạn Địch cùng với Huỳnh Tấn đem binh thuyền từ Biển Đông vào cửa Soài Rạp, cửa Đại, cửa Tiểu tới đồn trú tại vùng Mỹ Tho, Định Tường. Trần Thắng Tài cùng với Trần An Bình đem binh tới đóng ở Biên Hòa, Gia Định. Họ cùng với đám lưu dân Việt phá rừng vỡ đất đào kinh cất phố mở mang đường xá, họ lập gia đình với người Việt và Khmer sinh con đẻ cái và đa số chọn định cư lâu dài nơi đây.

Họ là những người Minh Hương_ tên gọi những người Hoa còn trung thành với nhà Minh bên Trung Quốc, lánh nạn nhà Thanh tới Việt Nam. Họ là những người tỵ nạn chánh trị, xin nhận Việt Nam là quê hương thứ hai và họ đã đóng góp nhiều công sức cùng với những người lưu dân Việt khai phá Miền Nam từ thời Nguyễn Sơ. Họ cũng đã lôi cuốn thêm những người Hoa khác từ Mã Lai Singapore tới buôn bán và ở lại lập nghiệp.

Riêng viên phó tướng Huỳnh Tấn kéo theo được nhiều binh lính, trên bước đường khẩn hoang đã tìm ra những vùng đất mới phì nhiêu còn hoang vu ở hai bên bờ con sông Mekong, Tấn có ý ly khai khỏi triều đình nhà Nguyễn để lập một vương quốc riêng. Chủ tướng Dương Ngạn Địch trung thành với chúa Nguyễn tỏ không đồng ý đã bị Huỳnh Tấn và đám lính ly khai giết. Chúa Nguyễn đã phải cùng với Trần Thắng Tài đem quân đánh dẹp, giao tranh rất khốc liệt cuối cùng phải dùng mưu mới bắt và giết được Huỳnh Tấn, Miền Đông mới lại tạm yên. Nhưng vẫn có số tàn quân thoát được sang Chân Lạp sống quanh vùng Biển Hồ tiếp tục chống lại Việt Nam lại được hỗ trợ bởi quân Khmer và nhất là quân Xiêm La khiến cho cuộc bình định phải kéo dài nhiều năm cho tới khi quân chúa Nguyễn chiếm được Nam Vang.

Cũng phải kể một cuộc nổi loạn khác của người Hoa nơi Đồng Bằng Sông Cửu Long do Lý văn Quang người Phước Kiến thấy phòng thủ đất Đồng Nai suy yếu nên đã cầm đầu một nhóm người Hoa chiếm Cù Lao Phố (1747), chúa Nguyễn lại phải sai đô đốc Phiên Trấn Dinh Trần Đại Định là con Trần Thắng Tài đưa quân đi đánh dẹp. Lý văn Quang bị bắt và chỉ bị trục xuất về Trung Hoa.

Và xuống xa hơn nữa, năm 1671 một nhóm thứ ba do Mạc Kính Cửu lãnh đạo cũng sau cuộc nổi dậy thất bại chống nhà Thanh, đã đem theo cả gia đình và đám binh sĩ hơn 400 người dùng chiến thuyền vượt biển xuống tới vịnh Xiêm La đổ bộ lên Mang Khảm một vùng đất gần như còn hoang vu của Chân Lạp.

Mạc Cửu tới Mang Khảm tuy ở cái tuổi chưa đầy 30 nhưng là tay hảo hán, có tài lãnh đạo, óc tổ chức cùng lúc cho phá rừng vỡ đất canh tác, còn mở mang buôn bán, thu phục được những tay phiêu lưu giang hồ kể cả đám hải tặc về dưới trướng lập sòng bài lấy xâu mở các tiệm hút để kinh tài. Vẫn không đủ nhân lực, Mặc Cửu phải tiếp tục chiêu mộ thêm người Hoa, lưu dân người Việt và Khmer từ khắp nơi tới, và chỉ trong một thời gian không lâu họ Mạc đã biến cả một vùng hoang vu sình lầy thành một khu trù phú_ lập ra 7 xã trong đó có cả hòn Koh Tral tức là đảo Phú Quốc sau này, chọn Mang Khảm làm kinh đô, tự đặt tên là Cảng Khẩu Quốc rất sớm nổi tiếng là một hải cảng thuận lợi cho tàu bè qua lại: từ phương bắc xuống_ từ Hải Nam, Phúc Kiến... từ nam lên_ Java, Nam Dương... từ phía tây qua_ An Độ, Mã Lai.

Hà Tiên như một tiểu vương quốc tự trị không lệ thuộc vào hành chánh Chân Lạp hay Đại Việt.

Cũng vì tính cách tự trị đó mà sứ thần Trung Hoa và cả các nhà viết sử Tây phương đã có lúc xem đất Hà Tiên như một "tiểu vương quốc của người Hoa trong vùng biển Trung Nam Hải." Nhưng chính Mạc Thiên Tích_ con Mạc Cửu trong bài tựa tập Hà Tiên Thập Vịnh được Phan Huy Chú chép trong Lịch Triều Hiến Chương Loại Chí_ được coi như bộ bách khoa toàn thư đầu tiên của Việt Nam triều Nguyễn đã lại ghi rõ: "Trấn Hà Tiên nước An Nam, xưa là đất hoang, từ tiên quân khai phá đến nay đã 30 năm, mà dân mới được ở yên, biết việc trồng trọt"

Từ thế kỷ 17, trong bối cảnh cuộc Nam Tiến, đám lưu dân Việt tuy không ồ ạt nhưng từng nhóm ngoài ngả đường bộ đi về Phương Nam, họ còn dùng thuyền theo ven biển tiếp tục xuống xa hơn tới vịnh Xiêm La, có lẽ họ cũng đã đặt chân lên vùng Mang Khảm nhưng gặp cảnh sinh hoạt bất kham nên một số lại tiếp tục ra đi. Phải đợi tới khi Mặc Cửu đem tài lực vật lực tới khai khẩn canh tác và mở mang thương mại thì Mang Khảm mới thực sự phát triển và trở thành một "đặc khu kinh tế"sầm uất, một trong những thị trấn đô hội ra đời sớm nhất nơi Đồng Bằng Sông Cửu Long trước cả Cần Thơ, Bạc Liêu, Mỹ Tho...

Sách Mạc Thị Gia Phả có chép: "Từ khi ra ở đất Mang Khảm

thì Mặc Cửu hết sức lo mở mang cõi đất mới cho một nơi hoang vu vắng vẻ mà nên được một nơi chợ búa đông đảo. Một mặt thì Cửu lo khai khẩn đồn điền cho dân cầy cấy và mở mang hải cảng để đón các tàu buôn ở các biển; một mặt thì lo xây đắp đồn lũy, tập luyện quân lính để bảo hộ cuộc trị an và mưu đồ cuộc độc lập. Cửu thường lấy lòng nhân nghĩa mà xử đãi nên người các nơi theo về rất nhiều. Mang Khảm chẳng bao lâu mà thành một nơi hải cảng sầm uất."

Mang Khảm như một Singapore của thế kỷ 18, không phải chỉ nổi danh trong vùng Đông Nam Á, địa danh Hà Tiên còn vang tới tận Au Châu, được nhắc tới trong bài tham luận của Pierre Poivre trước Hàn Lâm Viện Pháp 1768: "Hà Tiên đã mở cửa đón nhận tàu buôn của mọi nước đến buôn bán. Hàng hóa buôn bán phải chịu một món thuế rất nhỏ mà thôi". (Un Chinois des Mers du Sud, le Fondateur de Hà Tiên_ Garpardone Emile, Journal Asiatique, 1952).

Nhưng rồi cái ngày không tránh được là Mang Khảm bị quân Xiêm xâm lấn tàn phá, cả gia quyến Mạc Cửu bị bắt đem về Xiêm La cho tới khi trốn được về Trũng Kè rồi họ Mạc trở lại Mang Khảm để lo toan khôi phục.

Cũng vẫn Mạc Thị Gia Phả chép: "Về mang Khảm rồi, có kẻ mưu sĩ người Minh Hương tên là Tô Quân bàn rằng_ Người Cao Miên tâm tính hèn nhát nhu nhược, lại đất Mang Khảm là đất hải tần, tất có ngày đối lũy với Xiêm, ngộ có khuynh nguy, họ không thể bảo trợ được; trong khi những người Hoa ở phía bắc được Chúa Nguyễn cho định cư đang phát triển mau chóng, thêm vào đó quân Chúa Nguyễn cũng đang làm chủ Miền Tây Chân Lạp và đối đầu với quân Xiêm La... Vậy chi bằng thần phục về với Nam Triều để cho có chỗ nương tựa vững vàng là hay hơn."

Thấy lời bàn có lý, Mạc Cửu đích thân đến Phú Xuân dâng biểu xin đem đất bảy xã của mình khai phá quy phục Nam Triều. Chúa Nguyễn ưng cho và đổi tên đất Mang Khảm lại là trấn Hà Tiên, phong cho Mạc Cửu chức Tổng Binh về giữ trấn Hà Tiên, lại ban ấn triện mãng mão và cho người đưa về trọng hậu."

Lãnh thổ Đại Nam không những thêm mở rộng mà trấn Hà Tiên nghiễm nhiên trở thành tiền đồn chiến lược ngăn bước xâm lấn của quân Xiêm La.

Mạc Cửu mất năm 80 tuổi (1655-1735), con là Mạc Thiên Tứ_ sau đổi tên là Mạc Thiên Tích kế nghiệp cha. Ngoài kiến thức uyên bác, Mặc Thiên Tích còn là vị tướng tài, ngoại giao giỏi. Ông tiếp tục mở rộng đất Mang Khảm, lập thêm 4 huyện: Long Xuyên (miệt Ca Mau), Kiên Giang (Rạch Giá), Trấn Giang (miệt Cần Thơ) và Trấn Di (miệt bắc Bạc Liêu), và ông cũng đã từng cầm quân sang tấn công Xiêm La, bảo hộ cả vùng phía nam Chân Lạp

... Năm Giáp Tý 1774, Chúa Nguyễn Phúc Khoát chia nước làm 12 dinh, duy có Hà Tiên vẫn để là trấn, Mạc Thiên Tích vẫn giữ chức Đô Đốc cai trị như trước. Theo một nghĩa nào đó thì Hà Tiên như là một khu tự trị của họ Mạc, có thành lũy quân đội có cả đồng tiền riêng_ chỉ phải mỗi ba năm triều cống Chúa Nguyễn theo phiên lễ chư hầu.

Cha con nhà họ Mạc tuy đã xin làm dân Việt làm quan cho nước Nam nhưng vẫn một mình trấn đất Hà Tiên vẫn có cái tư cách bá vương nên họ Mạc lúc nào cũng nuôi mộng lớn chờ cơ vùng vẫy. Mạc Thiên Tích trong bài "Lư Khê Nhàn Điếu" đã tỏ rõ cái chí khí của mình qua hai câu thơ:

Hải thượng tà đầu thời độc tiếu
Di dân thiên ngoại nhất ngư ông
Trên biển riêng cười cơn xế bóng
Đem dân ngoài cõi một ngư ông

Những Tấm Bia Cùn Long và Phật Thầy Tây An.

Với chí lớn ấy thì họ Mạc đâu có dễ dàng mà chịu bó thân lâu dài với triều đình Huế và đâu có muốn cho Việt Nam có minh quân thánh chúa ra đời nơi Đồng Bằng Sông Cửu Long mà vùng Thất Sơn với "với sườn gò khởi phục, cây tốt, suối trong" với con mắt địa lý nhà họ Mạc đích thị là "Hoa địa của Việt Nam" với âm dương tương hội sẽ là nơi "địa linh sinh nhân kiệt."

Theo nhà biên khảo Nguyễn Văn Hầu thì khi đệ tử của Phật Thầy phát hiện những tấm bia Càn Long ở Bài Bài quận Tịnh Biên Châu Đốc chôn vào năm Càn Long nhà Thanh niên hiệu thứ 57_ 1792 là thời gian gia đình họ Mạc còn trọng nhậm tại Hà Tiên thì chưa ai hiểu được tại sao.

Chỉ riêng Phật Thầy là bậc cao minh "thượng thông thiên văn, hạ đạt địa lý, trung quán nhân sự" lại có viễn kiến Thầy tiên tri cho rằng Thất Sơn_ hiểu rộng hơn vùng Đồng Bằng Sông Cửu Long là "Hoa Địa của Việt Nam" nơi tích tụ nhiều địa huyệt hiển linh chỉ chờ ngày khai mở để tới thời "Thượng Ngươn_ với phẳng lặng bốn bề thái vũ, mở hội vĩnh thanh".

Do đó các thày địa lý họ Mạc đã dựng lên những tấm bia Càn Long trấn ếm nhiều nơi khiến cho anh linh vượng khí của Đồng Bằng Sông Cửu Long không còn nữa, tinh hoa sẽ suy kiệt, "đất sẽ khô cằn" không thể nào sinh ra thánh nhân anh hùng được nữa và rồi sẽ trở lại bị lệ thuộc vào Trung Hoa.

Bởi vậy nơi nào mà có bia Càn Long trấn ếm là có thẻ hóa giải của Phật Thầy. Đức Cố Quản Trần Văn Thành là người được giao cho trọng trách đi cắm bốn cây thẻ quanh vùng Thất Sơn. Cho mãi tới bây giờ, nơi Đồng Bằng Sông Cửu Long trên gò đất cuối ngọn rạch Thạnh Mỹ, Vĩnh Thạnh Trung, tỉnh An Giang vẫn còn "Dinh Ông Thẻ" được dân chúng thờ phượng. Và cũng do đó mới còn một nền "Văn Minh Miệt Vườn" hưng vượng cho tới ngày nay.

Tương truyền rằng từ thời rất xa xưa đã có thày địa lý Tàu tên là Cao Biền biết được nơi lưu vực Sông Hồng có rồng thiêng hỗ trợ cho tộc Việt hưng vượng trên bước đường đi về Phương Nam nên Biền đã tìm cách hãm hại nhưng rồng thiêng đã thoát ra ngoài Biển Đông ẩn mình nơi Vịnh Hạ Long để rồi sau đó lại tiếp tục theo bước đường Nam Tiến của dân Việt.

Riêng ở Phương Nam với lịch sử khai phá chưa đầy 400 năm mà như đã có cả một kho tàng cổ tích với bao nhiêu chuyện kỳ bí bao nhiêu truyền thuyết và huyền thoại_ tin hay không tin nhưng vẫn có thể rút ra từ đó những ý nghĩa ẩn dụ.

Như truyền thuyết nói về Rắn Thần Naga theo Cao chính là biểu tượng những Khu Rừng Mưa_ Rainforest như những tấm bọt biển khổng lồ, bấy lâu vẫn ngậm cả khối nước sông Mekong trong mùa mưa lũ và phun ra trong mùa khô khiến nông dân không bị lụt và quanh năm bốn mùa luôn có đủ nước gieo trồng.

Thế còn Những tấm bia Càn Long nơi Đồng Bằng Sông Cửu Long thì sao? Phải chăng đó là biểu trưng sự khống chế của người Hoa trên một địa bàn được coi là trọng địa của cả nước, trong khi những cây thẻ của Phật Thầy chính là khơi động ý thức hưng chấn giành lại quyền tự chủ bấy lâu đã và đang bị đánh mất.

Phật Thầy đã khuất cách đây hơn một thế kỷ với sự nghiệp ảnh hưởng lớn lao như vậy nhưng mộ thầy thì chỉ đơn giản là một vuông cỏ xanh trên một triền đá khuất nẻo.

Không còn Phật Thầy nhưng nay vẫn còn các Thầy địa lý ở Thiên An Môn biết Cửu Long là con sông thiêng, Đồng Bằng Sông Cửu Long là trọng địa là mạch sống của Việt nam_ nơi mà "Nước đã trở thành đắt giá và càng đắt giá hơn trong tương lai và sẽ trở thành Vàng Xanh của Thế Kỷ 21".

Trong khi Việt Nam không có khả năng tự vệ, thì với với 8 con đập bậc thềm nơi thượng nguồn sông Mekong, Trung Quốc đã và đang lạnh lùng tranh đoạt nguồn nước để rồi con sông thiêng sẽ bị tát cạn_ cạn kiệt luôn mạch sống của vùng châu thổ.

Tuy nay không có những tấm thẻ cắm của Phật Thầy trên Vân Nam nhưng vẫn có Những Đứa Con Cửu Long_ Nhóm Bạn Cửu Long, theo gương Phật Thầy không ngừng thao thức và tìm mọi cách ngăn chặn cái ngày không còn lũ đổ về, không còn phù sa, Cửu Long Sẽ Cạn Dòng, đất sẽ khô cằn không còn vựa lúa nuôi cả nước, người cũng sẽ kiệt và cả đất nước Việt Nam sẽ rơi vào Trật Tự Nước Trung Hoa_ Pax Sinica.

Đến Hà Tiên, Tìm Về Thời Gian Đã Mất

Hà Tiên không chỉ đẹp mà còn rất giàu tính lịch sử. Đến thăm Hà Tiên không thể không nghe nói tới Hà Tiên Thập Vịnh của Mạc

Thiên Tích với 10 bài thơ về Hà Tiên viết bằng đủ kiểu chữ "chân, thảo, triện, lệ" với cả tranh minh họa. Chỉ tên mỗi bài thơ không thôi đã chan chứa cả tứ thơ: Bình Sơn màu biếc_ Bình Sơn Điệp Thúy, Chuông sớm chùa núi_ Tiêu Tự Hiểu Chung, Hang núi nuốt mây_ Thạch Động Thôn Vân, Cánh cò Châu Nham_ Châu Nham Lạc Lộ, Hòn Kim Chắn sóng_ Kim Dữ Lan Đào, Đông Hồ trăng in_ Đông Hồ An Nguyệt, Phố Nam sóng lặng_ Nam Phố Trừng ba, Nhàn câu sông Lư_ Lư Khê Nhàn Điếu, Trống canh Giang Thành_ Giang Thành Dạ Cổ, Thôn xóm Lộc Trĩ_ Lộc Trĩ Thôn Cư.

Tập thơ được khách Thăng Long rất yêu chuộng và đất Hà Tiên từ đó được nhắc đến như một địa danh văn học. Đông Hồ và Mộng Tuyết được coi như thế hệ hậu duệ của truyền thống văn học Hà Tiên sau này.

Cách Rạch Giá 90km về phía tây, Hà Tiên như là mũi đất của tỉnh Kiên Giang, ráp ranh với Cam Bốt, với cấu tạo địa chất là những dãy núi đá vôi chạy dài ra tới biển tạo nên nhiều cảnh trí ngoạn mục với những hang động, những hòn (Hòn Phụ Tử, Hòn Chông......) những đảo (Thổ Châu, Phú Quốc...)

Nhà máy xi măng Hà Tiên hiện đại sau này được xây dựng trên vùng đất đá vôi này.

Như một đường chỉ thẳng, con Kinh Vĩnh Tế chảy dài từ Châu Đốc đổ vào sông Giang Thành đem ngọn nước ngọt từ Sông Hậu tưới mát cho Hà Tiên.

Từ bên trong thị trấn trên con đường Phương Thành nổi tiếng với hai ngôi chùa cổ. Chùa Tam Bảo có lịch sử cùng thời với đất Hà Tiên có tượng Phật Di Đà đúc từ thời Mạc Cửu khi ông đón mẹ từ Trung Quốc qua và về cư ngụ ở chùa này. Riêng Chùa Phù Dung được biết tới nhiều hơn với tên Phù Cừ Am Tự thì do Mạc Thiên Tích xây cho nàng Ái Cơ Phù Cừ_ với một thiên tình sử lãng mạn vẫn còn được truyền tụng tới bây giờ. Phù Dung hay Phù Cừ là tên của một loài hoa sen trắng quý và tỏa ngát hương thơm.

Năm 1730, có một người khách phương xa tên Nguyễn Nghị lánh cảnh giặc dã bên Lào đã dẫn hai con một trai một gái tới đất

Hà Tiên. Là người văn học quảng bác, khách được Mạc Cửu phong cho làm gia sư dạy dỗ đứa con trai là Mạc Thiên Tứ. Để con gái ông tên là Phù Cừ cũng được theo học, ông cho con ăn bận như con trai. Khi Mạc Cửu mất, Mạc Thiên Tích nối nghiệp cha trấn đất Hà Tiên. Mạc Thiên Tích ngoài tài an bang tế thế còn là khách tao mặc văn chương có tài thơ phú lập Tao Đàn Chiêu Anh Các làm nơi quy tụ các văn nhân tới ngâm vịnh, trong số đó có cả Nguyễn Cư Trinh (người dâng kế tàm thực lên chúa Nguyễn trong công cuộc Nam Tiến) từ Gia Định xuống là một trong những bạn thơ của Mạc Thiên Tích.

Riêng Phù Cừ_ lúc đó vẫn giả trai, không những giỏi văn thơ mà lại có nét đẹp thanh tú nên Mạc Thiên Tích rất ư là tương đắc. Khi khám phá ra Phù Cừ là gái thì cả một mối tình thơ mộng diễn ra trong nhiều năm giữa đôi trai tài gái sắc. Mạc Thiên Tích sau đó cưới nàng làm ái thiếp. Bị vợ chánh ghen mưu nhốt Phù Cừ vào lu nước mưa úp lại cho chết nhưng may gặp lúc trời mưa Mạc Thiên Tích kịp mở nắp ra và cứu sống nàng. Chán cảnh đời phù du, Phù Cừ xin chồng cho được đi tu trong ngôi chùa này. Tháp chùa được xây cao để sau này vẫn có thể vọng thấy từ mộ chí Mạc Thiên Tích kế bên mộ cha trên Núi Lăng.

"Nàng Ai Cơ trong chậu úp" (1961) truyện ngắn nổi tiếng của nữ sĩ Mộng Tuyết Thất Tiểu Muội lấy cảm hứng từ thiên tình sử đầy chất lãng mạn này.

Đi về hướng bắc 3km tới Thạch Động, đó là một khối đá cao tới 90m có hang rộng có chùa cổ, có đường xuống đất có cửa lên trời có ánh mặt trời chiếu sáng và tiếng gió thổi cuộn vào trong động như tiếng sáo nhạc vi vu nơi mà Mạc Thiên Tích đã làm bài thơ Thạch Động Nuốt Mây.

Giữa cảnh thơ mộng ấy khách tham quan bỗng phải khựng lại khi đứng trước tấm Bia Căm Thù _ mà Cao nghĩ rằng lẽ ra nên gọi là Mộ Bia Thương Tiếc, ghi lại cuộc thảm sát 130 thường dân Việt của quân Khmer Đỏ vào tháng 3 năm 1978. Đây không phải trường hợp riêng lẻ. Không xa nơi đầu mút con Kinh Vĩnh Tế về phía bắc

Châu Đốc, giữa Mùa Thù Hận ấy khoảng giữa hai chùa Phi Lai và Tam Bảo là một Cánh Đồng Chết nơi làng Ba Chúc; quân Khmer Đỏ hung dữ như một đoàn âm binh trang bị vũ khí tới răng, sau khi vượt qua biên giới xông vào các nhà các chùa các hang động nơi có người Việt ẩn núp bắt ra tàn sát tổng cộng 3157 người phần lớn là người già đàn bà và trẻ em với đủ kiểu giết chóc. Và cũng khoảng thời gian đó, cư dân đảo Thổ Chu phía tây nam đảo Phú Quốc, cũng bị quân Pol Pot tàn sát, trong số nạn nhân có người cháu ruột thịt của ông Khắc cũng là bạn thân thiết của Cao thời sinh viên lúc đó đang là một nữ tu.

_ Chỉ nói tới âm binh_ đội quân Pol Pot mà quên nhắc tên phù thủy theo ông Khắc là một thiếu sót. Cao hiểu rằng ông muốn nói tới người điều khiển từ xa_ remote control từ Trung Quốc.

Đường chỉ đỏ ranh giới giữa Việt Nam và Cam Bốt trong hơn ba thế kỷ đã luôn luôn bị nhuốm máu_ máu của những người dân hiền lành vô tội, nạn nhân của mối thù hận lịch sử.

Một thoáng rùng mình trong cái lạnh của hang động, cả lẩn khuất đâu đây mùi tử khí_ Cao ngửa mặt nhìn lên trời cao vẫn cứ thăm thẳm một màu xanh như ngọc thạch với thản nhiên trôi đi những đám mây trắng ngà. Phải chăng mọi tấn thảm kịch do con người tự gây ra ở đâu và bao giờ cũng là quá nhỏ đến vô nghĩa để thiên nhiên vẫn cứ đẹp một cách thật vô tình.

Từ Thạch Động, khách có thể ngắm cảnh núi đồi trùng điệp trải dài sang bên kia biên giới. Nơi có núi Châu Nham cũng với nhiều hang động sâu_ có động Thạch Sanh với chuyện cổ tích Khmer Thạch Sanh chém đầu trăn, với cây đàn thạch nhũ, gợi tứ cho bài Cánh cò sa Châu Nham.

Đông Hồ là cửa sông Giang Thành, bên phải có núi Ngũ Hổ, bên trái là dãy Tô Châu. Cảnh đẹp thanh thoát nhưng phải tới đây vào đêm trăng rằm để thấy cảnh Trăng In Mặt Nước cũng của Mạc Thiên Tích.

Tới Mũi Nai cách Hà Tiên 4km, với bãi cát trắng với biển thật xanh và những con sóng lành. Đây chính là cảnh vịnh trong bài thơ

Cảnh thôn Lộc Trĩ.

Nam Phố cách Hà Tiên 10km hướng đông nam trên đường đi Rạch Giá, có đảo núi đẹp bãi tắm quanh năm im sóng. Là cảnh của bài thơ Nam Phố sóng lặng.

Đến thăm Hà Tiên rồi khách tham quan không thể không tâm đắc với thi sĩ Đông Hồ Lâm Tấn Phác khi viết về Hà Tiên quê hương mình: "Ở đó kỳ thú thay, như hầu đủ hết. Có một ít hang sâu động hiểm của Lạng Sơn, có một ít ngọn đá chơi vơi giữa biển của Hạ Long. Có núi đá vôi của Ninh Bình, một ít thạch thất sơn môn của Hương Tích. Có một ít Tây Hồ, một ít Hương Giang. Có một ít chùa chiền của Bắc Ninh, lăng tẩm của Thuận Hóa. Có một ít Đồ Sơn Cửa Tùng, có một ít Nha Trang Long Hải."

Nhưng cũng để rồi sau khi rời đất Hà Tiên, một hòn non bộ bên Đại Vực_ Grand Canyon, để thấy một Hà Tiên hiện tại đã nhạt nhòa không sao đuổi kịp được quá khứ.

Nơi Paris Không Có Mùa Đông.

Ngay sau Hòa ước Giáp Tuất_ 1874 nhượng đứt 6 tỉnh Nam Kỳ cho Pháp, người Pháp tích cực đẩy mạnh việc khai thác thuộc địa qua cộng đồng người Hoa được đánh giá cao qua đức tính cần cù chịu khó chữ tín và cả khiếu làm ăn buôn bán. Người Pháp cho mở tại Sài Gòn một văn phòng di dân có tên là "Sở Tân Đáo" chuyên lo thủ tục nhập cảnh cho các Hoa Kiều muốn vào Việt Nam mà Miền Nam vẫn là vùng đất hấp dẫn nhất. Họ là những di dân kinh tế những kẻ cơ hội, tới từng đợt liên tục từ thế kỷ 18 tới giữa thế kỷ 20. Dù tới trễ họ vẫn dễ dàng khởi đầu cuộc sống mới bằng cách tìm tới những đồng Bang Hội đã lập nghiệp trước và được tận tình giúp đỡ. Tới trước hoặc sau, người Hoa nói chung rất tương trợ đoàn kết.

Người Hoa ở Việt Nam ngay cả sống nơi vùng đất đai phì nhiêu là Đồng Bằng Sông Cửu Long, ít ai chịu chọn nghề làm ruộng vất vả, kể cả giàu tiền họ cũng không ham làm điền chủ để phải đối đầu với đám tá điền nghèo quanh năm lam lũ chỉ mang tiếng bóc lột.

Họ đã khôn ngoan chọn nghề buôn bán ít cực nhọc mà lại hưởng lợi nhiều, nhỏ thì từ những cửa hàng chạp phô kiêm tiệm thuốc bắc mọc lên_ nơi nào có khói bếp, nghĩa là khắp hang cùng ngõ ngách, lớn hơn là lập nhà máy xay lúa cùng với các trạm thu mua lúa gạo cây trái và liên kết với nhau qua các Bang Hội đi tới độc quyền chi phối cả nền kinh tế của toàn vùng Đồng Bằng Châu Thổ.

Với thời gian, thế lực người Hoa ở Việt Nam ngày càng lớn mạnh. Tới giữa thế kỷ 19 (1841) một Đại Bang được thành lập ở Sài Gòn lấy tên là Hoa Phủ Công Sứ, gồm các Bang người Quảng Đông, Triều Châu, Phúc Kiến, Hải Nàm. (Riêng người Minh Hương không được kể là người Hoa thực sự). Đại Bang này không những là cơ quan tài phán giải quyết tranh chấp nội bộ giữa những người Hoa với nhau mà còn có cả quyền hạn rất lớn về chánh trị và kinh tế, quyền cấp thẻ cư trú, quyền ấn định giá gạo trên thị trường.

Trong suốt thời Pháp thuộc (1884-1945), vì quyền lợi khai thác và cả lý do an ninh thuộc địa, lại thêm áp lực từ nước lớn Trung Quốc, cộng đồng người Hoa ở Việt Nam được hưởng nhiều quy chế ưu đãi nhất: Hoa kiều đến từ Singapore được lập Bang riêng_ Clan Singapore, Hoa kiều mang quốc tịch Anh có câu lạc bộ riêng, Chợ Lớn có riêng Hội Đồng Quản Hạt như một chánh phủ trong chánh phủ với quyền quản lý kiều dân, hối đoái, định giá lúa gạo và mức xuất nhập cảng... Đổi lại Trung Hoa cho Pháp quyền truy lùng và dẫn độ những nhà cách mạng Việt Nam đang hoạt động chống Pháp tại Hoa Lục.

Chợ Lớn hay Đại Thị, tên do Tổng Trấn Lê Văn Duyệt đặt, ban đầu thưa thớt_ thời Francis Garnier 24 tuổi còn làm Đô Trưởng trước khi cùng với Doudart de Lagrée lập đoàn thám hiểm Pháp ngược dòng sông Mekong (1866-1868) để tìm một thủy lộ giao thương với Trung Hoa.

Sau đó với thời gian, Chợ Lớn trở thành nơi thị tứ đông người Hoa nhất; là trung tâm thương nghiệp và công nghiệp cung cấp hầu như toàn bộ nhu cầu dân chúng Miền Nam; họ hầu như có độc quyền tín dụng đối với giới nông dân người Việt.

Nơi Đồng bằng Sông Cửu Long, ngay từ đầu người Hoa sống tập trung thành từng cụm ở các thị trấn xen kẽ với người Việt và người Khmer. Đông nhất vẫn là hai nhóm người Tiều và người Quảng. Do nhu cầu giao thương, những người Hoa này nói được cả tiếng Việt và tiếng Khmer.

Họ giữ mối quan hệ chặt chẽ với giới người Hoa ở Chợ Lớn rất sớm_ qua con Kinh Tàu Hủ từ 1819 đã là đường thủy vận huyết mạch nối liền Chợ Lớn với toàn mạng lưới sông rạch của Đồng Bằng Sông Cửu Long.

Người Hoa chỉ chiếm khoảng 2% toàn dân số Việt Nam_ qua khả năng doanh thương là ưu điểm của họ, nhưng còn phải kể tới cả những thủ đoạn tranh thương bất chính qua đầu cơ tích trữ phá giá thị trường, tham nhũng hủ hóa mọi giới cầm quyền kể cả dưới chế độ Cộng Sản, họ cấu kết với những tay tài phiệt quốc tế vùng Đông Nam Á đi tới nắm độc quyền về kinh tế _khống chế toàn mạng lưới thương nghiệp, từ buôn sỉ bán lẻ nông sản tới sản phẩm công nghiệp, sang tới các dịch vụ tài chánh và chuyên chở. Đề Ngạn tên gọi Chợ Lớn của người Hoa nghiễm nhiên trở thành một khâu quan trọng trên trục kinh tế Đài Loan Hongkong Singapore mà theo thuật ngữ báo chí bây giờ gọi đó là Khối Kinh Tế Đại Hán_ CEA (Chinese Economic Area).

Lửa Cách mạng Tân Hợi từ Nam Kỳ.

Nhà cách mạng Trung Hoa Tôn Văn trong thời kỳ bôn ba, đã từng ba lần tới Việt nam. Qua các tổ chức Trung Hưng Hội như những chi bộ hải ngoại của Quốc Dân Đảng Trung Hoa, Tôn Văn đã hết sức thành công trong cuộc vận động các cộng đồng người Hoa ở Nam Kỳ góp công góp của cho cuộc vận động Cách Mạng Dân Quyền đang diễn ra ở Hoa Lục.

Trong một cuộc họp với các đồng hương ở Chợ Lớn, Tôn Văn đưa ra nhận định tình hình đã chín mùi cho cuộc cách mạng lật đổ triều đình Mãn Thanh và ngay sau đó ông đã nhận được sự đóng hết sức lớn lao của mọi tầng lớp người Hoa. Đi tới đâu ông cũng tìm cách tiếp xúc với các Bang Hội, hóa giải những bất đồng giữa họ và kích động niềm tự hào Hán tộc để họ luôn luôn hướng về đất mẹ Trung Quốc vốn tự ngàn xưa đã là trung tâm của thiên hạ, "đồng thời khuyên nhủ họ vẫn mãi là người Hoa_ không để bị đồng hóa với người bản xứ."

Sau cuộc Cách Mạng Tân Hợi 10-10-1911, Tôn Văn được suy tôn như quốc phụ của cả nước Trung Hoa. Đúng như ước vọng của ông, cộng đồng người Hoa ở hải ngoại cho dù ở đâu và bao giờ cũng vẫn luôn luôn là bộ phận gắn bó với nước mẹ_ nói theo ngôn từ của phóng viên tuần báo Viễn Đông Kinh Tế thì họ đã và đang là "những cánh tay vươn dài của Trật Tự Trung Hoa_ Pax Sinica" cả lục địa lẫn hải đảo.

Dưới thời đô hộ Anh, Kyaw Nyein đã mô tả đất nước Miến Điện như một Xã Hội Hình Tháp_ Social Pyramid với dưới đáy là bao nhiêu triệu người Miến Điện nghèo khổ ngu dốt và bị bóc lột và trên đỉnh là một thiểu số người ngoại quốc Anh, Hoa, An...

Riêng Việt Nam, cho dù đã bước qua thế kỷ 21, trải qua bao nhiêu cuộc Chiến Tranh Cách Mạng, thì vẫn cứ mãi là cấu trúc Xã Hội Hình Tháp dưới đáy là những người dân bản xứ nghèo khổ ít học bị khai thác làm thuê làm mướn ăn nhờ ở đậu ngay trên chính quê hương mình, trên chóp đỉnh thường trực vẫn là những khách trú thiểu số người Hoa, chỉ có đổi thay nhưng luôn luôn gắn bó hữu cơ với họ là giai cấp thống trị, sau những Ông Tây Thuộc Địa, những Ông Tướng Cộng Hòa thì nay đến lượt những Ông Tư Bản Đỏ vẫn rất được tin cậy qua cả những hợp đồng dài hạn tới 50 năm trong những dịch vụ làm ăn bền vững. Giai thoại Ngoại Trưởng Nguyễn Cơ Thạch nói chuyện với ký giả Milton Osborne khi tới thăm Hà Nội vào đầu thập niên 80 về ý định Nhà Nước sẽ phá vỡ độc quyền thương mại của người Hoa ở Miền Nam nhưng thực tế 20 năm sau thì hoàn toàn ngược lại, người Hoa được chính người Cộng Sản Việt Nam tiếp thêm sức mạnh và ông Thạch thì nay cũng đã chết.

Bằng đôi mắt chim để thấy suốt dọc hai bên bờ con sông Mekong hùng vĩ dài hơn 4200km ấy, là cả một quần thể người Hoa phồn vinh và sung mãn_ nếu ví von, nói theo ngôn từ y học của bác sĩ Duy, thì đó là những tảng mỡ có thể làm nghẽn mạch mà phẫu thuật/ surgical resection thì bao giờ cũng đau đớn, nhưng qua sự hội nhập và chuyển hóa lành mạnh thì đó lại là những hạt mỡ tốt HDL thông mạch_ không bởi viên thuốc tan mỡ kỳ diệu nào mà do bởi sự thăng hoa môi trường từ "Toàn Trị" sang "Dân Chủ".

Thất Sơn Châu Đốc, vùng "hương thơm núi lạ" bí nhiệm, với bao nhiêu tên tuổi đã trở thành huyền thoại như Chưởng Cơ Nguyễn Hữu Cảnh với đám lưu dân Hai Huyện đi về Phương Nam, với Thoại Ngọc Hầu khai phá miệt Hậu Giang đào con kinh Vĩnh Tế từ Châu Đốc xuống Hà Tiên giữ yên bờ cõi. Rồi tới đức Phật Thầy Tây An tới Núi Sam, thay vì xây chùa Thầy đã lập ra những Trại Ruộng, tự tay cuốc tay cày làm gương răn tín đồ tinh thần tự lập. Hình dưới là khúc con kinh đào Vĩnh Tế.

Đức Phật Thầy Tây An Huỳnh Phú Sổ khai sáng Phật giáo Hòa Hảo, danh đạo Bửu Sơn Kỳ Hương, hình thức thờ phượng đơn giản với chủ trương "Tứ Đại Trọng Ân".

Tổ đình Phật Giáo Hòa Hảo, tỉnh An Giang "cái nôi" củaPGHH nơi Đồng Bằng Sông Cửu Long.

Tôn Văn sang thăm Đồng Bằng Sông Cửu Long khuyên nhủ người Hoa giữ bản sắc không nên để bị đồng hóa với người Việt bản sứ. Hình thương nhân người Hoa ở Chợ Lớn thế kỷ 19_ (The French in Indochina 1884, reprinted)

Kinh Tàu Hủ được khởi đào từ 1819 là đường chính nối liền Chợ Lớn với mạng lưới sông rạch của ĐBSCL, là con đường lúa gạo huyết mạch của doanh thương người Hoa.

Đền thờ Mặc Cửu: gốc người Hoa, công thần nhà Nguyễn đã dày công khai phá vùng đất Hà Tiên trở thành "một đặc khu kinh tế sầm uất" sớm nhất của ĐBSCL trước cả Cần Thơ, Bạc Liêu, Mỹ Tho.

Đồng Bằng Sông Cửu Long trên tấm bưu thiếp thời thuộc địa Pháp trong thập niên 1930 với tên Colonies Francaises La Cochinchine.

Hòn Phụ Tử, thắng cảnh Hà Tiên một kỳ quan của thiên nhiên, như chứng tích của ngàn năm thì nay đã trở hình ảnh của quá khứ. Nhiều người dị đoan cho đó chẳng phải là một điềm lành.

09/08/2006 hòn Phụ đã đổ sập, chỉ còn lại trơ trọi hòn Tử - gây xúc động đến nẫu lòng như hình ảnh "đứa con đi tìm cha". Xây dựng lại hòn Phụ hay không vẫn là đề tài gây tranh cãi.

Cần Thơ Golf Hotel hơn 100 buồng cao vút, nhìn từ Sông Hậu ngày càng ô nhiễm và cạn kiệt nguồn cá. Hình ảnh một Việt Nam "phát triển tự hủy".

*20 năm sau cuộc chiến, trẻ em ĐBSCL – Thế hệ 2000 rất nhiều em thất học hoặc bỏ trường rất sớm. Hình ảnh các em đi chân đất tới trường không phải là hiếm thấy. Bên những khách sạn hiện đại uy nghi vẫn còn những ngôi trường học cũ kỹ tiêu điều chậm bước vào thời kỳ Đổi Mới_**

CHƯƠNG XVII

NỤ CƯỜI KHMER VÀ HOÀNG HÔN TRÊN SÔNG MEKONG

It takes a great deal of history to produce a little literature
Henry James (Hawthorne, 1879)

Sắp tới phi trường quốc tế Pochentong,theo trạm không lưu vì lý do kỹ thuật phi công chưa được phép đáp. Chiếc máy bay lại nghiêng cánh đảo một vòng lớn, bay qua Biển Hồ - với bao nhiêu hình ảnh ví von khi thì giống như một thùng đàn vĩ cầm khi thì giống như túi diều khổng lồ của loài nhai lại với con sông Tonlé Sap đổi dòng qua hai mùa khô lũ nhưng bây giờ thì cái biển hồ nước ngọt lớn nhất Châu Á ấy hiện ra nguyên hình là con số 8 – chiếc công cùm chân giam hãm hơn một nửa triệu người Việt từ bao năm sống yên trên vựa cá và lúa ấy.

Qua ô kính loáng loáng ánh nắng, con sông Mekong trải ra như một dải lụa đào, cả Quatre Bras - tiếng Miên gọi là Chamean Mon, nơi tụ lại của 4 dòng sông cũng hiện ra rồi mau chóng biến mất để chỉ còn lại cái nhìn mắt chim của một thủ đô Nam Vang với những đỉnh chùa tháp và điện đài hoàng cung như trên tấm carte postale trước khi máy bay đáp xuống một phi đạo trống trải.

Cánh cửa máy bay vừa mở ra là bước vào một thế giới hoàn toàn khác. Một phi trường Nam Vang vắng lặng và xám ngắt. Chỉ có nghi thức ngoại giao tối thiểu. Vài lời chào đón và bắt tay xã giao, một phút đứng chụp hình bên những nụ cười Khmer lạnh lẽo. Chỉ thấy chông gai mênh mông ở phía trước.

Cùng với đám nhà báo, ông Khắc theo chân phái đoàn Ngoại Giao cao cấp từ Sài Gòn sang Nam Vang để bàn về việc tái lập mối quan hệ bang giao bị gián đoạn từ 63 thời Sihanouk, đồng thời cũng để công khai lên tiếng yêu cầu chính phủ Cam Bốt "phải bảo vệ sinh mạng và tài sản" cho thiểu số Việt Kiều đang bị khủng bố trên đất Cam Bốt.

Vẫn những tháng năm soi bóng bên dòng sông Mekong, con sông lịch sử, con sông thời gian và cũng là con sông cuối cùng ấy, trong khoảng hơn 300 năm, lịch sử bang giao Việt Nam Cam Bốt là một tích lũy thù hận, luôn luôn là những bước thăng trầm, đầy bạo động và những thảm kịch tái diễn. Những người Việt di dân, từng đợt khác nhau tới Cam Bốt, sống quần tụ hay rải rác thì thảm họa cáp duồn vẫn luôn luôn là lưỡi gươm Damoclès treo trên đầu trên cổ họ.

Không kể những vụ chém giết thanh toán lẻ tẻ thì rất sớm từ đầu thế kỷ 18_ theo ký giả Lê Hương, những đợt cáp duồn người Việt đều được ghi lại trong Niên Giám Hoàng Gia Cam Bốt.

1730 _ Một nhóm Khmer ở vùng Banam gần Lào nổi dậy tàn sát tất cả người Việt khiến Chúa Nguyễn phải gửi quân sang giải cứu. 1769 _ Nhóm Khmer khác từ đất liền đi thuyền ra đánh cướp đảo Thổ Châu, phá nhà của giám mục Bá Đa Lộc, lùng giết các con chiên và chủng sinh người Việt. 1778 _ Toán người Khmer khác tràn qua biên giới sang Hà Tiên phá nhà thờ Pinha-Leu hãm hiếp các bà phước và giết chủng sinh người Việt.

1818 _ Nhóm người Khmer cuồng tín trong tỉnh Baphom nổi dậy tàn sát người Việt. Vua Khmer lúc đó là Ang Nom II cũng rất thù ghét người Việt và có dự định giết tất cả Việt Kiều sống trên lãnh thổ Cam Bốt. 1834 _ Tướng Trương Minh Giảng đổi tên đất Cam Bốt là Trấn Tây Thành, bảo hộ với hai bàn tay sắt, độc tài chuyên quyết càng gây thêm nỗi thù oán, khiến vua Khmer phải cầu cứu quân Xiêm La và Việt Nam phải rút về sau đó.

1863 _ Pháp bảo hộ Đông Dương với chính sách chia để trị gây thêm mâu thuẫn Việt Cam Bốt. 1945 _ Cáp duồn không chỉ xảy ra ở lãnh thổ Cam Bốt như ở Preyveng, Takeo, Svayrieng... mà còn lan rộng sang các tỉnh miền Tây Đồng Bằng Sông Cửu Long như Trà Vinh, Sóc Trang, Châu Đốc dọc theo bờ Sông Tiền. Những người Khmer họ kéo theo từng đoàn với dao phảng và gậy gộc đi vào các ấp xa xôi tìm cho được người Việt để giết rồi cướp của đốt nhà. Người sống sót chạy thoát thì chỉ còn 2 bàn tay trắng.

1970 _ Lon Nol liên kết với Sirik Matak theo Mỹ đảo chánh Sihanouk. Khác với Sirik Matak dòng vương tôn, Lon Nol xuất thân giới bình dân không nhiều tài năng nhưng lại đầy tham vọng, leo lên đỉnh quyền lực qua ngả binh nghiệp và những năm tháng trung thành với Ông Hoàng Sihanouk trước khi trở mặt phản trắc.

Tự nhận là người Khmer thuần chủng _ pure Khmer, rất hãnh diện về nước da đặc biệt ngăm đen khác hẳn với bọn Việt, Lon Nol rất thích được lính tráng thuộc cấp gọi là "Bố Đen"và không dấu tham vọng qua việc trưng dụng một tòa lâu đài cũ từ thời bảo hộ Pháp _ thời kỳ mà Francis Garnier cách đây hơn 100 năm thì muốn gọi đó là sứ mệnh khai hóa / mission civilisatrice của nước Pháp đối với Đông Dương _ để sáng lập ra Học Viện Khmer-Môn nhằm phục sinh nền văn minh Angkor Khmer một thời huy hoàng nhưng lại mang đầy thương tích vì bọn Thmils – ngoại bang phản bội.

Tự đưa ra huyền thoại về con cá sấu trắng – vật thần thoại của dân tộc Khmer, xuất hiện trên khúc sông Mekong gần Nam Vang, lại được thêm Phó Tổng thống Mỹ Spiro Agnew tặng cho một con voi trắng biểu tượng cho vật linh, Lon Nol tự cho là được Trời Phật giao sứ mạng lãnh đạo nước Cam Bốt, thay vì hướng về tương lai, Lon Nol bám vào quá khứ, trở về với những đền đài, tìm lại những sấm ký viết trên lá thốt nốt để đánh thức thần thánh phải trở dậy. Với ảo tưởng ngông cuồng về sự vĩ đại ấy _ mà một nhà báo Pháp gọi đó là *"mégalomanie - folie des grandeurs"*, để làm lại lịch sử, chánh quyền mới Nam Vang chỉ có khí giới võ trang là tinh thần bài ngoại thể hiện bằng cuộc thánh chiến chống Việt Nam.

Chưa đầy một tháng sau khi nắm hết quyền bính, đầu tháng 4, 1970 Lon Nol ra lệnh cho quân đội khẩn trương lập các trại tập trung trên toàn quốc để giam giữ tất cả người Việt.

Nam Vang như đang lên cơn sốt không phải vì thủ đô ngày càng bị cô lập vây hãm do tình hình chiến sự trên khắp chiến trường Đông Dương ngày càng tồi tệ, mà là do chiến dịch công khai "bài Việt" mới được phát động.

Điều nghịch lý là trong khi Cam Bốt ngày càng phụ thuộc vào quân đội miền Nam Việt Nam – cả việc phải gửi các tân sĩ quan sang huấn luyện ở Việt Nam, như từ bao giờ, không sao có hòa khí giữa những đồng minh bất đắc dĩ ấy. Họ đem từ Việt Nam về những câu chuyện tồi tệ về kỳ thị _ thật hay không thật, nhưng chỉ tăng thêm sự giận dữ của chánh quyền Nam Vang, cộng thêm với các bài báo nói về những đám lính Việt – Cộng Sản hay không, thì vẫn hành xử như đoàn quân viễn chinh không kể gì tới cảm xúc của người dân Khmer khi mà họ vẫn chưa quên được nỗi chua chát đắng cay trong quá khứ.

Trước đó từ Sài Gòn, nơi văn phòng hãng thông tấn AFP, ông Khắc đã được thấy trên trang nhất các báo phát hành ở Nam Vang kể cả tờ Le Courier Phnompenois luôn luôn cho chạy các khẩu hiệu bài Việt rất quá khích: *"Việt Cộng là kẻ thù và Người Việt là kẻ thù truyền kiếp của nhân dân Cam Bốt"*.

Đó cũng là chủ đề được tận tình khai thác dòng dã trên đài phát thanh Nam Vang bắt nghe được từ Sài Gòn. Người ta đang cố tình xóa nhòa ranh giới phân biệt giữa Việt Cộng và những Việt kiều hiền lành đang sống an phận ở Cam Bốt.

Cao điểm của phong trào bài Việt phải kể là từ khi có cuộc meeting khổng lồ tại Olympic Stadium ngay giữa thủ đô Nam Vang. Giữa tiếng nhạc hùng xông trận và cả những tiếng phèng la chói chang là luân phiên các bài diễn văn xách động nhắc lại những trang sử đấu tranh sống còn của dân tộc Khmer chống lại các cuộc xâm lăng chiếm đất và đô hộ hà khắc của bọn rợ Bắc hay Yuon tức là người Việt – điều đáng lưu ý là Thái Lan không hề bị đả động tới. Và tựu chung tất cả cùng đi tới kết luận là bao nhiêu tang thương bất ổn của đất nước Cam Bốt hiện nay đều do bọn Việt Kiều gây ra cả_ thời bình thì gian thương bóc lột trong thời chiến thì là hang ổ bao che cho Việt Cộng xâm nhập vào đất Miên.

Tiếp theo câu hỏi phải làm gì để cứu đất nước Cam Bốt và bảo tồn nền văn minh Angkor Khmer một thời huy hoàng. Câu trả lời muôn người như một là "giết! giết!" phải truy lùng thanh toán hết bọn Yuon tức người Việt.

Cuộc biểu tình rầm rộ diễn ra sau đó được mệnh danh là cuộc "Diễn Hành Toàn Quốc Đồng Tâm" với tham dự của tướng Lon Nol, hoàng thân Sirik Matak, Long Boret và toàn thể nội các. Cả một rừng người bừng bừng khí thế, ít súng đạn nhưng lại dư thừa giáo mác dao búa xiên và gậy gộc và cả hừng hực lửa căm thù.

Và cái gì phải đến đã đến. Ngay giữa thủ đô Nam Vang đồng loạt xuất hiện trên các bức tường là những khẩu hiệu bài Việt không chỉ bằng tiếng Khmer mà còn có cả tiếng Pháp tiếng Anh. Họ muốn công khai với thế giới. We must kill all Viets in Cambodia. Và cả những bích chương vẽ hình các quan lại triều đình Việt Nam xưa mặt dữ dằn tay ôm cô gái Miên và hai chân đạp lên trên những chồng đầu lâu của người Cam Bốt. The worst is over – Điều tệ hại nhất đã qua rồi. Trên khắp đường phố họ nói với nhau như thế.

Bước vào hành động, khởi đầu là kế hoạch khai quang cho Nam Vang. Trước sự chứng kiến của các nhà báo Tây Phương, cảnh sát và các toán lính Khmer nhiều tên mới được tuyển mộ qua đêm còn trẻ măng, trang bị thì không giống ai, súng AK chế tạo ở Trung Quốc bên cạnh khẩu M16 của Mỹ cả những cây súng carbine cũ từ thời Pháp; nhưng họ giống nhau ở chỗ cổ người nào cũng đeo bùa và cả tượng Phật _ như bộ áo giáp vô hình thiêng liêng bảo vệ họ trước làn tên mũi đạn.

Lon Nol đang xây dựng một đạo quân thay vì phải qua đoạn đường chiến binh đổ mồ hôi nơi quân trường thì lại tin vào sức mạnh siêu nhiên phù thủy. Niềm tin bán khai ấy đem rao giảng đã lôi kéo rất nhiều nông dân kể cả những người Việt gốc Khmer/ Khmer Krom (thuộc Kampuchea Krom/ Mặt Trận Giải Phóng Đồng Bằng Sông Cửu Long) từ Việt Nam ồ ạt trở về.

Và cuộc thánh chiến bắt đầu bằng mặt trận Tonlé Sap, thắng lợi chắc chắn nhưng yên tĩnh vì vắng bóng hỏa lực đối phương. Đám lính Cộng Hòa Lon Nol được mấy chiếc xe nhà binh Molotova cũ của Liên Xô và cả xe vận tải dân sự Coca Cola chở tới bờ sông Tonlé Sap ngay sát thủ đô, họ chia thành toán đi tới từng căn nhà nổi của các gia đình bạn biển người Việt – vốn đã sống nghèo nàn nhưng yên ổn ở đó từ bao thế hệ. Họ hăng say chặt giây giật sập từng căn nhà. Họ cười hả hê _ những nụ cười Khmer vô cảm lạnh tanh và cả nhuốm vẻ ngây dại. Những căn nhà ọp ẹp ấy khi vừa đổ xuống thì chỉ còn là những mảnh gỗ ván cũ mục cùng với đồ gia dụng bằng nhựa cứ thế mà cuốn trôi theo dòng.

Địa chỉ mới của các gia đình nạn nhân sẽ là các khu nhà giam tập trung. Lý do giải thích từ miệng viên tư lệnh cảnh sát – cũng là người em của Lon Nol, thật giản dị là phải dẹp sạch những hang ổ Việt Cộng ấy để bảo vệ cho thủ đô Nam Vang.

Tiếp đó, còn kinh hoàng hơn cả cái chết tức khắc, người ta bắt đầu chứng kiến ngay giữa đường phố Nam Vang, những cảnh man rợ bộ lạc diễn ra. Nơi này, dăm ba đàn ông Việt đi riêng lẻ bị đám đông người Khmer xúm lại hành hung đến ngã quỵ, nếu cố bỏ chạy thì bị hô hoán là Việt Cộng và rồi cũng bị các toán người Khmer khác rượt đánh cho tới chết. Nơi góc phố khác, là cảnh một lũ thanh niên Khmer cười hô hố khi lột truồng được cô thiếu nữ Việt đem bêu khắp phố rồi đem đi hãm hiếp tập thể trước khi giết.

Đã có lệnh giới nghiêm áp dụng riêng cho người Việt từ 6 giờ chiều tới 6 giờ sáng hôm sau. Nam Vang ban đêm như trở lại thời kỳ Trung Cổ, không đèn đường hoang vắng chỉ có những bầy chuột đói dạn dĩ ma quái sẵn sàng nhào ra cắn vào chân người đi đường. Nhưng ngay cả giữa ban ngày cũng ít ai dám bước ra khỏi cửa để rước lấy cái chết. Vậy mà ở một số khu họ cũng không tránh được bị các toán lính Khmer lôi ra khỏi nhà cả đàn bà trẻ con, riêng đàn ông thì bị dẫn đi giữa tiếng la khóc van lậy của vợ con họ. Và dĩ nhiên không một người nào trở về.

Trừ một số rất ít gia đình người Việt thật khá giả sống trong những khu sang trọng thượng lưu với biệt thự kín cổng cao tường thì chưa bị đụng tới _ như bác sĩ Henri Nhiều bạn ông Khắc, nhưng họ cũng rất thức thời để biết rằng sẽ tới cái ngày không thể tránh nên họ đang tung hết tiền và vàng ra hối lộ các viên chức cao cấp Cam Bốt sao cho có được những tấm giấy thông hành đi bất cứ đâu miễn là được thoát ra khỏi xứ sở oan nghiệt phản bội và đầy chết chóc này.

Kamm một nhà báo Mỹ gốc Do Thái, chứng kiến cảnh tượng thiểu số người Việt bị truy lùng và sát hại đã không thể không nhớ lại những kỷ niệm thời thơ ấu với những đợt pogrom mà gia đình anh đã trải qua dưới thời Đức Quốc Xã khi Hitler lên nắm quyền.

Lon Nol, Sirik Marak thì muốn rầm rộ quảng cáo với thế giới về một đất nước Cam Bốt đang hồi sinh nhưng ông Khắc thì lại thấy rất khác, giữa rất nhiều giận dữ và tiếng động ông thấy xứ Chùa Tháp như đang lạc đường lịch sử đi vào bất trắc, vật vã trong cơn hấp hối, và đang chết dần. *Pour certains le Cambodge renait, d'autres le voient mourir.* Trong số những người khác đó có ông Khắc.

Những ngày tiếp theo sau cuộc biểu tình tuần hành, kết quả nhãn tiền là nơi bến phà phía nam thủ đô Nam Vang người ta bắt đầu thấy nổi dềnh lên những xác chết với y phục thường dân trên suốt dọc một khúc sông Mekong: xác nằm úp, xác nằm ngửa, xác không đầu, cả chùm xác bốn hoặc năm người bị cột tay cột chân vào với nhau bằng lạt tre sắc hay cả dây thép. Một linh mục người Pháp nói trong nước mắt với đám nhà báo: _ Chỉ hai ngày nay thôi tôi đã đếm được con số lên tới cả ngàn, có bao nhiêu là con chiên của tôi trong đó kể cả các chủng sinh thì cũng không làm sao mà biết được.

Giữa cảnh dầu sôi lửa bỏng ấy, phái đoàn Sài Gòn và cả các nhà báo được mời tham dự buổi trình diễn Vũ điệu Cổ truyền của Cam

Bốt tại Học Viện Khmer-Mon mà lẽ ra ông Khắc rất thích. Nhưng quả là không phải lúc khi mà tin tức từ các nơi đổ về toàn là những thảm cảnh cho những cộng đồng thiểu số người Việt, và đường lộ thì mất an ninh và cũng là cái cớ cấm nhà báo không được ra khỏi Nam Vang. Trong một thính phòng lớn, chỉ có những chiếc quạt trần quay những vòng chậm không đủ sức khuấy động bầu không khí nóng hực và cả như đặc quánh của thứ khí hậu Á Châu Gió Mùa. Tấm phông lớn làm nền cho sân khấu là cảnh đổ nát huy hoàng của khu đền đài Angkor giữa một rừng cây với những khối đá vô tri. Và nhóm vũ công là đám trẻ gái Khmer điêu luyện trong một vũ điệu uốn lượn nhịp nhàng và thật mềm mại từ cổ tay cổ chân uốn cong theo các ngón nhưng sao lại vô hồn.

La culture Cambodgienne est finie. Bác sĩ Henri Nhiều ngồi cạnh quay sang nói với ông Khắc như vậy. Nghệ thuật có còn chút giá trị hay ý nghĩa nào không trong giai đoạn chuyển mình lịch sử và giữa cảnh sống hỗn mang này. Với người dân Khmer lầm than, thì tên Angkor như một phép mầu, là cây cao bóng cả cho họ trú mát, giúp họ hy vọng tìm lại được những thiên đường đã mất.

Đang giữa buổi trình diễn điện phụt tắt, một entracte bất đắc dĩ. Trong thứ tranh tối tranh sáng, không khí như đặc thêm và oi nồng. Nam Vang thời gian gần đây luôn luôn bị tắt điện vì thiếu nhiên liệu nhưng ngoài chợ đen thì dư thừa. Cam Bốt từ thời Sihanouk đã tham nhũng, nhưng còn tệ hai hơn khi chuyển sang chánh quyền Lon Nol – *From bad to worse!* Một cô ký giả Mỹ đã mỉa mai nói như vậy. Đó phải chăng cũng là một khía cạnh văn hóa khác của con sông Mekong. Trong khi người ta đang cố khởi động chiếc máy phát điện Honda chạy săng. Ông Khắc và bác sĩ Nhiều bỏ ra về trước.

Đối với ông Khắc nhà báo thì bác sĩ Nhiều – người bạn cũ bấy nhiêu năm của tuổi thanh xuân ở Hà Nội, có một trang tiểu sử khá hấp dẫn. Người gốc miệt Hậu Giang, hậu duệ của các thế hệ tiên phong Nam Tiến, tổ đình vốn là quan to triều đình Huế. Mà theo Nhiều thì “chắc tại kinh đô Huế ông phạm tội chọc ghẹo mấy bà cung phi sao đó nên bị nhà vua nổi giận mà đầy tuốt vô trong Nam, vậy mà ông cũng trở thành khai quốc công thần sau đó!" Diễu cợt thì như vậy nhưng không phải Nhiều không hãnh diện về cái gốc cái ngọn ấy, bởi vì cứ mỗi lần công tử Henri Nhiều về thăm quê tuổi tuy còn ít nhưng khi nào cũng được sắp cho ngồi nơi chiếu trên chiếu giữa với mấy vị trưởng lão chứ ít sao.

Được học Chasseloup-Laubat cùng thời với Sihanouk, sau đó ra Hà Nội học Y khoa rồi đi Pháp, làm interne des hôpitaux de Paris chuyên về nội khoa và các bệnh nhiệt đới. Sau một chuyến viếng thăm Angkor, Henri Nhiều quyết định ở lại Nam Vang hành nghề thay vì trở về Sài Gòn. Ông rất được mọi giới trọng vọng kể cả người Pháp và cũng rất ư thân thuộc với Hoàng gia Miên.

Nhiều là điển hình cho mẫu trí thức bách khoa được đào tạo ở Âu Châu. Không chỉ giỏi về chuyên môn y khoa, ông uyên bác về mọi phương diện. Nhiều đã từng được so sánh như một cuốn Tự điển sống. Ông có thể say sưa nói về Angkor như một chuyên viên của Trường Viễn Đông Bác Cổ.

Sống trên xứ Chùa Tháp nhiều năm nên rất am hiểu tình hình, chỉ trong ít phút bằng thứ tiếng Pháp từ Paris, ông không chỉ vẽ ra một hoạt cảnh chánh trị của Cam Bốt/ topopolitique sur le Cambodge, mà cả phân tích được động lực sâu xa của các diễn tiến phức tạp ở đây. Khi được hỏi nghĩ sao về người dân Khmer nói chung, bác sĩ Nhiều nói với ông Khắc:

- Họ mặc cảm ngay cả trong cảnh nô lệ: cùng bị Pháp đô hộ, trong khi bọn Việt được người Pháp đánh giá là cần cù chịu khó thì riêng bọn Miên, Lào thì bị chê là kém thông minh và lười biếng... Đó cũng là lý do công cụ bộ máy cai trị kìm kẹp của thực dân Pháp ở cả ba xứ Đông Dương đa số là người Việt.

Nhiều nói tiếp nhưng ở lần này với nhãn quan của một nhà phân tâm học theo Freud:

_ Lẽ ra dân tộc Khmer và cả đất nước Cam Bốt sẽ dễ dàng sống hạnh phúc hơn và họ không đáng phải chịu cái đau của mặc cảm hiện tại nhỏ nhoi như vậy nếu không có cái quá khứ choáng ngợp của nền văn minh Angkor.

Bác sĩ Nhiều tiếp:

- Như Alfred Adler nhà tâm lý học Áo đã phát biểu: "Khi mà mặc cảm tự ty càng lớn thì nhu cầu chinh phục càng mạnh và sự khuấy động càng thêm khốc liệt." Lon Nol là tiêu biểu cho người Khmer, với cái vẻ bề ngoài tự hào và kiêu căng chủng tộc nhưng ẩn dấu đằng sau lại là cái mặc cảm tự ty và cả sợ hãi nữa – lại được cộng thêm với lòng thù hận thì sự hung bạo mù quáng tăng gấp 3.

Người thầy thuốc tài ba ấy đã đưa ra được một chẩn đoán định căn của con bệnh Cam Bốt:

- Nền văn minh Angkor Khmer với những kỳ quan kiến trúc và cả những công trình dẫn thủy tân kỳ đã làm kinh ngạc cả thế giới, thì nay một lần nữa họ cũng làm bàng hoàng cả thế giới bằng cách hành xử như những nhóm dân bộ lạc của thời kỳ đồ đá đồ đồng, lùi xa trước triều đại Angkor hàng nhiều thế kỷ. Họ như bị quỷ ám, đang rơi vào một cơn mê hoang tưởng - paranoia, và cả đầy mặc cảm tự ti, nhìn bất cứ người Việt nào cũng là kẻ thù.

Không tìm ra Việt Cộng thì đám Việt kiều đương nhiên trở thành những con dê tế thần – bouc émissaire. Phải chém hết bọn đồng chủng với tụi nó, giận cá chém thớt. Tâm lý học gọi đó là sự đổi chỗ _ déplacement.

Nam Vang là kinh đô đầu tiên trên bờ sông Mekong với cung điện đền đài nhìn ra Quatre Bras, nơi mà tàu bè lớn từ ngoài biển Đông có thể ngược dòng sông Cửu Long lên tới tận Nam Vang hoặc xa hơn. Nơi mà cứ sau mỗi mùa mưa, phù sa từ 4 dòng sông đổ về bồi cao mở rộng thêm cho hòn đảo nhỏ đối diện với khách sạn Cambodiana, nơi mà nhóm doanh nhân Singapore "Agressive Hotel Group" dự trù xây thêm một khách sạn 5 sao mới.

Nam Vang cũng như những thành phố lớn khác ở Đông Dương vẫn còn nhiều dấu vết kỷ niệm từ thời đô hộ Pháp. Từ bờ sông Mekong đi vào vẫn là những con đường thẳng tắp với hai hàng cây xanh và những biệt thự kiến trúc đẹp đẽ dĩ nhiên là nay đã cũ kỹ và cả dơ bẩn hơn. Chỉ còn những người công chức Khmer già còn nói được tiếng Pháp. Bánh mì baguette thì đã không xa lạ gì với cả giới bình dân.

Khi mà chủ nhân ông là những người Pháp đi rồi vẫn còn các tiệm ăn Pháp sang trọng máy lạnh bên bờ sông Mekong như L'Ambroise, La Taverne với những trang dài thực đơn đủ các món Pháp: Chateaubriand aux échalotes, crème de volaille... khách sành điệu còn có thể kêu cả món Coquille Saint-Jacques gợi tên bãi biển Vũng Tàu bên Việt Nam nơi nghỉ mát của các ông Tây bà Đầm thời thuộc địa cũ và dĩ nhiên không bao giờ thiếu những chai rượu vang thật hiếm quý hảo hạng. Cho dù đất tới đâu vẫn được giới thượng lưu bản xứ ưa chuộng.

Và nếu chủ quán là một gia đình người Pháp thì không khác gì một quán ăn sang trọng ở Paris, sẽ có một ông Tây rất sành sỏi đứng hầu rượu và dĩ nhiên cả chọn chai rượu nào ngon và hợp ý với khách hàng nhất. Đa số khách bây giờ là những chủ nhân da vàng mới của đất nước Cam Bốt như Nhật, Đại Hàn, Singapore, Đài Loan... Mà theo Henri Nhiều thì không phải chỉ ở đây mà ngay tại Âu châu trên đất nước Pháp đã có một sự đổi chỗ khá mất mặt cho các ông chủ cũ da trắng.

Chỉ có điều những tụ điểm sang trọng 4-5 sao ấy lẻ loi tồn tại như những ốc đảo giữa một đại dương nghèo đói là đất nước Cam Bốt. Chỉ cần bước ra khỏi cánh cửa máy lạnh từ một khách sạn người ta đã bị vây quanh bởi một lũ ăn mày: đám đàn bà bế con, đàn ông cụt chân và cả những cụ già _ những người dân thực sự của đất nước Cam Bốt. Đa số là những nông dân bỏ hết nhà cửa ruộng vườn đổ về thủ đô và các thành phố để trốn chạy chiến tranh.

Người nhậy cảm và còn chút lương tâm thì cũng chẳng thấy vui gì. Nhưng việc gì mà mặc cảm phạm tội. Ai cũng tới đây với một ý hướng tốt, kể cả khách du lịch, tới ăn chơi hưởng thụ cũng là góp phần vào sự phát triển của đất nước này.

Lưu Vực Sông Mekong, tả ngạn hay hữu ngạn thì vẫn là cái cấu trúc xã hội hình tháp với những người dân đen ở dưới đáy.

Trên đường trở về khách sạn, qua các đại lộ trống trải bên bờ con sông Mekong. Trong cuộc đời làm báo, ông Khắc đã hơn một lần đặt chân tới Nam Vang, vẫn với con sông ấy của nhịp điệu ngàn năm, nơi mà từ những thập niên 40-50 người ta đã nói tới tiềm năng thủy điện lớn lao. Không kể những con đập lớn bậc thềm Vân Nam, Thái Lan và Lào, thì chỉ riêng Cam Bốt đã có ba dự án Sambor, Stung Treng và Tonlé Sap, còn thêm cả dự án trên phụ lưu sông Thốt Nốt/ Prek Thnot khởi nguồn từ rặng núi Đậu Khấu phía tây chảy sang đông trước khi đổ vào sông Bassac. Prek Thnot là dự án đầu tiên dã được khởi công từ những năm 60 phải bỏ dở vì chiến tranh. Nếu các con đập được hoàn tất như dự trù thì sẽ dư thừa điện không chỉ để điện khí hóa toàn xứ Chùa Tháp mà còn xuất cảng sang Việt Nam. Hoàn thành các công trình ấy chỉ có thể diễn ra trong thời bình mà đến bao giờ có hòa bình thì chẳng ai có thể biết khi mà súng đạn vẫn cứ rền vang trong ngót nửa thế kỷ suốt dọc theo lưu vực con sông Mekong.

Sổ Tay Ký Giả.

Prasot, 10-04-70. Các toán Thám Sát của Sư Đoàn 9 Bộ Binh tiến vào Prasot một thị trấn gần biên giới Việt Miên, trong không khí tang tóc và vắng lạnh tới rợn người. Khắp nơi là mùi tử khí tanh tưởi của máu và la liệt những xác chết với các vũng máu đã khô. Xác đàn ông đàn bà và trẻ em. Họ đã bị lính cộng hòa Kampuchia của Lon Nol tàn sát man rợ trước khi chúng vội vã rút đi chưa kịp vứt xác họ xuống con sông Mekong. Không tìm ra được một người Việt nào sống sót, con số đếm được là 89 xác chết. Khi bị các nhà báo quốc tế hỏi gay gắt, Nam Vang chỉ đưa ra một lời giải thích dối trá: họ là nạn nhân giữa cuộc giao tranh với Việt Cộng.

Chrui Changwar, 20-04-70. Là một cù lao trên sông Bassac _ một trong hai nhánh của con sông Mekong, mang tên sông Hậu khi chảy vào Việt Nam với đối diện với bên kia sông là Nam Vang. Nguyên là một làng Việt Kiều theo đạo Thiên Chúa đã lập nghiệp sống ở đó từ bao nhiêu đời. Giữa nửa đêm, các toán lính cộng hòa

KPC của Lon Nol đổ bộ lên đảo, bắt đi hơn 800 người đàn ông giữa tiếng khóc la van lậy của vợ con họ. Tất cả bị trói lại từng chùm và đưa xuống các tàu Hải Quân Cam Bốt sau đó nhổ neo kéo ra giữa sông và toàn thể bị bắn chết bằng súng máy, xác bị ném hết xuống sông Bassac và nổi dềnh lên nơi bến phà Neak Luong mấy ngày sau đó.

Thị trấn Takeo 05-70. Ba tuần lễ sau, tại Takeo khoảng 50 dặm phía nam Nam Vang, nguyên là một thị trấn nhỏ nhưng sinh động với các hoạt động thương mại của người Việt sống chung hài hòa với người Khmer từ bao nhiêu năm. Nhưng rồi cũng không khác được với số phận của Việt Kiều trên cả nước, trường học được sử dụng để làm trại tập trung cho khoảng 150 người đàn ông Việt, từ mấy ngày trước đó. Họ bị giam không được nuôi ăn và cũng chẳng bị ai lôi ra thẩm tra hay có ai ngó ngàng tới. Họ sống bằng thức ăn do vợ con đem vào một lần buổi chiều mỗi ngày. Rồi thảm họa bất chợt đổ tới như cơn lốc. Các toán lính Cam, Bốt khác nhau không biết từ đâu ghé qua, chẳng cần hỏi han hay ngó ngàng gì, chúng đứng từ ngoài sân xả súng bắn như mưa vào các lớp học rồi bỏ đi giữa tiếng kêu la của những người bị thương còn sống. Chẳng có ai quan tâm để mà tới cứu họ. Toán này bỏ đi rồi tới toán lính Khmer khác, mấy đợt như vậy. Đạn lỗ trỗ đầy tường, cả những tử thi chết trước đó rồi cũng lại lãnh thêm những loạt đạn mới.

Khi các nhà báo ngoại quốc tới nơi thì tấn thảm kịch đã diễn ra một ngày trước đó. Giữa ngổn ngang các tử thi một số được đậy chiếu, còn ít nạn nhân sống sót và vợ con họ, tất cả chỉ còn biết chắp tay vái lậy, mà vái lậy ai đây. Cả những người bị thương kiệt sức trong ánh mắt đã lạc thần vẫn là thoi thóp vẻ van cầu tuyệt vọng.

Cũng vẫn Kamm nhà báo Mỹ gốc Do Thái, nhân chứng tới sớm nhất thuật lại:_ Mặc cho những tiếng rên rỉ từ bên trong các lớp học đứng ngoài sân là một tên lính Khmer trẻ thật trẻ, tóc cuộn xoăn da ngăm đen, cổ đeo bùa lẫn với tượng Phật, tay lăm lăm cầm khẩu súng AK mới tinh với băng đạn cong đen bóng lẫy, vẻ mặt thì hoàn toàn vô cảm. Hắn chỉ làm nhiệm vụ đứng canh nhưng là canh ai đây bởi vì chẳng còn một ai đủ sức để mà thoát ra được cái khung cửa hẹp ấy. Trước mặt các nhà báo, không được hỏi nhưng hắn vẫn nói như cái máy qua thông ngôn "Bọn khác bắn đó!" nói xong rồi hắn ngửa mặt lên khoảng trống không cười một mình để lộ ra hàm răng trắng hếu xen giữa óng ánh là một chiếc răng vàng. Một nụ cười Khmer có cái lạnh lẽo của chết chóc.

Khi mà hai tòa đại sứ của Hà Nội và Mặt Trận Giải Phóng Miền Nam ở Nam Vang đã bị các toán người Khmer đốt phá. Khi mà những phản đối ngoại giao không có chút hiệu quả gì, cả Cộng Sản Bắc Việt và Cộng hòa Miền Nam chẳng có ai bảo vệ cứu được họ, thì tất cả bắt đầu nhốn nháo như bầy kiến chạy quanh chiếc chảo nóng và ngọn lửa thì như đang gặp cơn gió lớn.

Chỉ còn một con đường sống là họ nhào xuống những bờ sông chờ cho các con tàu của Hải Quân Miền Nam sau khi trút hàng xuống Nam Vang trên đường về sẽ cứu đưa họ trở lại miền Nam, nơi cũng đang ở giai đoạn khốc liệt của cuộc chiến tranh, nơi chẳng có thân nhân gia đình nào đang chờ đón họ và cả không cửa không nhà. Có những gia đình đã chạy qua Cam Bốt từ thời cấm đạo trải qua bao thế hệ họ chẳng còn biết đâu là nguyên quán ngoài cái tên Việt Nam mà họ gọi đó là quê nhà.

Ngụy Văn Thà ngay từ đầu đã tham gia cả hai chiến dịch ấy: nhiệm vụ của anh và các đồng đội phải làm sao chế ngự các lực lượng Việt Cộng thường xuyên phục kích hai bên bờ sông Mekong, phải làm sao cùng với các tiểu đoàn Thủy Quân Lục Chiến bạn tái chiếm cho được bến phà Neak Luong đang bị cộng quân kiểm soát và cả trấn áp các toán quân Khmer Đỏ bám dai như đỉa, để không chỉ bảo vệ những "đoàn voi" tiếp tế cứu nguy cho Nam Vang _ cứu nguy cho một chế độ đang tàn sát đồng bào mình _ mà còn lo cả an ninh trên đường về cho những con tàu quá tải chật ních những Việt Kiều thường là chẳng còn một gia đình nào nguyên vẹn.

Hàng ngàn người đàn ông đàn bà cụ già và trẻ con từ các khu bị tập trung bị xua ra những nơi được gọi là bãi bốc đứng lố nhố nơi bờ sông vẻ mặt khốn khổ, chỉ mong sao có tàu há mồm hải quân đi qua để được di tản. Vì mạng sống, dĩ nhiên họ phải ra đi với tay không. Đã tới với hai bàn tay không thì khi ra đi cũng phải với tay không. Của cải nhà cửa do bao mồ hôi nước mắt tạo dựng được thì phải trả lại cho những công dân Khmer xứng đáng hơn. Lý lẽ của chánh quyền Cam Bốt là như vậy.

Ông Khắc chọn đường về thay vì bằng máy bay cùng phái đoàn thì lại xuôi dòng con sông Mekong trên một con tàu vốn đã chật ních và đầy ứ các gia đình nạn kiều di tản.

Do trận địa thì cứ lan ra như vùng da beo, giữa các đội quân chánh quy cộng sản Bắc Việt, quân đội chuyên nghiệp miền nam Việt Nam, quân Khmer Đỏ và đội quân hỗn tạp thần thánh của chánh quyền mới Nam Vang. Đường bộ thì đã hoàn toàn mất an ninh, gần như vô phương để có thể đưa tàu tới di tản những Việt Kiều đang sống ở phần lãnh thổ phía tây Cam Bốt.

Một số liều mạng chạy thoát qua được biên giới Thái Lan nhưng lại bị lính biên phòng Thái đuổi về. Họ bị kẹt lại và là nạn nhân cuộc "tẩy sạch chủng tộc - ethnic cleansing" trong những năm sau đó, cộng thêm với 2 triệu người Khmer cũng bị Khmer Đỏ giết vì là *"bọn xác Khmer hồn Việt"*.

Đã từng chứng kiến nhiều cảnh trí đẹp kỳ diệu khác nhau của con sông Mekong nhưng chưa bao giờ ông Khắc đứng trước cảnh tượng kinh dị đến như thế chỉ trên một khúc sông ngắn gần nơi bến phà trên trục lộ từ Nam Vang xuống Sài Gòn.

Khi đó là bình minh trên sông lẽ ra rực rỡ mà sao cứ như mặt trời đang soi bóng lúc hoàng hôn. Không khí buổi sáng thay vì mát dịu đã lại có cái oi nồng vương sót lại của một cuối ngày nắng gắt. Những đám mây hồng mà cứ như là ráng chiều, dòng nước thấm dẫm phù sa nhưng đỏ hơn vì có thêm máu từ những chuỗi xác chết bập bềnh chậm rãi trôi về phía hạ lưu. Chỉ trong khoảnh khắc, ông Khắc đã đếm được hàng trăm xác: những thân xác rất nhỏ của trẻ thơ và cả những xác người lớn với chùm tóc dài hẳn là phụ nữ. Ông Khắc tự hỏi phải chăng đó là số phận dành cho mấy trăm ngàn người Việt ruột thịt của ông đang sống ở Miên và con đường hồi hương định mệnh của họ lại là con sông Mekong.

Những thảm cảnh gây kinh hoàng cho toàn thế giới ấy đã và đang xảy ra giữa Thế Kỷ 20 giữa thanh thiên bạch nhật không cần che dấu, được thu cả vào ống ảnh của nhà báo ngoại quốc. Bạo động vẫn gia tăng và lan tràn. Thế giới giận dữ lên án. Giới chức cầm quyền Cam Bốt giữ im lặng không một lời xin lỗi, giới trí thức Khmer có học nếu không trực tiếp tham gia bạo động thì thái độ của họ là sự lạnh lùng thờ ơ gần như vô cảm.

Người Khmer thường là chia rẽ nhưng lòng thù hận chống Việt

Nam luôn luôn đoàn kết họ làm một.

Một nhà giáo người Khmer từng học trường Chasseloup-Laubat ở Sài Gòn đang dạy học cho một trường Dòng ở Nam Vang đã nói với đám phóng viên ngoại quốc:

- Nhà báo các ông đâu có hiểu thấu được lịch sử giữa hai nước Cam Bốt Việt Nam, các ông đâu có biết trong hàng bao thế kỷ bọn Yuon đã đầy đọa chúng tôi như thế nào. Còn khủng khiếp hơn cả những điều mà ông đang chứng kiến mấy ngày hôm nay.

Rồi cũng vẫn cái giai thoại mà lại do người Pháp ghi lại là tướng Trương Minh Giảng vị quan hung thần triều đình Huế đã từng chôn sống người Khmer, cả dùng đầu họ để làm lò đun bếp:

- Chừng nào mà còn bọn Yuon_ người Việt sống trên đất nước Cam Bốt thì chúng tôi chưa thể nào sống yên. Các ông biết có bao nhiêu Cộng sản xâm nhập trong các cộng đồng Việt kiều sống trong thủ đô Nam Vang không? Phải tát ao bắt cá, thứ cá đầu rắn sẵn sàng ăn thịt chúng tôi. Không lẽ cứ khoanh tay chờ cho bọn nó tới chặt đầu hay chôn sống chúng tôi. Để sống còn người dân Khmer chúng tôi phải tự vệ, không còn chọn lựa nào khác. Rồi ông ta nói thêm như một xác tín: *"Tuer les Yuon-ennemies pour ne pas être tué soi-même!"*

Ngay lúc đó không phải ông Khắc mà là một ký giả báo Le Monde nói:

- Điều đó không có nghĩa là các ông có tự do chặt đầu cả những người Việt thường dân hiền lành và vô tội...

Cuối cùng thì Những Con Tàu Cứu Rỗi chở ông Khắc và những người sống sót cũng cặp bến Sài Gòn.

Riêng đội quân thần thánh của Lon Nol, sau thắng lợi dễ dàng tàn sát Việt Kiều không một tấc sắt trên tay, nay họ bắt đầu thực sự ra trận _ một mặt trận có hỏa lực súng đạn thật của đối phương và nghiễm nhiên trở thành những tấm bia tập bắn rất tốt cho quân Cộng Sản Bắc Việt. Hết tiểu đoàn này tới trung đoàn khác đeo bùa chú tượng Phật hay không thì cũng vẫn cứ chết như rạ cho tới khi tan hàng.

Cũng tại Olympic Stadium nơi phát động cuộc thánh chiến chống Việt Nam, chưa đầy 5 năm sau, "Bố Đen" Thống chế Lon Nol thì leo lên máy bay bỏ chạy trước, Sirik Matak và Long Boret thì chọn ở lại và bị chính những người lính Khmer Đỏ _ đồng bào ruột thịt của họ đem ra hành quyết, mở màn cho cuộc diệt chủng tự sát_ suicidal genocide trong vòng 4 năm sau đó. Các cánh đồng xanh bên những hàng cây thốt nốt biến thành những Cánh Đồng Chết trải đầy sọ người và xướng trắng.

Hai lần con cá sấu trắng xuất hiện trên khúc sông Mekong gần Nam Vang, hai lần có biến cố trọng đại xảy trên đất nước Cam Bốt. Lần thứ nhất 1970, Lon Nol đảo chánh chấm dứt chế độ quân chủ Sihanouk. Lần thứ hai 1975, Khmer Đỏ tiến chiếm thủ đô Nam Vang chấm dứt chế độ cộng hòa. Cả hai lần đều đẫm máu: máu của người Việt và máu của hơn 2 triệu người dân Cam Bốt.

Cá sấu trắng do là vật linh trong thần thoại Khmer nên không hề có tuyến nước mắt.

Đoàn cố vấn Trung Quốc cho Khmer Đỏ trong những năm tháng máu me ở Cam Bốt. Gợi lại hình ảnh những đoàn cố vấn TQ trong các đợt "Cải Cách Ruộng Đất - Made in China" ở miền Bắc Việt Nam trước 1954.

Đám lính Khmer Đỏ tuổi chưa quá 15 nhưng đã lập được rất nhiều thành tích giết người trong cuộc chiến "tự diệt chủng".

Những mầm non cách mạng của lãnh tụ Khmer Đỏ Pol Pot dẫn tới những cánh đồng chết_ 5

*Bản đồ Cam Bốt, đất nước của sọ người và sông máu (Viện bảo tàng Tội ác Diệt chủng Tuol Sleng Nam Vang_ **

Nụ cười Đức Phật của nền văn minh Angkor Khmer không giống bất cứ nét tượng Phật nào của các nền văn minh Phật giáo khác dọc theo con sông Mekong. (H. Đổ Hoàng)

Shihanouk của một thời đã qua, Hun Sen gốc Khmer Đỏ vươn lên như một người hùng, đang lãnh đạo xứ Cam Bốt tách rời khỏi ảnh hưởng Việt Nam để cùng với Lào đi vào quỹ đạo Trung Quốc.

"Điều tệ hại nhất đã qua rồi!", "Chúng ta phải giết bọn Yuon" đó là những khẩu hiệu chống Việt Nam xuất hiện ở Nam Vang thời Lon Nol. Tấm bích chương vẽ hình vị quan lại Việt Nam mặt dữ dằn tay ôm cô gái Khmer và hai chân đạp lên chồng sọ người Cam Bốt. Người Khmer chia rẽ nhưng họ luôn đoàn kết trên mặt trận chống người Việt bắt nguồn từ "mối thù hận lịch sử." _ 4

*"Nền cũ lâu đài bóng tịch dương" Angkor vẫn còn đó, cùng với những cây thốt nốt, vẫn là chứng nhân vô tri cho những năm tháng máu me của người dân Cam Bốt._**

*Cho dù là đạn AK hay M16 thì đó vẫn cứ là Vết Thương Lịch Sử của nền văn minh Angkor-Khmer của dân tộc Cam Bốt_**

*Pol Pot với tham vọng biến Cam Bốt thành Xã hội Cộng sản Nguyên thủy, nay bị hạ bệ trong Viện Bảo Tàng Diệt Chủng Tuol Sleng_**

Đập Yali cao 65m, với hồ chứa rộng 64.5 km2, công suất 700 MW, hoạt động toàn công suất từ năm 2001. Đập Yali đã gây những biến động môi sinh cho cư dân và các loài thú hiếm quý trong vùng. Đã có nhiều than phiền về nước sông bị ô nhiễm, lượng cá bị sút giảm nơi hạ nguồn phía Cam Bốt. Vào tháng 3/ 2000 Việt Nam đã phải xin lỗi Cam Bốt về tổn hại ngập lụt gây ra cho cư dân tỉnh Rattanakiri, do đã đột ngột xả nước từ hồ chứa mà không có thông báo trước_ 108

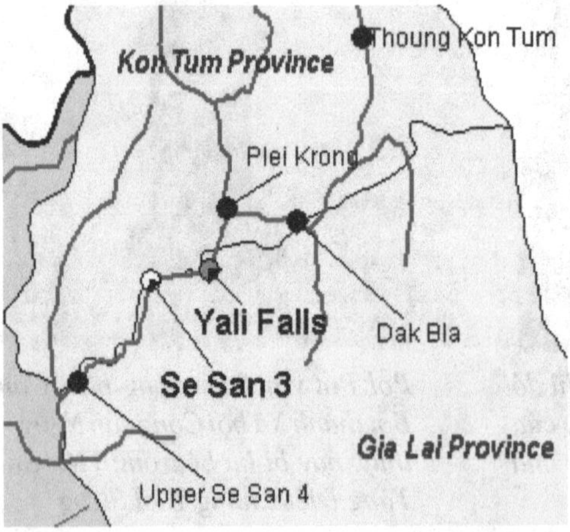

Cũng trên sông Se San, dưới con đập Yali cách Cam Bốt không đầy 50km, Việt Nam đã xây thêm đập thủy điện Se San 3, công suất 260 MW, tốn phí hơn 263 triệu MK, khiến cư dân Cam Bốt rất quan ngại về hậu quả tiêu cực của chuỗi đập Việt Nam.

CHƯƠNG XVIII

NGÀY HỘI CÁ PLA BEUK NƠI VŨNG SÂU LUANG PRABANG

Extinction is forever, Endangered means we still have time
Sea World _ San Diego

Ngay sau Hội Nghị "Sông Mekong Trước Những Nguy Cơ" lần đầu tiên tổ chức ở Mỹ với tham dự của cả đại diện International River Network và Cam Bốt tạo được một số tiếng vang, Cao lại bận bịu cho một chuyến đi tiếp theo sang Thái Lan theo lời mời của tiến sĩ Chamsak. Chamsak cũng là một trong số những người đầu tiên gửi điện thư từ Bangkok hậu thuẫn "Tuyên Ngôn Sông Mekong".

Sau lần gặp Chamsak cách đây 4 năm, như từ bao giờ ông ta vẫn luôn luôn là một chiến sĩ bảo vệ môi sinh bền bỉ.

Cùng với ngư dân ở Chiang Khong, chính tiến sĩ Chamsak là người chủ xướng vận động tổ chức cuộc hội thảo của WildLife Fund of Thailand với tham dự của 4 nước thành viên trong Ủy Hội Sông Mekong gồm Thái Lan Lào Cam Bốt và Việt Nam với mục tiêu gần là bảo tồn cá Pla Beuk và xa hơn là bảo vệ con sông Mekong.

Cho tới nay câu chuyện cá Pla Beuk vẫn cứ luôn luôn là huyền thoại. Cá Pla Beuk – Mekong Giant Catfish, là loại cá bông lau khổng lồ chỉ có ở sông Mekong, tên khoa học Pangasianodon gigas, thuộc bộ Siluriformes, họ Pangasiidae, có con dài tới 6m cân nặng tới 340kg, chính thức đã được các nhà ngư học/ ichthyologist Tây Phương khảo sát từ những năm 30. Nhưng thực sự cá Pla Beuk đã được nhà thám hiểm người Anh James McCarthy nhắc tới sớm hơn nhiều trong cuộc hành trình của ông từ Xiêm qua Lào trong khoảng thời gian 1881 và 1893.

Trong cuốn Surveying and Exploring in Siam xuất bản năm 1900, McCarthy đã kể lại chính ông đã "giúp ngư dân kéo một con cá Pla Beuk nặng 130 cân Anh, dài 7 bộ và vòng thân mình đo được là 4 bộ 2 tấc và đuôi 1 bộ 9 tấc Anh." Ông cũng mô tả rất chính xác là "cá Pla Beuk không vẩy và miệng không răng." McCarthy cũng nói tới trứng cá Pla Beuk giống như trứng caviar cá tầm/ sturgeon tuyệt ngon nên trong các phẩm vật triều cống của Luang Prabang sang Trung Quốc luôn luôn có món trứng cá Pla Beuk.

Pla Beuk là một chủng loại hiếm hoi trong số 25 loại cá bông lau Á Châu sống trong sông hồ nước ngọt, hình dạng đặc biệt với lưng dẹp bụng cong, không vẩy, hai mắt rất thấp, miệng không răng và ăn tạp. Chỉ có thể so sánh với cá Pla Beuk là loại cá bông lau trên con sông Danube có tên gọi là Wels có con dài tới 4m nặng tới 180kg.

Tiến sĩ Chamsak nói:

- Tôi nghĩ cá Pla Beuk là một trong những chủng loại đang có nguy cơ bị tiêu diệt/ endangered species.

Nguy cơ là còn thời gian cứu vãn chứ tiêu diệt là mất đi vĩnh viễn. Ý tưởng đó như ăn sâu trong trí nhớ Cao nhân chuyến thăm Sea World _ San Diego đã rất xa với Bé Tư ngày nào.

Các chuyên viên ngư học Ủy Hội Sông Mekong thì cho rằng cá Pla Beuk sống ở khúc dưới sông Mekong trong lãnh thổ Cam Bốt và khi nhiệt độ nước sông thay đổi thì cá Pla Beuk rủ nhau từng đoàn vượt thác Khone bơi ngược dòng qua Ubon Ratchatani, Nong Khai, Luang Prabang, qua Chiang Khong rồi Chiang Saen, qua bang Shan của Miến Điện trước khi vào Trung Hoa – một chặng đường dài hơn 3000km lên tới hồ Nhĩ Hải/ Erhai lake bên cổ thành Đại

Lý gần thượng nguồn sông Mekong để đẻ trứng tức là vào khoảng tháng Tư và tháng Năm.

Chỉ cách đây ít năm thôi trước nguy cơ cá Pla Beuk sắp bị diệt chủng, các nhà sinh học Thái Lan đã tìm cách cứu nguy giống cá bông lau khổng lồ này bằng phương pháp gây giống nhân tạo _ artificial breeding. Cá Pla Beuk đực và cái được chích kích thích tố, sau đó lấy tinh dịch của cá đực trộn với mớ trứng của cá Pla Beuk cái _ trung bình từ 8 - 10 kg trứng cá. Cá Pla Beuk nhỏ/ fry được nuôi trong hồ cho tới khi đủ lớn để có thể tự kiếm ăn nuôi sống thì chúng được đem thả xuống sông Mekong. Trong 7 năm qua có khoảng 20 ngàn cá nhỏ Pla Beuk được tạo giống như vậy. Vấn đề tiếp theo đặt ra là sinh cảnh/ habitat sông Mekong còn đủ trong lành tới bao lâu để cá Pla Beuk còn có thể sống được.

Nhưng với ngư dân địa phương cả ở Lào và Thái thì lại cho rằng cá Pla Beuk sống ở vũng hang sâu trên khúc sông Mekong gần Luang Prabang và họ cũng tin rằng không phải chỉ có cá Pla Beuk mà có cả thần linh ra khỏi hang vào ngày Songkhran _ tết Thái Lan cũng vào khoảng giữa tháng Tư.

Do đó trước khi lưới cá Pla Beuk ngư dân đều có lễ cúng để được thần cho phép và sau đó là lễ tạ ơn khi đã lưới được cá. Họ tin rằng vào đúng vào ngày ấy đoàn cá Pla Beuk tụ hội ở vũng sâu Luang Prabang để bầu chọn xem chị cá Plabeuk nào sẽ được tiếp tục lên hồ xa đẻ trứng, con nào sẽ tự nguyện hy sinh ở lại làm mồi cho ngư dân.

Hàng năm cứ vào tháng Tư tức là trước ngày lễ Tết Pimai khoảng một tháng, dân làng hai bên bờ sông Mekong thuộc tỉnh Chiang Rai phía Thái và bắc Luang Prabang phía Lào đều có tổ chức ngày hội cá Pla Beuk. Riêng làng Had Krai huyện Chiang Khong cho tới nay vẫn là địa điểm đánh cá Pla Beuk nổi tiếng nhất vì ở vào một khúc sông không có những khối đá lớn mà đáy sông lại phẳng nên không làm vướng và rách lưới.

Truyền thống xưa của Had Kai là vào mùa cá Pla Beuk dân làng chia toán đứng canh trên những cầu sông từ sáng tới tối để phát hiện gợn sóng của cá Pla Beuk đi qua, toán nào hên thấy cá thì dùng lưới *"mong lai"* loại lưới rà đã có cách đây hàng thế kỷ để bắt cá.

Ngư dân làng Had Kai vẫn giữ nguyên nghi lễ Brahmin của ngày Hội Cá Pla Beuk trên từng chiếc ghe chài của họ. Người chủ ghe sẽ bốc một nhúm gạo, nếu là số hạt chẵn có nghĩa là thần chài muốn được cúng heo, nếu số hạt lẻ thì cúng gà. Khi bắt được cá Pla Beuk thần chài sẽ được cúng một bữa ăn thịnh soạn với mâm xôi gà hoặc heo và cả rượu đậu nữa. Vui hơn nữa là có cả thi hoa hậu và đua thuyền giữa các ngư nhân Lào và Thái hai bên bờ sông Mekong sau các buổi lễ cúng quải ấy.

Dân làng Had Kai biết rất rõ khi nào cá Pla Beuk lội qua khúc sông này để đón lưới. Những năm gần đây do cạnh tranh, họ không còn kiên nhẫn chờ cho Pla Beuk đi qua mà đã chèo thuyền xuống tận dưới xa để tranh lưới với ngư dân làng khác.

Bất kể là ngư dân Thái hay Lào họ đều tin Pla Beuk là loài linh ngư và năm nào mà bắt được cá Pla Beuk mà trên lưng có nhiều đốm đen thì năm đó sẽ rất hên và được mùa cá.

Vào năm 1990, chỉ riêng dân làng Had Krai thôi họ đã lưới được tới 69 con cá Pla Beuk và con số đó đã tụt xuống thê thảm chỉ còn 1 con vào 8 năm sau và con cá duy nhất lưới được ấy thì trên lưng cũng chẳng có đốm vằn nên lượng cá đánh được trên sông Mekong càng ngày càng ít đi.

Trước đây dòng sông Mekong vốn rất yên tĩnh tới mức ngư dân làng Had Krai có thể thấy những gợn sóng của các đoàn cá đi qua nay thì không, do có vô số tàu bè lớn nhỏ trên sông lại có trang bị cả máy dò siêu âm và các loại lưới lớn hiện đại quanh năm lùng bắt mọi loại cá kể cả Pla Beuk.

Với các khu rừng mưa ngày càng bị phá hủy rộng rãi, rồi các con đập khổng lồ Vân Nam ngăn chặn nước, còn phải kể tới kế hoạch của Trung Quốc dùng chất nổ Dynamite phá và khai quang những khối đá nơi các ghềnh thác và dưới lòng con sông Mekong để mở đường cho tàu lớn từ bắc xuống nam. Tất cả tác động tích lũy như một chuỗi phản ứng dây chuyền/ chain reactions, cá không những không còn hang đá làm tổ đẻ trứng, lại thêm sự thay đổi quá mức đột ngột về tốc độ và cả nhiệt độ dòng chảy khiến nhiều giống cá không thể sống được và hậu quả là giảm số lượng cá một cách nghiêm trọng trên sông mà ai cũng biết đó là nguồn protein chính của cư dân sống hai bên bờ con sông ấy. Có thể nói Lúa Gạo và Cá là xương sống của nền kinh tế sông Mekong.

Chỉ mới khoảng cách đây 5 năm thôi, nhìn vào rổ cá ngoài chợ của một ngư dân, người ta có thể đếm được tới 6-7 loại cá tươi ngon khác nhau, nay thì không những rổ cá đã ít hơn và cả hiếm gặp những loại cá ngon của mấy năm trước. Lượng cá sút giảm mà kỹ thuật đánh cá thì càng ngày càng tối tân hơn. Người ta dùng tàu lớn lưới lớn gần chắn ngang cả dòng sông mà mắt lưới thì nhỏ như lưới muỗi nên không thoát con cá nào. Một lối đánh cá "lùng và diệt" như vậy thì chẳng mấy lâu sông Mekong – con sông Danube Châu Á không còn cá mà chỉ còn rác rưởi phế thải từ các khu nhà máy kỹ nghệ Vân Nam.

Tuy chỉ mới có một con đập Manwan chưa phải là lớn nhất chặn ngang sông Mekong mà mực nước đã xuống thấp hẳn. Tình hình sẽ ra sao khi tất cả các con đập trên thượng nguồn xây xong. Cá Pla Beuk chỉ có thể sống dưới độ sâu tối thiểu là ba thước. Nếu không có biện pháp cứu nguy thì trong một tương lai không xa cá Pla Beuk trở thành sự kiện của quá khứ.

Không phải chỉ có Pla Beuk mà tất cả các loại cá khác và cả cư dân sông hai bên bờ sông Mekong đang đặt vận mệnh mình vào tay người láng giềng vĩ đại Trung Quốc.

Ngày xưa khi có mùa hạn hán thì có lễ Cầu Đảo mong mưa nay thì chúng ta phải thường xuyên Cầu Nước xả ra từ các con đập phương bắc.

Bên lề Hội Nghị, tiến sĩ Chamsak giới thiệu với Cao Boonrean Jinarat, 52 tuổi không xuất thân từ trường đại học nào, chẳng phải là kỹ sư ngư nghiệp, chỉ là một ngư dân làng Had Kai năm 40 tuổi đã có sáng kiến lập ra Câu Lạc Bộ Bảo Tồn Cá Pla Beuk khi thấy có nguy cơ loài cá hiếm quý ấy bị tiệt chủng. Chính Jinarat là nguồn cảm hứng cho Chamsak đi tới hình thành buổi hội thảo hôm nay.

Jinarat tâm sự là cứ nghĩ tới con sông Mekong không còn cá Pla Beuk là điều mà chỉ cách đây ít năm anh không thể nào tưởng tượng được. Và cũng là điều mà anh cho là không thể chấp nhận nếu như thế hệ con cháu anh không thấy và không biết Pla Beuk là gì ngoài những huyền thoại về con sông Mekong.

Năm 96 Jinarat được sự tiếp tay của tiến sĩ Chamsak, đã mở chiến dịch quyên được hơn 2 triệu baht, khoảng 5000 đôla mua lại 5 con cá Pla Beuk mà ngư dân lang Had Kai lưới được để thả xuống sông Mekong với niềm tin ngây thơ rằng những con cá được phóng sinh ấy sẽ sinh sản thêm nhiều cá Pla Beuk. Trên thực tế những con cá ấy đã lại làm mồi cho những mẻ lưới khác chỉ ít lâu sau đó.

Jinarat còn táo bạo vận động đào một hồ lớn bên bờ sông Mekong để nuôi những con cá Pla Beuk mua được mong gây giống và sinh sản – ý tưởng tạo một sinh cảnh kiểu giống như Sea World ở Mỹ chỉ mới có giá trị đẹp đẽ trên lý thuyết. Bởi hồ không đủ lớn chứa không đủ nước và cặp cá nào sống sót trong hồ ấy cũng trở thành vô sản/ sterile.

Xưa kia dân làng Had Krai đánh cá Pla Beuk như một truyền thống lễ hội và chỉ để ăn. Từ những năm 80 đám con buôn tham lam từ xa đổ tới đây lùng kiếm mua cá Pla Beuk với giá ngày một cao hơn tới 500 baht_ gần 30 đôla một kilô nhằm cung cấp cho các tiệm ăn nổi tiếng về các loại thú hiếm quý ở Bangkok. Nhu cầu tiêu thụ tăng và tăng giá bao nhiêu cũng có người mua lại càng kích thích ngư dân đổ xô đi đánh cá Pla Beuk.

Nhưng rồi như Cao dự đoán, Hội Nghị 4 nước – tấu khúc bộ bốn / quartet ở Chiang Khong đã mau chóng biến thành cung đàn lỗi nhịp. Khi Janaret đại diện của dân làng Had Kai Thái Lan đưa ra ý kiến đặt quotas/ chỉ tiêu số cá Pla Beuk được bắt mỗi năm thì bị ngay Lào phản đối trong khi Việt Nam chỉ thụ động tham dự với tính cách quan sát.

Và kết quả cuộc hội thảo nhiều mong đợi ấy chỉ có trên giấy là dự án thành lập tại Chiang Khong một *"Trung Tâm Nghiên Cứu và Khảo Sát Cá Pla Beuk và Cá sông Mekong/ Research & Study Centre of Mekong Giant Catfish and Fish in the Mekong River".*

Theo tiến sĩ Chamsak thì chính quyền cấp nhà nước Thái Lan đã chẳng quan tâm gì tới vận mạng cá Pla Beuk. Ngư dân thì chia rẽ, như Jinarat muốn bảo vệ cá Pla Beuk thì cứ làm, ai muốn đánh cá Pla Beuk thì vẫn cứ tiếp tục. Nghĩa là tự do kiểu luật rừng.

Khi nhắc tới phái đoàn Việt Nam, tiến sĩ Chamsak nói giọng chua chát:

- Tại sao Việt Nam chỉ tham dự với tư cách quan sát? Phải chăng cho là Pla Beuk không có trong Đồng Bằng Sông Cửu Long? Thì cũng giống như chúng tôi bảo rằng các Cánh Hạc Đông Phương và bầy Sếu Cổ Đỏ chỉ có nơi các tràm chim của Việt Nam.

Chamsak tiếp:

- Tôi cho rằng cá Pla Beuk, cá Dolphin, các đàn Hạc đàn Sếu Tam Nông không phải của riêng ai nhưng phải được coi đó là những chỉ số an toàn cho hệ sinh thái của con sông Mekong trong đó có cả Đồng Bằng Sông Cửu Long. Phải cùng nhau bảo vệ con sông Mekong như một toàn thể chứ không thể theo kiểu đèn nhà ai nhà nấy rạng.

Rồi Chamsak đưa ra một cái nhìn thực tiễn không hạn chế trong biên giới một quốc gia mà cho toàn vùng:

- Như ở Việt Nam, để bảo vệ các tràm chim, đâu phải chỉ có biện pháp hành chánh cấm những nông dân thiếu ăn vào khai thác; cũng như vậy đâu có thể cấm ngư dân Lào Thái đánh cá Pla Beuk như tiếp tục một truyền thống từ đời cha ông họ.

Không phải chỉ có phê phán, là một giáo sư kinh tế Chamsak luôn luôn đề ra giải pháp:

- Sẽ không công bằng nếu cứ ngồi ở văn phòng Bangkok đổ lỗi cho ngư dân ở Chiang Khong Had Krai là thủ phạm tiêu diệt cá Pla Beuk. Vấn đề là phải giúp họ, có gì bù đắp cho họ khi họ chấp nhận chỉ đánh cá Pla Beuk 2 tháng trong năm, số cá bắt được không quá bao nhiêu con và kích thước không dưới một mét chẳng hạn.

Chắp cánh cho giấc mơ của Jinarat, Chamsak say sưa nói về dự án tương lai:

- Trung Tâm Bảo Tồn cá Pla Beuk với cả Aquarium/ hồ nuôi cá không phải chỉ có Pla Beuk mà cả Dolphin/ cá heo mõm ngắn và các chủng loại cá khác rất phong phú của con sông Mekong, một thứ River World sẽ rất hấp dẫn đối với du khách; như vậy sẽ có tiền để đền bù cho ngư dân, ngoài ra họ sẽ được hưởng thêm phần lợi tức khác như bán đồ kỷ niệm, mở quán ăn phục vụ cho du lịch... Tôi nghe nói có một sáng kiến tương tự như vậy đã được một kiến trúc sư trẻ Việt Nam ở Mỹ nêu lên trên Internet Mekong Forum là làm thế nào để cứu nguy cho Tràm Chim Tam Nông bằng cách biến nơi đó trở thành một tụ điểm du lịch.

Kiến trúc sư ấy không xa lạ gì với Cao, đó là Điền anh của Bé Tư. Cao không cảm thấy bị xúc phạm nhưng cũng đã có chút hổ thẹn trước những nhận xét gay gắt của tiến sĩ Chamsak.

Ông chuyển sang giọng tâm sự:

- Thật là đáng buồn khi những loài cá Pla Beuk, Dolphin, những đàn Hạc Đông Phương những đàn Sếu Cổ Đỏ trên sông Mekong không còn nữa. Nhìn xa hơn thì sự lâm nguy của chúng là "báo động đỏ" về sự sa sút của toàn hệ sinh thái mong manh của con sông Mekong xuyên suốt từ Tây Tạng ra tới Biển Đông.

Và Cao đã rất tâm đắc với câu phát biểu của tiến sĩ Chamsak tuy nghiêm trọng nhưng vẫn toát ra vẻ lạc quan, kết thúc hội nghị cá Pla Beuk:

Does Mekong have a future? Yes!

Even time is running out but if all of us together should conserve the Mekong River.

"Tất Cả Chúng Ta" đây phải là 60 triệu cư dân đang sinh sống trong lưu vực con sông Mekong. Cuộc Hội Thảo WildLife Fund of Thailand, đã để lại cho Cao và Bé Tư những ấn tượng sâu sắc. Chứng kiến sự năng nổ của những ngư dân nông dân Thái Lan Lào và Cam Bốt qua hội nghị, Cao có ý nghĩ đã tới lúc chính những người nông dân ngư dân Đồng Bằng Sông Cửu Long phải đứng lên và có tiếng nói tích cực bảo vệ dòng sông và vùng châu thổ

quê hương họ.

Trước khi về Mỹ, Cao trở lại thăm Lào 4 năm sau đúng vào dịp Tết Pimai và chặng đến đầu tiên không phải thủ đô Vạn Tượng mà là Luang Prabang. Cũng vẫn ông già Khắc cho rằng chưa thể nói thực sự ăn Tết Lào nếu không phải là ở cố đô Luang Prabang, giàu tính lịch sử nhưng không nhuốm vẻ vương giả xa cách.

Luang Prabang hay Mường Luông từ thế kỷ 14 được vua Fa Ngoum chọn làm kinh đô cho Vương Quốc Lan Xang – xứ triệu thớt voi. Prabang là tên bức tượng Phật được coi như thiêng liêng nhất của người dân Lào cũng như Fa Ngoum khuôn mặt huyền thoại là vị vua đầu tiên vĩ đại nhất của họ. Tương truyền Fa Ngoum nguyên là Hoàng tử Lào sang lánh nạn bên triều đình Angkor nhưng luôn luôn nuôi ý chí phục quốc. Fa Ngoum đã chỉ huy một đội quân Khmer trở về chinh phục và thống nhất được tất cả các bộ lạc ly khai và sáng lập nên vương quốc Lan Xang hùng mạnh.

Chawa hay Java, tên nguyên thủy của Luang Prabang là một vùng cây cối xanh um với phong phú những cây trái nhiệt đới, nằm bên bờ khúc quanh của con sông Mekong nơi con sông Nam Khan là một phụ lưu đổ vào, cao hơn mặt biển khoảng 300 mét, với ngọn đồi Phousi ở trung tâm.

Khí hậu Luang Prabang có thể nói là không giống một nơi nào trên đất Lào. Bầu trời lúc nào cũng như có một chút mù xương tuy rất loãng. Người ta giải thích đó là lớp khói do đốt rừng làm rẫy của những người Lào Thượng, Lào Núi, vốn là dân du canh. Nhưng cũng để bù lại luôn luôn có những cơn gió ẩm mát với hơi nước từ con sông Mekong thổi vào tạo cảm giác hơi se lạnh.

Hình như cái gì ở tỉnh Luang Prabang cũng có vẻ đặc biệt – để có thể đem tiến vua, sản phẩm đồ dệt đẹp nhất, cây trái rau cỏ cũng ngon hơn nơi khác do chất đất và nước nơi khúc sông Mekong có tới ba phụ lưu lớn đổ vào: các con sông Nam Ou, Nam Sang và Nam Khan. Cả cát của khúc sông này cũng có vàng nữa.

Vào mùa khô, mực nước xuống thấp tới mức để trơ ra phần của lòng sông với những bãi cát lớn, đây là dịp dân làng kéo nhau tới đãi vàng, thứ vàng vụn có dính lẫn với cát. Có cả những cô gái Lào xinh đẹp ngâm nửa mình dưới nước quần áo ướt dính sát làm nổi lên những đường cong khỏe mạnh mềm mại và khêu gợi. Cát dính vàng được mấy chú Chệt thu mua sau đó dùng thủ thuật đặc biệt để tách ra. Cát lẫn vàng được đem trộn với thủy ngân, cho vào vuông vải vắt kiệt thành viên rồi dùng đèn hàn hun cho thủy ngân bốc hơi chỉ còn lại là phần vàng. Một người phải suốt ngày ngâm mình dưới nước, nếu may mắn cũng kiếm được khoảng 600 kip tiền Lào, chưa tới một đôla nhưng đã lại gấp 6 lần lợi tức bình thường của họ.

Cách đây hơn 130 năm khi đoàn thám hiểm Pháp Francis Garnier/ Doudart de Lagrée rời Vạn Tượng đi Luang Prabang – nơi mà Henri Mouhot đã được tiếp đón nồng hậu sáu năm trước đó. Họ khởi hành ngày 04-04-1867, di chuyển bằng đường sông với hơn 150 km dọc theo con sông là đồi núi trắc trở di chuyển thật khó khăn cả với những thác ghềnh, chỉ trông vào sức người kéo thuyền đi ngược dòng, có nơi họ phải rỡ đồ xuống để khuân vác trên bộ nhưng rồi cuối cùng họ cũng tới được Luang Prabang hơn 20 ngày sau đó gần như kiệt sức với dày dép rách bươm và những bàn chân vấy máu. Đoàn thực sự được nghỉ ngơi giữa một kinh đô Luang Prabang en fête – vui như tết, lúc đó bị đang bảo hộ bởi cả hai triều đình Huế và Bangkok và được mô tả là một thị trấn rất phát triển về thương mại.

Cũng trong chuyến đi này đoàn thám hiểm Pháp đã tìm ra nơi vùi nông xác Henri Mouhot sáu năm trước đó, cách bản Phanom khoảng 2km nơi bờ dốc cao của con sông Nam Khan.

Bản Phanom với khoảng hơn một trăm nóc gia đình thuộc sắc tộc Lu phía đông Luang Prabang, là một làng đan dệt truyền thống vẫn vậy từ suốt 300 năm, nổi tiếng với những chiếc khăn san/ pha biang và sarong/ pha sin kết bằng lụa hay bông vải với những màu sắc và hoa văn rực rỡ. Ngày xưa muốn tìm mua một chiếc khăn san thì phải chờ tới phiên họp chợ, nay do Đổi Mới đã có những quầy hàng mọc lên hai bên đường và cũng không thiếu cả những món hàng giả nhập từ Thái Lan để cả đánh lừa du khách.

Ngược dòng thời gian, theo bước chân thám hiểm đơn độc của Mouhot xuyên qua những khu rừng già của Lục Địa Á Châu với cả một vùng sông nước của con sông Mekong đã khiến Mouhot đầy cảm xúc viết: *"Bấy lâu nay tôi đã say khướt với nước của con sông ấy, cũng bấy lâu con sông ấy đã nuôi dưỡng và cả thử thách sức kiên nhẫn của tôi nữa."* Mouhot trong khi vô rừng đi lùng kiếm các loài côn trùng hiếm, ông đã bàng hoàng khi bất chợt khám phá ra cảnh đổ nát huy hoàng của Angkor vào năm 1860 mà ban đầu Mouhot không tin Angkor lại có thể là di sản của những người Khmer thô bạo kém cỏi mà ông đã từng gặp tiếp xúc và ghi lại cảm tưởng "_ Những con người Khmer mà bạo lực như có sẵn ở trong máu và hình như họ chỉ biết có phá hoại mà không bao giờ biết tái thiết."

Từ Angkor Mouhot tiếp tục đi về phía bắc dọc theo con sông Mekong sang địa phận xứ Lào. Ngày 15 tháng 10 năm 1961 vẫn không xa bờ sông Mekong, Mouhot tiếp tục cuộc hành trình đầy quyết tâm nhưng vô cùng đơn độc trong các khu rừng mưa/ rainforest vẫn nguyên hoang sơ với voi đàn cọp rống, với tiếng chim kêu đêm và ban ngày vượn hú. Nhà sinh học Pháp – tay mạo hiểm trẻ tuổi ấy đã không hề có ảo tưởng về kết thúc một chuyến đi có hậu. Mouhot đã viết ra những dòng tiên tri trong cuốn nhật ký: *"Nếu tôi phải chết ở đây, nơi mà bao kẻ phiêu lưu đã gửi nấm xương tàn, tôi sẵn sàng cho cái giờ phút sẽ tới ấy!"*

Và cái giờ phút định mệnh ấy đã đến. Không bao lâu sau Mouhot bị những cơn sốt rừng tấn công – thực ra là cơn sốt rét ác tính. Ở thời kỳ mà các căn bệnh lạ nhiệt đới chưa có có trong giáo trình của trường Đại học Y khoa Paris và viên thuốc Ký Ninh thì chưa hề được biết tới; mắc phải sốt rét ác tính thì chỉ có thác. Mấy dòng chữ cuối cùng rời rạc một ngày trước khi Mouhot chết, ngày 10 tháng 11 năm 1861: *"Bị cơn sốt rừng... và rồi bốn ngày sau đó _ Thương cho tôi Chúa ôi!"*

Xác Mouhot chỉ được vùi nông bên bờ con sông Nam Khan hoang vắng với bạn đồng hành duy nhất là con chó trung thành Tine-Tine vẫn không ăn không chịu rời xa nấm mộ chủ và vẫn tru lên những tiếng kêu thảm não. Phải chờ tới 6 năm sau khi có đoàn thám hiểm Pháp Francis Garnier / Doudart de Lagré đi qua vào năm 1867, mới có được một ngôi mộ cho Mouhot. Một truy niệm cho người chết và cũng là một sinh niệm cho sáu người trong đoàn, bởi vì họ biết rất rõ cái chết như Mouhot thì quá ư gần gũi.

Thực vậy đã có 2 trong số 6 người đứng bên nấm mộ Mouhot hôm ấy cũng đã chết trong vòng mấy năm sau đó. Doudart de Lagré trưởng đoàn bỏ mạng trên đường đi vì chứng amibe áp-xe gan – một căn bệnh nhiệt đới khác. Riêng Francis Garnier tuy sống sót qua cuộc thám hiểm sông Mekong nhưng cũng lại bị giặc Cờ Đen của Lưu Vĩnh Phúc phục kích giết một năm sau đó ở Ô Cầu Giấy gần Hà Nội.

Điều ngạc nhiên thú vị cho đoàn là họ gặp lại con chó Tine-Tine của Mouhot còn sống trong một gia đình Lào ở Luang Prabang, nó không cần biết những ông Tây da trắng bạn của chủ nó là ai tới thăm nên cứ thẳng thừng nhe răng xông ra cắn... Nhưng rồi nấm mộ Mouhot cũng lại bị quên lãng một thời gian dài nữa do hơn nửa thế kỷ chiến tranh loạn lạc và chỉ mới được trùng tu vào năm 1990, với thêm một tấm plaque từ Montbéliard tên thị trấn nhỏ nơi sinh của Mouhot, với dòng chữ đơn giản nhưng đầy ý nghĩa: *"Hãnh diện về đứa con của chúng tôi"*. Và nay ngôi mộ Mouhot là tụ điểm du lịch hấp dẫn đối với các đoàn du khách.

Milton Osborne trong cuốn sách "The Mekong River Expedition" đã nhận xét: Mouhot, Doudart de Lagré, Francis Garnier... là biểu tượng cho một thế hệ thanh niên Âu Châu có học thức của thế kỷ 19 – được mệnh danh là thế kỷ của chịu đựng và khắc kỷ. Họ không chỉ dũng cảm và đam mê với viễn tượng các cuộc phiêu lưu tới những vùng đất mới và họ còn ngây thơ cả tin về sứ mệnh khai hóa – mission civilisatrice của nước Pháp đối với các dân tộc ở Viễn Đông mà họ cho là còn bán khai.

Đứng bên ngôi mộ Mouhot hơn 130 năm sau, bên bờ dốc con sông Nam Khan, nhìn dòng nước chảy vào sông Mekong đẫm những phù sa, Cao miên man nghĩ tới những gì đã xảy ra trên suốt dọc con sông lịch sử, con sông thời gian và cũng là con sông cuối cùng ấy. Được mệnh danh là con sông của tình ái và hạnh phúc khi thì phẳng lặng hiền hòa khi thì ghềnh thác cuộn sóng với bạo lực hủy hoại và cả nỗi thống khổ nữa. Dòng chảy con sông ấy luôn luôn mang trong nó sự sống và cả chết chóc. Nó luôn luôn và mãi mãi là một ẩn số khó hiểu và cuốn hút người ta bằng những năng lực huyền nhiệm

Con sông ấy đã bị bi thảm hóa trong suốt nửa thế kỷ chiến tranh và nay đang được thơ mộng hóa trong thời bình với kế hoạch Du Lịch Môi Sinh Năm 2000.

Theo ông Khắc người bạn vong niên của Cao thì cho rằng con sông ấy luôn luôn gợi lại nơi ông những hoài niệm về suốt chiều dài của cuộc chiến tranh trong nỗi kinh hoàng và hy vọng để thấy hai điều lớn lao nhất là tình yêu và cái chết, nói như Rudyard Kipling:

Two things greater than all things are
The first is love, and the second war.

Từ bao ngàn năm rồi Luang Prabang đã có đó, cứ mãi soi bóng trên dòng sông Mekong, cho dù kinh đô ấy đã trải qua bao thăng trầm với nhiều đợt bị ngoại xâm tàn phá.

Tới thế kỷ 18, số chùa chiền lớn nhỏ vốn cả trăm chỉ còn lại một phần ba. Ngay Hoàng Cung cũng chẳng phải là một công trình kiến trúc cổ xưa, chỉ mới được người Pháp tái thiết từ năm 1909 với kiến trúc sư người Pháp và thợ thuyền được mộ từ Việt Nam và Thái Lan qua, ngân khoản cũng là từ chánh phủ thuộc địa Pháp tặng dữ cho vua Lào.

Như vậy sự hấp dẫn của Luang Prabang với Cao có lẽ không phải nơi cung điện cổ kính mà là cả một kho báu tượng Phật chứa dựng trong đó cùng với số chùa chiền cổ chưa hề bị các cuộc chiến tranh phá hủy và còn nguyên vẹn.

Theo ông Khắc – người được mệnh danh là nhà báo của các nhà báo, thì pho tượng Phật Vàng Prabang còn có tên là Lopburi Buddha mang đậm nét văn hóa Khmer từ thế kỷ thứ 12 với dáng đứng

Abhayamudra, tay phải đưa lên, lòng bàn tay hướng về phía trước biểu tượng cho sự phù hộ che chở và cả xua đi mọi bất an sợ hãi.

Năm 1975 khi cộng sản toàn chiếm nước Lào một xứ sở chỉ có 4 triệu dân với mật độ dân cư thưa nhất Á Châu – khiến Mao Trạch Đông từng có dự định đưa dân Tàu sang Lào ở, tại vùng bắc núi non có nơi chỉ có 5 người dân trên 1 km2 – có tới 68 sắc tộc khác nhau gồm 3 nhóm chính: Lao Lum/ Lào Kinh, Lao Theung/ Lào Thượng hay Kha, Lao Soung/ Lào Núi hay Hmong và Yao và được kể là một trong những nước nghèo nhất thế giới.

Khi mà nhà vua Savang Vathana – vị vua Lào cuối cùng, vốn hòa nhã và đức hạnh được dân chúng yêu mến, rất học thức từng tốt nghiệp École de Science Politique de Paris, say mê đọc sách – cùng với hoàng hậu và cả hoàng thái tử đều bị bắt đi đầy ải cho tới chết trong các trại cải tạo ở Sầm Nứa, cùng với đám quân nhân công chức chế độ cũ được mệnh danh là *patikan* – bọn ngụy phản động, thì chế độ quân chủ Lào coi như đã bị bức tử.

Với khẩu hiệu gần giống như "tiến lên xã hội chủ nghĩa" của đảng Cộng Sản Nhân Dân Lào – một thứ *"Socialism made in Vietnam"* như một nhà báo Pháp đã mỉa mai gọi như vậy và ông Kaysone Phomvihane để chứng tỏ tự chủ đã không muốn gọi là Đổi Mới giống Việt Nam mà là *Ý Mới/ Chin Thanakaan*, đã không muốn gọi Xã Hội Chủ Nghĩa mà là *Xã Hội Lương Hảo/ Sangkhom Nyom*. Nhưng cho dù gọi là gì đi nữa, với nghệ thuật nói và lắp chữ tinh vi tới đâu thì cũng thì cũng không thể nào hơn các các đồng chí Kèo Đèng/ Việt Cộng, và cũng không thể khác với Việt Nam, nghĩa là bức màn tre cũng đã phải rơi xuống, để cho các doanh nhân ngoại quốc dĩ nhiên có doanh nhân Mỹ với laptop nghênh ngang tự do ra vào – nơi mà trước đây ít năm họ đã phải từng cúi mặt ra đi. Một hiện tượng mà ký giả báo Le Monde đã gọi đó là *"Ultime revanche des Americains – Sự trả thù tối hậu của ngươi Mỹ"*.

Để tiến tới Xã Hội Lương Hảo/ Sangkhom Nyom thì cái kinh đô thơ mộng này đang bị đĩ điếm hóa để trở thành lai căng không giống ai chỉ để phục vụ cho du khách. Và Hoàng Cung nay được cải tên thành Viện Bảo Tàng Quốc Gia, vẫn trên con đường Phothisarat chạy vòng theo bờ cao của con sông Mekong, nơi mà xưa kia khách của Hoàng gia có thể tới thăm bằng thuyền.

Cung điện vẫn còn đó nhưng chủ nhân thực sự thì đã vắng bóng, chỉ còn những kỷ vật của nguyên thủ các quốc gia trước đây tặng nhà vua thì nay vẫn được trưng bày nơi phòng khách: khẩu súng săn với báng nạm ngọc của Leonid Brezhnev, bộ đồ trà của Mao Trạch Đông và mẫu đá trên mặt trăng do phi thuyền Apollo 11 đem về do tổng thống Mỹ tặng... Cao thì thú vị nhất với bức tranh tường/ mural, nơi Phòng Khách Sứ Thần của họa sĩ Pháp Alex de Fontereau vẽ cảnh sinh hoạt một ngày Luang Prabang êm đềm cách đây hơn nửa thế kỷ - vẻ đẹp như vẫn còn phảng phất qua mấy vần thơ của nữ sĩ Vân Đài (1942):

Chuông chiều ngân trong gió_ Tháp núi ẩn màn sương
Lầu vua thu bóng nhỏ_ Chùa bụt lạnh hơi sương

Cho dù UNESCO từ 1995 đã quyết định chọn Luang Prabang là Khu Di Sản Thế Giới/ World Heritage Site, nhưng rồi người ta vẫn cứ nhân danh "đem tiến bộ tới cho xứ Lào" với kế hoạch mở xa lộ mới từ Vạn Tượng qua Luang Prabang lên tới biên giới phía nam Trung Hoa tới Côn Minh thì cái viễn tượng hàng đoàn xe bus chở khách du lịch lũ lượt từ Nong Khai Thái Lan băng qua cầu Hữu Nghị Mittaphap tới Vạn Tượng trên đường tới Luang Prabang thì Cao hiểu rằng cái vẻ đẹp mong manh của nơi cố đô ấy với những mái chùa tháp lấp lánh, các nhà sư trong những chiếc áo cà sa vàng rực rỡ, những con đường rợp bóng cây xanh ngát hương thơm của hoa và nhang trầm, với rộn rã tiếng chim, với những đứa trẻ nô đùa cả trên mặt đường mà không sợ xe cộ, người dân qua lại không một ai dáng vội vã... rồi ra tất cả cũng sẽ mau chóng trở thành kỷ niệm quá khứ.

Cao chợt có ý so sánh con sông Mekong như chiếc đòn sóc mang trên vai nó suốt chiều dài của nước Lào, là cửa ngõ để Lào tiếp xúc với thế giới bên ngoài. Quanh năm con sống ấy vẫn luôn luôn là mạch sống và cũng là nguồn hạnh phúc của người dân Lào – thiếu nó Lào sẽ như một cơ thể không có mạch máu.

Không phải chỉ có ở Luang Prabang mà là bất cứ đâu trong suốt chiều dài của con sông ấy, sự sống của người dân Lào như gắn liền với con sông Mekong, luôn luôn là nơi tụ hội trong những ngày lễ lớn theo chu kỳ của cả hai mùa khô lũ. Là khí hậu Á Châu Gió Mùa_ climat des moussons, với mùa mưa từ tháng 5 tới tháng 10 và bước sang mùa khô từ tháng 11 tới tháng 4.

Vào mùa nước lớn thì có ngày *Bun Xuồng Hưa/ Lễ Hội Nước*, dân chúng đổ nhau ra dọc hai bên bờ sông xem đua thuyền, có cả thuyền rồng của nhà vua ngày trước. Buổi tối là hội hoa đăng, trai gái rủ nhau ra thả trên sông những con thuyền nến nhỏ, hàng ngàn chiếc như vậy lập lòe theo con nước mà xuôi dòng. Vào mùa nước thấp nơi khúc sông cạn, là nơi tổ chức Bun Băng Phay_ Lễ Cầu Đảo, với những giàn tre cao tới cả mười thước được dựng bên bờ sông, trai gái họp từng toán ca múa rồi khiêng những chiếc *pháo tre/ băng phay* đặt lên giàn cao và thi nhau đốt.

Nhưng ngày hội lớn nhất trong năm vẫn là ngày Tết Bun Pimay_ Lễ Mừng Năm Mới và thời điểm thì khác xa với các ngày tết Dương lịch và Âm lịch. Bởi do Lịch Lào khá phức tạp, năm thì được tính theo chu kỳ trái đất xoay quanh mặt trời, trong khi tháng thì lại tính theo tuần trăng. Thường ngày đầu năm theo lịch Lào rơi vào một ngày của hạ tuần tháng 11 hay thượng tuần tháng chạp Dương lịch. Nhưng điều lạ lùng và khó hiểu là tết Lào Pimay lại không tổ chức vào ngày đầu năm mà lại nhằm vào khoảng trung tuần tháng 4 Dương lịch. Đây là tháng cuối mùa khô nên rất ư là nóng, phải nói là nóng nhất trong năm. Lễ tưới nước tắm mát Pimai rơi đúng vào thời gian này.

Như vậy Pimay tuy gọi là tết năm mới nhưng thực ra là ăn *Tết Tháng Năm/ Bun Đườn Hạ*, tức là 5 tháng sau ngày đầu năm. Cũng lại vẫn ông Khắc đưa ra lời giải thích lý thú: bản tính "xừ xừ" của người Lào hồn nhiên dung dị nhưng cũng rất ư là sâu sắc. Theo họ thì đầu năm theo lịch Lào đêm dài hơn ngày: ăn Tết vào những ngày đầu năm ấy chẳng khác nào đi sâu thêm vào bóng đêm – mà bóng tối thì tượng trưng cho sự cô đơn sầu thảm; ngược lại kể từ tháng năm theo lịch Lào thì ngày bắt đầu dài hơn đêm, người Lào chọn ăn Tết vào dịp này như để tiến tới ánh sáng hào quang – tượng trưng cho tương lai sán lạn hạnh phúc vui tươi và cả sự may mắn.

Do đó vào dịp lễ Tết Pimay mọi người trên toàn xứ Lào tự do tận hưởng vui chơi suốt ba ngày có khi lâu hơn. Và mỗi ngày trong ba ngày Tết Lào đều có mang những ý nghĩa khác nhau.

Ngày thứ nhất/ Mu Sang Khan Pay, vị thần năm cũ ra đi giống như ngày 23 tháng chạp Ông Táo về trời bên Việt Nam.

Ngày thứ hai/ Mu Nao, là ngày bắc cầu giữa năm cũ bước sang năm mới.

Ngày thứ ba/ Mu Sang Khan Kune, là ngày vị thần năm mới tới nhậm chức.

Bạn ông Khắc, nhà báo Phạm Trọng Nhân một cây bút của báo Bách Khoa trước 1975, từng là Đại sứ Việt Nam ở Lào đã dí dỏm nhận xét là không hề có "lễ bàn giao" giữa hai ông thần năm cũ và năm mới vì bị cách ly bởi một ngày Mu Nao trung gian.

Cũng giống như phong tục Việt Nam, trước ngày Tết, mọi người chăm sóc lau chùi dọn dẹp nhà cửa cho thật sạch sẽ như muốn gột rửa cho hết bụi bặm tối tăm của năm cũ để chuẩn bị đón mừng một năm mới hạnh phúc thanh khiết và sáng lạn hơn.

Trong ngày Tết Pimai ai cũng chọn mang những bộ áo mới đẹp nhất để đi chùa dự Lễ Tắm Phật với nước có tầm hoa thơm đồng thời cầu cho được một năm mới an khang và làm ăn thịnh vượng. Rồi người ta dành thì giờ đi thăm viếng chúc tụng lẫn nhau và bất cứ ai dù có nỗi buồn riêng gì đi nữa thì cũng cố giữ vẻ mặt thật hân hoan vui vẻ.

Sang tới ngày thứ hai thì mọi người tụ họp vui chơi tập thể, gõ trống thổi khèn và các chàng phoubao các nàng phousao _ đám trai gái hát hò chọc ghẹo tưới nước vào nhau nếu có xàm xỡ thì cũng không sao và dễ dàng cho qua trong mấy ngày Tết:

Ơ Sáo, Ơ Sáo / Ới Nàng, Ới Nàng
Sáo dù bản đáy / Nàng ở làng nào

Ải khó xị đè.../ Cho anh ấy... với!

Gặp đám con trai cỡ ấy thì các cô gái chỉ biết có sung sướng đỏ mặt mà làm bộ trốn đi. Rồi người ta rủ nhau ra bờ sông làm lễ phóng sinh: thả cá chậu xuống sông hay thả chim lồng cho tung cánh tự do bay vào bầu trời nắng mới. Cũng trên bờ sông ấy, họ thi nhau đắp những lâu đài cát xong gắn lên đấy hình con vật biểu tượng cho năm mới với lời cầu nguyện cho được mạnh khỏe sống lâu và tiền bạc thì vô dồi dào như cát trên dòng sông Mẹ/ Mae Nam Khong...

Và cũng không kém phần long trọng là lễ rước gia tiên/ Pou Gneu Gna Pneu, được coi như tổ tiên của người dân Lào. Trên đường phố có cả đám rước Nang San Khan/ Hoa Hậu Năm Mới với đoàn người mang mặt nạ nhảy múa cùng với đầu lân và sư tử. Khi có nhà vua đi qua thì tất cả quỳ xuống cung kính chúc thọ. Sau đó thì vua cũng được thần dân tưới nước và hoàng thái tử cũng bị các nàng thiếu nữ Phou Sao trẻ đẹp nghịch ngợm xông tới xé áo trong không khí cảm thông hòa đồng tươi vui và cùng hớn hở. Riêng ông Khắc năm đó cũng không tránh được đôi bàn tay xinh đẹp của một thiếu phụ Lào bôi lọ nồi lên má nhưng chưa bị nàng xé áo.

Có lẽ người dân Lào không bao giờ quên được những ngày Tết Luang Prabang khi còn nhà vua của họ. Còn đâu những đoàn voi kiệu uy nghi diễn hành trên đường phố; với nhà vua hiền từ cùng Hoàng gia với đoàn tùy tùng đi tới chùa Vat May làm lễ tẩy trần cho tượng Phật được đưa từ trên bệ cao xuống sân chùa nơi con rồng Hang Lin phun nước thơm lên pho tượng.

Hang Pak Ou cũng là nơi được nhà vua tới thăm trong dịp lễ Pimay. Hang gần nơi bờ sông phía bắc cách Luang Prabang khoảng hơn 20 km. Từ dưới sông phải leo lên những bậc thềm đá dốc để tới được khu hang lúc nào cũng ẩm ướt dịu mát. Hang gồm hai tầng Tham Thing/ Hang Dưới, Tham Phum/ Hang Trên chứa cả mấy ngàn tượng Phật với những vóc dáng khác nhau.

Tương truyền rằng vào thế kỷ 16 khi Luang Prabang bị ngoại xâm tàn phá thì trước đó dân chúng đã tự động khiêng các tượng

Phật dấu vào hang Pak Ou và tới nay đã 4 thế kỷ.

Trong dịp tết Pimai, dân chúng cũng lũ lượt cả bằng đường bộ lẫn đường sông rủ nhau tới đây để tắm cho các tượng Phật bằng nước thơm_ những bức tượng mang bụi thời gian hàng mấy thế kỷ không tránh được nứt nẻ và cả rêu phong duy có nụ cười an tĩnh của đức Phật thì như bất tử.

Đi tới đâu thì Cao cũng chỉ gặp những người dân Lào hiền từ đôn hậu chất phác và không ham tranh đua. Nhiều người đơn giản thì cho rằng bản chất tốt đẹp ấy như kết quả của một quá trình tôi luyện qua nhiều thế kỷ dưới ánh sáng của đạo Phật là quốc giáo của Lào.

Thế nhưng câu hỏi đặt ra tiếp theo là với người Xiêm La, người Khmer thì sao? Họ cũng sống dưới bóng từ bi của đức Phật qua nhiều thế kỷ, đạo Phật cũng là quốc giáo mà người Thái thì trí trá sản sinh ra một bầy hải tặc gây bao thảm cảnh hãm hiếp thuyền nhân trên Biển Đông, còn người Miên thì bạo động tàn ác cứ có dịp là cáp duồn chặt đầu vô số người Việt. Mùa Thổ Dậy luôn luôn là nỗi ám ảnh kinh hoàng của người Việt sống ở các tỉnh gần biên giới Việt Miên.

Câu hỏi tự đặt ra chưa có ngay lời giải đáp nhưng Cao hiểu rằng không thể chỉ đơn thuần dựa theo yếu tố tôn giáo mà phải kể tới những hoàn cảnh lịch sử, sắc thái nhân chủng để tạo nên cái *vô thức tập thể - inconscient collectif*, nói theo Carl Gustav Jung như một bản năng thứ hai không dễ gì mà thay đổi ấy.

*Hang Phật Pak Ou nhìn từ sông Mekong. Ký họa đầu tiên về Hang Phật Pak Ou được tìm thấy qua tường trình của Francis Garnier trong cuộc thám hiểm sông Mekong 1866-1868 _ **

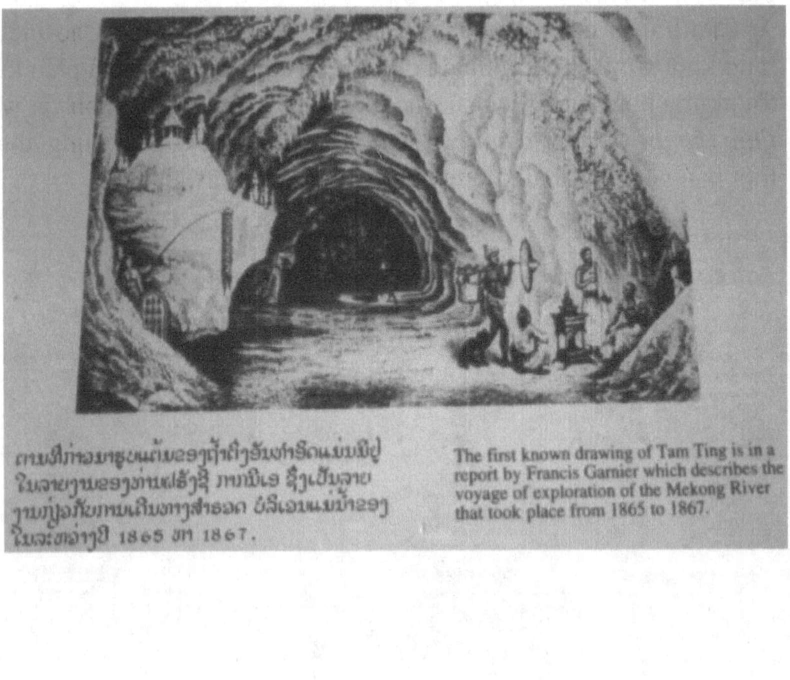

*Hang Pak Ou với mấy ngàn tượng Phật được dân Lào cất giấu từ thế kỷ 16 khi bị ngoại xâm. Tết Pimai là dịp dân Lào đến hang làm lễ tắm Phật_ **

*Trong một nước Lào Xã hội Chủ nghĩa, vẫn không suy xuyển đức tin nơi người dân Lào: hàng đoàn các nhà sư đi khất thực vẫn là cảnh trí quen thuộc mỗi buổi sớm mai trên các đường phố Vạn Tượng năm 2000_ **

Hàng năm vào tháng 4 nơi làng Had Kai / huyện Chiang Khong Thái Lan đều có tổ chức ngày Hội Cá Pla Beuk. Dân chúng nô nức tụ hội hai bên bờ sông chứng kiến cuộc đua tài của các ngư dân. Hội cá Pla Beuk ngày một kém vui vì rất hiếm hoi số cá bắt được. Cá Pla Beuk đang có nguy cơ bị tiêu diệt_ 42

Pla Beuk, Cá Bông Lau khổng lồ của sông Mekong_ Pangasianodon Gigas, tên Khmer Trey Reach, dài hơn 3 mét, ăn rong tảo lớn rất mau, cân nặng tới hơn 200kg trong vòng 6 năm. 01-05-05_ H. Suthep Kritsanavarin

CHƯƠNG XIX

NGƯỜI CÁ PAKHA VÀ TIẾNG NỔ RỀN DƯỚI THÁC KHONE

Ordinary life goes on _ that has saved many a man's reason
Graham Greene, 1955, The Quiet American

Sau các ngày tết Pimai và những ngày Luang Prabang không thể nào quên, Cao hẹn gặp lại tiến sĩ Cham Sak ở Done Khong nơi dưới thác Khone. Cao sẽ không thể nào hiểu được sự phong phú về cá và sinh cảnh thực vật của con sông Mekong nếu không biết thêm được lịch sử hình thành của con sông ấy. Cao nguyên Tây Tạng có từ khoảng hơn một trăm triệu năm trước do sự va chạm dữ dội của hai khối tiền lục địa Gondwanaland và Laurasia tạo nên một địa hình nổi bật là dãy Himalayas và cả vùng cao nguyên Trung Á.

Riêng con sông Mekong chỉ mới được hình thành vào thời kỳ Pleistocene giữa khoảng 1.6 triệu và 10 ngàn năm trước đây thôi. Con sông như hiện nay bao gồm 4 khúc sông thuộc các con sông khác do những cơn địa chấn làm di chuyển những khối đất tạo thành. Một khúc sông Chao Phraya khi chảy tới vị trí tỉnh Chiang Rai bị "chụp bắt/ captured" vào con sông Mekong và dần dà tạo nên lưu vực trên của con sông.

Đồng Bằng Sông Cửu Long chỉ được hình thành trong khoảng 10 ngàn năm trở lại đây từ đáy Biển Đông do chất sắt trong phù sa của sông Mekong hợp với chất sulphur trong nước biển tạo nên hợp chất pyrite cứ thế bồi đắp dần cho tới khi nhô lên khỏi mặt biển và hàng năm tiếp tục được phù sa phủ dày lên. Riêng Biển Hồ mới được thành hình từ 5700 năm trước do nền đất bị xụp và lún sâu xuống so với mặt biển. Chính do từ những con sông khác nhau hợp thành đã giải thích tại sao các loài cá và hà sản của con sông Mekong lại phong phú đến như vậy.

Đâu là nguồn của con sông Mekong. Cách đây hơn 130 năm khi đoàn thám hiểm Pháp Doudart de Lagrée / Francis Garnier khởi hành từ Sài Gòn – lúc đó là thuộc địa mới của Pháp, ngược dòng sông Mekong để tìm một thủy lộ giao thương với Trung Hoa; các tin tức có được lúc đó chỉ giúp họ đoán biết mơ hồ là con sông ấy phát nguyên từ Tây Tạng. Cuộc hành trình đầy gian khổ và dòng dã suốt hai năm 1866-1868 nhưng rồi cũng phải bỏ dở dang vì cái chết của Doudart de Lagrée trưởng đoàn khi họ chỉ mới tới được tỉnh Vân Nam của Trung Quốc.

Năm 1894, ba mươi năm sau, một đoàn thám hiểm Pháp khác do Dutreuil de Rhins cùng bạn đồng hành Joseph-Fernand Grenard rời Paris qua Samarkand, xuyên qua vùng Turkestan thuộc Nga rồi vào Trung Quốc trước khi đi về hướng nam tới Ladakh rồi lại ngược về hướng bắc, ngang qua sa mạc Taklamakan theo con Đường Tơ Lụa_ the Silk Road rồi bằng một chặng đường rất quanh co trước khi vào được cao nguyên Tây Tạng. Họ được coi như đã tới gần nguồn nhất của con sông Mekong nhưng định mệnh dành cho Dutreuil de Rhins thật bi thảm, ông bị các dân làng Khamba bắn chết trong cuộc tranh cãi mất ngựa. Riêng Grenard sống sót về tới Paris, tuyên bố đã tìm ra thực nguồn con sông Mekong nhưng đã không đưa ra được chi tiết chính xác.

Năm 1910, trong bộ Encyclopaedia Britannica nổi tiếng thế giới xuất bản lần thứ 11 khi đề cập tới con sông Mekong chỉ viết: "Nguồn gốc con sông ấy chưa thực sự được giải quyết, nhưng phỏng chừng phát xuất từ sườn dốc của ngọn Dza-Nag-Lung-Mung trong khoảng 33 độ Bắc, 93 độ Đông".

Và như vậy cho tới thập niên 50 của thế kỷ 20 đầu nguồn của con sông Mekong vẫn còn là một bí nhiệm.

Tới năm 1992, ký giả Thomas O'Neil và phóng viên nhiếp ảnh Michael S. Yamashita báo National Geographic tới Tây Tạng được dân du mục dẫn đường lên tới Zadoi cao khoảng 4600m trên mặt biển vùng xa nhất của con sông Dza Chu_ tên Tây Tạng của sông Mekong, và tưởng cũng đã tìm ra thực nguồn của con sông "nơi phía sau nhọn núi thiêng_ nơi có con rồng Zjiadujiawangzha là vị thần linh bảo vệ cho nguồn nước an lành... Chúng tôi di chuyển nơi phía sau ngọn núi và thấy một dải băng tuyết dài khoảng 300 thước Anh, hình thù như chiếc đồng hồ cát. Nghiêng cúi xuống mặt nước đá, tôi nghe thấy tiếng chảy róc rách: đó là những âm tiết đầu tiên của con sông Mekong và tôi cũng khám phá ra rằng tôi và Mike là những nhà báo Tây phương đầu tiên nghe được những âm thanh ấy". Không có tọa độ được xác định và cả không có tên ngọn núi thiêng ấy trên bản đồ. Tuyên bố tìm ra nguồn sông Mekong của hai ký giả National Geographic cuối cùng chỉ là một huyền thoại.

Thực sự phải chờ tới ngày 17 tháng 9 năm 1994 _ một thời điểm lịch sử của con sông Mekong, khi có đoàn khảo sát Anh Pháp với Michel Peissel leo tới đỉnh đèo Rupsa lần đầu tiên xác định được điểm khởi nguồn_ Where Beginning Ends của con sông Mekong nơi trung tâm hoang vắng nhất của cao nguyên Trung Á ở cao độ 4975m trên mặt biển và xa khu dân cư hàng trăm cây số và quan trọng hơn cả Michel Peissel là người đầu tiên đã xác định được tọa độ chính xác: Vĩ độ 33 độ 16' 534 Bắc, Kinh độ 93 độ 52' 929 Đông. Từ nay bất cứ lúc nào và ở đâu trên bất cứ tấm bản đồ nào của thế giới, người ta cũng có thể xác định được vị trí khởi nguồn con sông Mekong bằng mấy con số trên.

Michel Peissel đã ghi lại những dòng cảm tưởng: "Đây mới chính là địa lý và thám hiểm. Chỉ vài con số nhỏ ấy mà bao nhiêu đấu tranh _ bao nhiêu máu, nước mắt và mồ hôi đã đổ ra kể từ 1866 như mục tiêu đề ra của Ủy Ban Sông Mekong trong Hội Địa Dư Pháp... Hai mươi lăm năm sau khi con người đã đặt chân lên mặt trăng, thì đây là lần đầu tiên chúng ta ghi nhận được cội nguồn của con sông lớn thứ ba của Châu Á".

Cho tới giữa thế kỷ 20, ảnh hưởng của cư dân sống hai bên bờ con sông ấy phải nói là không đáng kể. Con sông Mekong vẫn còn nguyên vẻ hoang dã. Từ các phụ lưu như con sông Nam Ou bắc Luang Prabang xuống tới các con sông Sekong, Sesan đông bắc Cambốt tất cả gần như vẫn còn trinh nguyên. Các khu rừng lũ / prey lik tuk / flooded forests từ con sông Song Khram đông bắc Thái Lan xuống Biển Hồ sang tới vùng trên của châu thổ sông Cửu Long hầu như còn nguyên vẹn. Chỉ mới từ những thập niên 50 trở lại đây thôi, tình hình hầu như hoàn toàn đổi khác, con sông Mekong đã suy thoái với một gia tốc đến chóng mặt.

Đường xuống See Pan Done/ Thác Khone hay Tứ Thiên Đảo ở phần cực nam của Lào là một khúc sông Mekong đầy ghềnh thác cuộn sóng trước khi con sông trải ra hiền hòa chảy vào lãnh thổ Cambốt. Đây là phần hết sức kỳ lạ của con sông Mekong. Ngay dưới chân thác là một quần thể phong phú nhất về cá, những loài cá nước ngọt không chỉ của Đông Nam Á mà phải nói là của cả thế giới nữa, chưa kể tới những tôm cua rùa ốc và cả rong tảo cũng là nguồn protein của cư dân sống trong lưu vực dưới sông Mekong.

Sự thay đổi cao độ đột ngột của các con thác có nơi cao tới 21 mét gồm 9 con thác chính và khoảng 30 khe lạch và cả rất nhiều những vũng sâu như một thiên đường cho cá làm tổ và sinh đẻ. Từ tây sang đông thác Khone có nơi rộng tới 14km, khúc trải rộng nhất của toàn thể chiều dài con sông Mekong chảy qua suốt bảy quốc gia _ trong đó có quốc gia Tây Tạng.

Vào mùa mưa thì con sông tràn bờ đổ vào những khu rừng lũ mênh mang với nước ngập tới ngọn cây cao tới 20 mét.

Đoàn thám hiểm Pháp Doudart de Lagrée / Francis Garnier đã phải kinh ngạc khi đối diện với thác Khone. Trước đây họ cũng đã nghe nói tới thác Khone mà họ tưởng tượng như một thác Niagara của Châu Á, nghĩa là một thác nước duy nhất trút xuống từ trên cao. Nhưng rồi thực tế trước mắt họ chẳng hề có một Niagara mà chỉ có một chuỗi những ghềnh thác trải dài suốt 12km đan móc vào nhau. Cảnh tượng thì hùng vĩ và ngoạn mục với vang ầm tiếng nước đổ vào các ghềnh đá sủi bọt tung tóe. Sức mạnh của con nước có thể thấy từ chân thác với xác chết của cá và cả cá sấu từ trên cao bị nước cuốn đập vào khe đá. Rõ ràng sau con ghềnh Sambor ở Miên, thì thác Khone là một trướng ngại thiên nhiên mà họ biết chẳng một tàu bè nào có thể vượt qua.

Francis Garnier đã ghi lại trang hồi ký: *"Nơi đó, giữa những khối đá và các hòn đảo xanh là cả một dòng nước lớn khổng lồ từ cao hơn 20 mét như cơn lũ trút xuống và sủi bọt để rồi sau đó lại tiếp tục đổ xuống từ vách đá này tới vách đá khác cho tới khi trườn khuất vào một rừng thảo mộc rậm rạp và xanh um. Nơi đây khúc sông trải rộng tới cả ngàn thước Anh, luôn luôn gây những ấn tượng thật mạnh mẽ".*

Cho dù con sông Mekong chẳng thể là một thủy lộ giao thương với Trung Hoa nhưng với Francis Garnier với biệt danh là Mademoiselle Bonaparte, thì đó vẫn là "một chướng ngại phải vượt qua_ l'obstacle à vaincre" một thách đố cũng giống như cuộc thám hiểm xuống Nam Cực hay leo lên đỉnh núi Himalayas vậy.

Thác Khone từng được ví như một phòng thí nghiệm thiên nhiên lý tưởng, một thế giới vi mô/ microcosm của toàn thể hệ sinh thái con sông Mekong, để cho các nhà sinh học và ngư học/ ichthyologist nghiên cứu. Do tầm quan trọng độc nhất vô nhị ấy khiến tiến sĩ Mark Hill đã kêu gọi bằng mọi giá phải bảo vệ sự toàn vẹn của vùng thác Khone trong những kế hoạch phát triển và xây các đập thủy điện trên suốt dọc con sông Mekong.

Mực nước sông Mekong cao nhất khoảng giữa tháng 9 và tháng 10, rõ rệt nhất là nơi vùng dưới thác Khone giữa biên giới Lào và Cam Bốt, nước sông mùa lũ cao hơn 15 mét so với mùa khô. Riêng tại Kratie phía bắc Cambốt nơi con sông Sesan phát xuất từ cao nguyên trung phần Việt Nam đổ vào sông Mekong mực nước có khi cao hơn 20 mét. Còn phải kể thêm các phụ lưu khác như sông Kong, San Srepok, và Krieng.

Chu kỳ thay đổi mực nước theo mùa của con sông Mekong đã được Walter Rainboth nhận xét là *"độc nhất vô nhị so với bất cứ con sông lớn nào trên thế giới"*.

Ban đầu chỉ là mối quan tâm nhưng không biết từ lúc nào con sông Mekong ấy đã trở thành nỗi ám ảnh và như một tình yêu lớn của Cao.

Thường gặp anh ở những địa danh khác nhau của con sông Mekong, khiến tiến sĩ Cham Sak người bạn Thái Lan của Cao đã bảo đùa: _ Sau cá Pla Beuk tới cá Dolphin, đã có lúc người ta quên hẳn anh là một kỹ sư trưởng đang trách nhiệm điều hành các công trình thiết kế lớn ở Mỹ.

Auberge Sala Done Khong. Đã được tiến sĩ Cham Sak chu đáo giữ chỗ trước, Cao và Bé Tư được xe đưa tới thẳng khu lữ quán. Nguyên là nhà khách của ngoại trưởng, trên đảo Don Khong – một trong hai hòn đảo chính của vùng thác Khone. Tòa nhà kiến trúc bằng gỗ tương đối đủ tiện nghi nhất trong vùng nam Lào, nhà tắm có nước nóng khu vệ sinh sạch sẽ và có máy phát điện riêng chạy từ chiều cho tới nửa đêm. Sau đó là ánh sáng thơ mộng – dĩ nhiên là bất đắc dĩ, của đèn nến trên một xứ sở từ lâu được vinh danh là Kuwait-thủy-điện của vùng Đông Nam Á.

Đặc biệt nhất là họ được dành cho căn phòng với bao lơn nhìn ra con sông Mekong. Ngày đầu tiên được bà chủ lữ quán dọn cho mấy món ăn Lào tuyệt hảo, món đặc sản mok pa/ cá hấp lá chuối rồi tới món cá chưng nước dừa và cả món gà tơ sào gừng.

Cham Sak kể lại là vào đầu thập niên 90, tin kinh khủng nhất là một dự án được quảng cáo rầm rộ nhằm xây một khách sạn lớn 5 sao với 300 phòng và sòng bài kiểu Las Vegas với cả sân Golf tại chân thác Khong Phapheng gần Don Khone, lại có thêm đường bay nhỏ và sân trực thăng cùng với một xa lộ lên tới Pakse qua Ubon

Ratchathani Thái Lan. Lý do gần gũi nhất vì đây là nơi sinh của thủ tướng Khamtay Siphandone, ông ta tha thiết muốn xây dựng và canh tân quê mình.

Dân làng thì hân hoan coi tin ấy như một đặc ân vì sẽ hấp dẫn thêm du khách thêm công ăn việc làm nhưng ngược lại với Cham Sak, Baird và các nhà bảo vệ môi sinh thì đó sẽ là một thảm họa cho hệ sinh thái của vùng thác Khone.

Cũng theo tiến sĩ Cham Sak thì điều may mắn là trong Đại hội Đảng Cộng sản Lào năm 1996, Khamtay bị mất chức vì có liên hệ quá chặt chẽ với giới doanh thương Thái Lan.

Cham Sak nói:

- Chuyện chỉ có vậy mà cũng được người ta giải thích đó như một thắng lợi về phía Việt Nam, tiếp tục một truyền thống các vua triều Nguyễn trong tranh giành ảnh hưởng giữa hai nước Xiêm La và Việt nam trên xứ Lào.

Đây là lần đầu tiên được gặp Ian Baird, người mà bấy lâu Cao chỉ "văn kỳ thanh", Baird người Gia Nã Đại từ nhiều năm tình nguyện sang sống ở Lào và từ 1993 trực tiếp điều hành một dự án ở Nam Lào – *Laos Community Fisheries and Dolphin Protection Project* với ngân khoản vỏn vẹn chỉ có 60 ngàn đôla mỗi năm để kết hợp 63 làng xã trong vùng nhằm vận động bảo vệ loài cá Dolphin đang có nguy cơ bị tuyệt chủng nhưng xa hơn là phát triển một nền ngư nghiệp bền vững/ sustainable fishing vì ai cũng biết "lúa và cá" là xương sống của nền kinh tế lưu vực sông Mekong.

Baird đã rất có lý khi chọn cá Dolphin như "một chủng loại quan trọng/ flagship species" với hy vọng không chỉ cứu nguy cho giống cá này mà chính là để bảo vệ cho hơn một ngàn giống cá khác còn sống sót trên con sông Mekong. Vì cá Dolphin sống ở cả hai phía biên giới Lào Cam Bốt một số rất ít ở Việt Nam và thử thách khó khăn nhất là tình trạng vô luật pháp bên Cam Bốt.

Những con cá Dolphin trên sông Mekong. Dolphin thuộc họ cá voi loài cá có vú/ aquatic mammals, người Lào gọi là Pakha/

nhân ngư, người dân Đồng Bằng Sông Cửu Long gọi là cá nược hay cá heo. Da cá có màu xám xanh óng ánh kim loại và đẹp mượt mà, mỗi con dài trung bình khoảng từ 2.5 tới 2.8 mét cân nặng tới 200kg, chung sống từng cặp "như vợ chồng" theo từng nhóm từ 8 tới 10 con, sống lâu tới 50 năm, có thể bơi nhanh với tốc độ hơn 40km chẳng thuyền bè nào có thể đuổi kịp. Chu kỳ mỗi hai năm cá Dolphin mang thai 9 tháng và sau đó sinh con chứ không phải đẻ trứng như mọi loài cá khác. Giai thoại khi cá Dolphin đẻ có cô mụ tới đỡ giống như người. Chúng ăn cá và săn mồi với bộ phận siêu âm đặc biệt phía trước trán bằng cách phóng ra những sóng âm và đón nhận âm phản hồi để xác định rất chính xác vị trí con mồi ngay trong môi trường nước rất đục phù sa của con sông Mekong.

Theo các chuyên viên ngư học thì cá Dolphin nước mặn sống dọc theo vùng ven biển phía bắc Úc Châu cho tới vịnh Bengal Ấn Độ. Riêng loại cá nước ngọt Irrawady Dolphin lần đầu tiên [1738] được phát hiện trên con sông Irrawady thuộc Miến Điện, có tên khoa học Orchaella brevirostris – cá voi mõm ngắn, càng ngày càng trở nên khan hiếm trong vùng Đông Nam Á, hầu như chỉ còn trên sông Mekong. Loại cá Dolphin này đã hoàn toàn tuyệt chủng trên sông Chao Phraya ở Thái Lan từ mấy thập niên qua khi con sông ấy đã trở thành một thứ cống rãnh phế thải kỹ nghệ và nông nghiệp. Hoàn cảnh cũng không khá hơn gì đối với con sông Dương Tử Trung Quốc, sông Amazon Brazil và sông Hằng Ấn Độ. Những con cá Dolphin còn sống sót trên sông Mekong luôn luôn có thể bị nguy cơ nghiền nát bởi các bè gỗ khổng lồ do các công ty phá rừng chuyển gỗ trên sông. Lại thêm những con đập lớn phá hủy môi trường sống của các bầy cá Dolphin: nước thì cạn hơn trong mùa khô và cả ô nhiễm hơn do nguồn thủy điện kéo theo bước phát triển các khu kỹ nghệ và nhà máy.

Có nhiều cổ tích khác nhau về cá Dolphin. Truyện do các cụ già kể lại là thuở rất xa xưa có một cô trinh nữ thật xinh đẹp bị cha mẹ ham giàu có mà cưỡng ép gả cho một con trăn đất bẩn thỉu và xấu xí khiến cô gái tuyệt vọng phải tự vẫn gieo mình xuống dòng

Tonle Thom, tên Khmer của sông Mekong nhưng cô không chết mà lại biến thành con cá Dolphin.

Một giai thoại khác thì kể rằng ngày xửa ngày xưa có hai vợ chồng kia cùng nhau đi mảng xuôi dòng Mae Nam Khong, tên Lào Thái của sông Mekong, họ đem theo cả bày gia cầm: một con gà, một con vịt, một con ếch và cả một con công. Khi con mảng tới gần vùng nước xoáy chảy xiết của thác Khone thì cả đám gia cầm đều sợ hãi và kêu toáng lên. Con gà thì cục tác cục tác kêu dừng lại, con vịt vốn quen lội nước mà cũng kêu quạc quạc đòi lên bờ, cả chú ếch cũng ộp oạp đòi ra khỏi mảng. Duy chỉ có mỗi con công thì vẫn giữ vẻ cao ngạo bất cần hô *plaew wong, plaew wong* _ tiến tới cứ tiến tới, mà công lại là con vật đẹp đẽ đầu đàn nên được cặp vợ chồng nghe theo và con mảng cứ tiến tới con thác. Và cái gì phải xảy tới đã tới, cả con mảng bị cuốn vào dòng nước xoáy và bị nhận chìm. Không một ai sống sót. Riêng cặp vợ chồng ăn ở hiền lành ấy thì sau đó được tái sanh: người chồng biến thành con chim Nhạn bay lượn trên sông, còn người vợ thì biến thành con cá Pakha; cả hai luôn luôn gần gũi nhau và chẳng bao giờ hại người ta cả.

Cũng con cá Dolphin nhân ngư ấy, tiến sĩ Cham Sak cách đây 4 năm ở Vạn Tượng nơi khách sạn Lan Sang nhìn ra sông Mekong, đã kể cho Cao nghe một giai thoại khác nữa. Các ông già bà cả thường kể lại rằng thuở rất là xa xưa khi cả hai nước Tàu và Việt bị trận động đất thật khủng khiếp sau đó là thiên tai bão lụt nên họ bị chết hết cả. Người Tàu thì tái sinh thành cá Pakha, người Việt thì thành loài giang Nhạn. Tới khi trời yên biển lặng thì cá Pakha gặp giang Nhạn, chúng hỏi han nhau. Giang Nhạn nói: "Tôi sinh ra từ kiếp người nên không bao giờ hại người ta cả." Nhân ngư cũng bảo: "Tôi cũng vậy sinh ra từ kiếp người nên chỉ biết cá cứu người ta thôi."

Và giai thoại nào thì cũng kể là cá Pakha luôn luôn giúp ngư nhân trong mùa chài lưới, cứu người chết đuối, ly kỳ hơn là cứu cả nạn nhân thập tử nhất sinh đã bị ngậm trong hàm cá sấu.

Nhưng bây giờ thì chính con người bằng cách này hay cách khác đang tàn hại loài cá Dolphin.

Hướng về Ian Baird, tiến sĩ Cham Sak đưa ra một cái nhìn toàn cảnh:

- Cũng giống như cá Pla Beuk, số phận của những con cá Dolphin tượng trưng cho toàn thể vấn đề phát triển rộng lớn của cả con sông Mekong.

Ian Baird một giải thích:

- Không phải chỉ cá Dolphin mà mọi loài cá khác của con sông Mekong đang bị suy thoái mau chóng do cách vừa khai thác vừa hủy diệt bằng sử dụng bừa bãi chất nổ lựu đạn, điện giật, chất độc và các loại lưới móc...

Nhưng rồi Baird cũng thêm vào một nhận xét lạc quan:

- Những ngư dân Lào ai cũng biết rất rõ là nếu cứ tiếp tục cách đánh cá hung bạo như thế thì chẳng bao lâu con sông ấy chẳng còn đâu là cá nhưng rồi họ cũng chẳng biết làm sao để mà ngăn chặn khi mà bọn phạm pháp lại là những ông Tướng ông Tá sẵn súng đạn lại cả đầy quyền uy nhất là bên phía Cam Bốt...

Touch Sieng từ Sở Ngư Nghiệp bên Cam Bốt đưa ra lời trấn an:

- Dù sao thì cũng đã có luật của Sở Bảo Tồn Ngư Nghiệp cấm dùng lưới móc, chất nổ và thuốc độc trên sông hồ áp dụng cho ngư dân, họ bị phạt tới 50 ngàn riels, khoảng 14 đôla nếu vi phạm...

Hướng về Baird thay cho lời khen, Cao chỉ đưa ra nhận xét của người mới tới:

- Thật là cảm động khi thấy được nơi những ngôi làng hẻo lánh xa xôi như thế không xa mấy khu rừng mưa rừng lũ của vùng cực nam Lào có những chiếc T-shirts những tấm bích chương với dòng chữ Lào kêu gọi *"Hãy cứu cá Pakha"*, như một phần vẻ đẹp của con sông Mekong và điều ấy cũng được đem giảng cả ở lớp học hay bàn bạc nơi các cuộc họp của dân làng. Họ thực sự muốn bảo vệ cá Dolphin mà họ coi như bạn và ao ước đời con cháu họ vẫn còn những người bạn ấy.

Bây giờ thì không phải chỉ có Baird người Gia Nã Đại đơn độc mà người ta thấy cả người Nhật – Nhóm HAB21, người Úc – Nhóm Australia-based Community Aid Abroad, tới đây tiếp tay bảo vệ những con cá Dolphin.

Câu chuyện cá Dolphin, nhóm HAB21 và Iwashige là cả một giai thoại.

Iwashigi nguyên là chủ một chuỗi ngân hàng lớn của Nhật đầy thanh thế và quyền uy – nhưng khác hẳn một Fuji cay độc cao ngạo và khinh bạc, là nhân viên cao cấp của ADB/ Ngân hàng Phát triển Á châu đang hỗ trợ cho các dự án xây đập trên các phụ lưu sông Mekong ở Lào, thì Iwashige lại là một con người rất nghệ sĩ và đầy cảm xúc.

Iwashige kể lại là anh chẳng thể nào quên những kỷ niệm hồi còn bé sống trên hòn đảo Kaghoshima quê anh ở miền nam nước Nhật, nơi mà anh đã từng được say mê ngắm những đàn cá Dolphin tuyệt đẹp bơi đùa trên mặt nước giữa bình minh hay mỗi buổi chiều hoàng hôn... nhưng rồi chỉ ít năm sau đó khi trở về thăm làng xưa thì đã chẳng còn một con cá Dolphin nào nữa do nạn ô nhiễm kỹ nghệ. Cũng từ nỗi khát vọng nhớ nhung ấy, anh đã đứng ra vận động sáng lập và cả bảo trợ cho nhóm *HAB21/ Human-Animal Bond for the 21st Century* / Tương Quan Động Vật và Người Thế Kỷ 21.

Rồi như mối nhân duyên nói theo kiểu nhà Phật, từ một nước Nhật hải đảo xa xôi, Iwashigi đã có một ràng buộc định mệnh với ngôi làng Kambi. Đó là một làng đánh cá nhỏ nơi cuối vũng sâu của khúc sông Mekong cách thủ đô Nam Vang 180 km về phía đông bắc, như một hồ lớn rộng khoảng 8 mẫu, có một chiều sâu đáng nể, theo các tay thợ lặn người Mỹ thì có nơi sâu tới 70 mét ngay cả vào mùa khô. Phần hồ trên lại thuộc địa phận nước Lào, có nhiều đảo nhỏ, cồn bãi và cả những khối đá lớn trồi lên khỏi mặt nước, nơi vẫn còn những con cá Irrawaddy Dolphin hiếm hoi sống quanh năm. Nơi mà người ta còn thấy được từng bầy cá nổi lên đùa rỡn trên mặt nước. Vào mùa mưa cá Dolphin bơi ngược dòng lên các phụ lưu xa để đẻ và đến mùa khô hay mùa nước kiệt chúng lại xuôi dòng về sống nơi các vũng sâu ở hạ lưu.

Các nhà ngư học phỏng đoán là chỉ còn không tới một trăm con cá Dolphin trên toàn hệ thống sông Mekong thuộc ba nước Lào Cam Bốt và Việt Nam.

Cả ngư dân Lào và Cam Bốt đều coi Dolphin là vật linh, họ còn dị đoan tin rằng đi lưới mà đụng phải cá Dolphin là xui tận mạng, sẽ không đánh thêm được con cá nào Nên chẳng có ai ăn thịt hay săn bắt cá Dolphin chỉ trừ dưới thời Khmer Đỏ. Giữa thập niên 70, cá Dolphin đã bị sát hại một cách có hệ thống chỉ để lấy mỡ cá làm dầu máy và đốt đèn. Mỗi con cá Dolphin có thể cho tới 25kg dầu. Theo Touch Sieng thì đầu năm nay người ta chỉ còn thấy được có hai con cá Dolphin trên mặt Biển Hồ.

Rồi sau đó vào thập niên 80, khắp vùng sông hồ của đất nước Cam Bốt đã bị đám lính Việt lính Cam Bốt thặng dư chất nổ súng đạn thi nhau trút xuống để giết cá. Từ phía Lào thỉnh thoảng người ta có thể nghe được những tiếng nổ rền ném cá nơi khúc dưới sông Mekong.

Trong khi ngư dân Lào chuyên nghiệp chỉ lưới được một thì phía Cam Bốt đánh vớt được cả ngàn _ dĩ nhiên toàn bằng chất nổ và lựu đạn, với thu hoạch quá dư thừa nên họ phải bán với giá rẻ mạt để cung cấp cho các tỉnh ở phía bắc Lào.

Và nói theo giọng chua chát của Ian Baird thì:

- Dĩ nhiên giữa những tiếng nổ rền ấy đã không ít cá Dolphin bị giết. Chính mắt tôi đã thấy cá Dolphin kinh hoảng phóng lên khỏi mặt nước vì không chịu nổi tiếng nổ ép cho dù cách xa đó hàng trăm mét. Đây có thể coi như tổn thất phụ - collateral damages do lối đánh cá hung bạo kiểu Khmer, cũng vẫn theo ngôn từ của các nhà báo Mỹ khi nói về trận chiến bí mật diễn ra tại Lào trong cuộc chiến tranh Đông Dương trước đây.

Khi nghe nói làng Kambi còn cá Dolphin, Iwashigi đã vội vã tìm tới đây. Trời đã không phụ lòng người. Hôm đó là một buổi hoàng hôn thật đẹp trên sông Mekong, gió thì dịu xuống và mặt sông thì không còn những cuộn sóng lớn, Iwashigi lần đầu tiên sau bao nhiêu năm đã lại thấy được từng đàn cá Dolphin thiên nhiên với cặp vây trên lưng thoáng trồi lên thoáng lặn xuống với cả nghe được tiếng huýt gió của cá như một điệu nhạc hoang dã do hơi thoát ra từ một lỗ thở nơi đỉnh đầu.

Nhưng rồi ngay buổi sáng hôm sau đã là một ngày ảm đạm và tang tóc đối với Iwashigi. Anh phải chứng kiến tận mắt xác một con cá Dolphin bị vướng vào một lưới móc đêm qua và anh đinh ninh đó là một trong những con Dolphin mà anh say sưa ngắm dõi.

Đó là một con Dolphin cái mới ở tuổi dậy thì vì chỉ dài khoảng 1.5 mét. Dân làng cho biết đây là con cá Dolphin thứ 9 bị chết chỉ riêng trong mùa khô năm nay. Thân hình cá Dolphin thật đẹp và thon thả, dáng sang cả khiến Iwashigi có ý so sánh như một nàng công chúa kiều diễm của con sông Mekong.

Dưới ánh nắng bắt đầu lên gắt, nước da óng ánh mượt mà của nàng công chúa bắt đầu xỉn lại. Nàng chết mà cứ như ngủ, mắt nàng khép lại nhưng miệng thì như vẫn mỉm cười trong giấc mộng đẹp của tuổi thanh xuân.

Dân làng tới bu quanh xác cá vẻ mặt thương cảm, những đứa trẻ lần đầu thấy cá Dolphin thì tò mò đưa những bàn tay xinh xắn vuốt lên lưng lên vây cá.

Cuối cùng thì họ cũng xúm lại khiêng xác cá đưa lên một chiếc xe tải chở về phòng Ngư Nghiệp cũng bên bờ sông Mekong phía bắc, nơi có dụng cụ mổ cắt để khảo sát. Cá được mổ bụng và cắt đầu nhưng là để tìm kiếm gì đây. Người ta không ai ăn thịt cá Pakha nhưng răng cá thì lại rất có giá, 3 ngàn kip một chiếc (khoảng 4 đôla) mà người ta tin rằng trẻ con mà đeo vào cổ chiếc răng ấy sẽ trừ được ma quỷ; còn xương cá nếu chôn gần ruộng thì lúa nơi ấy sẽ được tươi tốt hơn.

Nhưng Iwashigi thì đau sót khi thấy máu cá Dolphin thì vẫn đỏ au chảy ra nhập vào con sông Mekong, nơi bấy lâu cũng đã có rất nhiều máu người ta nữa.

Ngay chuyến viếng thăm lần đầu tiên ấy, Iwashigi như bị mê hoặc và cả kinh hoàng. Anh tự coi Kambi như ngôi làng quê thứ hai của anh và anh có ngay quyết tâm sẽ cứu những con cá Dolphin và nghĩ rằng sẽ không để tấn thảm kịch Kagoshima xảy ra lần thứ hai trên dòng sông Mekong.

Và chỉ mấy tháng sau, người ta đã chứng kiến các thành viên đầu tiên của nhóm HAB21 gồm các nhà ngư học và chuyên viên về *Động Vật Hoang Dã/ Wildlife* do Shintani hướng dẫn đã bắt đầu tới ngôi làng Kampi nhằm khởi sự mở một Trung Tâm Khảo Sát Cá Dolphin với kế hoạch yểm trợ và huấn luyện để sau một thời gian có thể chuyển giao quyền điều hành cho chính những người dân địa phương.

Khi được Anh Thư cô phóng viên thông minh và xinh đẹp của đài truyền hình Việt Nam phỏng vấn, Shintani đã phát biểu:

- Cá Dolphin là cả một biểu tượng, nếu chúng ta có thể sống chung hài hòa với cá Dolphin điều đó có nghĩa là vẫn có thể có một môi trường tinh khiết và tốt hơn cho con sông Mekong và cho cả hành tinh của chúng ta nữa.

Buổi sáng cuối cùng trước khi rời Don Khong, Cao và Bé Tư tới thăm ngôi làng nhỏ của Chanthao cô gái giúp việc trong lữ quán. Khi tới nơi thì bà mẹ già của cô đang cắm cúi tưới những luống cải một màu xanh non mơn mởn. Chan Thao chỉ còn mẹ và một người anh, anh cô thì giờ này đã ra làm việc ngoài đồng. Thấy con về lại dẫn theo mấy người khách thì bà cụ ngưng tay cười một nụ cười nhăn nheo rồi dẫn khách lên nhà. Chan Thao nói: "Mẹ tôi ngoài bảy chục mà bả vẫn làm việc rất cực. Có 4 con mà nay chỉ còn hai." Không muốn hỏi thêm vì có thể gợi lại mối thương tâm nhưng Cao hiểu rằng có gia đình nào trong lưu vực sông Mekong mà không có mất mát trong cuộc chiến tranh vừa qua. Bà cụ bảo con gái đi pha trà còn bà thì xuống bếp đem bánh nếp *kao nom kok* có rắc dừa lên mời khách, cách đối xử hồn nhiên như mẹ với các con – Những Bà Mẹ Mekong.

Dù dưới Đồng Bằng Sông Cửu Long mẹ Bé Tư hay mẹ Chan Thao nơi thác Khone - những bà mẹ Mekong ấy như từ bao giờ vẫn cứ ẩn nhẫn hiền lành chịu đựng đi qua suốt nửa thế kỷ bom đạn chiến tranh và vẫn cứ cắm cúi chăm sóc thửa vườn cho dù thời tiết bất lợi đến thế nào.

"Cuộc sống thường nhật vẫn cứ diễn ra _ điều ấy đã cứu vãn cho bao nhiêu lý lẽ của con người", hình như Graham Green đã rất sớm nhìn ra điều ấy trong "Người Mỹ Trầm Lặng".

Giã từ bà mẹ Mekong, giã từ ngôi làng xanh với vẳng xa là tiếng thác đổ. Trước mắt hai người bây giờ chỉ còn là cả một khúc sông mênh mông trải rộng, không phải chỉ có cá Pakha và Giang nhạn, còn thấy cả những con chim bói cá mà người dân Đồng Bằng Sông Cửu Long gọi là chim thằng chài – mà Francis Garnier đã ngắm nhìn cách đây hơn một thế kỷ, cũng vẫn với bộ lông cánh xanh rực rỡ - không nhuốm màu thời gian, bay vút như mũi tên lao trên mặt sông trong ánh nắng ấm ban mai.

Chỉ một thoáng cánh chim bay – mà đã xuyên suốt hơn 130 năm lịch sử đầy máu me của con sông Mekong – con sông lịch sử, con sông thời gian và cũng là con sông cuối cùng ấy.

Đoàn Thám Hiểm Sông Mekong 6 người tại Angkor 06-1866, từ trái qua: Francis Garnier, Phó đoàn, Louis Delaporte họa sĩ, Lucien Joubert bác sĩ kiêm chuyên viên địa chất, Clovis Thorel bác sĩ kiêm nhà thực vật, Louis de Carné thuộc bộ Ngoại giao và Doudart de Lagrée, Trưởng đoàn _ Ký họa L. Delaporte_ 9

Thác Khone, cảnh đẹp hùng vĩ của sông Mekong với những con thác đổ xuống từ trên cao 15 mét và trải rộng tới 14 km, tạo nên chuỗi những ghềnh thác ngày đêm vang ầm tiếng nước đổ sủi bọt tung tóe trên các ghềnh đá _ Ký họa L. Depaporte _ 9

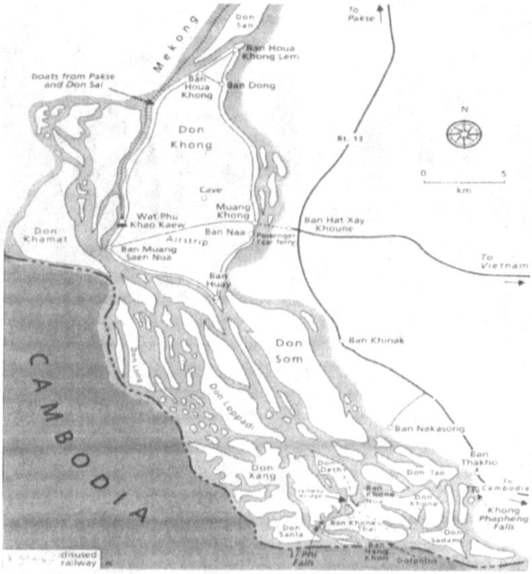

Thác Khone hay See Pan Done, Bốn Ngàn Đảo cực nam nước Lào, là khúc trải rộng nhất của con sông Mekong (tới 14km), với vô số ghềnh thác và các đảo lớn nhỏ, hơn nửa số đảo chìm dưới mặt nước trong mùa mưa lũ._30

Tới thác Khone mới thấy "Ý Tưởng Lớn" của Francis Garnier muốn sử dụng sông Mekong như một thủy lộ giao thương với Trung Hoa đã trở thành một ảo tưởng_ 2

Thủy lộ lên Vân Nam đoạn Thác Khone là "không thể vượt qua / impassable" như kinh nghiệm của Đoàn Thám Hiểm Pháp Doudart De Lagré / Francis Garnier 1864-1866. Đến đầu thế kỷ 20 Pháp có kế hoạch mở một đường xe lửa vòng qua Thác Khone nhưng rồi cũng bỏ dở dang, nay chỉ còn lại 1 cây cầu, chiếc đầu tầu hoen rỉ với thời gian và đoạn đường sắt thì đã bị dân làng gỡ đi tự bao giờ._ 30

Cây cầu Lào-Nhật / Laos-Nippon bridge hoàn tất 12-2006 nơi tỉnh Champassak là cây cầu lớn thứ hai bắc ngang sông Mekong sau cây Cầu Hữu Nghị Mittaphap do Úc xây 1994 nối liền thủ đô Vạn Tượng với Nong Khai bắc Thái_ bưu ảnh Lào

Sau hai cây cầu Mittaphap, Laos-Nippon, cầu Hữu Nghị Lào-Thái là cây cầu thứ ba bắc ngang sông Mekong nối Savanakhet Nam Lào với tỉnh Mukdahan đông bắc Thái Lan, dài 1.6 km tốn phí 74.4 triệu MK do ngân hàng Nhật cho vay, hoàn tất tháng 12-2006. Sông Mekong là biên giới thiên nhiên giữa hai nước dài 1,810 km. Bước vào Thế kỷ 21, nước Lào không còn là một xứ sở bị lãng quên_ VOA 22/12/2006

"Hợp tác cho Tương lai" vẫn chỉ là khẩu hiệu giữa 4 nước Lào Thái Cam Bốt Việt Nam, riêng Trung Quốc sở hữu nửa chiều dài con sông Mekong thì vẫn đứng ngoài triệt để khai thác dòng sông mà không kể gì tới hậu quả tác hại môi sinh nơi các quốc gia hạ nguồn_ MRC

Cá Dolphin, lần đầu tiên phát hiện được trên sông Irrawady Miến Điện (1738), tên Lào Pa Kha_ Orchaella Brevirostris, sống cặp như vợ chồng và mỗi nhóm chừng 5 cặp, nhanh nhẹn săn bắt cá ngay trong làn nước đẫm phù sa nhờ bộ siêu âm nơi trán. Là chủng loại đang có nguy cơ bị tiêu diệt trên sông Mekong vì nước sông ô nhiễm _ 42, 112

CHƯƠNG XX

TỪ CÂY CẦU KHỈ HAI HUYỆN TỚI CẦU MỸ THUẬN_Y2K

N'attendez pas le jugement dernier. Il a lieu tout les jours.
Albert Camus, La Chute (1956)

Sau những ngày ở Thác Khone, Cao hẹn gặp Hộ ở thủ đô Nam Vang trong cuộc Hội Thảo về Môi Sinh Sông Mekong. Cam Bốt một đất nước đang vực dậy từ tro than. Biển Hồ nay đã trở thành Khu Bảo Tồn Sinh Thái Quốc Tế/ International Biosphere Reserve sau những năm bị Khmer Đỏ tàn phá. Cao cũng được một người bạn Pháp làm cho Tổ Chức Lương Nông FAO tặng cuốn sách Fishes of the Cambodian Mekong, Walter J. Rainboth nói về gần 500 loại cá với đầy đủ hình ảnh tên khoa học và cả tên Khmer mà có lẽ Cao sẽ phải dùng để hiểu hơn về những giống cá từ Biển Hồ đi xuống Đồng Bằng Sông Cửu Long trong cả hai mùa khô lũ.

Hội Nghị đã khai diễn trong một khung cảnh đặc biệt của thủ đô xứ Chùa Tháp 20 năm sau ngày quân đội Cộng Sản Việt Nam tiến chiếm Nam Vang. Trên đường phố trước tòa Đại Sứ Việt Nam và trong các sân trường Đại Học, đông đảo các toán sinh viên Cam Bốt – thế hệ sau Khmer Đỏ liên tục biểu tình đốt cờ Việt Nam với khẩu hiệu bài ngoại đòi lại đất đai. Một hiện tượng được báo chí địa phương đặc biệt tờ Le Courier Phnompenois đề cao như là biểu hiện của một đất nước Cam Bốt hồi sinh đang tiến tới dân chủ.

Chắc chắn là dân chủ hơn Việt Nam – một nhà báo Cam Bốt đã đưa ra một nhận định thách đố như vậy. Ông ta nói tiếp: Có bao giờ các ông thấy có cuộc biểu tình nào của sinh viên Việt Nam trong bấy nhiêu năm ở cả hai miền Nam Bắc hay không?

Khi mà ông Hoàng Sihanouk chỉ còn là một bóng mờ trên sân khấu chánh trị Cam Bốt, Hun Sen gốc gác Khmer Đỏ đã trở thành một người hùng - strongman vững vàng vượt qua bao nhiêu thử thách bão tố để đưa đất nước Cam Bốt đi về tương lai, trong đó có cả tương lai của hai đứa con ông ta tốt nghiệp ở hai học viện quân sự lừng danh thế giới: một West Point ở Mỹ, một Saint-Cyr ở Pháp. Bảo rằng Hun Sen là bù nhìn của Hà Nội là điều quá đáng khi mà ông ta biết dùng con bài Ranariddh con trai Sihanouk và các toán sinh viên như những chất xúc tác tạo áp lực cho những đổi thay cả bên trong lẫn bên ngoài.

Nhận xét của nhà báo Cam Bốt về sinh viên Việt Nam không phải là sai, với Cao thì sự thầm lặng của tuổi trẻ Việt Nam quả thật đáng kinh ngạc.

Bên trong Hội Trường cuộc họp kéo dài suốt hai ngày với các nước thành viên thuộc Lưu Vực Sông Mekong.

Khởi đi từ các đề tài chung chung với bài tham luận của một chuyên viên Liên Hiệp Quốc về vấn đề Nước, như một tiếp nối cuộc Hội Thảo Quốc Tế Cairo ngày 22 tháng 3 năm 1999 với chủ đề *"Ngày Nước Thế Giới: Ai Cũng Sống Dưới Nguồn _ World Water Day: Everybody Lives Downstream"*.

Thế kỷ 20 đã có những cuộc chiến tranh vì dầu. Thế kỷ 21 sẽ nổ ra những cuộc chiến tranh vì nước.

Nước ngọt xuyên biên giới các nước qua 215 dòng sông – trong đó có con sông Mekong chảy qua 7 quốc gia bao gồm cả Tây Tạng. Rằng để có thể sống còn, mỗi người cần có từ 20 tới 40 lít nước mỗi ngày để uống, nấu nướng và vệ sinh. Hiện có đã 22 quốc gia đang trong tình trạng thiếu nước trầm trọng, không đủ tiêu chuẩn 20 lít nước mỗi ngày cho mỗi đầu người, hơn 80 quốc gia khác đang đương đầu với những vấn đề nan giải về nước và tình trạng còn tiếp tục lan rộng hơn nữa do nguồn nước ngọt ngày càng thêm khan hiếm mà dân số khắp nơi thì tiếp tục tăng theo cấp số nhân.

Sau Trung Đông là một vùng thiếu nước đưa tới nghèo đói và các cuộc chiến tranh vì nước, trong các thập niên tới sẽ là các nước Đông Nam Á.

Và cuộc hội thảo trở nên rất nóng khi có một thuyết trình viên khác đi vào đề tài: Trung Quốc xây đập đổi dòng sông Mekong tàn phá kinh tế 5 nước ASEAN. Khai thác tài nguyên con sông Mekong thay vì đem lại phú cường lại có thể dẫn tới đối đầu và chiến tranh mà nước gây rối lại là một siêu cường phương bắc qua kế hoạch xây một chuỗi các con đập bậc thềm Vân Nam/ Mekong Cascades, đe dọa đời sống của 250 triệu cư dân đang sông trong lưu vực.

Tiến sĩ Chamsak thuộc Đại Học Thammasat Bangkok đã đăng đàn phát biểu:

- Quý vị không thể nói tới khai thác và phát triển sông Mekong mà không liên hệ gì tới Trung Quốc, theo cái nghĩa chúng ta phải cảnh giác đối phó với một siêu cường ở phương Bắc. Điều mà ai cũng thấy rõ là các dự án đập khổng lồ mà Trung Quốc đang tiến hành hiện nay tại Vân Nam sẽ gây hủy hoại trên môi sinh vô kể.

Tiếp theo là Cao một thành viên của Mekong Forum cũng lên tiếng nhắc nhở với hội nghị rằng:

- Như quý vị ai cũng biết bất đồng về phân chia nước vùng Trung Đông đã dẫn tới những cuộc chiến tranh. Khả năng tương tự có thể lại xảy ra với Lưu Vực Sông Mekong. Do đó để có thể chung sống hòa bình mọi kế hoạch khai thác phải có sự đồng thuận của cả 7 nước trong vùng sao cho có lợi nhất và không gây tác hại cho mọi nước liên hệ.

Điều gì là thiết thân cho Đồng Bằng Sông Cửu Long trước Thế kỷ 21: Nước và Trung Quốc_ Middle Kingdom / Middle Power, cả theo cái nghĩa là trung tâm quyền lực không chỉ ở Á Châu mà của cả thế giới nữa. Chỉ mong rằng siêu cường Phương Bắc ấy hành sử một cách trách nhiệm với các nước nhỏ lân bang để có thể chung sống hòa bình trong những bước phát triển bền vững.

Không né tránh, Hộ phát biểu với tính cách thành viên của Phái Đoàn Việt Nam:

- Từ hơn một thập niên qua, việc đơn phương chuyên quyết tiến hành xây chuỗi 8 con đập khổng lồ Vân Nam, trên thực tế Trung Quốc đã phát động một cuộc chiến tranh môi sinh không tuyên chiến với 5 nước hạ nguồn sông Mekong.

Như từ bao giờ Hộ vẫn giữ thái độ trầm tĩnh nhưng dứt khoát:

- Khi mà tương lai chúng ta đang bị đánh cắp và hủy hoại thì nói như Albert Camus "Đừng chờ đợi phán quyết cuối cùng, bởi vì điều ấy đang diễn ra mỗi ngày".

"Cảnh giác và đoàn kết" là điều nhất trí như một kết luận sau hội nghị. Mà điều đó chỉ có được khi cả 7 nước biết đặt "Tinh Thần Sông Mekong" vượt cao hơn chủ nghĩa bản vị dân tộc hẹp hòi.

Đã có những đám Mây Bão từ Phương Bắc báo hiệu thời tiết sẽ rất xấu. Hội Nghị Nam Vang kết thúc trong một không khí bi quan. Bi quan gì thì cũng phải hướng về tương lai – nhìn vào phần nửa ly nước đầy thay vì nửa ly vơi. Cao cũng đã có chương trình về thăm Đồng Bằng Sông Cửu Long, thăm cây cầu Mỹ Thuận như một biểu tượng của tương lai trước năm 2000. Đồng thời đây cũng là dịp để trở lại với những cây cầu lịch sử, những cây cầu thời gian dẫn về quá khứ không xa của thời kỳ Nam Tiến.

Những Cây Cầu Giữa Chiến Tranh. Có thể nói biểu tượng tàn phá rõ nét nhất trong suốt cuộc Chiến Tranh Việt Nam là những cây cầu và đã không còn cây cầu nào thực sự nguyên vẹn. Thành tích ấy phải vinh danh những người lính Cộng Sản ở khắp Miền Nam bao năm ngày đêm đào đường đắp ụ phá cầu (cầu sắt cầu xi măng, cầu gỗ cho tới cả những cây cầu khỉ) và Không Lực Mỹ không ngừng oanh tạc các trục giao thông chủ yếu là những cây cầu trên khắp Miền Bắc – đưa vùng đất ấy trở lại Thời Kỳ Đồ Đá (chữ của tướng không quân Mỹ Curtis LeMay, 1965).

Cầu Hàm Rồng và Trái Bom Tinh Khôn. Tên cầu Hàm Rồng/ Dragon Jaw Bridge đã rất nổi tiếng trong suốt cuộc Chiến Tranh Việt Nam. Cầu bắc qua con Sông Mã cũng rất nổi tiếng với bài thơ Quang Dũng (1948) trong thời Kháng Chiến Chống Pháp.

Tây Tiến đoàn quân không mọc tóc
Sông Mã gầm lên khúc độc hành

Cầu Hàm Rồng đã từng là điểm giao thông chiến lược nối liền Nam Bắc, được phòng vệ bằng một mạng lưới phòng không dày đặc hết sức kiên cố khiến Mỹ cho dù đã cố gắng dồn hết không lực liên tục đánh phá từ 1965 tới 1972 với hơn 70 máy bay đủ loại bị bắn rơi mà vẫn không sao phá sập được.

Cũng tương tự như vậy với chiếc cầu Long Biên/ Paul Doumer ở Hà Nội bắc ngang qua Sông Hồng.

Phải tới năm 1972, gần cuối cuộc chiến tranh khi có được trái bom tinh khôn/ smart bombs điều khiển bằng Laser, Mỹ mới thành công đánh sập được cả hai cây cầu Long Biên và Hàm Rồng mà không phải mất thêm chiếc máy bay nào.

Chỉ có điều là ngay sau đó bên dưới chiếc cầu đổ nát Bắc quân đã lập ngay được một cây cầu ngầm/ pontoon bridge và cuộc tải quân và vũ khí từ Bắc vô Nam đã không hề bị gián đoạn.

Cây cầu Hiền Lương bắc qua sông Bến Hải nối liền hai tỉnh Quảng Bình và Quảng Trị. Chỉ hơn 900 năm trước đây thôi còn là vùng đất của Champa, một vương quốc khá hùng mạnh luôn luôn tràn qua đánh phá khiến Lý Thánh Tông phải giao việc nội chính cho Nguyên Phi tức Ỷ Lan Phu Nhân còn nhà vua thì đích thân dẫn đại quân đi chinh phạt. Vua Chăm là Chế Củ thua trận bị bắt năm Kỷ Dậu 1069 phải dâng 3 châu Địa Lý, Ma Linh và Bố Chính để chuộc tội _ là vùng đất thuộc Quảng Bình Quảng Trị sau này.

Trong cuộc suốt Chiến Tranh Việt Nam thì Quảng Bình từ Đồng Hới tới Vĩnh Linh được coi như Vùng Trắng trong khi Quảng Trị từ

Cổ Thành ra tới Cửa Việt là Bãi Chiến Trường, nơi diễn ra những cuộc giao tranh kinh hoàng giữa Nam và Bắc quân để giành nhau từng căn nhà từng tấc đất.

Một phần tư thế kỷ đã qua, trở lại thăm chiến trường cũ, còn đầy rẫy những mìn, những dấu vết thương tích của bom đạn vẫn chưa lành. Nhà báo Mỹ từng gọi đó là một viện bảo tàng sống của cuộc Chiến Tranh Việt Nam trong đó cây cầu Hiền Lương là một biểu tượng không thể thiếu.

Cây cầu có từ thời Pháp như hàng trăm chiếc cầu khác nhưng đã trở thành nổi tiếng ngay từ khi ký hiệp định Genève 20-07-1954 chia đôi Việt Nam lấy sông Bến Hải vĩ tuyến 17 làm đường ranh và cầu Hiền Lương thì như vật chứng nằm trơ vơ giữa khu đường ranh ấy.

Cầu Hiền Lương, biểu tượng chia đôi đất nước và cũng là nguyên nhân cuộc Chiến Tranh Việt Nam tàn hại nhất thế kỷ. Nếu có một tấm bảng đồng nhỏ để ghi lại thành tích của cây cầu lịch sử ấy thì sau đây là vài con số:

"Chết: thường dân 2 triệu, Bắc quân 1.1 triệu, Nam quân 250 ngàn, Mỹ 57 605. Bom 14 triệu tấn / 700 trái bom nguyên tử Hiroshima. Chất Da Cam khai quang 2.2 triệu hecta..."

Trí nhớ những người sống thì không bền, tất cả mau chóng đi vào quên lãng. Bây giờ đã ngót nửa thế kỷ sau ngày chia đôi đất nước, Hà Nội đang có kế hoạch phá rỡ cây cầu lịch sử ấy, viện lý do đã có một cây cầu mới không xa đó do Nga xây cất và thêm nữa là cây cầu cũ với 10 trụ bêtông đã làm chậm hẳn dòng chảy của con sông Bến Hải ra Cửa Tùng.

Người dân Quảng Trị thì vô cùng bất mãn vì cầu Hiền Lương đang là một tụ điểm du lịch rất nổi tiếng khiến du khách khắp thế giới đổ xô về đây. Chỉ riêng năm qua đã có tới 12 ngàn du khách đa số là ngoại quốc tới đây chỉ để được thăm cây cầu.

Không còn cây cầu Hiền Lương thì Quảng Trị, vùng đất khổ - cái tỉnh nghèo nàn đói kém nhất nước ấy còn gì để mà hấp dẫn du khách?

Nhưng Hà Nội thì vẫn viện dẫn thêm lý do khác để không muốn giữ lại cây cầu ấy: rằng đấy không phải cây cầu nguyên thủy do người Pháp xây trước đây, cây cầu ấy đã bị oanh tạc thiêu hủy từ năm 1967 và cầu hiện nay chỉ là do Bắc quân dựng lại chưa đầy 2 tháng trước ngày Sài Gòn sụp đổ.

Nhưng câu hỏi tiếp theo là tại sao không tái tạo một cây cầu giống như cũ để thay thế cho cây cầu sắp bị phá rỡ mà vẫn không ảnh hưởng tới dòng chảy của con sông.

Đề nghị ấy cũng bị bác bỏ, lần này thì bằng quyền uy chứ không viện dẫn thêm một lý lẽ nào nữa.

Rồi ra đất nước sẽ chẳng còn quá khứ mà tương lai thì mù tăm chỉ có toàn là những công trình vá víu lai căng của các công ty liên doanh ngoại quốc đổ xô tới đây chỉ để xâu xé thủ lợi.

Những Cây Cầu Khỉ _ Monkey Bridges. Đồng Bằng Sông Cửu Long _ Mekong Delta là nơi có chằng chịt sông rạch với những những cây cầu khỉ. Có thể nói cầu khỉ có một lịch sử rất sớm từ những bước chân Nam Tiến cách đây ngót ba thế kỷ, khi đám lưu dân Hai Huyện theo chân quan Chưởng cơ Nguyễn Hữu Cảnh vào Nam khai phá_ đi vạch một chân trời, nói theo nhà văn miệt vườn Sơn Nam.

Họ đặt chân tới một vùng châu thổ sình lầy, ngập nước hoang vu trên trời muỗi như sáo thổi dưới nước đỉa lềnh như bánh canh, ngày chim kêu đêm vượn hú với trên bờ cọp beo rắn độc, dưới rạch thì cả bầy cá sấu đói ăn rình chờ.

Lùa được cọp beo thì vẫn còn bầy sấu đông vô số kể. Muốn thoát hiểm qua rạch chỉ có cách bám cây mà đu như khỉ chuyền cành, gặp con kinh rộng thì phải tìm cách cắm cọc gác cây chênh vênh mà leo qua. Đây là thời điểm của nghịch cảnh để cây cầu khỉ đầu tiên xuất hiện.

Từ vượn tới người homo sapiens theo Thuyết Tiến Hóa thì phải cần tới ba triệu năm và những người lưu dân ấy khi gặp lại môi trường nguyên thủy thì vẫn còn nguyên vẹn cái bản năng leo trèo để sinh tồn.

Chỉ với vài thân tràm, năm ba khúc gáo bần cắm sâu vào lòng con rạch, rồi gác thêm lên đó những cây tre cây bần được cột lại bằng những khúc dây mây dây choại để trở thành cây cầu khỉ cho người dân nghèo Đồng Bằng Sông Cửu Long đêm ngày qua lại. Chỉ bằng thân gỗ tạp với lạt buộc mà phải dãi nắng dầm mưa thì những cây cầu khỉ ấy làm sao có tuổi thọ.

Trải qua bao nhiêu thế hệ, cấu trúc cây cầu khỉ vẫn đơn sơ như vậy, luôn luôn ở những nơi sông rạch bùn lầy bên những người dân quê lam lũ, để xóm nối xóm, nối những căn nhà khuất nẻo xơ rơ mất hút trong những lùm cây um tùm. Nơi có những tiếng hò tình tự của gái trai trong mùa gặt, có câu ca vọng cổ mùi mẫn vẳng lại từ ngoài đồng.

Cảnh thì nghèo đến não lòng mà sao vẫn đầy thơ mộng qua ngòi bút trữ tình của nhà văn Lương Thư Trung.

Thơ mộng hóa cảnh nghèo để sống lạc quan phải chăng cũng là một phản ứng phủ nhận/ denial hay chấp nhận qua biện minh/ rationalization.

Thương thay cầu khỉ một mình
Cầu tre lắt lẻo gập ghình khó đi

Chẳng còn bao lâu nữa là đã bước sang thiên niên kỷ thứ ba, Đồng Bằng Sông Cửu Long thì vẫn còn cả ngàn cây cầu khỉ và vẫn còn là phương tiện duy nhất cho đám hậu duệ thế hệ Nam Tiến 300 năm sau phải bám vào để băng qua những con kinh con rạch, để tới trường thì ít mà để sớm vào trường đời kiếm sống. Chuyện trẻ sẩy chân té xuống rạch và bị dòng nước cuốn phăng đi trong mùa mưa lũ vẫn là điều quá thường _ đâu có được kể là tin để đăng báo.

Những Cây Cầu Hữu Nghị Trong Hòa Bình. Tháng Tư 1994 _ một thời điểm đáng ghi nhớ _ khi chủ tịch nước Lào, vua Thái và thủ tướng Úc đã cùng đến khánh thành cây cầu đầu tiên bắc ngang qua sông Mekong nơi hạ lưu nối liền thủ đô Vạn Tượng và thị trấn Nong Khai đông bắc Thái Lan. Cho dù đã có từ lâu một dự án xây cầu như vậy nhưng do nửa thế kỷ loạn lạc tất cả phải ngưng lại. Nay thì cuộc Chiến Tranh Việt Nam đã trở thành quá khứ, cả đến chiến tranh lạnh cũng đã chấm dứt và mối bang giao Thái Lào có phần tốt đẹp hơn nên dự án được tiến hành và hoàn tất.

Cây cầu Hữu Nghị Mittaphap dài 1.2km phí khoản 30 triệu đôla do Úc tài trợ là một điểm nối quan trọng của mạng lưới siêu xa lộ Singapore - Bắc Kinh trong một kế hoạch phát triển đầy tham vọng có tên là GMS / Greater Mekong Subregion _ Lưu Vực Lớn sông Mekong ngoài 4 nước vùng hạ lưu nay thêm 2 nước Miến Điện và Trung Hoa.

Cây cầu Mittaphap mang nhiều ý nghĩa khác nhau; với Lào là một nhỏ nước nằm trong góc lục địa bị lãng quên thì đó là cánh cửa mở ra cho Lào đi ra biển qua ngả Thái Lan; với Thái thì đó là cơ hội cho giới đầu tư kinh doanh vào khai thác một đất nước thưa dân nghèo nhất nhưng lại rất giàu nguồn tài nguyên; còn với Úc cây cầu là biểu tượng vùng ảnh hưởng được nới rộng vượt qua quần đảo Nam Dương để vươn tới các quốc gia Đông Nam Á tiến sát tới Hoa Lục.

Đã có thêm ba dự án cầu khác được nói tới trong vùng Hạ Lưu Sông Mekong đó là cây cầu nối liền Savannakhet với Mukhalan, một cây cầu nối liền Thakhet với Nakhon Phanom giữa Thái Lào và cầu Mỹ Thuận bắc qua sông Tiền nơi Đồng Bằng Sông Cửu Long Nam Việt Nam.

Sự thực thì đã có dự án về cây cầu Mỹ Thuận sớm hơn nhiều ngay từ những thập niên 50 và 60. Trong khi Nam Việt Nam thì tha thiết sớm xây dựng cho được cây cầu lớn bắc qua Sông Tiền nơi Đồng Bằng Châu Thổ thì Cam Bốt là một trong 4 thành viên của Ủy Ban Sông Mekong lại cực lực phản kháng và dùng quyền phủ quyết, viện lẽ là cây cầu ấy sẽ gây trở ngại cho tàu bè từ Biển Đông lên tới Nam Vang. Rồi bang giao Việt Miên gẫy đổ trong bối cảnh cuộc Chiến Tranh Việt Nam ngày càng lan rộng, dự án cầu Mỹ Thuận đầu tiên ấy hầu như bị rơi vào quên lãng.

Cây Cầu Mỹ Thuận_Y2K. Kể từ ngày Bộ trưởng Ngoại giao Úc đến viếng thăm Việt Nam vào tháng 7 năm 1997 để tham dự lễ động thổ xây cây cầu Mỹ Thuận _ nơi mà từ bao lâu nay giao thông vẫn trì trệ chỉ có thể qua lại bằng phà _ cho tới tháng 5, 1999 theo giám đốc dự án Richard Magnusson, công trình xây dựng cầu đã hoàn thành 80 phần trăm. Phần cầu dẫn hai bên đã làm xong và đã có 32/128 cáp treo được căng.

Cầu có chiều dài hơn một cây số rưỡi (1535.2m) với độ tĩnh không hay tầm gió _ clearance là 37.5m và là một cầu treo với hai trụ tháp chính "hình chữ H" giữa dòng sông với nền móng hai bên bờ bắc và nam của Sông Tiền, với 4 lằn đường rộng rãi cho xe cộ hai chiều qua lại và cả thêm 2 lề đường cho người đi bộ.

Cầu Mỹ Thuận sẽ hoàn tất sớm hơn hai tháng, vào tháng 4 năm 2000 _ đúng 6 năm tròn sau cây cầu Hữu Nghị Mittaphap.

Với Việt Nam, cầu Mỹ Thuận là biểu tượng của tiến bộ và phát triển nơi vùng Đồng Bằng Sông Cửu Long.

Với Úc một lần nữa là một phô trương thanh thế về trình độ khoa học kỹ thuật cao đồng thời cũng nhắc nhở với các nước Châu Á về sự hiện diện của một Cường Quốc Da Trắng khác phía nam bán cầu.

Cao hiểu rằng chẳng bao lâu nữa cảnh sinh hoạt nhộn nhịp buôn bán hối hả nơi hai đầu bến phà sẽ trở thành quá khứ. Để rồi mỗi lần qua cây cầu mới lại nhớ tới bắc Mỹ Thuận ngày nào. Xe đò chưa kịp dừng thì đám người bán hàng rong đông đảo từ hai bên đường đã túa ra vây quanh, bám bên hông và cả leo vào trong xe. Người lớn trẻ nít tíu tít mời chào bằng nhưng âm thanh ngắn cụt: mía mía mía! nem nem nem! trà đá trà đá! dừa xiêm dừa xiêm! Những lời rao chẳng thể rút ngắn hơn.

Trên bến thì lúc nào cũng có từng hàng xe đò đậu dài, ai cũng muốn theo xe thơ để được ưu tiên xuống trước_ trong thời chiến tranh tới đây mà lại gặp phải đoàn công-voa đi hành quân thì kể như tiêu một nửa ngày. Dưới sông sóng nước thắm đỏ phù sa mênh mông trải rộng, giữa thấp thoáng nổi trôi những giề lục bình trổ bông tím là những chiếc ghe thương hồ ngược xuôi qua lại. Lâu lâu lại gặp một chiếc tàu giòng kéo theo cả mấy chục chiếc ghe lớn nhỏ chở khẳm những lúa gạo và cây trái ngược dòng đi về hướng Nam Vang. Nhìn sang bên đường là hàng dẫy hàng quán với đủ những món đặc sản. Thức ăn tươi ngon hấp dẫn và bày biện rất bắt mắt, nào là tôm càng nướng, sườn non nướng mỡ hành, chim mía chiên từng sâu thơm lừng. Trái cây thì theo mùa, bưởi cam xoài ổi nhãn chôm chôm chuối mít dừa xiêm... chở tới từ Mỹ Thuận Cái Bè Mỹ Tho Bến Tre, đầy màu sắc và bày ra ê hề.

Khách từ Bắc vào đứng trước rừng trái cây thì mê tơi, mua một chục được bạn hàng trao cho 14 hay 16, chưa quen thì tưởng chừng được đếm dư nhưng khi biết không phải vậy thì lại càng thêm tin vào hình ảnh ước lệ của một Miền Nam với vườn cây xum xuê trĩu trái, ruộng đồng thẳng cánh cò bay với gạo trắng nước trong và tôm cá đầy đồng.

Không còn bến phà nhưng rồi ra có ai cấm khách dừng chân trước khi qua cầu để mua các món quà đặc sản của Mỹ Thuận.

Họ bốn người bạn học cũ gặp nhau, trừ Hộ thuộc Đại học Cần Thơ còn ba người kia Cao Điền Sơn thì từ nước ngoài. Ai cũng mang theo cả một trời tâm sự. Với Điền Cao thì không phải lần đầu tiên nhưng với bác sĩ Sơn thì đây là chuyến về thăm quê hương 20 năm sau kể từ ngày anh là thuyền nhân được má Bảy sắp xếp cho đi. Trong chuyến về thăm quê này Sơn sẽ cố tìm gặp cho được má Bảy, người ân nhân của gia đình anh ngày nào.

Những Bà Mẹ Cửu Long. Hôm đó má Bảy cùng bé Bảy từ trong rạch chèo ghe ra đi từ sáng sớm, lòng thì nóng như lửa đốt chỉ mong sao sớm đem được thằng cháu ngoại tới bệnh viện trước chập tối. Tới Thủ Thừa chỗ giáp nước thì cũng đã xế trưa, phải chờ tới giờ đổi con nước mới lại đi tiếp, tuy xuôi dòng rồi mà cả hai má con vẫn cố chèo sao cho mau tới. Vậy mà cũng phải xẩm chiều mới vô được bến chợ. Má như kiệt sức giao thằng nhỏ cho bé Bảy ẵm còn má cầm mái chèo tất tưởi theo con đường đất nhanh chân tới bệnh viện. Vô tới sân như được trời độ, hai má con mừng húm khi thấy bác sĩ Hai Lộc áo trắng rốp quần tây giày da tay xách cặp từ văn phòng bước ra.

Không hỏi han má Bảy lấy một câu, Hai Lộc mặt hếch lên giọng nói sẵng như với người chưa hề quen biết:

- Hết giờ làm việc rồi, bà biết không!

Như bị tạt gáo nước lạnh vô mặt, má Bảy như nghẹt thở, tức cành hông nhưng rồi cũng lấy lại được hơi vô đầy buồng phổi và la lớn:

- Đồ dzô phước! Chứ tao hỏi tụi bay hồi còn sống dở chết dở trong bưng, đầu hôm tối khuya ngay cả nửa đêm má dậy nấu từng nồi cơm lo nuôi bảo bọc tụi bay có bao giờ má nói hết giờ đâu mà nay ăn nên làm ra rồi sao tụi bay bạc bẽo quá vậy!

Không nói dứt câu, bà cầm nguyên chiếc mái chèo bao năm dãi nắng dầm mưa trên sông nước Cửu Long, phang tốt lên đầu Hai Lộc. Đâu có ngờ bị bà má làm dữ, sợ mất mặt với bà con, hắn mặt tái xanh chỉ kịp vội giơ tay lên đỡ rồi bỏ chạy tuốt vô văn phòng đóng chặt cửa lại.

Từ hồi nào tới giờ, má Bảy đâu cần biết hay quan tâm cộng sản quốc gia là cái chi chi. Má không làm quốc sự nhưng vốn chuộng đạo nghĩa, theo gương cha ông lúc nào cũng nghiêng về phía người bị áp bức; hồi còn chiến tranh thấy tụi con cháu như thằng Hai Lộc khi không bị ruồng bắt phải trốn chui trốn nhủi thì bà động lòng thương mà cưu mang vậy thôi. Cũng như nay lại đổi đời rồi bà thấy thương mà cưu mang mấy thằng lính Cộng Hòa bị gọi là lính ngụy đang sống dở chết dở dưới tay mấy thằng Giải Phóng ác ôn như Tám Trí, Mười Nhe bây giờ.

Tiến thối lưỡng nan, đường đường nay hắn cũng là bác sĩ giám đốc bệnh viện chứ đâu còn là thằng Hai Lộc y tá khiêng cáng quần xà lỏn trốn chui trốn nhủi trong nhà má Bảy hồi nào; nhưng hắn biết làm gì bây giờ ngoài mấy bịch nước biển và trụ sinh thì chỉ có cây xuyên tâm liên trong khi thằng nhỏ thì ốm tong teo như một con khỉ con đang thoi thóp mà lại sốt nóng như một cục than hồng. Điều mà Hai Lộc không biết _ mà hắn cũng chẳng thèm biết là trong kho còn cả mấy chục ngàn viên trụ sinh đủ loại do ngụy để lại cả mấy năm không ai biết sử dụng cũng tới ngày sắp hết hạn.

Nhưng rồi hắn cũng lanh trí tìm ra giải pháp. Hắn cho bảo vệ xuống Khoa Nhi gọi Sơn tên bác sĩ ngụy lên trình diện. Bằng một giọng vừa quyền uy vừa thân thiết, lần đầu tiên hắn gọi bác sĩ Sơn là đồng chí. Bằng mọi giá đồng chí phải cứu cho được thằng nhỏ, nó thuộc gia đình có công với cách mạng thuộc diện chánh sách; nếu cần thêm thuốc men gì cứ cho tôi hay!

Hắn cũng không quên làm thêm một cử chỉ quan tâm chăm sóc: À, tôi cũng đã ký thuận cho đồng chí đi phép về thăm gia đình một tuần lễ, giấy tờ thì xuống phòng Tổ Chức lấy.

Hắn không quên nhắc một câu cảnh giác: Phép về Sài Gòn – mà hắn không gọi là thành phố Hồ Chí Minh, chứ không phải để xuống ghe đi luôn đâu nhe! Tiếp theo là một nụ cười lạnh tanh trên một khuôn mặt không lộ chút cảm xúc.

Ngay sau đó, bên trong phòng giám đốc diễn ra buổi hội chẩn để lập phương án điều trị, và kết quả là thằng bé thập tử nhất sinh ấy được Đảng ủy và đồng chí bác sĩ giám đốc cứu sống – như một kết hợp tuyệt hảo giữa chánh sách và chuyên môn.

Nhưng má Bảy thì biết đích ai là người đã cứu sống thằng cháu ngoại của má. Chính bác sĩ Sơn mới là người mà má Bảy đã chịu ơn.

Rồi vẫn với tấm lòng rộng như biển, như bao nhiêu bà mẹ Cửu Long khác, bà lúc nào cũng sẵn sàng tha thứ và bao dung với những thằng con lạc đường như Hai Lộc. Sau ngày đón thằng cháu ngoại khỏe mạnh về nhà, bao nhiêu cây trái ngon ngọt nhất dưới vườn được bà hái tuốt đem vô bệnh viện phát bằng hết cho mọi người, như trước tới nay có bao giờ bà tiếc gì với đám tụi nó mà bà vẫn coi như con.

Chuyện đáng nói là ít lâu sau đó chính má Bảy tuy tiếc đứt ruột là mất đi người hiền tài nhưng cũng nén lòng mà sắp đặt đưa bác sĩ Sơn xuống ghe từ trong rạch ra cá lớn đi vượt biên một lần trót lọt và chỉ hai ngày sau đã sang được tới đảo Poulo Bidon, sau đó thì Sơn cùng vợ con được đi Pháp.

Vậy mà đã 20 năm rồi 1979-99 mà sao cứ như mới ngày hôm qua. Hai con Sơn khi ra đi còn bé nay đã thành tài, có tương lai của tụi nó và không còn cần tới anh nữa. Sơn hiểu rằng Việt Nam vẫn là quê hương cuối cùng mà anh muốn trở về. Chuyến đi này như chuẩn bị cho một ao ước ấp ủ bấy lâu là có một ngày Sơn được trở lại sống nơi quê nhà với chòm xóm bà con như gia đình má Bảy, tuy nơi đó vẫn còn một chế độ mà Sơn luôn luôn phủ nhận. Khi hỏi về chốn cũ, Hộ cho Sơn biết:

- Bệnh viện nay trực thuộc Trường Y Đại học Cần Thơ. Hai Lộc thì cũng đã về hưu. Giám đốc nay là một bác sĩ cũ sau Sơn chừng hai lớp và đội ngũ chuyên môn bây giờ là đám bác sĩ trẻ mới ra trường được đào tạo chánh quy chứ không là chuyên tu từ y tá khiêng cáng như Hai Lộc ngày nào.

Không biết ý định của Sơn, nhưng Hộ nói ra như một ao ước:

- Lượng thì có nhưng thiếu chất. Trường Y Cần Thơ đang cần thêm các bác sĩ chuyên khoa cho ban giảng huấn. Phải chi được những người như các anh bên đó trở về, không nhất thiết ở lại luôn nhưng giúp chúng tôi như những giáo sư thỉnh giảng.

Điều Hộ hồn nhiên nói ra nhưng sao lại đúng với ý Sơn, và anh dự định sẽ cụ thể bàn thêm với Hộ trong chuyến về thăm Tây Đô lần này. Sơn tưởng tượng rằng lần tới khi trở về, hai vợ chồng anh không còn phải qua phà và lúc đó Sơn sẽ rủ vợ đôi phút dừng chân nơi giữa cầu Mỹ Thuận nhìn xuống dòng sông nước chảy để thấy rằng "qua bao khổ đau niềm vui cũng sẽ tới". Đôi lần lạnh lẽo ra đứng bên bờ sông Seine, Sơn có niềm tin sẽ có ngày anh đứng trên cây cầu Mỹ Thuận nơi quê nhà, cũng những vần thơ của Apollinaire ngày nào nhưng là nỗi ngập tràn của hạnh phúc:

Sous le pont Mirabeau / Mỹ Thuận
Coule la Seine / le Mekong
Et nos amours
Faut-il qu'il m'en souvienne

La joie venait toujours après la peine

Cùng ngày, trên Quốc Lộ 1 khi xe tới cây số 1978 thuộc huyện Châu Thành tỉnh Tiền Giang thì đang diễn ra "lễ khánh thành thông xe" cho 19 cây cầu đoạn Sài Gòn - Cần Thơ.

Dự án QL 1 đoạn Cần Thơ - Năm Căn với cây cầu bắc qua sông Hậu sẽ chỉ được hợp đồng với công ty Nhật Bản sau khi cầu Mỹ Thuận hoàn tất.

Trên đường Hộ nao nức hỏi Cao và Điền tin tức của người thầy cũ, Giáo sư Thới. Câu hỏi như làm sống dậy một khúc phim. Như từ bao giờ Cao vẫn coi giáo sư Thới như một ông thầy _ trước sau Cao vẫn giữ nguyên lòng kính trọng.

Cái ngày cách đây đã một phần tư thế kỷ, khi những chiếc xe tăng T 54 của Bắc quân tới cửa ngõ Sài Gòn, và đài phát thanh quân đội Mỹ cho phát bài White Christmas như tín hiệu bắt đầu cuộc di tản ồ ạt cuối cùng bằng trực thăng trên nóc tòa Đại sứ Mỹ và trong khi hàng ngàn người hoảng loạn bám tường leo rào để tranh cho được một chỗ thoát thì thầy Thới lại rất bình thản từ chối 5 chỗ đi dành sẵn cho toàn gia đình và thầy quyết tâm ở lại với ý nghĩ rằng nước nhà hòa bình thầy sẽ cùng mọi người đồng kham cộng khổ thì chỉ ít năm thôi hoa lại nở trên khắp đường quê hương.

Nhưng rồi cuối cùng thì thầy vỡ mộng. Đất nước đã chẳng tiến lên mà còn thụt lùi thêm vài chục năm nữa. Kinh nghiệm cuối đời người ấy đã làm thầy đắng họng. Để rồi cuối cùng thầy cũng phải ra đi nhưng lần này là cảm giác ê chề.

Ra ngoài được rồi, thầy như một con vật bị thương và chọn cuộc sống như một ẩn tu, khắc khoải với những ước mơ không đạt được, hết còn thiết tha với thời cuộc cộng thêm với nỗi âu lo cô đơn của tuổi già; ở thầy đã có dấu hiệu trí tuệ bị ngưng trệ_ thầy nhớ như in những chuyện cũ rất xa_ remote memory nhưng lại mất khả năng liên hệ với thực tại, một hiện tượng mà đứa con gái thầy cũng là bác sĩ e ngại đó là biểu hiện của chứng bệnh presenile dementia tuy chưa phải là Alzheimer. Từ một nhà khoa học thực nghiệm nay thầy lại hướng về những suy tưởng siêu hình với ám ảnh về cái chết mà thầy bắt đầu dần dà chấp nhận như một thảm kịch của số phận.

Bao năm sau, gặp lại thầy trong cuộc họp mặt Hội Tiền Giang nơi công viên Mile Square Park mới đây, sau khi nghe Cao đứng ra phát biểu về đề tài "Đồng Bằng Sông Cửu Long trước những nguy cơ" Cao đã được thầy Thới thận trọng nhắc nhở: _ Đã có gì đâu còn quá sớm để các anh phải la hoảng lên như vậy.

Khi mà con sông Mekong nước vẫn chảy băng băng và thầy lại như một chiếc lá suôi dòng, thầy đang có một cuộc sống rất tĩnh thì những gì mỗi ngày đang diễn ra ở thượng nguồn nơi các con đập bậc thềm Vân Nam trở thành chuyện quá xa xôi đâu có đáng phải quan tâm. Cao thấy thương thầy Thới hơn nhưng không tránh được cảm giác mất mát đến sót sa.

Mỹ Tho được coi như thủ đô Tiền Giang nằm bên bờ một nhánh của sông Tiền cách Sài Gòn hơn 70km hướng đông nam, nơi từng có một lịch sử thăng trầm.

Tới thế kỷ 17 đó vẫn là một vùng đất thuộc Cam Bốt hoang dã xình lầy nhưng rồi dần dà bị sát nhập vào Việt Nam bằng chính sách tàm thực_ tầm ăn dâu của Nguyễn Cư Trinh qua cuộc Nam Tiến. Cuối thế kỷ 17 theo Trịnh Hoài Đức mô tả trong Gia Định Thành Thông Chí thì đây đã là một khu thương mại sầm uất "với nhà ngói, cột trạm đình cao chùa rộng, ghe thuyền ở các ngả sông biển tới đậu đông đúc làm thành một chốn đại đô hội rất phồn hoa huyên náo" nên được mệnh danh là "Mỹ Tho Đại Phố".

Tới thế kỷ 18, thời kỳ Gia Long tẩu quốc, Nguyễn Vương sang cầu viện quân Xiêm La thì nơi đây lại trở thành bãi chiến trường kết thúc bằng cuộc thắng trận Rạch Gầm và Xoài Mút của Nguyễn Huệ 1784 ở phía trên Mỹ Tho đánh đuổi hết năm vạn quân Xiêm ra khỏi bờ cõi.

Tới 1862 cùng với các tỉnh Miền Nam, Mỹ Tho lại rơi vào ách bảo hộ của Pháp nhưng với cái giá đắt mà người Pháp phải trả qua các cuộc khởi nghĩa anh hùng của Trương Định và Thủ Khoa Huân.

Tới thăm Mỹ Tho không thể không nghe tới Cồn Phụng với con

thuyền Bát Nhã của ông Đạo Dừa ngày nào. Nơi một thời đã từng được mệnh danh là Ốc Đảo Hòa Bình giữa một chiến tranh Việt Nam đang diễn ra kinh hoàng.

Cũng không thể không nghe tới địa danh Ấp Bắc vào tháng Giêng 1963 ghi dấu thắng lợi đầu tiên của Cộng quân trong vùng Châu Thổ Sông Cửu Long gây tổn thất cho các đơn vị quân đội Nam Việt Nam được trang bị hiện đại, khiến cho viên Trung tá cố vấn Mỹ John Paul Vann phát biểu một cách khinh thị: *"... a miserable performance, just like it always."*

Và luận điệu dè bỉu ấy _ với người đồng minh bị coi dưới chân nhưng lại ràng buộc với nước Mỹ như một định mệnh, còn được tiếp tục lặp lại trong suốt và sau cuộc Chiến Tranh Việt Nam. John Paul Vann cũng không ngừng lớn tiếng chỉ trích giới lãnh đạo cao cấp quân sự Mỹ là bọn kiêu căng và cả thối nát.

Vào giữa Mùa Hè Đỏ Lửa 1972, John Paul Vann tử nạn trong một chuyến trực thăng bay đêm trên vùng núi non sương mù cao nguyên Trung Phần, đúng thời điểm mà Bắc quân tấn công tràn ngập tỉnh Kontum_ mở màn cho từng bước đi tới sụp đổ của Miền Nam ba năm sau đó.

John Vann được vinh danh như người lính Mỹ biểu tượng của cuộc chiến tranh Việt Nam, được mai táng trọng thể với tất cả nghi thức dành cho một anh hùng tại nghĩa trang quốc gia Arlington với hiện diện đầy đủ chánh khách và tướng lãnh Mỹ đã từng có những bước chân lún sâu vào vũng lầy Việt Nam.

Và theo ký giả Neil Sheehan, đối với những người sống có mặt lúc ấy, thì chôn Vann vào thời điểm tháng 6 năm 1972 cũng có nghĩa là chôn luôn cuộc chiến tranh Việt Nam đối với Mỹ. Chôn luôn cả những giao ước long trọng của Hoa Thịnh Đốn đối với người bạn đồng minh Nam Việt Nam.

Sau một ngày ở Mỹ Tho, Hộ đưa các bạn về thăm Đại Học Cần Thơ. Trên con phà qua con sông Tiền, Sơn và chắc cả Điền Cao đều có chung một ý nghĩ đây có lẽ là chuyến phà cuối cùng của ba người qua bắc Mỹ Thuận trước năm 2000.

Điền từ nãy giờ vẫn trầm ngâm, quay sang nói với Hộ:

_ Một phần tư thế kỷ sau ngày đất nước thống nhất với bấy nhiêu trí tuệ và cả toàn quyền trong tay mà vẫn chưa làm xong một con đường thông suốt nối liền Bắc Nam. Sau cây cầu Mỹ Thuận còn chờ bao lâu nữa để có thêm được cây cầu Cần Thơ qua Sông Hậu.

Cao nói thêm:

- Bảy mươi triệu đôla cho mỗi cây cầu _ có bao nhiêu lần hơn số tiền ấy đã rơi vào quỹ đen quỹ đỏ của những "người đầy tớ nhân dân" trong thời kỳ Đổi Mới.

Hộ không giải thích, chỉ đưa ra một nhận xét:

_ Trong suốt những năm chiến tranh, "người Cộng Sản Việt Nam" đã khẩn trương biết bao nhiêu thì tiếp theo một phần tư thế kỷ thống nhất và hòa bình họ đã ù lì là thế nào. Bằng "lôgíc" của chính họ qua cái gọi là "bản chất và hiện tượng" cũng không thể nào giải thích cho được.

Hộ người vẫn được bà con nông dân kêu là "Thầy Hộ Lúa Honda", nói với các bạn:

- Kể từ ngày có chiếc máy bay cánh quạt cổ lỗ đầu tiên với hai khuông cánh vuông dài bay từ Sài Gòn đáp xuống Gò Công năm 1913 thì nay người ta đang nói tới những chiếc máy bay phản lực Air Mekong từ thủ phủ các nước Á Châu sắp đáp xuống vùng châu thổ sông Cửu này!

Hộ giải thích:

- Công ty hàng không Air Mekong – liên doanh với General Industry Co. Singapore sẽ nối liền đồng bằng sông Cửu Long và các đô thị lớn Á châu như Hương Cảng, Bangkok, Singapore... chủ yếu để phục vụ Chương Trình Du Lịch Xanh 2000, dự trù chở tới đông đảo du khách ngoại quốc tới thăm sông nước Cửu Long, thăm nền văn minh miệt vườn dĩ nhiên không thể thiếu những cây cầu khỉ cheo leo nơi các con rạch làng quê nối những con đường đất bùn lầy.

Đêm đó tại khu nhà khách vãng lai của Đại Học Cần Thơ, bốn người bạn nói chuyện đến thật khuya. Họ thảo luận nhiều về tương lai của Đồng Bằng Sông Cửu Long và cùng hiểu rằng hai con Sông Tiền Sông Hậu chưa hẳn đã cạn dòng nhưng lưu lượng thì yếu dần nên nước biển tràn sâu vào nội địa gây nhiễm mặn không phải chỉ những con sông lớn mà lan ra khắp mạng lưới kinh rạch không những tàn hại hàng triệu mẫu lúa và hoa màu cây trái mà cả tìm cho được nguồn nước ngọt để dùng uống cũng phải lao đao. Từ là một con sông sâu nước chảy, nếu không có biện pháp phòng ngừa ngăn chặn thì chẳng bao lâu nữa Cửu Long Chín Cửa Hai Dòng sẽ trở thành một con sông nông nước mặn.

Giấc ngủ trằn trọc cũng đến với Điền lúc về sáng nhưng bị nhận chìm trong một cơn ác mộng, anh nằm mơ thấy cây cầu Mỹ Thuận đẹp đẽ bắc qua con Sông Tiền đã cạn dòng. Không có mưa, các hồ nhỏ ao đầm kinh rạch cũng cạn kiệt. Dân chúng có nơi không có cả nước để uống. Lũ đã không về nữa, thời tiết nắng hạn kéo dài, mặt ruộng trơ trụi nứt nẻ khô cằn.

Đói và khát, từng đoàn người lũ lượt men theo những bờ sông cạn để mò cua lượm ốc bất cứ gì có thể ăn được. Lẫn trong đám người ấy, Điền thấy má ẵm trên tay con Bé Tư thất thểu trên một con đường khô khốc, cứ mỗi bước đi thì đất dưới chân lại vỡ vụn ra theo gió cuốn lên như những cơn bão cát...

Khi không còn thấy má và Bé Tư đâu nữa, Điền bừng tỉnh dậy, miệng khô đắng với trước mắt vẫn còn con Sông Tiền chảy dưới chân cầu Mỹ Thuận. Trong cơn khát Điền úp mặt xuống dòng sông uống một ngụm nước thì nước đã mặn chát nhưng anh tự trấn an ngay: cũng không mặn lắm đâu, chỉ mặn như nước mắt người ta thôi và cứ thế Điền hối hả uống những ngụm nước mắt mà vẫn không sao đã được cơn khát.

*Cầu Hiền Lương có từ thời Pháp đã trở thành nổi tiếng ngay sau hiệp định Genève 1954 chia đôi Việt Nam lấy sông Bến Hải làm đường ranh. Cây cầu, biểu tượng chia đôi đất nước và cũng là nguyên nhân cuộc Chiến Tranh Việt Nam tàn hại nhất thế kỷ. Nay cây cầu cũ đang là tụ điểm du lịch rất hấp dẫn du khách_**

*Song song với cây cầu Hiền Lương cũ là một cây cầu mới cùng tên, dài 250m rộng 11.5m bắc ngang sông Bến Hải cách Gio Linh 8 km, trên Quốc Lộ 1 nối liền hai miền Nam Bắc_**

*Cầu Hàm Rồng (h.trên) bắc qua sông Mã, rất nổi tiếng trong suốt cuộc chiến tranh Việt Nam, đã từng là điểm giao thông chiến lược nối liền Nam Bắc, được phòng vệ bằng mạng lưới phòng không dày đặc khiến Mỹ cho dù đã liên tục đánh phá từ 1965 tới 1972 với nhiều máy bay bị bắn rơi mà vẫn không sao phá sập được_*

Cũng tương tự như vậy với cây cầu Long Biên (h.dưới) bắc ngang qua sông Hồng. Phải tới năm 1972, khi có được trái bom tinh khôn Mỹ mới thành công đánh sập được cả hai cây cầu mà không phải mất thêm chiếc máy bay nào.

Cầu Tràng Tiền bị đánh sập trong Tết Mậu Thân 1968 và cũng mở đầu cho vụ "Thảm Sát Mậu Thân" kinh hoàng và không bao giờ quên được trong tâm khảm những người dân Huế sống sót._14

Lịch sử cuộc Chiến Tranh Việt Nam có thể viết trung thực qua "lịch sử của những cây cầu gẫy".

Vẫn chiếc cầu khỉ ấy như thỏi nam châm, cuốn hút rất nhiều du khách._ bưu ảnh Việt Nam

*Cầu Mỹ Thuận 11/ 1999 trước ngày "giao long", bến phà Mỹ Thuận như một nét văn hóa nay đã đi vào quá khứ_**

*Cầu treo Mỹ Thuận bắc qua Sông Tiền dài hơn 1.5 km, không chỉ tạo thuận và cải thiện giao thông mà còn là hình ảnh của phát triển và tiến bộ nơi Đồng Bằng Sông Cửu Long_**

CHƯƠNG XXI

TỪ ẤT DẬU_ 1945 SÁU MƯƠI NĂM ĐI TỚI CÂY CẦU CẦN THƠ_2005

La vie humaine commence de l'autre côté du désespoir
Jean-Paul Sartre (Les Mouches, 1943)

Từ Paris bằng chặng đường xe lửa hơn 700 km đi tới một trong những miền đất nổi tiếng của miền Nam nước Pháp đầy tính lịch sử, nơi có nhà thờ Saint Sauveur cổ kính, nơi có Con Đường Cézanne đi về hướng La Montagne Sainte-Victoire đã trở thành bất tử trong bức danh họa đang nằm trong viện Bảo Tàng Luân Đôn mà ông Khắc mới xem trong dịp sang làm việc với đài BBC đầu năm rồi, nơi có cả những cây hồng leo rạo rực hoa đỏ trên những thân mộc già.

Từ bao năm rồi ông Khắc vẫn thích tranh Cézanne. Chuyến xe lửa tốc hành hơn một lần đang đưa ông tới quê hương người họa sĩ tài danh để lại thấy được mặt trời thì đỏ dữ dội trên những mái nhà ngói đỏ, trên những đỉnh đồi và cả trên mặt biển Địa Trung Hải, để sống lại những cảm xúc thị giác mà Cézanne đã chuyển thành hình khối với "màu sắc là nơi mà tâm hồn và vũ trụ đã kết hợp hài hòa". Ảnh hưởng cùng một lúc trên nhiều trường phái: ấn tượng, dã thú, lập thể, sau Cézanne thì hầu như tất cả những họa sĩ lẫy lừng của thế kỷ 20 như Matisse, Dufy, Braque, Chagal, Picasso... đều tới đây tìm cảm hứng và sáng tạo nên những tác phẩm để đời.

Khí hậu Địa Trung Hải vào mùa Thu trời vẫn chan hòa nắng ấm và long lanh như ngọc. Thời gian sống ở Aix-en-Provence là những tháng ngày có thể coi là hạnh phúc nhất của ông Khắc. Ngày hai buổi đều đặn cho dù thời tiết thế nào, ông đi bộ từ căn phòng thuê tới thư viện – Khu Văn Khố Đông Dương, đằm mình vào đống tài liệu chuẩn bị cho cuốn sách Cahier d'Asie du Sud-Est mà ông Khắc dự định sẽ cho in trước ấn bản tiếng Việt vào dịp Tết Nguyên Đán Canh Thìn năm 2000.

Mỗi ngày là một ngày mới và không ngày nào mà không là ngày hạnh phúc tuyệt vời. Cho dù đã ở khá xa cái tuổi cổ lai hy, ông Khắc thấy mình như trẻ lại đang sống đời sinh viên. Giữa tràn ngập sách vở và tư liệu dồi dào, với ông thì Aix-en-Provence như một thiên đường cho nhà nghiên cứu về Việt Nam trong giai đoạn Pháp Thuộc.

Tình cờ gặp lại Duy và Giang trong dịp hai người sang dự Đại Nhạc Hội chào mừng "Một Thế Kỷ Âm Nhạc" đón Thiên Niên Kỷ Mới, hôm nay tự thưởng cho mình một ngày nghỉ, ông Khắc rủ hai người bạn trẻ tới Le Bistro Latin ăn trưa – không chỉ vì thức ăn ngon như món risotto scampi có chút hương vị Ý mà ông Khắc rất thích nhưng còn vì giá cả phải chăng 89 quan đồng hạng cho mỗi bữa ăn gọi là bình dân nhưng đã là đắt với túi tiền của một lão sinh viên như ông Khắc.

Lúc chia tay, cả Duy và Bé Tư cùng nắm tay ông Khắc mời dặn thiết tha: "Bận gì anh cũng phải về Tây Đô dự đám cưới tụi em!" Ông Khắc cười trấn an: "Về chứ, làm sao có thể vắng mặt trong một đám cưới của Thế Kỷ."

Cao và Điền trước đó cũng đã gửi vé máy bay cho ông về dự cuộc Hội Thảo về Môi Sinh Sông Mekong mà chủ lực là các thành viên của Nhóm Bạn Cửu Long lần đầu tiên tổ chức trong nước nhân dịp Lễ Động Thổ xây Cây Cầu Cần Thơ – tất cả như một kết hợp tình cờ cùng diễn ra trong tuần lễ đầu tiên của tháng 8 năm 2000.

Sổ Tay Nhà Báo.

Buổi sáng sớm như thường lệ, trước khi xuống đường ông Khắc ngồi trước máy điện toán lướt qua địa chỉ trang nhà của một số tờ báo quen thuộc. Tin của tờ báo Nhân Dân trong nước sáng nay khiến ông Khắc chú ý và dừng lại đọc:

"Ba năm sau ngày Việt Nhật ký kết dự án cầu Cần Thơ, ngày 04 tháng 10 năm 1999, đoàn đại diện Công Ty Nippon đã tới làm việc với Ủy Ban Nhân Dân hai tỉnh Vĩnh Long và Cần Thơ để chuẩn bị cho đợt khởi công vào tháng 8 năm 2001 và hoàn thành vào tháng 4 năm 2005.

Cây cầu sẽ cách phà Cần Thơ hiện nay khoảng 3km phía hạ lưu ngang Cồn Âu, nối với Quốc Lộ 1 phía Vĩnh Long tại cây số 2061 qua Cái Vồn - Bình Minh và đầu kia phía Cần Thơ tại cây số 2077 thuộc khu du lịch Ba Láng. Cầu dài 2615m, sẽ là cây cầu dây căng dài nhất Việt Nam có độ tĩnh không cao 39.1m, mặt cầu rộng 24.9m với toàn công trình có chiều dài hơn 15km."

Như một sự thực hiển nhiên, trong Thế Chiến Thứ Hai Nhật đã gây không ít tang thương đổ vỡ: thảm sát Nam Kinh, nạn đói Ất Dậu... đã làm chấn động lương tâm của chính nhân dân Nhật và họ đang phải trả giá. Sau đập Thủy Điện Đa Nhim công suất 160 ngàn KW ở Đà Lạt vào những năm 60 với ngân khoản 39 triệu đôla, nay tới Cây Cầu Cần Thơ bắc qua Sông Hậu với kinh phí lên tới 249 triệu đôla cũng do Nhật tài trợ không hoàn lại, như khoản bồi thường chiến tranh khác. Phải chăng đó là cái giá cao nhất mà người Nhật muốn đền bù cho ngót hai triệu mạng người Việt chết oan khiên năm Ất Dậu.

Nhưng quan trọng hơn cả bồi thường là "sự thật lịch sử nạn đói năm Ất Dậu là thế nào?" Theo ông Khắc thì không thể nhìn nạn đói 1945 một cách riêng lẻ với 2 triệu người Việt Nam chết mà phải xem xét tấn thảm kịch trong bối cảnh Đông Dương lúc đó với cả người Pháp và Nhật cùng hiện diện.

Những tưởng rằng từ 1945 hai triệu người Việt ấy đã vĩnh viễn nằm xuống nhưng không họ đã gượng dậy âm thầm đi thêm một chặng đường dài 60 năm để hoàn tất điểm nối cuối cùng trên Con Đường Thống Nhất sau khi hoàn tất cuộc Nam Tiến.

Cứ như bên tháp Babel, rồi ra tùy theo tâm cảnh mỗi người cây cầu Cần Thơ sẽ mang những tên gọi khác nhau: cầu Ất Dậu cho những ai không quên được quá khứ như với ông Khắc, cầu Hữu Nghị Việt Nhật cho chánh quyền hiện tại và là cây cầu Thống Nhất cho những tấm lòng mong mỏi hướng về tương lai. Sau 1975, một phần tư thế kỷ đã qua mà vẫn chưa làm xong một con đường chạy xuyên suốt chiều dài đất nước và lòng người thì vẫn cứ vỡ ra từng mảnh.

Ông Khắc Và Bộ Nhớ Về Nạn Đói Ất Dậu

Lúc đó ông Khắc đang sống ở Hà Nội, bố dạy trường Bưởi, mẹ thì trông coi hiệu sách ở Tràng Thi; ở cái tuổi 16 chưa thành người lớn nhưng cũng đã qua thời trẻ con tuy chưa gánh vác được gì nhưng lại đủ lớn để cảm nhận và nhớ như in những gì xảy ra trong sáu tháng đầu của năm Ất Dậu ấy.

Lúc đó tự thấy sách vở không ích gì cho buổi ấy, ông Khắc đã sớm rời gia đình ở cái tuổi 17 đi theo người chú làm cách mạng. Người mà ông ngưỡng mộ như một thần tượng ấy gốc Quốc Dân Đảng, sau đó bị mất tích trên đường sang Côn Minh. Có lẽ ông bị Việt Minh bắt và thủ tiêu sau đó.

Tuổi 30 từ Bắc di cư vào Nam với mấy chục năm làm báo không ngưng nghỉ, bằng những phấn đấu tự bản thân, ông Khắc đã trưởng thành trong nghề nghiệp, đã vươn lên vị trí hết sức được kính trọng không chỉ bằng các bài báo mà qua cả nhân cách, vì thế mà ông rất được yêu mến và được các nhà báo trẻ gọi ông là "nhà báo của các nhà báo".

Năm 1975, hiểu biết Cộng Sản không ai hơn ông vậy mà ông Khắc quyết định ở lại để rồi sau đó là 14 năm tù đầy – tuy không đảng phái nhưng ông Khắc cũng cứ nghiễm nhiên được gắn cho cái nhãn hiệu Việt Quốc do thời gian theo chân ông chú. Qua bao nhiêu đầy ải vẫn như một cây tùng trước bão, ông vững vàng qua cơn bão táp. Ra được tới ngoài này, ông Khắc không thể không ngạc nhiên về sách vở chữ nghĩa ở hải ngoại. Cả đất nước vừa trải qua những kinh nghiệm kinh hoàng vết thương nào cũng còn rướm máu, vậy mà làm sao người ta vẫn có thể viết hay vẽ như trước đây được nữa. Dĩ nhiên là vẫn cứ phải viết nhưng làm sao mà tránh được thứ ngôn ngữ bầm dập cùng với nỗi bầm dập đầy ải của con người. Viết trong hoàn cảnh cực đoan như thế đã trở thành một thách đố và chữ nghĩa đã trở thành những mũi tên đánh động khiêu khích ngay với chính người đọc – là đồng bào mình cả bên trong lẫn bên ngoài.

Sổ Tay Nhà Báo

Kinh Nghiệm Pháp. Với trong tay tập tài liệu "Témoignages et documents francais relatifs à la colonisation francaise au Vietnam, 04/1945", như một flashback, ông Khắc bỗng chốc sống lại những ngày tháng của năm Ất Dậu – nhưng lần này với mắt nhìn của người Pháp.

... "Họ đi thành hàng dài bất tận gồm cả gia đình, đàn ông đàn bà, già lão có, trẻ con có, người nào người nấy cũng rúm người dưới sự nghèo khổ, toàn thân lõa lồ để trơ những bộ xương run rẩy, ngay cả những thiếu nữ đang ở tuổi dậy thì lẽ ra đẹp đẽ và e thẹn thì cũng chẳng hơn gì. Thỉnh thoảng họ dừng lại để nếu không là vuốt mắt cho một người trong bọn vừa ngã xuống thì cũng cố lột cho được miếng rẻ rách còn che trên thân người mới chết đó. Chứng kiến những hình người xấu xí hơn cả những con vật xấu nhất, nhìn thấy những xác chết nằm co quắp bên lề đường chỉ có chút rơm che thân thay cho tấm vải liệm, người ta lấy làm tủi hổ thay cho cái kiếp con người".

... "Nạn đói khủng khiếp năm 1944-45 đã làm chết 2 triệu người Miền Bắc từ Quảng Trị trở ra, là hậu quả không thể tránh khỏi của một chánh sách nhằm hai mục đích:

- Về chánh trị là làm chết đi một bộ phận quan trọng dân chúng và nhấn chìm số còn lại trong nạn đói, đó là cái dây thắng hữu hiệu để hãm bớt nhiệt tình yêu nước mà Thống Sứ Bắc Kỳ Chauvet đã thấy rõ.

- Về kinh tế là cho phép các công ty Pháp Nhật (Denis Frères, Mitsubishi...) độc quyền thu mua và tích trữ hàng triệu tấn gạo với giá rẻ mạt. Cũng bằng cách ấy họ dễ dàng tuyển mộ những cu ly bản xứ cho các đồn điền cao su và hầm mỏ sang Tân Thế Giới..."

Kinh Nghiệm Nhật Bản. Người Pháp ở Đông Dương từ bấy lâu đang ở vị trí chủ nhân ông với tất cả quyền uy bỗng một sáng chiều đối diện với Nhật – L'Indochine francais en face du Japon / Gaudel đã mau chóng trở thành công cụ tay sai của người Nhật.

Sách Giáo Khoa cho học sinh Nhật Bản trước đây khi viết về Thế chiến Thứ Hai phần liên hệ tới Á Châu đã cho rằng: "Nước Nhật đưa quân vào Á Châu không phải với mục đích xâm lược cướp bóc mà là để giải phóng nhân dân các nước Châu Á khỏi ách nô dịch Da Trắng". Đó cũng chính là thuyết Đại Đông Á mà Nhật không ngừng tuyên truyền với chính dân Nhật và cả trước dư luận thế giới.

Nhưng qua cái nhìn phản tỉnh của những người Nhật lương tâm thì lại rất khác như Katsumoto Saotome trong cuốn "Ký Lục Nạn Đói Hai Triệu Người Chết ở Việt Nam", như Furata Moto thì đang cặm cụi đi tìm ý nghĩa lịch sử của nạn đói Ất Dậu trong bối cảnh lịch sử cận đại Việt Nam qua những nhân chứng còn sống sót, như Yoshizawa Minami trong tập tài liệu "Chiến Tranh Châu Á Trong Tiềm Thức của Chúng Ta" cũng đã nhận định:

..."Tình hình khu vực Việt Nam thật đặc biệt do sự có mặt thường xuyên của 80 ngàn quân ta và 200 ngàn lực lượng hậu cần đã khiến tình trạng kinh tế ở đây hỗn loạn đến cực độ..."

... Đông Dương có vị trí then chốt đối với Nhật Bản về lương thực. Ngoài lượng gạo nhập khẩu vào Nhật, quân đội Nhật còn rất cần một trữ lượng gạo lớn lao để tiếp tế cho các mặt trận đang lan rộng ra khắp Á Châu và khu vực Thái Bình Dương. Đây chính là nguyên nhân trực tiếp gây nạn chết đói cho 2 triệu người Việt năm 1945.

… Cũng không thể không nhắc tới sự kiện quân Nhật đã dùng lúa thu mua vội ở Miền Nam đốt thay than để sản xuất điện lực tại các cứ điểm chiến lược trọng yếu vì không vận chuyển than tới kịp thời.

... Cảnh người Việt chết đói la liệt ngay bên ngoài những kho thóc của người Nhật chất cao như núi chưa dùng tới và bỏ cho mục nát là điều được chính nhân chứng Kawai người Nhật, viên quản lý kho lúa gạo ở Nam Định kể lại: "Tại một khu nhà thờ Thiên Chúa giáo, gạo chứa đầy ắp trong kho, lại thấy người chết đói ngã lăn dọc đường suốt từ Nam Định lên tới Hà Nội, tôi đã cố thuyết phục tùy viên kinh tế của Đại Sứ quán Nhật mở các kho gạo đó nhưng họ không nghe..."

Tưởng cũng nên nhắc lại là người nói điều nhân nghĩa trên cũng là tác giả của câu nói để đời: "Bọn người Việt đều là kẻ ăn xin".

Nạn đói 1945 chỉ là hậu quả tất nhiên của chính sách tàn bạo của Nhật trong khắp vùng Á Châu Thái Bình Dương, chủ trương cai trị bằng cách gây khiếp sợ. Câu chuyện lính Nhật treo cổ người đói cướp xe lúa, mổ bụng ngựa để nhét một phụ nữ Việt Nam vào khâu lại đem chôn sống vì tội danh đã trộn mạt cưa vào cám làm ngựa chết, tất cả không phải là giai thoại mà là tấm gương chính người Nhật muốn rêu rao để răn đe dân chúng bản sứ.

Kinh Nghiệm Việt Nam. Khái Hưng, báo Bình Minh, 12-04-1945 đã viết về "Mưu Sâu Của Thực Dân Pháp Ở Xứ Này":

... "Trong toa hạng nhất, ngồi đối diện với chúng tôi là 2 người Pháp. Họ đàm thoại với nhau:

- Đó là môn thuốc hiệu nghiệm để giữ trị an cho xứ này.

- Phải, phải lắm... nếu dân chúng nó sung túc thì chúng nó chỉ nghĩ làm giặc, nhàn cư vi bất thiện mà!

- Đúng! Thỉnh thoảng cũng phải mất mùa vỡ đê đói kém cho chúng nó phải khó khăn xoay sở cái ăn cái mặc, cho chúng nó chỉ đủ thì giờ nghĩ đến sống mà không có cuồng vọng phản đối chúng ta..."

... Tô Hoài trong "Chuyện cũ Hà Nội" nói về cảnh đói 1944-45 đã phải thốt lên – Chữ nghĩa tôi run rẩy, thổi bay được, khủng khiếp quá. Trong khi bên ngoài Hà Nội người chết đói như rạ, thì người dân trong thành phố bị khủng khiếp xanh mặt về nạn đói. Cái lý do dân Hà Nội chưa phải chết đói vì cả Pháp Nhật đều muốn che mắt thế giới, muốn giữ tươi tỉnh bộ mặt phố xá nên họ được đong gạo bông. Cảnh chết đói thê thảm là do những đoàn người đói từ các nơi ngoại thành kéo về cho dù cả đội xếp Pháp và lính Nhật hết sức đánh đuổi nhưng không xuể, họ vào được thành phố để rồi chết la liệt trên các vỉa hè. Suốt ngày đêm chỉ có những chiếc xe kéo xác lầm lũi đi qua.

... Rồi Võ An Ninh qua "Ống Kính Nhà Nhiếp Ảnh đã chụp lại những thảm cảnh của nạn đói từ tháng Giêng tới tháng Sáu năm 1945", cho dù ở đâu và lúc nào ai xem những tấm hình ấy cũng chỉ để mà khóc, đau thương và uất hận và không bao giờ quên. Chỉ thấy xác là xác, nếu chưa chết thì cũng chỉ là chiếc xác còn biết đi như những bóng ma. Người đàn bà sắp chết đói đẻ rớt con trên đường, nhìn xác con đỏ hỏn cũng chẳng còn sức và nước mắt đâu để thương sót vì biết chính mình cũng chết sau đó. Từ những tấm hình chụp giữa thủ đô Hà Nội mà cũng nồng lên mùi hôi thối của xác chết và cả của người còn sống. Ngày đêm những chuyến xe bò âm thầm đi nhặt xác để chở xuống nghĩa trang Hợp Thiện đổ xác người như đổ rác vào những hố chôn tập thể.

.... Văn Cao chứng kiến cảnh tượng não lòng ấy đã viết nên những lời thơ ai oán trong "Chiếc xe xác qua phường Dạ Lạc":

Áo thế hoa rũ rượi lượn đêm trường
Từng mỹ thể rạc hơi đèn phù thế
Bóng tối âm thầm rụng xuống chân cây
Tiếng xe ma chở vội một đêm gầy

... Một nhà báo từ Sài Gòn_ Những năm 1944-45 phương tiện truyền thông rất ư là hạn hẹp, lại thêm ảnh hưởng chiến tranh Mỹ Nhật, nên cho dù nạn đói đã xảy ra ở miền Bắc mà không vang ngay tới Sài Gòn. Mãi tới khi có một thanh niên tên Chu Hương Mậu một thân một mình lặn lội đường bộ đem vô được xấp hình cảnh đói. Tôi thực hiện cuộc phỏng vấn và đăng tít lớn ngang trang nhất trên một Nhật Báo (chủ nhiệm: ông Tín Đức Thư Xã) với đầy đủ hình ảnh. Tập hình đã là động cơ thức động tâm tư nhiều người và được làng báo hưởng ứng. Phong Trào Cứu Đói mở rộng_ được sự tiếp tay của một số trí thức, giới kinh doanh và dân chúng. Lạc quyên được rất nhiều và bắt đầu ngay các chuyến gởi gạo ra Bắc bằng thuyền, chỉ một số rất ít bằng đường bộ_ không có vụ chở gạo bằng đường xe lửa vì thiết lộ đã bị cắt và máy bay Mỹ thì oanh tạc dữ dội. Cho dù bằng ngả đường nào thì áp tải theo những bao gạo ấy là những thanh niên không chỉ có lòng vị tha mà còn vô cùng can đảm và cả chịu hy sinh nữa... Nhưng rồi cũng thật đau lòng khi được biết là đã không một thuyền gạo nào tới miệng người đói: do bị bom dọc đường, bị Nhật tịch thu và cả tổ chức đón nhận kém, còn bao nhiêu tiền bạc thì cuối cùng bị trưng thu vào quỹ kháng chiến sau đó. Qua vụ cứu đói Ất Dậu, kinh nghiệm làm báo đầu đời cho tôi thấy: cầm bút hô hào khác xa với thực tại của sự việc.

... Nhân chứng nhà họ Vũ _không ai khác hơn là Vũ Kiên thuộc Viện Sử Học Hà Nội. Thái Bình thuộc Châu Thổ Sông Hồng là tỉnh điển hình, nơi nạn đói diễn ra trầm trọng nhất. Là một tỉnh đất chật người đông cũng là cái nôi của nhiệt tình cách mạng. Họ Vũ chúng tôi số gia đình cũng nhiều, số miệng ăn cũng đông mỗi nhà chỉ có vài sào ruộng đất công. Giàu nghèo trong làng chẳng khác biệt bao nhiêu, gặp thiên tai dịch hạn mất mùa thì "nhà giàu được ăn cháo đặc thì chúng tôi ăn cháo loãng độn với củ chuối và rau" nhưng tới năm Dậu 1945 thì vấp phải nạn đói khủng khiếp quá. Bảo rằng do thiên tai thì cũng có, ruộng lúa cấy mới trổ đòng đòng thì buổi sáng dậy đã thấy cả cánh đồng trắng xóa do bị rù_ sâu rầy. Chuyện thiên tai hạn dịch qua suốt lịch sử lúc nào mà không có nhưng nay dân còn bị cưỡng bức nộp hết lúa gạo tới cả những đấu cuối cùng vốn chỉ để tích cơ phòng hàn, đã thế còn bị quân Nhật bắt phá ruộng ngô khoai để trồng đay, khiến lương thực hoa màu hoàn toàn cạn kiệt.

Cho dù có tinh thần lá lành đùm lá rách nhưng chẳng còn gì để mà chia xẻ. Riêng gia đình tôi chín người ngoài bố mẹ còn có năm anh em và hai đứa cháu. Không muốn là gánh nặng thêm cho gia đình đang túng đói, tôi xin phép bố mẹ liều thân bỏ làng ra Hà Nội tìm đường sống. Tôi không bao giờ quên cái hình ảnh khắp các đường ngang ngõ xóm trong ngoài làng nơi nào cũng nhan nhản những xác chết đói khô héo. Ra tới Hà Nội, không phải đã hết thấy cảnh người chết đói. Tôi đã phải đi ở, làm thuê bán bánh mì bán báo làm bất cứ việc gì chỉ để kiếm sống. Đến lúc Pháp đánh Hà Nội, tôi gia nhập Tự Vệ Thành, cho tới khi trở về làng thì gia đình đã chẳng còn ai nữa.

Sau đó Kiên vào Bộ Đội trong suốt 9 năm Kháng Chiến Chống Pháp, được kết nạp Đảng Cộng Sản trước ngày kết thúc trận Điện Biên Phủ. Sau năm 1954, do công trạng và có trình độ, Kiên được cử đi Liên Xô học, có bằng tiến sĩ sử học, trở về nước và trở thành một trong số ít trụ cột của Viện Sử Học Hà Nội, Kiên có mối liên hệ rất thân cận với Tướng Võ Nguyên Giáp mà báo Pháp mệnh danh là Nã Phá Luân Đỏ_ Napoléon Rouge.

Ở nơi chân trời góc biển Aix-en-Provence này ông Khắc đã gặp Kiên. Như một saga novel, bản thân mỗi người đã đi qua những những biến cố lịch sử bằng những ngả đường khác nhau, rồi như một may mắn tình cờ và cũng rất hiếm hoi, cả hai còn sống sót, còn được gặp lại nhau nơi đây ở những năm muộn màng của đời người, để cùng đi tìm ý nghĩa về những Kinh Nghiệm Việt Nam với rất nhiều mảng tối cần được chiếu dọi.

Phải chờ tới hơn 40 năm sau Nhân Văn Giai Phẩm, Kiên mới cảnh tỉnh và chọn con đường phản kháng trong một chuyến ra nước ngoài. Được hưởng quyền tỵ nạn chánh trị lại cả được một năm trợ cấp của Hội Đồng Văn Hóa Âu Châu để làm việc tại Aix-en-Provence cho một đề tài nghiên cứu tùy nghi. Kiên không tệ đến nỗi về hùa để hãm hại các bạn cầm bút của mình nhưng cũng đã rất khôn ngoan giữ im lặng. Nỗi oan khiên của Kiên bây giờ là vẫn bị một số người bên ngoài tàn nhẫn nhìn như một thứ quạ đen cơ hội, bấy lâu xấu xí nay thì lại muốn trở thành những cánh én cho một mùa Xuân muộn màng. Đâu phải tới bây giờ những người như Vũ Kiên và mấy ông đảng viên trên 30 năm tuổi đảng ấy mới biết điều sai trái. Chẳng qua _ nói theo kiểu Nguyễn Tuân là bấy lâu họ đã biết sợ để sống còn. Và nay thì lại là những con chuột khôn lanh đang tìm cách thoát chạy ra khỏi con tàu đắm.

Nạn đói Ất Dậu vẫn còn là một vấn nạn. Cố thổi phồng tấn bi kịch hay giả bộ làm ngơ là hai khuynh hướng có thật và dễ thấy. Đổ hết tội lên đầu người Nhật là không đúng khi mà bộ máy cai trị Pháp lúc đó vẫn còn hiện diện. Đổ lỗi cho Mỹ và Đồng Minh oanh tạc cắt hết đường tiếp tế gạo từ Nam ra Bắc cũng không đúng khi mà vẫn có gạo chuyển được từ Sài Gòn ra tới Nam Định chất vào các kho thành núi chưa dùng tới. Thiên tai mất mùa là có thật nhưng làm sao mà giải thích được cảnh la liệt người chết bên những kho thóc gạo của Nhật còn đầy ắp? Và cũng đâu phải không còn kho thóc nào của người Việt ngay giữa trung tâm nạn đói như qua câu nói của một nhân chứng người Thái Bình: "Trong nhà còn nhiều thóc, nếu bà cụ moa không..."

Hội Nghị Môi Sinh Đông Nam Á

Hội Nghị lần đầu tiên được tổ chức tại Tây Đô Cần Thơ nơi Đồng Bằng Sông Cửu Long gồm các nước thành viên của Ủy Hội Sông Mekong/ Mekong River Commission. Đã qua giai đoạn nói về Con Sông Mekong Trước Những Nguy Cơ mà tiến thêm một bước nữa là Hợp Tác Môi Sinh và Phát Triển với ba chủ đề lớn: (1) Bảo vệ phẩm chất nước, (2) Quản lý nguồn nước và (3) Ứng dụng kỹ thuật sinh học trong nông tác.

Những ngày trước Hội Nghị, Cao và Hộ đã cùng tiến sĩ Chamsat thuộc Đại Học Thammasat Bangkok, có thêm 1 Tùy Viên Kinh Tế của Đại Sứ Quán Việt Nam tại Thái Lan đi quan sát thực địa _ field trip để chọn địa điểm cho trạm EcoWatch xa nhất đầu tiên nơi thượng nguồn trong Hệ Thống Thăm Dò Môi Trường EMS (Environnmental Monitoring Systems) thuộc Lưu Vực Sông Mekong.

Qua ảnh hưởng của Cao, Hộ đã hết sức thuyết phục ông Ngoại Trưởng đi tới chấp nhận một quan niệm mới về vai trò của các Tùy Viên Kinh Tế nơi các Tòa Đại Sứ bao gồm cả chức năng Tùy Viên Môi Sinh, ít ra bước đầu là tại các nước thuộc Lưu Vực Sông Mekong.

Bản Houei Sai do nằm sát biên giới Hoa Lào, ngay dưới Khu Kỹ Nghệ Vân Nam, theo Cao sẽ là địa điểm lý tưởng của tiền trạm EcoWatch xa nhất khoảng 2000km cách Đại Học Cần Thơ.

Bản Houei Sai nơi xưa kia trước 1954 từng là tiền đồn Carnot của Pháp nay còn lại là mấy cỗ súng cối hoen rỉ theo khí hậu và thời gian. Houei Sai nay là thị trấn thương mại phát triển bên sông Mekong, nơi có một ngọn đồi là Chùa Phật, trên một ngọn đồi khác trước đây là khu bệnh xá của Tom Dooley.

Bản Houei Sai không chỉ buôn bán với thị trấn Chiang Khong bên kia sông Mekong mà còn là nơi tàu bè lớn từ Trung Quốc ghé qua trên đường xuống Louang Prabang và Vạn Tượng. Những cửa hiệu mọc lên như nấm và tràn ngập hàng hóa Made in China. Từ năm 1997 đã có dự án một cây cầu biên trấn bắc qua sông Mekong từ Bản Houei Sai sang Chiang Khong Thái Lan nhưng tất cả đã bị khựng lại do cơn khủng khoảng kinh tế Á Châu.

Cái Giá của Ô Nhiễm, đó là đề tài thuyết trình của Cao tại Hội Nghị Cần Thơ và Làm Sao Bảo Vệ Nguồn Nước Trong Lành.

_Vào những năm 50 ở Nhật, dân làng Minamata bỗng nhiên chứng kiến một hiện tượng lạ: những con mèo bắt đầu nhảy múa điên cuồng lên cơn co giật rồi sau đó là chết. Sau mèo, tới người, phụ nữ sinh ra quái thai, trẻ sinh ra sống sót thì cũng bị những dị tật bẩm sinh và chết dần.

Bất ngờ và quá trễ để mà ngăn ngừa tấn thảm kịch môi sinh của thế kỷ ấy: bấy lâu công ty hóa chất Chisso đã đổ các chất phế thải kỹ nghệ có thủy ngân xuống vịnh Minamata, tạo ra một chu kỳ nhiễm độc trước hết trên các loại rong tảo tôm cá; tiếp theo là các động vật như mèo và dân cư sống trong vùng bị nhiễm độc gián tiếp do ăn phải những loại hải sản có hàm lượng thủy ngân rất cao ấy.

Tang chứng thì đầy rẫy vậy mà Chisso vẫn khăng khăng không nhận trách nhiệm.

Mãi cho tới khi xuất hiện những tấm ảnh của Eugene Smith chụp năm 1972 gây xúc động và kinh hoàng cho toàn thế giới.

Tomoko Uemura – như một điển hình, một thiếu niên 17 tuổi tại làng Minamata ngay từ lúc sinh ra đã mù lòa câm điếc co quắp biến dạng không còn là hình người _ Tomoko sống như cây cỏ, hoàn toàn trông nhờ vào bà mẹ tâm hồn thì đẹp đẽ và vô cùng ẩn nhẫn nhưng cũng rất can trường phấn đấu cho nhân phẩm và sự sống còn của đứa con. Tomoko được mẹ bón cho từng miếng ăn được vệ sinh tắm rửa trong suốt từng ấy năm cho tới ngày cuối cùng. Điều đáng nói là cha mẹ Tomoko cũng như bao nhiêu dân làng khác trước đó đều khỏe mạnh.

Cuối cùng thì công ty hóa chất Chisso dù bất ưng cũng phải đứng ra nhận trách nhiệm và chịu tẩy rửa cả con vịnh.

Phải hơn nửa thế kỷ sau _ 1997, nước trong vịnh Minamata mới được coi như trở lại trong lành nhưng những nạn nhận như Tomoko thì chết trước đó đã 20 năm rồi.

No More Minamata _ Nhắc lại tấm thảm kịch ấy như điều tâm niệm của mỗi người dân đang nơi Lưu Vực Sông Mekong, khi mà mỗi ngày chúng ta phải sống với đủ loại nước thải đổ xuống từ các khu kỹ nghệ khổng lồ Vân Nam và cả từ Thái lan.

Ngay sau đó là câu hỏi đặt ra trước Hội Nghị:

- Vấn đề nêu ra quá lớn và liệu sức chúng ta làm được gì? Ngăn Trung Quốc không xây chuỗi 8 con đập bậc thềm Vân Nam là không thể được rồi, Bắc Kinh vẫn tiếp tục hoàn thành kế hoạch của họ. Là các quốc gia hạ nguồn, chúng ta chỉ còn cách phòng ngừa qua ba giai đoạn. Primary Prevention là bước phòng ngừa tích cực tốt nhất ngăn chặn sớm ngay từ gốc nguyên nhân, nhưng chúng ta đã bị động không làm được gì, cả không được quyền dòm ngó vào các nhà máy kỹ nghệ Vân Nam. Secondary Prevention là bước phòng ngừa thứ hai nhằm phát hiện được sớm nhất dấu hiệu suy thoái để kịp báo động ngăn chặn, đây không phải thượng sách nhưng là điều chúng ta còn có thể làm – đây là chủ đề mà tôi sẽ đào sâu trong kế hoạch lập Mạng Lưới Thăm Dò Môi Sinh. Tiertiary Prevention là bước thứ ba cũng là tệ hại nhất tức là để cho thảm họa đã xảy ra như tấn bi kịch môi sinh Minimata phải trả giá bằng bao sinh mạng và nỗi khổ của con người, sau đó phải cần cả một tài nguyên khổng lồ để sửa sai lỗi lầm.

_ Thực hiện Phòng Ngừa Thứ Cấp chúng ta có khả năng theo dõi độ thải và mức di chuyển của ô nhiễm từ các nhà máy Trung Quốc bằng sử dụng những máy thăm dò đặt tại các Trạm Sinh Thái / EcoWatch ở các địa điểm khác nhau nơi hạ nguồn. Vào đầu những năm 60, tiến sĩ Leland Clark đã sáng chế ra một màng điện cực có khả năng đo nhanh và chính xác độ oxy hòa tan trong nước. Phương pháp này được áp dụng rộng rãi ở Mỹ và sau đó lan rộng ra nhiều nước kỹ nghệ phát triển với kết quả là gia tăng bảo vệ được phẩm chất những nguồn nước trong lành.

Tiến xa hơn nữa, các nhà môi sinh cho rằng theo dõi một hay hai thông số _ parameters là không đủ nên đã có một dụng cụ mới có khả năng theo dõi cùng một lúc nhiều thông số trong một thời gian liên tục (long-term multi-parameters monitoring).

- Là dụng cụ gọn nhẹ - a compact sonde có khả năng thử và đo đạc nước trong các môi trường rất khác nhau: nước ngọt, nước mặn và cả nước ô nhiễm, đo cùng một lúc 9 thông số như: độ pH, nhiệt độ, độ mặn/ salinity, độ đục/ turbidity, độ dẫn/ conductivity, độ oxy hòa tan/ Dissolved Oxygen DO, bao gồm cả ammonia, nitrate, tiềm năng khử oxy_Oxygen Reduction Potential ORP và cả độ sâu/ non-vented depth. Các dữ kiện trên có thể chuyển qua một máy điện toán PC nhỏ dùng EcoWatch for Windows.

- Lấy mẫu nước mỗi tháng để thử là phương pháp lỗi thời có thể đưa tới lượng giá sai lạc tình trạng suy thoái của nguồn nước vốn luôn luôn biến động. Được thay thế bằng kỹ thuật Thu Thập Dữ Kiện Chính-Thời (Real-Time Data Collection) có khả năng phát hiện rất sớm chất ô nhiễm trong nước.

- Bước đầu cơ bản sẽ lập 6 Trạm Sinh Thái: trạm xa nhất đầu

tiên sẽ là Bản Houei Sei Bắc Lào sát khu kỹ nghệ Vân Nam, một trạm Kratie dưới Thác Khone biên giới Lào Cam Bốt, hai trạm Tân Châu_ Sông Tiền, Châu Đốc_ Sông Hậu sát biên giới Việt Cam Bốt và cuối cùng là hai trạm hạ lưu nơi cầu Mỹ Thuận và cầu Cần Thơ với thêm chức năng triều ký. Các dữ kiện thu thập từ các trạm EcoWatch được chuyển về Khoa Môi Sinh thuộc các Đại Học Cần Thơ Việt Nam, Đại Học Hoàng Gia Cam Bốt, Đại Học Vạn Tượng Lào và Đại Học Thammasat Thái Lan. Xa nhất là Đại Học Cần Thơ cách trạm Bản Houei Sai tới cả 2 ngàn km phía thượng nguồn _ một khoảng cách không có nghĩa lý gì với máy điện toán qua mạng lưới Internet. Các chuyên gia môi sinh thuộc các Đại Học sẽ phân tích và tổng hợp những dữ kiện của các Trạm Sinh Thái để kịp thời báo động cho toàn vùng và đề ra phương pháp giải quyết.

- Vài ý nghĩa về các thông số ứng dụng trong EMS: như độ pH của dòng sông Mekong bình thường là 7.0. Nếu vì lý do gì như do chất phế thải kỹ nghệ mà độ pH xuống thấp hơn 5.0 _ acid hay cao hơn 9.0 _ kiềm thì tôm cá sinh vật trong nước có thể bị tiêu diệt tùy theo loại. Đối với các chất hữu cơ hòa tan do ô nhiễm, thì thay vì độ oxy hòa tan DO trong nước thông thường vào khoảng 7.5 đến 8.0 mg/L, nếu xuống thấp hơn 6.5 mg/L sinh vật trong nước có thể đã bị chết ngộp. (Ví dụ một vài nơi trên sông Sài Gòn, DO đã xuống thấp hơn 3.5, có nghĩa là chẳng còn giống tôm cá nào sống trong nước nữa).

Còn đối với các kim loại độc cũng có các máy xách tay có độ chính xác cao để có thể phát hiện.

Ứng Dụng Bản Đồ Dữ Liệu Dạng Số về Nước trong Vùng Hạ Lưu Sông Mekong.

Là đề tài thuyết trình của chủ đề thứ hai do tiến sĩ Chamsak Ủy Viên Viện Quản Lý Nước Quốc Tế IWMI đảm trách.

- Bước vào Thế kỷ 21, chúng ta chưa đến nỗi quá thiếu đất nhưng sẽ rất thiếu nước. Hiện tại đã có một phần tư nhân loại đang lâm vào tình trạng thiếu nước trầm trọng. Điều dễ hiểu là dân số tăng theo cấp số nhân mà thực phẩm thì chỉ tăng theo cấp số cộng. Áp lực phải gia tăng nhanh thực phẩm đòi hỏi thêm một lượng nước khổng lồ mà hành tinh này thì khó đủ cung cấp.

Đã vậy nhiều vùng nông tác đã khai thác nguồn nước quá mức, tưới dẫn phí phạm đưa tới tình trạng nền nước dưới sâu bị tụt thấp tới mức báo động. Phải điều chỉnh ngay tình trạng không hợp lý kéo dài này nếu không muốn bị rơi vào cái vòng lẩn quẩn tiếp tục phung phí một tài nguyên đang ngày càng khan hiếm.

Đây cũng là nhận định của Nhóm Tham Vấn Nghiên Cứu Nông Tác Quốc Tế CGIAR khi khảo sát về nhu cầu nước nơi các vùng trồng trọt trong thế kỷ tới. Họ đang có nỗ lực dùng máy điện toán để khảo sát và phân tích các vùng đất đai có thể đưa vào canh tác. CGIAR đang bảo trợ cho IWMI Viện Quản Lý Nước Quốc Tế hoàn thành một Bộ Phận Tổng Hợp _ Synthetizer có tên là Bản Đồ Dữ Liệu Dạng Số về Nước và Khí Hậu Thế Giới _ World Water and Climate Digital Atlas nhằm cung cấp thông tin về thời tiết và trữ lượng nước trên mỗi vùng, với điểm ảnh_ pixels có thể đạt tới độ chi tiết thu hẹp trong nửa dặm vuông. Bất cứ ai từ cấp chánh phủ tới xuống tới các nông gia đều có thể sử dụng bằng cách tải xuống_ download từ mạng lưới điện toán Internet hoặc qua dạng CD do IWMI cung cấp.

- Nói một cách dễ hiểu mà không cần tới mô hình toán học, nếu vòng tròn trái đất được tính là 360 độ, thì ở vùng xích đạo mỗi cung giây tương đương với 0.2 dặm. Và độ chính xác đạt được hiện nay là 2.5 phút tức khoảng 3 dặm, đủ dữ kiện cho vùng rộng như hạ lưu của các con sông. Mục tiêu hướng tới của IWMI là tăng độ nét hay độ phân giải_resolution xuống tới 30 giây tức là khoảng nửa dặm vuông đáp ứng cho cả những vùng hẹp của Đồng Bằng Châu Thổ như Đồng Tháp Mười nơi mà tính chất thổ nhưỡng rất là biến thiên.

- Bộ Phận Tổng Hợp sẽ luôn luôn được cập nhật hóa không chỉ về trữ lượng nước, thời tiết mà còn kết hợp với nhiều biến số khác giúp nhà nông hoạch định một cách hợp lý vùng đất nào, loại hoa màu nào, mùa nào là thích hợp cho việc gieo trồng và cả không phí phạm nguồn nước.

Không Có Kỹ Thuật Sinh Học _ Nhân Loại sẽ Đói.

Đó là chủ đề thứ ba kết thúc Hội Nghị nhưng thực sự là một cánh cửa mở ra cho tương lai thịnh vượng chung của các quốc gia trong Lưu Vực Sông Mekong. Thuyết trình viên là tiến sĩ Martina, khách đến từ Đại Học Stanford.

Trong dịp về giảng dạy Đại Học Cần Thơ lần này, Duy đã mời được Martina, cô bạn đồng sự thân thiết bấy lâu của Duy – thân tới mức tưởng như hai người có thể sẽ lấy nhau cho tới khi Duy gặp được Bé Tư.

Camellia / Trà hoa mộc là bó hoa Duy chọn tặng Bé Tư trong ngày cưới, như nhắc lại kỷ niệm của chuyến đi Vân Nam, vậy mà đã cách đây hơn 2 năm. Ngay từ buổi ban đầu mới gặp, Bé Tư đã bị cuốn hút về quan niệm độc đáo của Duy, một ngôi sao đang lên của Đại Học Stanford. Theo Duy thì Đồng Bằng Sông Cửu Long sẽ là cái nôi của nền văn minh Việt Nam bước vào thiên niên kỷ mới do cái gene trẻ trung khỏe mạnh sẽ thay thế cho văn minh sông Hồng đã già cỗi suy kiệt và cả biến thể/ defective gene nói theo ngôn ngữ Di Truyền Học của Duy.

Tuy là vợ của Duy rồi nhưng các mối liên hệ kiểu rất Tây Phương ấy của Duy không phải không làm Bé Tư đôi lần phải ghen tức nhất là khi mà những phụ nữ quanh Duy đều là những người đàn bà đẹp như Martina cô gái gốc Ý tóc vàng trẻ trung, hiện là Giám đốc Chương Trình Kỹ Thuật Sinh Học/ Biotechnology Program tại Đại Học Stanford.

Cũng nhân chuyến Du Lịch Xanh nơi Đồng Bằng Sông Cửu Long, Martina sẽ được mời nói chuyện tại Phân Khoa Khoa Học Canh Nông và Môi Sinh của Đại Học Cần Thơ về đề tài: Ứng Dụng Kỹ Thuật Sinh Học Trong Nông Tác.

Trước một cử tọa gồm ban giảng huấn và đông đảo sinh viên các phân khoa khác, bằng lối nhập đề trực tiếp và sống động Martina nói:

- Trước hết tôi xin được ngỏ lời công khai cám ơn bác sĩ Duy, người bạn đồng sự của tôi ở Stanford đã tạo cho tôi cơ hội lần đầu tiên được đi thăm Việt Nam đặc biệt là Đồng Bằng Sông Cửu Long trong chuyến Du Lịch Môi Sinh đầy kỳ thú. Và điều làm cho tôi xúc động nhất khi được nghe một nhà báo lão thành nói về Nạn Đói Năm 1945 đã làm chết ngót 2 triệu người Việt, điều không thể tưởng tượng có thể xảy ra ngay trên một đất nước có một vựa lúa giàu có nhất Á Châu này. Cũng nhân đây chúng ta nên để một khắc tĩnh lặng để truy niệm những nạn nhân oan khiên và xấu số ấy.

Ngay từ phút đầu tiên đầy cảm xúc ấy, Martina đã chinh phục trái tim của toàn thể cử tọa. Cô tiếp:

- Thực ra từ bấy lâu ở nhiều nơi trên hành tinh này nạn đói như một nạn dịch/ epidemics vẫn cứ xảy ra tuy ở quy mô lớn nhỏ khác nhau: như ở nhiều nước Phi Châu, như ở Bắc Hàn ngay bên cạnh Nam Hàn phồn thịnh... Bước vào Thế Kỷ Toàn Cầu Hóa, trong khi chúng ta vẫn phải cung cấp cái ăn cái mặc cho dân số thế giới ngày một tăng nhanh, để tránh nạn đói nhưng đồng thời cũng phải giảm thiểu tác hại của sản xuất trên môi trường sống đã bị suy thoái tới mức báo động. Rừng ngày một thu hẹp, đất màu mỡ ngày một bị sói mòn, cảnh sa mạc đang bành trướng mau lẹ, không lẽ cứ tiếp tục phá thêm các khu rừng mưa/ rainforest ở Lào Cam Bốt hay cầy xới cả những công viên quốc gia như Cúc Phương để không rơi vào cảnh đói kém.

Đã không có một hàng rào ngôn ngữ nào qua trực tiếp thông dịch rất lưu loát của Duy, cô Martina tiếp vẫn bằng tiếng Anh giọng BBC Luân Đôn:

- Thực ra với kỹ thuật sinh học/ biotechnology khác hẳn với lối canh tác cổ điển, chúng ta có thể tránh được sự hủy hoại môi sinh lẽ ra phải có. Khi biết ứng dụng các phương pháp phân tử như DNA tái kết hợp/ recombinant DNA và kỹ thuật di truyền/ genetic engineering, dùng vi sinh vật và những diếu tố... các nhà khoa học đã có thể sản xuất gấp bội thực phẩm có hàm lượng dinh dưỡng cao với các sinh tố, các chất chống acít hóa/ antioxydants, các chất sợi...

Kỹ thuật sinh học phân tử đang trở thành phổ quát trong thập niên cuối của thế kỷ này. Một ví dụ điển hình, Viện Lúa Gạo Quốc Tế đang nghiên cứu tạo các giống lúa siêu thần nông không những có năng suất rất cao mà còn có khả năng chịu hạn kể cả cái nắng hạn của Tây Phi Châu, lại có cả khả năng tự chống sâu rầy đi tới chỗ nông gia không còn bị lệ thuộc vào các hóa chất như phân bón thuốc trừ sâu...

Kỹ thuật sinh học đang chứng tỏ tiềm năng khổng lồ để bảo vệ các nguồn tài nhiên thiên nhiên và cả cải thiện sự thanh khiết của môi trường đã bị ô nhiễm như dùng các vi sinh vật để xử lý rác và các chất phế thải...

Bị cuốn hút vào những điều quá mới mẻ, ông Khắc tự thấy mình là quá khứ, ông như đang dừng lại ở bên này đầu cầu Cần Thơ mà tương lai thì ở phía bên kia, phải chăng nói như Sartre "Cuộc sống bắt đầu từ bên kia bờ tuyệt vọng."

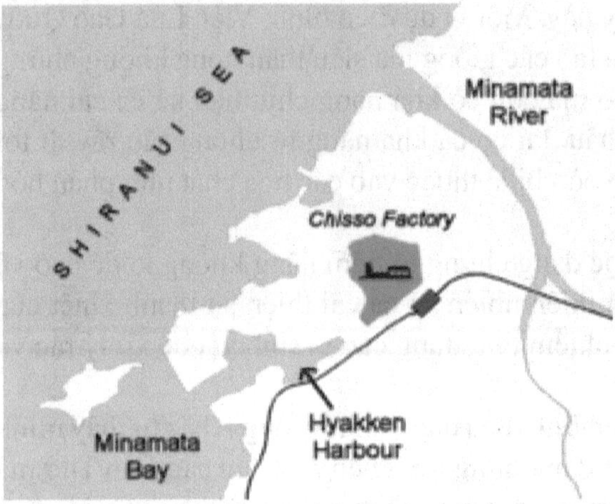

NO MORE MINAMATA. Tấm ảnh của Eugene Smith năm 1972 đã gây xúc động và kinh hoàng cho toàn thế giới. Tokomo Uemura là nạn nhân điển hình của tấn thảm kịch môi sinh thế kỷ 20 do chất phế thải kỹ nghệ của công ty hóa chất Chisso đổ xuống vịnh Minamata Nhật Bản. Tokoma từ lúc sinh ra đã mù lòa câm điếc và co quắp biến dạng không còn là hình người sống như cây cỏ hoàn toàn trông cậy vào bà mẹ vô cùng can trường phấn đấu cho nhân phẩm và sự sống còn của đứa con_ Life 10/99

Thế giới chưa thể nào quên Tấn Thảm Kịch Môi Sinh 11/2005 tràn dầu trên con sông Tùng Hoa/ Songhua dài ngót 2,000 km phía bắc Trung Quốc đã ảnh hưởng tức thời và lâu dài tới 2 quốc gia TQ và Nga, khi tấm thảm độc hóa chất đã tràn qua con sông Amur của Nga. Và nay con sông Mekong cũng đang được Trung Quốc sử dụng để chuyển dầu khí lên Vân Nam để không phải qua eo biển Malacca.

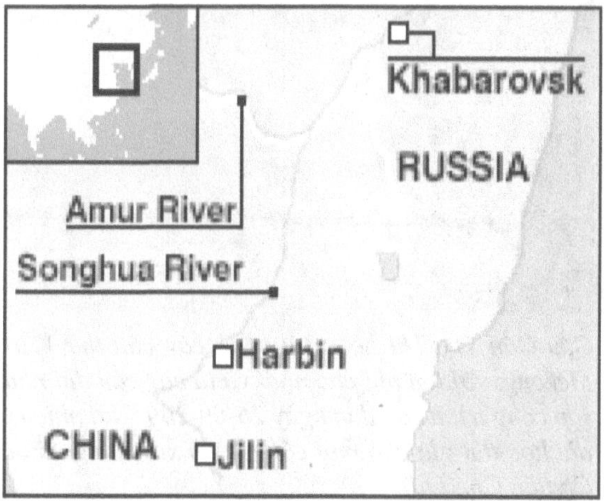

Một trụ cầu giữa sông – Gói thầu II Nhật Bản, bên kia bờ là cầu dẫn phía CầnThơ – Gói thầu III Trung Quốc, liệu đến bao giờ mới nối được những nhịp cầu "Tam Quốc" ấy (H. Anh Chương)

Cầu Cần Thơ khi hoàn tất sẽ là cây cầu thứ V trong vùng Hạ Lưu Sông Mekong, với tổn phí cao nhất và là cây cầu dài nhất của Việt Nam. Tai nạn sập công trình cầu dẫn ngày 26-09-2007 với nhiều thương vong phải là một bài học đắt giá cho mọi công trình xây dựng cầu đường tại Việt Nam. (H. Chodai Co., Ltd)

CHƯƠNG XXII

TÌM VỀ PHƯƠNG ĐÔNG ĐỊA ĐÀNG LẠI ĐÁNH MẤT

Địa phương, tôn giáo, chủng tộc, môi sinh...

Đồng Bằng Sông Cửu Long có đủ cội nguồn bất an của cả nước

Địa Đàng Ở Phương Đông

Đi cùng chuyến bay từ Bangkok tới Vạn Tượng, từ đây họ tách ra nhưng cũng hẹn gặp lại nhau ở Sài Gòn. Cao thì đi về hướng bắc tới Bản Houei Sai kiểm tra Trạm Môi Sinh/ EcoWatch xa nhất và then chốt trong mạng lưới theo dõi môi sinh của lưu vực sông Mekong. Còn vợ chồng Duy thì đi về phía nam trong chuyến field trip khảo sát chim muông với Đoàn Nghiên Cứu Khoa Học Anh Worldwide Fund for Nature. Duy có dịp gặp lại những người bạn cũ. Lần gặp đầu tiên ở Nam Vang cách đây 2 năm khi họ bất kể hiểm nguy của mìn bẫy, quyết tìm cho được con Kouprey, một loại bò rừng cực hiếm lần đầu tiên được các nhà sinh học tìm thấy vào năm 1939, được ông Hoàng Sihanouk chọn làm con vật biểu tượng của Cam Bốt năm 1963 và nay thì gần như đã tuyệt chủng, hy vọng mong manh còn vài ba con trong vùng rừng rậm Pailin phía tây Cam Bốt tiếp giáp với Thái Lan, nơi vốn là khu sào huyệt của Khmer Đỏ. Sau hàng tháng trời lặn lội, lần ấy đoàn đã ra về với tay không nhưng may mắn không bị tổn thất.

Vẫn những khuôn mặt quen thuộc ấy nhưng ở chuyến đi này, có Bé Tư hình như họ may mắn hơn. Họ mới tìm thêm được 2 loài chim hiếm trong những khu rừng mưa/ rainforest biên giới Lào Việt, đặc biệt là họ đã phát hiện được một loài thỏ cực hiếm bên ngoài một ngôi làng nhỏ Balak phía Trường Sơn Tây. Đó là một loài thỏ rất lạ chưa thấy ở bất cứ một nơi nào khác, có lông vàng sọc đen trên lưng và mông đỏ, được đặt tên là thỏ Trường Sơn rất giống với loài thỏ vằn ở đảo Sumatra Nam Dương, nay đã tuyệt chủng.

Là một giáo sư di truyền học, Duy suy luận nếu cuộc nghiên cứu "cấu trúc gene" xác định sự tương đồng với loài thỏ Sumatra thì lại có thêm luận cứ cho giả thiết một thời kỳ Đông Nam Á Lục Địa nối liền với các hải đảo như với quần đảo Nam Dương qua thềm lục địa Sunda sau đó do nước biển dâng cao, phần thấp bị chìm xuống chỉ còn lại những phần đất cao là những đảo quốc hiện nay.

Những chiếc trống đồng Đông Sơn còn được tìm thấy ở cả Đông Nam Á hải đảo là bằng chứng về mối tương quan rất gần gũi giữa những nền văn hóa cách nhau cả một đại dương.

Mới đây Duy đã ngạc nhiên khi cầm trên tay cuốn sách khá đồ sộ không phải của nhà khảo cổ nhưng lại là của một đồng nghiệp y khoa người Anh minh chứng một cách có hệ thống và khá thuyết phục điều mà Duy vẫn chỉ coi như ở giai đoạn giả thiết.

Stephen Oppenheimer là một bác sĩ nhi khoa nhiệt đới khi đi nghiên cứu về Sốt Rét ở đảo Papua New Guinea Nam Thái Bình Dương, qua khảo sát các đặc tính gen biến thể/ genetic mutations đã cho thấy thêm bằng chứng về những cuộc di cư ồ ạt từ Đông Nam Á tiếp theo trận lụt vào Thời Kỳ Băng Tuyết Sau Cùng/ the Last Ice Age.

Suốt 20 năm qua Oppenheimer không ngừng đi khảo sát khắp vùng Viễn Đông lục địa và hải đảo Thái Bình Dương để chứng minh "các nền văn hóa gốc/ founder cultures hay cái nôi của văn minh nhân loại" là từ vùng Đông Nam Á nay đã bị nhận chìm dưới biển sâu.

Đó là chủ đề tác phẩm Eden in the East – Địa Đàng ở Phương Đông, mới xuất bản tháng 7 năm 1999. Sách vở viết về nguồn gốc các nền văn minh thế giới hầu như đã lãng quên vùng Đông Nam Á, bỏ qua hẳn một vùng văn hóa cổ xưa, đa dạng và phong phú nhất trên hành tinh này, do các sử gia trước đây cho rằng văn hóa Đông Nam Á chỉ là sản phẩm của các nền văn minh lục địa từ Ấn và Hoa.

Thực ra vào cuối Thời Kỳ Băng Tuyết Sau Cùng, Đông Nam Á nguyên là một lục địa được biết dưới tên thềm lục địa Sunda/ Sunda shelf / Sundaland, qua ba giai đoạn tuyết tan đột ngột mực nước biển dâng cao tới 130m và đã nhận chìm các Nền Văn Hóa Thềm Lục Địa này. Vùng đất bị vùi lấp rộng bằng khối lục địa Bắc Mỹ. Trận lụt biển sau cùng xảy ra vào khoảng 8000 năm trước với những ngọn sóng thật lớn do phần vỏ trái đất dạn nứt khi các tầng băng tuyết ở bắc cực bị xụp xuống.

Do thềm lục địa Sunda bị nhận chìm nên đã tạo ra những cuộc di cư ồ ạt bằng cả đường bộ đường biển ra khắp hướng: bắc nhập vào Á Châu sang tới tận Trung Hoa, đông về hướng các hải đảo Thái Bình Dương, tây nhập vào Ấn Độ Dương và nam về hướng Úc Châu.

Sau này khi mực nước biển phần nào hạ thấp xuống, các nhà khảo cổ đã khai quật được dưới lớp bùn dấu vết các nền văn hóa bị nhận chìm ở nhiều nơi như Đông Nam Á, Trung Hoa, Mesopotamia và Đa Đảo/ Polynesia, Hắc Đảo/ Melanesia thuộc Đại Dương Châu.

Đồng thời có nhiều bằng chứng về ngữ học cho thấy Đông Nam Á còn là trung tâm phát xuất nhiều ngôn ngữ; như ngôn ngữ của sắc dân Đa Đảo/ Polynesians không hề phát xuất từ Trung Hoa như người ta thường nghĩ mà là từ các hải đảo Nam Dương.

Cũng có thêm cả những bằng cớ qua dấu ấn di truyền/ gene markers cho thấy các thổ dân Đông Nam Á đã tứ tán đi rất xa tới các hải đảo Nam Thái Bình Dương, tới tận Trung Đông và sang tới Châu Mỹ.

Cả đến khảo sát đối chiếu chủ đề thần thoại/ myth motif về các trận hồng thủy trong vùng Đông Nam Á hải đảo và Tây Nam Thái Bình Dương cũng đều thấy được nhắc tới trong thần thoại từ Trung Đông sang tới Châu Âu.

Tóm lại những bằng chứng về hải dương học, khảo cổ học, ngữ học, di truyền học và cả văn học dân gian đã đưa tới một kết luận thuyết phục rằng Cái Nôi Của Nền Văn Minh Nhân Loại không phải là Trung Đông mà là từ thềm lục địa Sundaland Đông Nam Á bị chìm sâu.

Lướt Trên Những Xa Lộ Nâu

Sau chuyến đi Lào, hai vợ chồng Duy trở lại Sài Gòn, qua đêm trong một khách sạn trên đường Nguyễn Huệ để sáng hôm sau về Cần Thơ cho kịp khóa thỉnh giảng của Duy ở Trường Y.

Buổi sáng dậy sớm xuống phòng ăn sáng. Continental Breakfast được ưa chuộng là món cháo trắng với hột vịt muối và các trái cây tươi của Đồng Bằng Sông Cửu Long: chuối đu đủ thơm dưa hấu sa bô chê và cả trái thanh long có vị mát và hơi rớt chua. Theo đề nghị của Cao họ sẽ đi đường sông lần đầu tiên bằng Tàu Cánh Ngầm Liên Xô của Vina Express – công ty liên doanh giữa Singapore và Việt Nam.

Khúc đường Nguyễn Huệ từ Lê Lợi ra hướng sông Sài Gòn không còn chợ hoa, buổi sáng sớm vắng xe nên biến thành những sân đá banh hay cầu lông cho cả người lớn và con nít. Chạy Jogging trên vỉa hè sạch sẽ có cả phụ nữ. Ra tới bờ sông là tấp nập các toán tập Tai Chi đa số là cao niên. Bên kia bờ sông nổi bật những tấm bảng thật lớn quảng cáo bia rượu và đồ dùng điện tử sản xuất từ xứ sở các Con Rồng Á Châu Nhật Bản, Đại Hàn, Đài Loan, Singapore.

Nơi cầu tầu không xa nhà hàng Ngân Đình là những chiếc Tàu Cánh Ngầm trông uy nghi và dũng mãnh như những chiếc tiềm thủy đĩnh. Là loại tàu cao tốc chở khách chạy đường sông qua hầu hết các khúc sông lớn của Đồng Bằng Sông Cửu Long. Tàu có máy lạnh, quầy giải khát, có báo mới ra trong ngày biếu cho hành khách và các cô tiếp viên giống như tiếp viên hàng không trong tà áo dài Việt Nam duyên dáng.

Khởi hành rất đúng giờ 7:30 sáng từ bến Bạch Đằng khi bình minh vừa ló dạng. Tàu chạy xuôi dòng theo con sông Sài Gòn qua những cánh rừng đước xanh ngút ngàn, nơi mà trong thời kỳ chiến tranh luôn luôn ẩn hiện những họng súng B-40 sẵn sàng phóng ra những trái đạn xé toác cả thân tàu và gây chết chóc. Tàu Cánh Ngầm lớn lại chạy nhanh tạo ra những đợt sóng mạnh đủ sức làm chìm những chiếc ghe nhỏ đi gần. Sau đôi tai nạn ban đầu chết người ấy thì tránh voi chẳng xấu mặt nào nên đã không còn ghe mảng nào muốn lại gần Con Tàu Liên Xô ác ôn ấy.

Đúng như hẹn, có Cao từ bản Houei Sai Bắc Lào trở về cùng đi nên vợ chồng Duy đã có một hướng dẫn viên du lịch lý tưởng. Cao luôn luôn làm homework trước mỗi chuyến đi nên lần này có cả tấm bản đồ "Hướng dẫn khách Hội Nghị Thượng Đỉnh các Nước Nói Tiếng Pháp du lịch Đồng bằng Sông Cửu Long" với đủ chi tiết cho chuyến giang trình.

Tàu chưa đến cửa Soài Rạp không đi tiếp ra biển mà rẽ ngược vào Kinh Nước Mặn để vô sông Vàm Cỏ. Sau đó theo con Kinh Chợ Gạo để vào Sông Tiền. Cảnh tượng quen thuộc hai bên bờ sông và kinh rạch là những mái nhà lá.

Mắm trước, đước sau, tràm theo sát,
Sau hàng dừa nước, thấp thoáng nhà ai?

Trước cửa ra vào những mái nhà lá ấy là các phụ nữ trong những bộ áo quần màu sắc nổi bật trên cảnh trí chỉ có mênh mang một màu xanh của lá cây và màu nâu của nước. Những cô gái Cửu Long thì vẫn cứ đẹp như vậy trong một vùng kinh rạch nước thì đỏ như gạch qua cả hai mùa khô lũ nhưng vẫn luôn luôn là những bà mẹ suốt đời tảo tần nuôi một gia đình rất ư là đông con.

Điện đã về tới Đồng Bằng Sông Cửu Long xuống tận Năm Căn nên đã thấy các cột ăng-ten truyền hình trên những mái nhà lá. Nay có thêm phương tiện giải trí rồi có vì thế mà các gia đình người dân Miền Tây Nam Bộ ít con đi chăng khi mà họ lúc nào cũng sống thật hồn nhiên lạc quan yêu đời.

Ra đi gặp vịt cũng lùa
Gặp duyên cũng kết, gặp chùa cũng tu

Đến bến Mỹ Tho trước 9 giờ. Đang mùa trăng tròn, nên cả một hạm đội đông đảo tàu đánh cá Biển Đông thả neo nơi bến đỗ nằm chờ. Lưới cá bằng đèn nên họ chỉ ra khơi sau tuần trăng. Tàu đánh cá ngoài biển khác với ghe sông, không có vẽ đôi mắt rắn thần Naga. Điều Duy và Bé Tư mới được biết trong chuyến đi này.

Với Cao không phải là lần đầu tiên đi đường sông và anh cũng không có cảm xúc của một khách du lịch. Là một kỹ sư môi sinh, Cao có mối ưu tư của riêng anh.

Dân cư Đồng bằng Sông Cửu Long thì vẫn cứ tăng nhanh theo cấp số nhân, Du Lịch Sinh Thái kéo thêm du khách tới ngày một đông có nghĩa là lượng chất thải đổ xuống ngày một nhiều hơn trong khi các con đập khổng lồ thượng nguồn không chỉ làm dòng chảy của những con sông yếu dần mà còn tạo ra một số lượng rác kỹ nghệ trút xuống con sông ấy. Lại thêm viễn tượng trái đất nóng hơn 3 độ trong thế kỷ tới không chỉ có nghĩa là một số hải đảo của quần đảo Hoàng Sa Trường Sa sẽ biến mất mà thềm lục địa còn bị đẩy lùi do nước biển dâng cao và nạn ngập mặn sẽ lan khắp vùng châu thổ.

Nhìn ra dòng sông, giữa thấp thoáng những giề lục bình xanh man mác trổ một hai bông tím là các bao rác nilông và cả xác một con vật sình trương chết trôi chắc đã vào giai đoạn bắt đầu thối rữa. Phân người, phân súc vật, phân bón thuốc trừ sâu, nước cống rãnh các đô thị có cả những chất thải từ các bệnh viện cứ nguyên vậy mà trút xuống và điểm hẹn vẫn là khúc cuối của những dòng sông. Khi xuống tới Mỹ Tho Vĩnh Long Cần Thơ chưa kịp đổ ra biển thì lại gặp con nước thủy triều trong ngày và chất thải bị dội ngược lên cứ thế mà chạy đường vòng và cư dân miệt dưới thì lãnh đủ.

Kết quả phân tích của Trạm Sinh Thái Cần Thơ mới đây cho thấy lượng vi sinh trong nước đã tăng cao gấp hơn 200 lần mức an toàn. Những con số báo động ấy đã chẳng đủ sức làm động lòng ai, bởi vì bấy lâu "đã thấy quan tài đâu mà đổ lệ" vả lại nếu có thiệt hại thì cũng là ai đó chứ không phải mình. Trước mắt Cao là những đứa trẻ vẫn hồn nhiên ngụp lặn dưới sông và người lớn thì vẫn múc nước sông để rửa rau, nấu nướng và cho nhu cầu gia dụng.

Viễn tượng cái ngày không tránh được – The Inevitable Day là cả một vùng sinh thái đang chắc chắn dần dần bị hủy diệt do các con sông nơi Đồng Bằng Sông Cửu Long đều ô nhiễm – chung số phận với hơn một nửa các dòng sông của hành tinh này như báo động của Ủy Hội Nước Thế Giới Thế Kỷ 21.

Du lịch đang trở thành một kỹ nghệ. Đại học đã mở các Phân Khoa Du Lịch, thêm hàng trăm ngàn công ăn việc làm chỉ để phục vụ cho du khách và đem về ngoại tệ. Một con số đầy tham vọng cho năm 2000 sẽ là 2 triệu du khách đến thăm Việt Nam, Du Lịch Xanh Đồng Bằng Sông Cửu Long đang là một trọng điểm thu hút. Ngoài cảnh trí thiên nhiên sông nước, các vườn cây xanh và hoa trái, liệu có còn phải thêm Sex Tour kiểu Thái Lan với các cô gái Cửu Long ra để hấp dẫn thêm du khách?

Phải chăng sau nửa thế kỷ chiến tranh và may mắn sống sót, người ta đã mặc nhiên chấp nhận một thứ "văn hóa phổ quát với bất kỳ lối ứng xử nào" miễn sao "chỉ để được sinh tồn".

Trong niềm vui tìm lại được cái nôi của nền văn minh Lục Địa Sunda từ 8000 năm trước, chứng kiến một bình minh phục sinh nền Văn Minh Miệt Vườn đầy sức sống trẻ trung ấy kéo dài chưa đầy 300 năm để bắt đầu thấy những biểu hiện tàn lụi không phải vì thiên tai mà là do chính con người gây ra qua Một Thảm Họa Môi Sinh và một Trận Dịch HIV đủ sức tiêu hủy trọn vẹn cái Thiên Đường Tìm Lại Được ấy...

Tàu rẽ vào con Kinh Chợ Lách nối các nhánh Sông Tiền rồi quẹo vào Kinh Măng Thít để ngược dòng vào Sông Hậu tới Bến Ninh Kiều lúc 1 giờ 35, là một giang cảng lúc nào cũng tấp nập tàu bè qua lại, với mực nước sông sâu tới trên 10m tàu biển lớn cũng có thể dễ dàng ra vào. Đã tháng 11 rồi, thay vì đỉnh lũ vào tháng 9, vậy mà mực nước sông vẫn còn lớn lại thêm trăng tròn nên nước lênh láng cả Bến Ninh Kiều vào tới chợ. Tàu Cánh Ngầm chạy suốt nhanh hơn đường bộ lại không phải chờ qua hai con phà, giá vé khoảng 10 đôla, rẻ đối với du khách nhưng vẫn là quá đắt với mức lợi tức của người dân vùng đồng bằng châu thổ khi mà hàng hóa không thể chuyển tải theo người như với xe đò.

Thành phố Cần Thơ bên hữu ngạn Sông Hậu, cách Sài Gòn 166 km hướng tây nam, với dân số đã lên tới hơn nửa triệu và còn tiếp tục gia tăng theo đà kinh tế phát triển. Sân bay Trà Nóc đang được nâng cấp để trở thành đường bay quốc tế với Air Mekong chuẩn bị đón thêm du khách từ nước ngoài. Là nơi hội tụ của các đường giao thông từ Sài Gòn xuống Sóc Trang Bạc Liêu Cà Mau, từ Châu Đốc Long Xuyên tới, từ Hà Tiên Rạch Giá qua và cũng là nơi giao nhau của nhiều con kinh rạch. Chợ nổi Phụng Hiệp hay Ngã Bảy lớn nhất phía nam là nơi hội tụ của bảy nhánh sông như một ngôi sao.

Ngay từ thời Pháp, Cần Thơ đã được coi như thủ đô của Miền Tây, nổi tiếng với những cô gái đẹp, cả đến phóng viên National Geographic cũng phải biết tiếng. Nằm giữa một vựa lúa gạo và trái cây của cả nước, Cần Thơ không chỉ là một trung tâm kinh tế mà còn là trung tâm chánh trị văn hóa với Đại Học Cần Thơ và Đại Học Khoa Học Nông Nghiệp nổi tiếng với nghiên cứu các giống lúa Thần Nông của Đồng bằng Sông Cửu Long – chỉ sau Viện Lúa Gạo Quốc Tế Los Banos.

Vợ chồng Duy thì ở lại Cần Thơ riêng Cao thì tiếp tục cuộc hành trình của anh đi Châu Đốc Tân Châu vào sáng ngày hôm sau.

Vương Quốc Phù Nam Và Nền Văn Minh Óc Eo

Chỉ hơn 10 ngàn năm trước đây thôi, Đồng Bằng Sông Cửu Long còn là một vùng biển chạy dài nối liền với thềm lục địa Sunda, dần dà do chất Pyrite trong phù sa con sông Mekong, cộng thêm chất sắt kết hợp với Sulfur trong nước biển tạo thêm hợp chất Pyrite bồi đắp đáy biển và tạo thành vùng châu thổ. Là vùng đất mới còn thấp so với mặt biển, như Đồng Tháp Mười vẫn còn là một vùng trũng có nơi chỉ cao hơn mực nước biển trung bình có nửa mét. Và rồi đã có một nền văn minh nảy nở trên vùng đất mới ấy.

Vào thập niên 30 khi đào kênh xáng Ba Thê nơi vùng Óc Eo huyện Thoại Sơn tỉnh An Giang, người ta đã phát hiện được một thành phố hải cảng cổ bị chôn vùi. Giả thiết cách đây 18 thế kỷ đã có một vương quốc Phù Nam_ Funan Kingdom nơi Đồng Bằng Sông Cửu Long với một nền văn minh biển rất phát triển về hàng hải thương thuyền, nơi giao dịch buôn bán từ Ấn qua, từ Hoa xuống và là điểm giao lưu văn hóa rộng rãi của cả hai nền văn minh Ấn Hoa nhưng đậm nét nhất vẫn là sắc thái ảnh hưởng của văn hóa Ấn Độ với đạo Bà La Môn, đạo Phật Tiểu Thừa.

Cũng còn dấu vết của cả một hệ thống kinh rạch cho thủy lợi và giao thông trên vùng Óc Eo phản ánh một xã hội Phù Nam đã phát triển có tổ chức và phân công lao động.

Louis Malleret nhà khảo cổ nhà sử học Pháp đã nói tới sự hiện hữu của "Nền Văn Minh Óc Eo". Người ta còn tìm thấy được ở đó cả những đồng tiền vàng xuất xứ từ La Mã có khắc hình hoàng đế Marcus Aurelius (121-180), những đồng tiền Ba Tư, các tượng thần Bà La Môn và cả tượng Phật.

Cùng trên một dải đất Việt Nam, trong khi phía Bắc chịu nhiều ảnh hưởng Trung Hoa điển hình với các tượng tạc trên gỗ, càng xa về phía Nam do ảnh hưởng văn hóa Ấn, các tượng thường được đục chạm trên đá.

Nơi Viện Bảo Tàng Lịch Sử trong Thảo Cầm Viên Sài Gòn – tiền thân là Viện Bảo Tàng Blanchard-de-la-Brosse với Louis Malleret một tên tuổi lẫy lừng làm quản thủ thời thuộc địa, không chỉ có bộ sưu tập Nghệ Thuật Khmer Tiền Angkor từ lưu vực sông Mekong mà còn phải kể tới bộ sưu tập các di chỉ nền Văn Minh Phù Nam, gồm các sản phẩm đồ gốm làm từ bàn xoay, các nhạc cụ và đồ dùng bằng đồng, các đồ trang sức bằng vàng và đá quý với kỹ thuật chạm trổ tinh xảo.

Chưa có câu trả lời dứt khoát tại sao một nền văn minh rực rỡ trên một vùng đất màu mỡ như vậy bỗng nhiên bị tàn lụi ngoài giả thiết về sự tàn phá của một trận thiên tai. Những người dân Phù Nam họ từ đâu và đến đây tự bao giờ trên một vùng mà chỉ mấy trăm năm trước đây thôi khi bắt đầu cuộc Nam Tiến đất thì chưa "vững chân" và còn nguyên hoang dã sình lầy. Chưa có câu trả lời chính xác – cũng như chưa có câu trả lời cho xuất xứ những nền văn minh dọc theo con sông Mekong như sự hiện diện của những cái chum trên Cánh Đồng Chum ở Lào vẫn còn là điều bí nhiệm. Đây vẫn là những đề tài hấp dẫn cho các nhà nghiên cứu ở thế kỷ tới.

Nhưng những năm gần đây đã lại có thêm các ý kiến khác như David P. Chandler cho rằng "những cái tên như vương quốc Phù Nam hay Chân Lạp trong cổ sử Trung Hoa thực ra chỉ là gồm nhiều lãnh địa/ chiefdoms/ small principalities được kết hợp chung dưới tên gọi như một vương quốc nhằm tạo dễ dàng cho việc gửi phẩm vật triều cống sang Trung Hoa hay cho mục đích cùng đi tìm sự bảo hộ nhằm chống lại xâm lăng của các nước lân bang."

Trước Chandler, O.W.Wolters cũng đã đưa ra ý niệm Vòng Đai Mandalas phản ánh đúng nhất về hình thái "các vương quốc Đông Nam Á". Sự hình thành mỗi vương quốc khởi đầu với một bô lạc mạnh như một trung tâm quyền lực với vòng đai ảnh hưởng lan rộng bao trùm các bộ lạc yếu kém hơn bắt khuất phục và sát nhập. Nhưng cũng tùy theo sự thịnh suy của trung tâm quyền lực ấy mà vương quốc có thể co giãn. Lại thêm các bộ lạc bị chinh phục lúc nào cũng tìm cách tách ra để lập một vương quốc mới cho mình. Do đó không thực sự có một vương quốc Phù Nam, Chân Lạp hay Lan Xang/ Lào với đường biên giới rõ ràng như trên các tấm bản đồ Tây Phương sau này.

Sang tới thế kỷ thứ 7, thì vùng đất này được coi là thuộc Thủy Chân Lạp/ Water Chenla nhưng vẫn chỉ là một vùng hoang dã với thưa thớt những người Khmer an phận trong các phum sóc sống bằng nghề nông kỹ thuật canh tác thô sơ, họ sống như vậy trong suốt nhiều thế kỷ cho tới khi giao tiếp với những người lưu dân Việt từ phương Bắc tới vào cuối thế kỷ thứ 16 thời kỳ Trịnh Nguyễn

Phân Tranh.

Người Việt đi về Phương Nam ngày càng đông, tuy chẳng phải là một đạo quân chinh phạt nhưng bằng sức sống dũng mãnh họ đã khai phá và chế ngự được cả một vùng đất sình lầy để tạo nên vùng đồng bằng Nam Bộ trù phú ngày nay.

Khác với dải đất Miền Trung quê hương của dân tộc Chăm đã trải qua những thế kỷ chinh chiến điêu linh, nơi Đồng Bằng Sông Cửu Long đã không có những cuộc giao chiến đẫm máu của đám di dân Việt mới tới để chiếm đất – như đã xảy ra giữa người Da Trắng và các thổ dân Da Đỏ ở Mỹ Châu, nhưng do các cộng đồng người Khmer thì sống khép kín và tự động co rút lại trên những giồng đất cao và đương nhiên sau đó họ trở thành sắc tộc thiểu số.

Người Khmer Nơi Đồng Bằng Sông Cửu Long

Nay chỉ có khoảng 900 ngàn người Khmer trong tổng số 18 triệu cư dân sống nơi Đồng Bằng Sông Cửu Long (mà dân địa phương còn quen gọi là Thổ - Mùa Thổ Dậy vẫn là nỗi ám ảnh kinh hoàng cho người dân Miền Tây Nam Bộ và Kampuchea Krom thuộc FULRO trước đây nguyên là Mặt Trận Giải Phóng Đồng Bằng Cửu Long).

Tuyệt đại đa số người Khmer theo đạo Phật Tiểu Thừa Nam Tông hay còn gọi là Phật Giáo Nguyên Thủy Theravada với tinh thần tự tu và chỉ thờ mỗi Đức Phật Thích Ca.

Họ sống đông nhất ở các tỉnh Sóc Trăng, Trà Vinh và Châu Đốc, vẫn giữ nếp sống khá biệt lập trong những phum sóc [mươi căn nhà họp thành “phum”, nhiều phum họp thành “sóc” như một làng]. Nhà cửa của người Khmer đơn sơ nhiều nhà còn lợp lá nhưng lại nổi bật các ngôi chùa vàng uy nghi với sư sãi như các vị lãnh đạo tinh thần. Không xa chùa có tháp đựng cốt người chết được hỏa thiêu; trong các phum sóc Khmer không có nghĩa địa.

Hình ảnh quen thuộc nơi Đồng Bằng Sông Cửu Long vùng có đông người Khmer sinh sống là mỗi buổi sáng các nhà sư mặc những chiếc áo cà sa vàng rực ra khỏi chùa bắt đầu ngày đi khất thực. Bước vào thời kỳ Đổi Mới, đã không còn hình ảnh nhà sư tự ôm bình bát như ngày nào mà bây giờ có lẽo đẽo theo sau mỗi nhà sư một chú tiểu đồng một tay cầm dù một tay xách chiếc cà men bằng nhôm nhiều ngăn sáng choang để nhận các thức ăn mà dân làng cúng dường, món chay hay mặn gì thì các nhà sư cũng đều được phép dùng – khác với Phật giáo Đại Thừa Bắc Tông chỉ được ăn chay.

Hai Trạm Môi Sinh Biên Giới

Hộ thì đang bận chủ trì Hội Nghị Nông Nghiệp không thể cùng đi với Cao nhưng có gửi theo một kỹ sư trẻ mới tốt nghiệp con của "đồng chí" tỉnh ủy Mười Nhe, nguyên là huyện ủy Tam Nông. Từ huyện lên tỉnh, trở thành tỉnh ủy viên tỉnh Đồng Tháp được bầu vào trung ương đảng, sự thăng tiến của Mười Nhe được coi như thắng thế của phe bảo thủ.

Khi được hỏi về sự hỗ trợ từ địa phương cho Mạng Lưới Môi Sinh thì Thuận với giọng không vui kể lại:

"Các đồng chí tỉnh ủy thì không cản bởi vì đây thuộc diện chánh sách nhưng cũng chẳng mặn nồng giúp đỡ vì cho rằng còn bao nhiêu chuyện bức xúc khác của cuộc sống hàng ngày từ cái ăn tới cái mặc phải lo hơi đâu mà bàn tính chuyện môi sinh xa vời!"

Đây chính là quan điểm trước sau như một của Mười Nhe, ba của Thuận. Chuyến "field trip" của Cao đi tìm địa điểm biên giới xa nhất cho các Trạm Môi Sinh được mào đầu bằng "một gáo nước lạnh" như vậy.

Từ thị xã Long Xuyên bên hữu ngạn Sông Hậu đi Châu Đốc, nhà cửa hai bên quốc lộ mọc san sát, sinh hoạt sầm uất với đủ các loại xe kể cả những xe hàng lớn chạy nhanh lạng lách bóp còi inh ỏi nơi có nhiều người qua lại, cả rất đông học sinh vào giờ tới trường hay tan học. Ngồi trên chiếc Minivan 15 chỗ với tay tài xế cự phách mà cũng không thấy thêm an toàn. Cao tự thấy mình chưa đủ "tiêu chuẩn" để lái xe trên các con lộ như vậy cho dù anh đã có hàng nhiều ngàn giờ lái kể cả xuyên bang trên khắp các nẻo đường Mỹ Quốc.

Nhanh gì thì cũng phải ngót 2 giờ xe chạy để tới một tỉnh lỵ biên thùy chiến lược quan trọng được bảo vệ kiên cố từ thời Chúa Nguyễn và rồi được xây cất khang trang từ thời Pháp, nay vẫn còn những ngôi biệt thự kiến trúc cổ kính với vườn cây cao xanh um. Châu Đốc cũng là nơi đầu mút con kinh Vĩnh Tế như một đường biên giới nhân tạo chạy thẳng ra tới cửa biển Hà Tiên.

Là một địa danh giàu tính lịch sử với đình Châu Phú thờ quan Chưởng Cơ Nguyễn Hữu Cảnh tên tuổi gắn liền với cuộc Nam Tiến, núi Sam với Lăng Thoại Ngọc Hầu, Chùa Tây An và miễu Bà Chúa Xứ đem lại cho Châu Đốc khuôn mặt của những tháng ngày lễ hội.

Ngã ba sông Châu Đốc trước đây rất nổi tiếng với ngôi chợ nổi nay không còn nữa nhưng nơi đây vẫn là trung tâm nuôi cá bè lớn nhất của Đồng Bằng Sông Cửu Long và cũng còn rất nổi tiếng về món mắm cá lóc. Nói như thi sĩ Tản Đà nếu ăn uống là văn hóa thì người ta đang nói tới nền Văn Hóa Tương - Tương Cự Đà của Châu Thổ Sông Hồng đang bị thay thế bởi Văn Hóa Mắm – Mắm Châu Đốc của Đồng Bằng Sông Cửu Long. Đâu có cần tới thuật ngữ di truyền học cao xa của Duy để nói về sự hoán vị của hai nền văn hóa ấy.

... Từ thác Khone đổ xuống, Con Sông Lớn/ Tonle Thom (tên Khmer của con sông Mekong) khi đến gần Nam Vang thì chia làm ba nhánh hợp với dòng chính tạo thành Ngã Tư Sông mà người Pháp gọi là Quatre Bras: một nhánh sông Tonlé Sap chảy ngược vào Biển Hồ trong mùa lũ và xuôi dòng trong mùa khô, còn hai nhánh kia phía bắc là Sông Tiền, phía nam là Sông Bassac khi vào Việt Nam có tên là Sông Hậu.

Sông Hậu trên đất Cam Bốt vì là dòng phụ nên tương đối hẹp nhưng khi vào Việt Nam do được thêm con sông Châu Đốc đổ vào và các con kinh đưa nước Sông Tiền qua nên lưu lượng trở nên lớn hơn và hai bờ sông mở rộng thêm ra.

Hai người ngồi trên chiếc xuồng máy chạy băng băng về hướng

bắc trên con Sông Hậu mênh mang nước thắm đỏ phù sa, rồi bằng khúc quẹo ngặt để rẽ vào một con kinh thông sang Sông Tiền tới Tân Châu sát biên giới Việt Cam Bốt. Tân Châu vốn nổi tiếng về hàng lụa dệt, "lãnh Tân Châu" nhuộm bằng quả mặc nưa do bền nên rất được ưa chuộng.

Lũ vẫn cứ cuồn cuộn đổ về từ thượng nguồn, mực nước chuẩn Sông Tiền ở mức báo động cấp 3. Mặt sông trải rộng tới hơn 2 km nhưng vẫn thấy được các hàng cây xanh từ hai bên bờ. Tới Vĩnh Xương, một xã với hơn 10 ngàn dân được coi là cửa khẩu kế cận với Om Xà No thuộc Cam Bốt; chỉ cần mươi bước là đã vượt qua biên giới hai nước. Nơi đây có trạm hải quan và mấy quán cóc bên sông. Cứ theo kế hoạch của Nhà Nước thì vào năm 2000, sẽ có một khu Chợ Cửa Khẩu Quốc Tế rộng 11 hecta thay thế khu chợ trời đang là giang sơn tung hoành của đám dân buôn lậu.

Chiếc tàu sắt lớn của đội biên phòng đang bỏ neo giữa sông và cứ phải tưởng tượng như có thực một đường biên giới giữa hai nước đang còn nhiều tranh chấp nên với bất cứ đường vẽ nào trên bản đồ cũng "chỉ có giá trị tham khảo."

Ngược dòng Sông Tiền là những chiếc ghe thương hồ chở đầy ắp bắp cải rau trái, thỉnh thoảng cũng có tàu dầu lớn mấy ngàn tấn, tất cả cùng hướng về Nam Vang.

Đã qua rồi thời kỳ tàu bè tấp nập từ Biển Đông ra vào khi Liên Hiệp Quốc đưa lực lượng đa quốc UNTAC vào giúp ổn định đất nước Cam Bốt sau khi quân đội Việt Nam triệt thoái.

Ra thăm chiếc tàu sắt giữa gió sông lồng lộng trong ánh nắng nhiệt đới chan hòa, sóng từ chiếc xuồng máy làm chòng chành những chiếc thuyền câu bé tí teo, neo ngay giữa dòng để câu những con "cá ba sa" nhỏ - giống cá bông lau xuống từ Biển Hồ, để đem bán cho các nhà bè nuôi cá dưới ngã ba sông Châu Đốc.

Dự trù rằng sau hai trạm Theo Dõi Môi Sinh/ EcoWatch nơi Bản Houei Sai và Kratie dưới thác Khone thì Ngã Ba Sông Châu Đốc và Tân Châu sẽ là 2 trạm biên giới của hai con Sông Tiền và Sông Hậu ngay khi đổ vào Việt Nam.

Riêng với Trạm Tân Châu, nơi mà hơn 60 năm trước học giả Nguyễn Hiến Lê khi còn là một cán sự công chánh mới ra trường chỉ có một cây thước nước cho trạm đo đạc, nay với một dụng cụ xách tay gọn nhẹ/ compact sonde đem đặt trên con tàu sắt, thì chỉ cần một kỹ thuật viên truyền tin như anh Bảy là đủ; anh nay không chỉ là chiến sĩ biên phòng anh còn là đội trưởng Tiền Sát Môi Sinh có khả năng phát hiện sớm nhất dấu hiệu xâm nhập ô nhiễm từ Phương Bắc. Anh Bảy nghiễm nhiên đã là thành viên của Nhóm Bạn Cửu Long theo trọn vẹn ý nghĩa của danh từ - phấn đấu cho điều mà ký giả báo Le Monde mệnh danh là une cause célèbre:

"Cho Tương Lai Tốt Đẹp của Con Sông Mekong" bao gồm các bước phát hiện sớm, xác định hiểm họa và cơ hội, tiến thẳng tới mục tiêu hành động. Và sẽ chẳng bao giờ là quá sớm.

Người Chăm Mới Châu Đốc_ Chăm Bhrâu

Chuyến khảo sát chọn địa điểm hai Trạm Môi Sinh biên giới hoàn thành tốt đẹp, Thuận mang máy trở về Đại Học Cần Thơ trước. Cao thì ở lại Châu Đốc tiếp tục chuyến du khảo nhân văn đi thăm các khu làng Chăm nhằm cập nhật một vấn đề mà anh rất quan tâm có liên quan thiết thân tới tương lai Đồng Bằng Sông Cửu Long.

Không phải là ngẫu nhiên mà báo chí sách vở vào những năm tháng cuối của Thế Kỷ 20 đang nói tới một trào lưu mới của nhân loại khi bước vào thế kỷ tới. Cách đây không lâu, Cao không thể không có một thoáng lo lắng khi đọc một cột tin trang trong – như chẳng có gì là quan trọng nhưng với Cao thì lại rất nhiều ý nghĩa, trên tờ New York Times tiên đoán *"bước sang Thế Kỷ 21 thế giới sẽ có thêm nhiều quốc gia nhỏ mới hình thành do phong trào đòi tự trị của các sắc tộc thiểu số và cả tôn giáo nữa"*. Bài học Nam Dương trên bờ vực tan rã đang là một minh chứng.

Tờ báo Pháp Le Monde mới đây cũng đề cập tới "Những giấc mơ độc lập trong vùng Châu Á – Songes indépendantistes dans l'Asie." Người ta bắt đầu nói tới manh nha các phong trào đòi độc lập của các sắc dân thiểu số và người Hồi giáo tuy số ít nhưng lại hoạt động rất mạnh ở Á Châu.

Trong cuốn sách *"Nổi Dậy Có Nguyên Do - Rebels With a Cause"* Nicholas L. Kittrie đã báo động về một viễn tượng chánh trị toàn cầu trong đó "Tôn giáo quá khích đang có khuynh hướng trỗi dậy với toàn lực. Nguy cơ tranh chấp lớn nhất trong tương lai sẽ xuất phát từ cuồng tín chánh trị tôn giáo." Hiển nhiên bản chất tôn giáo là tốt đẹp nhưng khi có chánh trị xen vào đều có thể trở thành The "Dangerous Duo" – Bộ Đôi Nguy Hiểm, nghĩa là quá khích đưa tới cuồng tín.

Trong buổi họp trù bị cho Đại Hội Các Sắc Dân Thiểu Số Đông Dương diễn ra tại San Francisco mới đây tưởng chừng như hoàn toàn đổ vỡ vì quan điểm cứng rắn và không tương nhượng của một số thành viên tham dự vốn gốc là các nhà hoạt động FULRO. Họ dứt khoát tuyên bố sẽ không có Đại Hội nếu có thành viên người Việt tham dự - mà mấy khách người Mỹ gốc Việt dự trù được mời là do các công trình nghiên cứu của họ về sử học Đông Nam Á thuộc Đại Học Berkerley. Và rồi Đại Hội được tiến hành với các đoàn đại biểu quốc tế nhưng dĩ nhiên là không có mặt một thành viên người Việt nào.

FULRO (Front Unifié de Libération/ de Lutte des Races Opprimées – Mặt Trận Thống Nhất Giải Phóng/Đấu Tranh các Sắc Tộc bị Áp Bức) nguyên là phong trào chánh trị hình thành vào thập niên 60 ban đầu chỉ được nhìn đơn giản như sự nổi dậy của các sắc tộc thiểu số Người Thượng trên cao nguyên Trung Phần Việt Nam với tên lãnh tụ là Y Bham nhưng thực ra còn bao gồm cả Mặt Trận Giải Phóng Champa, Mặt Trận Giải Phóng Đồng Bằng Cửu Long/ Kampuchea Krom mà bộ óc chỉ đạo thực sự là một người Chăm có tên Les Kosem nguyên là sĩ quan nhảy dù cấp tá rất thân cận với tướng Lon Nol trong quân đội Hoàng Gia Cam Bốt sau đó được vinh thăng lên cấp thiếu tướng. Luận cứ của phe tranh đấu cực đoan cho rằng: "Sự diệt vong của Champa có một nguyên nhân chính yếu là cuộc Nam Tiến của Việt Nam mà thực chất là chánh sách bành trướng và xâm lược".

Cũng vẫn theo họ thì: "Quốc gia Champa tuy không có tên trên bản đồ thế giới nhưng dân tộc Champa như một đa sắc tộc thực ra vẫn tồn tại; không phải chỉ có những di tích cổ vật bia đá hay những tháp Chàm đổ nát nhưng chính là sự hiện diện của hai cộng đồng nhân chủng rất sinh động:nhóm đầu tiên gồm 300 ngàn anh em Tây Nguyên ở Miền Trung Việt Nam, nhóm thứ hai khoảng 100 ngàn người Chăm ở Phan Rang Phan Rí, 30 ngàn người ở Châu Đốc Tây Ninh và hơn 150 ngàn người lánh nạn ở Cam Bốt Thái Lan."

(Trên thực tế, chính giới lãnh đạo người Thượng Tây Nguyên hải ngoại không tự nhận họ thuộc Champa mà là một quốc gia riêng có tên là Dega có cờ riêng bốn màu – trên home page, với hình tượng con voi biểu trưng cho sức mạnh và màu xanh của núi rừng, đỏ của máu và đấu tranh, trắng của hòa bình, vàng tròn của công lý và hữu nghị).

Nhưng cũng có những học giả người Chăm đại diện cho khuynh hướng ôn hòa thì lại đưa ra một cái nhìn phân tích rất khác: "Trong suốt quá trình lịch sử từ thế kỷ 11 tới thế kỷ 19 đã có sự xung đột liên tục trong nội bộ Champa như một liên bang và đây cũng là nguyên nhân đưa vương quốc này tới chỗ tiêu vong.

"Và cũng không thể không nói tới tấn thảm kịch lịch sử: dân tộc Chăm đã là nạn nhân trong cuộc nội chiến giữa người Việt ngay từ thời Trịnh Nguyễn phân tranh Nguyễn Hoàng phải mở rộng biên giới phía nam để đương cự với họ Trịnh phía bắc; tới thời Nguyễn Ánh chống Tây Sơn vương quốc Champa đã trở thành bãi chiến trường; rồi thời kỳ Lê Văn Duyệt chống lại triều đình Huế dân tộc Chăm bị lôi cuốn vào cuộc tranh chấp của các phe để rồi bị nghiền nát trong những cuộc chém giết ấy bằng một chánh sách đàn áp tàn bạo của vua Minh Mạng (1820-1841) mà người Chăm gọi là Lengka/ Đại Đế. Có thể nói năm 1832 vương quốc Champa hoàn toàn bị xóa trên bản đồ."

Người Chăm ở Miền Trung thực tế nay cũng chỉ còn khoảng 60 ngàn người sống trên một dải đất hẹp khô cằn từ Phan Thiết xuống tới Phan Rí (Bình Thuận) nhưng đông nhất vẫn là ở tỉnh Phan Rang

(Ninh Thuận), vùng đất của cát và nắng gió.

Champa nguyên là một vương quốc hùng mạnh với nền văn minh rực rỡ, lãnh thổ kéo dài từ Quảng Bình vào tới gần Biên Hòa, với những đội quân rất thiện chiến đã từng đánh ra tới thành Thăng Long gây khiếp sợ cho vua quan triều đình Đại Việt, họ cũng từng đánh chiếm và tàn phá kinh đô Angkor còn để lại dấu tích trên những phù điêu trong khu đền đài Angkor phục sinh.

Nhưng rồi bằng từng bước Nam Tiến, thế kỷ thứ 11 (1069) triều đại Nhà Lý, người Việt đã vào tới Quảng Bình Quảng Trị, tới thế kỷ 17 (1697) đời Nhà Nguyễn, họ đến gần tiểu vương quốc Panduranga phần đất cuối cùng của vương quốc Champa.

Người Chăm Phan Rang đa số theo đạo Bà La Môn/ Chăm Ahier, còn giữ nhiều nét truyền thống của chế độ mẫu hệ, duy trì việc thờ cúng trên các Tháp và có tục hỏa thiêu người chết. Cũng có ít người Chăm Awal hay Bani chịu ảnh hưởng truyền thống Hồi Giáo nhưng khác với Hồi Giáo Muslim của người Chăm Châu Đốc mà họ gọi là Chăm bhrâu (Chăm mới).

Làng mạc của người Chăm Pani Panang (Phan Rí Phan Rang) rất đặc biệt, luôn luôn có hàng rào kín bằng thân cây khô hay tre bao quanh, khoảnh đất quanh nhà thì không trồng cây rất trơ trụi vì tục lệ kiêng cử cho rằng tàng cây che mát có thể là nơi ẩn trú của ma quỷ. Có người tự nhận là am hiểu lịch sử thì lại có lối giải thích khác cho rằng đó như một thứ Ấp Chiến Lược của người Chăm nhằm ngăn ngừa sự xâm nhập và sát hại của người Việt và sau này thì chính ông Ngô Đình Nhu đã mô phỏng để biến thành một quốc sách.

Phụ nữ Chăm vẫn vận những chiếc váy dài tới gót, không gồng gánh nhưng lại đội trên đầu các om nước và các rổ hàng ra chợ. Miền Trung nhất là Phan Rang còn rất nổi tiếng với những Tháp Chàm cổ như Ba Tháp thế kỷ thứ 9, tháp Po Klong Garai thế kỷ 14, tháp Po Rômê là ngọn tháp cuối cùng vào thế kỷ 17. Di tích các ngọn Tháp cho dù đổ nát và sinh hoạt truyền thống của người Chăm vẫn là những cảnh quan luôn luôn hấp dẫn ống ảnh của du khách.

Ngược dòng lịch sử, trước những tháng ngày vương quốc Champa tiêu vong – như bắt đầu một chia lìa định mệnh, một số cộng đồng người Chăm vượt dãy Trường Sơn thoát chạy về phía tây phiêu bạt sang các nước như Cam Bốt (Kompong Cham và trên các giồng đất dọc theo con sông Mekong) và Thái Lan (Ban Khrua ở Bangkok, cố đô Ayutthya và cả một khu Chăm bên bờ sông Chao Phraya)... Khi phải lưu lạc sang Xiêm La chính người Chăm đã giúp phát triển lực lượng hải quân của vương quốc này.

Cho tới khi Chúa Nguyễn mở mang đất đai tới Châu Đốc, Thoại Ngọc Hầu được giao trọng trách đào con kinh Vĩnh Tế, thì số người Chăm ở đây được điều động và biên chế thành những đạo quân "Côn Man". Vốn là những chiến binh giỏi họ rất đắc lực trong việc bảo vệ Thành Châu Đốc đồng thời đóng vai trò đôn đốc tám chục ngàn sưu dân Khmer và Việt gian khổ ngày đêm đào con kinh Vĩnh Tế trong suốt 5 năm trường với rất nhiều tổn hại nhân mạng.

Sau khi con kinh Vĩnh Tế hoàn tất, cả triều đình Huế xem đây như thành quả to tát và để thưởng công cho đám người Chăm này, cũng vẫn vua Minh Mạng đã lại chiêu dụ cấp đất cho họ lập thành 7 làng Châu Giang, Phum Xoài, Lama, Katambong, Tam Hội, Bún Bình Thiên, Đồng Ko Ki (với người Chăm luôn luôn là số 7 có một ý nghĩa truyền thống lịch sử). Sau này thêm làng Đa Phước do dân từ Phum Xoài bên kia sông qua, chuyên nghề trồng dâu nuôi tằm và dệt lụa nên còn có tên là Cồn Tơ Lụa_ Koh Kaboăk.

Từ đó tới nay họ vẫn sống khá cách biệt với cộng đồng người Việt và còn giữ được một số nét bản sắc văn hóa Champa nhưng cũng đã khác xa với đồng bào của họ nơi gốc gác quê nhà.

Tuy cùng một nguồn gốc chỉ tách xa nhau chưa đầy 300 năm nhưng họ phát triển theo những hướng khác nhau và cả lắm "dị mộng". Ngay giữa các cộng đồng người Chăm bhrâu (Chăm Mới) theo đạo Hồi ở Châu Đốc và người Chăm Awal/ Bani theo đạo Hồi ở Phan Rang và người Chăm Ahier theo đạo Bà La Môn đã có những khác biệt và dấu hiệu phân hóa phức tạp_ phản ánh chính xác cái nhìn của chính các nhà sử học Chăm.

Như một sự kiện mới của lịch sử dân tộc Chăm cuối Thế Kỷ 20, cùng với hơn 2 triệu người Việt Cam Bốt Lào đã có khoảng 25 ngàn người Chăm tỵ nạn ở nước ngoài từ sau 1975. Khoảng 20 ngàn người Chăm Hồi Giáo từ Châu Đốc Cam Bốt chọn định cư ở Mã Lai, xứ sở ngay từ đầu mở rộng vòng tay tiếp đón họ. Số còn lại gồm cả người Chăm Phan Rang Phan Rí sang định cư tại các nước thứ ba khác như Hoa Kỳ, Pháp, Úc, Gia Nã Đại... với danh nghĩa là công dân Việt Nam hay Cam Bốt và đông đảo nhất khoảng 5 ngàn người ở bang California Hoa Kỳ. Họ vẫn sống khá biệt lập với tín ngưỡng và thân tộc của họ.

Cộng đồng người Chăm hải ngoại tuy không phải đa số nhưng được lãnh đạo bởi thành phần có học tốt nghiệp từ các đại học Mỹ Pháp Mã Lai_ họ là một tập thể người Chăm đã vượt qua giai đoạn than khóc ai oán tiếc hận vẫn được xem như bản chất người Chăm từ ngày mất nước.

Còn đâu nữa những ngày oai hùng cũ
Khi tháp Chàm ủ rũ dưới màn sương

Từ những cộng đồng rời rạc không vua chúa không người lãnh đạo, cùng nói tiếng Chăm nhưng đã không hiểu được nhau; nay họ trở nên rất sinh động với những ý tưởng mới trong ý hướng phục hưng nền văn minh Champa: nghiên cứu lịch sử và khơi dậy tình tự dân tộc Chăm đi tới thống nhất các cộng đồng người Chăm bên trong cũng như bên ngoài. Đáng kể hơn nữa là họ tạo được mối liên hệ và sự hậu thuẫn của các nước Hồi Giáo giàu có trên thế giới như Ả Rập Sau-đi, Ai Cập và gần cận nhất là Mã Lai.

Cũng không thể không nhắc tới Nhật Bản với những ngân khoản tài trợ rất ư là dồi dào và cả Pháp với Trường Viễn Đông Bác Cổ. Cả hai đều muốn có một vai trò trở lại Đông Dương. Riêng Bắc Kinh thì chưa có biểu hiện muốn nhúng tay vào không phải vì muốn một nước Việt Nam bất khả phân nhưng là nỗi e ngại vết thương tự gây ra_ self-inflicted injury do các phong trào Hồi Giáo đòi tự trị dai dẳng ngay trong lãnh thổ Trung Quốc từ Tân Cương xuống Vân Nam – không phải mới đây mà là rất sớm đã từng được đoàn thám hiểm Francis Garnier / Doudart de Lagrée ngược dòng sông Mekong khi vào lãnh thổ Trung Hoa ghi nhận cách đây cả hơn một thế kỷ.

Với một hậu phương lớn như vậy, ý hướng phục sinh một quốc gia Champa " Ngày vinh quang của non nước Chiêm Thành" không phải không được một số ít nhà lãnh đạo militant Chăm một thoáng nghĩ tới.

... Bằng một chiếc ghe chèo len lách giữa các căn nhà nổi và khu nhà nuôi cá bè trên Sông Hậu đối diện với thị xã, Cao tìm tới ngôi làng Chăm Đa Phước còn có tên Cồn Tơ Lụa_ Koh Ka Boaak. Như một định mệnh, một tháp ghép lịch sử_ historic transplant, đã có khoảng 12 ngàn người Chăm sinh sống ở Châu Đốc mà dân địa phương vẫn quen gọi là Chà – vì họ theo đạo Hồi chính thống, rất gần và giống như người Mã Lai.

Họ sinh hoạt khá cách biệt trong những ngôi nhà sàn sạch sẽ và cao ráo, phụ nữ tuy không che mặt nhưng trên đầu có đội khăn rất ít ra ngoài, sống bằng nghề dệt tơ lụa thủ công chủ yếu xuất cảng sang Mã Lai.

Mỗi làng Chăm có một ngôi thánh đường mới với tháp nhọn uy nghi, bên trong rộng thênh thang sáng sủa và không có bày biện bàn thờ hay tranh tượng nào.

Các bậc trưởng thượng trong làng cho biết thánh đường mới xây cất từ 92 do tiền từ nước ngoài gửi về - từ các Cộng Đồng Chăm Hải Ngoại đang được hậu thuẫn rất mạnh từ các nước Hồi Giáo nhất là Mã Lai.

Hôm đó, nơi ngôi làng Đa Phước lịch sử đầy ắp những hoài niệm của quá khứ, Cao được các vị trưởng lão mời một bữa ăn trên căn nhà sàn bên trong trang trí hoa văn có nét giống Ả Rập. Cũng là lần đầu tiên Cao được dọn cho ăn món đặc sản "tung lamo" của người Chăm – một thứ lạp xưởng bò (người Hồi Giáo kiêng cử thịt heo) hay đúng hơn là dồi thịt bò ướp gia vị trộn với một ít cơm đã được phơi nắng cho lên men. Các khúc dồi được nướng trên than hồng cháy thơm phức, sau đó dọn ra ăn với rau sống khế chua và chuối chát không những là món ăn lạ miệng mà còn rất ngon nữa.

Cũng buổi chiều ngày hôm đó trước khi giã từ ngôi làng Đa Phước, khi bế em bé Karim 3 tuổi với khuôn mặt thật khôi ngô và hiền hòa trên tay – thế hệ người Chăm Thế Kỷ 21 – Thế Kỷ Toàn Cầu Hóa, Cao tự hỏi nếu anh thực sự là một người Chăm không quên quá khứ anh sẽ có mơ ước chọn lựa nào? Quả thật không dễ dàng để có lời giải đáp.

Nhưng dứt khoát bé Karim phải tồn tại để nuôi dưỡng giấc mơ với tấm lòng bao dung rộng mở, làm sao vượt qua được giai đoạn lịch sử đau thương quá khứ, hóa giải những thù hận nghi hoặc của hiện tại để thăng hoa xây dựng cuộc sống hài hòa thịnh vượng trong một sinh cảnh thiên nhiên được giữ gìn tinh khiết. Thế hệ em xứng đáng để có một tương lai như vậy.

Điều ấy không phải đương nhiên mà có được khi trước em vẫn còn một thiểu số tuy rất ít nhưng lại rất năng động tin tưởng ở các thế lực bên ngoài giúp họ hình thành "một quốc gia tự trị" trong "bối cảnh một Việt Nam vỡ ra từng mảnh" – vẫn là những "lessons unlearned" qua kinh nghiệm lịch sử đắng cay của những người Thượng cách đây hơn một phần tư thế kỷ khi người Mỹ hoàn toàn bỏ rơi họ trên những núi đồi bi thảm.

Ngay hiện giờ thì Cao chỉ có thầm nguyện ước sao cho em không bị lôi cuốn vào những cuộc phiêu lưu đẫm máu để bị nghiền nát trong những tranh chấp mang màu sắc chủng tộc tôn giáo đầy thù hận. Đoạn đường chông gai ấy sẽ không bao giờ có những bước chân em.

Em sẽ được sống hạnh phúc trọn vẹn như một người Chăm trong một thời đại Văn Hóa Hòa Bình_ như mơ ước của nhân loại khi bước vào năm đầu tiên của Thiên Niên Kỷ Thứ Ba. Giã từ Thế Kỷ 20 có nghĩa là giã từ một nền Văn Hóa Chiến Tranh với chuyển biến cơ bản trong cách suy nghĩ và hành sử của mỗi con người trên hành tinh này, theo đó bất bạo động linh hoạt sẽ thay thế cho võ lực, văn hóa sáng tạo và đối thoại hợp tác sẽ thay thế cho hình thái đấu tranh triệt tiêu lẫn nhau.

Em phải được tồn tại và phát triển để có thể nuôi dưỡng giấc mơ cho tương lai cuộc sống thái hòa trên một vùng đất định mệnh vốn là quê hương chung của trăm họ mà chỉ mới hơn tám ngàn năm trước đây thôi đã là cái nôi của nền văn minh nhân loại.

Trống đồng Đông Sơn không phải chỉ khai quật được ở bắc Việt Nam mà còn được tìm thấy khoảng 200 chiếc ở nhiều vùng Đông Nam Á Châu lục địa và hải đảo.

Đồng tiền La Mã được khai quật tại Óc Eo, chứng tỏ đã có giao thương rộng rãi với mạng lưới kinh rạch từ nội địa thông thương ra tới Vịnh Thái Lan. Louis Malleret người tiên phong phát hiện nền văn minh Óc Eo.

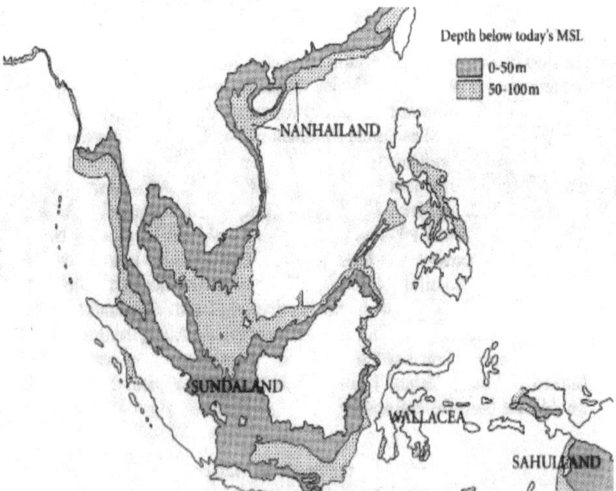

Vùng đất bị biển mất khỏi Châu Á do lục địa Sunda trải rộng từ Đông Nam Á tới đảo Bali, đã bị chìm sâu từ thời Băng Giá (Ice Age)_ 29

*Những khu nhà nổi trên dòng Cửu Long, nhưng làm sao có trường học cho các con em sống trong những ngôi nhà tạm bợ ấy _ **

*Chèo ghe về những khu nhà nổi_**

*Khu nhà Năm Căn bên bờ sông Bảy Hạp nối với Sông Hậu, nơi cực nam của ĐBSCL_ điện cũng đã về tới Năm Căn, tua tủa trên các mái nhà tôn nhà lá là những cột ăngten để bắt các kênh đài truyền hình _**

*Sông Mekong_ Sông Cửu Long_ Con Sông Danube của Châu Á: quá khứ thì bão bùng, tương lai thì bất trắc. Trong hình: em bé Cửu Long đang tìm một cánh cửa mở ra cho cho tương lai đi vào_**

CHƯƠNG XXIII

NGÀY MỚI
TRÊN CÔNG VIÊN LÊNIN

Tự Do là quý_ quý tới mức phải khẩu phần hạn chế
Vladimir Ilitch Ulyanov Lenin

Người đàn ông mái tóc điểm sương với cặp kính cận thật dầy bước đi nhẹ và thanh thoát dọc theo hai bên hàng cây Jaracanda hoa tím nở đầy, báo hiệu những ngày thật nắng ấm của miền nam Cali. Ông có dáng của một cây tùng trước bão đứng vững qua bao nhiêu thăng trầm của thời thế cho dù ông mang đủ thứ bệnh do những năm tháng dài tù đầy. Với bệnh phổi đang thời gian điều trị thì khí hậu ở đây cũng là lý do khiến ông không chọn Miền Đông với Trái Táo Lớn Nữu Ước như một vùng đất lành. Với ông cũng như các nghệ sĩ lưu vong chọn cuộc hành trình tới Mỹ Quốc thì Nữu Ước vẫn có sức mạnh hấp dẫn của một thứ lò luyện kim, để hoặc chỉ còn là tro than hoặc trở thành chất thép tinh ròng. Đã có một khoảng thời gian dài không biết đã mấy năm rồi, hàng ngày ông bước xuống những toa xe điện ngầm, chạy rầm rập như mắc cửi dưới lòng đất dưới cả lòng sông, như một thành phố mênh mông dưới một thành phố khác. Làm sao sức người có thể làm nên chuyện kỳ vĩ ấy khi chưa bước vào giai đọan kỹ thuật cao. Lúc đó với ông Nữu Ước mới thực sự là nước Mỹ của những bước khai phá với các thế hệ tiên phong. Nhưng rồi phải sống giữa cảnh bon chen tranh giật nhỏ nhen của Nữu Ước sau này, ông tự hỏi phải chăng đã qua rồi những thế hệ di dân lớn lao lẫm liệt, khi mà họ đã phải băng qua những sóng gió đại dương đặt chân tới tân lục địa này.

Hôm ấy từ Nữu Ước trước khi bay về Cali ông Khắc ghé qua Hoa Thịnh Đốn đúng vào mùa anh đào. Chưa thấy niềm vui hoa nở, ông đã khựng lại trước Bức Tường Thương Tiếc. Nhìn sang ngay phía bên kia công viên là tòa Nhà Trắng với Clinton đã trải qua hai nhiệm kỳ trong đó. Clinton thì ai cũng biết về một quá khứ trốn quân dịch. Ông ấy cũng không kém nổi tiếng về thành tích hút cần sa mà không hít vào phổi trong sân trường Đại Học Oxford giữa giai đoạn nóng nhất của cuộc Chiến Tranh Việt Nam khi mà Hà Nội đang có những nỗ lực cao nhất để nâng cao con số những thanh niên Mỹ thơ ngây can đảm và vô tội đi vào trong những nấm mồ. Ông Khắc lúc ấy là phóng viên chiến tranh lại đang gian lao cùng với những người lính của Miền Nam lặn lội trong những cuộc hành quân trên đồng lầy hay rừng rú cao nguyên. Để rồi hai mươi lăm năm sau, lần thứ hai trở lại Mỹ đứng bên bức tường đá đen, với ông đâu phải chỉ sáu mươi ngàn tên thanh niên Mỹ mà chồng chất lên đó là hàng hàng lớp lớp xác chết của hàng triệu những người Việt Nam vô danh phải chăng đã chết vô ích do nỗi mê lầm của con người... Bao giờ cũng vậy mỗi lần tới đây ông đã không cầm được xúc cảm. Một nhà báo Mỹ bạn ông đã phát biểu rằng cho dù trong quá khứ anh chọn cuộc chiến đấu chống Cộng Sản trên đồng lầy ở Việt Nam hay đã chống lại cuộc chiến tranh ấy ngay trên các đường phố ở Mỹ Quốc, thì sự hiện diện của bức tường ấy vẫn khiến anh đau xé lòng. Huống chi chính ông đã có những người bạn trong số sáu chục ngàn tên tuổi ấy trước khi chết vẫn còn vật vã với ý nghĩa của cuôc chiến tranh và chưa hề bao giờ được thực sự an nghỉ. Bỗng chốc ông Khắc có cái cảm giác mang mang giữa một thực tại thì như là hư ảo_ virtual reality, trong khi quá khứ thì có thật. Đến bao giờ ông mới nhận ra được rằng chính quá khứ ấy mới là hư ảo, lẽ ra ông phải sớm biết mà thoát ra để rũ đi những gánh nặng cho bước chân thênh thang đi tới...

Sau những tháng dài đơn độc làm việc trong một thư viện miền nam nước Pháp Aix-en-Provence, ông Khắc có dịp trở lại Little Saigon lại đúng vào dịp 30 tháng 4 nhưng đã ở một phần tư thế kỷ sau. Giữa một rừng cờ ấy, vẫn là những khẩu hiệu kêu đòi và ép buộc. Như từ bao giờ, chiến thắng thì lúc nào cũng có vô số những cha mẹ trong khi thất bại thì luôn luôn là con những bà Phước, nghĩa là mồ côi. Nhưng rồi ông Khắc tự hỏi người Việt bên này hay bên kia đã học được gì sau cuộc chiến tranh cốt nhục tương tàn ấy. Vẫn có đó một "nhân cách lịch sử - historic dignity" cho phe chiến bại, tại sao không? Đó cũng là lý do để hôm qua ông Khắc đã có một bữa ăn tối "off-the-records-dinner" để giới thiệu nhóm bạn trẻ trong đó có nhóm Văn Mới của Tạ Linh với mấy nhà báo Mỹ đã từng có liên hệ tới cuộc Chiến Tranh Việt Nam.

Tạ Linh là ngôi sao đang lên trong nền văn học hậu cận đại Việt Nam. Cùng các bạn đồng trang lứa sinh trước sau năm 75, không liên hệ gì tới hai cuộc chiến tranh chống Pháp và chống Mỹ, Linh được giới phê bình văn học xem như người lãnh đạo nhóm nhà văn trẻ, tự nhận là thế hệ Hậu Cận Đại tuổi không quá 35, họ nổi tiếng ngay sau khi cho ra mắt một tuyển tập có tên là Cuộc Đi Dạo Tình Cảm và Tình Yêu ở Phía Trước, mà Linh là chủ biên. Gọi là nhóm nhưng thực sự phong cách mỗi người rất khác nhau, đó là điều đáng nói.

Riêng Tạ Linh ở cái tuổi 32 nhưng đã vững chãi, chứng tỏ là một tài năng phong phú: nổi tiếng ngay với cuốn tiểu thuyết đầu tiên tái bản nhiều lần sau đó trong đó có 2 cuốn sách khác được chuyển ngữ sang tiếng Anh trở thành best sellers và chuyển thành phim.

Nguyên là con một ông Tướng trận hồi hưu, hoàn toàn khác cha, mối liên hệ cha con phải nói là có những giai đoạn rất giông bão. Kềm hãm một dân tộc trong thất học nghèo đói cho thứ ảo vọng anh hùng, không phải là con đường Tạ Linh lựa chọn. Đã có một khoảng trống thế hệ. Ông Tướng nào thì cũng vậy, luôn luôn nói về hào quang quá khứ cho dù, nhất tướng công thành vạn cốt khô. Linh thì hướng về tương lai cho dù bất định ra sao và anh chưa bao giờ tơ tưởng mảy may chút vàng son của cha như là credits của chính mình. Với Linh thì cha mình tuy đã là quá khứ nhưng vẫn còn là một biểu tượng áp bức tâm lý/ psychological repressiveness tệ hại trên đời sống hiện tại và cả tương lai như một thứ hàng rào cản vô hình của sự tiến bộ của cả một đất nước.

Không bằng tuyên ngôn như Nhóm Sáng Tạo trước đây nhưng qua tác phẩm họ là một phủ nhận thế hệ nhà văn cả tiền chiến lẫn hiện thực xã hội chủ nghĩa, không tin vào những khuôn mẫu mang tên truyền thống. Chọn cuộc chiến tranh hay thời điểm chia lìa của đất nước để làm dấu mốc phân ranh cho các thời kỳ văn học, theo họ, tự nó đã là điều bi thảm.

Họ gốc gác khác nhau bên trong và ngoài nước nhưng có mẫu số chung là hồn nhiên chấp nhận khuynh hướng toàn cầu hóa, không chút mặc cảm và chẳng nề hà cả cái tai tiếng Mỹ Hóa, viết văn bằng computers, xuất bản tuyển tập trên mạng lưới internet, ăn uống kiểu fast food giống như ở nhà hàng MacDonald's, xem phim ảnh Mỹ, thưởng thức nhạc MTV... Họ đang là biểu tượng cho một xã hội sinh động thiếu vắng khẩu hiệu nhưng lại rất hiệu năng.

Văn chương của họ chính là đời sống riêng tư và dung dị mỗi cá nhân nghĩa là đời thường, phi chánh trị, chánh trị được hiểu theo một nghĩa xấu của xã hội toàn trị khi trước nhưng lại là nhân tố kinh tế rất sinh động trong xã hội Việt Nam Thời Hậu Hiện Đại với cả những nét bất toàn, trong khung cảnh một đất nước có xa lộ rộng thênh thang, có shopping malls, khách sạn 5 sao, cable TV, các quán cà phê Internet và cả không thiếu nạn kẹt xe và không khí ô nhiễm...

Cũng chính họ đem lại cho tiếng nói và chữ viết - bấy lâu bị hủy hoại làm cho bị kiệt quệ thì nay mỗi "chữ" trở lại có nghĩa và mang hơi thở ấm áp của cuộc sống.

Sự xuất hiện của thế hệ nhà văn trẻ này, rất thành công cả về thương mại lẫn ảnh hưởng, mạnh mẽ như một nguồn sinh lực mới nhưng đồng thời cũng bị đám nhà văn thủ cựu đang tuột về phía sau phê phán nghiêm khắc là bọn Mỹ con tha hóa mất gốc, và theo ông Khắc thì phủ nhận cũng chỉ là một trạng thái tâm lý chối từ/ denials không chấp nhận bị lãng quên.

Phủ nhận hay không thì họ vẫn là tiếng nói của thế hệ Việt Nam 2000 vươn lên từ những thành phố có cả nhà cao tầng và các khu ổ chuột, từ các khu canh tác hoàn toàn cơ giới hóa tới những mảnh ruộng nhỏ vẫn cứ cầy cuốc với đôi chân đạp bùn của bác nông dân.

Họ không lên gân, nói chung văn chương của họ phản ánh một xã hội bất toàn nhưng có tự do là nền móng toát ra niềm hy vọng của những bước đi lên. Bản thân họ, trong lứa tuổi ấy không dính dáng gì tới những năm tháng máu me vừa qua. Họ không có những nỗi đắng cay không muốn nhận vòng hoa chiến thắng hay bó đuốc căm thù hay từ bất cứ ai, họ muốn tự tìm hiểu tự rút ra một bài học để trong tương lai sẽ không còn tái diễn "Tấn Thảm Kịch Việt Nam" như vậy nữa – No More Vietnams.

Cũng trong buổi gặp gỡ ấy, trong lúc nhiệt tình ông Khắc đã phát biểu bằng một câu nói tiếng Anh đại ý là: Sự đặc sắc/ radical không thể phát xuất từ cõi thường tình/ common sense. Hẳn ông Khắc đang muốn nói tới sức mạnh của chữ nghĩa trong biến đổi và tạo dựng xã hội.

Có là ảo tưởng hay không thì ông Khắc cũng đã suốt một đời chọn gối đầu lên chữ nghĩa. Nhóm bạn trẻ vẫn thường thắc mắc hỏi sao ông không viết hồi ký. Ông Khắc thì chưa bao giờ nghĩ có lúc mình cầm bút làm chuyện ấy. Nếu viết hồi ký chỉ để hoài niệm quá khứ thì không bao giờ có ông. Bởi vì hồi ký theo ông như bức màn khói bao phủ lên những sự thật nếu không để huyền thoại hóa về mình thì thường cũng là để tự bào chữa, chẳng có ai viết hồi ký để tự hạ giá mình. Phải có hùng tâm và can đảm lắm mới dám tự phê phán và cả nhận trách nhiệm về những lỗi lầm.

Ông Khắc hiện vẫn làm free-lance cho mấy tờ báo Mỹ đặc trách các đề tài về Đông Nam Á với Việt Nam như một dải đất định mệnh mà ông sẽ còn gắn bó cho đến hết phần cuộc đời còn lại. Làm báo, ngay từ thời còn trẻ ông đã không ở cả hai phía của sự cực đoan. Ông đi tìm chân lý nhưng lại hiểu tính tương đối trong cuộc sống nên ông chỉ cố gắng thu thập các sự kiện mà ông cho là khách quan, để người đọc tự phán đoán, còn riêng ông nếu phải đưa ra nhận xét ông thường có thái độ phân tích, luôn luôn dùng chữ "có thể" thay vì võ đoán. Không có hào quang của chức vụ mà do nhân cách đáng trọng, ông có uy tín trong nghề nghiệp, được sự tin cậy từ những người cho tin cũng như từ phía người đọc. Do thái độ chan hòa và chia xẻ kinh nghiệm với các đồng nghiệp trẻ, ông rất được yêu mến với cái tên "nhà báo của các nhà báo". Bước vào thời đại tin học, ông mau chóng thích nghi với cái mới của khoa học kỹ thuật, dễ dàng chuyển từ chiếc máy chữ Olivetti cổ lỗ đã theo bước chân ông từ bao nhiêu năm, sang chiếc laptop gọn nhẹ tối tân mà tòa soạn cấp cho. Với fax modem e-mail từ chiếc computer mỏng nhẹ ấy thì văn phòng của ông bây giờ là ở bất cứ đâu chẳng còn khoảng cách nào với tòa báo nữa. Về điểm này ông rất gần với lớp người trẻ cách ông đến cả hai thế hệ. Ông ham đọc đủ mọi loại sách và có sức hấp thu nhanh để cập nhật kiến thức nhưng bên trong ông là ý muốn gạn lọc chống chỏi lại những điều mà ông gọi là sự ô nhiễm của trí tuệ. Bản thân ông đã đi suốt chiều dài của cuộc chiến tranh sống với tang thương của những người lính dũng cảm, để rồi hình ảnh của họ bị bôi xấu, công lao của họ bị phủ nhận, ông luôn luôn là người đứng bên họ, ông muốn trả lại cái hình ảnh chân thực của họ trong cuộc chiến mà ông nghĩ đó là sự công bằng chứ không phải là một chọn lựa bên này hay bên kia.

Dưới mắt mọi người thì ông là con người quá lý tưởng trong một thế giới lẽ ra đáng bi quan. Là con trai út trong gia đình ông lại chịu ảnh hưởng rất nhiều từ bà mẹ. Tuy là một người đàn bà ít học nhưng bản chất lại rất mạnh mẽ trong mọi hoàn cảnh. Ông thừa hưởng của bà một tấm gương bổn phận và sự hy sinh vượt lên trên giới hạn của bản thân. Khi đã đủ khôn lớn, ông mới hiểu được rằng điều ân hận nhất nơi mẹ là hồi nhỏ đã không được học nhiều. Chỉ xong bậc tiểu học, là con gái lớn trong gia đình đông anh em, bà phải ở nhà phụ trông coi hiệu sách ở phố Tràng Thi. Trong khi các em bà đều tiếp tục học lên tới đại học. Thời gian đứng ở hiệu sách xen giữa những bận rộn bà đọc đủ mọi loại sách. Ông không biết bà đã đọc truyện Kiều lần thứ bao nhiêu, nhưng cho mãi những năm về sau này hơn ba ngàn câu thơ của Nguyễn Du và cả những áng cổ văn khác vẫn không hề suy suyển trong trí nhớ của bà. Bà không khỏe mạnh nhưng lại có một sức chịu đựng phi thường, quán xuyến cả gia đình nổi trôi theo vận nước nhưng vẫn nuôi giấc mộng lớn nơi những đứa con, nhất là nơi đứa con út của bà.

Ông Khắc đã sống qua hình ảnh giấc mơ của mẹ. Bước đi trong một vùng xám của thời thế, nghề báo nhiều khi du ông vào những tình thế lưỡng nan, nhưng bao giờ ông cũng có một chọn lựa theo lương tâm mà ông cho là tốt nhất. Đó thực sự là cuộc chiến đấu mà ông tìm thấy ý nghĩa của đời sống, với những nguyên tắc mà với ông đồng nghĩa với phẩm giá ông chẳng bao giờ tương nhượng.

Việt Nam năm 2005 đang chập chững bước vào thời kỳ dân chủ. Với rất nhiều khuynh hướng đảng phái, tôn giáo, địa phương và sắc tộc nữa, phía sau những nhân vật tranh cử. Và dĩ nhiên không thiếu những kẻ cơ hội, cả mưu toan lợi dụng tôn giáo cho những mục tiêu chánh trị. Điều mà ông Khắc gọi là *"Bộ Đôi Nguy Hiểm_ the Dangerous Duo"* và trong suốt cuộc đời làm báo của ông Khắc luôn luôn cảnh cáo và chống đối. Sẽ không có dưỡng khí cho sinh hoạt dân chủ cho dù đó là hình thức toàn trị hay tôn giáo cực đoan. Phải tách rời tôn giáo ra khỏi chánh trị, với ông Khắc đó là một nguyên tắc. Điển hình là thời kỳ sau 1963, trong cơn mê hoảng được mệnh danh là Cách Mạng ông Khắc đã là nhân chứng sống của tấn thảm kịch các thày tu áo đen áo nâu hai phía xô đám con chiên trong đó có cả trẻ thơ với giáo mác gậy gộc xuống đường đằng đằng sát khí như mở màn cho một cuộc thánh chiến …

Nhưng nhìn toàn cảnh thì đáng kể nhất là cuộc chạy đua giữa hai Đảng Tự Do và Đảng Khoa học Xã hội – mà tiền thân là Đảng Cộng

Sản với nhóm theo khuynh hướng Glasnost rất sớm mà chủ yếu là giới chuyên viên được đào tạo từ Đông Âu. Thủ lãnh của họ là nhà vật lý học Lê Châu đã từng bị khai trừ khỏi Đảng do chủ xướng phong trào phản kháng rất sớm khi mà thành trì của Chủ Nghĩa Xã hội còn đang rất vững chắc. Còn bọn Cộng Sản Bảo Thủ cũng là đám Tư bản Đỏ gộc thì đã vội vã rũ áo ra đi đem theo những tài sản kếch xù tính bằng đơn vị triệu đôla và chọn cuộc sống an thân ngay trong hang ổ của bọn Đế Quốc Phương Tây chưa chịu rẫy chết; bỏ lại phía sau là một đất nước tan hoang về môi sinh với khoảng cách giàu nghèo như cả một đại dương cách biệt. Bây giờ thì đúng là thời kỳ trăm hoa đua nở trăm nhà đua tiếng với đông đảo số ứng cử viên, cả với những tên tuổi không ai biết từ đâu tới. Một số ứng viên bắt đầu được chú ý vì có tiền biết sử dụng phương tiện truyền thông kiểu Mỹ kể cả Internet trong chiến dịch rộng lớn bôi bác lẫn nhau. Sự xuất hiện những phù thủy trên truyền hình – telegogue là một hiện tượng thật đáng ngại trong bối cảnh sinh hoạt dân chủ còn quá non trẻ. Phải kể tới những tay khoa bảng với học vị tiến sĩ từ các Đại Học danh tiếng Âu Mỹ với những tên như Oxford, Sorbonne, Harvard chỉ biết sách vở mà không có kinh nghiệm thực tiễn nào của đất nước nhưng lại có tài huyễn hoặc với cái tôi là trên hết – ergomaniaes liên tục xuất hiện trên hết đài truyền hình này tới đài phát thanh khác tấn công mọi đối thủ bằng những những trái bom tinh khôn – rhetoric bombs chỉ để khoe kiến thức nhưng lại không có khả năng đưa ra một đường lối chánh sách nào. Sự hào nhoáng trí thức ấy không phải là không hấp dẫn được một số cử tri để có thể biến họ thành những chậu kiểng đẹp đẽ nhưng chắc chắn là vô hiệu trong quốc hội tương lai.

Thêm một sự thật tàn nhẫn nữa là chiến dịch vận động tiêu cực ấy vẫn rất có hiệu quả miễn sao luôn luôn được lặp lại. Và đã không thiếu những mũi tên độc được đưa vào tay các ứng viên tự do để họ hăng hái bắn lẫn nhau. Và hiển nhiên là sự phân hóa giữa những khuynh hướng tự do đem lại hy vọng cho những người Cộng Sản trẻ trở lại cầm quyền cho dù họ không thể nào chiếm được đa số nhất là khi mà chủ nghĩa Mác Lê chỉ còn là những giòng chữ chết trên những trang sách đã đóng bụi của thế kỷ trước và tượng đài ngạo nghễ Lênin cuối cùng tại Việt Nam cũng đã bị giật xập.

Nhưng đáng sợ hơn cả là sự lạm phát của những hứa hẹn không tưởng, rất hiếm những cuộc thảo luận đứng đắn về một tương lai hiện thực của đất nước ra sao. Và thiếu vắng hẳn động lực thôi thúc cho những giấc mơ đi tới. Khai mạc Đài Tưởng Niệm Phong Trào Nhân Văn Giai Phẩm trên Công Viên Lênin năm xưa – nay là Công Viên Nhân Văn bỗng dưng mang ý nghĩa một cuộc vận động chính trị. Các cuộc thăm dò dư luận kiểu Tây Phương đã đem lại những con số hết sức mâu thuẫn khiến có một dấu hỏi lớn về giá trị thống kê của những cuộc thăm dò ấy. Trải qua nhiều năm sống dưới những chế độ độc tài, người dân vẫn chưa dễ gì quên được kinh nghiệm đắng cay của những năm dài quá khứ. Mọi phát biểu ý kiến riêng của họ về người đang cầm quyền hay sẽ cầm quyền đều có thể xô họ vào tình cảnh dầu sôi lửa bỏng. Cho dù bước vào Thế Kỷ 21 đa số người Việt Nam vẫn chưa có được điện thoại riêng, vậy thì các câu trả lời với những người lạ tới gõ cửa từng nhà không hẳn là phản ánh ý kiến của họ. Do đó ai thắng ai vẫn là một dấu hỏi lớn làm điên đầu các nhà báo ngoại quốc vốn tự nhận là am hiểu Việt Nam.

Thế rồi nổi bật trên cái nền tối đen và rối rắm ấy, người ta thấy xuất hiện những khẩu hiệu “Tự do và Trách nhiệm”, “Luật pháp và Trật tự” được đưa ra không phải bởi các chính đảng lớn mà từ một ứng cử viên độc lập trước tình trạng bất trắc của một đất nước bên bờ vực thẳm. Ông ta còn khá trẻ so với đa số ứng viên khác, không có gốc gác đảng phái, không phải hoàng tộc, cũng chẳng phải dòng dõi văn thân hay từ một danh gia vọng tộc nào. Nghĩa là gốc gác bình dân, thứ mẫu người thân tự lập thân. Con một giáo viên nhà nghèo lớn lên trong khung cảnh giáo dục của một gia đình nghiêm khắc nhưng học rất giỏi tú tài đậu hạng ưu nên được học bổng du học. Tốt nghiệp kỹ sư Tin Học, đã sống nhiều năm ở ngoại quốc, vẫn giữ quốc tịch Việt Nam và trở về nước khá sớm với tư cách một chuyên viên. Được biết đến từ nhiều năm do những hoạt động xã hội bền bỉ, ông cũng là người sáng lập và chủ biên tập san Vietnam Forum với nhiều bài viết được trích đăng trên báo chí hải ngoại và gần đây là trong nước. Phát biểu của ông ta sâu sắc nhưng trình bày thì giản dị đi ngay vào trái tim mọi người...

Bây giờ thì những vết thương quá khứ cần được khép lại chứ không thể được đào sâu thêm. Nói về hình ảnh một nước Việt Nam tương lai theo ông... sẽ là một thể chế dân chủ pháp trị theo nguyên tắc phân quyền – theo đó bộ máy hành pháp sẽ là một nhà nước gọn nhẹ trong khung cảnh một đất nước được định nghĩa một cách năng động như là sự chấp nhận chia xẻ một tương lai chung với vai trò sinh động của các cộng đồng sắc tộc, địa phương, tôn giáo, nghề nghiệp trong sinh hoạt chính trị của cả nước. Trước mắt một hiện tại với dấu vết rạn vỡ khắp nơi, chỉ thấy toàn những hứa hẹn và các giải pháp đưa ra đầy mâu thuân; trong khi các ứng viên khác chỉ thích đào bới quá khứ và nói tốt về mình, thì ông ta hướng về tương lai. Ông không phải là một con thú chính trị theo cái nghĩa giảo quyệt và thủ đoạn, bởi cái gốc đôn hậu ông ngây thơ – thật là ngây thơ tin rằng vẫn có thể có một nền chính trị vương đạo. Sự bộc trực thẳng thắn đến trong suốt của ông khiến người ta kính trọng nhưng đồng thời cũng không dấu được sự e ngại về khả năng tồn tại lâu dài của ông giữa một thời thế đầy bất trắc trên một lục địa Á Châu của những âm mưu và phản bội.

Là mẫu người của hành đông, không quay lưng lại với khó khăn nhưng trong hoàn cảnh dù đen tối đến thế nào ông cũng tìm thấy được ở đó tia sáng của hy vọng chuyển hóa và phương hướng giải quyết. Hiểu biết sâu xa về thực tế của đất nước trong bối cảnh toàn cầu; có uy tín và liên hệ mật thiết với các cộng đồng Việt Nam hải ngoại, ông sẽ là nhịp cầu nối kết không chỉ giữa Người Việt Đôi Bờ mà còn cho một Việt Nam sau những năm cô lập vươn ra thế giới bên ngoài nghĩa là hướng về tương lai. Cũng bởi lẽ đó và thật là hiếm hoi ông là ứng viên duy nhất có được sự hậu thuẫn của giới trí thức và các hội chuyên gia bên trong cũng như ngoài nước do sức thuyết phục và khả năng tìm ra được một mẫu số chung rộng rãi để những dị biệt trở thành những đóng góp đa dạng phong phú thay vì là những đố kỵ và chia rẽ.

Rất bình thường với một bề ngoài giản dị, ít vẻ thành thị mà còn mang nét thô mạnh của một nông dân miền Đồng Bằng Sông Cửu Long hậu duệ của thế hệ Nam Tiến tiên phong khai phá, cho dù đã nhiều năm sống ở ngoại quốc. Ông ta không có cái sức thu hút quần chúng – charisma, đầy ma thuật của một tay cáo già chính trị nhưng ở lần gặp đầu tiên người ta có ngay một cảm giác yên tâm và tin cậy; bởi thế những điều ông nói ra được mọi người lắng nghe. Tên tuổi ông bắt đầu được chú ý không chỉ trên báo chí Việt ngữ mà ngay cả những tờ báo lớn ngoại quốc và được đánh giá theo dõi rất sát bởi các Tòa Đại Sứ.

Người ta nhìn ra phong cách lãnh tụ của ông qua bộ tham mưu – brain trust, rất đa dạng sinh động và thuần nhất. Một giáo sư nghiên cứu về Trung Hoa, cũng là bạn vong niên của ông Khắc đã phát hiện rất sớm "viên ngọc ẩn thạch" này và đã ví ông ta qua hình ảnh kết hợp một Tôn Văn của Trung Hoa và Walesa của Ba Lan, được hậu thuẫn mạnh mẽ không phải bởi thiểu số tư bản doanh thương giàu có mà chính là bởi đông đảo giới lao động trong và ngoài nước với lợi tức thấp nhưng lòng không nguôi hướng về tương lai quê hương và vẫn muốn đưa vai gánh phần chia xẻ trách nhiệm.

Cũng vẫn theo nhận xét của ông giáo sư thì cái tài năng đáng nể của người lãnh tụ trẻ tuổi ấy chính là "thuật dụng nhân" không phải chỉ với thiểu số người tài đức mà ngay cả với những người rất bình thường cũng thấy được cái căn cước và phần công lao của họ khi tới làm việc với ông. Theo ông ta cho dù trước đây họ có đi theo những ngả đường khác nhau nhưng họ có một mẫu số chung là lòng yêu nước họ đã cùng cực nhọc cho những điều vượt quá bản thân để hướng về một tương lai tươi sáng của đất nước. Sống dài đằng trong một thời đại hoài nghi, vậy mà người ta không ngừng ngạc nhiên khi thấy phương tiện và tiền bạc không chút dè dặt từ mọi nơi đổ về tổ chức với tên ông. Từ đồng năm đôla của bà cụ già sống ở quận Cam, tới tấm ngân phiếu năm chục đôla của một gia đình "chồng tách vợ ly" trong một hãng điện tử nhỏ ở Úc Châu cho đến những phương tiện lớn lao quy mô của các hội chuyên gia Bắc Mỹ và Âu Châu. Bởi vì ai cũng tin rằng chỉ qua ông các phương tiện ấy sẽ biến thành công ích và tới tay người dân hay cho tương lai một Việt Nam Bền Vững. Chính những điều ông ta tiên tri cách đây hai thập niên đang trở thành hiện thực, rằng hai triệu người Việt Nam hải ngoại gắn bó với vận mạng đất nước đã và đang nỗ lực vận dụng và chuyển hóa tài lực của thế giới thành tài lực của Việt Nam, khai thông những hưng thịnh của thế giới chuyển đổ về quê hương, thực hiện vận mạng Việt Nam bằng những phương tiện của thế giới.

Ngồi trước màn ảnh lớn của đài truyền hình, qua remote control chuyển đổi các băng tần, ông Khắc như trải qua một giấc mơ. Ông vẫn thích đài Truyền Hình Tự Do, một thứ CNN của Việt Nam, phát hình liên tục 24 giờ được tiếp vận qua vệ tinh, có thể bắt nghe được bất cứ đâu trên toàn thế giới. Lãnh thổ Việt Nam bây giờ không chỉ còn là một dải đất cong hình chữ S chạy từ ải Nam Quan cho tới mũi Cà Mau mà đã trở thành một ngôi làng trải rộng khắp thế giới nhưng lại vô cùng gần gũi với chằng chịt những mạng lưới truyền thông tiếng Việt. Dưới mỗi mái nhà trong Ngôi Làng Việt Nam ấy, người ta có thể dễ dàng trò truyện với nhau cho dù khoảng cách không gian là nửa vòng trái đất. Hôm nay vẫn là cô xướng ngôn viên Anh Thư trẻ trung với bản tin Prime Time của buổi chiều. Khởi đầu từ một xướng ngôn viên không nói thạo tiếng Việt trên đài Little Saigon, nay cô trở thành anchorwoman có giá nhất của đài truyền hình Tự Do. Anh Thư là điển hình của thế hệ thứ hai lớn lên ở Mỹ. Bé Mỹ Tho là tên ở nhà của Anh Thư, là con gái út của bác sĩ Bách bạn ông Khắc, có năm anh em thì bốn đã ra bác sĩ. Không có gì khó khăn để Anh Thư theo chân các anh chị. Tốt nghiệp ưu hạng cử nhân sinh hóa của Đại Học Stanford, được nhận vào trường Y Khoa Harvard, cô bé đổi ý chuyển sang học báo chí Đại Học Columbia. Bác sĩ Bách vẫn trách đùa Anh Thư đổi ngành cũng tại bác Khắc.

Bác Khắc bấy giờ là thần tượng – role model của con bé. Từ một cô bé bề ngoài cả thẹn nhưng bên trong là một cá tính mạnh mẽ và tự tin. Nó không dấu được vẻ bất bình và như bị xúc phạm khi có ai so sánh gọi cô là một Connie Chung của Việt Nam.

Nhiều năm trưởng thành trong nghề nghiệp, nhưng sao vẫn cái giọng Nam ngọt ngào của Anh Thư chiều nay không dấu được xúc động với bản tin đầu giờ: Với sự hỗ trợ kỹ thuật của Bắc Kinh, Thái Lan đã bất chấp lời khuyến cáo của Việt Nam quyết định sẽ khởi công xây đập thủy điện lớn nhất trên sông Mekong và đồng thời cho đổi dòng chảy để dẫn nước vào các vùng ruộng đất trên cao nguyên Isan khô cằn của họ. Với một chuỗi tám con đập bậc thềm khổng lồ Vân Nam nay thêm con đập lớn của Thái Lan, Việt Nam là nước ở hạ lưu con sông nên Đồng Bằng Sông Cửu Long sẽ chịu những hậu quả không thể nào lường trước được: cá không xuống hạ lưu, lưu lượng nước sẽ giảm hẳn, nước mặn từ biển sẽ tràn vào, việc sản xuất lúa gạo sẽ bị ảnh hưởng nặng nề, đó là chưa kể các nước thượng nguồn do có nhiều điện sẽ phát triển các nhà máy kỹ nghệ ven sông với chất phế thải độc hại sẽ đổ xuống sông và Việt Nam phải chịu tất cả hậu quả về ô nhiễm môi trường.

Việt Nam ra tuyên cáo và phổ biến cuốn bạch thư kêu gọi Liên Hiệp Quốc, Ngân Hàng Thế Giới, Ngân Hàng Phát Triển Á Châu, chính phủ Thái Lan và Trung Hoa đình hoãn ngay kế hoạch thủy điện cho tới khi hoàn tất cuộc nghiên cứu về hậu quả môi sinh. Trên khắp các thủ đô thế giới, đồng loạt có những cuộc biểu tình phản đối trước tòa đại sứ Trung Quốc và Thái Lan của các cộng đồng người Việt ở hải ngoại...

Ông Khắc trạnh nghĩ cả đất nước chưa hề có hòa bình, nay lại đứng trước thử thách giữa một mạng lưới chằng chịt của Bắc Kinh, một thứ Chinese Connection: tranh chấp biên giới và các hải đảo Hoàng Sa Trường Sa trên Biển Đông, khích động phong trào tự trị các sắc tộc, với đường dây nha phiến và giờ đây là chiến tranh vì nước và môi sinh. Mất vựa lúa gạo lớn nhất để nuôi sống ngót 100 triệu dân Việt, Trung Quốc sẽ hoàn toàn khống chế Việt Nam bằng thứ vũ khí môi sinh này với thâm ý đánh gẫy sống lưng Con Rồng Việt Nam trong vùng trời Đông Nam Á... Nhưng ông Khắc lại có ngay ý nghĩ lạc quan, thôi cũng là điều hay như một vận hội để trong và ngoài nước có đoàn kết...

Thời gian như lùi lại hơn mười năm, tại căn phòng Sinh hoạt Cộng đồng của người Việt ngay giữa thủ đô tỵ nạn Little Saigon vào một buổi chiều như mọi buổi chiều của tháng 10 năm 96 ông Khắc đã có mặt cùng khoảng 30 người trẻ tuổi cùng bày tỏ mối quan tâm về hậu quả tác hại của các dự án xây đập thủy điện trên Lưu Vực Sông Mekong. Ông Khắc còn rất nhớ như mới ngày hôm qua cuộc thảo luận sôi nổi của Nhóm Bạn Cửu Long và khuôn mặt nổi bật của Cao người kỹ sư trẻ tốt nghiệp kỹ sư môi sinh và lúc ấy là cố vấn cho một công ty điện khí lớn ở Mỹ. Liên tục kể từ hôm ấy họ âm thầm làm việc để cho cả đất nước không bị bất ngờ vì khúc ngoặt lịch sử hôm nay. Cuốn bạch thư dày ngót một ngàn trang gồm cả ba ngôn ngữ Việt Anh Pháp, đầy sức thuyết phục là kết quả của hùng tâm trí tuệ và lòng yêu nước thiết tha, mà theo ông Khắc thì tương lai Việt Nam là ở trong tay đám người trẻ bên trong cũng như ngoài ấy...

Nhưng rồi tiếp theo qua mục sinh hoạt, Anh Thư cũng đem lại chút tin vui. Trong cuộc thi Toán Quốc tế ở La Mã, đội tuyển Việt Nam do thầy giáo Nguyễn Châu hướng dẫn đã chiếm giải nhất toàn đội và đặc biệt là giải ưu hạng cá nhân xuất sắc lần đầu tiên được trao cho trò Đinh Quang Bảo Toàn, học sinh Quốc Học Huế được vinh danh như một thần đồng toán học do cách giải đầy sáng tạo làm kinh ngạc toàn hội đồng giám khảo. Rồi tin từ Đà Lạt, Hội Thân hữu Điện lực Thế giới kỳ 14 lần đầu tiên tổ chức ở trong nước với chủ đề "Điện khí hóa Nông thôn".

Tiếp theo là phần tường trình đặc biệt live cuộc đua xe đạp xuyên Việt chạy tiếp sức từ Sài Gòn tới Hà Nội có tên Hành Trình Tự Do của Liên Tổng Hội Sinh Viên Việt Nam từ các Đại Học trong và ngoài nước. Trạm dừng của đoàn là tại mỗi đại học với tưng bừng các cuộc hội thảo về những đề tài liên quan tới phát triển và dân chủ. Thực tế trước mắt là họ gấp rút yểm trợ đào tạo mạng lưới nhân sự và giúp điện toán hóa cuộc bầu cử Quốc Hội sắp tới trên toàn quốc qua kinh nghiệm từ nhiều năm của những đoàn cử tri gốc Việt từ Bắc Mỹ.

Không có Việt tịch không có quyền bầu cử chỉ là những thiện nguyện viên nhưng họ đang là yếu tố tích cực và là chất xúc tác tạo thuận cho tiến trình dân chủ hóa Việt Nam. Tại mỗi đình làng, bên cạnh mỗi thánh thất, chùa hay nhà thờ hay trên mỗi nhà rông đều có màn ảnh truyền hình lớn ngoài tính cách thông tin giải trí, hiện đang liên tục có những buổi phát hình hướng dẫn mỗi người dân từng bước làm quen thủ tục bầu cử với những lá phiếu bấm lỗ. Đó như những tấm căn cước họ tìm lại được sau bao năm bị thất lạc.

Theo dự trù thì đoàn sinh viên tới Hà Nội đúng vào ngày Khai mạc Tượng Đài Văn Hóa cũng là Đài Tưởng Niệm Nhóm Nhân Văn Giai Phẩm trên Công Viên Lênin năm xưa. Nhân dịp này Nhà Xuất Bản Văn Nghệ cho phát hành toàn tập bộ Nhân Văn Giai Phẩm cùng một lúc ở trong nước và hải ngoại. Kể cả báo chí đều có đồng thời hai ấn bản trong và ngoài nước. Cũng là lần đầu tiên trong lịch sử báo chí, hiện thực một phần giấc mơ một Công Ty Truyền Thông Liên Quốc của ông Khắc từ bao nhiêu năm, một con tàu thả neo trên Cảng Sài Gòn hoạt động như một tòa báo nổi với cả đài phát thanh và truyền hình. Trong đời làm báo của ông Khắc, chưa bao giờ có một giai đoạn hào hứng đến như vậy.

Khá bất ngờ là buổi lễ phải lùi lại hai tiếng vì cú điện thoại báo tin có âm mưu đặt bom phá hoại. Dĩ nhiên cũng là dịp để các phe mạnh mẽ tố cáo nhau. Biện pháp an ninh được tăng cường. Và điều ngạc nhiên là số người tới tham dự vẫn đông ngoài sức tưởng tượng ban tổ chức. Đặng Thái Sơn, huy chương vàng giải Chopin lần thứ mười, cũng là con của một nạn nhân trong Nhóm Nhân Văn Giai Phẩm, đã có mặt cùng với giàn nhạc giao hưởng thành phố Hà Nội trình tấu hành khúc Việt Nam, Việt Nam Quê Hương Mến Yêu – thay cho những bài quốc ca cũ, với chan chứa tình tự dân tộc và đầy màu sắc quê hương. Tiếp theo là trường ca Con Đường

Cái Quan khởi đi từ Ải Nam Quan tới mũi Cà Mau ra tới các hải đảo Hoàng Sa Trường Sa với những biến tấu phát triển nhộn nhịp trải dài suốt một giang sơn gấm vóc đầy những âm thanh rộn rã dẫn đến hy vọng reo vui của Ngày Hội Lớn Dân Tộc.

Bây giờ tới phần lễ tưởng niệm, là khúc giao hưởng Người Về Đâu trầm lặng ngân nga với man mác tưởng nhớ quá khứ người xưa. Không ai trong Nhóm Nhân Văn Giai Phẩm còn sống nhưng đã một thời họ là lương tâm thao thức và là nguồn cảm hứng của cả hai miền đất nước và hôm nay hồn thiêng của họ đã có mặt đầy đủ nơi đây: gió xào xạc với nắng vàng trên những ngọn cây cao.

"Với những người yêu tự do thì vụ Nhân Văn Giai Phẩm là định nghĩa trọn vẹn của một tấn thảm kịch – the perfect definition of a tragedy". Đó cũng là tiêu đề bài báo tiếng Anh của ông Khắc cùng ngày gửi đi cho tờ báo Asia Week.

Quá khứ đau buồn và hạnh phúc hiện tại trộn lẫn, khiến ai cũng rưng rưng nghẹn ngào và không cầm được nước mắt. Nhủ rằng từ nay đất nước không còn vay mượn tư tưởng các ông Mác Lê hay Mao như những ngày xưa nữa. Thăng Long Năm Cửa Ô với bao hồn thiêng sông núi tụ lại từ đây. Đài tưởng niệm là biểu tượng bất diệt của Tự Do Văn Hóa Việt Nam, một thách đố trước những bất trắc tương lai. Tinh thần nhân văn của sĩ phu bất cứ ở đâu cũng là ngọn đuốc sáng chỉ đường cho Văn Hiến Việt Nam từ đây. Với ông Khắc thì cả đất nước như đang hồi sinh và chính ông chẳng thể tưởng tượng được rằng mình còn sống sót sang đến Thiên Niên Kỷ Thứ Ba và đã vượt khá xa cái tuổi "thất thập cổ lai hy" và một đất nước Việt Nam vẫn không ngừng lớn lên cho dù những năm tháng trước mặt vẫn còn khẩn trương và chưa có hòa bình.

Văn Miếu Hà Nội Thăng Long văn hiến với năm Cửa Ô...

Sang tới thế kỷ 21 chỉ có ở Việt Nam Tượng Lênin vẫn ngạo nghễ đứng trong công viên lớn nhất của Hà Nội_ 43b

Bức tượng Thương Tiếc của điêu khắc gia Nguyễn Thanh Thu trước Nghĩa trang Quân đội Biên Hòa bị Cộng sản phá sập sau 1975, nay không còn nữa.

Sinh viên phản chiến Mỹ bị quân đội bắn chết ngay trong sân trường Đại Học Kent ngày 04-05-1970, giữa cao điểm của cuộc chiến tranh đẫm máu Việt Nam_ 33b

Bức Tường đá đen Thương Tiếc ở Hoa Thịnh Đốn được khánh thành 7 năm sau 1975 - 1982, cuộc Chiến Tranh Việt Nam. Một nhà báo Mỹ đã phát biểu cho dù quá khứ anh đã có chọn lựa nào thì sự hiện diện của bức tường đá đen ấy vẫn khiến anh đau xé lòng_ 44

Hình bên là tác phẩm điêu khắc của Frederick Hart nơi cổng vào đài tưởng niệm các Cựu Chiến binh Mỹ trong chiến tranh Việt Nam

Cái giá của cuộc Chiến Tranh Việt Nam: chết thường dân 2 triệu, Bắc quân 1.1 triệu, Nam quân 250 ngàn, Mỹ 57,605. Bom 14 triệu tấn ~ 700 trái bom nguyên tử Hiroshima, chất Da Cam khai quang 2.2 triệu hecta với những di lụy lâu dài.

...

*Và một bông hồng cho những người nằm xuống_**

*Hơn 30 năm sau, những thế hệ 2000 đang nghĩ gì về những tàn hại khốc liệt của cuộc chiến tranh Việt Nam_**

Hình như trong suốt dòng lịch sử, hai yếu tố vừa phá hủy vừa tạo dựng xã hội Việt Nam đó là: luôn luôn phải đối đầu với cường địch phương bắc và chống chỏi với khắc nhiệt của thiên nhiên. SarDesai khi nghiên cứu về Việt Nam cũng đưa ra ý kiến tương tự như vậy.

*Hình bên là tượng đài tưởng niệm chiến sĩ Việt Mỹ ngay khu trung tâm Little Saigon_**

*Bình minh hay hoàng hôn trên Sông Mekong, trên đất nước Việt Nam? Với dòng sông chảy xuyên suốt qua vùng đất định mệnh, trước một tương lai chung thịnh vượng hay nghèo khó _ tất cả tùy thuộc có hay không một "Tinh Thần Sông Mekong" và cho dù trên khúc sông nào ở đâu và bao giờ thì phải hiểu rằng "Mọi Người Đều Sống Dưới Nguồn_**

SÔNG MEKONG QUA THỜI GIAN

Qua rồi thời kỳ hoang dã của con sông dài hơn 4800 cây số chảy qua sáu nước nhưng ngót nửa chiều dài chảy trên lãnh thổ Trung Quốc. Câu chuyện sông Mekong đã và đang ngày một gắn bó với tương lai vận mệnh của Việt Nam. Do con sông chảy qua những vùng dân cư nói bằng nhiều ngôn ngữ, con sông đã có những tên gọi khác nhau. Nhưng rồi do ảnh hưởng của Anh Pháp, tên sông Mekong được giới chức ngoại giao chấp nhận trên bản đồ, có lẽ bắt nguồn từ một tên gốc Thái, theo cách phiên âm của người Bồ đào nha, với tên gọi Mecon hay Mekong_ có ý nghĩa thơ mộng là " mẹ của các con suối." Từ nay và trong suốt bài này Mekong sẽ là tên gọi của con sông từ thượng nguồn xuống tới ĐBSCL trước khi đổ ra Biển Đông.

Ngược Dòng Sông Mekong Thời Hoang Dã 1866-1868

Đã 140 năm kể từ ngày nhóm thám hiểm Pháp khởi hành từ Sài Gòn đi tìm một thủy lộ giao thông với Trung Quốc. Qua các tài liệu của Louis Delaporte / Francis Garnier. A Pictorial Journey On The Old Mekong. The Mekong Exploration Commission Report và mới đây với Milton Osborne với "River Road to China 1866-1873" chúng ta thử tìm lại khoảng thời gian con sông Mekong thời hoang dã.

Mối Quan Tâm Từ Sài Gòn:

- Năm 1860, tuy Pháp đã thiết lập được nền bảo hộ ở Sài Gòn, nhưng cuộc sống những người Pháp ở đây đã chẳng sáng sủa gì. Một số người tỏ vẻ bất mãn về giá trị thương mại của thuộc địa Nam Kỳ lúc đó nên muốn tìm tới một triển vọng làm ăn khá hơn. Họ bắt đầu quan tâm tới khả năng khai thác con sông Mekong. Cũng thời gian đó đã có những cuộc thảo luận về điều mà họ gọi là "ý tưởng lớn ". Người khởi xướng không ai khác hơn là Francis Garnier lúc đó mới 24 tuổi đang giữ chức vụ đô trưởng Chợ Lớn. Garnier không chỉ đam mê các cuộc phiêu lưu tới "những vùng chưa biết không thể cưỡng lại được ấy", nhưng anh còn có niềm tin rằng "một quốc gia như nước Pháp, mà không có thuộc địa là một quốc gia chết."

_ Năm 1865, ước muốn khám phá sông Mekong hầu như được chấp nhận rộng rãi từ giới chức thuộc địa Nam Kỳ lẫn phía bên Pháp. Và kết quả đã đưa tới sự hình thành một đoàn thám hiểm. Họ gồm sáu người, tuổi trẻ rạng rỡ và có học thức, sống giữa thế kỷ 19_ thế kỷ của chịu đựng và khắc kỷ. Họ có chung tham vọng về mở mang thêm thuộc địa, tranh giành ảnh hưởng với người Anh và cả tin về sứ mệnh khai hóa_ mission civilisatrice, của nước Pháp.

Doudart de Lagrée, 42 tuổi, trầm tĩnh, tốt nghiệp trường Bách Khoa, là sĩ quan hải quân, trưởng đoàn. Francis Garnier, đam mê sôi nổi, tin tưởng mạnh mẽ ở tiềm năng sông Mekong như một thủy lộ dẫn tới sự trù phú của miền nam nước Trung Hoa, phó đoàn. Louis Delaporte, sĩ quan hải quân, 24 tuổi họa sĩ ký họa. Clovis Thorel và Lucien Joubert không chỉ là hai bác sĩ, Thorel là nhà nghiên cứu thực vật còn Joubert giữ vai trò chuyên viên địa chất. Louis de Carné, người trẻ tuổi nhất được nhập đoàn với tư cách đại diện bộ ngoại giao Pháp.

Họ khởi hành từ Sài Gòn, bắt đầu một sứ mạng mà Đô đốc hải quân Pháp Paul Reveillère cho là: "Có tầm vóc xứng đáng với đam mê của thế kỷ."

Sambor Ghềnh Thác Đầu Tiên Trên Đất Miên

- Năm 1866: ngày 05 tháng 06, đoàn rời Sài Gòn trên một chiến hạm võ trang, đi Kompong Luong, đến thăm khu đền đài Angkor trước khi tới Nam Vang. Ngày 07 tháng 07, đoàn rời Nam Vang đi Kratié theo hướng đông băc. Trước mắt không xa là thị trấn Sambor với một vùng ghềnh thác đầu tiên, rõ ràng không thể vượt qua bằng tàu. Họ phải cần tới 2 ngày để chuyển đồ từ tàu lên bờ rồi chất xuống những chiếc thuyền nhỏ không có động cơ, sức đẩy chỉ là do người chèo chống, nhưng rồi họ cũng tới gần được chân thác Sambor. Bây giờ là giữa tháng 7 đang mùa lũ, con sông trải rộng tới hàng dặm, nước dâng cao hơn thêm năm mét, ngập hết cồn bãi, chỉ còn thấy nhô lên từ mặt nước là những chòm cây vật vã trong gió. Sức nước thì chảy siết, thuyền chậm chạp nhích tới được bằng sức kéo của đoàn người đi dọc theo bờ sông. Garnier vẫn lạc quan tin rằng khúc thác có thể vượt qua với tàu có mã lực lớn. Nhưng chỉ cần tới ngày hôm sau, họ đã tới khúc thử thách nhất của con thác. Chẳng còn thấy giới hạn đâu là bờ bãi, đâu là dòng chính, chỉ thấy những đoạn nông sâu thật bất chợt. Không có cả bãi nghỉ, đoàn phải ở lại trên thuyền qua đêm không ngủ trong sấm sét và mưa bão. Qua bao nguy hiểm, cuối cùng họ cùng vượt qua được 50 cây số thác ghềnh để tới được Stung Treng. Tại đây trong khi Lagrée trưởng đoàn muốn thám hiểm phụ lưu Se Kong, thì Garnier lại chọn cuộc phiêu lưu khá kỳ cục là xuôi trở lại theo con thác bên phía hữu ngạn với hy vọng tìm cho được thủy lộ an toàn đi từ thị trấn Sambor tới Stung Treng. Một ý muốn mà những người Miên tháp tùng giàu kinh nghiệm cho là điên khùng nên đã không tuân lệnh cho dù được hứa hẹn trả công gấp đôi. Cuối cùng Garnier phải rút súng hăm dọa nên họ phải miễn cưỡng đi theo. Sau đây là mấy dòng nhật ký của Garnier...trên dòng nước chảy siết và đã quá trễ để quay trở lại. Con nước lao tới như mũi tên bắn, giận dữ cuồng nộ sủi bọt khi gặp sức cản của những ngọn cây hay mô đá. Chỉ một sơ xuất con thuyền chúng tôi có thể vỡ tan ra thành từng mảnh vụn. Và bấy giờ thì Garnier ý thức được rằng chẳng có tàu bè nào có thể vượt qua được con thác Sambor ấy. Khi Garnier trở lại được Stung Treng thì cuộc hành trình đã kéo dài gần hai tháng, và bao nhiêu hy vọng ban đầu gần như tiêu tan. Nhưng họ vẫn tiếp tục cuộc khảo sát và tiến tới. Trong không khí chẳng mấy lạc quan ấy, thì Garnier và Joubert bắt đầu ngã bệnh. Không phải kiết lỵ mà là bệnh "sôt rừng", trọng khi Joubert may mắn hồi phục trong mươi ngày thì Garnier bị hôn mê kéo dài suốt ba tuần lễ. Cho dù Garnier trong tình trạng tính mạng bị đe dọa, Lagrée quyêt định tiếp tục cuộc hành trình. Bốn ngày sau đoàn tới gần chân thác Khone và cũng là ngày Garnier bắt đầu tỉnh lại nhưng sức khỏe thì suy kiệt với tóc rụng da bong và chân trái hầu như bị liệt. Garnier chỉ thực sự hồi phục sáu tháng sau bằng tất cả sức mạnh của ý chí và lòng ham sống. Bản tường trình của đoàn thật vắn tắt không chút xúc cảm gửi về cho thống đốc Nam Kỳ La Grandière với dòng chữ cuối như sau "Tình hình sức khỏe đoàn nói chung là tốt so với điều kiện mà chúng tôi hiện sinh sống."

Thác Khone, Một Thử Thách Trên Đất Lào:

Họ đã nghe nói tới thác Khone, đó là một chuỗi những ghềnh và thác trải dài gần 14 cây số đan móc vào với nhau từ bờ bên này tới bờ kia. Cảnh tượng thật ngoạn mục với vang ầm tiếng nước đổ sủi bọt tung tóe trên các ghềnh đá. Qua chuyến thám sát sơ khởi, Lagrée nhận định không thể nào di chuyển theo dòng chính, các con thác cao nhất thì ở bờ phía tây, chỉ còn bờ phía đông là khả dĩ đoàn có thể dùng thuyền nhỏ di chuyển. Sức mạnh của con nước có thể thấy rõ từ chân thác với xác chết của cá và cả cá sấu từ trên cao bị cuốn đập vào những khe đá. Họ còn phải đương đầu với cả những hiểm nguy chết người khác: như cọp dữ và các loại ác thú, đó là chưa kể nỗi kinh tởm hầu như hàng ngày của muỗi và đỉa vắt. Như dự tính, đoàn men theo bờ đông tiến một cách chậm chạp ngược dòng nước chảy siết; và phải mất hơn một ngày trời để vượt một đoạn đường chỉ có vài dặm để tới được đảo Khong ở phía trên con thác.

Cho tới giai đoạn này, ngoài sự quyết tâm, lòng can đảm và sức chịu đựng của đoàn thám hiểm, hình như họ vẫn chưa chịu chấp nhận một sự thật rõ ràng là con sông Mekong không thể là một thủy lộ để trao đổi thương mại giữa Nam Việt Nam và Trung Hoa.

- Năm 1867: ngày 10 tháng 01, Garnier tách đoàn đi Angkor, trở lại Nam Vang trong nỗ lực kiếm giấy thông hành cho đoàn vào Trung Quốc. Ngày 10 tháng 03, sau 2 tháng rời đoàn, Garnier đã vượt qua chặng đường hơn 1500 cây số phần lớn bằng đường bộ trong những điều kiện ngặt nghèo. Garnier trở lại nhập đoàn tại Uthen để cùng đi Vạn Tượng.

Ngày 02 tháng 04, đoàn tới Vạn Tượng, chứng kiến dấu vết tàn phá của người Thái trong quá khứ trên thủ đô tráng lệ này; nhưng riêng ngôi chùa Phật Wat Phakeo của hoàng gia vẫn còn đó, ngọc xá lợi đã bị lấy mất, có lẽ bị đưa về Thái Lan. Đoàn thám hiểm Pháp cũng đã tự ý lấy đi những bộ sách cổ quý giá trong thư viện chùa Si Sakhet với lý do biện minh "vì lợi ích khoa học." Cuối cùng họ tới thăm That Luong, ngôi đền nổi tiếng nhất của Vạn Tượng được dựng lên từ thế kỷ 16_ là niềm hãnh diện và cũng là biểu tượng của nước Lào.

Ngày 04 tháng 04, đoàn rời Vạn Tượng trở lại với đường sông đi Luang Prabang. Hơn 150 cây số dọc theo con sông là đồi núi trắc trở không có ngả vào, con sông thu hẹp lại với những thác ghềnh chạy giữa những khe núi đá và nếu vào mùa lũ thì vô phương di chuyển. Bây giờ đang còn là tháng 4 mùa khô, di chuyển cũng đã chậm chạp và khó khăn, chỉ trông vào sức người kéo. Ròng rã suốt 3 ngày họ chỉ mới nhích tới chưa được 20 cây số với giày dép thì rách bươm do bờ sông đầy sỏi đá nhưng rồi cuối cùng đoàn cũng tới được Chiang Khan. Đoàn cũng đang tiến gần tới vùng ảnh hưởng của người Anh với nỗi lo ngại sẽ bị người Anh phỗng tay trên tất cả công lao của họ. Sang đến ngày 23 tháng 04, đoàn lại phải đối đầu với một khúc ghềnh thác nữa. Một lần nữa họ lại phải rỡ đồ xuống khỏi thuyền để có thể tiếp tục cuộc hành trình cho dù vô cùng chậm chạp. Nhưng rồi cuối cùng họ cũng tới được Luang Prabang, một thị trấn đang phát triển về thương mại, được bảo hộ bởi cả Thái Lan và Việt Nam nhưng lại khá xa 2 kinh đô Bangkok và Huế. Sau 4 tuần lễ lưu lại thị trấn này, sinh lực của đoàn như được hồi phục nhưng đồng thời con đường trước mặt là đầy những bất trắc.

Cửa Vào Trung Quốc:

Từ ngày rời Sài Gòn, đoàn hầu như bị cô lập với mọi nguồn tin tức. Họ chỉ nghe nói có phong trào người Hồi nổi loạn dai dẳng ở Vân Nam từ 1855; nay nếu đoàn tiến vào vùng tranh chấp ấy với giấy thông hành của triều đình Bắc Kinh thì quả là điều thiếu khôn ngoan. Khởi đầu Lagrée muốn chọn một lộ trình khác nhưng rồi cũng phải theo ý Garnier là vẫn tiếp tục cuộc hành trình dọc theo con sông Mekong. Và đoàn đã để ra 2 tuần lễ chuẩn bị ngày lên đường với số hành trang thật tối thiểu.

Ngày 25 tháng 05, đoàn rời Luang Prabang đi Chiang Kong. Sau hơn 5 tháng gian khổ tưởng như đến kiệt sức, ngày 18 tháng 10 đoàn thám hiểm qua được biên giới Trung Hoa vào Tư Mao. Sau 15 tháng rời Sài Gòn, có lẽ họ là nhóm người Âu đầu tiên thành công vào "đất hứa Trung Hoa" qua ngả biên giới này. Cả đoàn cảm thấy nhẹ nhõm cho dù tình hình tại địa phương cũng không sáng sủa gì: vụ người Hồi giáo nổi loạn vẫn còn, lại thêm bệnh dịch tả đang hoành hành khắp Vân Nam.

Phải mất 3 tuần lễ nữa, đoàn tới Côn Minh, đó là thị trấn lớn nhất mà họ đặt chân đến từ ngày đoàn rời Sài Gòn. Tại đây cũng là lần đầu tiên họ được gặp lại đồng hương là linh mục Potteau và phái đoàn truyền giáo Pháp. Vẫn theo Garnier thì "chinh phục thuộc địa hay truyền đạo Kitô đều chỉ là những ngả đường khác nhau dẫn tới sự vinh quang cho nước Pháp".

_ Năm 1868: ngày 08 tháng 01, đoàn rời Côn Minh. Sức khỏe của Lagrée lúc này suy xụp đến mức không thể ngồi võng mà phải cáng đi theo đoàn; di chuyển thật chậm chạp trên khung cảnh cao nguyên trơ trọi đầy gió lạnh. Mãi tới tuần lễ thứ ba, với chặng cuối đi bằng đường sông, đoàn tới Hội Trạch_ Hui tse. Tại đây bằng những cố gắng phi thường, Lagrée vẫn gắng gượng ngồi dậy để tiếp xúc với giới chức địa phương với tư cách trưởng đoàn. Cùng một lúc bị sốt rét và nhất là bệnh kiết lỵ gây biến chứng ápxe gan, gần như kiệt sức, Lagrée phải làm việc với đoàn ngay tại giường bệnh. Lagrée phải nghe theo ý kiến Garnier để đoàn đi Đại Lý, tiếp tục cuộc khảo sát lên thượng nguồn sông Mekong. Và có lẽ đây là tài liệu cuối cùng mang chữ ký Lagrée với tư cách trưởng đoàn. Bệnh tình Lagrée mau chóng suy xụp và kết thúc bằng cái chết không thể tránh. Riêng Garnier khi tới Đại Lý, đoàn bị vua Hồi từ chối tiếp kiến, đồng thời buộc phải rời Đại Lý ngày hôm sau.

Sau cái chết của Lagrée, cuộc thám hiểm sông Mekong tới đây kể như chấm dứt. Đoàn còn lại 14 người; ngày 20 tháng 04, họ xuống thuyền trên một phụ lưu sông Dương Tử, đi Hán Khẩu tới Thượng Hải rồi xuống tàu về Sài Gòn ngày 29 tháng 06 năm 1868 với chiếc quan tài của người trưởng đoàn sau cuộc hành trình đầy gian khổ kéo dài hơn 2 năm 24 ngày với kết luận là sông Mekong không thể nào là thủy lộ giao thương từ Nam Việt Nam tới Trung Hoa.

MEKONG TRONG CHIẾN TRANH 1968

Một trăm năm sau chuyến đi của đoàn thám hiểm Pháp (1868-1968), giữa cuộc chiến tranh Việt Nam, ký giả báo National Geographic (12- 1968, Vol 134, No.6) đã xuôi dòng sông Mekong từ Tam Giác Vàng xuống tới ĐBSCL. Sau đây là trích đoạn những trang ký sự của Peter T. White qua chuyến đi ấy.

Đi Tìm Chín Con Rồng Sáng:

Việc đầu tiên là tôi khảo sát trên bản đồ. Tiếp đó tôi đi theo một phi cơ quân sự Mỹ bay cao rồi bay thấp trên khắp vùng, nơi mà đầm lầy lau sậy và các cửa sông bùn lầy tiếp xúc với Biển Đông. Tôi đã cố gắng hết sức nhưng chỉ tìm thấy tám con rồng. Sao mà có thể như vậy được khi người Việt nam gọi là Cửu Long?

Tôi hỏi ông Tôn Thất Thiện, là Bộ trưởng Thông Tin. Ông ta cười nói: "Thực sự chỉ có tám nhưng số 8 không phải là con số hên. Phải là số 7 hoặc 9 và do đó chúng tôi đã tìm ra một cửa sông nữa nhưng rất nhỏ và hẹp chỉ dài ngót hai chục cây số nên tôi chắc anh sẽ chẳng buồn khi không tìm ra nhánh sông đó." Dĩ nhiên là tôi không buồn vì còn rất nhiều điều liên quan tới con sôngMekong mà người ta hy vọng có thể tìm thấy được – trong một tháng, trong một năm, trong cả một đời người.

Nước từ nguồn tuyết tan từ 16 ngàn bộ trên cao nguyên Tây Tạng. Người Tây Tạng gọi tên con sông là Dza-Chu có nghĩa là Nước của Đá. Con sông đổ xuống phía nam qua những hẻm núi hoang vắng của tỉnh Vân Nam với tên Lan Thương có nghĩa là con sông cuồng nộ. Và suốt hơn 1100 dặm khúc sông thượng nguồn này thuộc quyền thống trị của Bắc Kinh và dĩ nhiên họ không muốn có người Mỹ dòm ngó tới. Do đó tôi đã phải giới hạn cuộc hành trình từ vùng tam biên Miến-Thái-Lào, được coi như giới hạn phía bắc của vùng Hạ lưu sông Mekong.

Đây là khúc sông Mekong 1500 dặm trong cả chiều dài 2600 dặm, là con sông dài thứ 11 của thế giới nhưng về lưu lượng nước thì đứng hàng thứ mười và là con sông lớn nhất Đông Nam Á. Ba phần tư lưu lượng nước ấy là do mùa mưa đổ xuống từ vùng Hạ lưu.

Trải qua hàng ngàn năm, đời sống cư dân nơi đây và những cây lúa của họ đã thích nghi với nhịp điệu của con sông Mekong với hai mùa mưa nắng.

Đã từng sống nơi đây, có hai lý do khiến tôi không bao giờ quên được tầm quan trọng của vùng Hạ Lưu Sông Mekong.

Thứ nhất là cuộc chiến tranh. Tôi đã thấy nó dữ dội ra sao nhất là ở Nam Việt nam. Thầm lặng hơn nhưng cũng không kém chết chóc là trận chiến tranh ở Lào với những người Mỹ đa số là dân sự yểm trợ cho mấy chục ngàn lính quốc gia đối đầu với lực lượng nổi dậy do quân Bắc Việt hỗ trợ. Riêng tại Thái Lan, nạn khủng bố đã gia tăng cùng với xâm nhập của Cộng quân qua con sông Mekong. Ngay cả với Cam Bốt tự coi như trung lập cũng không tránh khỏi sự xâm nhập của vũ khí. Cư dân sống trong vùng cảm thấy bị vây bủa vì cuộc chiến tranh mà diễn tiến của nó ra sao thì lại được quyết định bởi Hoa Thịnh Đốn, Mặc Tư Khoa hay Bắc Kinh.

Thứ hai, với hy vọng về một giải pháp cho Đông Nam Á, mở

ra hứa hẹn có một không hai trong bối cảnh hòa bình: đó là Dự án Phát triển sông Mekong. Mục đích là đem lại sự thịnh vượng trong vùng, nơi mà 80% dân cư vẫn sống bằng nghề nông, đa số nghèo khổ suy dinh dưỡng và bệnh tật. Đó là kế hoạch xây những con đập dọc theo các phụ lưu và cả trên dòng chính sông Mekong.

Các đập này sẽ tạo ra những hồ chứa lớn giữ nước trong mùa mưa từ tháng 6 tới tháng 11 và có thể ngăn lũ lụt. Các con đập sẽ cung cấp nước tránh hạn trong mùa khô, tưới cho những vùng đất hoang mênh mông và những vùng đất đã trồng trọt để có thể tăng lúa trồng lên 2 hay 3 vụ một năm. Các con đập sẽ sản xuất điện quanh năm thắp sáng các thành phố và cung ứng điện cho kỹ nghệ. Chưa có nơi nào trên thế giới mà lại được hoạch định phát triển kinh tế vùng ở mức độ lớn lao đến như thế.

Hợp Tác Để Chế Ngự Dòng Sông:

Kể từ 1957, phái đoàn của 4 nước này đã cùng nhau làm việc trong Ủy Ban Sông Mekong dưới quyền giám sát của Liên Hiệp Quốc. Dần dà dự án sông Mekong trở thành hiện thực. Nhóm kỹ sư và khoa học gia đến từ Âu châu, Bắc Mỹ và Á châu. Tới năm 1961 nhóm khảo sát chủ yếu là người Nhật đã chọn những khúc sông có thể xây đập. Các nhà lãnh đạo của 24 quốc gia – mà người náo nức nhất là Tổng thống Mỹ, cùng đồng ý đầu tư khoản tiền cần thiết lên tới nhiều tỉ đôla.

Buổi sáng hôm đó từ thủ đô Vạn Tượng chúng tôi lên đường dưới một bầu trời xanh. Con sông Mekong trong mùa mưa đẫm những phù sa màu nâu óng ánh. Đây là khúc sông Mekong biên giới giữa Thái và Lào. Chúng tôi đổ bộ lên bờ phía Thái Lan, khoảng 15 dặm phía bắc Vạn Tượng. Bờ sông dốc và trơn trợt. Chúng tôi dừng lại ở độ cao 280 bộ trên mặt sông, một bảng hiệu ghi dấu địa điểm của đập Pa Mong, nơi Lỗ Khoan 108. Những chuyên viên người Thái năng nổ làm việc với chiếc dàn khoan Thụy Điển, tiếng nổ ồn ào, họ lấy ra được những thỏi đá hình trụ đường kính hơn 7 cm. Mabbott nói: "Đó là các mẫu đá phù sa (siltstone), phải gói dán lại ngay trong sáp nóng nếu không thì sẽ vỡ rữa. Chúng tôi sẽ gửi sang Denver, để phân tích. Anh không thể vẽ đồ án con đập nếu chưa nắm vững về địa chất." Rồi tới phần địa hình. Khi nghe Mabbott trình bày thêm thì tôi hiểu tại sao dù với bao nhiêu tiền của thế giới đổ về thì con đập Pa Mong cũng không thể hoàn tất một cách vội vã.

Phẩm chất của đá sẽ xác định chiều cao và sức nặng mà con đập có thể chịu được. Một diện tích rộng lớn phải được khảo sát để tính lượng nước có thể lưu trữ ở những độ cao khác nhau. Những yếu tố này sẽ qui định hình dáng độ dày và sức mạnh của con đập.

Mabbott vẽ một phác thảo. "Pa Mong ở độ cao 325 bộ so với lòng sông sẽ chứa được 3.4 ngàn tỉ bộ khối nước / cubic feet. Bây giờ chúng ta có thể nâng độ cao lên 360 bộ, cho lượng nước chứa lên tới 3.7 ngàn tỉ, gấp hai lần rưỡi đập Hoover của Mỹ. Cũng có thể chúng ta nâng độ cao lên tới 390 bộ..."

"Chúng tôi ước chừng sẽ có giải đáp vào khoảng năm 1971." Rồi 3 năm vẽ đồ án, 6 tới 8 năm để xây đập, thêm 10 năm nữa trước khi nhà máy điện có thể đạt được toàn công xuất. Tổng cộng phải hơn 20 năm! Và cần một tỉ đô la, chưa kể phí tổn về thủy lợi.

Trở về Vạn Tượng thấy các công trình xây cất đang mọc lên. Viên Thị trưởng ghi nhận những nét đổi thay với vẻ không vui gì. Tôi cứ mải suy nghĩ và muốn biết là người Lào liệu có hạnh phúc hơn không nếu cứ để cho họ sống cuộc đời giản dị bên bờ con sông Mekong ấy? Tôi hỏi Oukeo là thành viên Ủy Ban Sông Mekong. Anh nói: "Dân Lào chúng tôi bản chất vui tươi, không nhiều tham vọng như các ông, ngay cả khi đói họ cũng không than van nữa." Tuy không có thống kê chính xác nhưng dân số Lào thì đang giảm dần. Ông nghĩ coi, cứ 10 đứa trẻ thì có 6 hay 7 đứa chết. Không có viên chức Lào nào mà lại vui cho được với tình trạng như vậy." Chúng tôi phải thăng tiến mức sống toàn diện. Do đó Kế Hoạch Sông Mekong quan trọng biết chừng nào!"

Từ Vạn Tượng xuống tới Cam Bốt, con sông Mekong chảy xuôi thêm 525 dặm, trong đó có 415 dặm là biên giới thiên nhiên giữa Thái Lào, nhưng không phải là đường ngăn chặn bọn khủng bố hay những vũ khí được cất dấu trong những thuyền bè qua lại.

Đối nghịch lại với một bối cảnh bất an như vậy, các dụng cụ đo đạc đặt hai bên bờ con sông Mekong vẫn tiếp tục thu thập các dữ kiện cho Ủy Ban Sông Mekong. Người ta lấy các mẫu chất lắng, đo mức thủy lưu và mức lên xuống cao thấp của dòng sông.

Xuống tới Nam Vang, thủ đô Cam Bốt với 600 ngàn dân, thành phố lớn nhất bên bờ sông Mekong. Nơi bến sông, là một cung điện. Cảnh trí hùng vĩ khi nhìn về Quatre Bras nơi bốn nhánh sông tụ lại. Con sông Tonle Sap là một phụ lưu có thể đổi dòng. Vào mùa mưa do nước sông Mekong dâng cao, con sông Tonle Sap đổi dòng chảy ngược vào Biển Hồ. Khi mùa mưa chấm dứt vào tháng 11, con sông lại đổi chiều xuôi dòng trở lại. Tôi tới thăm khu đền đài Angkor, đó là một quần thể những thành lũy lâu đài đẹp tinh tế và vĩ đại, một kiệt tác phẩm của con người một thời trong vùng Hạ lưu Sông Mekong.

Những Con Đập Hứa Hẹn Và Cả Gây Chuyện:

Đập Pa Mong và Nam Ngum [Lào], Sambor và Stung Treng [Cam Bốt], những dự án này đều được điều hợp từ Bangkok và là trụ sở của ECAFE của Liên Hiệp Quốc. Một kỹ sư Đài Loan nói: “Khi chúng tôi khởi sự năm 1957 thì ai cũng cười. Anh làm được gì khi thiếu dữ kiện? Anh có bao nhiêu nước? Dân số ra sao? Chúng tôi dự đoán nhiều điều và nay cũng khá gần với thực tế. Đập Pa Mong đang trở thành một hiện thực. Không còn ai cười chúng tôi nữa.”

Pa Mong, Stung Treng, Sambor: làm sao có thể hoạt động đồng thời và tận dụng tối đa con sông Mekong? Làm sao thiết kế để cùng đem lại hiệu quả. Hệ thống điện toán IBM đã hoạt động. Chuyên viên Mỹ và Pháp đang hướng dẫn cho các thảo chương viên Thái và Lào. Các nhà kinh tế đang khảo sát kỹ tường trình của các nhà địa chất. Nhiều chuyên viên rất quan tâm là các đập sẽ ảnh hưởng trên môi sinh ra sao?

Chặng chót tôi tới Nam Việt Nam. Một người Mỹ nói cho tôi biết về viễn cảnh của vùng ĐBSCL. “Đó là nơi mà Việt Cộng kiểm soát và có ảnh hưởng. Với 5500 dặm chiều dài những mạng lưới sông rạch, thật khó khăn để mà hành quân nơi đó." Chánh phủ Nam Việt Nam gọi đó là Vùng 4 Chiến thuật, một diện tích lớn hơn Hà Lan, khoảng 6 triệu dân với nhiều tôn giáo đặc thù của vùng châu thổ. Theo những chuyến bay quân sự tôi đã thấy những cảnh tượng khá kinh hoàng: cả một vùng xanh phẳng mênh mông đan giữa nhưng kinh rạch lớn nhỏ, giống như trong một mạng nhện khổng lồ. Cảnh đồng quê thì trụi lá vì thuốc khai quang; khắp nơi đầy những hố lớn nhỏ do bom B-52 hay đạn trọng pháo. Ủy Ban Sông Mekong đang làm gì ở đây? Giải quyết một vấn đề xưa cũ là có quá nhiều nước. Đã có những thử nghiệm về đắp đê và dẫn thủy giống như người Hà Lan đã làm. Hay đổi dòng những con kinh lớn để có thể thoát nước vào vịnh Thái Lan và giải quyết đất bị úng thủy. Giải pháp này đã có hiệu quả thời đế quốc Phù Nam xưa. Giải pháp nào cũng nhằm giảm thiểu độ xâm nhập của nước mặn từ biển Đông. Trong mùa khô khi lưu lượng con sông Mekong xuống thấp, nước mặn có thể lấn vào tới nửa phần châu thổ. Nhưng bây giờ thì chẳng có kế hoạch nào được thực hiện khi mà sự di chuyển của viên chức chánh phủ và người ngoại quốc hoàn toàn bị hạn chế.

Ngày cuối cùng, tôi xuôi dòng một con kinh trên chiếc thuyền máy. Chúng tôi hướng về Hàm Luông nơi nhánh con sông Mekong đổ ra biển. Những đàn cá nhỏ nhảy lên rồi ngụp xuống trông giống như những con cá heo tí hon. Thuyền máy của chúng tôi tạo nên những sóng lớn trên con kinh như muốn làm chìm chiếc thuyền tam bản nhỏ của một cặp vợ chồng già. Tôi bảo thuyền máy dừng lại và nói lời xin lỗi với ông ta. Ông già nói là tai nghe không có rõ và mắt thì chăm nhìn tránh thủy lôi. Tôi hỏi chúng tôi có làm ông sợ không? Ông nói: "Tôi sợ khiếp đến bao hồn vía bay đi đâu mất." Ông già giải thích: "Nơi đây chúng tôi tin đàn ông có 7 vía còn đàn bà thì có 9 vía. Tôi không thể giảng cho ông là tại sao nhưng chúng tôi tin là như vậy."

Tôi vẫy chào từ biệt. Và trong lòng thầm ao ước có một ngày nào đó người Việt khỏi phải sợ hãi thần linh trên con sông Cửu Long, cả đám cư dân vùng Đông Nam Á sẽ có được hạnh phúc. Liệu ngày đó có tới không? Tôi thì muốn tin là sẽ có một ngày như vậy.

MEKONG TRONG THỜI BÌNH 1993

Hai mươi lăm năm sau Peter White (1968-1993), một của ký giả khác báo National Geographic (02- 1993, Vol.183, No.2) đã thực hiện một chuyến xuôi dòng sông Mekong trong thời bình. Sau đây là trích đoạn những trang ký sự của Thomas O'Neill qua chuyến đi ấy.

Mục đích của tôi là đi suốt theo chiều dài sông Mekong. Con sông bắt đầu đâu đấy trong vùng núi tuyết và kết thúc ở khoảng 2600 dặm nơi vùng biển ấm Nam Hải. Tôi biết rằng đây là một cuộc hành trình dài và khó khăn.

Để tới được nơi đây, tôi đã phải băng qua hàng ngàn dặm trên một chiếc xe Jeep nhà binh cũ từ Tây Ninh / Xining, thủ phủ của tỉnh Thanh Hải / Qinghai Trung quốc. Những con đường thô sơ gập ghềnh leo cao, cao lên mãi tới 15 ngàn bộ tới không còn một con đường nào nữa ngay biên giới phía bắc của Tây Tạng. Nơi ấy trên một con sông đóng băng. Tôi và nhiếp ảnh gia Mike Yashimata đến dựng lều cạnh đó.

Đám người du mục mời chúng tôi sang lều họ. Tôi gặp Meiga, và người vợ là Daji, tóc để dài trang sức với vỏ sò và những mảnh kim loại, thêm sáu đứa con và cả người anh vợ tuô đã cao móm hết cả răng.

Chúng tôi hỏi Meiga về cội nguồn con sông Mekong. Anh vừa nhúm thêm lửa bằng những miếng phân bò khô vừa nói: ""Có hai nguồn, một từ núi cao trên đỉnh băng giá; không có một ai đặt chân tới đó, còn một nguồn thì ở phía sau ngọn núi thiêng."

Hôm sau, người và ngựa chúng tôi tới được một ngọn đồi cô quạnh hình tháp nhọn. Meiga bảo: "Đây là ngọn núi thiêng," anh ta moi từ chiếc túi bên hông ngựa một bó giấy màu có in những dòng kinh Phật. Anh reo vui tung cao những trang kinh và hân hoan nhìn chúng cuốn theo chiều gió. Và cũng đến lượt tôi hân hoan reo hò khi chúng tôi di chuyển tới phía sau ngọn núi và thấy một dải băng dài cỡ 300 thước Anh có hình thù thắt lại như thứ đồng hồ cát. Nghiêng cúi xuống mặt nước đá, tôi có thể nghe tiếng nước chảy róc rách. Đó là chính những âm tiết đầu tiên của con sông Mekong. Và tôi cũng khám phá ra rằng, tôi và Mike là những nhà báo Tây phương đầu tiên được nghe thấy những âm thanh ấy.

Trung Quốc Với Con Sông Lan Thương:

Từ nguồn, con sông Mekong chảy ngót một nửa chiều dài trên lãnh thổ Trung Quốc, rồi qua Miến Điện, đi xuống các nước Lào, Thái, Cam Bốt và Việt Nam. Chết chóc và khổ đau như là định mệnh của vùng đất ấy. Con sông Mekong vẫn như còn tự do và hoang dã, vẫn di chuyển với nhịp độ của thuở xa xưa: mùa mưa, mùa nước lũ, với con nước tô bồi đất đai và nuôi sống những người dân quanh đó. Nhưng đồng thời tôi cũng khám phá ra rằng tình hình đang có những đổi khác. Sau nửa thế kỷ của bom đạn, đây cũng là lần đầu tiên trong vùng im tiếng súng. Các chánh phủ bấy lâu vẫn cô lập cùng với đám dân chúng nghèo khổ của họ, thì nay bắt đầu mở cửa biên giới, tìm đầu tư ngoại quốc để phát triển. Con sông Mekong có vai trò trong đó, nó sẽ bị khai thác biến đổi, hết còn hoang dã, cũng kéo theo sự thay đổi của đám dân cư sống trong vùng.

Khúc sông Mekong bị mất hút khoảng 500 dặm. Các viên chức Trung Quốc cấm chúng tôi đi xuyên qua Tây Tạng và một phần ba phía bắc tỉnh Vân Nam. Họ bắt chúng tôi phải đi vòng, sau này tôi mới hiểu được rằng họ không muốn người ngoại quốc chứng kiến những địa điểm đóng quân hay những phong trào chống đối có thể bộc phát ra ở trong vùng nhân dịp kỷ niệm 40 năm ngày Trung Quốc chiếm đóng Tây Tạng.

Khi bắt đầu đi tiếp cuộc hành trình từ phần đất Vân Nam, tôi mới nhận ra rằng thật khó mà đi dọc theo dòng sông Mekong. Không có đường xá để đi tới đó. Có vài con đường mòn tới gần con sông nhưng thường là kết thúc trên bờ vực nhìn xuống con nước chảy xiết. Chúng tôi chạy xe theo những con đường hẹp bao quanh bởi các lũy tre. Người tài xế đôi khi phải chạy chậm lại khi gặp những người thợ săn đi chân đất với súng kíp băng qua.

Rôi bất chợt hiện ra trước mắt chúng tôi là bức tường thành kiên cố cao 35 tầng nhô lên từ lòng con sông chạy giữa hai ngọn núi. Phía trước và sau là chằng chịt các giàn gỗ với li ti hình dáng những công nhân đang xây cất đập. Với những ống dẫn nước cao 40 bộ đục qua khe núi, dòng sông trông thuần lành như con chó bị cột xích đưa vào ống dẫn để rồi bất chợt thoát ra vẫy vùng sủi bọt khi không còn bị giam hãm. Đây là con đập Mạn Loan sẽ hoàn thành vào năm 1995 với dự trù sẽ cung cấp 1,500 Megawatts điện cho các khu mỏ mới và khu kỹ nghệ Vân Nam. Wan Long, viên giám đốc công trường nói: "Con sông này giống như khu hầm mỏ giàu có với lưu lượng nước khổng lồ." Trong khoảng ba thập niên tới Trung Quốc hy vọng xây thêm tám đập nữa trên sông Mekong để tạo sức bật phát triển cho các vùng kém mở mang như hiện nay. Các đập chứa sẽ trải ra như những bậc thềm khoảng 300 dặm từ biên giới Hoa-Lào ngược lên phía bắc.

Khúc sông Mekong ở Trung Quốc sẽ còn phải cưu mang nhiều thứ; những tháng ngày cuộn sóng trong hoang dã của con sông cũng sắp chấm dứt.

Qua Khu Tam Giác Vàng:

Rời khỏi lãnh thổ Trung Quốc, tới khu Tam Giác Vàng, từ đây con sông Mekong lao về hướng đông, sâu trong các khu rừng rậm cao nguyên nước Lào và mang vẻ hoang dã trở lại. Vương quốc Lào có diện tích bằng nước Anh nhưng dân số chỉ có 4 triệu rưỡi người sống nghèo nàn cô lập trong các vùng núi non và rừng rú rậm rạp.

Từ 1975, Lào bị cai trị bởi đảng Cộng sản Pathet Lào và gần đây có chủ trương theo một đường lối bớt cứng rắn. Khúc sông tiếp giáp với biên giới Thái được mở trở lại; với quy chế mậu dịch tự do và cho phép nhận đầu tư từ nước ngoài.

Một trong số ít nơi trên con sông Mekong mà nhà nước Lào

cho phép tôi được thăm viếng là bờ sông phía bắc với vô số những tượng Phật trong khu hang Pak Ou với thành lũy cách cố đô Luang Phrabang khoảng 22 dặm về phía bắc. Khoảng 100 dặm xuống xa hơn nữa là thủ đô Vạn Tượng, với dân số khoảng 125 ngàn. Đa số nhà cửa chỉ có một tầng. Theo dọc con sông vào những buổi sáng, hàng đoàn thuyền nhỏ di chuyển trên sông giữa Vạn Tượng và bến cảng Nong Khai phía Thái cách đó chừng vài dặm. Cảnh sinh hoạt như vậy bắt đầu từ năm 1989 khi có chính sách mậu dịch tự do. Và rồi chiếc cầu Mittaphap nối liền hai nước sẽ được hoàn thành vào năm 1994. Các chuyên gia thì tin rằng một thứ mà Lào có thể bán ra ngoại quốc là thủy điện. Ủy Ban Sông Mekong đã đưa ra kế hoạch xây cất 4 đập thủy điện khổng lồ trên sông Mekong. Đập Pa Mong cách 12 dặm về phía bắc Vạn Tượng, là dự án đầu tiên được cứu xét với ngân khoản chi phí lên tới 2.8 tỉ MK. Hồ chứa của đập sẽ dìm trong đáy nước một vùng đất đai và nhà cửa của 60 ngàn dân cư. Một viên chức Lào trong Ủy Ban Sông Mekong cho tôi biết là: "Chưa có một quyết định nào về con đập Pa Mong. Nhưng thật khó cho chúng tôi khi phải xuất cảng nông phẩm hay gỗ nhưng cũng thật là dễ dàng để xuất cảng điện. Chúng tôi có trong tay một thị trường rất lớn là Thái Lan. Tôi chưa thấy cách nào khác hơn đề chúng tôi có thêm ngoại tệ."

Con sông Mekong rời khỏi Lào bằng một đoạn ghềnh thác mạnh mẽ sủi bọt rất ngoạn mục có tên là Thác Khone chạy dài khoảng 6 dặm.

Khúc Sông Qua Những Cánh Đồng Chết:

Khi chảy vào lãnh thổ Cam Bốt, con sông Mekong mất vẻ căng thẳng hùng vĩ mà trải rộng mênh mông từ 2 tới 3 dặm chiều ngang. Cảnh trí bằng phẳng, lại được cộng thêm các nhánh sông Kong, San, Srepok, Krieng làm tăng thêm lưu lượng nước cho dòng sông.

Mùa mưa đã qua đi, và cũng là bắt đầu mùa trồng trọt. Cá bắt đầu di chuyển về hướng bắc hàng năm. Từ trong làng, những đàn ông đàn bà lội xuống nước vợt cá bằng những chiếc lưới tay. Những con cá nhỏ ánh bạc vùng vẫy trong lưới. Dân làng thích thú la lên: "Bây giờ thì cả cua và ếch cũng ngon hơn trước." Một người khác tiếp: "Ngay cả tiếng sấm cũng khác nữa." Bị cuốn hút vào khung cảnh thiên nhiên ấy, không còn ai nhớ tới súng lục, súng AK hay cả Khmer Đỏ nữa.

Nam Vang là thành phố có 950 ngàn dân, trông cũ kỹ và nhếch nhác như như một vật bỏ ngoài mưa quá lâu. Một chiếc cầu gẫy xập trong một trận đánh từ năm 1972 nay vẫn nguyên vậy. Bến cảng với những cần trục hoen rỉ và chẳng có hàng hóa gì để chuyên trở. Từ 1991, chánh phủ hiện tại cũng không còn rêu rao tự nhận là Cộng Sản nữa và đã có những dấu hiệu thay đổi. Ông hoàng Sihanouk được dân chúng yêu mến cũng đã trở lại hoàng cung. Một chiếc tàu hàng lớn của Tân Gia Ba bỏ neo để đưa vào những chiếc xe hơi mới của Nhật. Tại khách sạn Cambodiana mới xây, các doanh nhân người Nhật, Singapore, Thái Lan, Mã Lai và từ các xứ Á châu khác đổ tới đây để tìm cơ hội làm ăn.

Việt Nam Với Chín Con Rồng Sáng:

Vào tới Việt Nam, con sông bắt đầu trở nên thật phong phú, gồm hai nhánh chính mà người Việt gọi tên là Sông Tiền và Sông Hậu, cả hai chảy qua một vùng châu thổ rộng khoảng 15,500 dặm vuông, mênh mông và ẩm thấp, tại đây con sông lại chia thêm nhánh, gồm bảy nhánh chính trước khi đổ ra Biên Đông. Còn hai nhánh nữa đã bị lấp khuất từ nhiều năm nhưng người Việt nam vẫn giữ con số 9 như con số hên nên vẫn gọi là Cửu Long.

Còn vô số những sông lạch chằng chịt, chiều dài của thủy lộ này lên tới 2000 dặm, gần bằng chiều dài của chính con sông Mekong. Việt Nam là quốc gia đông dân nhất Đông Nam Á và khoảng 1/5 của dân số 70 triệu sống trong vùng ĐBSCL, đứng hàng thứ ba trên thế giới về xuất cảng lúa gạo.

Sáng hôm sau tới được Tràm Chim, được bảo trợ bởi Hiệp Hội Bảo Tồn Hoa kỳ. Ở đây tôi đã thấy được một số kết quả trong nỗ lực phục hồi ấy. Cùng đi với tôi là nhà nghiên cứu chim tên Võ Quý thuộc đại học Hà nội. Chiếc ghe của chúng tôi đi lách giữa những lùm lau sậy rậm rạp, gây động khiến những con diệc xám hốt hoảng phải cất cánh tung bay. Võ Quý chỉ vào một đàn vịt đang bay qua trên đầu, rồi vểnh tai lắng nghe tiếng con chim bói cá. Tôi phải thốt lên: "Thật tuyệt đẹp." Võ Quý bảo nếu tôi trở lại đây trong vòng 2 tháng nữa, tôi có thể thấy những đàn hạc bay tới từ hướng đông, đó cũng là đàn di điểu cuối cùng của vùng Đông Nam Á. Bây giờ có hàng ngàn những con sếu đầu đỏ sống trong Tràm Chim, hàng ngày đi kiếm thức ăn chủ yếu là cá. Võ Quý còn nói thêm: "Với người Việt Nam, thì giống hạc là biểu tượng cho tuổi thọ."

Từ Cà Mau, tôi chỉ còn cách biển khơi khoảng 35 dặm. Ban đầu tôi muốn được ra biển bằng một con tàu nhổ neo từ Cần Thơ nhưng tôi đã bị chính quyền từ chối. Bây giờ thì tôi thử thực hiện dự định ấy nhưng là khởi đi từ Cà Mau. Người thông dịch và cũng là người canh chừng tôi, chuẩn bị chiếc thuyền gỗ chạy bằng một máy kéo. Chúng tôi đi xuyên qua khu rừng U Minh, đã trơ trụi trong thời chiến tranh; được trồng trọt lại nhưng nay lại trơ trụi vì vô số thuyền bè tới đây để đốn củi. Xa hơn về phía nam, từng mảng rừng bị đốn quang, và người ta đào hào để nuôi tôm: loại tôm xú lớn sản xuất không đủ để cung cấp cho Nhật Bản.

Đi về phía Năm Căn, tôi ngửi thấy mùi muối trong không khí và cả nếm thấy vị mặn trong những hạt nước nhỏ tung tóe nơi đầu mũi thuyền. Trước khi ra biển, dừng lại trước đồn công an kiểm soát, bốn viên công an bước xuống thuyền cho biết chúng tôi không được đi tiếp và cũng không giải thích tại sao. Tôi bất bình nhưng không ngạc nhiên. Du hành trên sông Mekong ngay từ chặng đầu tiên đã là chuyện rủi may. Nước nào cũng hạn muốn hạn chế người Tây phương tới với con sông Mekong. Họ cảm thấy bất an khi con sông dũng mãnh ấy như không thể kiểm soát được.

Trở về Cà Mau vào buổi chiều tà, với những con dơi lớn bay trên nền trời xám. Những con diệc kiếm ăn đêm thì bay về phía những đồng lầy. Chẳng mấy chốc chúng tôi lại chen lách trở lại giữa đám ghe thuyền của những người đi đánh cá, đốn củi, người đi họp chợ và cả những các em học sinh: tất cả lại cùng chan hòa vào nhịp điệu thân thuộc bấy lâu của con sông Mekong.

MEKONG THỜI ĐỔI MỚI 2002

Chín năm sau Peter White (1993-2002), tác giả Mekong Dòng Sông Nghẽn Mạch đã thực hiện một chuyến xuôi dòng sông Mekong trong thời đổi mới. Sau đây là trích đoạn những trang ký sự của Ngô Thế Vinh qua chuyến đi ấy.

Trung Quốc là một đất nước vĩ đại được hiểu theo nhiều ý nghĩa. Chỉ riêng tỉnh Vân Nam cũng đã lớn hơn Việt Nam, diện tích 394,000 km2 dân số chỉ có 35 triệu, so với Việt Nam dân số đông hơn gấp đôi.

Từ cửa máy bay nhìn xuống, Côn Minh mang vóc dáng của một thành phố lớn Âu Mỹ.

Phải từng được sống ở một Côn Minh cũ, trở lại thăm mới thấy được sự đổi thay toàn diện và triệt để như thế nào. Sự đổi thay mau chóng ấy mới chỉ trong vòng một thập niên gần đây thôi, từ ngày có nguồn thủy điện dồi dào của con đập Mạn Loan.

Ở cao độ 2,000 mét trên mặt biển, từ một Côn Minh cũ kỹ, bụi bặm và cả rác rưởi thì nay là một Côn Minh rất khác. Đường rộng và đẹp với những vồng hoa tươi đủ màu. Sự sạch sẽ trên các đường phố là điều đáng ngạc nhiên. Đi thăm thủ phủ Côn Minh, thăm cả một vài góc phố hiếm hoi của một Côn Minh cũ với những căn nhà mái cong mang nhiều dấu vết rêu phong của thời gian. Không xóa hết, có lẽ đây là phần người ta còn muốn giữ lại như một tương phản giữa truyền thống và canh tân.

Thời gian của chuyến đi Vân Nam thì hạn hẹp, với mục đích rõ ràng là đến với khúc thượng nguồn con sông Lan Thương.

Qua câu chuyện trao đổi với người tài xế, được biết Wu, người gốc Hán tốt nghiệp đại học 4 năm, là giáo viên dạy toán, một vợ một con nhưng lương ít. Với cơ hội của một Trung Quốc mở cửa, Wu bỏ nghề giáo chuyển sang nghề lái taxi, lại có vốn liếng tiếng Anh nên có thể đồng thời hướng dẫn du khách. Wu tự tin, bày tỏ mạnh dạn về các vấn đề chánh trị và xã hội của Trung Quốc. Chẳng hạn: Đài Loan dứt khoát là một tỉnh của Trung Quốc, không còn gì để phải tranh cãi. Mao Trạch Đông thì vẫn được kính trọng. Đặng Tiểu Bình được nhân dân Trung Quốc biết ơn vì mở ra một thời kỳ phát triển và thịnh vượng cho nước Trung Hoa. Thế còn chủ tịch Giang Trạch Dân? Cũng vậy thôi, ông ta quá mềm yếu nhất là với Mỹ khiến nhân dân Trung Quốc giận dữ. Như vụ để cho máy bay Mỹ đáp xuống đảo Hải Nam thay vì phải bắn rơi. Dẫu sao, bù lại Trung Quốc biết được thêm nhiều về kỹ thuật hàng không do thám của Mỹ.

Không quá ngây thơ để không nghĩ rằng những tài xế taxi hay hướng dẫn du lịch lại chẳng liên hệ gì tới công an, do đó tôi chỉ đưa ra những câu hỏi hồn nhiên chứ dứt khoát không để mở ra cuộc tranh luận.

Đêm đầu tiên ở Vân Nam, nhìn ra từ tầng lầu 9 của khách sạn Holiday Inn, trước mắt là cả một "Côn Minh rực sáng" dĩ nhiên với nguồn điện từ con đập Mạn Loan, đập thủy điện đầu tiên trong chuỗi 14 con đập bậc thềm trên khúc thượng nguồn sông Mekong. Côn Minh ngày nay như biểu tượng phát triển của Vân Nam, nhưng bằng cái giá nào phải trả cho cư dân nơi ĐBSCL và các quốc gia hạ nguồn thì vẫn còn là một ẩn số.

Con Đập Đầu Tiên, Con Đập Lịch Sử

Mạn Loan là con đập thủy điện lớn đầu tiên của Vân Nam với công suất 1,500 Megawatt nằm ngay khúc giữa con sông Lan Thương. Phải nói là con đập Mạn Loan đã đóng một vai trò quyết định trong kế hoạch điện khí hóa, kỹ nghệ hóa, đô thị hóa cả một vùng tây nam Trung Quốc từ kém phát triển đã mau chóng tiến kịp và sánh vai với các tỉnh trù phú miền đông và đông bắc.

Tháng 5 năm 1986, công trình đập Mạn Loan được khởi công và việc đổi dòng con sông Mekong được hoàn tất vào tháng 10 năm 1987. Con đập cao tới 99 mét chắn ngang khúc sông giữa hai ngọn núi với bức tường thành cao tới 35 tầng. Đơn vị phát điện đầu tiên bắt đầu sản xuất điện từ ngày 30 tháng 6 năm 1993 và chỉ hai năm sau đó, ngày 28 tháng 6 năm 1995, tất cả 5 đơn vị phát điện cùng hoạt động đúng theo như giai đoạn 1 của dự án.

Tưởng cũng nên nhắc lại ở đây một sự kiện đáng ghi nhớ và gây nhiều tranh cãi là vào giữa năm 1993, xảy ra một hiện tượng được coi là bất thường: mực nước con sông Mekong phía hạ lưu đột ngột tụt thấp xuống mà không vào mùa khô, chỉ lúc đó người ta mới được biết là Trung Quốc đã xây xong con đập Mạn Loan và đó là thời điểm bắt đầu lấy nước từ con sông Mekong vào hồ chứa và họ cũng chẳng thèm thông báo gì cho các quốc gia dưới nguồn.

Sau biến cố đó phải nói là càng ngày càng có mối lo âu về ảnh hưởng của chuỗi đập bậc thềm Vân Nam. Mối quan tâm đó càng ngày càng gia tăng do nguyên nhân thiếu hẳn nguồn thông tin cung cấp bởi Trung Quốc.

Thiết kế và xây dựng xong con đập Mạn Loan đầu tiên được kể là "một hoàn tất có tính cách lịch sử", đã khiến cho Phân bộ Điện lực Vân Nam thấy rõ tiềm năng thủy điện phong phú của con sông Mekong là rất phù hợp cho những nhà máy thủy điện khổng lồ khác có công suất lớn với mạng lưới dẫn cao thế. Tiến tới xây dựng thêm các đập thủy điện bậc thềm trên sông Mekong là tạo sức bật cho các bước phát triển kinh tế và xã hội không chỉ riêng cho tỉnh Vân Nam mà còn hoàn tất một "chiến lược chuyển điện từ Vân Nam tới các tỉnh khác của Trung Quốc".

Ngày thứ ba ở Vân Nam đã thực sự là một ngày đáng ghi nhớ. Buổi sáng sớm khởi hành từ Côn Minh để đi khoảng 500 cây số đường bộ về hướng nam, đi về nơi hoang dã để tìm kiếm một địa danh mà chính người tài xế hướng dẫn cũng chưa hề đặt chân tới.

Ra khỏi Côn Minh đi theo Con Đường Tốc Hành về hướng tây. Đây là một xa lộ mới rất tối tân có cả bảng hiệu giao thông tiếng Anh nối Côn Minh với cổ thành Đại Lý, với con đường hầm xuyên núi dài ngót 4 cây số không thua bất cứ một xa lộ nào đẹp nhất của Mỹ. Là một con đường ngoạn cảnh thật đẹp với núi đồi và thung lũng một màu xanh, qua các làng mạc với những căn nhà tường gạch đỏ mái xám cong, thỉnh thoảng lại vượt nhô lên nóc của một ngôi thánh đường Hồi giáo. Vân Nam rồi Tân Cương vẫn là những tỉnh có đông người gốc Hồi giáo người Hán gọi họ là Hui có gốc gác từ thế kỷ thứ 13 khi quân Mông Cổ xâm lăng Trung Quốc, với thường xuyên những cuộc nổi dậy, họ được coi là cội nguồn bất an của Trung Quốc.

Chạy khoảng hơn 150 km trên Con Đường Tốc Hành thuộc xa lộ 320 về hướng Đại Lý, sau đó xe rẽ sang quốc lộ 214 đi về phương nam, hướng tới con đập Mạn Loan.

Trên đường về phương nam, mỗi khi tới một ngã ba, Wu phải dừng xe để hỏi đường. Dân địa phương có người không biết đến tên Mạn Loan, có người biết thì cũng không rõ ở đâu. Wu nói thông thạo thổ âm địa phương, lại kiên nhẫn nên rồi cũng lần dò ra đường đi. Xe chạy qua những làng mạc, những thửa ruộng lúa chín vàng. Mỗi gia đình nay được sở hữu một khoảnh ruộng riêng, chẳng cần thi đua bình bầu nhưng ai cũng làm hết sức mình. Xây được nhà mới, có thêm được chiếc tủ lạnh hay TV hay không là do chính bàn tay tạo dựng của họ.

Trẻ con thì ăn mặc lành lặn cắp sách tới trường đi học, không có cảnh trẻ đi chân đất như ở ĐBSCL. Trai hay gái thì tôi hiểu rằng đây là "những đứa con độc nhất" trong mỗi gia đình. Mà người Trung Quốc như từ bao giờ, vẫn thích đông con. Kiểm soát dân số để phát triển, cưỡng chế cả 1.2 tỉ người Trung Quốc "mỗi gia đình chỉ có một con" không phải là điều dễ làm nếu không phải là một nhà nước toàn trị.

Đến xế trưa, được kể là qua được một nửa chặng đường, một đoạn đường tương đối dễ đi. Bây giờ mới là lúc xe leo đèo, trước mặt chỉ còn là một con đường "độc đạo", cứ hết lên triền cao lại xuống lũng sâu. Đường thì hẹp nhưng xe nào cũng muốn thênh thang chạy giữa con lộ, như không hề biết có xe ở phía trước, nhưng khi đối đầu nhau rồi thì chỉ còn là gang tấc. Yếu bóng vía mà lại còn nhìn xuống lũng sâu thì chẳng còn bụng dạ nào để muốn đi tiếp cuộc hành trình chưa biết bao giờ sẽ tới ấy.

Wu tay lái thật cứng mỗi khi phải đối đầu với những tình huống thật xít xao, hắn bảo an toàn trước đã, nói như cũng để trấn an khách. Bầu trời vẫn vũ mây đen, có mưa lớn ở phía trước, xe phải chạy thật chậm lại khi qua những đoạn đường đá lở. Bây giờ thì mới thực sự thấy sót cho chiếc xe của Wu. Là xe chạy trong thành phố chứ không phải để leo núi, để phải cán lốp xe trên những tảng đá sắc hay sụp trên các ổ gà sâu đến đụng sàn. Chắc Wu cũng không hề tiên liệu phải chạy qua những chặng đường tồi tệ như thế.

Như Đi Về Nơi Hoang Dã, chỉ thấy một màu xanh um của những khu rừng mưa trên các triền núi và cũng hiểu vì sao ít có người dân Vân Nam biết tới con đập Mạn Loan. Những cột điện thật lớn với hàng dây cáp cao thế giăng qua những sườn núi là dấu hiệu cho thấy chúng tôi đã tới gần con đập. Vẫn còn những đoạn đường vỡ mà chiếc xe phải vất vả vượt qua. Xe chạy qua một thác nước nhỏ rào rào đổ xuống từ triền núi cao, những hạt bụi nước trắng chỉ đủ làm ướt mặt con lộ. Từ đây, nhìn xuống thung lũng chạy giữa hai dãy núi là thấy cả một hồ chứa lớn của con đập Mạn Loan phản chiếu ánh nắng lấp lánh. Còn quá xa để nhìn thấy chi tiết đâu là con đập.

Qua một làng núi nhỏ, xe bắt đầu đổ dốc theo một con đường hẹp để đi vào một thung lũng. Ngăn cách bởi những bụi rậm, nhưng khi nghe tiếng nước rì rào chảy là biết tới gần dòng sông. Rồi con sông hiện ra, nhìn ngược dòng chảy tuy còn khá xa nhưng đã có thể thấy được bóng dáng của con đập.

Còn phải qua một cây cầu sang bên tả ngạn mới thực sự đi vào khu công trường của nhà máy thủy điện Mạn Loan. Ngay nơi đầu cầu là một cột mốc lớn với 2 hàng chữ:

Yunxian – Manwanzhen [Vân Huyện – Mạn Loan Trấn]. Hai bên đường là những căn nhà nhỏ, nhà ở xen lẫn vài tiệm tạp hóa và mấy quán ăn. Nơi cổng vào có trạm lính canh, trên bức tường thành là một bảng hiệu uy nghi với hai hàng chữ Hán và Anh sáng chói "Yunnan Manwan Power Generating Co. Ltd". Nơi mặt tiền là những tòa nhà công sở nhiều tầng lớn khang trang; sâu hơn vào phía trong là câu lạc bộ công nhân, khu cư xá nhân viên gồm những tòa nhà 3-4 từng trên lưng đồi. Có cả một nhà nghỉ điều hành như khách sạn dành cho cho khách vãng lai. Wu không gặp khó khăn gì để thuê 2 phòng trong khách sạn, phòng trên lầu 4, qua cửa sổ phía sau có thể nhìn xuống một khúc sông Mekong.

Không biết sẽ được lưu lại nơi đây bao lâu, tuy còn rêm mình sau một chặng đường dài nhưng tôi vẫn bảo Wu lái xe đưa chúng tôi đi một vòng. Trong ráng chiều, ánh sáng không phải là lý tưởng cho những bức hình đẹp nhưng với tôi thì đây là cơ hội hiếm hoi và duy nhất để thu hình con đập – một nơi mà trước khi đi, tôi không nghĩ là có thể đặt chân tới. Xe chạy dọc theo bờ sông bên hữu ngạn, khoảng 4-5 giờ chiều có lẽ vào giờ nghỉ nên khá vắng, cơ hội là khoảng trống ấy, nên tôi đã chụp hình rất nhanh và tối đa với cả 2 cuộn phim các landmarks của khu đập Mạn Loan. Bên một bờ sông cao, phía dưới là dòng sông nước chảy, tôi cố gắng tới gần nhất chân con đập.

Tôi hiểu rất rõ một điều là cho dù với Trung Quốc đã mở cửa nhưng bản chất vẫn là "một nhà nước toàn trị". Vẫn có những hạn chế về thông tin và truyền thông trong đó vấn đề thu thập các hình ảnh, nhưng mức độ nghiêm ngặt tới đâu thì cũng rất biến thiên tùy theo thời gian, địa điểm và nhân sự, phải kể cả sự may mắn của mỗi nhà báo. Chính thức không được chụp hình là các căn cứ quân sự rồi tới các hải cảng, phi trường, nhà ga và cả những cây cầu trọng điểm. Với con đập thủy điện như Mạn Loan thắp sáng cả Vân Nam, được quân đội bảo vệ, hiển nhiên phải được coi như một căn cứ quân sự chiến lược.

Biết là như vậy nhưng chính những con đập thủy điện, những cây cầu trên khúc sông Mekong nơi thượng nguồn với tôi lại là mục tiêu chính của chuyến đi Vân Nam lần này. Nên ngoài hành lý rất gọn nhẹ, hành trang chính là hai chiếc máy hình với rất nhiều phim vận tốc cao. Cũng phải kể thêm cả sự lạc quan nhưng đồng thời cũng chuẩn bị cho những tình huống tệ hại nhất: có thể sẽ ra về với tay không và cả những hệ lụy có thể xảy ra với những gán ghép thì sẽ rất hàm hồ.Với 2 cuộn phim, tôi nghĩ là đã tạm đủ cho những giờ đầu tiên đến với con đập Mạn Loan ấy.

Trở lại khách sạn, được chỉ đường tới Câu Lạc Bộ Công Nhân, nơi chúng tôi có thể dùng bữa ăn chiều. Khu nhà ăn tập thể sạch sẽ khang trang. Vào giờ ăn, công nhân hay kỹ sư, tất cả đều rất trẻ và ngồi chung bàn; sự khác nhau về nghề nghiệp có thể nhận ra được trên nét mặt của họ. Thêm một người bước vào phòng ăn, tay cầm một chiếc tô bằng sắt tráng men trắng, khuôn mặt trẻ ánh mắt thông minh với cặp kính cận.

Như một flashback, chiếc tô bằng sắt tráng men đi lãnh cơm bỗng chốc gợi lại cho tôi cảm xúc của những ngày tù cải tạo ở quê nhà, cũng ba năm chứ ít sao. Tôi bảo Wu nên ra ngoài kiếm một quán ăn nhỏ nào đó dưới phố.

Đó là một quán không bảng hiệu, chỉ vỏn vẹn có mấy chiếc bàn và ghế gỗ nhưng phía sau nhà là nhìn sâu xuống một bãi cát và nước con sông Mekong. Con sông vẫn rì rào chảy, nhưng không còn cuộn sóng và như kiệt sức sau khi bị giam hãm trong hồ chứa và rồi chảy qua những turbines khổng lồ 675 tấn của con đập Mạn Loan.

Phía bên kia bờ sông là núi cao với rừng xanh còn phủ kín. Mặt trời bắt đầu khuất sau đỉnh núi. Lại một hoàng hôn khác trên sông Mekong. Hôm nay, cũng là lần đầu tiên chúng tôi được ăn những món thổ sản của cao nguyên Vân Nam: món nấm sào, măng tre nướng, bọng ong chiên và dĩ nhiên không thiếu món cá tươi mới câu từ dưới con sông Mekong.

Từ Mạn Loan tới Đảng ủy Côn Minh.

Bề ngoài thì như bình thản, nhưng tôi không cảm thấy an tâm để lưu lại lâu hơn trong khu vực Mạn Loan và có quyết định rời Mạn Loan sáng sớm hôm sau. Wu thì lại quá nhiệt tình nghĩ rằng có thể tổ chức cho chúng tôi vào thăm bên trong nhà máy vì nghe nói vẫn có những tour có hướng dẫn như vậy.

Sau bữa sáng nơi một quán ăn ngay trước cửa cơ quan, mà chủ nhân là người Hồi giáo

(biết được như vậy do hàng chữ Ả Rập trên tấm bảng hiệu). Tôi và Wu trở vào khu hành chánh Mạn Loan, tới được nơi cần tới. Cô trưởng phòng khi biết khách thăm là người ngoại quốc thì cô yêu cầu đợi để hỏi ý kiến cấp trên. Mươi phút sau thì một bà mặc áo ngắn, dáng khắc khổ, mà tôi nghĩ là phòng tổ chức bước vào nói chuyện khá lâu với Wu. Bà cho biết những chuyến tham quan như vậy là cho khách nội địa. Vì đây là lần đầu tiên có khách ngoại quốc, bà ta yêu cầu chờ để lên xin ý kiến của Đảng ủy. Wu đã đẩy tôi vào một tình huống thật khó xử và quả thật là thiếu khôn ngoan để dấn thân vào một "guồng máy" bất trắc như vậy. Bà phòng tổ chức vừa bước ra, tôi lấy cớ bảo Wu là sẽ không đủ thì giờ cho thêm một chuyến viếng thăm, nhưng rồi cả hai chúng tôi được giữ lại và yêu cầu chờ. Thật là tiến thoái lưỡng nan, tôi vẫn cố giữ vẻ thản nhiên nhưng cảm giác thì cứ như "gái ngồi phải cọc" và đồng thời phải chuẩn bị cho tình huống phải trả lời vô số những câu hỏi.

Thời gian như chậm lại, nhưng rồi bà phòng tổ chức cũng trở lại, lần này thì rất lịch sự bà nói chuyện trực tiếp với tôi qua thông dịch của Wu. Rằng Đảng ủy Mạn Loan không trả lời là không, nhưng nếu có lý do thăm viếng chính đáng tôi phải xin phép Đảng ủy Phân bộ Điện lực từ Côn Minh. Bị khước từ nhưng lại cảm thấy nhẹ nhõm, vì với red tape ấy, với hệ thống quan liêu giấy tờ ấy, tôi có thể rời Mạn Loan mà không gặp phiền hà và cũng không hề có ảo tưởng là sẽ trở lại thăm Mạn Loan bằng một giấy phép chính thức của Đảng ủy Côn Minh.

Lưới Cá Trên Sông Mekong:

Tới Cảnh Hồng từ Côn Minh, từ phi trường Banna về khách sạn, cho dù "3 sao" cũng chỉ gặp toàn người nói tiếng Hoa. Phải chờ cho tới buổi chiều khi gặp được cô manager, có lẽ người Hồng Kông biết chút tiếng Anh, chúng tôi mới có thể liên lạc với một hãng du lịch. Bên kia đầu dây là Oliver, nói tiếng Anh như một người Hoa sinh đẻ ở Mỹ. Chỉ nửa giờ sau, hắn đích thân tới làm việc với chúng tôi ngay tại phòng khách sạn và cùng hoạch định chương trình cho ba ngày tới: bằng thuyền máy chúng tôi sẽ ngược dòng sông Mekong lên tới địa điểm xây đập Cảnh Hồng, lên thăm một khu cư dân sắc tộc, ngày hôm sau bằng xe tới với các con đập thủy điện phụ lưu dọc theo con sông Cát Vàng, thăm giang cảng Tư Mao và có thêm cả một buổi mai lưới cá trên sông Mekong. Chủ yếu là tới với sinh cảnh của con sông Mekong và những con đập.

Sau Côn Minh, lại thêm một ngạc nhiên nữa khi tới với thị trấn Cảnh Hồng. Chỉ mới 5 năm gần đây thôi từ 1998, một Cảnh Hồng cũ đã bị san bằng để thay thế bằng một thành phố hoàn toàn mới, với khách sạn nhiều tầng, các cửa hàng bách hóa, có cả thư viện và nhà sách lớn, với những con đường trải nhựa rộng với hai hàng cây xanh và dĩ nhiên là đông đảo người gốc Hán từ các nơi đổ tới. Một năm sau đó 1999, cây cầu mới lộng lẫy Cảnh Hồng từ xa nhìn như một con công dang cánh múa do Công ty Xây dựng Cầu đường Thượng Hải hoàn tất như một điểm nối quan trọng của mạng lưới giao thông thuộc Lưu Vực Lớn Sông Mekong. Cây cầu cũ của Liên Xô xây từ 1977 như một sản phẩm kỹ thuật hạng hai, nay bất khiển dụng chỉ dành cho xe đạp và người đi bộ.

Buổi sáng sớm, khi mặt trời chưa lên, chiếc ghe máy đã chờ chúng tôi nơi khúc sông Mekong gần cây cầu Cảnh Hồng.

Chỉ mới ba tuần lễ trước đây thôi, những cơn mưa lớn Vân Nam đã gây lụt lội và làm chết 12 người. Nay mực nước đã lại xuống thấp, những khối đá lớn nhỏ ven sông đã lại trồi lên. Sông sâu nhưng cũng phải thông thuộc nếu không có thể vỡ ghe vì va vào những tảng đá ngầm. Chiếc ghe máy chạy ngược dòng sông về hướng bắc, nơi sẽ xây con đập thủy điện Cảnh Hồng. Nước sông đỏ màu phù sa, vẫn chảy xiết với cả những vùng nước xoáy. Hai bên bờ sông là núi non. Trong tầm mắt nhìn thấy được, không còn đâu là những khu rừng mưa nay được thay thế bằng những rừng cao su xanh ngút ngàn. Để thay thế cho những khu rừng mưa bị tàn phá, người ta trồng thay vào đó bằng những loại cây kỹ nghệ tương đối mọc nhanh như cây cao su, cây khuynh diệp... tuy được mệnh danh là rừng-tái-sinh nhưng đó thực sự không phải là rừng mà chỉ là vùng đất nguyên là rừng nay trở thành vùng trồng thuần một loại cây kỹ nghệ.

Nhìn những búi cỏ rác khô và cả những túi rác ni lông đủ màu còn vướng trên những cành cây cao mới thấy được đỉnh lũ phải cao hơn mực nước hiện nay từ 3 tới 4 mét. Những túi ni lông chưa bị phân hủy, cũng để thấy rằng con sông Mekong đang là cống rãnh của các chất phế thải kỹ nghệ và cả rác rưởi của tiện dụng gia cư.

Con sông vẫn chảy xiết giữa hai bên là núi cao lại thưa thớt dân cư; những hẻm núi cao dốc ấy là địa hình lý tưởng để mà xây thêm xây thêm những đập thủy điện. Dự án đập Cảnh Hồng đã có cùng thời với con đập Mạn Loan, dự trù sẽ được khởi công vào năm 2005. Dù vào thời điểm nào, thì sớm muộn chuỗi đập Bậc Thềm Vân Nam trên dòng chính sông Mekong cũng sẽ được Trung Quốc từng bước hoàn tất do những lợi lộc vô hạn đem lại và sẽ không có thế lực nào có thể cản trở được họ. Điều ấy là chắc chắn.

Bây giờ mới tận mắt thấy xuôi dòng sông Mekong là những con tàu lớn chở hàng từ cảng Tư Mao xuống tới tận bắc Thái và Lào, xuống xa tới Vạn Tượng. Vào tháng 4 năm 2001, Trung Quốc đã ký một thỏa hiệp về thủy vận trên sông Mekong nhưng chỉ với 3 quốc gia Miến Điện, Thái và Lào với kế hoạch vét lòng sông, cả dùng cốt mìn chất nổ phá tung những khối đá trên các đoạn ghềnh thác, các đảo nhỏ trên sông để khai thông mở rộng đường sông cho tàu lớn trọng tải từ 500-700 tấn có thể di chuyển từ cảng Tư Mao xuống Chiang Khong Chiang Sean băc Thái xuống thẳng tới Vạn Tượng. Trong khi Việt Nam và Cam Bốt là hai quốc gia cuối nguồn, trực tiếp chịu ảnh hưởng của kế hoạch ấy thì bị gạt ra ngoài. Hậu quả ra sao thì chưa ai lượng giá được nhưng chắc chắn nhịp độ thiên nhiên điều hòa của dòng chảy sẽ bị rối loạn có ảnh hưởng dây chuyền trên toàn hệ sinh thái sông Mekong.

Mặt trời bắt đầu hồng lên trên đỉnh núi cao nhưng vẫn còn mờ sương. Ngược dòng chảy mạnh, chiếc ghe chạy chậm hẳn lại. Nhưng rồi cũng lần lượt ghé vào từng ghềnh đá nơi có đặt lưới từ qua đêm.

Cả thảy 12 chiếc lưới được đặt hai bên bờ ở những khúc sông

khác nhau gần nơi sẽ xây con đập Cảnh Hồng. Mỗi chiếc lưới nay được chính tay chúng tôi kéo lên. Mỗi mẻ lưới đều có cá nhưng là những con cá nhỏ, nhỏ hơn cả những con cá lưới được trên khúc sông Vạn Tượng hay nơi khúc sông Tonlé Sap ở Nam Vang.

Không nói tới những con cá hiếm quý như Pla Beuk, Dolphin nhưng ngay cả những con cá lớn quen thuộc của sông Mekong nay ở đâu? Tôi thì vẫn lạc quan tin rằng còn quá sớm để bảo rằng đó đã là hình ảnh của quá khứ.

Chỉ Có Một Lựa Chọn Sự Phát Triển

Khi chiếc Boeing 777 vừa rời Quảng Châu trên đường trở về Mỹ, không hiểu sao một hình ảnh chẳng có gì đặc biệt lại hiện ra rất rõ nét trong trí tôi lúc đó: một tấm bảng hiệu thật lớn trên một con đường quê an bình của Vân Nam, với một bên là làng mạc, một bên là những thửa ruộng lúa vàng, bên cạnh hình ông già Đặng Tiểu Bình là một hàng chữ ngắn thật lớn: Chỉ Có Một Lựa Chọn: Sự Phát Triển. Đó là một thông điệp rất rõ ràng ông Đặng Tiểu Bình gửi tới nhân dân Trung Quốc. Không phải chỉ có phát triển mà phát triển với tốc độ rất nhanh với hình ảnh Trung Quốc bước vào Thế kỷ 21 đang vươn lên như một siêu cường.

Với một số ít người thuộc thế hệ lớn hơn, họ nhìn cái dấu mốc phát triển của Trung Quốc lùi về một thời điểm xa hơn nữa: ngày ông Nixon tổng thống Mỹ đầu tiên tới gõ "cánh cửa sắt khép kín" của Trung Quốc để gặp được chủ tịch Mao Trạch Đông mở ra một kỷ nguyên mới cho nước Trung Hoa.

Phải chứng kiến sự đổi thay mau chóng của cả một vùng tây nam kém phát triển như tỉnh Vân Nam, không phải chỉ ở những thành phố, dấu hiệu của phát triển và xây cất còn thấy rất rõ cả ở "những thị trấn giữa đường" hai bên quốc lộ. Ruộng lúa thì xanh mơn mởn. Điện tới được cả những căn nhà ở vùng rất hẻo lánh trên các rẻo cao và không phải là không thường gặp trước mỗi hiên nhà ấy một đĩa bắt sóng mới biết trong nhà đã có TV.

Không phải đi theo Tour Route để bảo rằng đó là những hình

ảnh mà nhà nước Trung Quốc muốn phô trương. Nói chung, từ thành thị tới thôn quê là hình ảnh những người dân Trung Quốc mặc lành lặn và no đủ. Lo được điều cơ bản ấy cho 1.2 tỉ dân mà vẫn cứ phát triển, đó phải được kể là một kỳ công nhưng có thể lý giải được vì họ:

- Có chất xám của trí tuệ, có kỹ thuật cao
- Có lực lượng lao động cần cù và chịu khó
- Có kỷ luật dù tự nguyện hay không trong một chánh quyền toàn trị
- Có lòng tự hào và yêu đất nước Trung Hoa của họ

Hiển nhiên đất nước ấy không thiếu những khiếm khuyết như bất cứ xã hội nào khác, nhưng trải qua bao kinh nghiệm bi thương của rất nhiều máu và nước mắt, người dân Trung Quốc ngày nay đã đứng vững trên hai chân của họ để đi về tương lai.

Từ Trung Quốc, nhìn về Việt Nam nhỏ hơn cả tỉnh Vân Nam, một đất nước đang vỡ ra từng mảnh, nhìn về Hoa Kỳ ngoài sức mạnh quân sự nhưng ngày càng cô lập và mất quyền lãnh đạo thế giới, cứ theo lẽ thịnh suy, thế kỷ 21 sẽ là thế kỷ của Trung Quốc. Ở mỗi thời kỳ, mỗi dân tộc sẽ phải cam chịu hay có một số phận xứng đáng với sự lựa chọn và cách sống của họ.

TÂM BÌNH
06/2007
[Thế Kỷ 21, No. 219, 07/2007]

THAY LỜI KẾT

Nam Vang bây giờ là vào tháng Mười cuối Mùa Mưa. Trước đó từ tháng Sáu cùng với tuyết tan từ rặng Hy Mã Lạp Sơn cộng thêm với khối nước mưa tạo nên những cơn lũ từ thượng nguồn đổ về dâng cao tới hơn 10 mét, có nơi cao tới hơn 20 mét dưới thác Khone_ đã có một hiện tượng kỳ lạ dòng sông Tonlé Sap đổi chiều chảy ngược lên Biển Hồ tăng diện tích hồ nước ngọt này từ 300 ngàn hecta tới 1.5 triệu hecta_ gấp năm lần so với Mùa Khô, chiếm 1/7 toàn diện tích Cam Bốt. Từng đàn cá từ Biển Hồ tranh nhau tràn vào các khu rừng lũ_ flooded forest để kiếm ăn và làm tổ sinh đẻ.

Hết Mùa Mưa khi nước Biển Hồ và con sông Mekong đã cân bằng thì trong khoảnh khắc ngắn ngủi gần giống như hiện tượng "giáp nước" nơi Đồng Bằng Sông Cửu Long_ con sông Tonlé Sap hoàn toàn ngưng chảy, để rồi bất chợt sau đó con sông nước ngọt ấy lại đổi chiều chảy xuôi dòng, đem theo bao nhiêu là nước và cá từ các khu rừng lũ rút về Biển Hồ rồi theo phụ lưu Tonle Sap đổ vào con sông Mekong nơi Quatre Bras_ tiếp tục nhịp điệu tự ngàn năm, mở màn cho những ngày hội lễ Mùa Nước Giựt vui nhất trong năm rộn rã khởi đầu cho mùa đánh cá và gieo trồng.

Đã bước vào năm 2000 sang tới thiên niên kỷ thứ ba, còn được chứng kiến hiện tượng thiên nhiên kỳ diệu này_ như một niềm hy vọng và cũng là thời điểm được chọn cho trang cuối của cuốn sách viết về con sông Mekong_ chẳng bao giờ được kể là hoàn tất khi mà mỗi ngày suốt dọc con sông ấy có biết bao nhiêu những bất chắc đổi thay.

Liệu còn kéo dài được bao nhiêu lâu nữa khi Con Sông Mekong, Con Sông Lịch Sử, Con Sông Thời Gian, cũng là Con Sông Cuối Cùng ấy_ là mạch sống của bao triệu dân cư đang có nguy cơ trở thành Con Sông Của Quá Khứ.

Chỉ riêng với chuỗi những con đập bậc thềm Vân Nam khi hoàn tất dự trù sẽ ngăn không cho lũ đổ về nữa_ tức khắc đó sẽ là một thảm họa cho Biển Hồ, sẽ như một trái tim thiếu máu phải ngưng đập và đồng thời tạo ra một chuỗi phản ứng suy thoái dây chuyền _ chain reactions trên toàn hệ sinh thái sông Mekong, trong đó có Đồng Bằng Sông Cửu Long.

Với bảy quốc gia dọc hai bên bờ sông Mekong_ riêng nước Tây Tạng đang bị Hán hóa có nguy cơ bị xóa tên trên bản đồ, cho dù mang những tên gọi khác nhau nhưng có một mẫu số chung là không có dân chủ và khoảng cách giàu nghèo thì như một đại dương cách biệt. Sự phồn vinh ngắn ngủi sau chiến tranh sao mà mong manh với cái giá ô nhiễm môi sinh phải trả lâu dài trong nhiều thế hệ về sau này.

Với dòng sông chảy xuyên suốt, với hai bên bờ là những quần thể sắc tộc thuộc nhiều nền văn hóa sống ràng buộc với nhau trên vùng đất định mệnh trong tương lai chung nghèo khó hay thịnh vượng_ là do chính nơi họ, và cho dù ở đâu và bao giờ trên khúc sông nào thì phải hiểu rằng "Mọi Người Đều Sống Dưới Nguồn_ Everybody Lives Downstream".

Đã không có một Tinh Thần Sông Mekong_ The Mekong Spirit như một dòng chảy thuần nhất để nối kết sự hợp tác và phát triển cho phúc lợi chung của hàng trăm triệu cư dân mà vận mệnh của họ luôn luôn gắn bó với sự tinh khiết của dòng sông và ai cũng biết là đang bị hủy hoại triệt để. Khủng hoảng lòng tin cậy vẫn là nét đặc thù với biểu hiện tiêu cực qua cuộc chạy đua võ trang bằng chính những đồng tiền phúc lợi vốn đã mỏng manh của cư dân trong vùng.

Điển hình như với một nước khổng lồ Trung Hoa_ cả về lãnh

thổ và dân số, cho dù mang nửa chiều dài của dòng sông chảy trong lãnh thổ mình nhưng lại không hề có ý muốn trở thành hội viên của Ủy Hội Sông Mekong để khỏi bị ràng buộc và được toàn quyền tự do khai thác. Không phải chỉ giới hạn tham vọng về nước của con sông Mekong, Trung Quốc còn công khai và rất sớm tỏ ý muốn khống chế toàn vùng Biển Đông với độc chiếm cả khối trữ lượng dầu trong đó. Tây Tạng Hóa Biển Đông là một từ mới rất gợi hình nói tới tình huống của các nước Đông Nam Á một hôm thức dậy thấy Biển Đông đã nằm trong tay Hoa Lục giống như cảnh ngộ của quốc gia Tây tạng.

Trở lại với khúc thượng nguồn con sông Mekong, với điện khí hóa kéo theo kỹ nghệ hóa quy tụ thêm đông đúc dân cư nơi các tỉnh Hoa Nam, con sông Mekong_ sẽ giống như mọi con sông khác của Trung Quốc đương nhiên trở thành dòng sông chuyên chở đủ loại chất phế thải kỹ nghệ và tiện dụng gia cư.

Ở một quy mô nhỏ hơn, các quốc gia hạ lưu như Thái Lan, Lào, Cam Bốt và Việt Nam cũng đổ thêm vào con sông ấy đủ loại nước thải không hề được xử lý trước. Với tiến trình tích lũy khi tới khúc cuối của dòng sông thì Cam Bốt và Việt Nam là hai nước lãnh hậu quả ô nhiễm nặng nề nhất.

Sông Mekong kể cả những phụ lưu không chỉ bị chặn nghẽn bởi các đập thủy điện, bị đổi dòng chuyển nước vào các khu sa mạc khô cằn mà tệ hại hơn nữa là đang biến thành những cống rãnh phế thải.

Các Khu Rừng Mưa như những tấm bọt biển khổng lồ có chức năng điều hòa dòng chảy con sông Mekong qua suốt hai mùa mưa nắng thì vẫn tiếp tục bị phá hủy cả với tốc độ ngày một nhanh hơn mà theo lượng định của Ngân hàng Thế Giới (5/98) thì tài nguyên rừng sẽ cạn kiệt vào năm 2003.

Cá như nguồn chất đạm chính cho cư dân sông hai bên bờ sông Mekong cũng ngày càng ít đi: do kỹ nghệ đánh cá khai thác quá mức kiểu lùng và diệt lại thêm nước sông ngày càng ô nhiễm khiến nhiều giống cá hiếm quý như cá Pla Beuk, Dolphin_ như biểu trưng chỉ số an toàn hệ sinh thái sông Mekong, đang có nguy cơ bị tiêu diệt.

Và hiển nhiên không có giải pháp đơn lẻ cho riêng vấn đề môi sinh mà phải là bước chuyển hóa cơ bản và đồng bộ của các hệ thống xã hội từ "Toàn Trị" tiến lên "Dân Chủ".

Có dân chủ là có cơ hội mở mang dân trí và chính cư dân sống hai bên bờ sông Mekong sẽ có ý thức và tiếng nói bảo vệ dòng sông như là mạch sống của chính mình.

Qua tham khảo các sách báo để thấy bao nhiêu công sức của những người đi trước mà đa số là ngoại quốc, cộng thêm với sự tìm kiếm của bản thân người viết, cũng để thấy rằng cho tới nay sự hiểu biết về con sông Mekong nói chung còn rất hạn chế khác hẳn với những con sông lớn khác của thế giới_ trong khi tốc độ của sự đổi thay theo cái nghĩa suy thoái lại qúa mau chóng khiến cho những đặc tính sinh thái kỳ diệu của con sông Mekong có khi chưa được ghi nhận thì đã lại không còn nữa. Các nhà ngư học_ ichthyologist tin rằng trên sông Mekong, không phải chỉ có hơn 500 loại cá đã được phân loại nghiên cứu mà còn nhiều giống cá và hà sản khác_ như nơi thác Khone, chưa kịp phát hiện thì nay có thể đã lại không còn nữa.

Thật Là Đáng Tiếc!

Thiện chí bảo vệ sự tinh khiết và toàn vẹn của con sông Mekong chỉ hữu hiệu khi có được sự hiểu biết tối thiểu về hệ sinh thái của con sông ấy.

Một cơ hội quý giá đã bị bỏ qua khi nhà cầm quyền Cộng Sản Việt Nam chối từ không cho con tàu Calypso với với nhà thám hiểm môi sinh Pháp Jacques Yves Cousteau đi khảo sát ngược dòng sông Mekong_ một mất mát lớn cho sự hiểu biết hệ sinh thái sông Mekong, JYC thì nay cũng đã chết.

Với bao năm bị bỏ lỡ nhưng vẫn còn đó một con sông Mekong tuy có suy thoái nhưng không phải là không còn cơ hội cứu vãn.

Hãy Cứu Lấy Giòng Sông.

Đây đúng là một cuộc chạy đua với kim đồng hồ, nhưng cũng là một thử thách hào hứng với các Bạn Trẻ Việt Nam trong và ngoài nước có hùng tâm khởi đầu những luận án nghiên cứu về Con Sông Thiêng như Nguồn Sữa Mẹ đang có nguy cơ bị khô cạn.

Riêng với Nhóm Bạn Cửu Long_ là những người quan tâm rất sớm và bền bỉ tới con sông Mekong, cuốn sách này được gửi tới họ như nguồn cảm hứng và mối đồng tình chia xẻ.

NGÔ THẾ VINH
California 2001

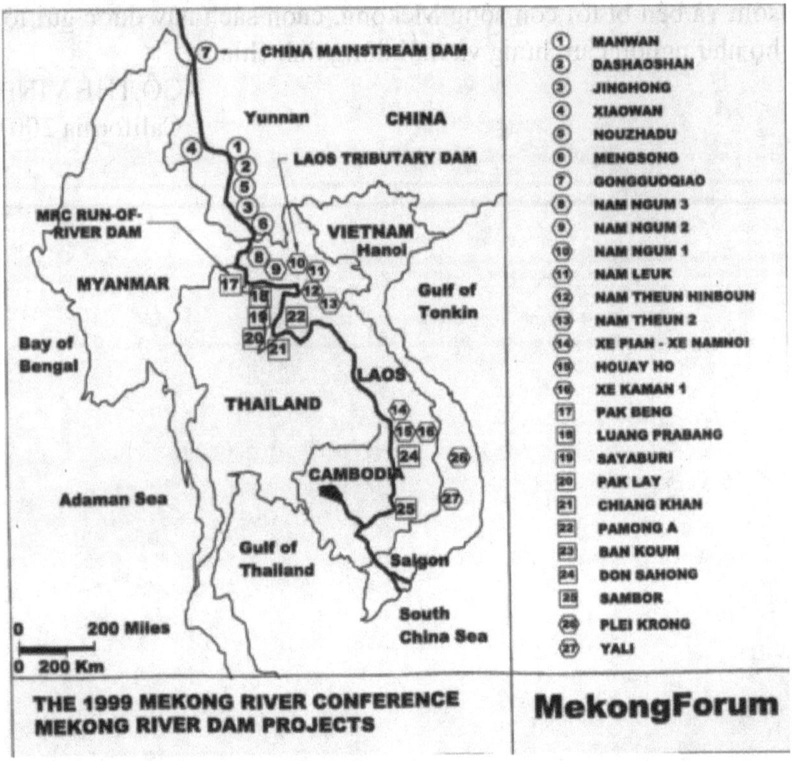

Nền Văn Minh Miệt Vườn và Đồng Bằng Sông Cửu Long sẽ còn gì khi mà chuỗi 14 con đập bậc thềm Vân Nam và từng ấy con đập thủy điện vùng hạ lưu sông Mekong hoàn tất: Cửu Long sẽ cạn dòng, đất đai thêm nhiễm mặn, cùng với nạn ô nhiễm các chất phế thải kỹ nghệ mà Việt Nam là quốc gia cuối nguồn.

SÁCH DẪN

E

F

I

THAM KHẢO

SÁCH NGOẠI NGỮ:

1/ Tom Athanansiou. Divided Planet: The Ecology of Rich and Poor. The University of Georgia Press, Athens and London 1996

2/ K.Aoyagi. Mekong The Last River. Cadence Books, San Francisco, 1995

3/ Stephen Batchelor. The Tibet Guide, Central and Western Tibet. Wisdom Publications Inc., Massachusetts 1998

4/ Elizabeth Becker. When The War Was Over. A Touchstone Book, New York, 1987

5/ David P. Chandler. A History of Cambodia. Westview Press, Inc. San Francisco, 1992

6/ Coedès,G. Les Etats Hindouisés d' Indochine et d' Indonésie. (Réimpression de la deuxième édition, 1964). De Boccard, Paris 1989

7/ Arthur Cotterell. East Asia: From Chinese Predominance to The Rise of The Pacific Rim. Oxford University Press, New York 1993

8/ Bruno Dagens. Angkor Heart of an Asian Empire. Discoveries. Henry N. Abrams, Inc. New York 1995

9/ Dai Qing. The River Dragon Has Come: The Three Gorges Dams and the Fate of China's Yangtze River and Its People. M.E. Sharpe, New York 1998

10/ Louis Delaporte / Francis Garnier. A Pictorial Journey On The Old Mekong: Cambodia, Laos, Yunnan. The Mekong Exploration Commission Report(1866-1868)_ Volume 3. White Lotus Press 1998, Bangkok Thailand

11/ Humberto Fernandez. Heroin. Hezelden, Center City, Minnesota 1998.

12/ Philippe Franchini. Saigon 1925-1945. Séries Mémoires, Editions Autrement, Paris 1992

13/ Guido Franco. Mekong: Du Laos Au Vietnam, Après Le Dégel. Série Monde H.S. 1992

14/ Donald M. Golstein,

K.V. Dillion, J.M. Wenger. The Vietnam War, The Story and The Photographs. Brassey's, Inc., Virginia 1997.

15/ Graham Greene. The Quiet American. Penguin Books, New York 1996

16/ Tenzin Gyatso. Freedom In Exile. Hodder & Stoughton Ltd, London, 1990

17/ Philippe Héduy. Histoire de l' Indochine, La Perle de l'Empire 1624-1954. Editions Albin Michael S.A., 1998

18/ Mary Somers Heidhues. Southeast Asia, A Concise History. Thames & Hudson, Ltd London 2000

19/ Mark Hertsgaard. Earth Odyssey: Around The World in Search of Our Environmental Future. Broadway Books, New York 1998

20/ Gerald C. Hickey, John K. Musgrave. Ethnic Groups of Mainland Southeast Asia. New Haven 1964

21/ Franklin P. Huddle. The Mekong Project: Opportunities and Problems of Regionalism. US House of Representatives, Wash.Govt.Off. 1972

22/ Henry Kamm. Cambodia: Report From A Stricken Land. Arcade Publishing, New York, 1998

23/ Henry Kamm. Dragon Ascending, Vietnam and the Vietnamese. Arcade Publishing, New Yorl 1996

24/ Stanley Karnow. Vietnam A History. Updated Edition, Penguin Books, New York 1997

25/ André Malraux. La Voie Royale. Grasset / Librairie Générale Francaise 1992

26/ Patrick McCully. Silenced Rivers: The Ecology and Politics of Large Dams. Zed Books Ltd, New Jersey,1996

27/ Nguyen Thi Dieu. Mekong River and The Struggle For Indochina: Water, War and Peace. Praeger, Westport, Connecticut, 1999

28/ Richard Nixon. No More Vietnams. Arbor House, New York 1985

29/ Stephen Oppenheimer. Eden In The East: The Drowned Continent of Southeast Asia. Weidenfeld & Nicolson, Limited 1999

30/ Milton Osborne. River Road To China: Search for the Source of the Mekong, 1866-73. Allen & Unwin, London 1975

31/ Milton Osborne. The Mekong, Turbulent Past, Uncertain Future. Atlantic Monthly Press, New York 2000

32/ Tim Page. Tim Page's Nam. Thames and Hudson Inc. New York 1983

33/ Michel Peissel. The Last Barbarians: the Discovery the Source of the Mekong in Tibet. Henry Holt Company, Inc. 1997

33b/ John Pimlott. Vietnam Decisive Battles. Barnes & Noble Books 1999

34/ Sandra Postel. Last Oasis: Facing Water Scarcity. W.W. Norton & Company, New York 1997

35/ Walter J. Rainboth. Fishes of The Cambodian Mekong. Food and Agriculture Organization of the United Nations, Rome 1996

36/ Steve Rothert. Lessons Unlearned: Damming The Mekong River. Intl. Rivers Network Working, Oct 1995

37/ Morley Safer. Flashbacks: On Returning to Vietnam. Random House, New York 1990

38/ Somporn Sangchai. The Mekong Committee: A New Genus of International Organization. Indiana Univ. 1967

39/ Jagdish Chandra Sharma. Temples of Champa In Vietnam. Social Sciences Publishing Houses, Ha Noi 1992

40/ Neil Sheehan. A Bright Shinning Lie: John Paul Vann and America in Vietnam. Random House,Inc. New York 1988

41/ Paul Simon. Tapped Out: The Coming World Crisis in Water and What We Can Do About It. National Press Books of Wash.D.C & Welcome Rain New York 1998

42/ Liesbeth Sluiter. The Mekong Currency: Lives and Times of a River. International Books. PER / TERRA 1993

43/ Gary R. Smith, Alan Maki. Death in The Delta, Diary of a Navy Seal. Ivy Books,

New York 1996.

43b/ Rick Smolan. Passage to Vietnam. Against All Odds Productions & Melcher Media 1994

44/ Harry G. Summers Jr., The Vietnam War Almanac. Presidio Press, California 1999.

45/ Jon Swain. River of Time. St. Martin's Press, New York 1995

46/ Michael Yamashita. Mekong: A Journey on The Mother of Waters. Takarajima Books, Inc. New York 1995

SÁCH TIẾNG VIỆT

47/ Bình Nguyên Lộc. Nguồn Gốc Mã lai của Dân Tộc Việt Nam. Xuân Thu tái bản, California Hoa Kỳ.

48/ Bùi Tín. Mặt Thật, Hồi ký Chính trị. Saigon Press, California 1993.

49/ Dohamide, Dorohiem. Dân Tộc Chàm Lược Sử. Hiệp Hội Chàm Hồi Giáo Việt Nam, Sài Gòn 1965

50/ Đông Hồ. Văn Học Miền nam; Văn Học Hà Tiên; Chiêu Anh Các, Hà Tiên Thập Cảnh Khúc vịnh. Nxb Quỳnh Lâm, Gia Định 1970.

51/ Huỳnh Minh. Bạc Liêu Xưa và Nay. Nxb Bách Việt tái bản Hoa Kỳ 1994

52/ Hứa Hoành. Nam Kỳ Lục Tỉnh. I, II, III, IV. Nxb Văn Hóa, Texas Hoa Kỳ,1995

53/ Lê Hương. Người Việt Gốc Miên. Sài Gòn 1969. Xuân Thu tái bản Hoa Kỳ.

54/ Lê Hương. Việt Kiều Ở Kampuchia. Nxb Trí Đăng Sài Gòn 1971, Xuân Thu tái bản, Hoa Kỳ

55/ Nguyễn Văn Ba. Chút Tình Với Quê Hương. Nxb Phù Sa, Saskatoon Canada 1997

56/ Nguyễn Cúc. Sài Gòn 300 Năm Cũ. Nxb Tiếng Sông Hương, Texas 1999

57/ Nguyễn Hiến Lê. 7 Ngày Trong Đồng Tháp Mười. Xuân Thu tái bản, Hoa Kỳ.

58/ Nguyễn Khắc Ngữ. Việt Nam Ngày Xưa Qua Các Họa Ký Tây Phương. Nhóm Nghiên Cứu Sử Địa Việt Nam, Montréal 1988

59/ Nguyễn Quới, Phan Văn Dốp. Đồng Tháp Mười: Nghiên Cứu Phát Triển. Nxb Khoa Học

Xã Hội, Hà Nội 1999

60/ Nguyễn Văn Hầu. Nửa Tháng Trong Miền Thất Sơn. Nxb Hương Sen, Sài Gòn 1971, Xuân Thu tái bản, Hoa Kỳ

61/ Nguyễn Văn Hầu. Thoại Ngọc Hầu: Những Cuộc Khai Phá Miền Hậu Giang. Sài Gòn 1971, Xuân Thu tái bản Hoa Kỳ

62/ Nguyễn Văn Huy. Người Hoa Tại Việt Nam. Nxb NBC, Paris 1993

63/ Nguyễn Văn Xuân. Khi Những Lưu Dân Trở Lại. Nxb Văn Nghệ, Hoa Kỳ 1990

64/ Phạm Hoàng Hộ. Cây Cỏ Việt Nam. Quyển 1 Tập I. Tác giả xuất bản tại Hoa Kỳ 1991.

65/ Phạm Quỳnh. Hành Trình Nhật Ký: Một Tháng ở Nam Kỳ. Nxb Ý Việt, Pháp 1997.

66/ Phạm Việt Châu. Trăm Việt Trên Vùng Định Mệnh. Nxb North Falls House, MN, USA 1997

67/ Phan Khoang. Việt Sử Xứ Đàng Trong 1558-1777: Cuộc Nam Tiến của Dân Tộc Việt Nam.Xb tại Sài Gòn 1967, Xuân Thu tái bản, Hoa Kỳ

68/ Quốc Sử Quán Triều Nguyễn. Đại Nam Liệt Truyện. Tập 1 Quyển 6. Truyện Các Bề Tôi: Mạc Cửu, Mạc Thiên Tích, Trần Thượng Xuyên. Bản Dịch, Viện Sử Học. Nxb Thuận Hóa Huế 1997.

69/ Sơn Nam. Văn Minh Miệt Vườn.Biên khảo. Nxb Văn Hóa, Sài Gòn 1992

70/ Tạ Chí Đại Trường. Thần, Người và Đất Việt (bản mới). Nxb Văn Học, California, 2000

71/ Trần Trọng Kim. Việt Nam Sử Lược. Nxb Đại Nam tái bản, Hoa Kỳ 1990

72/ Văn Tạo, Furata Moto. Nạn Đói Năm 1945 ở Việt Nam. Viện Sử Học Việt Nam, Hà Nội 1995

73/ Vũ Hữu San. Địa Lý Biển Đông Với Hoàng Sa và Trường Sa. Ủy Ban Bảo Vệ Sự Vẹn Toàn lãnh Thổ Việt Nam xb 1994

TẠP CHÍ & TƯ LIỆU:

74/ Bulletin de l'Ecole Francaise d' Extrême-Orient XLI, 1941 (Extrait du BEFEO, pp.151-200). Marcel Ner. Les Musulmans de l' Indochine Francaise.

75/ Champaka. No 1 – 1999, International Office Of Campa, IOC-Campa, San Jose

76/ Đi Tới. Tạp Chí Số Đặc Biệt Bộ Mới. 05-1999. Trung Quốc Việt Nam và Biển Đông.

77/ Đi tới. Tạp Chí Số 29 Bộ Mới, 01-2000. Cầu Mỹ Thuận Năm 2000.

78/ Far Eastern Economic Review.12-24-98. Tiglao R., Sherry A., Thayer N. Vatikiotis M. Tis the Season.

79/ Institute of Medicine. Veterans and Agent Orange: Health Effects of Herbicides used in Vietnam. National Academy Press, Wash.D.C. 1994

80/ International Rivers Network, Feb 1999. Power Struggle: The Impacts of Hydro-Development in Laos

81/ Life Magazine, Oct 1999, Collector's edition. Great Pictures of The Century and Stories Behind Them. 1972 The Price of Pollution (Minamata Bay).

82/ The 1999 Mekong Papers.The 1999 Conference On The Mekong At Risk. Mekong Forum & VAST, California 1999

83/ Le Monde Diplomatique. No.552, Mar.2000. Picardo Petrella. La Nouvelle Conquête de l'Eau.

84/ National Geographic, Vol 134, No.6, Dec. 1968. P.T. White, W.E. Garrett. The Mekong River Of Terror And Hope.

85/ National Geographic. Vol 139, No.3, Mar 1971.P.T. White, W.E. Garrett. Southeast Asia: Mosaic of Cultures.

85b/ National Geographic. Vol 157, No 2, Feb 1980. Fred Ward. In Long Forbidden Tibet

86/ National Geographic, Vol 161 No 5, May 1982. P.T. White. Kampuchea Wakens From a Nightmare / Ancient Glory in Stone

87/ National Geographic, Vol 171 No.6, June 1987. P.T. White, Seny Norasingh. Laos Today.

88/ National Geographic, Vol.176, N.5, Nov 1989. P.T. White, D.A. Harvey. Vietnam Hard Road to Peace.

89/ National Geographic. Vol 183, No.2, Feb 1993. Thomas O'Neill, Michael S. Yamashita. The Mekong River.

90/ National Geographic, Vol 188, No.1, Jul 1995. Joel L. Swerdlow, Steve McCurry. Burma: The Richest of Poor Country.

91/ National Geographic, Vol 189, No.2, Feb 1996. Noel Grove, Jodi Cobb. The Many Faces Of Thailand.

92/National Geographic,Vol.193 No.2, Feb 1998.Luis Marden. Master of The Deep: Jacques-Yves Cousteau 1910-1997

93/ National Geographic, Vol 194, No.6, Dec 1998. Tracy Dahlby, Michael Yamashita. Crossroads of Asia: South China Sea.

94/ National Geographic, Vol. 195, No.3, Mar 1999. Curt Suplee. El Nino La Nina: Nature's Vicious Cycle

95/ National Geographic, Vol.198, No 2, Aug 2000. Duglas Preston, Steve Mc Curry. The Temples of Angkor Still Under Attack.

96/ Sử Địa, Tập San Số 29. Đặc Khảo Về Hoàng Sa và Trường Sa, nxb Khai Trí 1-3, 1975, Văn Nghệ & Khai Trí tái bản, Hoa Kỳ 1992

97/ Thế Kỷ 21. Số 121, 05-1999. Ngô Thế Vinh. Đá Vành Khăn, Con Domino Trong Quần Đảo Trường Sa.

98/ Tiền Giang, Đặc San I_96, II_97, III_98; Tiền Giang Hậu Giang IV_99

99/ Viễn Phương, Tuyển Tập, Hàn Lệ Nhân et Al. nxb Phan Đình, 1992 Paris. Ai Lao: Cái Đẹp và Con Người.

100/ Vietnam. Oct 1996. Tony Spletstoser. Defoliation (Operation Ranch Hand)

101/ Watershed, Vol.1 No.2, Nov 95-Feb 96. Chris Lang. The Legacy of Savage Development.

102/ Watershed, Vol.1 No.3, Mar-Jun 1996. Sustaining the Gifts of The Mekong. The Future of Freshwater Capture

Fisheries in Cambodia.

103/ Watershed, Vol.3 No.3, Mar-Jun 1998. Chinese Dams on The Mekong Mainstream: Conflict or Cooperation?

104/ Watershed, Vol.4 No.2, Nov 1998-Feb 1999. From the Mekong to the Chao Phraya: The Kok-Ing-Nan Water Diversion Project.

105/ Watershed. Vol.4 No.3, Mar-Jun 1999,. D. Hubbel. Food For The People: Natural fisheries of the Mekong River.

106/ Watershed. Vol.2 No.2, Nov 96-Feb 97. The Politics of Power. Grainne Ryder. The Rise and Fall of EGAT

107/ Watershed. Vol.2 No.1, Jul-Oct 96. Defending Their Livehood. Tashmanian dambuilders in Laos PDR.

108/ Watershed. Vol.6 No.1, Jul-Oct 2000. Cooperation for Sustainaible Development: Death, Disaster and the Yali Falls dam.

109/ Workshop Proceedings 1-2 Oct 1996, Melbourne. Monash Univ / Monash Asia Institute 1996, VIC Australia. Bob Stensholt et Al. Development Dilemmas In The Mekong Subregion

110/ Xưa Nay, Tạp Chí Số 59, 01-1999 Hà Nội. Mai Văn Tạo. Theo Dấu Chân Phật Thầy.

111/ Le Mekong. Cyril Drouhet, Eric Sampers. Éditions Tallandier 2000

112/ Laos & Cambodia. Insight Guide. Apa Publications GmbH & Co. 2000

NGÔ THẾ VINH
CỬU LONG CẠN DÒNG
BIỂN ĐÔNG DẬY SÓNG
VĂN NGHỆ

ĐIỂM SÁCH

NGÔ THẾ VINH
CỬU LONG CẠN DÒNG
BIỂN ĐÔNG DẬY SÓNG
VĂN NGHỆ MỚI
(tái bản lần II, 2008)

NGÔ THẾ VINH
CỬU LONG CẠN DÒNG
BIỂN ĐÔNG DẬY SÓNG
VĂN NGHỆ
(tái bản lần I, 2001)

NHẬT TIẾN

ĐỌC TÁC PHẨM CỬU LONG CẠN DÒNG BIỂN ĐÔNG DẬY SÓNG

Tựa đề của tác phẩm, tự nó đã mang hai chủ đề lớn: Cửu Long cạn dòng, Biển Đông dậy sóng. Đây không phải là tựa đề thích hợp cho một cuốn tiểu thuyết, nhưng chỉ khi nào đọc xong tập truyện, gấp sách lại với bao nỗi niềm xúc cảm dâng lên trong lòng, người đọc mới thấy dụng tâm của tác giả. Ông muốn gửi đến người đọc, không chỉ là những tâm tình khắc khoải, thiết tha mà còn là tiếng kêu thất thanh của một loài chim báo bão về một thảm họa kinh hoàng đang tới, sẽ tới, nhưng giữa một khung cảnh ngổn ngang quá nhiều vấn đề phải toan tính hiện nay, nên rõ ràng thảm họa này chưa được mấy ai chú ý tới. Thực ra, nếu cần xếp loại thì Cửu Long Cạn Dòng, Biển Đông Dậy Sóng nên xếp vào loại tiểu thuyết tư liệu (roman documentaire) giống như bên ngành kịch đã có những vở kịch tư liệu (théâtre documentaire) đã một thời làm sôi đông sân khấu thế giới. Thực chất của những tác phẩm văn nghệ có dính dấp nhiều đến vấn đề tư liệu này chính ra chỉ là một thủ pháp chuyển hóa những dữ kiện lịch sử vào nội dung tác phẩm thông qua trí tưởng tượng của tác giả để minh họa thêm những chi tiết cụ thể cho những vấn đề mà tác giả muốn đề cập. Trong văn học Việt nam, những tác phẩm của Nguyễn Triệu Luật như Ngược Đường Trường Thi, Bà Chúa Chè, Chúa Trịnh Khải, Rắn Báo Oán..vv.. theo tôi là những tiểu thuyết thể hiện rất rõ nét về thể loại tiểu thuyết này. Nhưng dù sao thì đấy vẫn chỉ là phần hình thức bên ngoài trong khi nội dung tác phẩm mới là phần đáng kể. Người đọc khi gấp sách lại, hẳn ai cũng chia xẻ với ông về một chuyện chẳng đặng đừng: vấn đề nêu trong tác phẩm không chỉ là những vấn đề tâm tình muôn thuở của con người mà ta thường thấy trong những bộ tiểu thuyết, nhưng ở đây là những chuyện thiết thân đến đời sống, đến sự sinh tồn của hàng trăm triệu con người thuộc bẩy quốc gia trong vùng Đông Nam Á. Mà như vậy thì hà cớ phải gò bó những suy tưởng, những đi, những sống, những vốn hiểu biết dồi dào phong phú của mình vào khuôn khổ của tiểu thuyết thuần túy. Ngô Thế Vinh do đó đã để cho ngòi bút của mình xuôi chảy theo nhu cầu của sự thuyết phục về những điều mà ông muốn gửi gấm đến người đọc. Trên hai mươi ba chương sách dàn trải rất nhiều vấn đề thuộc về thiên nhiên, về con người,về tâm tình thao thức của nhiều nhân vật điển hình, về môi trường sống và cả những mưu toan chính trị, tất cả đã được tác giả đã trình bày khi thì dưới dạng những trang biên khảo cực kỳ phong phú về lịch sử,về phong tục, về tín ngưỡng hay tập quán của nhiều bộ tộc, khi thì là những dữ kiện, những con số, những thống kê khoa học chính xác, và đặc biệt lôi cuốn hơn cả, là những trang du ký sinh động, đầy mầu sắc của nhiều miền đất lạ trên cao nguyên, trên đồng bằng, trong rừng sâu núi thẳm hay ngoài đại dương,những trang ghi chép tuyệt vời đối với những ai chưa có dịp đi và sống. Tuy nhiên dù đa dạng cách nào thì người đọc vẫn nhìn thấy dụng ý của tác giả, đó là sự tổng hợp của nhiều thủ pháp cần thiết để vừa tăng hiệu lực của cuốn sách, vừa để cho những nhân vật tiểu thuyết của ông dẫn dắt người đọc đi vào những ước mơ, những khao khát và những nguyện vọng của con người về những chuyện thiết thân đến đời sống, đến sự sinh tồn của nhiều dân tộc trong đó, dĩ nhiên có Việt Nam.

Bằng một giọng văn hết sức đơn giản nhưng có sức tập trung

cao độ, Ngô Thế Vinh đã sử dụng những nhân vật của mình làm hướng dẫn viên đưa người đọc đi qua những cuộc hành trình kỳ thú, từ quá khứ xa xăm đến thực tế hiện tại sinh động, để từ đó, người đọc bỗng thấy nổi bật lên một điều cơ bản: Họ, những nhân vật tiểu thuyết của Ngô Thế Vinh, như ông Khắc, như bác sĩ Duy, như Cao, như Hộ,như Điền, Thuận, Bé Tư..v.v.. những chuyên viên khoa học thuần túy không những chỉ đang hành sử công tác chuyên môn của mình mà chính họ đã trở thành những người lính tiền phong đang xông vào một mặt trận mới. Đó là mặt trận đấu tranh sinh tồn có ảnh hưởng tới tương lai dân tộc trên cả hàng trăm năm trong một cuộc chiến rộng lớn, cuộc chiến về môi sinh, cuộc chiến về chủ quyền đất nước, cuộc chiến giành lại đất sống sống cho nhiều thế hệ con cháu chúng ta. Với kinh nghiệm già dặn và trình độ chuyên môn phong phú được hấp thụ từ những ngôi trường danh tiếng nhất thế giới, sự lo lắng và thao thức của họ khẳng định không phải là những cái gì xa xôi phù phiếm nhưng chính là những vấn đề nghiêm túc và cấp bách khiến cho người đọc phải quan tâm. Chẳng hạn như: “ Theo tin báo Tuổi Trẻ từ trong nước, mười ngày trước Giáng sinh, ngư phủ Nguyễn văn Chơn và vợ cư ngụ tại huyện Lấp Vò tỉnh Đồng tháp đã lưới được một con cá đuối khổng lồ trên sông Tiền, đoạn giữa hai xã Tân Mỹ và Tân Khánh Trung. Con cá đuối có chiều dài hơn 4 mét, ngang 2 mét và nặng tới 270 kí. Cá Đuối hay Selachian, tên khoa học là Chondrichthyes, thuộc loài cá sụn-Cartilaginous fishes gồm các giống cá mập, cá nhám, cá đuối và là cá nước mặn. Đây cũng là lần đầu tiên ngư dân Đồng bằng sông Cửu Long lưới được một con cá nước mặn lớn như vậy rất xa biển và trên một khúc sông nằm sâu trong đất liền.(trang 343). Rồi tác giả viết tiếp: “ Nhưng có biết đâu, niềm vui đã nằm trong thiên tai như lời thơ Nguyễn Đình Toàn, bởi vì khi mà nước sông Cửu Long xuống mức thấp nhất so với 73 năm trở lại đây và có nơi mực nước sông chưa được hai thước gây sạt lở hai bên bờ làm thiệt hại nhà cửa và cả nhân mạng. Nhiều chuyên gia Việt Nam ở ngoại quốc và cả trong nước đã lên tiếng báo động về hiểm họa hạn hán với sông

Cửu Long có thể cạn dòng do các công trình xây đập ngăn nước của các quốc gia thượng nguồn Thái, Lào và nhất là chuỗi tám con đập bậc thềm khổng lồ Vân Nam, Tru ng Hoa mà lâu nay chánh quyền Hà Nội vẫn không hề lên tiếng phản đối. Và khi một con cá đuối nước mặn lớn như vậy có thể vào tới Đồng Tháp thì đó là báo hiệu nạn ngập mặn salt intrusion đã vào rất sâu trong vùng châu thổ, nơi vốn là đất của"sữa và mật ngọt" hay đúnghơn vùng đất của " phù sa, lúa gạo, cây trái va tôm cá đầy đồng..."(trang 347).

Đối với tôi, đây không chỉ là một trang sinh động nằm trong một cuốn tiểu thuyết giả tưởng vì thực tế còn sừng sững ở đó. Tác giả cho biết:" Từ những năm 70, Trung Hoa đã có kế hoạch xây một chuỗi 8 con đập - Mekong Cascade - trên thượng nguồn nhưng do thiếu ngân sách nên mãi tới năm 80, con đập đầu tiên Manwan cao 99 mét mới được khởi công. Đập chắn ngang khúc sông giữa hai ngọn núi với bức tường thành cao 35 tầng và 13 năm sau mới xây xong (trang 57). Con đập thứ hai Đại Chiếu Sơn -Dachaoshan -cũng đã được khởi công năm 1996, sẽ tới con đập thứ ba Cảnh Hồng-Jinghong - chủ yếu xuất cảng điện sang Thái Lan. Con đập thứ tư Xiaowan cao 248 m, được coi là con đập mẹ – mother dam-trong chuỗi 8 con đập bậc thềm dự trù xây xong trước thập niên thứ nhất của thế kỷ 21.(trang 58). Vào năm 1993 do một hiện tượng được coi là bất thường xảy ra khi mực nước con sông Mekong đột ngột tụt thấp xuống mà không vào mùa khô, chỉ lúc đó người ta mới biết là do ảnh hưởng của con đập Manwan. (trang 59)

Sông cạn dòng vốn đã là một thảm họa.Nạn ô nhiễm cũng chẳng kém kinh hoàng hơn. Tác giả cho biết: " Từ Nữu Ước tới California, từ Thái Lan qua Lào, Cam Bốt sang đến Việt Nam_xuống tới mũi Cà Mâu, đi tới đâu Cao cũng thấy tràn ngập các món hàng Trung Hoa. Có bao nhiêu trong số các món hàng ấy xuất phát từ những khu chế xuất tỉnh Vân Nam dọc hai bờ con sông Mekong? Con sông vốn trinh nguyên trong suốt cả ngàn năm ấy đang có những đổi thay thật mau chóng. Với 28 khu hầm mỏ đang được triệt để khai thác nơi thượng nguồn con sông Mekong, trong đó có cả những mỏ chì, mỏ kẽm là nguồn ô nhiễm nặng nề nhất. (trang 246). Con chim báo bão Ngô Thế Vinh đã đưa ra hình ảnh bi thương của thảm kịch Minamata bên Nhật Bản để minh họa cho tương lai đen tối của đồng bằng Sông Cửu:

" Vào những năm 50 ở Nhật, dân làng Minamata bỗng nhiên chứng kiến một hiện tượng lạ: những con mèo bắt đầu nhẩy múa điên cuồng, lên cơn co giật rồi sau đó là chết. Sau mèo tới người, phụ nữ sinh quái thai, trẻ sinh ra sống sót thì cũng bị dị tật bẩm sinh và chết dần......đó là do công ty hóa chất Chisso đã đổ các chất phế thải kỹ nghệ có thủy ngân xuống vịnh Minamata tạo ra một chu kỳ nhiễm độc trước hết trên các loại rong tảo tôm cá; tiếp theo là các động vật như mèo và dân cư sông trong vùng bị nhiễm độc gián tiếp do ăn phải hải sản có hàm lượng thủy ngân rất cao. Tumoko Uemura như một điển hình., một thiếu niên 17 tuổi tại làng Minamata ngay từ lúc sinh ra đã mù lòa câm điếc co quắp biến dạng không còn là hình người. Tumoko sống như cây cỏ, hoàn toàn trông nhờ vào bà mẹ tâm hồn thì đẹp đẽ và vô cùng ẩn nhẫn nhưng cũng rất can trường phấn đấu cho nhân phẩm và sự sống còn của đứa con......No more Minamata. Nhắc lại tấn thảm kịch ấy như điều tâm niệm của mỗi người dân đang cư ngụ nơi lưu vực sông Mekong, khi mà mỗi ngày chúng ta phải sống với đủ loại nước thải đổ xuống từ các khu kỹ nghệ khổng lồ Vân Nam và cả từ Thái Lan. (trang 513,514)

Từ biên giới phía tây của đất nước với những vấn đề của đồng bằng sông

Cửu Long, bước qua biên giới phía đông, không thể không nhắc tới vấn đề chủ quyền và biên giới lãnh hải.Tham vọng tiến chiếm biển Đông là điều Trung Quốc không bao giờ dấu giếm." Giở tấm bản đồ Asia Pacific mới nhất của National Graphic, một cơ sở mà trước đây Kham (một nhân vật của Ngô Thế Vinh đã từng trải qua hầu hết các biến cố lớn lao trên đất nước) vẫn tin là có uy tín với tính khoa học vô tư, nhưng Kham đã không nén được sự bực bội. Khi vẽ vùng biển Đông, cả khu vực mà họ gọi là South China Sea gần như hoàn toàn giống với ranh giới lịch sử lưỡi Rồng của

Trung Hoa với ôm trọn cả hai quần đảo Hoàng Sa và Trường Sa. Và Kham cũng đã không ngạc nhiên khi thấy cũng trên tấm bản đồ ấy cả ranh giới xứ Tây Tạng bị xóa nhòa trong cái trật tự mênh mông của lục địa nước Trung Hoa (trang 368)....Riêng tại miền Bắc, các cấp lãnh đạo Đảng Cộng Sản Việt Nam chẳng những không có một tiếng nói đòi chủ quyền còn tự nguyện dâng cả hai quần đảo Hoàng Sa và Trường Sa cho Bắc Kinh. Bức công hàm ngoại giao 14-09-58 gửi Trung Hoa của chánh phủ Việt Nam Dân Chủ Công Hòa do thủ tướng Phạm văn Đồng ký với nội dung " tán thành bản tuyên bố ngày 4-9-58 của chính phủ Cộng Hòa Nhân Dân Trung Quốc quyết định về hải phận của Trung Quốc" Mười tám năm sau, báo Sài Gòn Giải Phóng 05-1976, vẫn tiếp tục bênh vực cho nội dung kỳ quái của bức công hàm ấy: " Việt Nam Trung Quốc là hai nước anh em, sông liền sông, núi liền núi. Trung Quốc vĩ đại đối với chúng ta không chỉ là người đồng chí mà còn là người thầy tin cẩn, đã cưu mang chúng ta nhiệt tình để chúng ta có được ngày hôm nay, thì chủ quyền Hoàng Sa thuộc Trung Quốc hay thuộc ta cũng vậy thôi. Khi nào chúng ta muốn nhận lại quần đảo này Trung Quốc sẽ sẵn sàng giao lại". Nhưng chính người đồng chí và người thầy tin cẩn ấy, 14 năm sau (14-03-88) không những đã không trả Hoàng Sa mà còn dùng võ lực cưỡng chiếm luôn các đảo Trường Sa của người đồng chí Việt Nam anh em. Chỉ trong một trận hải chiến ngắn, họ đã bắn chìm tầu hải quân Việt Nam, tàn sát không nương tay ngót 100 thủy thủ Việt trên biển Đông thuộc vùng lãnh hải Việt Nam. (trang 375,376)

Công bằng mà nói, chuyện chấp nhận chủ quyền Hoàng Sa và Trường Sa là của Trung Quốc vào năm1958 là một dữ kiện đen tối của lịch sử, tuy nhiên nó đã nằm trong quá khứ. Trận hải chiến xẩy ra ở Biển Đông trong tháng 3 năm 1988 với sự hy sinh của ngót 100 thủy thủ Việt Nam như tác giả đã trình bầy ở trên, cùng với những tin tức Việt Nam xây cất đồn lũy trên một phần của những hòn đảo này vào thập niên 90 cũng đã chứng tỏ nhà nước Cộng Sản Việt Nam đang cố gắng giữ gìn chủ quyền lãnh thổ khi bị ngoại bang lấn chiếm. Đã có những cuộc thương thảo gay go giữa phái đoàn hai nước về vấn đề chủ quyền Biển Đông, va gần đây nhất theo tin báo chí, cuộc đàm phán lãnh hải từ 8 đến 12 tháng 9-2000 đã đi đến bế tắc, hai bên không đạt được sự thỏa thuận nào dù hứa hẹn sẽ vẫn còn tiếp tục trong tương lai. Nói cho đúng, cuộc đàm phán về lãnh hải này đương nhiên là sẽ phải gay go vì phía Trung Quốc hẳn sẽ dựa trên bức công hàm ngoại giao do Thủ Tướng Phạm văn Đồng đã ký ngày 14-9-1958 để làm lập trường thương thảo. Đây là một hệ lụy của quá khứ mà nhà nước VN hiện nay phải gánh vác. Nhưng tôi mong mỏi rằng sẽ chẳng vì thế mà VN lại phải có những nhượng bộ nào khác để các cuộc thương thuyết sau này có cơ hội thoát ra khỏi được sự bế tắc. Trong tâm khảm của người Việt Nam thì Hoàng Sa và Trường Sa là thuộc lãnh thổ Việt Nam. Bất cứ một sự nhượng bộ nào dù lớn hay nhỏ cũng đều sẽ để lại cho thế hệ con cháu chúng ta mai sau những di lụy mà tác hại của nó không biết đâu mà lường trước được. Mọi người Việt Nam dù là ở trong hay ngoài nước, theo tôi nghĩ, do đó cần phải theo dõi chặt chẽ hơn nữa về vấn đề này để biểu dương ý chí cương quyết gìn giữ đến cùng từng tấc đất di sản của tiền nhân.

Biển Đông đã dậy sóng, nhưng đó không phải là lần đầu. Chính phủ và Quân lực VNCH cũng đã từng quyết tâm giữ vững chủ quyền Việt Nam trước tham vọng không ngưng nghỉ của bá quyền Trung Quốc. Nhà văn Ngô Thế Vinh đã ghi lại những dòng tuy ngắn ngủi nhưng vô cùng cảm xúc như sau:

"Kham nguyên là hạm trưởng của một trong 4 chiến hạm cũ kỹ của Mỹ để lại từ thời Thế chiến Thứ Hai, tham dự trận hải chiến tại Hoàng Sa năm 1974 chống một hạm đôi đông đảo của Trung Quốc với những phóng pháo hạm Kronstadt có trang bị hỏa tiễn tầm xa lại có cả phản lực cơ Mig 21 yểm trợ trên không. Chính anh là nhân chứng máu và nước mắt của những con tầu Việt Nam chiến đấu đơn độc trên Biển Đông, chứng kiến lòng yêu nước vô hạn, ý chí quyết tử cũng như sự hy sinh dũng cảm vô bờ của các đồng đội, nhất là của thủy thủ đoàn trên con tầu Nhật Tảo ở những giờ phút cuối cùng, ý chí sắt thép không chịu buông tay súng để rời con tầu đắm. Họ đã là những thủy thủ tận trung với nước mà vị quốc vong thân,.......Kham và những người lính đã đánh một trận đánh hết sức mình, với nỗi uất hận của cả ngàn năm nô lệ: họ đã trút hết hỏa lực vào đầu địch, đã bắn đến viên đạn cuối cùng cho tới khi tất cả các dàn đại pháo bất khiển dụng. Họ chỉ còn chờ lệnh cho các con tầu hướng về Hoàng Sa chuẩn bị ủi lên đảo, dùng xác tầu và xác mình để làm chứng tích chủ quyền."' (trang 365).

Như vậy, chặn dòng sông Cửu, lấn chiếm biển Đông, cái khát vọng bành trướng ngàn đời của phương Bắc, không còn chỉ thuần túy mang hình thức của đoàn quân ồ ạt Nam tiến như trong quá khứ của lịch sử mà thể hiện trong một trận địa mới, trận địa môi sinh có sức tàn phá mãnh liệt, lâu dài và khủng khiếp hơn. Đó là điều mà người Việt Nam, đặc biệt là giới trẻ, cả trong lẫn ngoài nước phải ghi nhớ nằm lòng. Cụ thể và thiết thực hơn thế nữa, Ngô Thê Vinh đã gửi đến giới trẻ một thông điệp hay thân ái hơn, một lời kêu gọi, nhắn nhủ qua nhân vật Kham: " Kham đã đông viên lớp người trẻ, không phải là sung vào quân đội chí nguyện cầm súng ra trấn giữ các hải đảo mà là chuẩn bị một đội ngũ trí tuệ trong mọi lãnh vực khoa học, đặc biệt là các ngành hải dương học, địa chất, môi sinh và cả về Luật Biển, Quốc tế Công pháp. Họ sẽ là thành viên không thể thiếu trên các bàn hội nghị hay trước các Tòa án Quốc tế trong tương lai."(trang 371)......"riêng Kham đã khuyến khích đứa con trai rất xuất sắc của anh, thay vì học Y khoa ở UCSF nay chuyển qua học Luật ở Stanford chuyên về Quốc tế Công pháp và Luật Hàng Hải. Anh có niềm tin sắt đá là cho dù vùng biển, vùng đảo đã bị Trung Cộng dùng võ lực cưỡng chiếm và phải mất bao nhiêu năm nữa thì sớm muộn cũng "Châu về Hiệp Phố" (trang 371).

Trong một lần tiếp xúc, tác giả đã nói với tôi, với sự nhã nhặn là khi viết tác phẩm này, ông chỉ coi như một việc làm gợi ý, một tín hiệu chuyển đến nhiều giới, đặc biệt là giới trẻ, mong họ quan tâm hơn đến một vấn đề mà trong bối cảnh chính trị trong nước và ngoài nước hiện nay, vẫn còn đang bị lu mờ. Tôi thì không nghĩ như vậy. Tôi cho rằng ông đã đóng góp hơn thế rất nhiều sau khi đã tận dụng tâm sức vào việc hoàn tất tác phẩm khá đồ sộ này Ông đã cống hiến cho người đọc những trang bút ký cực kỳ đẹp đẽ, đã dàn trải trong tác phẩm một khối lượng thông tin vô cùng phong phú về lịch sử, về nhân văn, về môi sinh, về các vấn đề chính trị quốc tnhư vậy. Tôi cho rằng ông đã đóng góp hơn thế rất nhiều sau khi đã tận dụng tâm sức vào việc hoàn tất tác phẩm khá đồ sộ này Ông đã cống hiến cho người đọc những trang bút ký cực kỳ đẹp đẽ, đã dàn trải trong tác phẩm một khối lượng thông tin vô cùng phong phú về lịch sử, về nhân văn, về môi sinh, về các vấn đề chính trị quốc tế trong toàn vùng Đông Nam Á. Và trên hết, ông đã gióng lên được một tiếng chuông tuy có thể vẫn còn là một trong những tiếng chuông đơn lẻ cùng với Nhóm Bạn Cửu Long của ông, nhưng vô cùng kịp thời và cần thiết về những vấn đề vô cùng trọng đại của tương lai đất nước, tương lai của các thế hệ con cháu chúng ta.

Trong cương vị của một người đọc, tôi phải cám ơn tác giả đã mang cho tôi rất nhiều kiến thức về những vấn đề mà tôi không có điều kiện để nghiên cứu hay đào sâu, thêm vào đó là những xúc cảm, những bùi ngùi, những xót xa, những niềm hãnh diện cũng như tủi hổ trên các chặng đường lịch sử đã qua của đất nước cũng như của những thập niên trong tương lai gần gũi sắp tới. Tôi cũng đón nhận được từ nơi ông một mối quan tâm vô cùng sâu xa về tinh thần liên đới trách nhiệm của bất cứ ai còn nhận mình là người Việt Nam, và tôi mong mỏi tất cả mọi người hãy cùng tôi chia xẻ điều ấy bằng cách tìm đọc tác phẩm mới này của nhà văn Ngô Thế Vinh do nhà Văn Nghệ ở Nam Cali ấn hành.

NHẬT TIẾN
Ngày Nay 143 (10/ 2000)

ĐỖ HẢI MINH

ĐỌC TÁC PHẨM "CỬU LONG CẠN DÒNG, BIỂN ĐÔNG DẬY SÓNG"

LTS: Dohamide, dân tộc Chăm, sanh năm 1934 tại làng Koh Taboong, Châu Đốc. Tốt nghiệp thủ khoa Ban Cao Nguyên (1958) và Ban Đốc sự Hành Chánh (1963) Học Viện Quốc Gia Hành Chánh, M.A. về Chánh trị học, Đại học Kansas, Hoa kỳ (1967). Sáng lập Hiệp Hội Chàm Hồi giáo Việt Nam. Đại biểu Islam Việt Nam tham dự Hội nghị các nước Islam Đông Nam Á và Viễn Đông được tổ chức lần đầu tiên tại Kuala Lumpur, Malaysia (1964), Hội nghị Islam thế giới tại Thánh địa Makkah, A Rạp Sau Đi (1972). Đỗ Hải Minh là một cây viết quen thuộc trên báo Bách Khoa trước 1975, chuyên khảo về lịch sử và văn minh Chàm. Đã xuất bản: "Dân Tộc Chăm Lược Sử"; "Bangsa Champa: Tìm Về Với Một Cội Nguồn Cách Xa". Hiện định cư tại Orange County, Nam California, Hoa kỳ.

Mùa Nước Lên & Mùa nước giựt tại vùng châu thổ sông Cửu Long

Trong nhiều thập niên trước đây, người dân vùng châu thổ sông Cửu Long, tức Mekong, đã quen sống với nạn ngập lụt hàng năm như là một hiện tượng thiên nhiên đến đều đặn theo chu kỳ, nên nhà cửa dọc hai bên sông rạch thường cất theo kiểu nhà sàn, và chiều cao của các cây cột sàn thường được tính toán vừa cho không ngập lụt nền nhà. Chỉ trừ những năm Thìn thì hầu như đã thành thông lệ, mực nước dâng cao hơn, nhà nhà đều sẵn sàng sống những ngày nước ngập sàn, phải kê cao giường lên để ngủ, chờ đến ngày mực nước hạ xuống (người địa phương gọi là "nước giựt") gia đình con cái mới trở lại nền nếp sanh hoạt bình thường. Do đó, tại vùng châu thổ sông Mekong, giới bình dân thường quen và bình tĩnh sống và chịu đựng với cái gọi là "mùa nước lên" thay vì "mùa lũ lụt" như ở miền Bắc hoặc miền Trung, như được phổ biến sau này.

Dấu hiệu báo mùa nước lên tại vùng châu thổ sông Mekong chủ yếu là vào khoảng tháng 8 âm lịch, từng giề lục bình hoặc rau muống, đôi khi choán cả chiều rộng con sông, nguyên từ các cánh đồng trên đất Cam Bốt bị nước ngập, tróc gốc, nối đuôi nhau trôi chật sông theo dòng nước xuống đến phần đất Việt Nam. Mực nước từ từ dâng cao rồi tràn qua các bờ sông rạch, làm ngập các cánh đồng, cho nên vùng châu thổ có loại lúa sạ, tăng trưởng theo mực nước dâng cao có khi đến 7, 8 thước, và khi nước giựt khô ráo, thân cây lúa nằm rạp mình trên đất chờ gặt.

Để tiết giảm áp lực nước đổ xuống, người ta đã đào một hệ thống kinh chằng chịt tại vùng châu thổ sông Mekong đồng thời khai thác tác dụng rửa phèn cho vùng đất mới để canh tác.

Đến mùa nước lên, người ta phải canh chừng đo mực nước hằng giờ để báo động kịp thời khi mực nước vượt quá mức bình thường các năm trước. Khi áp lực nước từ thượng nguồn bớt đi, thì mực nước liền đứng lại và hạ xuống rất nhanh cho nên trong bình dân gọi là "nước giựt" Người ta nói nước giựt, vì mực nước hạ xuống trông thấy rõ từng phút từng giờ.

Nước lên và nước giựt, tuy nhiên, không diễn ra đồng đều cùng một lúc. Trên dòng nước cuồn cuộn chảy ra các cửa biển, hễ ở vùng

Châu Đốc nước giựt xuống thì vùng Cần Thơ, Vĩnh Long, v.v. ở hạ lưu nước lại bắt đầu dâng lên, ngập tràn bờ, tràn đồng, rồi cũng lại hạ xuống, giống như hiện tượng xảy ra trong bình thông nhau.

Cùng với con nước đục ngầu mang theo phù sa, các loại cá lội theo vào ruộng đồng đẻ trứng, cho đến thời kỳ nước giựt thì loại nước cỏ vàng xậm từ trong đồng ruộng chảy ra, vô số cá con lúc nhúc từng đàn, nhứt là loại cá linh, theo nhau ùa tràn trở ra các kinh rạch để ra sông lớn, cho nên dọc theo các kinh rạch này, người ta đóng đáy bắt cá, có thời điểm cá rộ, lưới không chịu nổi phải giở lên thả cho đi bớt; bằng không thì sẽ bị lủng lưới.

Với mùa nước lên và mùa nước giựt như vậy, hệ sinh thái vùng châu thổ sông Cửu Long được cân bằng một cách tự nhiên, và hễ năm nào mực nước dâng lên cao quá mức bình thường thì người dân thường đơn giản nghĩ là do thiên tai ngoài tầm với của con người.

Hiện tượng cân bằng sinh thái tự nhiên đó không còn nữa, từ khi dân số vùng Đồng Bằng Sông Cửu Long tăng cao do việc thiết lập các khu định cư tiếp đón dân các vùng khác đến sanh sống, nhiều nơi đắp bờ ngăn giữ nước trồng lúa ngắn ngày gia tăng sản lượng. Ngày xưa, các thế hệ tiền nhân đến lập nghiệp thường chọn các khu đất gò, tại Đồng Bằng Sông Cửu Long, gọi là "đất giồng", nên đến mùa nước lên, các cánh đồng bát ngát cò bay thẳng cánh biến thành biển nước mênh mông, thì đất giồng này vẫn là các khu an toàn cho người dân và cả cho các loài rắn. Ngược lại, trong vài thập niên qua, các khu định cư mới thường chỉ nhắm vào các vùng đất có điều kiện cho đồng bào canh tác, nên khi đến mùa nước dâng lên, có nơi phải ngập sâu xuống cả 2, 3 thước nước, nên cái mà giới bình dân thường quen gọi là "thiên tai" hẳn nhiên phải nặng nề và tác hại nhiều hơn. Ngoài ra, điều mà các nhà môi trường học đã lớn tiếng kêu gào nhiều nhất trong những năm gần đây là nạn chặt cây phá rừng bừa bãi; những rừng cây xanh um từ xưa mang chức năng giữ lại trong lòng đất một lượng nước quan trọng ở các đầu nguồn thì nay không còn nữa hoặc đã biến thành quá lưa thưa, nên nước mưa xuống thì cứ thẳng chảy ra, làm tăng khối lượng nước ngoài dòng sông và hẳn nhiên mực nước sông phải dâng cao khi mưa nhiều ở thượng nguồn.

Cửu Long Cạn Dòng, một nghịch lý?

Nhà văn Ngô Thế Vinh vừa cho ra đời một tác phẩm mới nhan đề khá hấp dẫn: "Cửu Long Cạn Dòng, Biển Đông Dậy Sóng" do Nhà Xuất Bản Văn Nghệ ấn hành, đã được các giới thân hữu, nhứt là Nhóm Bạn Sông Cửu Long tiếp đón với rất nhiều phấn khởi như là một đóng góp lớn cho sanh hoạt bảo vệ môi trường.

Nhưng một câu hỏi có thể được nêu lên ngay là liệu nhan đề tác phẩm như có tiềm ẩn một cái gì nghịch lý hay không? Bởi lẽ một đàng, mực nước ồ ạt dâng cao và dòng nước sông Mekong chảy siết từ Cam Bốt xuống phần đất Việt Nam, trong cuối tháng 9 và đầu tháng 10 năm 2000 vừa qua đã làm cuốn trôi nhiều nhà cửa kể cả các nhà sàn dọc theo các kinh rạch, đã gây chết hơn 300 nhân mạng, các cộng đồng người Việt hải ngoại, theo tinh thần tương thân tương trợ giữa đồng bào ruột thịt, đang vất vả và tích cực tổ chức quyên góp cứu trợ, tác phẩm của Ngô thế Vinh lại nêu lên sự cạn dòng, có nghĩa là dòng Cửu Long không còn nước chảy nữa, thì nghĩa là sao?

Sự thực, nạn ngập lụt khiến nước tràn bờ, tràn đồng tại Đồng bằng Sông Cửu Long do lượng nước dồn dập từ trên thượng nguồn đổ xuống là một hiện tượng xảy ra hàng năm theo chu kỳ nhứt định, và kéo dài trong một thời gian một hai tháng là cùng. Trong trường kỳ, trái lại, không phải chỉ là vấn đề tràn ngập nước nữa, mà là vấn đề mực nước dòng sông Mekong có khuynh hướng ngày càng hạ xuống, sẽ đưa dẫn đến nguy cơ cạn kiệt, một nguy cơ tác hại quy mô khó lường, khó mà chận đứng được, và giải pháp không còn có thể là tích cực quyên góp cứu trợ nhứt thời nữa.

Khuynh hướng cạn kiệt nước, trước mắt, sau những ngày nước tràn đồng theo chu kỳ hàng năm, đã được các nhà khoa học ghi nhận ở hiện tượng vùng nước nhiễm mặn từ các cửa Sông Tiền Sông Hậu đang ngày càng lấn sâu vào nội địa, và dấu hiệu là các loại cá chuyên sống vùng nước lợ đã bắt đầu được phát hiện ở một số vùng trước chỉ có các loại cá nước ngọt sanh sống. Nạn nhiễm mặn không những chỉ diễn ra tại các dòng sông mà còn thấm vào lòng đất khiến các giếng nước ngọt đào trong các vùng sâu bên trong cũng sẽ không còn sử dụng được. Trên các vùng nước nhiễm mặn hẳn nhiên sẽ không còn các giống lúa truyền thống nữa, và điều tai hại đang đe dọa trong tương lai là cho đến nay, chưa có một giống lúa nào được tạo được trong các phòng thí nghiệm có thể thích ứng với vùng đất nhiễm mặn cả. Như vậy, liệu Việt Nam có thể còn giữ được sản lượng gạo xuất cảng vào hàng nhì thế giới như hiện nay hay không? Và trong lâu dài, nếu tình hình xấu đi hơn nữa, liệu người dân Việt trong nước sẽ còn đủ gạo để ăn hay không? Đó là những câu hỏi chủ yếu mà tác giả với một thủ thuật văn pháp kỳ diệu đã lần đưa người đọc phải quan tâm tìm hiểu thêm.

Nguyên nhân hiện tượng cạn dòng của sông Mekong có thể được tìm thấy trước mắt không phải trong thiên tai, mà trong chính tác động của con người. Để tranh thủ ngoi lên, mỗi nước nằm trên dòng chảy của sông Mekong - tất cả đều là những nước đang phát triển - đều cùng muốn làm sao tự sản xuất nhiều năng lượng chừng nào hay chừng nấy, để sử dụng vào công cuộc phát triển kinh tế trong đó, nền kỹ nghệ được đặt ưu tiên hàng đầu. Giấc mơ phát triển này đã và đang thúc đẩy các nước nằm trên dòng chảy của sông Mekong đua nhau hình thành các dự án thiết lập và xây dựng những đập nước, lắp đặt các nhà máy thủy điện, tạo ra nguồn năng lượng than trắng, nguồn năng lượng giá rẻ nên tương đối hấp dẫn do không lệ thuộc vào việc nhập cảng dầu từ các nước ngoài hao tốn ngoại tệ.

Theo công pháp quốc tế, giữa các nước có lãnh thổ liền nhau đều có phân định biên giới quốc gia bắt buộc công dân và hàng hóa từ nước này sang nước kia phải tuân theo một số điều kiện; riêng về nước trên con sông thì cứ theo dòng mà chảy xuôi chớ không có gì hạn chế cả. Tuy nhiên, từ khi kỹ thuật thiết lập các đập nước được thực hiện, đòi hỏi phải ngăn và chuyển dòng sông để đưa nước vào các hồ chứa dự trữ khổng lồ, được tính toán đều đặn tháo ra theo lượng hoạch định, dùng vận hành các turbin khổng lồ làm ra điện.

Hậu quả trước mắt của công cuộc chuyển dòng để dự trữ lượng nước cho riêng quốc gia mình, hẳn nhiên, chẳng những làm biến đổi dòng chảy thiên nhiên mà còn làm giảm khối lượng nước chảy xuôi dòng bình thường từ thượng nguồn ra biển cả như từ bao thế kỷ nay. Về mặt này, ai cũng rõ, Trung Quốc là nước có lợi thế hơn cả do lãnh thổ nằm ở vị trí đầu nguồn của sông Mekong, và trên thực tế, Trung Quốc, từ vài thập niên qua, đã triệt để khai thác vị trí tối thuận lợi của mình để xây dựng một loạt các con đập bậc thềm, bất kể quyền lợi của các nước ở hạ lưu. Kế tiếp, theo thứ tự, các nước Miến Điện, Thái Lan, Lào rồi Cam Bốt, và Việt Nam là nước nằm ở cuối nguồn hẳn nhiên phải chịu thiệt hơn cả.

Theo những điều trình bày trên, sự ra đời của tác phẩm "Cửu Long Cạn Dòng, Biển Đông Dậy Sóng" thoạt nhận thì thấy hình như là một nghịch lý, trước nạn lũ lụt hoành hành tại vùng châu thổ sông Cửu Long, dấy lên những phong trào rầm rộ cứu lụt trong các cộng đồng người Việt hải ngoại. Nhưng khi đặt vấn đề dòng sông Mekong trong một bối cảnh quy mô toàn vùng và trong lâu dài có nguy cơ cạn kiệt, thì tác phẩm, nói chung, phản ánh một nỗ lực thu hút mọi người quan tâm đến một ngày mai, xây dựng một viễn tượng đúng đắn về địa lý chánh trị học (geopolitics) mở rộng tầm nhìn mang tính chiến lược soi sáng tiềm năng khả dụng cùng những mặt hạn chế, nhứt là của các nước nằm ở hạ lưu, trong việc khai thác nguồn nước sông Mekong phục vụ phát triển kinh tế, trước chánh sách ngạo mạn nước lớn của Trung Quốc ở trên thượng nguồn.

Cửu Long cạn Dòng, Biển Đông dậy Sóng

Trong bối cảnh kể trên và qua cách trình bày, người đọc có thể nhận ra ngay, tác phẩm "Cửu Long Cạn Dòng, Biển Đông Dậy Sóng", dày 646 trang, không phải là tác phẩm thuộc dạng tiểu thuyết hay truyện như "Mây Bão", "Bóng Đêm", Gió Mùa", "Vòng Đai Xanh", "Mặt Trận Ở Sài Gòn" đã xuất bản trước đây, nguyên đã tạo nên một thế đứng vững chắc được nể trọng cho Ngô Thế Vinh trong văn giới trong những năm qua.

Về cấu trúc, sách được phân chia thành 23 chương cọng thêm những trang "Lời Dẫn Nhập", một phần Phụ lục về "Ký Họa Đoàn Thám Hiểm Sông Mekong 1866-1873", và đoạn "Thay Lời Kết" ở những trang cuối cùng.

Ở cuối đoạn "Dẫn Nhập", tác giả ghi "Cà Mau Năm Căn 11/99", thoạt nhận, có thể làm người đọc không am tường, hiểu lầm, cho là tác phẩm xuất xứ từ trong nước. Thực sự, địa danh Cà Mau - Năm Căn chỉ phản ánh quá trình hình thành tác phẩm bao gồm cả chuyến đi khảo sát thực địa tận trong nước thể hiện qua những hình ảnh rất phong phú, sống động in ở sau mỗi chương sách, bên cạnh những hình ảnh của những thời xa xưa nói lên những cuộc tra cứu tư liệu rất công phu, đòi hỏi nhiều thời gian vật chất, ghi lại những nguồn tham khảo vẫn tưởng đã bị dòng thời gian chôn sâu vào quên lãng.

Để tiện cho người đọc theo dõi và vị trí hóa các sự kiện lịch sử về con sông Mekong, ngay ở phần đầu, tác giả đã cẩn thận lập ra bảng kê các niên biểu trải rộng qua 7 quốc gia, từ thế kỷ thứ I mãi đến năm 2000 là năm hoàn thành cây cầu Mỹ Thuận bắc qua Sông Tiền, gợi lên một tầm nhìn khoáng đạt, bao quát chớ không nhứt thiết giới hạn trong một khung địa lý thu hẹp ở một địa phương.

Tác phẩm "Cửu Long Cạn Dòng, Biển Đông Dậy Sóng" được hình thành theo một thể tài khá lý thú và độc đáo. Theo giải bày của Ngô Thế Vinh trong Lời Dẫn Nhập, thì "đây không thuần túy là một cuốn 'tiểu thuyết – fiction' được hiểu như là một sản phẩm của tưởng tượng, nhưng là dạng "dữ kiện tiểu thuyết – faction: fact & fiction" với một số nhân vật văn học và phần dự phóng là hư cấu để cùng với người đọc đi tới những vùng đất, nơi có con sông Mekong hùng vĩ chảy qua..."

Mô thức dữ kiện tiểu thuyết là một sáng tạo độc đáo, duy nhứt, của nhà văn Ngô Thế Vinh, chắc chắn sẽ được đón nhận một số tranh luận, mở ra những cuộc trao đổi sẽ rất lý thú trong văn học sau này.

Hình như dụng ý của tác giả, chủ yếu nhằm khơi lên vấn đề từ chi tiết tạo nên một khung lý luận, đưa người đọc vào một số tình huống phải suy nghĩ, phải quan tâm đến một chủ đề bao quát lớn lao hơn bao trùm toàn bộ tác phẩm: dòng sông Mekong dưới tác động tai hại của các công trình thủy điện, mỗi nước dựa vào chủ quyền quốc gia cứ tùy tiện xây dựng, hầu hết chỉ tập chú vào sản lượng điện năng, xem nhẹ hoặc xem như không có các tác hại lâu dài về môi sinh, những tệ trạng về mọi mặt mà người dân trong vùng phải gánh chịu. Ngô Thế Vinh không đóng khung vấn đề trong nội vi một nước, mà còn cảnh giác về các tác hại của tiếp cận theo lối khép kín đóng cửa rút cầu này. Ngoài ra, Ngô Thế Vinh còn làm hiện rõ mối đe dọa cố hữu của nước lớn Trung Quốc ở đầu nguồn đang lạnh lùng hành động khống chế các nước ở hạ lưu, về mặt sử dụng lượng nước, về các chất thải kỹ nghệ âm thầm chảy xuống từ tỉnh Vân Nam nơi thượng nguồn...

Mỗi chương sách được đặt tên đôi khi nghe rất thi vị nhẹ nhàng nhưng thực chất là khai triển một đề tài gợi lên cho người đọc rất nhiều xúc cảm phê phán gay gắt. Chẳng hạn như Chương XIV ghi là "Chuyến Tàu Lỡ Trên Sông Mekong Và Con Cá Đuối Trong Tỉnh Đồng Tháp", thực sự nội dung là vạch trần một cách thấm thía thái độ thiển cận của những viên chức chánh quyền Cộng Sản có trách nhiệm đã không cấp phép cho nhà thám hiểm biển sâu người Pháp, hầu như độc nhất vô nhị, nổi tiếng trên thế giới là Jacques-Yves Cousteau, xin mang chiếc tàu ngầm thám hiểm tý hon Calypso đi ngược dòng Mekong thu thập dữ kiện khoa học. Jacques-Yves Cousteau nay đã qua đời nên Việt Nam đã mất đi cơ hội bằng vàng để bổ sung phần hiểu biết khoa học vốn đã nghèo nàn về hệ sinh thái con sông Mekong!

Chương XXII mang tên "Tìm Về Phương Đông Địa Đàng Lại Đánh Mất" khêu gợi óc tò mò của người đọc, để lần theo các trang sách, từ từ phát hiện ra địa đàng chính là nền văn hóa cổ thời Đông Nam Á, với những dữ kiện mới được khám phá gần đây, những khu rừng mưa trên Cam Bốt, hệ thống thủy lợi và giao thông trên vùng Ốc Eo châu thổ sông Mekong.

Từ chương này sang chương khác, tác giả đã lần đưa người đọc đi qua các vùng đất các nền văn minh những nơi con sông Mekong chảy qua, bắt đầu từ vùng đầu nguồn ở Tây Tạng rồi sang Vân Nam Miến Điện, qua Thái Lan, di chuyển qua Khu Tam Giác Vàng và lãnh thổ Lào với Cánh Đồng Chum. Từ những ngày ở Singapore, tác giả đã đưa người đọc về đất Cam Bốt với Cánh Đồng Chết thời Pol Pot, rồi mới quay về với vùng đất mẹ Việt Nam khốn khổ, đến Bến Tre, Cái Bè, đến vùng Tràm Chim Tam Nông đầm lầy rồi, rồi trở qua đất Lào, Cam Bốt, đi vào vùng Biển Hồ Tonlé Sap kỳ thú, rồi lại quay trở về Nam Việt Nam... Mỗi chương là một đề tài được nêu lên và phân tích theo những góc cạnh tiếp cận vô cùng phong phú và đa dạng, không chương nào giống chương nào cả. Tuy khác nhau về tình tiết, nhưng giữa các chương, như tác giả đã trình bày, được gắn liền bằng một dòng tư tưởng nhất quán, vẽ lên những bức tranh thường là đen tối đè nặng lên dòng sông Mekong do thảm trạng các nước đua nhau thực hiện các công trình xây dựng đập vận hành các nhà máy thủy điện, chặn giữ nước và làm ô nhiễm lượng nước từ thượng nguồn.

Trong quá trình triển khai nội dung từng chương, tác giả thường tận dụng cơ hội cung ứng những dữ kiện và thông tin quý báu, được minh họa bằng các hình ảnh sống động của nhiều thập niên trước về lịch sử, về văn hóa hoặc văn minh cổ thời ở địa phương, như Phù Nam, Ốc Eo, Champa, Tây Tạng... Qua các trang sách và hầu như đã thành một quán tính có thể nhận thấy rõ, không đề cập thì thôi, nhưng hễ đi vào một vấn đề nào, Ngô Thế Vinh hầu như đi vào rất sâu, cung ứng rất nhiều dữ kiện, nhiều bằng chứng lý thú, thúc đẩy người đọc càng đọc càng thích thú, đến một đoạn nào đó, có thể như "quên đường về". Tuy nhiên, trong lúc tiến tới say mê như vậy, và có khi đã thấy vừa đủ liều lượng, Ngô Thế Vinh, ở nhiều đoạn sách,có thể đột ngột bẻ tay lái sang lane chớp nhoáng chuyển sang một vấn đề khác không có chút bịn rịn nào cả. Trong một phút giây nào đó, người đọc bất ngờ bị cảm thấy như hụt hẫng, chới với đi vào một vấn đề khác. Và mỗi lần như vậy, người đọc không thể làm gì khác hơn là từ từ lật ngược lại các trang đã qua, để hệ thống hóa lại nội dung, trước khi thưởng thức tiếp các trang sách. Chừng đó, người đọc mới cảm thấy được bút pháp điêu luyện của tác giả và xác định rõ, tác phẩm "Cửu Long Cạn Dòng, Biển Đông Dậy Sóng" đúng như được ghi nhận là "đầy ắp tư liệu" có giá trị lịch sử và cả giáo dục nữa, không thể đọc phơn phớt để thưởng thức như là một quyển tiểu thuyết bình thường được.

Chính trong những điều kiện kể trên, mới nổi bật lên và như in sâu vào tâm trí người đọc những sự kiện lịch sử của một thời xa xưa mà người ta không thể quên được về con sông Mekong, chẳng hạn như thông tin về chuyến đi thám hiểm của Francis Garnier, Doudard de Lagrée ngược dòng sông Mekong để tìm thủy lộ giao thương từ Sài Gòn sang Trung Hoa; về số phận tiêu vong của loại cá hiếm Pla Beuk, Dolphin trên dòng sông Mekong... Thông tin lý thú nhứt có lẽ là mặc dầu con sông Mekong được vẽ trên mọi bản đồ thế giới, nhưng chỉ mới đây thôi, chỉ vào năm 1994, người ta mới chánh thức xác định được tọa độ chính xác điểm khởi nguồn của sông Mekong nơi một địa điểm hoang vắng nhứt của cao nguyên Trung Á.

Như tên tác phẩm đã phân định, rõ ràng có hai vế chủ yếu được đề ra ở đây. Vế "Cửu Long Cạn Dòng" là tiếng kêu cảnh giác về nguy cơ xảy đến trong một tương lai gần kề cho dòng sông Mekong khi mỗi quốc gia nằm trên dòng sông chỉ nhằm nhu cầu phát triển nguồn thủy điện cứ tiếp tục xây dựng đập, không cứu xét đúng mức các hậu quả tai hại về môi sinh cho dân chúng trong vùng và cả dân chúng các quốc gia ở vùng hạ lưu.

Ngô Thế Vinh đứng trên quan điểm môi sinh, nên nêu vấn đề nặng về khía cạnh nhân bản, đòi hỏi những nguồn lợi kinh tế, trên cấp bậc quốc gia, thu thập được do các con đập không thể hy sinh quá đáng về những điều kiện sống bình thường của người dân trong vùng được.

Nhân dịp này, tác giả đã thẳng thắn vén lên bức màn huyền thoại lâu đời của các định chế quốc tế chuyên trách tài trợ các dự án phát triển, cụ thể là Ngân Hàng Thế Giới – World Bank, Ngân hàng Phát Triển Á Châu _ Asian Development Bank, thường thấy thuận lợi hơn khi hợp tác với các chánh quyền độc tài địa phương, viện lẽ các chánh quyền này có đủ điều kiện duy trì ổn định chánh trị cần thiết để tiến hành các dự án xây đập, luôn luôn đòi hỏi phải tổ chức di chuyển dân chúng sống trong vùng bị chôn sâu dưới khối nước dự trữ ở các hồ chứa.

Trong vấn đề dòng sông Mekong, một nước Trung Hoa to lớn đang ngự trị ở thượng nguồn, độc quyền nắm thế thượng phong, lặng lẽ xây dựng hàng loạt đập thủy điện bậc thềm, biến các đoạn dòng sông Mekong thành ô nhiễm quá mức do chất thải của các nhà máy kỹ nghệ nằm dọc theo bờ sông, mà không có một biện pháp xử lý nào cả; Việt Nam và Cam Bốt là các nước nằm dưới vùng hạ lưu hẳn nhiên sẽ phải lãnh đủ các hậu quả ô nhiễm này.

Để được tự do hành động cho quyền lợi riêng mình, Trung Quốc luôn luôn né tránh, không bao giờ muốn thành hội viên Ủy Hội Sông Mekong, và đây có thể là một phát hiện kỳ thú của tác phẩm, ít được dư luận thế giới quan tâm: Trung Quốc đã cho phá vỡ các khối đá khổng lồ để tạo ra một dòng sông chảy xuống đến đất Lào. Khuynh hướng bá quyền của Trung Quốc đã được củng cố thêm do bởi chủ trương bành trướng lãnh thổ ở vùng Biển Đông được tác giả phân tích tại chương XV là chương mang tên được dùng làm tên tác phẩm: "Cửu Long Cạn Dòng, Biển Đông Dậy Sóng", đặc biệt triển khai vế thứ 2 của tên sách (Biển Đông Dậy Sóng) hàm ý nhắc đến biến cố Hoàng Sa (Paracel) năm 1974 và Trường Sa (spratly) năm 1988 – vết thương hằn sâu khó lành của mọi người dân Việt - từ đó, ghi nhận những khía cạnh của chủ trương bá quyền của Trung Quốc trong vùng Đông Nam Á. Trong bối cảnh đầy đe dọa về lãnh thổ và lãnh hải ngoài Biển Đông, nhân vật Hộ (trang 476) chắc hẳn đã làm nhiều người đọc bàng hoàng khi khẳng định: "Từ hơn một thập niên qua, việc đơn phương chuyên quyết tiến hành xây chuỗi 7 con đập bậc thềm khổng lồ Vân Nam, trên thực tế Trung Quốc đã phát động một cuộc chiến tranh môi sinh không tuyên chiến với 5 nước nước hạ nguồn sông Mekong.” Nhưng đối lại và gợi nhớ tinh thần bất khuất của mọi người dân Việt Nam, Ngô Thế Vinh đã cho ghi ở đầu chương các vần thơ cảnh cáo bất hủ của Lý Thường Kiệt: Nam quốc sơn hà Nam đế cư, Tiệt nhiên định phận tại thiên thư...

Như tác giả xác định, các nhân vật trong tác phẩm đều thuộc phần hư cấu, nhưng lối xây dựng hư cấu của Ngô Thế Vinh thực sự đã tạo cảm giác như phảng phất đâu đây hình ảnh, phong cách một số mẫu nhân vật có thật ngoài đời. Đó là ông Khắc, một nhà báo lão thành, cộng tác với tờ báo Mỹ chuyên trách các đề tài về Đông Nam Á và Việt Nam; Cao thuộc Nhóm Bạn Cửu Long thường xuất hiện nhiều trong các chương sách, phát biểu tầm nhìn bao quát có giá trị chiến lược lâu dài về môi sinh; Duy là một thanh niên gốc Bắc, lớn lên trong Nam, tốt nghiệp Đại học Mỹ, có nhiều công trình đăng ở tập san y khoa nổi tiếng, bên cạnh có Bé Tư, một cô gái thông minh sâu sắc, nhưng rất chính chắn, được Ngô Thế Vinh đệm thêm một vài nét phác họa tình cảm với Duy để gây chút thơ mộng trong câu chuyện dòng sông Mekong...

Các nhân vật này tạo thành chất kết dính các sự kiện, được gắn vào các vai trò dấn thân vì môi sinh, tham quan, tham dự các hội nghị, trao đổi... được tác giả lồng vào những phát biểu sâu sắc, chứng tỏ thẩm quyền trong lãnh vực chuyên môn có liên quan, khi thì mang tính nhận định hoặc quan điểm, khi thì phê phán cần thiết ở trong các tình huống thích hợp liên quan đến dòng sông Mekong. Những nhận định và phê phán này thường nhẹ nhàng trong phong cách lịch sự trí thức, nhưng khi cần thì cũng rất khe khắt, chẳng hạn như đối với cuộc thảm sát quy mô thời Pol Pot, chủ trương cáp duồn thời Lon Nol ở Cam Bốt những mặt tiêu cực của chánh sách Đổi Mới tại Việt Nam, hậu quả tiêu ma cho Tràm Chim vùng Tam Nông, một số loài vật quý hiếm trên thế giới có nguy cơ bị diệt chủng... Ngô Thế Vinh cho thấy đã thận trọng duy trì liều lượng vừa phải để những người nhất là những chức quyền có liên quan vẫn còn lắng tai nghe được và để cho nội dung thẩm thấu một cách từ tốn theo trình độ hiểu biết của họ.

Có một điều gợi lên cho người đọc chút xót xa cho đất nước Việt Nam trong hoàn cảnh hiện tại là các nhân vật thuộc hàng chuyên gia Ngô Thế Vinh xây dựng trong tác phẩm thì hoặc thuộc thế hệ lão thành, hoặc thế hệ trẻ mới vươn lên, nhưng hầu hết đều từ nước ngoài đi vào quê mẹ. Dù vậy, tác giả cũng đã không để cho họ cảm thấy như là những người xa lạ trên quê hương mình, bất chấp các thủ tục vụn vặt, chẳng hạn như phải khai báo với công an địa phương (chi tiết phiền hà này không có ghi trong tác phẩm). Đến khi sang nước khác tiếp xúc với chuyên viên như Cham Sak chẳng hạn là chuyên viên đang sanh sống hành nghề tại chính nước Thái Lan chánh gốc của mình, họ phát biểu một cách hồn nhiên trên cơ sở là chuyên gia Việt Nam với nhiệt huyết phục vụ môi sinh, phục vụ đất mẹ Việt Nam của họ.

Được trang bị vốn hiểu biết kỹ thuật chuyên môn cùng kinh nghiệm thu thập ở nước ngoài, các nhân vật chuyên gia Việt Nam này cũng mang theo về nước tầm nhìn bao quát có tính chiến lược lâu dài và phương pháp xử lý bám sát tinh thần đối chiếu khoa học, hẳn nhiên phải khác và đôi khi còn đối nghịch với cả cách nhìn không tự thấy là cục bộ của nhân vật Mười Nhe mà Ngô Thế Vinh đã xây dựng phản ảnh một cách trung thực tài tình mẫu hình cán bộ Cộng Sản trung kiên có thể tìm thấy ở nhiều nơi tại vùng Đồng Bằng Sông Cửu Long.

Ngay cái tên Mười Nhe cũng đã gợi lên chút tính trào lộng, ai cũng tưởng rằng ông Mười Nhe này luôn luôn...nhe răng cười, nhưng sự thực, Mười Nhe đã được Ngô Thế Vinh mô tả "vóc người ốm nhỏ, có nước da sạm đen hơi tái của người thiếu máu kinh niên, khuôn mặt xương xẩu vẻ cằn cỗi và khắc khổ..." là hình ảnh hiếm hoi của những người Cộng Sản chân chính còn sót lại, trong chức vụ Huyện Ủy Tam Nông, đã tích cực thực thi chánh sách đổi mới bằng "kế hoạch ngũ niên tự phát", nâng dân số Huyện lên gấp đôi, mang lại cho đồng bào một đời sống sung túc trong một thời gian kỷ lục. Ông Mười Nhe đã cho chặt phát rừng tràm thả cửa, đánh cá không phải chỉ bằng lưới mà cả bằng chất nổ, bắt tất cả cá tôm các cỡ, cỡ nhỏ không bán thì để nổi lều bều trên mặt nước, người dân không mấy chốc đều khá giả. Nhưng hậu quả là, diện tích rừng tràm nổi tiếng phong phú thì nay chỉ còn một phần ba, cả ngàn con hạc quý hiếm nay chỉ còn khoảng 500 con! Mười Nhe vui và hãnh diện với thành tích vượt bực của mình trong công trình đưa Huyện nhà đi lên, (tác giả không có ghi khẩu hiệu "tiến nhanh tiến mạnh lên chủ nghĩa xã hội") nhưng làm sao để đưa vào đầu con người cán bộ già nua và thủ cựu này khái niệm vùng đầm lầy và tràm chim là một kho tàng phong phú về sinh học, là cái nôi của chu kỳ sinh sản và tăng trưởng cho nhiều giống cá và các loài sinh vật khác? Thiếu học và cuồng tín vẫn còn là "nguyên nhân nỗi khổ không phải chỉ trên những con người mà còn với đám chim muông và cây cỏ", một khía cạnh của thảm trạng của dòng sông Cửu Long mà Ngô Thế Vinh đã nêu lên một cách vô cùng thấm thía cho những ai còn có chút suy tư.

Người ta phát hiện ông Mười Nhe có một đứa con trai tên Thuận theo học trên tỉnh được Mười Nhe kín đáo tự hào, nhưng bị cho là "chỉ biết có sách vở, cùng bày đặt nói tới nói lui chuyện tào lao môi sinh môi tử." Qua sự bảo trợ của Bé Tư, Thuận được Hội Hạc Quốc tế cấp học bổng du học. Theo thời trang, Thuận đã chọn đi Mỹ và đang cố gắng hết sức mình để đạt mức bắt buộc 550 điểm môn Anh văn, cho nên người ta chỉ trông chờ một lớp người trẻ như Thuận thay thế những người như Mười Nhe đến tuổi phải nằm xuống dưới đáy mồ, trong tương lai thế hệ trẻ trong và ngoài nước mới cùng chân thành truyền đạt cho nhau trên cùng một băng tần, cùng kết hợp nhau xử lý các vấn đề môi sinh dòng sông Cửu Long mà thôi.

Nhưng không, thời gian chờ đợi ấy sẽ có thể rất xa, và nhân vật Bé Tư dù sao cũng chỉ là một hư cấu mang tính lý tưởng; ngoại trừ là trong dòng tộc, còn thì rất khó mà thiết lập quan hệ gắn bó với Thuận như thế trên thực tế được.

Ngô Thế Vinh đã có cách xử lý thiết thực và vô cùng tuyệt diệu để thay đổi cách làm ngay của Mười Nhe: cho một đồng chí từ cấp trung ương Đảng khêu gợi lại cho Mười Nhe lòng căm thù, nêu lý do mất cảnh giác về an ninh quốc phòng – "phá hoại hết rừng tràm là phá hoại chiến khu..." (trang 200).

Qua 645 trang sách, tranh của Nghiêu Đề, mẫu bìa của Khánh Trường, Cao Xuân Huy trình bày nội dung, được minh hoạ bằng hàng loạt hình sinh động, một số có giá trị lịch sử, tác phẩm Cửu Long Cạn Dòng, Biển Đông Dậy Sóng" của Ngô Thế Vinh đã đưa người đọc đi từ thượng nguồn ở Tây Tạng, vượt qua các ghềnh thác và sóng gió của lịch sử từng quốc gia mới xuống đến vùng châu thổ ra các cửa sông tỏa nước ra biển.

Dưới thể tài theo mô thức "dữ kiện tiểu thuyết" độc đáo, duy nhứt, của bản thân Ngô Thế Vinh, tác phẩm quả thật đã thể hiện một công trình nghiên cứu công phu theo chiều sâu cặn kẽ của từng vấn đề nêu lên, đánh dấu một đỉnh cao trong văn nghiệp Ngô Thế Vinh. Giá trị căn bản của tác phẩm là đã thành công, xuyên qua các dữ kiện, cung ứng những thông tin giá trị vô song về quá khứ sóng gió của từng khu vực dòng sông Mekong chảy qua, để từ đó đưa dẫn người đọc làm quen rồi tiếp cận với các vấn đề môi sinh được đặt cho toàn vùng, và xây dựng một tầm nhìn chiến lược bao quát, thoát khỏi những vương bận cục bộ địa phương chỉ biết có riêng mình.

Do thái độ ngạo mạn đàn anh của Trung Quốc một mặt răn đe xâm lược ở mặt Biển Đông, một mặt nắm quyền quản lý khép kín, thao túng ở đầu nguồn, dòng sông Mekong đang thực sự đối diện với một tương lai đầy bất trắc do nạn xây đập không có bản thảo phối hợp, chia xẻ quyền lợi hợp lý, cân bằng sinh thái với các nước khu vực hạ lưu.

Tác phẩm đã làm nổi bật một số chủ điểm, đơn giản hóa một số hiểu biết chuyên sâu, để xây dựng ý thức chung về các tai họa có khả năng xảy đến, cụ thể là nguy cơ dòng sông Mekong cạn kiệt, nạn nhiễm mặn đang lan dần vào nội địa quốc gia ở hạ lưu – lại chính là Việt Nam.

Tác phẩm "Cửu Long Cạn Dòng, Biển Đông Dậy Sóng" của Ngô Thế Vinh gióng lên tiếng chuông báo động về các nguy cơ kể trên. Mong tiếng chuông báo động này sẽ vang xa, tập hợp một lực lượng nhân sự ngày một đông đảo, huy động trí tuệ cùng góp sức giải quyết các vấn đề môi sinh chủ yếu đã được nêu lên cho dòng sông Mekong nói chung và cho phần hạ lưu, châu thổ sông Cửu Long nói riêng tại Việt Nam.

ĐỖ HẢI MINH
Thế Kỷ 21, 139 (11/2000)

VŨ VĂN DZI _ Đi Tới 40 & 41 (12&01/2000)

Ngô Thế Vinh đã chọn con Sông Mekong làm bối cảnh cho một cuốn sách soạn thảo hết sức công phu từ mấy năm nay, sách dày 648 trang và chia làm 23 chương khác nhau nhưng giống những viên ngọc quý nối liền với nhau bằng một sợi dây là con Sông Mekong với nhiều tên khác nhau như Dza Chu, Lan Thương Giang, Mae Nam Không, Tonle Thom, Cửu Long... Tác giả dùng kỹ thuật tiểu thuyết dữ kiện gọi là faction dùng một số nhân vật hư cấu hoặc xác thực làm nhân chứng cho những biến chuyển chính trị, kinh tế, văn hóa, khoa học đang diễn ra ở các nước lưu vực Sông Mekong. Mỗi chương là một cánh cửa mở ra cho một chuyến đi thăm lịch sử, khảo cổ, tôn giáo, địa lý, chính trị, văn hóa của mỗi vùng từ cao nguyên Tây Tạng cho tới tận mũi Cà Mau.

ĐẶNG TRẦN HUÂN_ Thời Luận (08-12-2000)

Những cuốn sách gọi là tiểu thuyết của Ngô Thế Vinh phần lớn đều mang một chủ đề một hoài bão bên ngoài lãnh vực tiểu thuyết thuần túy... Tới cuốn Cửu Long Cạn Dòng Biển Đông Dậy Sóng, Ngô Thế Vinh đã có tầm nhìn rộng hơn bên ngoài biên giới quốc gia. Ngô Thế Vinh đã xây dựng tác phẩm của ông bằng những tài liệu tham khảo nhưng có suy xét chọn lọc và bằng chính kinh nghiệm thực tế như năm 1999, ông đã về tận Đồng Bằng Sông Cửu Long, tận Cà Mau Năm Căn quan sát tại chỗ để có những dữ kiện mới nhất. Cửu Long Cạn Dòng Biển Đông Dậy Sóng là một tác phẩm giá trị...

LƯƠNG THƯ TRUNG_ Văn Học 180 (04-2001)

Sau khi nằm trên chiếc võng bố da treo toòng teng dưới bóng mát bụi tre gai bên bờ kinh xáng Bốn Tổng, đọc xong cuốn sách mới của Ngô Thế Vinh có thể đưa ra một nhận định tổng quát: “Cửu Long Cạn Dòng Biển Đông Dậy Sóng” không thuần là một quyển biên khảo về địa dư chí, không thuần là một tập sách về du ký du khảo, không thuần nhất là một cuốn tiểu thuyết theo cái nghĩa tiểu thuyết, không thuần nhất về một loại sách lịch sử, không thuần nhất là một đề tài viết về văn minh vùng Đồng Bằng Sông Cửu Long nhưng đó là một tác phẩm có đầy đủ những tính cách của những điều vừa kể... Bên cạnh đó, tác giả còn cho chúng ta tận mắt nhìn những cảnh thật người thật qua hàng mấy mươi tấm hình được chụp như một nét sống động về cảnh vật thiên nhiên cùng con người nơi vùng đất Phương Nam với con Sông Cửu Long âm thầm chảy qua và tạo dựng vùng đồng bằng này...

NGUYỄN ĐÌNH TOÀN _ VOA (06-2001)

Cửu Long Cạn Dòng Biển Đông Dậy Sóng của Ngô Thế Vinh được ghi là tiểu thuyết. Nhưng đọc cuốn sách người ta thấy mình chạm phải một vấn đề nghiêm trọng, thiết thân có ảnh hưởng tai hại tới nhiều người, nhiều thế hệ, nhiều quốc gia, ít nhất là bảy quốc gia trong vùng Đông Nam Á, có liên hệ với một dòng sông chứ không phải chỉ là những buồn vui, thơ mộng của một cuốn truyện, theo ý nghĩa thông thường.

HOÀNG KHỞI PHONG_ Việt Tide (10-2001)

Để viết về nhà văn Ngô Thế Vinh, tôi phải quay lại chẵn 30 năm (1971) khi tác phẩm Vòng Đai Xanh của ông ra đời, và đã đem về cho Ngô Thế Vinh giải thưởng văn chương toàn quốc. Thời đó tôi chưa biết ông, nhưng những gì ông đề cập tới trong tác phẩm này thì tôi biết: Cuộc nổi dậy của người thiểu số trên cao nguyên mà chúng ta thường gọi là FULRO. Tôi chia sẻ rất nhiều suy nghĩ của Vòng Đai Xanh.

Hơn mười năm sau, tôi gặp nhà văn Ngô Thế Vinh tại Mỹ, tôi đã chứng kiến các tác phẩm của ông chào đời lần thứ hai tại Mỹ như Vòng Đai Xanh 87, Mây Bão 93, hoặc xuất hiện lần đầu như Mặt Trận Ở Sài Gòn 96, và mới đây nhất là một tác phẩm đồ sộ Cửu Long Cạn Dòng Biển Đông Dậy Sóng vào cuối năm 2000. Năm 1996, sau khi tham dự một buổi hội thảo về con sông Mekong, ông đã bị ám ảnh bởi con sông này, con sông khởi đi từ nơi đất Phật Tây

Tạng, lặng lẽ dưới trăng sao, cuồn cuộn trên ghềnh thác, uốn khúc qua bẩy quốc gia xuống tới Đồng Bằng Sông Cửu Long trước khi đổ ra Biển Đông. Rồi từ đó qua các tờ báo Người Việt,Văn Học, Hợp Lưu, Thế Kỷ 21, Đi Tới... bắt đầu xuất hiện những bài viết khi xa, lúc gần với những dòng sông, những con đập, những hải đảo, những sinh vật, những chuyến thám hiểm đầu nguồn, những tranh chấp, ngoài biển khơi, liên hệ tới dòng Cửu Long đang cạn nguồn và Biển Đông đã bắt đầu dậy sóng do những sóng ngầm từ đáy đại dương vọng lên, nơi có những túi dầu mà các quốc gia trong vùng này đang tranh giành và cố ra công tìm kiếm.

Để hoàn tất những bài viết này, ông không chỉ làm việc với dàn máy điện toán ở nhà, tìm tài liệu trong các thư viện trên mạng lưới internet, và rồi vẫn chưa đủ, ông muốn chính mắt nhìn lại dòng sông Cửu Long của ông trước khi chính thức ngồi xuống nối kết những bài viết thành một tác phẩm. Để hoàn tất cuốn sách được nhìn qua ống kính của Nguyễn Kỳ Hùng. Rồi Ngô Thế Vinh cũng hoàn tất được điều ông dự định cho cuốn sách, cuối năm 2000, Cửu Long Cạn Dòng Biển Đông Dậy Sóng ra mắt bạn đọc.

Cuốn sách có 23 chương, mỗi chương được viết như là một truyện ngắn, hay một thiên biên khảo. Cuốn sách đáp ứng đúng những gì Ngô Thế Vinh kỳ vọng, mà sự kỳ vọng này đau lòng làm sao chỉ là một lời báo động không hơn kém. Lời kêu cứu tuy muộn màng nhưng nó cũng đã vang xa. Không đầy một năm sau cuốn sách có nhu cầu tái bản. Trong khoảng thời gian trước đó ông cũng đã thực hiện một chuyến đi xa khác_ sang Lào và Thái Lan, tới với khúc sông Mekong gần chuỗi những con đập thượng nguồn Vân Nam. Một mình nơi đất lạ len lỏi trong rừng rú xứ Lào đôi lần ông bắt gặp lại cái không khí mà hơn ba chục năm trước khi còn một y sĩ đội nón xanh của Liên Đoàn 81 Biệt Cách Dù ông đã trải qua_ tôi nghĩ chuyến đi này đã là một dấu ấn lớn trong đời viết của ông.

Qua tác phẩm này, Ngô Thế Vinh đã nói với chúng ta, những người Việt trong và ngoài nước về những "vấn-đề-sống-còn" cho vùng Đồng Bằng Sông Cửu Long. Ít nhất lời báo động của ông đã phần nào vang vọng tới những nơi nào có người Việt cư ngụ trên khắp năm châu, nhưng đến bao giờ thì những lời cảnh báo của ông mới vọng được qua bên kia bờ Thái Bình Dương, tới với đồng bào đang sinh sống trên vùng sông nước Cửu Long_ nơi mà con sông cứ mỗi ngày một thêm nhiễm mặn và cạn dần, bên một Biển Đông thì sắp ầm ầm sóng dậy.

PHAN TẤN HẢI_ Việt Báo (12-2001)

Cửu Long Cạn Dòng, Biển Đông Dậy Sóng nêu lên các vấn đề hệ trọng của dân tộc, đưa độc giả vào một cảm giác băn khoăn khi thấy như dường không thể có câu trả lời nào tức thời và dễ dãi.

Cửu Long Cạn Dòng, Biển Đông Dậy Sóng là tập biên khảo công phu của nhà văn kiêm bác sĩ Ngô Thế Vinh. Và có thật Cửu Long sắp cạn dòng hay không? Điều này nếu có sẽ dẫn tới các tai họa nào cho dân tộc Việt Nam? Nhà văn Ngô Thế Vinh trong tiến trình nghiên cứu đã "đau lòng chứng kiến từng bước suy thoái của con sông lịch sử, con sông thời gian và đang có nguy cơ trở thành con sông cuối cùng ấy. Cuốn sách này viết về những năm tháng cuối cùng của con sông Mekong..."

Mặc dù "Cửu Long Cạn Dòng" được viết dưới dạng tiểu thuyết 23 chương, nhưng đây không phải thuần túy là hư cấu, bởi vì các bản nghiên cứu được dùng tham khảo cho tập tiểu thuyết biên khảo này đã đưa ra bản đồ và con số rất mực nghiêm túc_ tính chung tác giả tham khảo tới 112 sách ngoại ngữ và Việt ngữ và bài nghiên cứu từ các tạp chí chuyên môn, nghĩa là danh mục sách cũng dài như chính dòng sông đó. Để rồi "Ngô Thế Vinh đã choáng váng thấy hết toàn cảnh tấn thảm kịch sông Mekong với bao nhiêu là tai ương mà phần lớn do chính con người gây ra."

Đây là tác phẩm cần phải đọc đối với những người quan tâm về vận mệnh của dân tộc và muốn suy nghĩ về một lối thoát cho tương lai.

LONG ÂN _ Người Việt (12-2001)

Không hiểu tại sao tôi vẫn chọn lựa con người nhà văn nơi Ngô Thế Vinh, mặc dù Ngô Thế Vinh đã chọn cho mình nhiều căn cước khác biệt khi anh lao vào trong thế giới của chữ nghĩa. Ở cuốn sách mới nhất của anh vừa được tái bản "Cửu Long Cạn Dòng, Biển Đông Dậy Sóng", người đọc đã thấy những hóa thân Ngô Thế Vinh biến thái liên tục theo từng trang mở rộng. Ngô Thế Vinh con người xanh của môi sinh, Ngô Thế Vinh con người chính trị nhân bản, Ngô Thế Vinh con người phiêu lưu trong khu rừng già địa lý chính trị, Ngô Thế Vinh con người tiên tri lịch sử...

Ở phần dẫn nhập, Ngô Thế Vinh đã giải thích về cuốn sách của anh, như "một dữ kiện tiểu thuyết", một trộn lẫn giữa facts và fiction. Tôi biết Ngô Thế Vinh không đặt những nỗ lực chính của anh trong văn chương, văn chương chỉ là một cái cớ, chỉ là một cái nền để anh trải rộng những ý nghĩ miên man của anh chảy theo một dòng sông lớn mang tên Cửu Long, dòng sông nhân chứng của buổi bình minh của bao nền văn minh, trong đó có nền văn minh Việt Nam, và chảy xuôi theo suốt một chiều dài lịch sử đằng đẵng của nhiều khối chủng tộc, với những tai ách thiên nhiên và tai ách của con người đã mang đến cho chính họ. Không hiểu sao tôi vẫn nhìn thấy con người nhà văn Ngô Thế Vinh nổi bật giữa những chân dung phức tạp của chính anh. Có lẽ vì tin tưởng rằng, chỉ có cái tâm vô lượng của một con người yêu chữ nghĩa mới chứa đựng hết những băn khoăn về những tai ách lịch sử mà con người phải gánh nặng trên vai, mà một nguyên do chính của những tai ách đó là những sai lầm dẫn dắt bởi sự hôn ám của trí tuệ của chính họ.

Những con sông lớn trên thế giới là những cái nôi của những nền văn minh rực rỡ của nhân loại. Nơi đó con người du mục đã dừng chân, đã làm quen với kỹ thuật chăn nuôi, với kỹ thuật nông nghiệp, đã khai mở những nền văn hóa và những nền văn minh lớn. Sông Nile ở Ai Cập, sông Tigre và Euphrate của vùng châu thổ Lưỡng

Hà, sông Indus sông Ganges ở Ấn Độ, Hoàng Hà và sông Dương Tử ở Trung Hoa. Việt Nam đã dựng nên những chồi những nụ văn hóa đầu tiên ở vùng châu thổ sông Hồng, và ngày hôm nay dường như dòng sinh mệnh dân tộc đã chuyển dần về lưu vực con sông Cửu Long. Khu vực địa lý tận cùng của một con sông khởi nguồn từ đỉnh cao Tây Tạng.

Ngô Thế Vinh đã mở đầu cuốn sách của anh từ điểm cội gốc của con sông Cửu Long. Chính ở nơi đây trước cơn hoạn nạn của dân tộc Tây Tạng, anh đã có tiếng nói của con người nhân chủ, anh đã nói lời cảnh giác con người đế quốc Cộng Sản bằng chính ngôn từ của Marx: "Một dân tộc tìm cách nô lệ các dân tộc khác là tự rèn lấy xiềng xích cho chính mình". Anh cũng nhắc lại suy nghĩ của đức Đạt Lai Lạt Ma, như một tóm lược suy nghĩ của chính anh sẽ được dàn trải trên hơn 700 trang sách, với sự hỗ trợ của một kho chứng liệu nghiêm chỉnh.

"Hòa bình và sự sống trên trái đất đang bị đe dọa bởi những hoạt động của con người thiếu quan tâm tới những giá trị nhân bản. Hủy hoại thiên nhiên và các nguồn tài nguyên thiên nhiên là do hậu quả của lòng tham lam và thiếu tôn kính đối với sự sống trên hành tinh này..."

Từ Tây Tạng Ngô Thế Vinh đã đưa nhân vật sáng tạo của anh xuôi theo dòng Cửu Long, qua từng lãnh thổ các quốc gia ôm ấp con sông này, để từ những thực tế ghi nhận tại chỗ, chứng minh những điều anh tin tưởng và muốn chia sẻ cùng người đọc. Con người ở Phương Đông đang gặp đại nạn Khoa Học Kỹ Thuật mà con người Phương Tây đã thọ nạn ở đầu thế kỷ thứ 18. Ô nhiễm chính trị, ô nhiễm nhân văn và thê thảm nhất là ô nhiễm môi sinh. Con người ở Phương Đông không học bài học cũ, đã và đang nhắm mắt chạy theo một nền khoa học vô tri, lạnh lùng và vô tình. Một nền khoa học phi lương tri, chỉ có một cứu cánh là chữ lợi. Chỉ mới hôm qua, Einstein đã hốt hoảng tìm một lương tri cho khoa học qua con đường của đạo học. Ông cho rằng "Khoa học không tôn giáo thì què quặt, tôn giáo mà không khoa học thì mù lòa".

Hầu hết những con sông ở Phương Đông, và quan trọng nhất là ở Trung Hoa đều trong tình trạng tột cùng ô nhiễm. Hầu hết những kế hoạch trị thủy đều vô trách nhiệm, và thê thảm nhất, các công tác trị thủy đã là phương tiện thực hiện chủ nghĩa đế quốc mới. Con người đế quốc Trung Hoa, với tâm lý quân quyền cổ hủ, với tin tưởng rằng một đại quốc phải có những xây dựng lớn, một lãnh tụ phải để lại những dấu ấn muôn đời. Trung Hoa đã làm những công trình khai thác thủy lợi vĩ đại trong tinh thần đó, bất chấp những hậu quả tai hại như hủy hoại môi sinh, rối loạn nhân văn, xáo trộn thiên nhiên... Trung Hoa cũng có những toan tính đế quốc độc địa trong cung cách khai dụng con sông Cửu Long như một thứ vũ khí chiến lược, có sức mạnh chế ngự sinh mệnh của một khối 40% dân cư của địa cầu, trong đó có khối dân tộc Việt Nam.

Ngô Thế Vinh qua cuốn sách "Cửu Long Cạn Dòng, Biển Đông Dậy Sóng" đã gửi một lời cảnh giác tới con người toàn cầu. Con người hôm nay đang làm một hành động tăm tối, đang hủy hoại nơi chốn họ đang trú ngụ, đang làm một cuộc tự sát mê muội nhất.

Ngô Thế Vinh đã chứng minh lý luận của anh bằng những chứng liệu nghiêm chỉnh và chính anh cũng lao vào một cuộc truy lùng sự thật rất cam go. Dù đã tự chọn cho mình chỗ đứng của một nhà văn nhưng những xác quyết anh viết lên giấy trắng không phải là những hư cấu mà những cáo buộc có cơ sở vững chãi.

Đọc xong cuốn sách chúng ta sẽ phân vân không biết phải xếp tác giả Ngô Thế Vinh như con người nhà văn, con người nghiên cứu, con người vận động hay con người tiên tri. Nhưng có lẽ chúng ta cùng đồng ý với nhau một điều, Ngô Thế Vinh đã viết với lòng ngay thẳng, với sự tin tưởng ở lẽ phải, với một quan tâm chân thành tới sinh mệnh của lịch sử, của con người. Hay ít nhất cũng là sinh mệnh lịch sử và con người Việt Nam.

NGUYỄN NGỌC BÍCH_ Ngày Nay (02 - 2002)

Vấn đề ô nhiễm các nguồn nước do các chất thải kỹ nghệ không chóng thì chầy cũng sẽ thành một vấn đề môi trường to lớn ở Việt

Nam trong tương lai rất gần. Đi tiên phong trong vấn đề này, tức chuyện bảo vệ môi trường, là nhóm nghiên cứu sông Cửu Long của một số kỹ sư Việt Nam chủ yếu ở Cali. Và điển hình cho những lo âu này là cuốn sách viết rất công phu và đọc khá hấp dẫn của BS Ngô Thế Vinh, "Cửu Long Cạn Dòng, Biển Đông Dậy Sóng". Cuốn sách thành công đến nỗi chỉ 6 tháng đã bán hết ấn bản đầu tiên và trong năm nhà xuất bản Văn Nghệ đã phải tái bản sau khi tác giả thêm hơn 100 trang để thành một cuốn sách dầy 730 trang. Vấn đề của sông Mekong (tức Cửu Long của Việt Nam) nói tóm gọn là vấn đề người ta đang làm gì trên thượng nguồn của nó: với Trung Quốc và Lào xây những con đập ngày càng lớn và vô tội vạ để khai thác thủy điện thì một ngày sẽ rất gần, các tài nguyên về cá cũng như phù sa ở miền xuôi, trong đó có Biển Hồ của Cam Bốt và toàn bộ lưu vực sông Cửu Long của ta, sẽ một đằng thì cạn (cá) một đằng thì thiếu đất bồi mang thêm mầu mỡ đến cho đất miền nam Việt Nam. Hiện tượng này ta đã thấy ở Cà Mau: nước biển mặn đã trở lại và đất, thay vì được bồi thêm, lại lở và trôi ra biển...

NGUYỄN XUÂN THIỆP_ Phố Văn (02 - 2002)

Cửu Long Cạn Dòng, Biển Đông Dậy Sóng là tác phẩm quan trọng của Ngô Thế Vinh... Một tác phẩm chứa đầy những sự kiện lịch sử, địa lý, tư tưởng, nhân văn. Phải nói rằng cuốn sách đọc rất hấp dẫn. Nhà văn Ngô Thế Vinh đưa chúng ta vào những vùng đất còn nóng bỏng chiến tranh, còn nồng mùi mồ hôi, nước mắt và máu, còn sôi sục bao nhiêu điều ta phải trăn trở, suy tưởng, đau đớn.

Được như vậy, đã đành nhờ công phu sưu tầm, đi sâu vào "thực tế, thực địa", tìm hiểu đến ngọn nguồn mọi vấn đề_ đã đành là thế, nhưng phải kể tới tấm lòng của tác giả đối với đất nước, và nhất là kỹ thuật xây dựng tác phẩm của một nhà văn nắm vững ngọn bút của mình. Tác phẩm nhờ đó có sức lôi cuốn của một tiểu thuyết.

Ngô Thế Vinh cho biết Cửu Long Cạn Dòng, Biển Đông Dậy Sóng được viết theo kỹ thuật dữ kiện tiểu thuyết (faction), nghĩa là trộn lẫn thực tế và hư cấu. Thực tế là những mảng lịch sử, những tên đất, tên người, những biến động đã xảy ra. Hư cấu là phần những nhân vật dẫn truyện_ họ được sáng tạo và có một đời sống riêng, với hành trạng và cá tính rõ nét. Đọc chương sách (VII) trích đăng, chúng ta như sống lại một thời với bao bi kịch máu lệ. Riêng nhân vật ông Khắc khiến ta càng tưởng nhớ Như Phong, nhà báo nhà văn lỗi lạc, vừa mới ra đi theo ngọn gió đầu của mùa đông.

NGUYỄN VĂN LỤC _Tập san Y Sĩ 153 (04/2002)

Trong số những y sĩ viết văn trước 75 và còn tiếp tục viết một cách hăng say, có sáng tạo, không thuộc giới văn nghệ nghiệp dư, phải kể đến Ngô Thế Vinh. Ông đã đóng góp những tác phẩm như Mây Bão, Bóng Đêm, Gió Mùa... Nhưng sau 75, ở hải ngoại, ông là nhà văn duy nhất biết dùng những chất liệu của xã hội ông đang sống gây dựng thành truyện, thành tác phẩm. Những địa danh, những tên người, địa lý, đề tài, cốt truyện, tên nhân vật truyện, hình ảnh đều mới. Sự thích ứng vào môi trường, cảnh vực với những cọ sát vào một xã hội khác, với cái nhìn của "người Việt Nam, con mắt Việt Nam, tâm hồn Việt Nam" đưa ông đi khá xa. Nơi ông có nhiều ý tưởng mới lạ... Gần đây hơn, với cuốn Cửu Long Cạn Dòng Biển Đông Dậy Sóng, sách dầy hơn 600 trang, tác giả lấy dòng sông Cửu Long làm đề tài chính với những biến chuyển địa lý, văn hóa, văn minh, xã hội chính trị của các nước vùng hạ lưu sông Cửu Long để nhấn mạnh tới sự sống còn của hàng trăm triệu dân, sống dọc theo con sông này trước những đe dọa trong tương lai về môi trường, môi sinh khi mà Trung Quốc xây các đập nước trên thượng nguồn của con sông. Phải nhận rằng, viết văn mà như thể làm nghiên cứu, đề tài khô khan, đầy tính chuyên môn, kỹ thuật, khung cảnh sự việc, địa danh có thật, nhưng câu chuyện thì như giả tưởng, đầy hư cấu. Đọc thì thấy bỡ ngỡ, bàng hoàng. Lối viết đó, loại đề tài đó dễ mấy ai viết được, vậy mà ông đã để câu chuyện chảy dài trên 600 trang mà có thể người đọc vẫn cảm thấy thích thú. Chẳng biết sau này, ông còn đưa chúng ta đi xa đến đâu. Nghệ thuật làm gì có bến bờ.

PHAN NHẬT NAM, tác giả Dấu Binh Lửa (11-2006)
Theo Dòng Cửu Long thêm nỗi nặng lòng
Đọc Cửu Long Cạn Dòng Biển Đông Dậy Sóng

Mekong, con sông dài 4,350 cây số phát sinh từ Cao Nguyên Tây Tạng, trong rặng Tangglula đại sơn Hy Mã Lạp chảy qua các quốc gia Trung Hoa, Miến Điện, Thái, Lào, Cam Bốt và cuối cùng là Đồng Bằng Sông Cửu Long miền Nam nước Việt. Dân cư nhiều chủng tộc khác nhau thuộc bảy quốc gia_ kể cả quốc gia Tây Tạng, sống dọc theo con sông đã xây dựng nên những nền văn hóa, văn minh khác biệt về loại hình, tính chất, cũng như đã gọi con sông với những tính danh riêng biệt. Người Tây Tạng, dân tộc vốn có thần trí cao như vùng núi non hùng vĩ họ sinh sống, đã xây dựng nên nền Thần Học Tây Tạng Giáo với tinh túy cao viễn của Đạo Phật – Đạo giải thoát nâng cao Con Người tiếp giáp, phát triển trực tiếp với, từ Phật Tính, đã gọi sông từ chốn khởi đầu nguồn bí nhiệm: Dza Chu – Nguồn nước từ đá, Nguồn nước Thiêng. Người Trung Hoa với cá tính Hán Tộc mạnh mẽ hỗn hợp tâm chất đạo sĩ, thi sĩ lẫn quan cách, thương nhân đặt tên hiệu hình tượng: Lan Thương Giang – Dòng sông xanh cuộn sóng. Qua khỏi Miến Điện, sông chảy giữa biên giới Thái Lào, kết thành ranh giới thiên nhiên hữu nghị giữa hai nước, hình tượng hóa nên một tinh thần hòa hợp đáng quý trọng giữa hai quốc gia – Để Lào Thái không hề là những "lân bang thù nghịch" dẫu suốt Thế Kỷ 20, những thế lực ngoại nhập và khu vực đã biến vùng Bán Đảo Đông Dương thành một bãi lửa bất tận điêu linh. Phản ảnh cảnh sắc thiên nhiên, đời sống tôn giáo, chính trị, xã hội của Lào Thái, từ đây dòng sông mang danh tên dịu hiền trầm lắng như tính chất thuận hòa của hai sắc dân hằng thấm nhiễm sâu xa tinh thần trung hậu Phật Pháp Tiểu Thừa: Mae Nam Khong – Sông Mẹ. Trước khi qua biên giới Nam Lào, đổ thành Thác Khone hùng vĩ rồi xuôi chảy chan hòa vào lãnh thổ Cam Bốt với một cái tên khác: Tonle Thom – con Sông Lớn và cuối cùng chảy vào nam Việt Nam bằng hai ngả sông Tiền sông Hậu, bồi đắp cho cả một vùng đồng bằng châu thổ phì nhiêu, rôi chia làm chín nhánh trước khi đổ ra Biển Đông.

Trên suốt dòng chảy, con sông Mekong tự phân phối, điều chỉnh thành muôn ngàn nhánh nhỏ tỏa ra khắp nẻo tây-đông, thấm sâu nên những vùng rừng nhiệt đới sản xuất các loại danh mộc cực quý (cẩm lai, giáng hương, bằng lăng, giá tỵ, sao, gõ...) khắp vùng Nam Thái; Nam Lào; Đông-Bắc Cam Bốt; và vùng Tây-Nguyên nước Việt. Nhưng phải đợi đến đoạn Kompong Cham – Nam Vang, sông mới hiện thực nên phép mầu, ân huệ vô tận của đất trời hằng ban đến cho người. Từ Kompong Cham, sông chia lượng nước đẫm đìa phù sa tưới khắp vùng đồng bằng mênh mông tạo nên bởi ba vị trí Kompong Chàm - Svay Rieng - Phnom Penh, phát triển thành vựa lúa phì nhiêu cho dân số Cam Bốt vốn tương đối ít, giúp dân tộc chơn chất nầy suốt đời không phải lo mưu sinh khó nhọc dẫu cho những ngày sống dưới chế độ thực dân người Pháp (1863-1953).

Nhưng phép mầu của sông thực hiện tại địa vực Nam Vang không chỉ chừng ấy. Tại đây, Nam Vang, vùng Trấn Tây Thành của Đại Việt dưới thời Minh Mạng (1820-1840), sông tự chia nước nên thành ba nhánh lớn: Phương Tây-Bắc chảy ngược vào hồ chứa nước thiên nhiên kỳ diệu Biển Hồ theo dòng Tonlé Sap. Hai nhánh còn lại tạo nên dòng Bassac / Sông Hậu và Cửu Long chính thức mang tên Sông Tiền đổ ra Chín Cửa Rồng hùng vĩ ngờm ngợp phù sa sau hơn 4000 cây số chảy dài từ Cao Nguyên Tây Tạng. Các Vương Quốc Phù Nam, Angkor, Chân Lạp, Chiêm Thành, Lào, Cam Bốt và quê hương Nước Việt Đồng Bằng Sông Cửu Long Miền Nam được xây dựng dọc hạ nguồn con sông, và trải qua hưng phế lịch sử, tàn phá chiến tranh, một số đơn vị đã từng được mệnh danh là "vương quốc hùng cường" của vùng Đông-Nam Á nay đã không còn tồn tại... Khác với lời thơ dẫu xót xa nhưng vẫn còn nhiều thắm thiết hy vọng của Đỗ Phủ đối với những thăng trầm tất yếu của quê hương qua thời gian, xuyên lịch sử... Quốc phá sơn hà tại. Thành xuân thảo mộc thâm (Nước mất, sông núi vẫn còn. Vào xuân, trổ thắm cây cành xanh tươi – Pnn dịch). Bởi hôm nay, đầu thiên niên kỷ thứ Ba, nguồn nước hùng vĩ vô vàn... Con sông mẹ hiền hòa thắm thiết kia nay đang có mầm nguy biến trở nên là Con sông cuối cùng!

Tai họa vừa kể ra trên là một hiện tượng đáng sợ đang xẩy ra từng ngày dẫu cho đến người vô tâm nhất. Sách Ngô Thế Vinh mở ra cho chúng ta nhận chân mối nguy nan đau thương không cơ hội phục hồi. Khi núi đá tan vỡ và dòng sông khô cạn. Đấy không là nhận định do từ cảm tính để viết nên văn thơ, nhưng là: "...Nguy cơ là còn thời gian cứu vãn chứ tiêu vong là mất đi vĩnh viễn" – Ý tưởng đó như ăn sâu trong trí nhớ nhân vật trung tâm câu chuyện kể nhân chuyến thăm Sea World San Diego, khi liên tưởng tới nguy cơ tuyệt chủng của loài cá Pla Beuk trên sông Mekong do suy thoái môi sinh cùng với lượng chất độc ô nhiễm ngấm xuống một dòng sông đang dần cạn.

Tai họa đến từ đâu?

Chúng ta đang ở trong một thời đại mà mỗi biến động ở khu vực nầy là nguyên nhân tác động, hoặc là hệ quả đến từ, ngay lập tức đối với một khu vực khác. Chiến tranh ở Việt Nam trong những năm 1960-1975 có khởi đầu, bắt nguồn, định hướng từ Hoa Thịnh Đốn, Mạc Tư Khoa, Bắc Kinh... và đẩy đưa sinh viên phản chiến xuống đường ở Ba Lê, Đông Kinh. Với biến cố 9/11/2001, các phi trường toàn đất Mỹ đồng vắng bóng khách sau đó. Chiến tranh Iraq bùng nổ ngày 19 tháng 3, 2003, không những chỉ tạo nên sự kiện chỉ số Down Jones bị tụt xuống thấp nhất, giá xăng dầu tăng vọt, nhưng cũng là nguyên nhân gây nên những cuộc ly dị trong những gia đình có quân nhân tham chiến (Times, Jan/10/ 2006)

Trở lại sông với con sông Mekong với những "quả báo nhãn tiền" theo như tục ngữ người Việt hằng khẳng định. Chị Nang Ouane sinh và lớn lên ở Vạn Tượng kinh đô Lào, là chuyên viên ngân hàng cao cấp còn ở lại với đất nước sau khi nền quân chủ xứ Lào bị bức tử bởi những người cộng sản Pathet Lào. Sự kiện mỗi buổi sáng Nang Ouane trên đường đến sở làm, trên đường bờ sông Fa Ngum, chị nhận ra quang cảnh khác lạ tiêu điều từ con sông vốn nguyên vẹn mênh mông của thời thơ ấu. Bây giờ mới là giữa tháng Chạp (vừa hết Mùa Mưa, chưa qua Mùa Khô - khoảng tháng 4, 5 dương lịch), vậy mà khúc sông Mekong – đúng ra phải gọi bằng danh xưng êm dịu, Mae Nam Khong, chảy qua Vạn Tượng đã như khô cạn với những ngổn ngang cồn bãi. Từ tả ngạn phía Lào, từ lầu ba khách sạn Lane Xang nhìn xuống chỉ thấy xanh rờn những bãi trồng bắp, trồng chuối lan tới 1/3 sông trước khi tới được dòng nước như một con sông nhỏ... Sở dĩ con sông tưởng như luôn trôi chảy biền biệt lượng nước vô hạn kia của Nang Ouane bị biến dạng thảm hại như thế vì từ thời điểm 1993, phía thượng nguồn, trong lãnh thổ Trung Hoa đã hoàn tất con đập Mạn Loan cao 35 tầng là con đập đầu tiên chắn ngang dòng chính sông Mekong có công suất 1500 MW – đây mới chỉ là một trong dự án 14 con đập bậc thềm khổng lồ Vân Nam. Chỉ riêng đập Mạn Loan này thôi cũng đủ cung cấp điện cho toàn vùng Vân Nam, Quế Châu. Cũng vào thời điểm năm 1993 này, bên phía Thái Lan, có một hiện tượng "được coi là bất thường" khi mực nước sông Mekong đột ngột xuống thấp dẫu chưa vào Mùa Khô ở phía hạ lưu: đây cũng chính là thời gian Trung Quốc đóng cửa đập để giữ nước cho hồ chứa khổng lồ của con đập Mạn Loan.

Tại Kratié khoảng giữa đoạn sông chảy từ biên giới Lào sang Cam Bốt đến vùng Lưỡi Câu, sát ranh giới Cam Bốt Việt Nam, miền Đông Nam Bộ, lưu lượng khổng lồ 51,680m^3/giây cao nhất của mùa mưa, 2,000m^3/giây trong mùa khô nay xấp xỉ chạm con số 1,748m^3/giây cũng trong mùa khô! Đó mới chỉ là hậu quả ban đầu từ con đập Mạn Loan thuộc chuỗi 14 đập bậc thềm Vân Nam mà Trung Quốc dự tính hoàn tất trong tương lai.

Nhưng người Lào và cả nhà nước Lào hầu như vô cảm trước hiện tượng một con sông Mekong đang ngày một cạn dòng. Điển hình, anh tài xế Thong Dien – một nhân chứng khác trong sách CLCD, chỉ xuống những bãi trồng bắp, trồng rau dọc theo con đường Fa Ngum trải dài xuống tới mé sông cạn nói lên lời "vô tư": Chỗ ấy trước kia là sông nước chứ đâu có đất mà trồng trọt và cất nhà lên được như vậy!

Sông Mekong không chỉ tạo nên “lưu vực trên” trong lãnh thổ Trung Hoa, con sông màu nâu tưởng như muôn thuở kia xuôi chảy về nam còn là “mạch sống” của “lưu vực dưới” với các quốc gia hạ nguồn như Lào Thái Cam Bốt và Việt Nam. Nhưng do sự hình thành nhanh chóng cả một hệ thống đập thượng nguồn trong đất Trung Hoa, cộng thêm với những con đập trên các phụ lưu sông Mekong của Thái Lào, rồi phải kể tới kế hoạch chuyển dòng lấy nước từ sông Mekong của Thái Lan – hiển nhiên hai nước hạ nguồn là Cam Bốt và Việt Nam sẽ chịu những hậu quả tai hại nhất về cạn kiệt nguồn nước và hủy hoại về môi sinh.

Lời báo động trước đây của Ủy Ban Sông Mekong trong thập niên 60 rồi đến Ủy Hội Sông Mekong những năm 90 đã biến thành những lời kêu cứu khẩn cấp về một thảm họa môi sinh không thể tránh khỏi mà nạn nhân không ai khác hơn là các dân tộc sống dưới nguồn. Đó chính là những người dân Cam Bốt và ngót 20 triệu cư dân Việt Nam nơi Đồng Bằng Sông Cửu Long đang phải sống với vùng đất ngày càng nghèo đi và các nguồn tài nguyên ngày càng cạn kiệt. Các đập thủy điện lớn sẽ phá hủy hệ sinh thái của con sông Mekong, đe dọa sự sống còn của hơn 60 triệu dân trong vùng với hậu quả tệ hại chết người cũng giống như chôn mìn trong các ruộng lúa hay thả thủy lôi trên sông! Lời kêu gọi của Nhóm Bạn Cửu Long sau Hội Nghị “Chiang Rai Mekong Meeting Spells Disaster” (tháng 5/1995) mà qua đó Việt Nam đã thiếu cảnh giác để mất quyền phủ quyết / veto power trong Ủy Hội Sông Mekong và để rồi đành chấp nhận thực trạng “... chúng ta không thể làm gì được với bảy con đập bậc thềm chiếm 20% nguồn nước trên dòng chính Mekong trong lãnh thổ Trung Hoa; chúng ta cũng đã không làm gì được với hơn 30 con đập trên các phụ lưu trong nội địa Thái Lan và Lào.”

Đến đây ắt hẳn sẽ có người đặt nên câu hỏi khắc nghiệt: không lẽ nhà nước của các quốc gia dọc theo dòng nước linh thiêng mầu nhiệm kia_ trong đó có cả những “chiến sĩ tiền phong” của lực lượng cách mạng vô sản thế giới; "người tổ chức" phong trào giải phóng dân tộc ba nước Đông Dương; mà lại không hề quan tâm đến sự sống còn của bao nhiêu triệu cư dân cuối nguồn?

Chúng ta có thể tìm ra câu trả lời từ những sự kiện có tính chất phổ quát, điển hình về một thảm họa có thật xảy ra tại Hà Nam năm 1975 với hai đập Bản Kiều và Thạch Mãn Đà, trên Sông Hoài một phụ lưu lớn của Sông Dương Tử, con sông lớn thứ ba của thế giới, dài nhất Châu Á với 6300 cây số. Đập Bản Kiều do Liên Xô giúp xây dựng là một khối sắt thép ước tính chịu đựng được những cơn lũ ngàn năm nhưng rồi cơn mưa lũ hai ngày đã làm vỡ con đập với năm trăm triệu mét khối nước đổ xuống; rồi khối đập sắt thép thứ hai vỡ tiếp, kéo theo chuỗi đập 62 chiếc lớn, nhỏ làm thiệt hại 230 ngàn người do lũ cuốn trôi, và bệnh dịch sau cơn lụt. Tai họa ước tính lớn hơn cả vụ nổ nhà máy hóa chất Bhopal ở Ấn, và nhà máy điện nguyên tử Chernobyl ở Nga.

Đập Nam Ngum của Lào, đập Pak Mun của Thái tuy không hay chưa gây nên những tai họa thảm khốc tương tự nhưng tạo nên những vùng nước tù đọng, môi sinh bị tàn phá, loại cá "thiêng" Pla Beuk, Dolphin Irrawaddy dần bị hủy diệt. Và cuối cùng, Việt Nam với những hậu quả không thể lường được. Cá không thể xuống hạ lưu; lưu lượng nước sẽ giảm hẳn, nước mặn sẽ từ biển tràn vào, việc lúa gạo sản xuất sẽ bị ảnh hưởng nặng nề... Đó là chưa kể những nhà máy kỹ nghệ (của những nước thượng nguồn) sẽ đổ xuống sông tất cả phế thải độc hại... Và Việt Nam sẽ chịu tất cả ô nhiễm về môi trường.. Nhưng những người cầm quyền ở Hà Nội hình như chưa hề có ý niệm đến những điều nguy khốn vừa kể ra...

Khép cuốn sách lại với cảm giác nặng nề từ âm vang của loài chim báo bão vọng dội xuyên suốt qua những trang giấy chân thành, với từng dữ kiện tra cứu, với mỗi thông tin đáng tin cậy... Cảm giác kiệt sức bất lực khi phải chứng kiến, nghe ra cơn hấp hối không thể cứu chữa, không thể hồi phục của Con Sông Mekong, Con Sông Lịch Sử, Con Sông của Thời Gian, cũng là Con Sông Cuối Cùng ấy rồi ra sẽ là Con Sông của Quá Khứ. Vẫn biết sống là tận sống mỗi khắc giây của hiện tại và hướng về phía trước mặt – Hướng của Tương Lai. Nhưng đau thương thay, tương lai dẫu phát triển bao nhiêu cũng không đủ sức đầy lùi nghèo đói của quá khứ bởi con người – Vẫn là con người của bảy quốc gia sống dọc dòng sông mà kẻ ở thượng nguồn với một khối dân hơn một tỷ người chiếm 1/6 dân cư quả đất chứ không ai khác đã tạo nên những tai họa không lường cho mình lẫn cho người qua những hệ quả của quá trình phát triển không bền vững chỉ xây dựng phồn vinh. Thảm họa "Con Rồng Đen" tháng 3, 1992 với chín ngàn tấn mật mía của nhà máy Khon Kaen đổ xuống sông Nam Pong khiến không còn một giống tôm cá nào sống sót... Để cứu nguy, chính phủ Thái phải cho xả hàng triệu mét khối nước từ đập Ubolrath nhưng chỉ có tác động đẩy chất thải độc hại ấy vào hai sông Chi, sông Mun tiếp tục giết hại hơn 140 giống cá khác trước khi đổ vào sông Mekong rồi xuôi chảy về Đồng Bằng Sông Cửu Long. Và như một điều tất nhiên... "Sông Thiêng Mekong kể cả các phụ lưu không chỉ bị chặn nghẽn bởi các đập thủy điện, bị đổi dòng chuyển nước mà tệ hại hơn là đang biến thành những cống rãnh phế thải... Các Khu Rừng Mưa như những tấm bọt biển khổng lồ có chức năng điều hòa những dòng chảy của sông Mekong... Mà theo sự nhận định của Ngân Hàng Thế Giới (5/98) thì tài nguyên rừng sẽ cạn kiệt vào năm 2003..." Và cá là nguồn chất đạm chính cho toàn thể cư dân sống hai bên bờ sông càng ngày càng ít đi do kỹ nghệ đánh cá khai thác quá mức mà không cơ quan nhà nước nào kiểm soát được, thêm nước sông càng ngày càng ô nhiễm, dẫn đến hệ quả thảm hại và thảm họa: Chỉ số an toàn hệ sinh thái sông Mekong đang có nguy cơ bị tiêu diệt!

Và bao trùm hết tất cả, với quá trình Hán Hóa Tây Tạng đang đến những bước cuối cùng với đường xe lửa chạy từ Bắc Kinh băng qua những đỉnh cao, nóc nhà thế giới đến thủ đô Lhasa, thì sông Mekong đã được coi như là một con sông thuộc nội địa Trung Hoa – Dòng Sông Thiêng của những Dân Tộc Phương Nam sẽ là ống dẫn chuyên chở toàn bộ chất thải kỹ nghệ và tiện dụng gia cư do cả một Phương Bắc tuôn đổ xuống. Thế nên, để tránh sự ràng buộc, Trung Quốc đã không hề tỏ ý muốn hay đúng hơn là chối từ trở thành thành viên của của Ủy Hội Sông Mekong. Không những thế, Bắc Kinh còn công khai và rất sớm sủa tỏ ý muốn không chế toàn thể vùng Biển Đông để độc chiếm cả khối trữ lượng dầu dưới lòng đáy biển. Trận chiến năm 1974 với Hải Quân Việt Nam Cộng Hòa là phân khúc dạo đầu của một cuộc xâm lược lớn lâu dài mà hiện nay đang đi vào đoạn kết thúc, trong thập niên đầu tiên của Thế Kỷ 21.

NGUYỄN MẠNH TRINH
nói chuyện với
nhà văn NGÔ THẾ VINH
về tác phẩm

CỬU LONG CẠN DÒNG BIỂN ĐÔNG DẬY SÓNG

Nguyễn Mạnh Trinh (NMT)_ Nhà Xuất Bản Văn Nghệ vừa cho phát hành một tác phẩm mới của anh, xin anh cho biết một vài chi tiết về cuốn sách?

Ngô Thế Vinh (NTV)_ Cửu Long Cạn Dòng Biển Đông Dậy Sóng là tiêu đề của một chương sách được chọn làm tên của tác phẩm cũng là 2 chủ đề chính của cuốn sách. Sách dày 648 trang với bản đồ và hình ảnh và là một dữ kiện tiểu thuyết hay tiểu thuyết tư liệu.

NMT_ Theo lời dẫn nhập Cửu Long Cạn Dòng Biển Đông Dậy Sóng là một dữ kiện tiểu thuyết, danh xưng này có vẻ lạ xin anh giải thích.

NTV_ Tiểu thuyết được định nghĩa như sản phẩm của tưởng tượng nhưng ở chừng mực nào đó vẫn phản ánh thực tại cuộc sống. Trong dữ kiện tiểu thuyết tuy phần hư cấu chiếm một tỷ lệ thứ yếu nhưng không thể thiếu để chuyên chở những sự kiện đầy ắp từ cuộc sống mà người viết muốn đưa vào tác phẩm bằng không thì cuốn sách trở thành 1 tài liệu biên khảo.

Faction là một từ nghe có vẻ lạ nhưng không hoàn toàn mới, là một thuật ngữ ngắn gọn và ý nghĩa cô đọng trong tiếng Anh gồm kết hợp hai chữ fact & fiction.

Faction có thể tạm dịch là dữ kiện tiểu thuyết hay tiểu thuyết tư liệu (1) là một thể loại văn học hay phim ảnh vận dụng người thật, việc thật mà cứ như là hư cấu; hay nói một cách khác là dùng người thật, việc thật như thành tố thiết yếu trong việc hình thành tác phẩm dưới dạng tiểu thuyết; (2) công trình văn học hay điện ảnh trong đó là một trộn lẫn dữ kiện và hư cấu. *

Là kỹ thuật viết đã được các tác giả vận dụng từ bao thập niên rồi. Điển hình như James A. Michener **, tiểu thuyết gia Mỹ đã thể hiện kỹ thuật viết này qua nhiều tác phẩm đồ sộ như Hawaii, Texas, Alaska, Mexico, Caribbean,... đầy ắp những tư liệu về lịch sử địa lý và nhân văn như kết quả của những nỗ lực bền bỉ tra cứu và khai quật, chỉ có phần hư cấu là nhân vật dẫn dắt người đọc qua xuyên suốt của tác phẩm! Nếu có dịp lên Alaska, anh có thể tới thăm một căn nhà nhỏ bình dị như mọi căn nhà khác nhưng đã trở thành một tụ điểm du lịch vì đó là nơi Michener đã tới để sống và viết tác phẩm đồ sộ về lịch sử Alaska từ thời hoang sơ tới hiện đại - như một tiểu thuyết tư liệu...

NMT_ Trong các tác phẩm đã xuất bản như "Vòng Đai Xanh", "Mặt Trận Ở Sài Gòn" cũng có rất nhiều dữ kiện lấy ra ở đời sống hiện thực ngoài đời, theo anh có sự khác biệt nào với tác phẩm "Cửu Long Cạn Dòng Biển Đông Dậy Sóng"?

NTV_ Khởi đi từ mối quan tâm: "môi sinh và phát triển" lưu vực Sông Mekong và Đồng Bằng Sông Cửu Long, tôi có ý định viết một cuốn sách, tôi cũng lại đứng trước lựa chọn như khi viết cuốn Vòng Đai Xanh liên quan tới vấn đề Người Thượng và Cao nguyên, thay vì là một tài liệu biên khảo khô khan tôi đã chọn hình thức dữ kiện tiểu thuyết. Tôi cũng đã dành khá nhiều thời gian và công sức để hoàn thành cuốn sách. Cửu Long Cạn Dòng Biển Đông Dậy Sóng có khác với những cuốn sách trước là phần tư liệu thì đầy ắp trong khi hư cấu chỉ chiếm một tỷ lệ rất nhỏ.

NMT_ Nếu tiểu thuyết mà chứa đựng quá nhiều dữ kiện và chi tiết, lại thêm không phải chỉ là câu chuyện của một dòng sông mà thôi mà còn rất đa diện liên quan tới nhiều lãnh vực khác nhau, theo anh như vậy có thể làm cuốn sách quá khô khan và ít hấp dẫn, anh làm thế nào để tránh vấn nạn này?

NTV_ Sau những giờ làm việc đã thật mỏi mệt cần tìm đọc một cuốn tiểu thuyết với những tình tiết éo le và hấp dẫn để giải trí thì Cửu Long Cạn Dòng Biển Đông Dậy Sóng không đáp ứng được nhu cầu của đối tượng độc giả ấy. Ngay từ các bước đầu khởi sự viết cuốn sách tôi đã không có chủ định hình thành một tác phẩm như vậy.

NMT_ Ô nhiễm môi sinh là đề tài quen thuộc với cả thế giới chứ không phải riêng với người Việt Nam, lựa chọn đề tài này anh có sợ sẽ lập lại những điều mà nhiều người đã đề cập đến?

NTV_ Chống ô nhiễm bảo vệ môi trường là đề tài quen thuộc được nhắc tới càng ngày càng nhiều hơn trong suốt nửa thế kỷ qua "như những khẩu hiệu" nhưng thực tế hành động thì quá ít và hậu quả là sự suy thoái toàn hệ sinh thái của hành tinh này phần lớn do chính con người gây ra chứ không phải do thiên tai. Không bao giờ có vấn đề ô nhiễm môi sinh cho riêng Việt Nam hay Trung Quốc trong thế kỷ toàn cầu hóa này. Khói thải từ những nhà máy chạy than cũ kỹ ở Hoa Nam không chỉ đầu độc buồng phổi của người dân Trung Quốc mà tác hại trên cư dân của toàn vùng Đông Nam Á. Chắc anh không quên vụ cháy rừng ở đảo quốc Nam Dương nhưng khói và tro than lại đổ xuống mãi tận các xứ Mã Lai và Singapore... Như vậy ô nhiễm bầu khí quyển, ô nhiễm nguồn nước là vấn đề của toàn vùng toàn cầu chứ không có ranh giới cho một một quốc gia riêng lẻ nào. Do đó mà trong [Ngày Nước Thế Giới_ World Water Day 22- 03- 1999] chủ đề đưa ra rất ý nghĩa là "Mọi Người Đều Sống Ở Dưới Nguồn_ Everybody Lives Downstream", điều này hoàn toàn đúng đối với con Sông Mekong vốn là một con sông quốc tế chảy qua 7 quốc gia trong đó có Việt Nam ở cuối nguồn. Không một quốc gia riêng rẽ nào có khả năng bảo vệ chỉ riêng khúc sông chảy qua lãnh thổ của mình nếu không có được "Một Tinh Thần Sông Mekong_ The Mekong Spirit" nghĩa là một tinh thần hợp tác và trách nhiệm cho phúc lợi chung trong kế hoạch khai thác hài hòa và phát triển bền vững nguồn nước nguồn tài nguyên của con Sông Mekong như một toàn thể.

NMT_ Có người thắc mắc, trong khi lũ lụt hoành hành như thế này mà bảo Sông Cửu Long cạn dòng có phải đó là sự nghịch lý không?

NTV_ Có vẻ nghịch lý là do thời điểm ra mắt cuốn sách. Tôi cũng được nghe kể lại là có vị tu sĩ đang lo việc cứu trợ chỉ mới nghe tên cuốn sách đã phát biểu: " Đang lũ lụt ngập trời với nhà trôi người chết mà nói Sông Cửu Long cạn dòng là thế nào?" Câu hỏi của anh và sự ngạc nhiên của một số người càng khiến tôi thêm băn khoăn. Lũ lụt và hạn hán như hai hiện tượng đối nghịch xảy ra theo chu kỳ hàng năm "với mức độ càng ngày càng trầm trọng hơn" vẫn được người dân coi như là "thiên tai" nhưng thực chất là do chính con người tự gây ra. Do những phá hủy hệ sinh thái vốn phức tạp và cũng hết sức mong manh của con Sông Mekong; bao gồm những tai ương từ thượng nguồn như: (1) xây các đập thủy điện chặn nước đổi dòng sông Mekong (đáng kể nhất là chuỗi những con đập bậc thềm khổng lồ Vân Nam), (2) phá hủy tự sát những khu rừng mưa (vốn có tác dụng giữ nước và điều hòa lưu lượng dòng sông trong 2 mùa khô lũ), (3) phá những khối đá khai thông lòng sông (để mở thủy lộ từ Vân Nam xuống tận Nam Lào), (4) các đập thủy điện đưa tới điện khí hóa, kỹ nghệ hóa và cả đô thị hóa, trút đổ chất phế thải xuống sông. Cộng thêm với những sai lầm thủy lợi nơi hạ nguồn, như ngay tại Đồng Bằng Sông Cửu Long với hậu quả nhãn tiền là: lụt sẽ rất lớn ngay mùa mưa (như hiện nay), hạn hán sẽ gay gắt hơn trong mùa khô, nước sông ngày càng ô nhiễm và thêm nạn ngập mặn càng ngày càng vào sâu trong đất liền.

Bảo rằng lạc quan hay bi quan, cả hai đều mang hình ảnh những con đà điểu trước nguy cơ chỉ biết rúc đầu xuống cát.

NMT_ Trong tác phẩm có nhiều đoạn ký ghi chép lại những cuộc du khảo hoặc quan sát thực địa rất hay. Anh đã trải qua bao nhiêu ngày để có những đoạn ký như vậy?

NTV_ Tôi vẫn giữ thói quen hồi làm báo sinh viên, thường là "mở một hồ sơ" về nơi dự định tới nên biết trước sẽ tìm kiếm gì ở chuyến đi đó, dĩ nhiên chuyến đi nào thì cũng có những tình cờ thú vị không hề được biết trước. Như mới đây trong một chuyến về thăm miệt Hậu Giang Châu Đốc khi tới thăm ngôi làng Đa Phước gặp những "Người Chà Châu Giang" _ thực sự họ không phải là người Mã Lai như người dân địa phương vẫn nghĩ nhưng họ là những người Chăm sống sót chạy thoát từ vương quốc Champa tiêu vong, họ cũng còn là hậu duệ của đội quân Côn Man có công lớn giúp Thoại Ngọc Hầu điều động đám sưu dân Khmer ngày đêm đào xong con Kinh Vĩnh Tế dài ngót 100km ra tới Hà Tiên và sau đó được triều đình Huế đền công cho lập 7 làng ở Châu Đốc còn tồn tại tới ngày nay. Tôi đã không tới đó như một du khách, mà là một "field- trip", một chuyến trở về với cảnh với người để tìm lại tìm lại khoảng thời gian đã mất... Trao đổi trò chuyện với người lái đò đưa chúng tôi từ thành phố Châu Đốc sang bên Cồn Tơ Lụa, chắc hẳn sau đó anh ta đã có cái nhìn khác hơn với những "Người Chà" nơi ngôi làng Đa Phước ấy.

NMT_ Anh có nghĩ rằng thêm một người đọc là thêm một người hiểu rõ để hưởng ứng tham gia "Cứu lấy Dòng Sông" và anh có dự trù phương cách để phổ biến tác phẩm này một cách rộng rãi?

NTV_ Trước khi là một cuốn sách hoàn chỉnh, đã có một số

chương được đăng tải trên các tập san như Đi Tới, Văn Học, Thế Kỷ 21... tôi cũng đã nhận được một số feedback từ bạn đọc và bằng hữu. Trong một chuyến đi Hoa Thịnh Đốn hồi tháng 7 mới đây, tôi được giới thiệu với một người chưa bao giờ quen, anh có đọc mấy bài viết của tôi về con Sông Mekong đăng trên TK 21, trước đó anh vẫn tưởng rằng tôi là chuyên viên làm cho World Bank chứ không phải thuộc ngành y. Nói chung, thì số người đọc các bài viết của tôi không nhiều nhưng họ lại là những người rất nhậy cảm và cùng chia xẻ với các vấn đề tôi nêu ra. Tôi rất mong có thêm nhiều độc giả như vậy nhất là các bạn trẻ đối với cuốn sách vừa hoàn tất. Sự hiểu biết và mối quan tâm của nhiều người sẽ dẫn tới hành động hưởng ứng "Cứu lấy Dòng Sông". Anh hỏi có phương cách để phổ biến tác phẩm này một cách rộng rãi thì theo tôi với các bài điểm sách trên các báo, trên đài phát thanh, cả các bài trên các trang lưới Internet cũng như cuộc nói chuyện với anh đây, tất cả đều có tác dụng đưa cuốn sách tới người đọc. Nếu có thêm các buổi ra mắt sách cũng là hình thức giới thiệu rất tốt.

NMT_ Tại sao những người trong chánh quyền Cộng Sản Việt Nam lại coi thường sự nhiễm mặn của Đồng Bằng Sông Cửu Long? Trong Cửu Long Cạn Dòng Biển Đông Dậy Sóng, anh có vẻ kỳ vọng nhiều đến những người sống ở hải ngoại trong việc giải quyết vấn nạn này? Anh không hy vọng ở những người trong nước sao?

NTV_ Tôi không nghĩ là những người lãnh đạo có trách nhiệm ở trong nước lại không biết đến những tai ương đang xảy ra nơi Đồng bằng Sông Cửu Long trong đó có nạn ngập mặn càng ngày càng vào sâu trong đất liền. Chỉ có điều cách nhìn và tầm nhìn của họ xa được tới đâu trong thời kỳ được mệnh danh là Đổi Mới này. Họ đang vội vã chọn những bước phát triển không bền vững bằng cái giá môi sinh phải trả di lụy cho các thế hệ về sau này. Đối với họ khi đứng trước những nhu cầu cấp thiết của cái ăn cái mặc thì bảo vệ môi sinh là chuyện quá xa vời. "Chưa thấy quan tài chưa đổ lệ" câu nói bình dân ấy phản ánh tầm nhìn của những người lãnh đạo trong nước.

Nói tới bảo vệ môi sinh thì không có phân biệt người Việt ở hải ngoại hay người Việt ở trong nước. Mỗi người từ vị trí sinh hoạt của mình, với cảnh giác và ý thức, bằng những con đường và phương tiện khác nhau nhưng cùng nhìn về một hướng là "bảo vệ môi trường sống" trong các bước phát triển bền vững và hài hòa. Bảo vệ môi sinh không phải là một khẩu hiệu vô hồn, một thứ cliché đã mòn cũ mà luôn luôn có một nội dung mới và tích cực khi bước sang thế kỷ toàn cầu hóa này. Một ví dụ, cây cầu Mỹ Thuận ngay sau khánh thành 05 - 2000, đã trở thành một tụ điểm du lịch và trong nhiều ngày là một bãi rác, đó là những đống rác thấy được trên sàn cầu nhưng còn bao nhiêu đống rác khổng lồ: chất thải kỹ nghệ và tiện dụng gia cư đổ xuống từ Vân Nam và suốt dọc con Sông Mekong? Bãi rác cầu Mỹ Thuận chỉ là một ví dụ rất nhỏ của tầm nhìn mắt chim khiến chúng ta phải có một cái nhìn toàn cảnh với tầm nhìn vệ tinh về môi trường sống đang suy thoái rất nhanh không chỉ ở Việt Nam mà là toàn lưu vực Sông Mekong.

NMT_ Trong những nhân vật của tác phẩm có mường tượng phảng phất khuôn dáng có thực ở ngoài đời, có phải đó là chủ tâm của anh?

NTV_ Nếu như các nhân vật trong Cửu Long Cạn Dòng Biển Đông Dậy Sóng như những nhà hoạt động bảo vệ môi sinh mà lại phảng phất giống như mẫu người thật ngoài đời thì đó chẳng là dấu hiệu đáng mừng hay sao? Những nhân vật ấy không hoàn toàn hư cấu, họ là những chuyên viên khoa học kỹ thuật trong Nhóm Bạn Cửu Long, những thành viên của Diễn Đàn Sông Mekong _ Mekong Forum, các chuyên gia độc lập ở khắp các quốc gia trên thế giới thuộc mọi lứa tuổi không thiếu người đã bước qua khá xa cái tuổi "thất thập cổ lai hy" đã từng là chuyên viên cao cấp của các tổ chức quốc tế như Liên Hiệp Quốc cho dù đã nghỉ hưu_ họ là những người rất sớm và bền bỉ không ngừng quan tâm tới vấn đề môi sinh, tới hệ sinh thái của con Sông Mekong trong một cái nhìn địa dư chánh trị_ geopolitics, của toàn vùng với 7 quốc gia dọc theo hai bên bờ con Sông Mekong ra tới Biển Đông. Họ sẽ là "chất xám" là bộ tham mưu _ một "think tank" cho nỗ lực bảo vệ môi sinh và phát triển bền vững của Việt Nam trong hiện tại và tương lai.

NMT_ Mở ngoặc về nhân vật bí thư huyện ủy Mười Nhe (Ch. XV, tr. 194 - 197) có phải anh muốn xây dựng một nhân vật phản diện để làm nổi bật những nhân vật ở hải ngoại?

NTV_ Anh có khuynh hướng đối chọi một Việt Nam bên trong và bên ngoài. Chúng ta cũng không thiếu những nhân vật phản diện cả ở hải ngoại. Mười Nhe không phải "được xây dựng như một nhân vật phản diện để làm nổi bật những nhân vật hải ngoại" như anh nghĩ đâu. Nhưng anh ta là một "nhân vật điển hình" khá phổ biến ở Việt Nam hiện nay. Mười Nhe không ở trong số những "Ông Tư Bản Đỏ" nghĩa là thoái hóa và tham nhũng. Mười Nhe là hình ảnh hiếm hoi của những người Cộng Sản chân chính còn vương sót lại, từng gian khổ hy sinh và cả bị thương hư một mắt trong kháng chiến, nay làm huyện ủy Tam Nông rất đỗi yêu thương quê hương Đồng Tháp. Môi sinh đối với Mười Nhe là cái môi trường sống sao cho "dễ thở" đối với bà con. Cứu cánh ấy đã biện minh cho mọi phương tiện hiện đại được đem ra áp dụng "đại trà" cho khắp vùng Tam Nông: phá rừng tràm với cả máy cưa, đánh cá không phải chỉ có lưới mà cả với chất nổ và điện xoẹt, săn chim không chỉ có bẫy mà còn đủ loại súng với đạn ghém và cả ống nhắm. Chính sách "làm nhanh ăn mau" của Mười Nhe đã khiến cho cảnh quan Tam Nông thay đổi từng ngày, rừng tràm khuyết từng mảng, cá tôm bất kể lớn bé bị giết hàng loạt nổi phều, chim thường hay hiếm quý đều giống nhau bị lùng săn như những con thịt. Nói tóm lại chỉ trong một "kế hoạch ngũ niên tự phát" Mười Nhe không những đem lại cho bà con một đời sống dễ thở mà còn rất sung túc và cả hy vọng mau giàu nữa. Mười Nhe đã đạt thành tích kỷ lục về những con số: dân số tăng khủng khiếp gấp đôi, diện tích rừng tràm chỉ còn một phần ba, trong tràm chim chỉ riêng loài hạc con số trước đây lên tới cả ngàn nay chỉ còn khoảng dưới 500 con. Nhưng dưới mắt người nông dân nghèo thì "đồng chí" Mười Nhe đã có công rất lớn biến vùng đệm ngập nước quanh Tam Nông mau chóng thành một quận huyện đi lên cảnh trù phú...

Nhưng với cái giá rất mắc phải trả mà Mười Nhe không thấy: là đã hủy hoại vĩnh viễn cả một vùng đầm lầy và tràm chim vốn là một kho tàng sinh học phong phú, cái nôi của chu kỳ sinh sản và tăng trưởng cho rất nhiều giống chim cá, các loài nhuyễn thể và vô số những sinh vật khác và cũng là trung tâm điều hòa nước cho toàn vùng trong cả hai mùa khô lũ.

Như anh thấy, Mười Nhe là một điển hình của cả một chính sách mệnh danh là "Đổi Mới" từ trên cao xuống tới hạ tầng cốt sao "làm ăn nhanh, thu hoạch nhanh, và làm giàu nhanh_ ngay cả trong lãnh vực nghiên cứu khoa học" bất kể hậu quả sẽ ra sao đối với nguồn tài nguyên của đất nước tương lai.

NMT_ Nguyên do những vấn nạn từ ô nhiễm môi sinh, đến ma túy ở lưu vực Sông Mekong, đến nhiễm mặn cùng Đồng Bằng Sông Cửu Long, rồi tranh giành đảo dầu ở Biển Đông là do chánh quyền các nước chỉ để ý tới quyền lợi cục bộ trước mắt mà quên đi những thảm họa lớn trong tương lai, có phải?

NTV_ Nguồn tài nguyên của con Sông Mekong và ngoài Biển Đông không hoàn toàn của riêng một nước nào, ai cũng hiểu như vậy nhưng với nước lớn Trung Quốc như một siêu cường thay vì hành sử một cách có trách nhiệm thì lại muốn ôm trọn hết cho riêng mình. Các nước nhỏ còn lại thì cũng không hơn gì nghĩa là chia rẽ, tìm những bước phát triển riêng lẻ bằng hình thức cạnh tranh triệt tiêu lẫn nhau_ Zero Sum Competition. Đã không có một Tinh Thần Sông Mekong, một Tinh Thần Á Châu Thái Bình Dương, mà chỉ có khủng hoảng lòng tin cậy đưa tới những cuộc chạy đua võ trang bằng những đồng tiền phúc lợi vốn đã mỏng manh trên đầu mỗi người dân trong vùng. Bước phát triển đạt được của mỗi nước thì không bền vững, đưa tới cạn kiệt tài nguyên và ô nhiễm môi sinh, lại đang có cả nguy cơ nổ ra một chiến tranh vùng_ một trận Armageddon Đông Phương.

NMT_ Có người cho rằng nguyên nhân sâu xa là sự hiện hữu của các chánh quyền độc tài không tôn trọng nhân quyền và sự thay đổi các thể chế thành dân chủ thực sự mới là cách giải quyết hoàn thiện? Nhưng có lẽ, với tình thế này rất khó để thực hiện?

NTV_ Nhìn vào các quốc gia trong lưu vực Sông Mekong từ Trung Quốc xuống tới Miến Điện, Thái Lan, Lào, Cam Bốt và Việt Nam cho dù mang những tên gọi khác nhau nhưng đó vẫn là những đất nước không có dân chủ, vẫn là những "xã hội hình tháp_ social pyramid" nói theo ngôn từ của nhà xã hội học Miến Kyaw Nyein, với đỉnh tháp là thiểu số thống trị và dưới đáy vẫn là đa số những người dân nghèo khổ bị khai thác và bóc lột. Trong lời kết cho cuốn sách tôi có viết: [Và hiển nhiên không có giải pháp đơn lẻ cho vấn đề môi sinh mà phải là bước chuyển hóa cơ bản và đồng bộ của các hệ thống xã hội từ "Toàn Trị" tiến lên "Dân Chủ". Có dân chủ là có cơ hội mở mang dân trí và chính cư dân sống hai bên bờ sông Mekong sẽ có ý thức và tiếng nói bảo vệ dòng sông như là mạch sống của chính mình] (tr 606). Cơ hội đồng đều trong đó có quyền được uống một ngụm nước trong lành, được hít thở một bầu không khí tinh khiết và có tự do đó chính là "nhân quyền" chỉ có được trong một đất nước dân chủ.

NMT_ Trung Quốc như một người điếc không thèm nghe các lời kêu gọi của lân bang cũng như các hội nghị chuyên ngành về dòng sông. Theo anh làm thế nào để buộc họ phải quan tâm tới quyền lợi của các quốc gia liên hệ?

NTV_ Bước ra từ những tháng năm bị liệt cường Tây Phương sâu xé với hòa ước Nam Kinh được xem như "nỗi ô nhục quốc gia", Trung Quốc đang mau chóng vươn lên như một siêu cường; họ rất sáng suốt và ý thức được những điều họ đang làm và cần làm đối với nguồn nước của con Sông Mekong, đối với kho dầu khí chiến lược của khu vực Biển Đông.

NMT_ Các hội nghị về Sông Mekong của các quốc gia liên hệ và của cả Liên Hiệp Quốc có giúp ích gì trong vấn nạn kể trên?

NTV_ Hàng năm vẫn có những hội nghị như vậy của Ủy Ban Sông Mekong (Mekong River Committee) trước đây và nay là Ủy Hội Sông Mekong (Mekong River Commission). Bắc Kinh thì vẫn cứ bưng bít mọi thông tin và ráo riết xây chuỗi những con đập bậc thềm khổng lồ Vân Nam _ Mekong Cascades, bất chấp hậu quả ra sao đối với các quốc gia dưới nguồn. Từ 1995, Bắc Kinh đã dứt khoát từ chối gia nhập Ủy Hội Sông Mekong để tự do hành động mà không phải chịu sự ràng buộc nào và cũng chẳng hề quan tâm tới nỗi lo âu của các nước láng giềng. Nếu phải lên tiếng thì Bắc Kinh "chỉ rêu rao những những điều lợi lộc" của các con đập. Thêm bao nhiêu hội nghị đi nữa thì cũng sẽ không đi tới đâu nếu không có sự hiện diện và tham gia hợp tác của Trung Quốc, một quốc gia trung tâm với nửa chiều dài con sông Mekong chảy trong lãnh thổ mình...

Riêng với chính quyền Hà Nội, cũng là lần đầu tiên sau bao nhiêu năm im tiếng, ngày 13 tháng 10 năm 2000, để trả lời cho một bài báo nhan đề "The Mekong Choke Point" đăng trên tờ Far Eastern Economic Review số tháng 10/12/2000 đề cập tới những con đập trên dòng chính sông Mekong tỉnh Vân Nam gây lo âu cho các quốc gia dưới nguồn, phát ngôn viên Bộ Ngoại Giao Việt Nam Phan Thúy Thanh đã kêu gọi Trung Quốc bảo đảm rằng các con đập của họ không gây tổn hại môi sinh cho con Sông Mekong nơi hạ nguồn và phải duy trì sự bền vững của hệ sinh thái toàn con sông trong sự bình đẳng quyền lợi đối với mọi quốc gia trong lưu vực.

Trả lời của Bắc Kinh vẫn là im lặng và tiếp tục sự bưng bít. Đối với các chuyên gia am hiểu tình hình Châu Á, họ có nhận định là Trung Quốc chưa hề có một hồ sơ theo dõi tốt_ good track record trong những công cuộc hợp tác đa phương mà điển hình là kế hoạch khai thác con sông Mekong.

NMT_ Anh có nghĩ tới một ấn bản chuyển ngữ tiếng Anh cho tác phẩm này để phổ biến đến thế giới hay ít ra tới 7 quốc gia trong lưu vực Sông Mekong?

NTV_ Một ấn bản tiếng Anh, đó là điều tôi nghĩ tới và rất mong muốn nhưng có lẽ với nội dung cô đọng hơn và rút ngắn khoảng 300 trang. Thay cho tình trạng bưng bít phân hóa cục bộ giữa các quốc gia thuộc lưu vực Sông Mekong như hiện nay, thì thái độ cởi mở trao đổi thông tin trong sự tương kính và cảm thông sẽ đưa tới hợp tác và sự ganh đua sáng tạo. Đó chính là bước hình thành một Tinh Thần Sông Mekong hướng về những phúc lợi chung để cùng nhau khai thác một cách hài hòa tài nguyên phong phú của con sông Mekong về thủy điện, thủy lợi, ngư nghiệp, giao thông, cả về du lịch. Đó chính là những viên gạch đặt nền móng cho một nền Văn Hóa Hòa Bình của nhân loại bước vào thiên niên kỷ mới.

NMT_ Anh có hy vọng nào cho một giải pháp "Cứu lấy dòng sông Cửu Long" cũng như anh có cần nói gì thêm với độc giả?

NTV_ "Extinction is forever, Endangered means we still have time"_ Sea World San Diego. Gửi tới anh và bạn đọc câu nói ý nghĩa ấy. Báo động dòng sông Mekong đang lâm nguy có nghĩa là chúng ta còn thời gian để cứu vãn. Nhưng tới giai đoạn toàn vùng Đồng bằng Sông Cửu Long đã ô nhiễm đã hoàn toàn ngập mặn thì vĩnh viễn chẳng còn đâu một nền Văn Minh Miệt Vườn và cũng không còn đâu Vựa Lúa để nuôi sống ngót 100 triệu dân của cả nước.

NGUYỄN MẠNH TRINH
Hợp Lưu 56 (11/2000)

---

* Faction (1) a form of literature or film making that treats real people or events as if they were fictional or use real people or events as essential elements in an otherwise fictional rendition; (2) A literary work or film that is a mix of fact and fiction [Blended of fact and fiction]. The American Heritage Dictionary of the English Language.

** James A. Michener, từng là chủ bút các tập san, nguyên thiếu tá hải quân Mỹ Hạm đội Thái Bình Dương trong Thế Chiến Thứ 2. Năm 40 tuổi, Michener quyết định dành trọn thời gian để sáng tác. Ngay cuốn sách đầu tiên Tales of the South Pacific được trao giải Pulitzer. Trong suốt 40 năm tiếp sau đó ông đã hoàn tất nhiều tác phẩm đồ xộ dưới dạng dữ kiện tiểu thuyết, luôn luôn là "best sellers" như Sayonara, Hawaii, Texas, Alaska, Mexico, Caribbean...

VIỆT TIDE PHỎNG VẤN NHÀ VĂN NGÔ THẾ VINH

NGUYỄN KỲ HÙNG_ Khi nào và tại sao anh bắt đầu đặc biệt chú ý tới con sông Cửu Long và Biển Đông?

NGÔ THẾ VINH_ Tôi làm báo viết văn từ thời sinh viên, với quan tâm tới các vấn đề xã hội, vào thập niên 60 là tình cảnh sống của người Thượng trên Cao nguyên Trung phần Việt Nam tôi đã viết cuốn Vòng Đai Xanh. Ra hải ngoại, qua tiếp cận với Nhóm Bạn Cửu Long, vào những năm 90 tôi bắt đầu chú ý tới vấn đề môi sinh và phát triển con sông Mekong_ con sông lớn hàng thứ 3 Châu Á, vẫn được xem như còn nguyên vẹn so với các con sông lớn khác của thế giới. Phải nói rằng tôi đã hoàn toàn bị con sông ấy chinh phục sau khi đọc những cuốn sách liên quan tới Mekong Expedition của Đoàn Thám Hiểm Pháp vào thế kỷ 19 khi gian nan ngược dòng sông Mekong dũng mãnh thời hoang dã để tìm một thủy lộ giao thương với Trung Hoa, một cuộc hành trình thật hào hùng kéo dài hơn hai năm nhưng kết thúc thì bi thảm…

Sau đó tôi đã ráo riết tìm hiểu về con sông Mekong với nhận thức rằng nó như mạch sống của hàng trăm triệu cư dân của 7 quốc gia trong lưu vực nhưng lại đang bị Trung Quốc khống chế. Với cái nhìn toàn cảnh trong mối tương quan toàn vùng ấy, không thể không bao gồm cả Biển Đông đang bị "Tây tạng Hóa / Tibetization" với quần đảo Hoàng Sa đã bị Trung Quốc cưỡng chiến và Trường Sa đang là vùng tranh chấp.

Cho dù là một dòng sông, biển cả với các hải đảo hay đất liền thì chủ đề nhất quán của cuốn sách vẫn là "mối đe dọa do tham vọng bành trướng không ngưng nghỉ của Trung Quốc."

NKH_ Anh có thể nói qua về tác phẩm Cửu Long Cạn Dòng Biển Đông Dậy Sóng để độc giả Việt Tide nếu chưa đọc cuốn sách theo dõi được những gì anh viết ra không?

NTV_ Nội dung của cuốn sách liên quan tới hai vấn đề lớn của Việt Nam. (1) Cửu Long Cạn Dòng: đề cập tới con sông Mekong dài khoảng 4,900 km như một con sông quốc tế chảy qua 7 quốc gia: Tây Tạng Trung Quốc Miến Điện Thái Lan Lào Cam Bốt và Việt Nam. Chỉ từ những thập niên 50, người ta mới bắt đầu chú ý tới tiềm năng phong phú của con sông Mekong và từ đó đưa tới những kế hoạch khai thác. Năm 1957, giữa thời kỳ Chiến Tranh Lạnh, một Ủy Ban Sông Mekong (MRC / Mekong River Committee) được thiết lập với bảo trợ của Liên Hiệp Quốc chỉ bao gồm 4 quốc gia hạ lưu là Thái Lan Lào Cam Bốt và Việt Nam với văn phòng tại Bangkok. Cho dù ban đầu chỉ có 4 nước hạ lưu, nhưng Ủy ban Sông Mekong đã hình thành được một kế hoạch đầy tham vọng khai thác con sông Mekong về các phương diện thủy điện, thủy lợi, ngư nghiệp và giao thông nhằm tạo sức bật phát triển kinh tế cho toàn vùng hạ lưu sông Mekong / Lower Mekong Basin. Nhưng rồi kế hoạch bị khựng lại do cuộc Chiến Tranh Việt Nam tràn sang cả 3 nước Đông Dương. Sau 1975 cho dù cuộc Chiến Tranh Việt Nam đã chấm dứt nhưng một cuộc chiến tranh diệt chủng khủng khiếp khác lại diễn ra ở Cam Bốt. Phải mãi tới 1994, sau thời kỳ Chiến Tranh Lạnh, Trung Quốc mở cửa ra với thế giới bên ngoài, các dự án khai thác con sông Mekong lại được phục hoạt, Ủy Ban Sông Mekong tái hoạt động nhưng với một danh xưng mới là Ủy Hội Sông Mekong (MRC / Mekong River Commission) với văn phòng đặt tại Nam Vang cũng vẫn chỉ gồm 4 nước hội viên cũ nhưng với một thay đổi căn bản về điều lệ là không một thành viên nào có quyền phủ quyết / veto power các kế hoạch khai thác con sông Mekong. Điều đáng nói ở đây là thái độ bất hợp tác của Trung Quốc. Cho dù được mời, Bắc Kinh đã dứt khoát từ chối không tham gia vào Ủy Hội Sông Mekong không ngoài mục đích để được hoàn toàn tự do khai thác con sông như ý đồ và tham vọng của họ.

(2) Biển Đông Dậy Sóng: là chủ đề thứ hai của cuốn sách khởi đi từ vụ Trung Cộng cưỡng chiếm quần đảo Hoàng Sa / Paracels của Việt Nam từ năm 1974 nhưng tham vọng của Bắc Kinh không dừng lại ở đó, họ đang từng bước lấn chiếm quần đảo Trường Sa và cả khống chế Biển Đông với cả nguồn trữ lượng dầu khí ở trong đó... Tiến hai bước lùi một bước, và "bẻ đũa" luôn luôn đó là chiến lược của Trung Quốc, và trớ trêu thay là điều ấy vẫn cứ đem lại mối an tâm cho nhiều người. Chẳng hạn chỉ mới đây thôi trong cuộc họp thượng đỉnh tại Nam Vang (06/11/2002) thủ tướng Chu Dung Cơ Trung Quốc đã "giương cao cành Olive" khi đặt bút ký một thỏa hiệp cùng các nước hội viên ASEAN là sẽ tự kiềm chế "tránh đụng độ" trong vùng quần đảo Trường Sa / Spratly đang có tranh chấp giữa Trung Quốc, Việt Nam, Phi Luật Tân, Mã Lai và Brunei. Nhưng ai cũng biết rằng chỉ với nguyên trạng hiện nay, trên Biển Đông nơi quần đảo Trường Sa, Bắc Kinh đã ở thế thượng phong, trong khi quần đảo Hoàng Sa thì hoàn toàn không được nhắc tới!

NKH_ Anh có thể cho độc giả được biết rõ hơn về kế hoạch khai thác sông Mekong của Trung Quốc? Tới được tận nơi con đập Manwan_ là con đập thủy điện lớn đầu tiên trên dòng chính sông Mekong ở thượng nguồn, sau chuyến đi thăm Vân Nam vừa qua có làm anh lo ngại hơn không?

NTV_ Kể từ những năm 70, Trung Quốc đã có kế hoạch xây một chuỗi 8 con đập bậc thềm khổng lồ Vân Nam _ Mekong Cascade, ngay trên dòng chính khúc thượng nguồn sông Mekong chảy qua tỉnh Vân Nam với tổng công suất 15,400 Megawatt tốn phí lên tới 7.7 tỉ đôla có khả năng điện khí hóa kỹ nghệ hóa vùng tây nam

Trung Hoa còn trong tình trạng kém phát triển. Thế giới bên ngoài hầu như không biết gì về các kế hoạch này. Cho dù đã có dự án về chuỗi những con đập Vân Nam từ thập niên 70 nhưng vì thiếu ngân sách mãi tới năm 1980, con đập đầu tiên Mạn Loan / Manwan 1,500 Megawatt mới được khởi công và phải 13 năm sau mới xây xong (1993) đủ cung cấp điện cho thủ phủ Côn Minh, khu kỹ nghệ Chuxiong và các quận huyện phía nam. Con đập thứ hai Đại Triệu Sơn / Dachaoshan 1,350 Megawatt khởi công năm 1996 mới hoàn tất tháng 12 năm 2001. Con đập thứ ba Tiểu Loan / Xiaowan 4,200 Megawatt được coi như "Con Đập Mẹ" dung lượng lên tới 15 tỉ mét khối nước lấy từ con sông Mekong được khởi công từ tháng Tư năm 2001 sẽ là con đập cao nhất thế giới 292 mét tương đương với tòa nhà chọc trời cao 100 tầng. Dự trù đập Tiểu Loan sẽ bắt đầu hoạt động từ năm 2010 và đạt toàn công suất năm 2013. Tiểu Loan là con đập vĩ đại thứ hai của thế giới chỉ sau con đập Tam Hiệp (Three Gorges Dam) cũng của Trung Quốc trên sông Dương Tử.

Điều đáng nói ra ở đây là Trung Quốc luôn luôn giấu kín nhẹm các kế hoạch khai thác sông Mekong, như một thứ bí mật quân sự. Điều ấy mới khiến các quốc gia hạ nguồn thực sự lo ngại và hoàn toàn bị động vì không biết phải phản ứng ra sao. Thảng hoặc có chút hé mở thì Bắc Kinh chỉ toàn nói tới những điều tốt đẹp của các con đập Vân Nam "mang tính giai thoại" chứ không phát xuất từ một cuộc nghiên cứu nghiêm chỉnh nào. Chẳng hạn theo họ chỉ với 3 con đập đầu tiên Manwan / Mạn Loan, Daichaoshan / Đại Triệu Sơn và Jinghong / Cảnh Hồng có thành vách cao có các hồ chứa theo mùa / seasonal reservoirs, để lấy nước tối đa trong mùa mưa và xả nước trong mùa khô sẽ có tác dụng chống lũ lụt và chống hạn cho các quốc gia dưới nguồn… Nhưng đối với những người Cam Bốt và Việt Nam hiểu biết thì thấy ngay rằng nếu không còn con lũ hàng năm từ thượng nguồn đổ về để tạo dòng chảy ngược từ con sông Tonlé Sap lên Biển Hồ_ thì rõ ràng đó là tương lai của một Biển Hồ chết.

NKH_ Đối với các quốc gia hạ nguồn và riêng đối với Đồng bằng Sông Cửu Long, theo anh, điều gì sẽ xảy ra một khi các đập thủy điện Vân Nam hoạt động?

NTV_ Cần nhìn Đồng Bằng Sông Cửu Long trong cái nhìn toàn cảnh của con sông Mekong. Không một quốc gia nào có khả năng tự bảo vệ chỉ một khúc sông chảy qua lãnh thổ mình_ vì "mọi người đều sống dưới nguồn." Với nửa chiều dài khúc thượng nguồn sông Mekong chảy qua Vân Nam, với khoa học kỹ thuật tiến bộ ngày nay thì Trung Quốc đã ở thế thượng phong để chi phối suốt chiều dài dòng chảy con sông Mekong_ kể cả đổi dòng con sông ấy nếu cần để lấy nước cho các vùng khô hạn các tỉnh tây nam Trung Quốc. Với chuỗi những Con Đập Bậc Thềm Vân Nam, Bắc Kinh sẽ nắm trong tay quyền điều hợp 53% lưu lượng nước hàng năm của con sông Mekong, đồng thời giữ lại trong các hồ chứa 70% lượng phù sa. Với điện khí hóa dẫn tới kỹ nghệ hóa với các nhà máy mọc lên hai bên bờ sông, sông Mekong trở thành cống rãnh chuyên chở các chất kỹ nghệ phế thải độc hại xuống hạ nguồn. Nước sông ô nhiễm sẽ hủy diệt các loài cá, không còn chu kỳ dòng chảy tự nhiên lại mất đi nguồn phù sa sẽ có tác hại rộng lớn và lâu dài trên nông nghiệp nhất là với Đồng Bằng Sông Cửu Long, vì ở cuối nguồn. Lại thêm yếu tố Đồng Bằng Sông Cửu Long thấp hơn mặt biển, khi con sông Mekong cạn nguồn nước ngọt nhất là 6 tháng mùa khô không chỉ có hạn hán mà còn thêm hiện tượng ngập mặn. Đã có "những tín hiệu của đại dương" đó là những con cá lớn nước mặn vào sâu tới Đồng Tháp. Đang từ là một vựa lúa nuôi sống cả nước, Đồng bằng Sông Cửu Long có nguy cơ trở thành khu rừng ngập mặn với những cây mắm, đước, sú, vẹt…

NKH_ Anh nghĩ nhà cầm quyền Trung Quốc có chủ đích gì hay không khi đơn phương quyết định khai thác và chi phối dòng chảy của con sông Mekong như thế?

NTV_ Trước mắt vì những lợi lộc về kinh tế từ nguồn thủy điện và thủy lợi do các con đập đem lại. Điển hình là chỉ với 1,500

Megawatt của con đập thủy điện Mạn Loan / Manwan đầu tiên trên dòng chính sông Mekong đã đủ để thắp ráng rực cả thủ phủ Côn Minh và tạo bước nhảy vọt phát triển kinh tế của cả tỉnh Vân Nam có một diện tích lớn hơn cả Việt Nam vốn là một vùng kém phát triển.

Về lâu dài thì chuỗi những con đập Vân Nam là một thứ vũ khí chiến lược môi sinh thật kinh khiếp có khả năng cho sống hay bắt chết đối với các quốc gia hạ nguồn. Có lẽ phải thật là ngây thơ mới không thấy được điều ấy. Thế kỷ trước dầu khí là nguyên gây chiến tranh nhưng sang thế kỷ 21 sẽ là những cuộc chiến tranh vì nước.

NKH_ Trước mối hiểm họa ấy, người dân Việt trong nước và giới lãnh đạo Việt Nam có thể làm gì để ngăn chặn ý đồ ác hại đó của Trung Quốc?

NTV_ Trước khi nói có thể làm gì thì người dân Việt Nam ở trong nước phải được thông tin đầy đủ về những gì đang diễn ra trên con sông Mekong mà điều này thì chưa có được khi mọi phương tiện truyền thông đều nằm trong tay của nhà nước. Đây là một tệ trạng của cả 3 nước Đông Dương. Ở Lào thì người ta chỉ biết ngạc nhiên và không biết tại sao là con sông Mekong lại cạn dòng mà chưa phải là mùa khô. Ở Cam Bốt thì người ta lo bảo vệ Khu Bảo Tồn Biển Hồ và Tràm Chim trong khi chả biết gì về những mối đe dọa của các con đập Vân Nam cách xa họ cả hơn 2,000 km. Ngay như ở Việt Nam, nguyên Phó Viện trưởng Đại học Cần Thơ kiêm dân biểu Quốc hội Lê Quang Minh mà cũng phải than thở rằng "Thật khó mà có được thông tin từ phía Trung Quốc, điều khiến chúng tôi thực sự lo ngại".

Theo tôi, chúng ta không thể thụ động chờ Trung Quốc thông báo cho chúng ta những tai ương mà họ có thể gây ra. Giới lãnh đạo Việt Nam cần có một cái nhìn xa và chủ động trong kế hoạch theo dõi và thu lượm tin tức từ con sông Mekong. Chẳng hạn, cần thiết lập một Phân Khoa Sông Mekong tại Viện Đại Học Cần Thơ, với nguồn chất xám là các chuyên viên và ban tham vấn của Ủy

Hội Sông Mekong. Đó sẽ là một trung tâm giảng dạy và nghiên cứu về con sông Mekong, không phải chỉ riêng cho Việt Nam mà cho cả 7 quốc gia trong lưu vực, nhằm đào tạo những chuyên viên có trình độ sẵn sàng đương đầu với những vấn nạn của Hủy Hoại Môi Sinh và Khai Thác Phát Triển trong toàn lưu vực con sông Mekong. Các Tòa Đại Sứ, Lãnh Sự của Việt Nam nơi có con sông Mekong chảy qua, cần có ngay những Tùy Viên Môi Sinh_ hay cụ thể hơn là một Tùy Viên Đặc Trách Sông Mekong, họ phải là những người có trình độ và tinh thần ráo riết theo dõi từng bước những biến chuyển của từng khúc sông Mekong để kịp thời thông tin và báo động, trên cơ sở đó mới có thể lên tiếng phản kháng đối với nhà cầm quyền Trung Quốc.

Trước mắt, cho dù các nước hạ nguồn có phản đối gì đi chăng nữa cũng không có cách nào ngăn chặn Trung Quốc không khai thác nửa chiều dài con sông Mekong chảy qua lãnh thổ họ, nói rõ hơn là ngăn chặn họ thôi không xây tiếp những con đập khổng lồ Vân Nam nhưng điều ấy không có nghĩa là phó mặc cho Bắc Kinh tự do muốn làm gì thì làm. Hướng tới những bước "Phát Triển Bền Vững / Sustainable Development" sẽ có khả năng "Giảm Thiểu Tổn Thất / Control Damage" vì trong thế kỷ của Toàn Cầu Hóa vẫn có đó một cộng đồng quốc tế và cả hơn 80 triệu dân Việt Nam trong nước và hải ngoại là những tiếng nói để Trung Quốc phải lắng nghe.

NKH_ Theo anh, cộng đồng người Việt ở hải ngoại, những người thiết tha với vấn đề này, dù già hay trẻ, họ có thể đóng góp được gì? Anh có nghĩ đây là một vấn đề có thể "đảo ngược / reversible" được không?

NTV_ Với cộng đồng người Việt ở hải ngoại, cho dù nơi mà nguồn thông tin và phương tiện truyền thông phải nói là rất dồi dào nhưng vẫn chưa có những nhận thức đúng mức về mối nguy cơ của chuỗi những con đập khổng lồ Vân Nam. Chẳng hạn ngay khi tôi nói chuyện với một đồng nghiệp rất hiểu biết anh cũng vẫn cho rằng: Trung Quốc đang làm một điều đúng và hữu ích, đó là họ giữ hộ nước trong hồ chứa của các con đập Vân Nam trong Mùa Mưa và rồi lại xả ra trong Mùa Khô, như vậy là tránh cho các nước hạ nguồn khỏi bị lũ lụt và cả hạn hán. Đó cũng lại chính là liều thuốc ngủ trấn an rất hữu hiệu mà Bắc Kinh vẫn rêu rao. Rồi ngay cả chính một vị tu sĩ đầy lòng vị tha đang xả thân cứu trợ cho các đồng bào nạn nhân lũ lụt Đồng bằng Sông Cửu Long, nghe nói về cuốn sách, cũng đã phát biểu là đang lũ lụt ngập trời mà sao bảo là Cửu Long cạn dòng hồi nào. Rồi một người bạn làm báo khác thì lại cho rằng mối hiểm họa đó thì còn quá xa vời và có thể là sẽ nan đề của các thế hệ tương lai…

Rõ ràng là chuỗi những hiện tượng sinh học môi trường sẽ chẳng bao giờ diễn ra một cách "nhãn tiền" và "đơn giản" như vậy. Tuy rằng chẳng có cách nào đảo ngược được thời gian, đưa con sông Mekong trở về một thời kỳ còn trinh nguyên và hoang dã. Con sông dũng mãnh ấy đã, đang và không ngừng bị tận khai thác bởi các quốc gia do nhu cầu phát triển. Nhưng khai thác làm sao mà không hủy hoại và không làm cho cạn kiệt nguồn tài nguyên vốn phong phú nhưng không phải là vô hạn của con sông ấy. Và bước phát triển của mỗi nước không phải trả giá bằng những hy sinh của các quốc gia khác trong lưu vực. Khi mà Trung Quốc từ chối tham gia Ủy Hội Sông Mekong, để không ngừng xây thêm những con đập thủy điện khổng lồ Vân Nam dĩ nhiên với cái giá rất đắt phải trả của các quốc gia nơi hạ nguồn.

NKH_ Anh đã từng viếng thăm Đồng bằng Sông Cửu Long Việt Nam, rồi Lào và Cam Bốt và mới đây là chuyến đi thăm Vân Nam Trung Quốc, anh thấy có triển vọng nào về một sự hợp tác giữa các quốc gia trong lưu vực sông Mekong?

NTV _ Trong chuyến đi khảo sát thực địa bên Lào, tôi đã tận mắt chứng kiến sự suy thoái của con sông Mekong đang cạn dần mà không vào Mùa Khô_ một cách tệ hại và nhanh hơn cả những dự đoán bi quan nhất. Rồi là chuyến đi thăm Cam Bốt, chứng kiến một Biển Hồ và các khu rừng lũ / flooded forest đang thu hẹp dần cùng với sự hình thành của khu kỹ nghệ trên bờ sông Tonlé Sap sẽ như một nguồn ô nhiễm khác cộng thêm vào khối lượng các chất phế thải độc hại đổ xuống từ Vân Nam. Rồi mới đây là chuyến viếng thăm Vân Nam, chỉ với 1,500 Megawatt của con đập Mạn Loan / Manwan mà đã thay đổi cả bộ mặt của một vùng tây nam rộng lớn vốn kém phát triển của Trung Quốc. Với điện khí hóa, đô thị hóa và kỹ nghệ hóa tỉnh Vân Nam nơi rất giàu quặng mỏ thì khúc sông Mekong nơi hạ nguồn đương nhiên trở thành cống rãnh đổ các chất phế thải kỹ nghệ độc hại và Đồng bằng Sông Cửu Long của Việt Nam là quốc gia cuối nguồn sẽ lãnh đủ mọi hậu quả.

Quả thật không có giải pháp dễ dàng nào để đối phó với những bước suy thoái nhanh chóng của con sông Mekong. Do nhu cầu phát triển kinh tế của mỗi nước không thể nói tới việc cấm đoán hay ngăn chặn các kế hoạch khai thác nguồn tài nguyên của dòng sông. Nhưng vấn đề đặt ra ở đây là khai thác ra sao để không mau chóng làm cạn kiệt nguồn tài nguyên và cả phá hủy dòng sông gây tác hại tới đời sống hiện nay của hàng trăm triệu cư dân sống trong lưu vực và cả gây di lụy lâu dài cho các thế hệ mai sau.

Do đó rất cần có sự hợp tác chặt chẽ của cả 7 quốc gia liên hệ_ tôi muốn nói tới MỘT TINH THẦN SÔNG MEKONG / THE MEKONG SPIRIT mà điều này thì " không thể nào có được khi mà Trung Quốc vẫn chọn vị thế đứng ngoài khước từ gia nhập Ủy Hội Sông Mekong" để tự do muốn làm gì thì làm. Còn nói về sự hợp tác và đoàn kết của các quốc gia hạ nguồn thì vẫn chỉ ở giai đoạn mong ước, đó là cảnh "Đồng sàng dị mộng", mỗi nước khai thác con sông Mekong theo quan điểm quyền lợi riêng của mình. Khi mà sự khủng hoảng lòng tin cậy chưa vượt qua thì không thể nói tới đoàn kết. Ngay đối với Việt Nam, muốn có được sự ủng hộ của cộng đồng quốc tế thì chính chúng ta cũng phải làm gương tuân thủ những bước phát triển bền vững khi khai thác nguồn tài nguyên sông Mekong. Một ví dụ: khi khai thác con đập thủy điện Yali ở Gia Lai trên sông Sesan một phụ lưu lớn của con sông Mekong, đã có những than phiền của người dân Cam Bốt ở tỉnh Rattanakiri về cảnh lũ lụt và cả ô nhiễm nguồn nước do phía Việt Nam gây ra. Không thể có "Tiêu Chuẩn Nước Đôi / Double Standard" trong vấn đề bảo vệ môi sinh, một riêng cho Việt Nam, một cho các quốc gia lân bang. Chính chúng ta cũng phải tạo niềm tin cậy nếu muốn có sự hợp tác và phát triển bền vững cho toàn vùng. Chứ như hiện nay, tình trạng chia rẽ của các quốc gia hạ nguồn đã được Bắc Kinh triệt để khai thác và mỗi nước đều mang ảo tưởng rằng mình sẽ thủ lợi nếu chấp nhận đi riêng lẻ với Trung Quốc.

NKH_ Anh có hy vọng sẽ nhìn thấy sự giải quyết hay triển vọng giải quyết vấn đề này trong thời đại của anh hay không?

NTV_ Chính câu hỏi của anh đã bao hàm một ý nghĩa "chiến lược". Đây là một nan đề không phải chỉ đặt ra cho riêng "thời đại chúng ta". Sự hủy hoại con sông Mekong là một quá trình tích lũy lâu dài / cumulative late-effects nhưng không phải là không cảm nhận được trong mỗi giai đoạn, mỗi thời kỳ. Chúng ta có thể thấy trước được một hệ quả dây chuyền trong tương lai, dĩ nhiên ngày một trầm trọng hơn: mùa mưa lũ lụt sẽ đổ xuống sớm hơn và khủng khiếp hơn, mùa khô sẽ có hạn hán khắc nghiệt hơn, nước mặn xâm nhập ngày một sâu hơn vào Đồng Bằng Sông Cửu Long. Không còn nguồn cá nước ngọt, không còn nguồn phù sa, sẽ chẳng còn giống lúa hay cây trái nào sống được trên vùng biển mặn chưa kể nguồn ô nhiễm từ các khu kỹ nghệ thượng nguồn đổ xuống. Trong thập niên đầu của thế kỷ 21, chúng ta vẫn chưa thấy được ánh sáng "triển vọng giải quyết" ở nơi cuối đường hầm do sự bị động của các chính phủ của các quốc gia hạ nguồn.

Hiển nhiên không có giải pháp đơn lẻ cho riêng vấn đề môi sinh của một dòng sông mà phải là bước chuyển hóa cơ bản và đồng bộ của các hệ thống xã hội từ "Toàn Trị" tiến lên "Dân Chủ". Bởi vì có dân chủ là có cơ hội mở mang dân trí, có tự do thông tin và chính bao nhiêu triệu cư dân sống hai bên bờ con sông Mekong sẽ có ý thức và tiếng nói bảo vệ dòng sông như là mạch sống của chính mình.

"Cứu lấy dòng sông Cửu Long" là một cuộc chạy đua với kim đồng hồ, bởi vì "Nói tới nguy cơ là còn thời gian, chứ tiêu vong là mất đi vĩnh viễn / Extinction is forever, Endangered means we still have time." Sea World San Diego _ Đó là dòng chữ mang nhiều ý nghĩa mà tôi rất tâm đắc.

NGUYỄN KỲ HÙNG
Viet Tide Magazine
11 – 15 – 2002

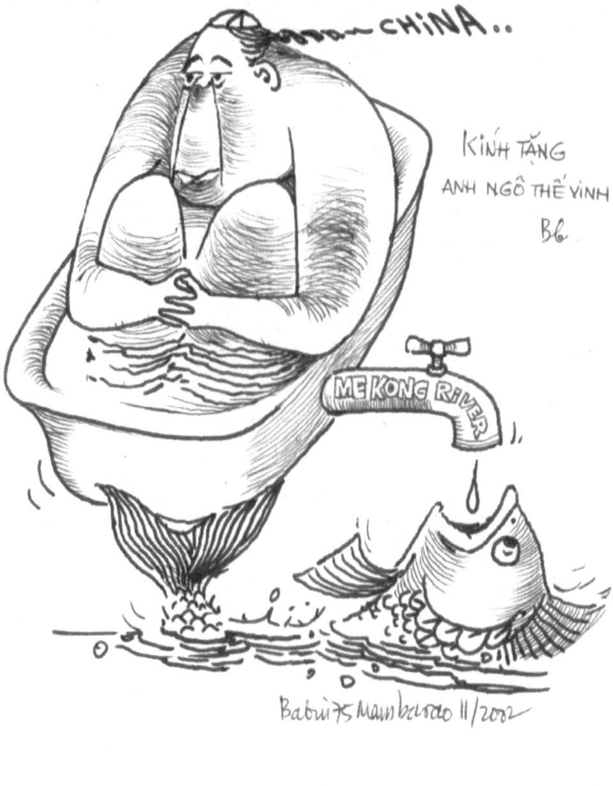
CHINA..
KÍNH TẶNG
ANH NGÔ THẾ VINH
BG
MEKONG RIVER

www.ingramcontent.com/pod-product-compliance
Lightning Source LLC
LaVergne TN
LVHW032021041026
849517LV00008B/2687

* 9 7 9 8 3 3 0 2 9 1 1 3 7 *